అపరాజిత

కస్తూరి విజయం
VICTORY OF KASTURI

శ్రీఝా

(జాష్టి ఝాన్సీ లక్ష్మి)

Aparajita

by

Jasti Jhansi Lakshmi

Pen name: Srijha

First edition published by

Sep,2023

ISBN: 978-81-963835-8-9

Print On Demand

Ph:0091-9515054998

Email: Kasturivijayam@gmail.com

Books available

@

Amazon,Flipkart, Google Play, ebooks, Rakuten and KOBO

అంకితం

నా జీవన సౌందర్యానికి ప్రాణ చైతన్యమిచ్చిన

పవిత్రమూర్తులు

అమ్మ 'నాగమల్లీశ్వరి'

నాన్న 'శివాజీబాబు' లకు

ప్రేమకు మించిన పూజ్య భావంతో ....

మహాకాలకాల అయిన కాళికాదేవి సాక్షిగా

నాచే విరచించబడిన

ఈ "**అపరాజిత**"

అంకితం

ముందు మాట

అమ్మవారి స్వప్న సాక్షాత్కారంతో శ్రీకారం చుట్టుకున్న ఈ నవలను శ్రీశైల సాక్షి గణపతి సాక్షిగా సద్గురు సాయినాధుని ఆశీస్సులతో నిరాటంకంగా పూర్తి చేయడం జరిగినది. లోకాలనేలే ఆ చల్లని తల్లి ఆగ్రహ, అనుగ్రహాలను అక్షరబద్ధం చేయాలనుకున్న నా ఈ ప్రయత్నం ఆ అమ్మవారి దయతోనే సఫలీకృతం అయినది. ఆన్లైన్ వేదికగా ఎన్నో రచనలు ప్రచురితం అయినా ముద్రణ రూపంలో వెలువడుతున్న నా తొలి నవల ఇదే కావడం నా మీద ఆ అమ్మవారు ప్రసరిస్తున్న కరుణా కటాక్షాలకు సంకేతంగా భావిస్తూ పాఠకులు అందరికీ ఆ అమ్మవారి దీవెనలు లభించాలని కోరుకుంటూ ....

మీ
శ్రీఝా
(ఝాన్సీ లక్ష్మి జోష్టి)

విషయ సూచిక

అపరాజిత – ప్రథమ అంకం

చిరు చీకట్లు అలముకుంటున్న సంధ్యా సమయం. అంతఃపురంలో నిలబడి దీర్ఘంగా ఆలోచిస్తున్నాడు మహారాజు అమృతభూపతి. బయట అలుముకున్న చీకట్లకన్నా అతని మనసులో అలుముకున్న చీకటి చిక్కగా వుంది. తనతోనే తన వంశం అంతరించిపోతుందేమో అనే చింత అతన్ని కుదురుగా ఉండనివ్వడంలేదు.

అంగ దేశాన్ని ప్రజారంజకంగా పాలించిన అశోకభూపతి మహారాజు కి ఒక్కగానొక్క వారసుడు అమృతభూపతి. అమృతభూపతికి రాజ్యపాలనకు అవసరమయిన విద్యలన్నీ నేర్పించి అతనికి యుక్తవయసు రాగానే పొరుగురాజ్యమయిన అంగద రాజ్య యువరాణి అంజనాదేవి తో కళ్యాణం జరిపించి, వెంటనే పట్టాభిషేకం కావించి సింహాసనాన్ని, రాజ్యాన్ని అమృతభూపతికి అప్పగించి సతీ సమేతంగా వానప్రస్థాశ్రమం స్వీకరించాడు అశోక భూపతి. ఇది జరిగిపోయి పదునైదేండ్లు గడుస్తోంది. అప్పటినుండి తండ్రికి, తన వంశానికి ఏ కళంకం అంటకుండా ప్రజలను కన్నబిడ్డలవలె పాలిస్తున్నాడు అశోక భూపతి.

అన్నీ ఇచ్చిన దేవుడు ఏదో ఒక కొరత పెడతాడన్నట్లు రాజ్యలక్ష్మి ని, ధన లక్ష్మిని, ధాన్యలక్ష్మిని అలాగే ధైర్యలక్ష్మిని అనుగ్రహించిన పరమేశ్వరుడు సంతానలక్ష్మిని మాత్రం అమృతభూపతికి దూరంగా ఉంచాడు. వివాహమయిన మరుసటి ఏడు నుండి వారసులకోసం అమృతభూపతి ఎదురు చూపులు మొదలయ్యాయి. ఐదేండ్లు గడిచిపోయాక అంజనాదేవి తనంతట తానుగా అమృతభూపతిని మరో వివాహం చేసుకోమని కోరింది . నాథా పరమేశ్వరుని అనుగ్రహం నామీద లేనట్లు వుంది, నా గురించి అలోచించి మన వంశాన్ని నిర్వంశం చేయకండి, మీకు నచ్చిన ఏదో ఒక దేశపు యువరాణిని పరిణయమాడి సంతాన భాగ్యాన్ని పొందండి అని భారమైన హృదయంతో భర్తకి విన్నవించుకుంది అంజనాదేవి.

బహుభార్యత్వం రాజవంశాలలో సర్వసాధారణమే అయినా ఏ భార్యా తనకు తానుగా భర్తను మరో వివాహానికి ప్రోత్సహించదు అలాంటిది వంశ క్షేమం కోసం త్యాగానికి సిద్ధపడుతున్న అంజనాదేవిని చెంతకు చేరదీసి, మహారాణీ ఈశ్వరేచ్ఛ లేనిదే ఏది జరగదు. ఆయన అనుగ్రహం ఉంటే ఈ ఏడు కాకుంటే మరుసటి ఏడు అయినా సంతానం కలుగుతుంది, అయన అనుగ్రహం లేకుంటే మనువు మీద మనువు చొప్పున ఎన్ని మనువులు చేసుకున్నా సంతానం కలగదు.

సంతానం కోసం నా గృహలక్ష్మివి అయిన నిన్ను బాధపెట్టడం పాడి కాదు. చూద్దాం మన కులదైవం అపరాజితాదేవికి మన మీద ఎపుడు అనుగ్రహం కలుగుతుందో అప్పటివరకు వేచి

చూద్దాం. అంతేకానీ ఇలా మిమ్మల్ని మీరు బాధ పెట్టుకుంటూ మమ్మల్ని కూడా బాధ పెట్టకండి అని ధృడంగా సమాధానమిచ్చాడు అమృత భూపతి. ఆరోజు నుండి ఈరోజు వరకు అపరాజితా దేవి అనుగ్రహం కొరకు రాజదంపతులు చేయని పూజ లేదు ఇవ్వని దానం లేదు. రోజుల వెంట నెలలు, నెలల వెంట సంవత్సరాలు గడిచిపోతూ పదిహేనేండ్లు దాటిపోయాయి. తమను కన్న తండ్రికన్నా మిన్నగా పాలించే ప్రభువుకు సంతానం కలగాలని రాజ్య ప్రజలు కూడా శక్తికొలది పూజాపునస్కారాలు చేస్తూనే ఉన్నారు. దేశంలోని అన్ని దేవాలయాల్లో రాజదంపతులు సంతాన ప్రాప్తి కలగాలని ప్రత్యేక పూజలు జరిపిస్తున్నారు.

ఒంటరిగా అంతఃపురంలో ఉద్యానవనం దిశగా నిలబడి ఇవి అన్నీ ఆలోచిస్తూ ఉండిపోయాడు అమృత భూపతి. చిరుచీకట్లు కాస్తా దట్టమయిపోయి గాఢాంధకారం అలుముకుంటున్న వేళ అంజనాదేవి వచ్చి చింతాక్రాంతుడయి వున్న భర్తను గాంచి ఆమె కూడా ఖిన్నవదనంతో నిశ్శబ్దంగా అతని పక్కనే నిలబడింది. మహారాణి చేతి గాజుల సవ్వడి ఆలకించి ఈలోకంలోకి వచ్చిన రాజుగారు, ఏమిటి మహారాణీ మీ ఆరోగ్యం గురించి శ్రద్ధలేకుండా ఈ సమయంలో ఇక్కడ నిలుచున్నారు. మీకు శీతల పవనాలు సహించవు కదా అని ప్రశ్నించగా సంతులేని గొడ్రాలి బ్రతుకు ఎన్ని దినాలు సాగించాలి ప్రభూ ఆరోగ్యంగా ఉండి ఏమి ఉపయోగం ? నేను ఉన్నన్ని రోజులు మీరు ఇంకో వివాహం మాట తలపెట్టరు, నేను ఆ శివసాయుజ్యం పొందితే అన్నా ఈ వంశానికి సంతాన యోగం కలుగుతుందేమో అంటూ కన్నీరు మున్నీరయిపోయింది అంజనాదేవి.

ఇటువంటి అమంగళకర వచనాలు ఆడవద్దని ఎన్నిమార్లు చెప్పాలి మహారాణీ అంటూ కోపగించుకొని అంతలోనే ఆమెను అక్కున చేర్చుకొని కన్నీరు తుడిచి అమ్మలగన్న యమ్మ ఆ అపరాజితా దేవి కరుణించే రోజు దగ్గరలోనే రావాలని ప్రార్దించు నీ ప్రార్థనలకు అయినా కరిగి ఆమె ఒక నలుసును ప్రసాదిస్తుందేమో అంతేకానీ ఇలా అధైర్యపడి నన్ను అధైర్యపర్చకు. పదండి లోపలికి వెళ్లి విశ్రమిద్దాం అంటూ చేయిపట్టి లోపలికి తీసుకెళ్లబోయాడు అమృతభూపతి.

మహారాజు వెంబడి రెండడుగులు ముందుకు వేయగానే కళ్ళు మగత కమ్మినట్లు అయి ముందుకు తూలి పడబోయింది అంజనాదేవి. ముందుకు పడుతున్న ఆమెను పట్టుకొని కింద పడకుండా తన బాహువులతో బంధించి జాగ్రత్తగా శయ్యాగారంలోకి చేర్చాడు మహారాజు. శీతగాలికి పైత్యం ప్రకోపించినట్లుంది అందులోనూ వేదనతో ఆహారం కూడా సరిగా తీసుకుంటున్నట్లు లేదు, ఇలాగే వదిలేస్తే సంతానం సంగతి ఏమోకానీ మహారాణి కూడా తనకు దక్కేలా లేదు. అమ్మా అపరాజితా దేవి కొన్ని వందల సంవత్సరాలుగా మా రాజ్యాన్ని వంశాన్ని కాపాడుతున్న తల్లివి నామీద మాత్రం ఎందుకు నీకు దయ కలగడం లేదు, ఎప్పుడు మమ్మల్ని అనుగ్రహిస్తావు అనుకుంటూ మహారాణి పక్కన దిగాలుగా కూర్చుండిపోయాడు అమృత భూపతి.

అంజనాదేవిని చూసుకుంటూ అపరాజితా దేవిని ప్రార్థిస్తూ ఆ రాత్రి జాగరణే చేసాడు అమృతభూపతి. తెలతెలవారుతూ సూర్యుని తొలి వెలుగు కిరణం ధరణిని చేరకముందే భటులను రాజవైద్యులను తోడ్కొని రమ్మని పంపించాడు మహారాజు అమృతభూపతి. పరిచారికలకు మహారాణిని జాగ్రత్తగా చూసుకోమని ఆజ్ఞ ఇచ్చి రాజవైద్యులు వచ్చేలోగా కాలకృత్యాలు , స్నానజపాదులు పూర్తి చేసుకోడానికి వెళ్ళాడు.

అనుష్ఠానం పూర్తిచేసుకుని మరల రాణీవాసానికి చేరుకొనేలోగా రాజవైద్యులు వేంచేసి రాజుగారి ప్రత్యేక మందిరంలో సుఖాసీనులయి మహారాజుగారికోసం వేచిచూస్తున్నారు. అమృతభూపతి అరుదెంచగానే ఆసనం మీదనుండి లేచి మహాప్రభువులకు వందనాలు, మీకొరకే వేచియున్నాను, మీరు అనుమతిస్తే మహారాణి గారిని పరీక్షించి రోగ నిర్ధారణ చేస్తాను, ఆ తరువాత ఔషధ తయారీ మొదలు పెడతాను ప్రభూ అని విన్నవించుకున్నాడు.

అవశ్యం పరీక్షించండి వైద్యవర్యా , రాణిగారి పరిస్థితి మాకు మిక్కిలి ఆందోళనకరంగా ఉన్నది, మీరు ఎంత త్వరగా వైద్యం ప్రారంభిస్తే అంత మంచిది అంటూ రాణీవాసం లోపలికి దారి తీసాడు మహారాజు అమృతభూపతి. రాజ సేవకుడు ఔషదాల మందసం మోసుకొని అనుసరిస్తుండగా రాజుగారి వెనక అడుగులు వేస్తూ అంతఃపురంలోకి ప్రవేశించాడు రాజవైద్యుడు. అంతఃపురంలోకి రాజుగారికి వైద్యులకు తప్ప పరపురుషులకు ప్రవేశం నిషిద్ధం కావడం వలన రాజసేవకుడు ద్వారం వెలుపలనే ఆగిపోయాడు. రాజుగారి చేతి సైగ అనుసరించి బయట భటుడి దగ్గర వున్న ఔషదాల మందసాన్ని తెచ్చి లోపల పెట్టి తనుకూడా అక్కడ నుండి నిష్క్రమించింది రాణిగారి ప్రధాన చెలికత్తె అమల.

మహారాణిగారి హస్తనాడిని పరిశీలించడం మొదలుపెట్టిన రాజవైద్యులు భృకుటి ముడిచి మరోసారి నిశితంగా పరీక్షించడం మొదలుపెట్టారు. మనిషిని చూడగానే రోగలక్షణాలు కనిపెట్టి ఔషదాలు ఇవ్వగల అపర ధన్వంతరి అయిన ఆయన ముమ్మారు నాడి పరీక్ష చేస్తుండటంతో మహారాజులవారి ఆందోళన హెచ్చయి ఎదసవ్వడి అధికమవగా ఆత్రుతతో ఏమయింది వైద్యవర్యా? ఏదయినా ఆందోళన చెందవలసిన విషయమా? అంటూ ఖిన్న వదనంతో ప్రశ్నించాడు అమృతభూపతి.

ఆందోళన చెందవలసిన విషయం కాదు మహాప్రభూ ఆనందంతో రాజ్యమంతా ఉత్సవాలు చేసుకోవాల్సిన విషయం. రాజ్య భవిష్యతుకు సంబంధించిన విషయం అందుకే మరల మరల నిర్ధారణ చేసుకుంటున్నాను అని సెలవిచ్చాడు రాజవైద్యుడు. రాణిగారి పరిస్థితికి నడిరేయి నుండి చింతాక్రాంతుడయి ఉన్న మహారాజుకు ఇపుడు వైద్యుని వచనాలు ఒక ప్రహేళికలా అనిపించాయి. మీ మాటలు నన్ను ఇంకనూ అయోమయంలో పడవేయుచున్నవి, అర్థమయ్యేలా విశదపరచండి వైద్యవర్యా అంటూ అసహనాన్ని వెలిబుచ్చాడు మహారాజు . ఎన్నో వత్సరాలుగా మీరు మేము రాజ్య ప్రజలందరూ చేస్తున్న పూజలకు ఆ అపరాజితా దేవి

కరుణించింది ప్రభూ. మహారాణిగారు గర్భం దాల్చినారు అని ఆనందంతో వీనులవిందుగా శుభవార్తను వెల్లడించాడు రాజవైద్యుడు .

ఒక్క క్షణం తను ఆలకించింది వాస్తవమా కాదా అని నమ్మలేకపోయాడు అమృతభూపతి. ఏమంటున్నారు వైద్యవర్యా మేము ఆలకిస్తున్నది సత్యమేకదా అంగ రాజ్యానికి వారసులు రాబోతున్నారా!! ఎంత మంగళకరమయిన వార్త వినిపించారు అంటూ సంతోషం పట్టలేక అతన్ని ఆలింగనం చేసుకొని తన మెడలో వున్న అత్యంత అరుదయిన పచ్చల హారాన్ని బహూకరించాడు. పరిచారికలను పిలిచి పాకశాలలో మధుర పదార్ధాలు విరివిగా వండించి అందరికి పంచి పెట్టమని ఆజ్ఞాపించాడు.

వైద్య శిఖామణీ ఈ ఆనందంలో మేము అదుపుతప్పుతున్నాము ఏమి చేయాలో అర్థంకాని సందిగ్ధంలో వున్నాము వెంటనే మంత్రివర్యులను పిలిపించి ఈ శుభవార్త వినిపించండి. ఏమి చేయాలో అయన చూసుకుంటారు అని చెప్పి మహారాణి తల్పం మీద ఆమెకు దగ్గరగా కూర్చొని ఈ శుభవార్త కొరకు ఇన్ని యేండ్లు ఎదురుచూచి ఇపుడు స్పృహలో లేకుండా ఉండిపోయావా అంటూ అంతలోనే ఏదో జ్ఞప్తికి వచ్చినట్లు వైద్యుని వైపు చూస్తూ మహారాణిగారు ఇంకనూ స్పృహలోకి రాలేదు ఎందులకు ? అని ప్రశ్నించగా మీకు ఆ విషయం తెలియచెప్పుటకే నేను వేచియున్నాను ప్రభూ ! రాణీగారు దీర్ఘకాలం నుండి ఆహారం సరిగా స్వీకరించడం లేదు అలాగే వేదనతో ఎడతెగని ఆలోచనలతో కృంగిపోవుచున్నారు. ఆ మానసిక సంఘర్షణ తట్టుకోలేక స్పృహ కోల్పోయినారు.

ఇకపై ఆమెను కడుజాగ్రత్తగా చూసుకోవలయును అని విన్నవించుకోగా మేమే స్వయంగా మహారాణిగారి సంరక్షణా బాధ్యత తీసుకుంటాం వైద్యవర్యా !! మీరు అవసరమయిన ఔషధాలను సూచించండి చాలు అంటూ మాకోసం ఈ వంశంకోసం మీ ఆరోగ్యాన్ని కూడా గణనలోకి తీసుకోలేదు కదా మహారాణీ అనుకుంటూ నీళ్లు నిండిన కన్నులతో ప్రేమగా అంజనాదేవి వైపు చూస్తూ ఉండిపోయాడు అమృతభూపతి.

అపరాజిత – ద్వితీయ అంకం

సూర్యకిరణాల కాంతి కన్నులను తాకుతుండగా మగత వీడి మెల్లగా కనులు తెరిచిన అంజనాదేవికి ఎదురుగా నీరు నిండిన కనులతో భర్త కనిపించేసరికి ఆందోళనతో ఏమి అయింది ప్రభూ?? ఎన్ని విపత్కర సంఘటనలు ఎదురయినా చలించక ధృఢచిత్తంతో వ్యవహరించే మీరు కన్నీరు పెడుతున్నారు అంటే అది ఏదో గడ్డు సమస్య నే అయివుంటుంది. ఇప్పటికే సంతానలేమితో బాధపడుతున్న మనకు ఇంకో సమస్య తెచ్చిపెట్టాడా ఆ మహాదేవుడు అంటూ కన్నీటి పర్యంతం అవుతున్న ఆమె మాటలను అడ్డగిస్తూ ఇవి దుఃఖాశ్రువులు కావు దేవీ ఇవి ఆనంద భాష్పాలు. ఆ మహాదేవుడు ఇంకా అపరాజితా దేవి మనలను కరుణించారు అని చెప్పగా ఏమంటున్నారు మహారాజా అని తిరిగి ప్రశ్నించింది అంజనాదేవి.

మంత్రివర్యులుకు కబురు పంపి అప్పుడే అక్కడకు చేరుకున్న రాజవైద్యుడు, మహారాజుగారు చెప్తున్నది అక్షరసత్యం మహారాణి, మీ గర్భంలో అంగవంశ వారసులు ఊపిరి పోసుకుంటున్నారు, ఇన్నినాళ్ళకు భగవంతుని కృప మన అందరి మీద వర్షించింది అని చెప్పాడు. ఎన్నో ఏళ్లుగా ఎదురు చూస్తున్న మధుర స్వప్నం కళ్ళ ముందు నిలిచినట్లయి ఆనందంతో గొంతు మూగబోయింది అంజనాదేవికి. నోట మాట రాక కళ్ళతోనే ఆనందాన్ని వ్యక్తపరుస్తూ మహారాజువైపు ఆరాధనగా చూస్తూ ఉండిపోయింది.

అమృతభూపతి స్థితికూడా అందుకు విరుద్ధంగా ఏమీ లేదు, పట్టరాని సంతోషాన్ని పట్టమహిషితో పంచుకోవాలనుకున్నా సమయం అనుకూలించక చూపులతోనే తన ప్రేమను ఆమె మీద కురిపించాడు. ఇంతలో అంజనాదేవి ఇష్టసఖి అమల ద్వారం దగ్గర నిలబడి మంత్రివర్యులవారు విచ్చేసి ప్రత్యేక మందిరంలో వేచివున్నారు ప్రభూ అని విన్నవించుకుంది. అమలా ఇకనుండి రాణిగారిని ప్రత్యేక శ్రద్ధతో చూసుకోవాలి, నేను పరిపాలనా వ్యవహారాలు చూసుకునే సమయంలో ఆమె బాధ్యత అంత నీదే. అలసత్వం క్షమార్హణీయం అంటూ ఆజ్ఞ జారీ చేసి, మంత్రివర్యులుతో చర్చించి వచ్చెదము దేవీ అప్పటివరకు మీరు ఫలహారం స్వీకరించి విశ్రాంతి గైకొనండి అంటూ ప్రత్యేకమందిరానికి దారితీసాడు అమృతభూపతి. మహారాజుగారిని అనుసరిస్తూ రాజవైద్యులు కూడా ప్రత్యేకమందిరానికి చేరుకున్నారు.

సభాసమయం అవకముందే తనను ప్రత్యేకమందిరానికి పిలువనంపిన కారణం ఏమయివుంటుందా అని దీర్ఘంగా ఆలోచిస్తూ పచార్లు చేస్తున్న మంత్రి అనంతవర్మ మహారాజు

గారిని చూస్తూనే చేస్తున్న పచార్లు ఆపి, మహారాజులవారికి ప్రణామములు, మమ్ము ఇంత అత్యవసరంగా పిలువనంపిన కారణం తెలియపరచండి ప్రభూ , సంతోషంతో వెలుగొందుతున్న మీ ముఖారవిందం చూస్తుంటే విషయం ఏదయినా కానీ అది ఆనంద హేతువే అయివుంటుంది అని తలపోస్తున్నాను ప్రభూ అని చెప్పగా, బాగా సెలవిచ్చారు మంత్రివర్యా మీ ఊహ సరియైనదే విషయం ఆనంద హేతువే అని చెప్తూ ముందు ఆసీనులు కండు అని తన ఆసనాన్ని అలంకరించాడు అమృతభూపతి. మహారాజు ఆసీనులు అయ్యాక తనుకూడా ఆసీనుడై చెప్పండి మహారాజా ఆ శుభవార్త అని రెట్టించాడు అనంతవర్మ.

మహారాజులవారు పెదవి విప్పకముందే రాజవైద్యుడు కలుగ చేసుకుంటూ అంగదేశ వారసులు యేతెంచే సమయం ఆసన్నమయింది మంత్రివర్యా. అంజనాదేవిగారు గర్భం దాల్చినారు ఈ మంగళకరమయిన వార్త మీకు తెలుపుటకే మిమ్ము ఇక్కడకు పిలిపించారు అని ఆనందోత్సాహాలతో వెల్లడించాడు రాజవైద్యుడు. ఎంత శ్రవణానందకరమయిన వార్త విన్నాను, వెంటనే రాజ్యంలో సంబరాలు మొదలు పెట్టించాలి అంటూ ఎవరక్కడ అని రాజసేవకులను పిలువబోయి ఆఖరి నిముషంలో ఆగిపోయాడు అనంతవర్మ.

ఏమైంది మంత్రివర్యా ఎందులకు ఉత్సాహానికి అడ్డుకట్ట వేస్తున్నారు అని ప్రశ్నించిన మహారాజు వైపు తిరిగి, ప్రభూ ఇది మనకు మన రాజ్య ప్రజలకు మిక్కిలి ఆనందం కలిగించే అంశమే కానీ వారసులు లేని రాజ్యాన్ని కబళించాలని చూసే దాయాదులకు మన రాజ్యసంపద చూసి ఓర్వలేని శత్రురాజ్యాల ప్రభువులకు కంటగింపు కలిగించే వార్త . అలాంటివాళ్లకు ఈ వార్త చేరడం మంచిది కాదు ప్రభూ అందుకే మహారాణిగారికి ప్రసవం అయ్యేవరకు దీన్ని అంతఃపుర రహస్యంగానే ఉండనిద్దాం. రాజ్యక్షేమం కోసం అని దేశంలోని ఆలయాల్లో పూజలు మాత్రం జరిపిద్దాం.

బిడ్డ జన్మించిన తర్వాత రాజ్యమంతటా మంగళశాసనాలు వేయిద్దాం అప్పటివరకు తమ ఆనందాన్ని బహిరంగంగా వ్యక్తపరచకండి ప్రభూ ఇది మీ కుటుంబ క్షేమం కొరకు నేను చేస్తున్న విన్నపం అని విన్నవించుకున్నాడు. ఇన్ని ఏళ్ళ తర్వాత తెలిసిన శుభవార్త బయటికి చెప్పకుండా ఉండాలి అనడం బాధ కలిగించినా మంత్రి మాటల్లో అతని భయాల్లో వాస్తవం అర్థమయి అలాగే మహామంత్రి మీరు విన్నవించినట్లే వారసుడు ఉదయించేవరకు దీన్ని అంతఃపుర రహస్యంగానే ఉంచుదాం అంటూ సాలోచనగా రాజవైద్యునివైపు చూసాడు మహారాజు.

మీరు నాకు ప్రత్యేకంగా చెప్పాలా ప్రభూ వారసుడి జననం అయ్యేవరకు నా కంఠం దాటి మాట బయటకి పొక్కదు అని చెప్పాడు రాజవైద్యుడు. నిముషాల్లో అంతఃపురంలో పరిచారికలు అందరికి ఆదేశాలు అందాయి విషయం ఎవరి ద్వారా అయినా బయటకి పొక్కితే శిరచ్ఛేదం తప్పదు అని. సరే మహారాజా ఇంక నాకు సెలవిస్తే నా నివాసమునకు చేరుకొని ఔషదాలు తయారు చేసి పంపించెదను. కానీ రాణిగారి ఆరోగ్య పరిస్థితి చాలా సున్నితంగా ఉన్నది. మీరు

కడు జాగరూకతతో వ్యవహరించాలి అని మరొకమారు ఆరోగ్య జాగ్రత్తలు విశదపరచి సెలవు తీసుకున్నాడు రాజవైద్యుడు. మీరుకూడా వెళ్ళిరండి అమాత్యవర్యా , సభలో కలుసుకుందాం అని మంత్రిని కూడా పంపించి అంజనాదేవి వద్దకు వెళ్ళాడు అమృతభూపతి.

అంజనాదేవి పక్కనే కూర్చొని ఆమె చుబుకాన్ని రెండు చేతులలోకి తీసుకొని మీరు అందరితో పంచుకొని వేడుకచేసుకోవాల్సిన శుభవార్తను కోట దాటకుండా కట్టడి చేసానని బాధపడుతున్నారా దేవీ అని పలకరించగా, లేదు ప్రభూ ఈ జన్మకు నాకు మాతృత్వ యోగం ఉన్నదో లేదో అని బాధపడుతున్న నాకు అపరాజితాదేవి దయవల్ల ఆ భాగ్యం లభించినది. నాకు అది చాలు స్వామీ , మీరు ఏది చేసినను అన్ని విధములా యోచించి చేయుదురని నేను యెరుగనా? బిడ్డ పుట్టిన తదుపరి ఇంతకు ఇంత ఘనంగా ఉత్సవాలు వేడుకలు చేసుకుందాం. అప్పటివరకు ఈ ఆనందాన్ని మనం ఇద్దరమే పంచుకుందాం అని ప్రేమగా పలికింది.

అర్ధాంగి అంటే మాలో అర్ధభాగం అనేకాదు సర్వకాల సర్వావస్థల్లో మమ్ము అనుసరించునది అని రుజువు చేసుకున్నారు దేవి.ఇక నుండి మీకు ఏమి కావాలన్నా మమ్మల్ని అడగండి క్షణాలలో అది మీ ముందు ఉండేలా చూసుకుంటాను. సందేహించక మీ మనసులో కోరిక ఏదయినా మాకు తెలపండి అని అడిగాడు అమృతభూపతి.

మీ ప్రేమ అనురాగం నాకు చాలు ప్రభూ , అవకాశం యున్నను మరొక వివాహం గురించి యోచన చేయక నాకే అంకితమయి ఉన్నారు. ఇది కాకుండా నాకు ఇంకేమి కావాలి ప్రభూ ఇలాగే పదికాలాలు మీ నీడలో ఉండగలిగే వరమే చాలు నాకు అంటూ బదులిచ్చింది అంజనాదేవి. నా ప్రేమ మీకు, మీ గర్భంలో పురుడుపోసుకున్న మన ప్రతిబింబానికే అంకితం దేవీ. ఈ శుభసమయంలో మీకు ఏదయినా చేయాలని నా మనసు ఉవ్విళ్లూరుతోంది కావున మీ కోరిక ఏదయినా సరే తెలపండి అది ఎంత కష్ట సాధ్యమయింది అయినా చేసి తీరతాను అని చెప్పాడు.

సరే ప్రభూ మీ ఆనందంకోసం కోరుకుంటాను. ప్రతి స్త్రీ ఈ సమయంలో తల్లిదండ్రుల సామీప్యాన్ని వాళ్ళ ప్రేమానురాగాలను కోరుకుంటుంది. తన భయాలు సందేహాలు అన్ని తల్లితో పంచుకొని కుదుటపడుతుంది. కానీ ఇపుడు మనం ఉన్న పరిస్థితుల్లో ఈ విషయం పక్క రాజ్యం వరకు వెళ్లడం మంచిది కాదు కాబట్టి బిడ్డ పుట్టిన తర్వాతనే మా తలిదండ్రుల దగ్గరకు వెళ్తాను. కానీ కనీసం మనకు ఈ భాగ్యాన్ని అనుగ్రహించిన మన ఇలవేల్పు అపరాజితా దేవి దర్శనం చేసుకోవాలని వుంది అని తన కోరికను వెల్లడించింది.

భార్య కోరిన కోరిక వినగానే ఒక్క విఘడియ పాటు చలనం లేకుండా వుండిపోయాడు అమృతభూపతి. అప్పటివరకు ఎంతో సంతోషంగా వున్న భర్త ఉలుకు పలుకు లేకుండా శిలలా ఉండిపోయేసరికి నేను ఏమైనా తప్పుగా మాట్లాడానా ప్రభూ ? మన వివాహం అయిన ఇన్నేళ్లల్లోనూ ఒక్కసారి కూడా అమ్మవారి దర్శనం చేసుకోలేదు. కులదైవం అని అంతఃపురంలోని మందిరంలో ఉత్సవ విగ్రహానికి పూజలు జరపడం తప్ప ఆ తల్లి దర్శన భాగ్యం నాకు ఇంతవరకు

కలగలేదు అందుకే అడిగాను. అది ఒకవేళ అంత కోరకూడని కోరిక అయితే క్షమించి వదిలేయండి ప్రభూ, నాకు ఇంక ఏ కోరికలు లేవు అని ఆవంత వదనంతో చెప్పింది అంజనా దేవి.

అపరాజిత – తృతీయ అంకం

పాఠకదేవుళ్లకి నమస్కారం. నా కథ పేరు అపరాజిత అని పెట్టుకున్నాను, అలాగే ఆ అమ్మ ఆశీర్వాదంతోనే కథ ముందుకు నడుస్తోంది. అందుకే ముందుగా మీకు అందరికి అపరాజితా దేవి గురించి ఆమె అవతార ప్రాశస్త్యం గురించి చెప్పాలి అనుకుంటున్నాను. కానీ అది నేను చెప్పేకన్నా నా కథలోని పాత్రధారి అయిన అమృతభూపతి తో చెప్పిస్తే బాగుంటుంది అనుకుంటున్నాను. ఇంక కథలోకి వెళ్లిపోదామా !!

తల్లడిల్లుతున్న అంజనాదేవిని ఓదార్చుతూ కలత చెందకు దేవీ. నీ కోరిక వినగానే నేను కొంత కలవరపడిన మాట వాస్తవం. దానికి కారణం ఏమిటో మీకు తెలియచేసేముందు ఆ అపరాజితా దేవి గురించి మీకు విపులంగా తెలియ చెప్తాను. అవశ్యం ప్రభూ ! వివాహానికి పూర్వం ఎన్నడూ నేను అపరాజితా దేవిని పూజించింది లేదు, కారణం మా పుట్టినింటి కులదైవం మహాశివుడు. ఆయనను తప్ప అన్య దైవాన్ని పూజించి ఎరుగను. మన వివాహం అయిన పిదప మన కులదైవం అని అమ్మను పూజించమని ఆ పూజా విధానం తెలియచేయడమే తప్ప అమ్మ గురించి ఇంకే వివరాలు యెవ్వరునూ ఎరుక పరచలేదు.. ఇపుడు మీ నోటివెంట ఆ వివరాలు తెలుసుకోవాలని నాకు కూడా ఉత్సుకతగా ఉన్నది తెలియ చేయండి ప్రభూ అని మహారాజుకు అభిముఖంగా కూర్చుంది అంజనా దేవి.

విజయాలను సాధించాలని ప్రతిఒక్కరూ కోరుకుంటారు. కానీ మానవ ప్రయత్నంతో అన్నిసార్లు అది సాధ్యం కాదు. కానీ చేపట్టిన ప్రతి పనిలో విజయ కేతనం ఎగరవేయాలనుకుంటే దానికి మానవ ప్రయత్నంతో పాటు దైవానుగ్రహం కూడా కావాలి. అలాంటి విజయానికి అధి దేవతే మన అపరాజితా దేవి. దుర్గాదేవికి వున్న అనేక అంశలలో అపరాజితా దేవి అవతారం కూడా ఒకటి. అపరాజిత అంటే ఎవరిచేత ఓడింపబడనిది అని అర్థం. దుర్మార్గులను శిక్షించి మంచి మార్గంలో నడిచేవారిని అమ్మ ఎల్లప్పుడూ కాపాడుతుంది. ఈ భూమండలం మీద అధర్మం ప్రజ్వరిల్లినపుడు దేవతలందరి సహకారంతో దుర్గాదేవి అంశతో అపరాజితా దేవి ఉద్భవించింది. దేవి అష్టదళ పద్మాన్ని ఆసనంగా చేసుకొని మహాశివుని ఆజ్ఞతో జయాన్ని సమకూర్చే అష్ట శక్తి రూపాలను ఆదేశిస్తుంది . ఆ అష్ట శక్తి దేవతలు అమ్మను కొలిచేవారికి సర్వదా విజయాలు కలిగేలా పరిస్థితులను శాసిస్తారు. అందుకే తాంత్రికులు ఎక్కువగా అపరాజితా దేవిని పూజిస్తారు.

స్వామీ నాదో చిన్న సందేహం. అమ్మవారు ధర్మ మార్గంలో సంచరించేవారిని కాపాడుతుంది అన్నారు కదా! అలాగే తాంత్రికులు ఎక్కువగా అమ్మవారిని ఉపాసిస్తారు అని కూడా అంటున్నారు, తాంత్రికులు అంటే వాళ్ళ స్వార్థంకోసం వాళ్ళ కోరికలు నెరవేర్చుకోవడం కోసం కదా దేవీ ఉపాసన చేస్తారు? అలాగే చాలామంది క్షుద్ర దేవతలను కూడా ఉపాసిస్తారు అంటారు కదా, మరి అలాంటి వాళ్ళ కోరికలు దేవి ఎలా తీరుస్తుంది ఒకవేళ వాళ్ళ కోరికలు తీరిస్తే అది లోకానికి అపాయకరమే కదా !! నీ సందేహం అమూల్యమైనది అంజనా, లోకం లో మంచి చెడు కలిసి వున్నట్లే తాంత్రికులలో కూడా మంచివాళ్ళు చెడ్డవాళ్ళు వుంటారు. వ్యక్తిగత స్వార్థం లేని మానవుడు భూమి మీద ఉండడు. కానీ ఆ స్వార్థం ఇతరులకు కీడు చేయనంతవరకు అది చెడు కిందకు రాదు, ఎపుడు అయితే స్వప్రయోజనాలకోసం ఇతరులను కష్ట పెట్టాలని భావిస్తారో వాళ్ళు అసురగణం లోకి చేరిపోయినట్లే. అలాంటి వాళ్ళను దేవి తప్పక శిక్షిస్తుంది. ఆ పాపం వాళ్లనే కాదు వాళ్ళ వంశాన్ని కూడా పట్టి పీడిస్తుంది .

అపరాజితా దేవిది ఉగ్ర రూపం, దేవి కరుణిస్తే ఎలా వరాలు కురిపిస్తుందో ఆగ్రహిస్తే అలాగే కాల రాస్తుంది. అందుకు మన వంశమే ఉదాహరణ. దేవి అనుగ్రహాన్ని, ఆగ్రహాన్ని రెంటిని చవి చూసిన వంశం మనది. ఏమంటున్నారు ప్రభూ మీరు? మన వంశం అమ్మవారి ఆగ్రహానికి గురి అయిందా ? కుల దైవం అని కోరి కొలిచే భక్తుల మీద అమ్మకు ఎందుకు ఆగ్రహం కలిగింది , చివరికి ఆ ఆగ్రహం ఎలా చల్లారింది? మునుపెన్నడూ నాకు మీరు ఈ వృత్తాంతం తెలుపలేదు ఎందులకు అని అడిగింది అంజనా దేవి.

ఈ కథ ఇప్పటిది కాదు దేవీ రెండు వందల ఏళ్ళ క్రితం జరిగినది. వారసత్వం గా పట్టాభిషేకం చేసి సింహాసనం అప్పగించడంతో పాటు ఈ చరిత్రను కూడా తెలియ చేసి శాప విమోచనం కోసం మార్గం వెదికే గురుతర బాధ్యతను కూడా భావి మహారాజు భుజస్కంధాల మీద మోపి ముందు తరం వానప్రస్థాశ్రమం స్వీకరించడం మన వంశ ఆనవాయితీగా మారింది. మాకు కూడా పట్టాభిషేక సమయంలో మా తండ్రిగారు ఈ విషయం ఎరుక పర్చినారు. కాళ్ళ పారాణి కూడా ఆరని నీకు ఈ శాప వృత్తాంతం తెలియ చేసి భయభ్రాంతులకు గురి చేయడం ఇష్టం లేక సంతానం కలిగిన తదుపరి తెలియ చేయాలి అనుకున్నాను. కానీ మనకు సంతాన యోగం కలగడానికి ఇన్ని వత్సరాల సమయం పట్టినది. అందుకే మీకు ఇప్పటివరకు ఈ విషయం తెలియలేదు.

సంతానం కలిగాక ఎలాగూ తెలియచెప్పక తప్పదు కానీ ఇపుడే చెప్పి మీ మనసును వేదనకు గురి చేయాల్సి వస్తుంది అనుకోలేదు. సంతోషంగా ఉండవలసిన సమయంలో కోరకూడని కోరిక కోరి మమ్ము ఇరకాటంలో పెట్టారు దేవీ మీరు. మీరు నాకు ఒక ప్రమాణం చేస్తే మిమ్మల్ని అమ్మవారి ఆలయం దగ్గరకి తీసుకువెళతాను అలాగే మన వంశానికి ఉన్న ఆ శాపం గురించి కూడా తెలియ చెప్తాను అని తన చేతిలో చేయి వేసి మాట ఇమ్మన్నట్లుగా తన దక్షిణ హస్తాన్ని ముందుకు చాపాడు మహారాజు అమృతభూపతి.

తమ వంశం శాపగ్రస్తం అయినది అని వినినంతనే విభ్రాంతితో మనోనిబ్బరాన్ని కోల్పోయిన అంజనా దేవి, ఇపుడు మహారాజు మాట ఇమ్మని అడుగుతుంటే మరింత కలవరపాటుకు లోనయింది. మీ మాట నేనెన్నడూ జవదాటి ఎరుగను కదా ప్రభూ అలాంటిది మీరు ప్రత్యేకంగా వాగ్దానం చేయమని అడుగుతున్నారు మాకు ఏమియు భోధపడటం లేదు, కనుల ముందు భూమి గుండ్రంగా పరిభ్రమించుచున్న భావన కలుగుతున్నది అని మహారాజుకు అభిముఖంగా కూర్చున్నది కాస్తా శిరసు పట్టుకుని తల్పం మీదకు ఒరిగిపోయింది.

కంగారుగా పైకి లేచి వెనుకకు వొరిగిపోతున్న అంజనాదేవిని చేతులలో పొదివి పట్టుకొని, తల్పం మీద తలగడను సరిచేసి నెమ్మదిగా పరుండబెట్టి పరిచారికలను హెచ్చరించాడు అమృతభూపతి. ఏమిటి తల్లీ నాకు ఈ పరీక్ష, ఇన్నినాళ్ళకు సంతాన భాగ్యం ప్రసాదించావని సంతోష పడేలోగా ఈ అవస్థ కల్పించావు. ఇపుడు వాస్తవం చెప్పక తప్పదు చెప్తే విని ఎలా తట్టుకుంటుందో తెలియదు. విషయం తెలియకముందే సొమ్మసిల్లి పడిపోయినది . అంతా విని తట్టుకోగలిగే మనోధైర్యం నువ్వే ప్రసాదించు మాతా అని అమ్మవారిని మనసులోనే స్మరించుకుంటూ ఉండిపోయాడు అమృతభూపతి. ఒక గడియకు ప్రధాన చెలికత్తె అమల చేసిన శీతలోపచారాలకు కొద్దిగా తేరుకొని, అమల సహాయంతో తలగడకు ఆనుకొని సుఖ ముద్రలో కూర్చుంది అంజనా దేవి.

కూర్చున్న అంజనాదేవిని చూస్తూ మీకు ఇపుడు విశ్రాంతి చాలా అవసరం. కొంత తడవు విశ్రమించండి దేవీ నేను సభ కు వెళ్లివస్తాను అని లేచాడు అమృతభూపతి. మేము బాగానే ఉన్నాము ప్రభూ మీరు అసలు విషయం ఏమిటో చెప్పనంతవరకు మా మది నెమ్మదించదు అని మహారాజుకు దగ్గరగా జరగబోయి మరల నిస్సత్తువ ఆవహించగా వెనకకు జారగిలబడినది అంజనాదేవి. మీకు అన్నియూ వివరముగా తెలియచేస్తాము దేవీ. కానీ ఇపుడు కాదు, మీరు ఆహారం స్వీకరించి విశ్రాంతి గైకొని నెమ్మదించండి. నేను సభ చాలించి వచ్చిన పిదప అన్నియూ వివరముగా తెలిపెదను అని, అమలా మహారాణి గారి బాధ్యత నీమీద పెట్టి వెళ్తున్నాము. జాగ్రత్తగా చూసుకోవలసిన బాధ్యత నీదే అని అంజనా దేవి కి మరియొకమారు జాగ్రత్తలు చెప్పి సభకు బయలు దేరాడు మహారాజు అమృతభూపతి.

రాజసభలో కూడా అన్యమనస్కంగానే గడిపి ఆ రోజు విచారించవలసిన / పరిష్కరించవలసిన పిర్యాదులు అన్నీ మహామంత్రి కే వదిలేసి అపరాహ్నా వేళకు భోజనం చేయడం కొరకు అంతఃపురానికి బయలుదేరాడు మహారాజు. సంతోషంతో పొంగిపోవాల్సిన మహారాజు గారు అన్యమనస్కంగా చింతాక్రాంతుడై ఉండటం గమనించిన మహామంత్రి అనంత వర్మ ప్రభువును ప్రశ్నించాలనుకొని కూడా ఇపుడు సమయం కాదు, ఏదయినా జటిలమయిన సమస్య అయితే ప్రభువులవారే సెలవిస్తారు కదా అని తన ప్రయత్నాన్ని విరమించుకున్నాడు. అంతఃపురాన్ని చేరుకున్న మహారాజు నిద్రించుచున్న అంజనాదేవిని గాంచి ఆమెకు నిద్రాభంగం

అవకుండా కొద్దిస్వరంతో అమలను మహారాణి గారి ఆరోగ్య పరిస్థితి గురించి విచారించి తదుపరి తన ప్రత్యేక మందిరానికి వెళ్లిపోయారు.

సంధ్య చీకట్లు ముసురుకుంటున్న వేళ మరల అంతఃపురంలోకి యేతెంచినాడు అమృతభూపతి. అప్పటికే భర్త రాకకోసం వేయికనులతో వేచి చూస్తోంది అంజనాదేవి. ఆనందంతో కోతకు వచ్చిన పంటలా కళకళలాడాల్సిన ఆమె మోము ఈ వంశానికి ఉన్న శాపం ఏమిటో తన కడుపులో పెరుగుతున్న బిడ్డ మీద కూడా ఆ ప్రభావం సోకుతుందేమో అనే భయంతో వడగాలికి దెబ్బతిన్న పైరులా వడలిపోయి ఉంది. ఆమెను అలా చూస్తూ హృదయం బరువెక్కగా భారంగా నిట్టూర్చాడు అమృతభూపతి. అతని రాకను గమనించి లేచి ఎదురు వచ్చి ప్రభూ మీ రాక కోసమే వేచి చూస్తున్నాను రండి ఆసీనులు కండి అని ఆహ్వానించింది అంజనాదేవి.

ఉద్యానవనంలోకి వెళ్లిన ఆ శీతగాలికి ఆమె ఆరోగ్యం ఇంకను క్షీణిస్తుందేమో అనే భీతితో గవాక్షం దగ్గర ఆసనం మీద కూర్చొని చుట్టూ పరికించి చూసినాడు అమృతభూపతి. మహారాజుగారు అరుదెంచగానే ఒక్క అమల తప్ప పరిచారికలు అందరూ బయటకు వెళ్లిపోయారు. మహారాజుగారు కనుసైగ అనుసరించి అంతఃపుర ద్వారములు దగ్గరకు చేర్చి అమల కూడా బయటకి వెళ్ళిపోయింది.

మరోసారి దీర్ఘంగా నిట్టూర్చి మహారాణీ నేను అడిగిన వాగ్దానం చేసిన యెడల మీకు మన వంశ చరిత్ర అందులో అపరాజితా దేవి పాత్ర మొత్తం విశదపరుస్తాను అని చెప్పాడు. సరే ప్రభూ యేమని వాగ్దానం చేయాలో సెలవివ్వండి అటులనే వాగ్దానం చేసెదను అని మహారాజుకు అభిముఖంగా కూర్చుంది అంజనాదేవి. నేను చెప్పే విషయం మీ మనసుకు కష్టాన్ని కలిగించినా అది మనసులో పెట్టుకొని ఆరోగ్యం క్షీణింపచేసుకోను అని , మదిలో బాధను పరుల సమక్షంలో వెల్లడించబోనని అలాగే ఇది మన రాజవంశ రహస్యంగానే నీలోనే దాచుకుంటానని కనీసం మీ తల్లిదండ్రులతో కూడా పంచుకోను అని ప్రమాణం చేయండి దేవీ అని తన దక్షిణ హస్తాన్ని ముందుకు చాచాడు.

అటులనే ప్రభూ మన వంశ రహస్యం మన ఇద్దరి మధ్యలోనే ఉంటుంది మన తర్వాత మన వారసులకు తప్ప ఇంకొకరికి తెలియనివ్వకుండా నా కర్తవ్యాన్ని నేను నిర్వహిస్తాను, అలాగే మీరు తెలిపే విషయాలు ఎంత కఠోరమయినవి అయినా నా గర్భంలో పెరుగుతున్న వంశాంకురం క్షేమం కోసం అయినా నేను నా ఆరోగ్యం గురించి శ్రద్ధ తీసుకుంటాను అని ప్రమాణం చేసింది అంజనాదేవి.

అపరాజితా దేవిని మనసులో తలచుకొని వేనవేల నమస్కారాలు అర్పించి అంజనాదేవికి గత చరిత్ర గురించి చెప్పడం మొదలుపెట్టాడు అమృతభూపతి.

అపరాజిత – చతుర్ధ అంకం

నేత్రములు మూసుకొని తన తండ్రి తనకు చెప్పిన వంశ రహస్యాన్ని అంజనాదేవికి చెప్పడానికి ఉపక్రమించాడు అమృతభూపతి. ఇక్కడ అమృతభూపతి గత చరిత్ర మొదలు పెట్టగానే అంతఃపురానికి 200 వందల యోజనాల దూరంలో ఉన్న పశ్చిమ కనుమల్లో, దట్టమైన కీకారణ్యంలో గలగలా పారుతున్న సెలయేటి పక్కన ఉన్న పెద్ద రాతి గుహలో సందడి మొదలయింది.

చుట్టూ పచ్చని పచ్చిక బయళ్లు, గుత్తులుగా విరగకాసిన ఫల వృక్షాలు, స్వర్ణకాంతులీనుతున్న పుష్ప లతలతో చూడటానికి ఎంతో ఆహ్లాదకరంగా దేవతలు విహరించే నందన వనంలా ఉన్న ఆ ప్రాంతంలో జంతుజాలం కాదు కదా చిరు కీటకముల సవ్వడి కూడా లేదు. కారణం దేవతలు నడయాడే ఉద్యానవనంలో దెయ్యాలు కొలువున్నట్లుగా ఆ పచ్చిక బయళ్ళ మధ్యలో ఉన్న ఆ గుహ, అందులోనుండి వినవచ్చే మానవ మాత్రులకు అర్థంకాని శబ్ద తరంగాలు.

గుహ ద్వారం మీద చెక్కివున్న కోరలు బయటకి వచ్చి, ఎదుటి వాళ్ళ కంఠాన్ని కొరికేసేలా ఉరిమి చూస్తున్న భైరవుని విగ్రహం చాలు ఆ గుహ సమీపంలోకి వచ్చిన వాళ్ళ హృదయ స్పందనలు ఆగిపోవడానికి. ఎవరైనా అది చూసి కూడా తట్టుకొని లోపలకి అడుగు పెట్టినా ద్వారబంధం దాటి మొదటి అడుగు పడిన మరుక్షణం వికృతంగా నవ్వుతూ పొడవాటి చేతులతో ఆలింగనం చేసుకోడానికి వచ్చే కంకాళం ధాటికి తట్టుకొని నిలవడం కల్ల . ఇలా చూడగానే భయం కొలిపేలా భీభత్సంగా ఉన్న ఆ గుహలో మూడడుగులు కూడా ఎత్తు లేని ముదుసలి ఒకతి పదునెనిమిది అడుగుల ఎత్తుతో కంకాళాల మాల ధరించి రక్తపానం చేసినట్లుగా యెర్రని కోరలు బయటకి పొడుచుకు వచ్చిన మహాకాళి విగ్రహానికి అర్థంకాని మంత్రాలతో నివేదన చేస్తోంది.

దశ హస్తాలతో కూడిన ఆ మహాకాళి విగ్రహం , నవ హస్తాలలో ఆయుధాలను కలిగివుండి దశమ హస్తంలో తెగనరికిన అసురుని శిరసును కలిగి ఉండి ఆ శిరసు ఇపుడే ఖండించినట్లుగా దాని నుండి ఇంకా రుధిర ధారలు కిందకు వెలువడుతున్నట్లుగా భ్రమను కలిగిస్తుండగా, చూడగానే భక్తి భావం కన్నా భయాన్ని అధికంగా కలిగించేలా ఉంది. ఆ విగ్రహానికి పూజ చేసి నైవేద్యం సమర్పించిన మరగుజ్జుకి గుహ గోడకు అమర్చబడిన మాయాదర్పణం నుండి కిచకిచమనే సవ్వడి వినిపించింది. ఆ అలికిడికి పూజా పీఠం మీద నుండి

లేచిన ఆ మరగుజ్జు ఆ దర్పణం దగ్గరకి వెళ్లి అందులో కనిపిస్తున్న దృశ్యాలను గాంచి ఆ మాయాదర్పణం పలుకులు ఆలకించి పట్టరాని సంతోషంతో గుహ లోపలి భాగంలోకి పరుగులు తీసింది.

శుభవార్త ఏలికా శుభవార్త అంటూ గుహలోపలి శయన మందిర ముఖ ద్వారం వద్ద నిలచి సంతోషంతో నినదించింది. ఆ శబ్దాలకు లోపల అలికిడి మొదలయి, ఏమిటే బుడతా ఆ సద్దు, ఎందుకు నా నిద్రకు భంగం కలిగిస్తున్నావ్ అంటూ కర్ణకఠోరంగా ఉన్న ఉరుములాంటి కంఠస్వరం ఒకటి కోపంగా పలికింది. ఎన్నాళ్ళుగానో ఎదురు చూస్తున్న తరుణం ఆసన్నమయింది ఏలికా . మాయా దర్పణం శుభ శకునాన్ని పలికింది ఇంక మనం సిద్ధంగా ఉండవలె కదా అని బదులిచ్చింది మరగుజ్జు.

అది వినగానే హహ్హ హహ్హ హహ్హ హహ్హ అంటూ మేఘ ఘర్జనను కూడా మించి భీకరంగా వికటాట్టహాసం చేస్తూ అపరాజితా దేవీ! నా కల నెరవేరకుండా ఇప్పుడెలా అడ్డుపడతావో చూసెదను అంటూ మహాకాళికి ప్రత్యేక పూజలు సేయవలె. ఏర్పాట్లు మొదలు పెట్టవే బుడతా అని పలికింది ఆ కంఠం. అవశ్యం ఏలికా అవశ్యం అంటూ పరుగు పరుగున ఏర్పాట్లు చేయడంకోసం గుహ వెలుపలికి పోయింది మరగుజ్జు.

ఇక్కడ అంగ రాజ్యంలో రాజమందిరంలో ఏమి జరుగుతుందో చూద్దాం. మహారాణికి గత చరిత్రను వివరిస్తూ తను కూడా గతంలోకి వెళ్ళిపోయాడు మహారాజు. మనం కూడా వెళ్లి ఏమి జరిగిందో తెలుసుకొని వద్దాం పదండి.

రెండు వందల ఏళ్ళ క్రితం, అంగ రాజ్యం, మహారాజు అజయభూపతి పాలనలో ముక్కారు పంటలతో సుభిక్షంగా అలరారుతోంది. మహారాణి అఖిలాండేశ్వరి చల్లని తల్లి, ప్రభువుకి తగ్గ ఇల్లాలు. బీదసాదలను ఎంతగానో ఆదరించేది. సాక్షాత్ అన్నపూర్ణాదేవి అవతారమే అని భావించేవారు ప్రజలు ఆమెను. ఆది దంపతులుగా భాసించే ఆ జంటకు ముద్దులొలికే అమడ (జంట) పండ్లలాంటి ఇద్దరు కవల పిల్లలు.

అందులో ఒకరు రాకుమారుడు అభిమన్యు భూపతి, ఇంకొకరు రాకుమారి అక్షితవల్లి. అష్ట వర్ష ప్రాయంలో (8 ఏళ్ళ వయసు) గువ్వ పిట్టల్లా పగలంతా తల్లి వెంట వెంట తిరుగుతూ ఆమె చేసే ధర్మ కార్యాలు చూస్తూ ఉండేవాళ్ళు. సంధ్యా సమయం కాగానే కొలువు చాలించి అంతఃపురానికి చేరుకునే తండ్రిని చుట్టేసి తమ ముద్దు ముద్దు మాటలతో అజయభూపతి కి సంతోషాన్ని కలగచేసేవాళ్ళు. వాళ్ళ ముద్దు మురిపాల మధ్య రాజదంపతులకు, రోజులు ఎలా గడుస్తున్నాయో తెలిసేది కాదు. ఇలా కాలం ముందుకు సాగుతుండగా ఒకరోజు రాజగురువు మహారాజు అజయభూపతిని చేరుకొని, మహారాజా వారసులకు ప్రాయం మించిపోతుంది. గురుకులానికి పంపించి విద్యాబుద్ధులు గరిపించాలి (నేర్పించాలి). తమరి అనుజ్ఞ అయితే అందుకు తగిన ఏర్పాట్లు చేయిస్తాం అని తెలిపారు.

అపుడే నా చిన్నారులు అంత ఎదిగిపోయారా అనే ఆశ్చర్యం, వారిని దూరంగా పంపవలసి వస్తుంది అనే బాధ ముప్పిరిగొనగా కొంత తడవు మౌనాన్ని ఆశ్రయించాడు అజయభూపతి. కానీ రాచ కుటుంబంలో జన్మించిన తర్వాత అన్ని పద్ధతులు సంప్రదాయాలు పాటించాల్సినదే కనుక చిత్తం గురువర్యా! ఏర్పాట్లు కావించండి మేము మహారాణిగారితో మాట్లాడి బిడ్డలను గురుకులానికి వెళ్ళడానికి సన్నద్ధం చేయిస్తాను అని చెప్పి అంతఃపురానికి దారి తీసాడు అజయభూపతి.

అంతఃపురంలోకి అడుగిడుతూనే పరుగులిడుతూ తన దరికి వస్తున్న అక్షితవల్లిని చూస్తూ ఇక నుండి ప్రతి ఉదయం సాయంత్రం ఈ ముద్దు మోము చూడలేను. అక్కున చేర్చుకొని ముద్దాడలేను. గురుకులం నుండి బయటకి వచ్చే సమయానికి నా చిన్నారి తల్లి ఎదిగిపోతుంది. అపుడు ఇలా దగ్గర తీయలేను కదా అని వ్యాకుల పడ్డాడు అజయభూపతి. ప్రతిదినం తను దరికి చేరగనే నుదుట ముద్దాడి అంకభాగాన కూర్చుండబెట్టుకొని కబుర్లు చెప్పే తండ్రి మౌనంగా ఉండటంతో చిన్నారి అక్షితవల్లికి కొత్తగా అనిపించింది. ఏమి అయింది తండ్రిగారు ఎందులకు చింతిస్తున్నారు అని ముద్దు ముద్దుగా అడిగింది. ఏమీ లేదు తల్లి వెళ్లి అభిమన్యుని పిలుచుకురా అని చెప్పి పంపించాడు.

అభిమన్యునితో పాటు తల్లి అఖిలాండేశ్వరిని కూడా తోడ్కొని వచ్చింది అక్షితవల్లి. అఖిలాండేశ్వరి వస్తూనే ఏమి అయినది ప్రభూ మీరు చింతాక్రాంతులయి ఉన్నారని అక్షితవల్లి చెప్తున్నది, ఏదయినా సమస్యా ? అని ప్రశ్నించింది. సమస్య కాదు దేవీ రాజధర్మ పరిరక్షణ, మన చిన్నారులకు విద్యాబుద్ధులు గరిపే సమయం ఆసన్నమయినది. సంప్రదాయానుసారం తప్పక గురుకులానికి పంపించవలె , కానీ పంపించి వారిని విడచి మనము మనగలమా ? మనము లేనిదే వారు మనగలరా అనే చింత నన్ను పీడించుచున్నది. రాజగురువులు ముహూర్తం నిశ్చయిస్తున్నారు. రేపో మరునాడో గురుకులానికి పంపించక తప్పదు అని ఖిన్నవదనం తో బదులు పలికాడు మహారాజు అజయభూపతి. అది వింటూనే మ్రాన్పడిపోయింది అఖిలాండేశ్వరి.

కానీ తాను దిగాలుపడినట్లు కనిపిస్తే పసివాళ్లు మరింత బెంబేలు పడతారని గ్రహించి గుండె దిటవు పరచుకొని చిరునవ్వు మోమున పులుముకొని ఇందులో అంతగా వ్యాకుల పడవలసిన విషయమేమున్నది ప్రభూ . ఇవాళ కాకున్నా రేపటి దినమున అయినా గురుకులానికి పంపవలసిందే కదా! మీరును, నేనును అలా తలిదండ్రులను వదిలి గురుకులంలో విద్యను అభ్యసించి వచ్చిన వారమే కదా. మన చిన్నారులు మనకన్నా బుద్ధిశాలులు,.శౌర్యవంతులు వంశ ప్రతిష్టను ఇనుమడింప చేయుటకు మారాము చేయక గురుకులానికి వెళ్తారు , అని పలికి పిల్లల వైపు తిరిగి అవును కదా అని ప్రశ్నించింది.

తలిదండ్రులకు దూరంగా ఉండాల్సి వస్తుంది అని తెలియగానే కలవర పడుతున్న వదనంతో తల్లి చీర కొంగు చాటున దాగున్నాడు అభిమన్యు భూపతి. అక్షితవల్లి మాత్రం విప్పారిన

మోముతో అమ్మా అంటే గురుకులం లో మాకు కత్తి యుద్ధం, విల్లంబులు సంధించడం అన్నీ నేర్పిస్తారా ? నేను కూడా తండ్రిగారిలా రణరంగంలో అడుగుపెట్టొచ్చా అని ఉత్సాహంగా ప్రశ్నలు సంధిస్తోంది. అవును తల్లీ ! సంస్కృత గ్రంధాలు పఠించడం కూడా అభ్యసించవచ్చు. చదువుల సరస్వతివై తిరిగి వస్తావు మరల మన రాజ్యానికి అని తన దుఃఖాన్ని బయల్పడనీక కుమార్తెను ఉత్సాహ పరిచింది అఖిలాండేశ్వరి.

అటుల ఐన పక్షమున రేపే గురుకులానికి వెళ్లే ఏర్పాట్లు చేయించండి తండ్రిగారూ , మా గురించిన చింత వలదు మీకు, అనుజుదు (తమ్ముడు) అభిమన్యుని బాధ్యత కూడా మాదే అని పలికింది అక్షితవల్లి. రెండు విఘడియలు ముందు పుట్టినందుకు పెద్దరికం ఒలకబోస్తున్న కుమార్తెను ముద్దుగా చూసుకుంటూ మేము ఎంత పరాక్రమవంతులం అయినా మీ స్త్రీలకు ఉన్నంత మనో నిబ్బరం మాకు అబ్బదేమో దేవీ అని అఖిలాండేశ్వరితో పలుకుతూ అక్షితవల్లిని ఎత్తుకొని ముద్దు చేసాడు అజయభూపతి.

అపరాజిత – పంచమ అంకం

ఒక కంట కన్నీరు ఒక కంట పన్నీరు చందంగా అక్షితవల్లిని, అభిమన్యు భూపతిని గురుకులానికి సాగనంపారు అజయభూపతి, అఖిలాండేశ్వరి దంపతులు . రాజగురువు స్వయంగా తోడ్కొని వెళ్లి రాకుమారి, రాకుమారులను గురుకులంలో చేర్పించి వచ్చారు. అక్కడ అమృతానంద స్వామి చిన్నారులను ఆదరంగా అక్కున చేర్చుకొని అప్పటికే అక్కడ విద్య అభ్యసిస్తున్న చిన్నారులతో పరిచయం కలుగ చేసి ఇకనుండి మీరు వీళ్ళతో కలిసి ఉండాలి. ఇక్కడ అందరూ సమానమే. రాజు – పేద, బీదా – గొప్ప తారతమ్యాలు చూపక కలిసి మెలిసి మెలగండి. తగవులు కొట్లాటల జోలికి పోకండి. మీలో మీకు ఏమయినా బేధాభిప్రాయాలు వచ్చిన యెడల ప్రధాన శిష్యునకు తెలుపండి లేదా మాకు తెలియ చేయండి అని ఆశ్రమ నియమ నిబంధనలు అలాగే అక్కడ పిల్లల దినచర్య ఎలా ఉంటుందో దానికి అనుగుణంగా వీళ్ళు ఎలా మసలుకోవాలో తెలిపి ఈ రోజుకు ఇక ఆహారం స్వీకరించి విశ్రమించండి అని అమృతానందులవారు అచ్చటనుండి నిష్క్రమించారు.

గురువు గారు ఎదుట వున్నంతవరకు ఇసుక రేణువు కింద పడిననూ వినపడునంత నిశ్శబ్దంగా ఉన్న శిష్యపరమాణువులు గురువు గారు పాదము బయట పెట్టినంతనే అప్పటివరకు ఉగ్గబట్టి ఆపుకున్న కబుర్ల మిఠాయి పొట్లం వెలుపలికి లాగి సహాధ్యాయిలతో పంచుకోవడం మొదలుపెట్టారు. స్వతహాగా మొహమాటస్తుడు అయిన అభిమన్యుడు ఒక చివరన మౌనంగా కూర్చుంటే అక్షితవల్లి మాత్రం అన్నింటా తానయినట్లు అలుపు వచ్చేవరకు ఆశ్రమం అంతా కలియ తిరిగి వచ్చింది.

ఒంటరిగా కూర్చున్న అభిమన్యుని వద్దకు వచ్చి స్నేహహస్తం చాచాడు కళింగ దేశపు యువరాజు అశ్వత్థ వర్మ. బెరుకుగా చూస్తున్న అభిమన్యునితో భయము వలదు మిత్రమా ! మనం భావి మహారాజులం, ఇలా చిన్న చిన్న విషయాలకు కలత చెందితే భవిష్యత్తులో మనమీద ఆధారపడిన ప్రజలను ఎలా పాలించగలుగుతాం ? మేమునూ మీ వయసువారమే కదా ! మా తల్లిదండ్రులను విడచి గురుకులానికి వచ్చినవారమే కదా, మనకన్నా తక్కువ ప్రాయము వారు కూడా ఇచట వున్నారు. వారిని కాంచి అయినా మీ దిగులు పక్కన పెట్టండి అని స్నేహభావంతో పలుకుతున్న అశ్వత్థముడిమీద అభిమానం ఏర్పడింది అభిమన్యుడికి.

గురుకులంలో అడుగిడిన తర్వాత మొదటిసారి చిరునవ్వు నవ్వాడు అభిమన్యుడు. అగ్రజా అగ్రజా ఇదుగో ఇందులో మూటకట్టు అంటూ పరుగున వచ్చింది ఒక అందాల భరిణ . ఏమి ఆ

తొందర ? ఇంతకూ ఏమి మూటకట్టాలి అరుణాక్షి అని ప్రశ్నించాడు అశ్వత్థవర్మ. మీ మిత్రుడు చిరునవ్వు చిందించగా జారిపడిన ముత్యాలు రత్నాలు అగ్రజా , అవి మీరు ఈ పట్టు ధోవతిలో మూట కడితే హారముగా చేసి కంఠములో అలంకరించుకొనెదను అని గడుసుగా సమాధానమిచ్చింది అరుణాక్షి. అబ్బా ఎంత పెంకెదానవు నీవు. మా మిత్రుడు ఇపుడిపుడే బిడియం వదిలించుకొనుచున్నాడు, నీవు నీ గడుసు పనులతో బెదరగొట్టకు అని తన సోదరిని మురిపెముగా హెచ్చరించి, అభిమన్యుని వైపు తిరిగి అభిమన్యు ఈమె మా సహోదరి అరుణాక్షి అని పరిచయము చేసినాడు.

అరుణాక్షిని చూచి ఈమె కూడా మా అక్షితవల్లి వలె చురుకుగా నున్నది. తండ్రిగారు సెలవిచ్చినట్లు పురుషుల కన్నా స్త్రీలే అన్ని విషయాలలో మెరుగ్గా వ్యవహరిస్తారేమో అనుకున్నాడు. అలా అశ్వత్థవర్మ తో పరిచయం స్నేహంగా మారి ఇద్దరూ అనతికాలంలోనే ప్రాణమిత్రులుగా మారిపోయారు. గురుకులంలో అమృతానందులవారి శిష్యరికంలో తర్క శాస్త్రం, అర్ధ శాస్త్రం, సంస్కృతం పురాణేతిహాసాలు వల్లెవేయడంతో పాటు రాజ్య పాలనకు అవసరమయిన గుర్రపు స్వారీ, విలువిద్య, మల్ల యుద్ధం, ఖడ్గ చాలనం ఇలా ఒకటేమిటి సమస్త విద్యల్లో మెరికలుగా తయారవుతున్నారు శిష్య పరమాణువులు.

శాస్త్ర విద్యలలో అయినా అస్త్ర విద్యల్లో అయినా పోటీ పెడితే బాలురలో అశ్వత్థ వర్మ , బాలికల్లో అక్షితవల్లి ప్రధములుగా రావడం, అభిమన్యుడు, అరుణాక్షి ద్వితీయ స్థానములో సర్దుకొనడం పరిపాటి అయినది. మిగతా శిష్యులు అందరూ పరీక్ష అనగానే ఎందుకు గురువర్యా అనవసర కాలాయాపన ఆ ప్రధమ, ద్వితీయ స్థానాలు ఎలాగూ వారివే, తృతీయ స్థానము కొరకు పాకులాడుటయే మా విధి అయినపుడు ఎందులకీ పోటీలు అనేంతలా వారు వాళ్ళ స్థానాలను పదిలపర్చుకున్నారు. ఎవరు ఏ స్థాయిలో ఉన్నా అందరూ నా బిడ్డలే అన్న రీతిలో అమృతానందులవారు మాత్రం ఒకరిని ఎక్కువగా మరొకరిని తక్కువగా చూసేవారు కాదు. అందులకే విద్యార్థులలో ఆరోగ్యకరమయిన పోటీ తప్ప ఈర్ష్యాసూయలు తలకెక్కకుండా వున్నవి.

ఇటుల విద్యాభ్యాసము కొనసాగుతుండగానే అందరునూ యుక్తవయసుకు చేరుకున్నారు. వయసు ప్రభావం చేత అప్పటివరకు లేని కొత్త కొత్త భావాలు వాళ్ళ మదిలో చోటు చేసుకోవడం మొదలుపెట్టాయి. కానీ కొన్ని వందలమంది శిష్యులను తీర్చిదిద్దిన అమృతానందులవారికి ఏ ప్రాయంలో శిష్యులు ఎలా ప్రవర్తిస్తారో అనే విషయంలో ఉన్న అవగాహన వలన ఏ ఒక్కరూ పెడదారి పట్టకుండా సక్రమంగా చుట్టూ కంచె వేసిన ఆమ్ర తరువులవలె చక్కగా ఎదుగుతున్నారు. ఒకరిపట్ల ఒకరికి పెరుగుతున్న అనురాగాన్ని మనసులోనే బందీగా చేసుకొని తమ తమ జీవిత లక్ష్యాల్లో విజయం సాధించి తదుపరి కోరుకున్న భాగస్వామిని జీవితంలోకి ఆహ్వానించాలని ధృడ నిశ్చయంతో విద్యను అభ్యసిస్తున్నారు.

ఒక పున్నమి రేయి అమృతానందులవారు శిష్యులను అందరినీ సమావేశ పరచి ఇప్పటివరకు మీరందరూ చాలారకాల యుద్ధ విద్యలు అభ్యసించారు. అవి అన్నియూ ధర్మ

యుద్దములో అనగా ఎదురుగా వచ్చి చేసే యుద్దములో మీకు ఉపకరిస్తాయి. కానీ కొన్నిసార్లు ఆపదలు చెప్పకుండా చుట్టుముడతాయి. అది ప్రయాణంలో ఆకస్మికంగా దాడి చేసే దొంగల గుంపు రూపంలో కావచ్చు, లేదా వనవిహారంలో హఠాత్తుగా మీదపడే క్రూరమృగాల రూపంలో కావచ్చు లేదా అక్రమంగా రాజ్యం కాజేయాలనుకునే ఇంటిదొంగల రూపంలో కావచ్చు. ఆపద ఎటునుండి అయినా చుట్టుముట్టే అవకాశములు ఉన్నవి. మీరు అన్నివేళలా అప్రమత్తంగా ఉండి మిమ్మల్ని మీరు కాచుకోవడమే కాక మిమ్మల్ని నమ్ముకొని ఉన్న సమస్త ప్రాణులను కాపాడవలసిన బాధ్యత మీ భుజస్కందముల మీద ఉన్నది.

అందువలన మిమ్మల్ని అన్నివిధములా సన్నద్ధం చేయవలసిన బాధ్యత గురువుగా మా మీద నే ఉన్నది. ఈరోజు కార్తీక పౌర్ణమి, శుభదినము. ఇవాల్టినుండే శిక్షణ మొదలు పెడదాము. ఇన్ని దినములు మీరు అన్ని విద్యలు సమిష్టిగా అభ్యసించారు. కానీ నేటి నుండి జట్లు జట్లుగా అవసరం అయితే ఒకరొకరుగా కూడా సాధన చేయవలసి ఉంటుంది. తెలిసిన ప్రత్యర్థిని ఎదుర్కొనుట చాలా సులువు, తెలియని శత్రువు ను ఎదుర్కొనుట కష్ట సాధ్యము. క్షతగాత్రులు అయ్యే అవకాశాలు కూడా మిక్కుటము. కాబట్టి అనుక్షణము అప్తమత్తముగా ఉండవలెను అని పలుమార్లు హెచ్చరికలు జారీ చేసారు అమృతానందులవారు.

ఇన్ని సంవత్సరములు విద్య నేర్పే క్రమములో ఏనాడూ ఇన్ని పర్యాయాలు జాగ్రత్తలు చెప్పని గురువుగారు ఈ దినము ఎందులకు ఇన్నిమార్లు జాగ్రత్తలు చెప్తున్నారా అని అశ్వత్థవర్మకు ఆశ్చర్యం వేసినది. అయిననూ అకారణంగా గురువుగారు ఏదీ చేయరు అనే నమ్మకంతో అటులనే గురువర్యా అనుక్షణము అప్రమత్తముగా ఉండెదము అని మాట ఇచ్చాడు. అంత సహనము లేని అక్షితవల్లి మాత్రము గురువర్యా ! ఇంకనూ మమ్ము మీ దగ్గర విద్యనభ్యసించుటకు వచ్చిన చిన్నారి విద్యార్థులవలె చూచుచున్నారా ? మేము పెరిగి యుక్త వయసుకు వచ్చినాము . నేడో రేపో విద్య పూర్తి చేసుకొని రాజ్య భారము వహించవలసిన వారము. మాకేల ఇన్నిమార్లు హెచ్చరికలు చేయుచున్నారు అని ప్రశ్నించింది. సోదరీ ఏమా తొందరపాటు, గురువర్యులతో అటులనేనా మాట్లాడుట అని మందలించబోతున్న అభిమన్యు భూపతిని ఆపి మందహాసము చేస్తూ వెనుతిరిగి ఆశ్రమము వైపు అడుగులు వేశారు అమృతానందులవారు.

అక్షితవల్లి మాటలకు ఆగ్రహించి గురువుగారు మధ్యలో నిష్క్రమిస్తున్నారని శిష్యులు అందరూ గుసగుసలాడుకోవడం మొదలు పెట్టారు. వెళ్తున్న అమృతానందులవారు అకస్మాత్తుగా ఆగి చివ్వున వెనుతిరిగి తన నడుము దగ్గర ఉన్న పిడిబాకును అక్షితవల్లి వైపు విసిరేశారు. శరవేగంతో దూసుకొస్తున్న పిడిబాకును గమనించి నిస్చేష్టురాలై నిలబడిపోయింది అక్షితవల్లి. కనీసం పక్కకు తప్పుకోవాలన్న ఆలోచన కూడా లేక అలాగే నిలబడిపోయింది. క్షణంలో జరిగిన ఆ పరిమాణానికి మిగతా శిష్యులందరూ కూడా అప్రతిభులై నిలుచుండిపోగా , ఒక్క అశ్వత్థవర్మ మాత్రం సకాలంలో స్పందించి అక్షితవల్లిని పక్కకి లాగి పడవేయడమే కాకుండా చాకచక్యంగా పిడిబాకును పట్టుకున్నాడు.

అందరూ ఆ సంఘటనకు నోట మాట రాక ప్రాన్పడిపోయారు. ముందుగా తేరుకున్న అరుణాక్షి, గురువర్యా అనుక్షణం అప్రమత్తంగా ఉండాలని బోధించుటకు మీరు ఈ పని చేసినారని అవగతమవుతున్నది . కానీ మా అగ్రజుడు క్షణకాలం వివశత్వం ప్రదర్శించిన యెడల అక్షితవల్లికి ప్రమాదం సంభవించి ఉండేది కదా అని ప్రశ్నిస్తుండగా, అశ్వత్థవర్మ కలుగ చేసుకుంటూ సోదరీ! నీవునూ అక్షితవల్లి వలె తొందరపాటును ప్రదర్శిస్తున్నావు. మనల్ని ఇన్నిదినములు కంటికి రెప్పవలె కాచిన గురువర్యులకు మనలని ఎలా కాపాడాలో తెలియదా ? నేను కాపాడకున్న యెడల గురువర్యులే ఆయుధాన్ని దారి మరలించి ఉండేవారు. పంచభూతముల మీద గురువుగారికి సంపూర్ణ ఆధిపత్యము ఉన్నదనే విషయము మరచితివా అని ప్రశ్నించాడు. సోదరుని వాక్కులలో వాస్తవాన్ని అవగతం చేసుకున్న అరుణాక్షి తన తొందరపాటుకు గురువుగారిని క్షమాపణ వేడుకొంది.

అప్పటికి కూడా దిగ్భ్రమ నుండి తేరుకోని అక్షితవల్లిని సమీపించి ఏమి తల్లీ అప్రమత్తత ఎంత అవసరమో తెలిసి వచ్చినదా ? విధి సంధించే సమస్యలు ఇంత చిన్నగా అయితే వుండవు వాటిని ఎదుర్కోవాలంటే నువ్వు అభ్యసించవలసిన విద్యలు ఇంకా ఉన్నాయని అర్థమైందా అని ప్రశ్నించారు . తనను కాపాడిన అశ్వత్థవర్మ వైపు చిరునవ్వుతో చూస్తూ, మన్నించండి గురువర్యా తొందరపాటు తగదని అవగతమైనది. ఇకనుండి మీరు ఏమి చెప్పినా తొందరపడక వివేచనతో ప్రవర్తిస్తాను అని చెప్పి మరల అశ్వత్థవర్మ వైపు తిరిగి నీ వీరత్వాన్ని ప్రదర్శించి మమ్ములను కాపాడినందుకు ధన్యవాదాలు అని చెప్తూ అరే మీ హస్తానికి గాయమయినట్లుందే అని పరుగున అతన్ని చేరుకొని అతని వామ హస్తాన్ని తాకబోయింది. ఆమె ప్రయత్నాన్ని ఆదిలోనే అడ్డుకుంటూ చిన్న గాయమే అక్షితవల్లీ , దీని గురించి చింతించవలసిన పని లేదు. ఈ మాత్రం గాయాల్ని తట్టుకోలేకుంటే భవిష్యత్తులో రణరంగాన్ని ఎలా ఏలగలను అని బదులిచ్చాడు .

అపరాజిత – షష్టమ అంకం

అక్షితవల్లి మాటలతో తాము కూడా అశ్వత్థవర్మ గాయాన్ని గమనించి చుట్టూ చేరారు మిగతా సహాధ్యాయిలు అందరూ . ఈలోగా గురువు గారి కనుసైగ ను అందుకొని గాయాలకు పూసే లేపనాన్ని తీసుకొని వచ్చాడు ప్రధాన శిష్యుడు. అమృతానందులవారే స్వయంగా లేపనాన్ని గాయానికి పూసి కట్టు కట్టారు. తదుపరి శిష్యుల వంక చూస్తూ ఇక అభ్యాసం మొదలు పెడదామా అని అడిగారు. సమాధానంగా ఒక శిష్యుడు ముందుకు వచ్చి గురువర్యా ! అభ్యాసం మొదలు పెట్టకముందే రక్తాశ్రువులు చిందాయి . శకునం బాగుగా లేనట్లుంది మరో రోజు ప్రారంభిద్దామా గురువర్యా అని వినయంగా తన మదిలో మాట వెల్లడించాడు.

దానికి సమాధానంగా అశ్వత్థవర్మ, సోదరా మాకు గాయం అయినదని మీరు చింతించుచున్నారు, కానీ అక్షితవల్లి తొందరపాటు వలన జీవితంలో ఏ విషయంలో అయినా సావధానంగా వ్యవహరించాలనే పాఠం మనమందరము నేర్చుకోగలిగామనే విషయం మరుస్తున్నారు . అందువలన ఈ శకునం మంచిగానే వున్నది , గురువర్యా మేము సిద్ధముగా ఉన్నాము అని తమ సమ్మతిని తెలియ పరిచాడు. భళా !! అశ్వత్థా , నా శిష్యులలో ప్రధముడవనిపించుకునే అర్హత నీకున్నదని మరల నిరూపించుకున్నావు అని అశ్వత్థ వర్మని ప్రస్తుతించారు గురుదేవులు.

మీ శిక్షణ అరణ్యంలో ప్రకృతి మధ్యలో మొదలవుతుంది . ప్రకృతే గురువుగా మీరు అభ్యసించవలసి వస్తుంది . ఇందులో భాగంగా ప్రధమ శిక్షణగా మీరందరూ జట్లు జట్లుగా విడిపోయి ఒక పక్షం రోజులు అరణ్యంలో నివసించవలసి వస్తుంది . మీ ఆహార సముపార్జన మీరే చేసుకోవాలి . ఇన్ని దినములు వన్య ప్రాణులు, క్రూరమృగాల గురించి వాటి జీవన విధానం గురించి పాఠ్య గ్రంధాలలో అభ్యసించిన మీరు ఇపుడు ప్రత్యక్ష జ్ఞానం అలవర్చుకోబోతున్నారు. ఇన్నినాళ్ళు గురుకులంలో అరణ్య మధ్యభాగంలోనే వసిస్తున్నా ఆ భగవంతుని కృప వలన నాకు సంభవించిన సిద్దులతో గురుకులం చుట్టూ గీసిన రక్షరేఖ వలన ఏ క్రూరమృగం గురుకులం వైపు కన్నెత్తి చూడలేదు.

ఇపుడు అలా కాదు. మీరు గురుకులాన్ని వదిలి వాటి మధ్యలోకి వెళ్తున్నారు. ఏ మంత్ర బలం మీ వెన్నంటి రాదు . మీ శక్తియుక్తులు , మీ ధైర్య సాహసాలే మీకు శ్రీ రామ రక్ష . ఇది ప్రధమ శిక్షణ కావున మీ జట్లను మీరే ఎంపిక చేసుకోండి . ప్రతి జట్టుకు ఒక నాయకుడిని ఎన్నుకోండి . అలా ఎన్నుకున్న తదుపరి శిక్షణా కాలం పక్షం రోజులు పూర్తి అయ్యేవరకు ఆ జట్టులో ప్రతి

సభ్యుడు నాయకుడి అడుగుజాడల్లోనే నడవాలి . నాయకుడి ఆజ్ఞను తూచా తప్పకుండా పాటించాలి. అలాగే జట్టులో ప్రతి సభ్యుడి బాధ్యత ఆ జట్టు నాయకునిదే, గురుకులం నుండి బయలుదేరిన సంధి తిరిగి గురుకులం చేరుకునేవరకు వారి రక్షణ బాధ్యత అతనిదే అని నియమ నిబంధనలు వెల్లడించారు గురుదేవులు అమృతానందులవారు.

అటులనే గురువర్యా మీరు చెప్పిన నియమ నిబంధనలు అతిక్రమించక శిక్షణ పూర్తి చేసుకుంటాము అని శిష్యులందరూ ఏక కంఠం తో తమ సమ్మతిని తెలియచేసారు. తదుపరి అందరూ ఒక్కో జట్టులో పది మంది ఉండేలా నాలుగు జట్లుగా విడిపోయారు. కళింగ దేశ యువరాజు అశ్వత్థవర్మ ఒక జట్టుకు నాయకత్వం వహించగా, ద్వితీయ జట్టుకు వంగ దేశ యువరాజు సిద్ధార్థుడు , తృతీయ జట్టుకు కాంబోజ రాజ్య యువకిశోరం చంద్రకేశుడు , ఆఖరి జట్టుకు భోగ రాజ్య వారసుడు ఉత్తర కుమారుడు నాయకులుగా ఎంచుకోబడ్డారు. అక్షితవల్లి , అరుణాక్షి , అభిమన్యుడు అశ్వత్థవర్మ జట్టులో భాగమయ్యారు.

అన్నిటా తనదే పైచేయి కావాలనుకునే సోదరి అక్షితవల్లి, జట్టుకు నాయకత్వం వహిస్తానని అడగకుండా జట్టులో సభ్యురాలిగా ఉండటానికి అంగీకరించడం అభిమన్యుని కి వింతగా గోచరించింది. కానీ తన సందేహాన్ని బయట పెట్టకుండా ఎప్పటివలె తన స్వభావ సిద్ధంగా మౌనంగా వుండిపోయాడు.

నాలుగు జట్లు నాయకులతో సహా ఎంపిక కాగానే నాయకులయిన అశ్వత్థ , సిద్దార్థ , చంద్రకేశ , ఉత్తర కుమారులను దగ్గరకి చేరబిలచి నాయనలారా ఈ శిక్షణలో ఒకటే జ్ఞప్తి ఉంచుకోండి. మీ ప్రాణాలకు ప్రమాదం ఏర్పడనంతవరకు ఏ జీవిని వేటాడకండి , మీరు వాటి నెలవుల్లోకి వెళ్తున్నారు అవి మీ ఆవాసాల్లోకి రావడంలేదు కాబట్టి వాటి జీవనానికి భంగం కలిగించకుండా ప్రకృతి నేర్పే పాఠాలు అభ్యసించి రండి. అలాగే మీరు తీసుకునే ఏ నిర్ణయం మీద అయినా మీతో పాటు జట్టులో మిగతా సభ్యుల జీవితాలు కూడా ఆధార పడి ఉంటాయి . కాబట్టి సావకాశం గా అలోచించి నిర్ణయం తీసుకోండి. ఎపుడైనా పరిస్థితి వికటించి మీ చేతులు జారిపోతే ఈ రక్ష ను స్పృశించి నన్ను స్మరించుకోండి. తక్షణం మా సహాయ సహకారాలు మీకు అందుతాయి. కానీ ఒక్కసారికి మాత్రమే ఈ అవకాశం వర్తిస్తుంది అంటూ నలుగురి మెడలో స్వయంగా రక్ష రేకును ముడి వేశారు అమృతానందులవారు.

ఇక పదండి ఆహారం స్వీకరించి మీ ప్రయాణముకు సన్నద్దులు కండి అని గురుదేవులు ఆజ్ఞ ఇచ్చిన తక్షణం బిలబిలమంటూ పాకశాల వైపు కదిలారు శిష్య బృందం అంతా . కొందరు ఉత్సాహంతో ఇంకొందరు ఏమి జరుగుతుందో అనే భయాలతో ఇంకొందరు ఇది కూడా శిక్షణలో ఒక భాగమే కదా దీని గురించి ఎందుకు ఇంత ఆరాటం అనే నిరుత్సాహంతో ఇలా మిశ్రమ భావాలతో కలగాపులగంగా కబుర్లు చెప్పుకుంటూ ఆహారం స్వీకరించారు . తదుపరి తమ తమ ఆవాసాల్లోకి చేరి వస్త్రములు సర్దుకొని మరల అందరూ కలిసి అభ్యాస పీఠం వద్దకు చేరుకున్నారు.

అప్పటికే అక్కడకి చేరుకొని వేచియున్న గురువర్యుల పాదాలకు ప్రణామం చేసి అనుజ్ఞ ఇవ్వండి గురువర్యా అని గురువుగారి అనుమతి కోసం వేచి నిలబడ్డారు శిష్యులు అందరూ . నాయనా అశ్వత్థా నీవు ఉత్తర దిశగా తరలివెళ్ళు , సిద్దార్థ నీవు తూర్పు దిశకు, చంద్రకేశా నీవు దక్షిణ దిశకు , ఉత్తర కుమారా నీవు పశ్చిమ దిశకు తరలి వెళ్ళండి. ప్రాజ్ఞులై వ్యవహరించండి, విజ్ఞాన సముపార్జన చేసి విజయులై తిరిగిరండి అని అందరికి తమ ఆశీర్వచనాలు అందచేశారు గురుదేవులు అమృతానందులవారు.

అభ్యాస పీఠం ముందు కొలువై వున్న శారదా మాతకు మొక్కుకొని తల్లిదండ్రులను మనసులో స్మరించుకొని అరణ్యములోకి గురువుగారు చెప్పిన విధముగా నాలుగు జట్లు నాలుగు దెస లకు పయనమయ్యాయి.

పున్నమి చంద్రుడు గగనతలంలో మధ్యభాగాన ఉన్న సమయములో మొదలు పెట్టిన ప్రయాణం నాలుగవ ఝాము వరకు నిరాటంకంగా సాగించి తూరుపు దిక్కున వేగు చుక్క పొడిచే సమయానికి ఒక సెలయేరు ప్రాంతానికి చేరుకున్నారు అశ్వత్థ వర్మ బృందం. అంతతడవు నడక అలవాటు లేకపోవడం వలన అప్పటికే అందరికి అడుగులు భారంగా పడుతున్నాయి . సెలయేరు చూడగానే అక్షితవల్లి , అశ్వత్థా ఈ సెలయేరు దగ్గర కొంత తడవు విశ్రమించి కాలకృత్యములు తీర్చుకొని మరల ప్రయాణం కొనసాగిద్దాం అని చెప్పింది . అప్పటికే అందరు అలసిన మోహాలతో డస్సిపోయి ఉండటం గమనించిన అశ్వత్థ వర్మ కి అక్షితవల్లి చెప్పింది సబబుగానే అనిపించింది.

అటులనే అక్షితవల్లీ , కొంత తడవు విశ్రమిద్దాము. ముందుగా మీరు విశ్రమించండి నేను, అభిమన్యు జట్టుకు కావాలిగా ఉండెదము . తూర్పు దిక్కు తెల్లబడిన తదుపరి మేము కొంత తడవు విశ్రమిస్తాము . అపుడు మీరు పరిసరాలు గమనించి ఆహార లభ్యత ఎచటనైనా ఉన్నదేమో పరికించండి అని జట్టులో ఒక్కొక్కరికి ఏమి చేయాలో చెప్పి అందరిని విశ్రమించమని అభిమన్యుడిని ఒకవైపు కావలిగా ఉంచి తను మరియొక దిక్కుకు నడిచాడు అశ్వత్థ వర్మ.

అశ్వత్థ వర్మ వెళ్తున్నవైపే కన్నార్పకుండా చూస్తున్న అక్షితవల్లిని గమనించి కళింగ దేశపు అమాత్యుని కుమార్తె కుందనవల్లి ఏమి అక్షితవల్లీ మా యువరాజును కన్నార్పకుండా చూచుచున్నావు ? నీ చూపులలో బందీని చేయదల్చుకున్నావా ఏమిటి అని పరిహాసమాడింది. ఆ పరిహాసంతో బుగ్గలు ఎరుపెక్కి సిగ్గులు విరబూస్తుండగా పైకి మాత్రం కోపాన్ని అభినయిస్తూ ఏయ్ కుందనవల్లీ నీ హద్దుల్లో నువ్వు ఉండు . మాకు సహాయం చేయబోయి చేతికి గాయం చేసుకున్నారు కదా అని కృతజ్ఞతా భావంతో చూస్తున్నాము అంతే అని గదమాయించింది. కానీ ఆ గదమాయింపులో తీవ్రత లేకపోవడం గమనించి తనలో తను నవ్వుకుంటూ , చిత్తం యువరాణి ! మా హద్దులలో మేము ఉంటాం మీరు మాత్రం హద్దులు దాటకండి అంటూ అక్షితవల్లికి దూరంగా జరిగింది.

అపరాజిత – సప్తమ అంకం

వెలుగుల తేడు తూర్పున ఉదయించిన రెండు ఝాముల తర్వాత విశ్రమించిన బృందం నిద్రనుండి మేల్కొని అప్పటివరకు కావలిగా వున్న ఇరువురినీ పిలిచి, ఇక మీరు విశ్రమించండి మేము ఆహారము కొరకు ప్రయత్నించెదము. ఆహారము స్వీకరించిన తదుపరి మరల మన ప్రయాణం సాగిద్దాం అని చెప్పారు. అటులనే , కానీ జాగరూకులై మసలుకోండి. తెలియని తావు ఇది కనుక అనుక్షణం అప్రమత్తంగా ఉండాలి , ఏ చిన్న సందేహం కలిగినా వెంటనే ఇతర జట్టు సభ్యులకు తెలియచేయండి అని మరోమారు అందరికి జాగ్రత్తలు చెప్పి తాము విశ్రమించారు అశ్వత్థ వర్మ మరియు అభిమన్యు భూపతి.

ఇది ఇటుల ఉండగా తూర్పు దిశకు బయలుదేరిన సిద్ధార్దుని బృందం ఎన్నో వ్యయ ప్రయాసలకోర్చి వేగుచుక్క పొడిచే సమయానికి ఒక కొండ చెరియ పాదాల చెంతకు చేరుకుంది. అప్పటికే డస్సి వున్న జట్టు సభ్యులు అందరూ ఈ గిరిరాజాన్ని అధిగమించుట దేవుడికెరుక సిద్దార్దా అడుగు తీసి అడుగు వేయుట మా వల్ల అసంభవం అని తమ అశక్తతను వెల్లడించడంతో ప్రయాణానికి విరామం ప్రకటించక తప్పలేదు సిద్ధార్థుడికి. సరే అటులనే కొంత తడవు విశ్రమించి తదుపరి ప్రయాణం కొనసాగిద్దాం అని సిద్ధార్థుడు వెల్లడించడం ఆలస్యం , ఆ కటిక నేల మీదనే తలకొక దిక్కున విశ్రమించారు అందరూ . తను కూడా అలసిపోయి ఉండటం వల్ల అక్కడే కొంత ప్రదేశాన్ని చదును చేసుకొని నడుము వాల్చాడు సిద్ధార్థుడు.

దక్షిణ దిశకు పయనమయిన చంద్రకేశుని బృందం ఒక కోయ గూడాన్ని సమీపించింది . గూడేనికి కాపలాగా వున్న కొందరు కోయలు వారిని సమీపించి నిశిరాత్రి వేళ గూడాన్ని సమీపించినందువలన వాళ్ళను అనుమానించి అందరినీ ఖైదు చేసి స్త్రీలను ఒక కుటీరంలో పురుషులను ఇంకో కుటీరంలో బంధించి వెలుగు వచ్చి వాళ్ళ దొర కొలువు తీరేవరకు అక్కడే సప్పుడు సేయక విశ్రమించమని వారితో చెప్పి ఆ కుటీరాలకు పదిమందిని కావలిగా ఉంచి వెళ్లారు . బృందంలోని మిగతా సహాధ్యాయిలు అందరూ ఈ సంఘటనకు భీతావహులు అవ్వగా చంద్రకేశుడు వారికి ధైర్యం చెప్తూ భయపడకండి మిత్రులారా !! వీరు మనకు ఎటువంటి కీడు చేయరు , సూర్యోదయం అయిన పిదప నేను వాళ్ళ దొరతో మాట్లాడి అంతా సరి చేస్తాను . పరిస్థితి చేజారిన వేళలో గురువుగారు తప్పక సహాయం చేస్తారు అని సహచరులకు ధైర్యం చెప్పాడు . అప్పటికే అలవాటు లేని నడక వల్ల శరీరము, బంధింపబడటం వల్ల భీతితో మనసు అలసిపోవడం

వల్ల అలాగే పరుండిపోయారు అందరూ . సూర్యోదయం వరకు తనుకూడా చేసేది ఏమి లేకపోవడం వల్ల తనుకూడా ఆ కుటీరంలో ఒక మూలకు విశ్రమించాడు చంద్రకేశుడు .

ఇక చంద్రుడు నడి ఆకాశంలో ప్రజ్వలంగా తన వెన్నెల వెలుగులు ప్రసరించే సమయానికి పశ్చిమ దిశకు పయనమయిన ఉత్తర కుమారుని బృందం రెండు ఘడియల ఝాముకు ఒక పాడుబడిన ఆలయం దగ్గరికి చేరుకున్నారు .ఆ ఆలయం దగ్గరకి చేరుకోగానే తన బృందాన్ని ఆగమని సైగ చేస్తూ ఇక ఈ రాత్రికి ఇక్కడే విశ్రమిస్తున్నాం మనం అని తీర్మానించాడు ఉత్తరుడు.

అది ఏమి రాకుమారా ప్రయాణం ఆరంభించి మూడు ఘడియలు కూడా కాలేదు అపుడే విశ్రాంతి అంటున్నారు , ఇలా అయితే మిగిలినవారు మనల్ని అధిగమించి పోతారు కదా అని ప్రశ్నించింది ఒక కోమలాంగి . ఆ కోమలాంగి ప్రశ్నకు బదులుగా ఉత్తరుడు చిరునవ్వుతో గురువుగారు మనల్ని జ్ఞాన సముపార్జన కోసం అరణ్యంలోకి పంపించారు అంతేకానీ ఇది ఏమీ పోటీ కాదు . అరణ్యంలో పక్షం రోజులు గడపవలెననే గురువుగారు బోధించారు అంతేకానీ అక్కడే ఉండాలి ఇక్కడే విశ్రమించాలి అని ఆంక్షలు విధించలేదు .

అదియునూ గాక జ్ఞాన సముపార్జనకు దైవానుగ్రహం ముఖ్యం . మనం ఈ ఆలయాన్ని ఇలా విస్మరించి ముందుకు కదలరాదు. అపరాత్రివేళ దైవానికి విశ్రాంతి భంగం కలిగించరాదు కాబట్టి సూర్యోదయం అయిన పిదప ఆలయంలోని మూర్తిని సందర్శించుకొని తదుపరి కార్యక్రమం ఆలోచిద్దాం అని సెలవిచ్చాడు ఉత్తరుడు .

ఏ గూటి పక్షులు ఆ గూటికే చేరతారన్నట్లు ఉత్తరుని బృందంలో సభ్యులు అందరూ ఉత్తరుని వలె శారీరక శ్రమకు ఓర్చుకోలేని వారే కావడం వలన మారుమాట్లాడక ఆలయ మండపంలో విశ్రమించడానికి ఏర్పాట్లు చేసుకొని నిద్రకు ఉపక్రమించారు . అందరికంటే ముందుగా ఉత్తరుడే విశ్రమించడాన్ని చూసిన ఇందాకటి కోమలాంగి నాయకుడు అంటే ముందు ఉండి నడిపించేవాడు అని విన్నాను అంటే ఇదే కాబోలు అని బుగ్గలు నొక్కుకొని చేసేది ఏమీ లేక తనుకూడా విశ్రమించింది.

శిష్య బృందాలు గురుకులాన్ని వదిలి అరణ్యంలోకి పయనమయిన క్షణం నుండి ధ్యాన ముద్రలోకి వెళ్లి అందరినీ పరికిస్తున్న గురువుగారి వదనంలో దరహాస రేఖ పొడసూపింది. ఆయననే కనిపెట్టుకొని వున్న ప్రధాన శిష్యుడు / అనుచరుడు గురువుగారి వదనంలో దరహాసాన్ని గమనించి అంతవరకూ ఆయన ధ్యానానికి భంగం కలిగించకుండా మౌనంగా ఉన్నవాడు ఇక ఆగలేక ఏమి జరిగినది గురువర్యా ! ఎందులకా మందహాసం అని ప్రశ్నించాడు . శిష్యుని ప్రశ్నకు ధ్యాన భంగం అవడంతో కనులు తెరిచిన అమృతానందులవారు, కరుణాదృక్కులతో శిష్యుని వదనాన్ని గాంచి ఏమీ లేదు నాయనా ! శిష్యులు వారి వారి దృక్పథాలను అనుసరించి ముందుకు సాగుతున్నారు. జీవన గమనంలో ఎదురయ్యే సమస్యలకు

, సవాళ్లకు వారి పంథా మార్చుకుంటారో లేదా అలాగే ధృఢచిత్తంతో వ్యవహరిస్తారో పరీక్షించు సమయం ఆసన్నమయినది అని వివరించాడు .

అశ్వత్థవర్మ , అభిమన్యు భూపతి విశ్రమించగా అరుణాక్షి, అక్షితవల్లి , కుందనవల్లి సెలయేరులో స్నానమాడుటకు ఉపక్రమించగా మిగిలిన వాళ్ళు ఆహారం అన్వేషించుటకు బయలుదేరారు. మంచు తెరలు విడివడి వెలుగు రేకలు అంతటా పరచుకొని ఆ ప్రాంతం అంతా రమణీయంగా కనిపించడంతో ఆ ప్రకృతి దృశ్యాలకు మైమరచి సెలయేరు నుండి బయటకి రావాలనిపించక అలాగే జలకాలాటలలో గడుపుతోంది అక్షితవల్లి . కుందనవల్లి , అరుణాక్షి తమ స్నానం కానిచ్చి పైకి వచ్చి వేగిరమే పైకి రమ్మని పిలిచినా ఆ మాటలు విన్పడనట్లు ఇంకా ఇంకా సెలయేటి జలములతో ఆడుకుంటూ ఉన్నది అక్షితవల్లి .

ఆహారాన్వేషణకొరకు వెళ్ళినవారు అడవిలో దొరికే దుంపలు, పళ్ళు సేకరించి తెచ్చి విశ్రమించినవాళ్లను నిద్ర లేపేవరకు అలాగే సెలయేరులోనే గడిపేసింది అక్షితవల్లి. అరుణాక్షి వారు తెచ్చిన దుంపలను కాల్చుటకు చెకుముకి రాళ్ల సాయంతో చితుకుల మంటను రాజేయగా , తెచ్చిన పళ్ళను అందరూ ఆరగించుటకు వీలుగా ఒక ప్రదేశాన్ని చదును చేసి మధ్యలో పళ్ళను అమర్చి దుంపలు కాల్చడంలో అరుణాక్షికి సహాయం చేయసాగింది కుందనవల్లి . ఆ దుంపలు కాల్చడం కూడా అయ్యాక వాటిని కూడా పండ్ల పక్కన పెట్టి చేతికి అంటిన మసిని కడుక్కోడానికి సెలయేటి దగ్గరకు అడుగులు వేశారు అరుణాక్షి ఇంకా కుందనవల్లి .

సెలయేరు ఇంకో అడుగు దూరంలో ఉంది అనగా అకస్మాత్తుగా ఆగిపోయి ముందుకు నడుస్తున్న అరుణాక్షి చేయి పట్టి ఆపింది కుందనవల్లి . ఏమైంది అని ప్రశ్నార్థకంగా చూస్తున్న అరుణాక్షి తో భయం వల్ల కంఠం పూడుకుపోవడంతో వేలు పెట్టి సెలయేటి ఆవలివైపు చూపించింది కుందనవల్లి. ఆ వైపుగా చూపు సారించిన అరుణాక్షి కూడా కన్నులు పెద్దవి చేసి నోట మాటరాక స్థాణువులా నిలబడిపోయింది .

గిరి పాదాల చెంత విశ్రాంతి తీసుకుంటున్న సిద్ధార్దుని బృందం నిద్ర లేచి తదుపరి కార్యక్రమం ఏంటి అని చర్చించుకొని మొదట ఆహారం కోసం అన్వేషించి తదుపరి ప్రయాణం కొనసాగించాలని నిశ్చయానికి వచ్చి సగం మంది గిరికి ఒకవైపు మరో సగం మంది గిరికి ఆ వైపు బయలుదేరారు. కొంత తడవుకు ఒక బృందం మిగల పండిన ఫలాలు సేకరించుకుని వస్తే ఇంకో బృందం తీయని పుట్ట తేనెను సేకరించుకుని వచ్చింది . అది చూస్తూనే సిద్ధార్థుడు ప్రకృతి కూడా తల్లి వంటిదే అని మన గురువు గారు బోధించింది ఎంత నిజం . తల్లివలె మన క్షుద్బాధ తీర్చుతున్నది అని ప్రశంసిస్తూ రండి అందరమూ కలసి ఆరగిద్దాం అని సహచరులను పిలిచి అందరూ తాము తెచ్చిన ఫలాలను , పుట్ట తేనెను మధ్యలో ఉంచి వృత్తాకారంలో కూర్చొని ఒకరినొకరు పరిహాసములాడుకుంటూ భుజించసాగారు.

పుట్ట తేనె సేవిస్తూ కనులు పైకెత్తిన పాంచాల దేశ యువరాణి కాత్యాయని కనరాని దృశ్యాన్నేదో కాంచినట్లుగా కనులు వెడల్పు చేసి చేతులలో వున్న తేనె దొన్నెను వదిలివేసింది . ఆమె

వదిలిన దొన్నెలో తేనె తన దుస్తులమీద పడటంతో పాంచాల దేశపు యువరాణికి మకరందం సేవించడం కూడా రావడంలేదా అంటూ పరిహాసమాడుతూ తల పైకెత్తిన మగధ దేశపు సేనాధిపతి కుమార్తె మాణిక్యాంబ భయంతో నోట మాట పెగలక అ అ అంటూ అస్పష్టంగా శబ్దాలు వెలువరించసాగింది.

అపరాజిత – అష్టమ అంకం

ఇక చంద్రకేశుని బృందం విషయానికి వస్తే సూర్యుడు ఉదయించి ఒక ఝాము గడిచిన తర్వాత కొందరు కోయ యువకులు వచ్చి బంధించిన అందరినీ కుటీరం నుండి వెలుపలికి తీసుకొచ్చారు . పక్క కుటీరంలో బంధించిన స్త్రీలను కూడా వెలుపలికి తీసుకొచ్చి అందరినీ ఒక వారగా నిలబెట్టి సప్పుడు సేయక నిలబడండి దొర వచ్చే యేలయినాది అంటూ హెచ్చరించి పక్కకి వెళ్లిపోయారు. భయంతో భీతిల్లుతున్న అందరినీ గాంచి భయపడకండి అంతా మంచే జరుగుతుంది ధైర్యం విడనాడకండి అని ధైర్య వచనాలు పలికి చుట్టూ పరికించి చూసాడు చంద్రకేశుడు.

రాత్రి వారిని బంధించిన లాంటి కుటీరాలు శతాధిక సంఖ్యలో వృత్తాకారంలో నిర్మించబడి ఉన్న గూడెం అది . అన్ని కుటీరాలు ఒకేలా ఉండగా రెండు మాత్రం అన్నిటికీ భిన్నంగా పరిణామంలో పెద్దగా అలంకరణతో వున్నాయి . రవిక ధరించే అలవాటు లేనందున చీర కొంగునే వల్లెవాటుగా వేసుకున్న కోయ యువతులు ఇళ్లముందు సానుపు చల్లి రంగవల్లులు దిద్దుతూ , కొంతమంది గూడెము మధ్యలో వున్న నుయ్యి నుండి నీరు తెచ్చుకుంటూ, ఇక కోయ యువకులు వేటకు వెళ్ళడానికి సరంజామా సరి చేసుకుంటూ ఇలా ఎవరి పనుల్లో వారు తలమునకలుగా మునిగిపోయి వీరిని ఎవరూ పట్టించుకోవడం లేదు. అడవిలో దొరికే రకరకాల పూసలు, గింజలు, పువ్వులతోనే ఆభరణాలు చేసుకొని అలంకరించుకొని అచ్చమయిన ప్రకృతి బిడ్డలవలె కనిపిస్తున్న వాళ్ళను గమనిస్తున్న చంద్రకేశునితో, స్వర్ణపురి యువరాజు విక్రముడు మిత్రమా అందరునూ ఎవరి పనులలో వారు మునిగిపోయి ఉన్నారు, మనలను గమనించువారే లేరు. ఇదియే తప్పించుకొని పోవుటకు సరి అయిన తరుణం అని చెప్పాడు .

దానికి చిరునవ్వు నవ్వుతూ చంద్రకేశుడు , మిత్రమా విక్రమా గురువుగారు అన్నివేళలా అప్రమత్తంగా ఉండమని చెప్పిన సంగతి అపుడే మరచితివా ? అప్రమత్తంగా ఉండటం అంటే ఎటు నుండి ఏ ప్రమాదం వస్తుందో అన్ని దిశలనుండి గమనించుకోవడం. ఒకపరి శిరస్సు పైకి ఎత్తి ఆ వృక్షాల వైపు చూడు అని చెప్పగా శిరము పైకి ఎత్తి చూసిన విక్రముడికి గొంతు తడి ఆరిపోయింది. ఆ గూడెం చుట్టూ ఉన్న వృక్షాల మీద సాయుధులయిన కోయ యువకులు కావలిగా ఉన్నారు . రేయింబవళ్లు వంతులవారీగా గూడెం దరికి ఏ ఆపద రాకుండా కాపు

కాయడం వాళ్ళ కర్తవ్యంలా ఉన్నది . అలా కావలి కాస్తున్న వారికే తాము రాత్రి దొరికిపోయినది . ఇపుడు అడుగు పక్కకి వేసిన విల్లంబులతో తమ ప్రాణాలు తీయడానికి కాచుకు కూర్చున్న యమభటులు వలె ఉన్నారు వారు.

ఇంతలో ప్రత్యేకంగా వున్న ఒక కుటీరం దగ్గర సందడి మొదలు అయింది . ఆ కుటీరం వెలుపల కావలిగా వున్న యువకులు కాళ్ళు మొక్కుతుండగా అశోక వృక్షం అంత ఎత్తుతో ఎత్తుకు తగ్గ లావుతో ఉన్న ఒక భీకరాకారుడు ఆ కుటీరం నుండి బయటకి వచ్చాడు. మెడ నిండా పూసలు, రుద్రాక్షలతో కూడిన గొలుసులు ధరించి దానికి అదనంగా పులిగోర్లతో తయారు చేసిన హారాన్ని ధరించి గంభీరంగా ఉన్నాడు. అప్పటివరకూ ఎవరి పనుల్లో వారు ఉన్న గూడెం జనాలు అందరు ఎక్కడి పనులు అక్కడ వదిలేసి దొర దగ్గరకి వచ్చి అంజలి ఘటించి నుంచున్నారు . అప్పటివరకు కాస్తో కూస్తో ఉన్న ధైర్యం కాస్తా కోయ దొరను చూడగానే దిగజారిపోయింది శిష్య బృందానికి . హాహాకారాలు చేయడం ఒక్కటే తక్కువ అన్నట్లు ఉన్న వాళ్ళ వదనాలను పరికించి చూస్తూనే ఏమిటి విషయం అన్నట్లు కావలి బృందం వైపు ప్రశ్నార్థకంగా చూసాడు దొర .

ఒకడు ముందుకు వచ్చి మధ్య రేతిరి కాడ గూడెం చుట్టుపట్ల తిరుగుతుండారు దొరా అందుకే పట్టి బంధించి తెచ్చాము అని చెప్పి తల దించుకొని నిలబడ్డాడు. అమ్మోరి పీఠం దగ్గరకి తీసుకురండి అందరినీ, అలాగే పూజారయ్యను కూడా తోలుకురండి అని అనుచరులకు ఆజ్ఞ జారీ చేసి తను పీఠం వైపు నడవసాగాడు. గూడెంలోని అందరూ దొరను అనుసరించి పీఠం వైపుకు కదలగా కొందరు బందీలను నడిపించుకుంటూ తీసుకెళ్ళసాగారు. ఒక అనుచరుడు మాత్రం పూజారయ్యను తీసుకురావడానికి అతని కుటీరంవైపు వెళ్ళాడు . యే క్షణం ఏమి జరుగుతుందో అని ప్రాణాలు అరచేతిలో పెట్టుకొని ముందుకు కదిలారు శిష్య బృందం .

ఇక పశ్చిమ దిశలో పాడుబడిన ఆలయంలో విశ్రమించిన ఉత్తర కుమారుని బృందం వేకువనే లేచి స్నానపానాదుల కొరకు నీటి వసతికి వెతుకుతుండగా ఆలయ ప్రాకారంలో దక్షిణ దిక్కుగా వున్న వెడల్పయిన దిగుడు బావిని గాంచి ముందుగా యువతులు వెళ్లి స్నానమాచరించి పొడి వస్త్రములు ధరించి విడిచిన వస్త్రములు నీట జాడించి పక్కనే ఉన్న వృక్షముపై ఆరవేసి వచ్చినారు. యువక బృందం కూడా స్నానమాచరించి వచ్చిన మీదట రాత్రి ప్రశ్నించిన కోమలాంగి ఉత్తరుని సమీపించి ఉత్తర కుమారా, ఇకపై ఏమి చేయాలో సెలవిస్తారా లేదా మరల విశ్రమించమందురా అని ప్రశ్నించగా , అంత పరిహాసము వలదు కోసల రాకుమారి. ఏ విషయంలో అయినా వేగిరపాటు తగదు, లేకున్న మీరే నాయకత్వం వహించి మమ్ము ముందుకు నడిపించండి అని బదులిచ్చాడు .

అందరూ కలసి మిమ్ము ఎన్నుకున్న తర్వాత ఇంక మేము నాయకత్వం ఎలా చేయగలము ఉత్తర కుమారా !! ఎప్పటికైనా మీకు సలహాలు అందిస్తూ ముందుకు నడపవలసిన బాధ్యత మాదే కదా అని పలికింది హంసవల్లి. వాస్తవానికి హంసవల్లికి ఉత్తరకుమారుడు అంటే చిన్నతనం నుండే అభిమానం, ప్రాయం తో పాటు ఆ అభిమానం పెరిగి ప్రేమగా రూపు దాల్చింది.

విద్యాభ్యాసం సమాప్తి కాగానే ఉత్తర కుమారుని పరిణయమాడి సహధర్మచారిణిగా అతని వెన్నంటి ఉండి ముందుకు నడిపించాలని ఆమె అభిలాష . అందులకే ఉత్తర కుమారుని సోమరితనాన్ని పోగొట్టాలని ఎప్పటికప్పుడు ప్రయత్నిస్తూ ఉంటుంది.

మీ వాదన ముగిస్తే మనం తదుపరి కార్యాచరణ మొదలు పెడదామా అని మిగతా శిష్యులు పలకడంతో , సరి సరి ముందుగా ఆలయంలోని దైవాన్ని దర్శించుకొని ఆశీస్సులు తీసుకోని తరువాత మన ప్రయాణం మొదలు పెడదాం అని చెప్పాడు ఉత్తరుడు. అందరూ కలిసి ఆలయ ముఖ మండపాన్ని చేరుకొని లోపలికి చూడగా అప్పటికే తెల్లవారడంతో సూర్యభగవానుని కిరణాలు గర్భగుడిలోని విగ్రహం మీద పడి ప్రకాశించడం వలన అందులో కొలువై వున్న అమ్మవారి విగ్రహం దర్శనమిచ్చింది.

అది ఒక గ్రామదేవత ఆలయం. అరణ్యంలో ప్రయాణించే బాటసారులకు మార్గ మధ్యంలో వసతిగా ఉంటుందని పరిసర రాజ్యపు మహారాజులు కట్టించిన ఆలయంలా గోచరిస్తున్నది . కానీ సరి అయిన ఆలనా పాలనా లేక పూజా పునస్కారాలు లేకపోవడం వలన ఆలయం అంతా దుమ్ము దూళితో నిండిపోయి ఉన్నది. కానీ గర్భగుడిలో కొలువై వున్న అమ్మవారు మాత్రం కళగా మరల మరల దర్శించుకోవాలనేలా వున్నది.

అందరూ అమ్మవారికి భక్తి ప్రపత్తులతో నమస్కరించుకుని వెలుపలికి వచ్చి ఉత్తర కుమారా ఇక మన ప్రయాణం కొనసాగిద్దామా అని అడుగగా, ఈ ఆలయ దుస్థితి చూసి మా మనసు దిగులు చెందుచున్నది. అందరినీ పాలించే దేవతా మూర్తులకే ఇటువంటి దుస్థితి ఏర్పడుట కడు శోచనీయం. మేము రాజ్యాన్ని అధిష్టించిన తదుపరి ఇటువంటి ఆలయములన్నిటికీ జీర్ణోద్ధారణ గావించెదను అని పలుకగా సరే ఉత్తర కుమారా మీరు భోగ రాజ్య సింహాసనం అధిష్టించిన తదుపరి రాజ్య పరిసరాల్లోని అన్ని ఆలయముల స్థితిగతులు మెరుగుపర్చగలరు. కానీ ప్రస్తుతం మనం ఇచటనుండి నిష్క్రమించి మన ప్రయాణం కొనసాగించవలెను కదా అని ప్రశ్నించాడు ఒక సహాధ్యాయి. కనీసం గర్భగుడి వరకు అయినా పరిశుభ్రము గావించి, అమ్మవారికి ధూప దీప నైవేద్యములతో అర్చన గావించి తదుపరి మన పయనం ఆరంభిద్దాం అని సెలవిచ్చాడు ఉత్తరుడు. ఉత్తరుని వాక్కులకు ఒకింత అసహనం కలిగినా నాయకుని మాట మీరరాదు అని గురుదేవులు ఇచ్చిన ఆనతి గుర్తుచేసుకొని అందరూ మారుమాటాడక అంగీకారం వెలిబుచ్చారు

వెంటనే అందరూ కలసి దిగుడుబావి నుండి జలము కొనితెచ్చి గర్భగుడి పరిశుభ్రము చేయడమే కాక అమ్మవారి విగ్రహానికి కూడా జలాభిషేకం వొనరించారు. యువతులు ఆలయ ప్రాంగణములో అల్లుకున్న లతలనుండి పుష్పములు సేకరించుకురాగా, కొందరు యువకులు ఆలయము చుట్టుపట్ల వున్న ఫల వృక్షములనుండి మధుర ఫలాలు సేకరించుకుని వచ్చారు. అలా సేకరించుకుని వస్తున్న వారికి, అటుగా కట్టెలు కొట్టుకోడానికి వెళ్తున్న బాటసారులు తారసపడ్డారు.

కానీ అందులో ఎవరూ ఆలయం వైపు కన్నెత్తి చూడకపోగా, అక్కడ ఏదో అపాయం పొంచివున్నట్లుగా దూర దూరంగా వెళ్లిపోవడం గమనించి అచ్చెరువొందారు. వారితో మాట కలుపుదామని ప్రయత్నించినా వారు గమనించనట్లుగా అతి శీఘ్రముగా ఆ పరిసరాలను అతిక్రమించి వెళ్లిపోయారు . వాళ్ళ తొందర అనుమానం కలిగించగా ఆలయములోకి వచ్చి ఉత్తరునితో అదే వెల్లడించారు . ఉత్తరా చూడబోతే ఇక్కడ ఏదో ప్రమాదం పొంచి వున్నట్లుగా ఉన్నది మనం త్వరగా ఇచ్చట-నుండి నిష్క్రమించుట ఉత్తమం అని తెలిపారు. దానికి ఉత్తరుడు తేలికగా కట్టెలు కొట్టుకొనుటకు జాగు కారాదని వారు అటుల వెళ్ళివుండవచ్చు . అయిననూ పూజాదికములు గావించి తక్షణమే మన ప్రయాణం కొనసాగించెదము అని బదులిచ్చాడు.

గర్భగుడిలోని తైల పాత్రనుండి తైలము తీసుకొని దీపారాధన గావించి అమ్మవారిని పుష్పములతో సర్వాంగభూషణముగా అలంకరించి తమకు తోచిన రీతిలో అష్టోత్తరాలతో స్తుతించి మధురఫలాలను నైవేద్యముగా అర్పించి మంగళ హారతులు వొనరించి మరొకమారు భక్తి ప్రపత్తులతో అమ్మవారికి నమస్కరించుకున్నారు అందరూ . తదుపరి ప్రసాదము స్వీకరించి ప్రయాణానికి సన్నద్ధమయ్యారు . తమ తమ వస్తువులు స్వీకరించి ఆలయ ముఖ ద్వారము దగ్గరకి అడుగుపెట్టారో లేదో ఎచటికిరా వెడలేది? అంటూ ఒక మేఘ గర్జన లాంటి కంఠస్వరం వినిపించింది . అందరు ఆశ్చర్యంతో ఎక్కడనుండి ఈ కంఠస్వరం వచ్చినదా అని వెనక్కి తిరిగి చిత్తరువుల్లా నిలబడిపోయారు.

అశ్వత్థవర్మ బృందం దగ్గరకి వస్తే స్థాణువులా నిలబడిపోయిన స్నేహితురాండ్రను చూసి వారు చూస్తున్న దిక్కుగా పరికించిన అక్షితవల్లికి సెలయేరుకు ఆవలిపక్క తనవైపే తీక్షణంగా చూస్తూ పంజా విసరుటకు సిద్ధముగా వున్న ముప్వన్నెల మెకం కనిపించడంతో అసంకల్పితముగా ఆక్రందన వెలిబుచ్చినది. అక్షితవల్లి ఆక్రందన వినిపించగానే అందరూ పరుగుపరుగున అక్కడికి యేతెంచారు. అందరికన్నా ముందుగా అశ్వత్థవర్మ చేరుకోగా వెన్నంటే అభిమన్యు భూపతి కూడా చేరుకున్నాడు . అర్ధనగ్నముగా వున్న అక్షితవల్లి, అశ్వత్థవర్మను గాంచి కంఠము వరకు నీళ్లలో మునిగినది. సహజంగా అక్షితవల్లి మంచి యోధురాలు, కానీ ఆమె ఇప్పుడు ఉన్న పరిస్థితిలో బయటకి వచ్చి పోరాడలేదు కాబట్టి అలా నీళ్లలో మునిగి కూర్చుంది. పరుగుపరుగున అంతమంది రావడంతో ఒకింత బెదిరిన ఆ మెకం అలా చూస్తూ ఉండిపోయింది కానీ వెనకడుగు మాత్రం వేయలేదు. పంజా విసరడానికి సరి అయిన సమయం కోసం వేచి చూస్తున్నట్లుంది దాని వాలకం.

పరిస్థితిని అంచనా వేసిన అశ్వత్థవర్మ చివ్వున వెనుతిరిగి దుంపలు కాల్చుటకు వేసిన మంటనుండి రెండు కట్టెలు తీసుకొని వేగంగా సెలయేటి దరికి చేరుకున్నాడు. మండుతున్న ఒక కట్టెను అభిమన్యుడుకి ఇచ్చి తనను అనుసరించమని మెకం వున్న దిశగా అడుగులు వేసాడు. తనను చూసి ఏమాత్రం భీతి చెందక ముందుకు వస్తున్న వారిని వారి చేతిలో అగ్నిజ్వాలలు వెలువరిస్తున్న కర్రలను చూసి బెదిరిన ఆ ముప్వన్నెల మెకం అప్పటికి పలాయనం చిత్తగించింది.

ప్రమాదం తొలగిపోవడంతో అందరూ ఊపిరి పీల్చుకొని వెనుతిరగగా, కుందనవల్లి సాయంతో తన వస్త్రములు స్వీకరించి ధరించి పైకి వచ్చినది అక్షితవల్లి.

అశ్వత్థవర్మను చేరుకొని ఇదియేనా కళింగదేశపు యువరాజు వీరత్వం చేతికి అందిన శత్రువుని వదిలేయడం. అది మరల దాడి చేయుటకు యత్నించదని యెటుల నమ్మితివి రాకుమారా అని వ్యంగంగా పలుకగా, తన అగ్రజుని పరిహసించుచున్నదని అరుణాక్షికి రోషంతో ముక్కుపుటాలు అదురుతుండగా, మెకాన్ని చూడగానే ఆక్రందన చేసినవారుకూడా పరిహసించుటకు బయలుదేరారే ఔరా ఏమి ఆశ్చర్యము అని బదులిచ్చినది . ఆ మాటలకు క్రోధంతో బుసలు కొట్టుచూ అక్షితవల్లి వాగ్బాణాలు సంధించునంతలో అశ్వత్థవర్మ కలుగ చేసుకొని, శాంతించుము అంగదేశపు యువరాణి. గురువుగారి మాటలు మరచితిరా సాధ్యమయినంతవరకు ఏ ప్రాణికి ఆపద తలపెట్టవద్దని సెలవిచ్చితిరి కదా !

దాని నెలవులోకి మనము వచ్చితిమి మనవద్దకు అది రాలేదు అందులకే ప్రాణాలతో విడిచితిని. అయిననూ అది మరల దాడి చేయుటకు మనం ఇచటనే నివాసము ఏర్పరచుకోవడము లేదు కదా? అందరూ త్వరగా అల్పాహారం స్వీకరించిన యెడల మన ప్రయాణం కొనసాగిద్దాం అని పలకడంతో ఇక ఎవరూ మాట్లాడకుండా అల్పాహారం స్వీకరించి అక్కడనుండి మరల ప్రయాణం ప్రారంభించారు.

సిద్ధార్దుని బృందంలో కాత్యాయనీ , మాణిక్యాంబ భయముతో స్థంబించిపోవుట గాంచి వెనుతిరిగి చూసిన సిద్ధార్థునికి వంద అడుగుల పైనే పొడవున్న అజఘరం ఒకటి కోరలు సాచి వీరివైపే రావడం కనిపించింది . అధాటున చూస్తే భీరువులకు హృదయస్పందనలు ఆగిపోవునటుల భయంకరంగా ఉన్న ఆ ప్రాణిని చూస్తూ తన వారిని దూరంగా వెళ్ళమని హెచ్చరించే సమయంకూడా ఇవ్వకుండా సిద్ధార్దుని పక్కన వున్న శిష్యుడిని అమాంతం నోట కరుచుకున్నది ఆ అజఘరం.

అందరూ భయభ్రాంతులై వెనుకకు పరుగులు తీయగా సిద్ధార్థుడు మాత్రం ప్రాణాలకు వెరవక తన కరవాలముతో ఆ పన్నగముపై దాడికి దిగినాడు. కానీ సిద్ధార్దుని కరవాలము దెబ్బకు ఏమాత్రం చలించకపోగా తన తోకతో సిద్ధార్దుని కూడా బంధించుటకు యత్నించింది . దాని పట్టుకు చిక్కితే ప్రాణములు పోవుట తధ్యమని తెలియుటవలన దూరముగా జరుగుతూ మరల మరల కరవాలముతో గాయపరచ యత్నించుచున్నాడు సిద్ధార్థుడు. సిద్ధార్దుని ప్రయత్నములకు చిరాకుపడిన ఆ అజఘరం నోట కరుచుకున్న శిష్యుడిని వదిలి సిద్ధార్దునిమీద దాడికి దిగింది . ఈలోగా దూరంగా వెళ్లిన శిష్య బృందం ధైర్యం తెచ్చుకొని చేతికందిన రాళ్లతో కర్రలతో దూరం నుండే దాడిచేయడం ఆరంభించారు.

వారి దాడికి మిక్కిలి క్రోధంతో బుసలు కొట్టుచూ వేగంగా కదులుచూ తన వాలముతో సిద్ధార్దుని పట్టి నోటి దగ్గరకు తెచ్చుకొని అమాంతం మింగ ప్రయత్నించినది . అపుడే కాత్యాయని విసిరిన పెద్ద పలుకురాయి పడగకు తగలడంతో ఆ అదురుపాటుకు వాలమును కొద్దిగా పక్కకు

జరిపినది ఆ భారీ పన్నగం . అదే అదనుగా తన కరవాలంతో దాని కన్నులో పొడిచాడు సిద్ధార్థుడు . ఆ కరవాలం ధాటికి విలవిలలాడుతూ సిద్ధార్థుని విడిచివేసి, గిలగిలా కొట్టుకుంటూ మెలికలు తిరగసాగింది. అదే అదనుగా దానికి తేరుకునే సమయం ఇవ్వకుండా వేటు మీద వేటు వేసి శివసాయుజ్యం చేరుకునేలా చేసాడు సిద్ధార్థుడు.

అప్పటికి ఊపిరి పీల్చుకున్న శిష్య బృందం సిద్ధార్థుని చేరుకొని అతనికి అయిన గాయాలను చూసి లేపనం తయారు చేయడంకొరకు అనువైన మొక్కలకొరకు చుట్టుపట్ల గాలించసాగారు. సిద్ధార్థుని చేరుకున్న కాత్యాయని చిరుకోపంతో ఏమిటిది సిద్దార్థా మీ ప్రాణములన్న మీకు వీసమెత్తు విలువ కూడా లేదా అని ప్రశ్నించగా, గురువుగారు మీ అందరి బాధ్యత మా మీద ఉంచారు. మీ ప్రాణములకు ఆపద వాటిల్లిన యెడల మా ప్రాణములు అడ్డువేసి అయినా కాపాడవలసిన బాధ్యత మాకున్నది కదా కాత్యాయనీ అని బదులిచ్చాడు సిద్ధార్థుడు.

అంతలో మూలికలు, పత్రములు కలిపి చేసిన లేపనం తీసుకొని మిగతా సహాధ్యాయులు రావడంతో ఆ సంభాషణకు అక్కడితో తెరపడింది . గాయములకు కట్టు కట్టడం పూర్తి అయిన పిదప అందరూ ప్రయాణం కొనసాగించారు . ఇపుడు జరిగిన దృష్టాంతంతో మరింత జాగరూకులై ఉండవలెనని ఒకరితో ఒకరు హెచ్చరించుకుంటూ ముందుకు సాగుతున్నారు .

అపరాజిత – నవమ అంకం

బందించబడిన చంద్రకేశుని బృందాన్ని తీసుకొని అమ్మోరి పీఠం దగ్గరకు చేరుకున్నారు కోయ యువకులు. వీళ్ళు అక్కడికి చేరుకునే సమయానికే దొర అమ్మోరి పీఠం మీద కొలువై ఉన్న అమ్మోరు తల్లికి మొక్కుతున్నాడు. రెండడుగులు ఎత్తు వున్న రాతి పీఠం మీద కొలువై వుంది ఒక అమ్మవారి విగ్రహం. అన్ని ఆలయాల్లో ప్రతిష్టించబడే విగ్రహాలకు భిన్నంగా ఆ విగ్రహం చెక్కతో చెక్కబడి వున్నది. పది అడుగుల పైన పొడవుతో పదునారు కరములతో, వామ హస్తములలో ఆటవిక ఆయుధాలను ధరించి, దక్షిణ హస్తములలో వన జీవనానికి ప్రతీకలైన ఆకు పచ్చ వృక్షములు , తేనె పట్టులు, కోయల సాంప్రదాయ వాద్య పరికరాలను ధరించి మెడనిండా నిలువెత్తు వనపుష్పముల మాలలతో అలంకరించబడి ఉన్నది ఆ విగ్రహం.

అమ్మవారి ముఖ కవళికలలో ప్రకృతి అందం యావత్తూ ఉట్టిపడేలా చెక్కిన ఆ శిల్పకారుడి పనితనానికి జోహార్లు అర్పించకుండా ఉండలేకపోయాడు చంద్రకేశుడు. కానీ అమ్మవారి వదనం చూసి ఆనందపడేలోగా బలులుగా ఇచ్చిన జంతువుల రక్తం చిందింపడటంతో పాటు , పసుపు కుంకుమలు కూడా దట్టంగా పడి ఒకరకమయిన వెగటు వాసన వస్తూ భయాన్ని కలిగింపచేసేలా ఉంది అమ్మవారి శరీరం. అనుగ్రహిస్తే వరాలను అందించే తత్త్వం ఒకవైపు ఆగ్రహిస్తే బలి తీసుకునే రౌద్ర రూపం ఒకవైపు రెండూ కలగలిపి మొత్తం మీద ఆ విగ్రహాన్ని చూస్తే కోయల జీవన విధానం అర్ధం అయ్యేలా వుంది.

మేము అందరమూ ఇక్కడ భయంతో ప్రాణాలు అరచేతిలో పెట్టుకొని ఉంటే మీరు మాత్రం చిరునవ్వులు చిందిస్తూ విగ్రహాన్ని పరికిస్తున్నారా మిత్రమా ? అయినా అంత భయానకంగా ఉన్న ఆ విగ్రహాన్ని కన్నార్పకుండా చూచుచున్నారు యేల ? అని ప్రశ్నించాడు చంద్రకేశుని పక్కనే బంధించబడిన సహాధ్యాయి .

మిత్రమా , విగ్రహం ఆకారాన్ని చూసి భీతి చెందనేల ? అమ్మవారి వదనంలో కోటి సూర్యుల కాంతి ప్రభవించేలా, సృష్టిలోని సౌందర్యం యావత్తూ అమ్మవారి చిరునగవు లో మూర్తీభవించేలా చెక్కిన ఆ శిల్పకారుడి ప్రతిభను దర్శించవచ్చు కదా? ఏ విషయంలో అయినా త్వరపడక జాగరూకతతో వ్యవహరించాలి. ఆ విగ్రహంలోనే ఆ కోయల స్వభావం అర్థమవుతున్నది కదా !! వారికి నచ్చినయెడల అన్నపూర్ణాదేవి వలె ఆదరిస్తారు ఆగ్రహం వస్తే

అపర కాళి వలె ప్రాణాలు హరిస్తారు. అందుకే వారితో సంయమనంగా వ్యవహరించాలి. చూద్దాం వారి దొర యేమని సెలవిస్తారో అని మిత్రునికి నచ్చ చెప్పాడు చంద్రకేశుడు.

మిత్రులు ఇరువురి సంభాషణ ముగియునంతలో అమ్మవారికి పూజ చేయడం పూర్తి చేసి అమ్మోరి పీఠంకి ఒక పక్కగా వున్న రాతి గద్దె మీద కొలువు తీరాడు కోయ దొర . ఈలోగా పూజారయ్య కోసం వెళ్లిన కోయ యువకుడు అతన్ని తీసుకొని రావడంతో కోయవాళ్ళు అందరూ అతనికి భక్తి ప్రపత్తులతో భయ భక్తులతో నమస్కరిస్తుండగా వెళ్లి కోయ దొరని ఆశీర్వదించి దొర అధిష్టించిన గద్దె పక్కన వున్న ఇంకొక గద్దె మీద ఆసీనుడయ్యాడు. భీకరాకారుడైన దొర ను చూసినా ఇసుమంతయినా చలించని చంద్రకేశుడు ఈ పూజారిని చూసి మాత్రం క్షణకాలం కంపించిపోయాడు . అది గమనించిన అతని మిత్రుడు ఏమయింది మిత్రమా ! దొరను కానీ అమ్మవారిని చూసి కానీ చలించని నీవు పిడికెడు కండ కూడా లేని ఈ అర్భక పూజారిని చూసి కంపించుచున్నావు అని ఆశ్చర్యంగా ప్రశ్నించాడు అతడు.

మిత్రమా ఎదురుగా దాడిచేసే చిరుతను చూసి ఏనాడూ భీతిల్లనవసరం లేదు, కానీ వెనక వెనక పొంచులు వేస్తూ అదును చూసి దెబ్బ తీసే జంబూకాల గురించే జాగ్రత్త పడాలి. ఈతని వాలకం నాకు వృద్ధ జంబుకము వలే అగుపించుచున్నది అని బదులు పలికాడు చంద్రకేశుడు.

ఇంతలో దొర, బంధించబడిన చంద్రకేశుని బృందం వైపు తిరిగి తన కంచులాంటి కంఠంతో ఓయ్ కూనలారా సూడబోతే పాలుగారే పసిపాపలోలె ఉండారు. మద్దె రేతిరి కాడ గూడెం దగ్గరకు ఏల వచ్చినారు ? మా జనాలకు కీడు తలబెట్టాలనే యోచనలో వచ్చినారా, ఈ సింగన్న దొరా ఏలికలో వున్న పచ్చని చెట్టును కూడా మీరు ఏమీ చేయలేరు. ఎందుకు ఇటేపు వచ్చినారో నిక్కంగా సెప్పినారా ప్రాణాలతో వొదిలిపెడతా కల్లలాడినారో అమ్మోరు తల్లికి బలి ఇస్తా అని పలికాడు.

దొర మాటలకు చంద్రకేశుడు ముందుకు కదిలి , ప్రణామాలు సింగన్న దొరా !! మేము అమృతానందుల వారి గురుకులంలో విద్య అభ్యసించే విద్యార్థులము. మా విద్యలో భాగంగా ప్రకృతి నుండి పాఠాలు అభ్యసించుటకు మా గురుదేవుల ఆజ్ఞ ప్రకారం నిన్నటి దినమున గురుకులం వదలి నాలుగు జట్లుగా బయలుదేరాము. మిగిలిన మూడు జట్లు తూర్పు , పశ్చిమ , ఉత్తర దిశలకు పయనమవగా మేము ఈ దక్షిణ దిశను ఎంచుకున్నాము. రాత్రి అంతా పయనిస్తూ మార్గ మధ్యములో మీ గూడేనికి చేరుకున్నాం తప్ప మాకు ఇక్కడ ఒక గూడెము ఉన్నదని కానీ లేదా మీకు హాని తలపెట్టాలని కానీ ఎటువంటి తలంపు లేదు అని పలికాడు.

కొద్దిగా కూడా బెదురు లేకుండా చెబుతున్న చంద్రకేశుడు మాటలు ఆలకిస్తూ అతని వదనంలోకి తీక్షణంగా చూసాడు కోయ దొర . తను అంత తీక్షణంగా చూస్తున్నా ఏ మాత్రం తడబాటు లేని అతన్ని తిలకించి అతను చెబుతున్నది వాస్తవమే అని గ్రహించాడు ఆ కోయదొర. నీ మాటలు నిక్కమని నమ్ముతున్నా కూన. మా కూనలు పొరపడినారు, మా ఆతిధ్యం మా అమ్మతల్లి ఆశీర్వాదం తీసుకొని బయలెల్లండి అని పలికాడు దొర. దొర మాటలకు

సంతోషించేలోగా, చంద్రకేశుడి అనుమానం నిజం చేస్తూ పూజారి కల్పించుకొని ఏమి సింగన్నా నాగరికులను అంత తొందరగా నమ్ముతుండావు? వాళ్ళు నమ్మించి గొంతులు కోసే రకాలని ఎరిక లేదా నీకు అని పలికాడు.

లేదు పూజారయ్యా, కూనలను చూస్తుంటే పెమాదకరమని అనిపించడంలేదు లే , గుబులు చెందాల్సిన పని లేదు అని సమాధానం చెప్తున్న దొర తో, ఇట్లా అందరిని నమ్మితే మన కంట్లో మనమే దుమ్ము కొట్టుకున్నట్లు అంటూ లేచి కోయ దొర దగ్గరకు చేరి ఏదో మంతనాలాడాడు పూజారయ్య. అతని మాటలకు కలవరపడుతూ అయ్యో ముక్కు పచ్చలారని పసికూనల మాదిరుండారు వాళ్ళను బలి ఇస్తే అమ్మోరు మెచ్చదు పూజారయ్యా మనమీదే ఆగ్రహిస్తాది అని చెప్పగా నీ ఇష్టం సింగన్న దొరా, గూడెం బాగోగులు కోరి చెప్తుండా, పరాయోళ్లకోసం మనోళ్ళని బలి పెడతావో ఆళ్ళని బలి ఇచ్చి మనోళ్ళని కాచుకుంటావో నీ ఇష్టం అని బెదిరిస్తున్న పంథాలో చెప్పాడు.

అతని మాటలకు బెదిరినట్లయిన కోయ దొర ఏమి చేయాలా అనే సందిగ్ధంలో పడటం గమనించి అతనికి మరల ఆలోచించే అవకాశం ఇవ్వకుండా అమ్మతల్లి తన బలికోసమే ఇక్కడిదాకా నడిపించుకొచ్చిన బలిపశువులు వీళ్లు. ఇపుడు నువ్వు వీళ్ళను వొగ్గేస్తే అమ్మోరి ఆగ్రహానికి గూడెం గూడెం బలి కావాల్సి వస్తాది ఇక నీ ఇట్టం అని చేయాల్సిందంతా చేసేసి చక్కా వెళ్లి పక్కన కూర్చున్నాడు. ఆ విద్యార్థుల పట్ల జాలి ఒక పక్క తన గూడెం ప్రజల యోగ క్షేమాలు ఒక పక్క ఎటు మొగ్గాలో అవగతమవక, గద్దెనెక్కేముందు గూడెం ప్రజల క్షేమం కోసం ప్రాణాలకైనా తెగిస్తానని ప్రమాణం చేయడం గుర్తొచ్చి ఆ బిడ్డలవైపు చూసే ధైర్యం లేక కళ్ళు మూసుకొనే తన తీర్పు వెలిబుచ్చాడు కోయ దొర .

రాబోయే అమాసకు ఈ కూనలందరినీ అమ్మోరు తల్లికి బలి ఇవ్వాలని పీఠం సాక్షిగా నిశ్చయించాము. అప్పటివరకు అతిధులమాదిరి వాళ్లకు ఏ కష్టం కలగకుండా సకల మర్యాదలతో విందు భోజనాలు ఏర్పాటు చేయండి అని చెప్పి అన్ని ఏళ్ళ తన పాలనలో తనకే నచ్చకుండా ఇచ్చిన తీర్పుకు బాధపడుతూ చర చరా వెళ్ళిపోయాడు దొర. తన పంతాన్ని నెగ్గించుకున్నందుకు సంతోషంతో బంధితులవైపు క్రూరంగా చూస్తూ అమ్మతల్లి విగ్రహం ముందుకు వెళ్లి, నీకు అమాసకు నరబలి ఇస్తున్నా తల్లీ ఇప్పటికైనా ఈ గూడెం నా పరం చేయి అని ఎవరికి వినపడకుండా మొక్కుకొని తను కూడా అవతలకు పోయాడు పూజారయ్య.

బలి అనే మాట వినగానే కర చరణాలు స్వాధీనం తప్పినట్లయి కూలబడిపోయారు చంద్రకేశుడు తప్ప- మిగతా బృందం అంతా ! చంద్రకేశుడు కూడా నివ్వెరపోయి అటులనే నిలుచుండిపోయాడు. అతని మిత్రుడు చిన్నగా వణుకుతున్న స్వరంతో నీవు చెప్పినది నిజమే మిత్రమా ఆ పూజారి వృద్ధ జంబూకం వలే మన ఉసురు తీయుటకు ఏర్పాట్లు గావించాడు ఇపుడు ఏమిటి మన కర్తవ్యం అని అడుగగా ఆ దైవం మీద గురువుగారి మీద భారం వేయడమే. పరిస్థితి

చేయి దాటిన క్షణంలో గురువర్యులు మనకు తప్పక సహాయపడతారు అన్నాడు చంద్రకేశుడు, గురువుగారు తన మెడలో వేసిన రక్ష రేకును తడుముకుంటూ .

వాళ్ళను జాలిగా చూస్తూ, కోయ దొర తీర్పు అయ్యాక తూచా తప్పకుండా పాటించడం తప్ప చేయగలిగింది ఏమీ లేకపోవడం వలన వాళ్ళను తీసుకొని రాత్రి బంధించిన కుటీరాల వైపు నడిపించుకెళ్ళారు. స్పృహలో లేని వాళ్ళ మాదిరి వాళ్ళు ఎటు నడిపిస్తే అటు నడుస్తున్న తన సహాధ్యాయులను చూస్తూ , తమను నడిపిస్తున్న కోయ యువకులతో అయ్యలారా కనీసము మమ్మల్ని అందరినీ ఒకేచోట బంధించగలరా అని అడిగాడు చంద్రకేశుడు.

మనువు కాకుండా పెట్టలు పుంజులు ఒకే చోట ఉండటం ఒప్పదు అని బదులిచ్చాడు అందులో ఒకడు. వాళ్ళను అనుసరిస్తూ వస్తున్న వయసు మళ్ళిన కోయ ఒకడు, వాళ్ళు నాగరికులు వాళ్లకు అటువంటి పట్టింపులు లేకపోవచ్చు. ఆ కూనలను చూడు భయంతో గజగజ వణికిపోతుండారు , అయ్య వాళ్ళను జాగ్రత్తగా చూసుకోమన్నారు కదా అందుకే ఒకే దగ్గర ఉండనివ్వరా, దొర ఏమనకుండా చూసే పూచీకత్తు నాది అనడంతో వొప్పుకొని అందరినీ ఒకే కుటీరంలో బంధించి

వాళ్లకు ఆహారం తెచ్చి ఇస్తామని సెలవు తీసుకొని వెళ్లిపోయారు కోయలు.

తాము రాజ వంశీకులము అని కూడా గుర్తులేకుండా భేషజాలు వదిలేసి కంటికి మింటికి ధారగా అశ్రువులు కారుస్తున్న సహాధ్యాయులను చూస్తూ అమావాస్యకు ఇంకా పదినాలుగు దినాల వ్యవధి ఉన్నది ఈలోగా ఏదో ఒక దారి దొరకకపోదు. రేపటి రోజున రాజ్యపాలన సాగించి సామాన్యులకు అండగా నిలవవలసిన మీరే సామాన్యుల మాదిరి శోకించుట తగునా అని ప్రశ్నించాడు చంద్రకేశుడు వారిని. మృత్యు దేవత ముందు అందరమూ సమానమే కదా చంద్రకేశా ? ముంగిట మృత్యువును పెట్టుకొని ఇంకా ఏ ధైర్యంతో ధీరులమై నిలవాలి అని ప్రశ్నించింది జపాపురం యువరాణి సహస్రరూప. ఆమెకు జతకలుపుతూ తలలాడిస్తున్న సహాధ్యాయులను చూస్తూ మీరు ఉండగా మాకు ఏ హానీ కలగనివ్వరని నాకు నమ్మకం వున్నది గురువర్యా కానీ అదే నమ్మకాన్ని వీళ్ళలో ప్రోది చేయగల మనోబలాన్ని నాకు కలిగించండి అంటూ వేడుకున్నాడు చంద్రకేశుడు.

అపరాజిత – దశమ అంకం

అమ్మవారి ఆలయంలో అపరిచిత కంఠధ్వనికి ఆశ్చర్యంతో వెనుతిరిగి చూసిన ఉత్తర కుమారుని బృందానికి జీవం పోసుకున్న అమ్మవారి విగ్రహం కనిపించి చిత్తరువుల్లా మారిపోయారు. ఎర్రబారిన విశాల నేత్రాలతో శిష్య బృందాన్ని అంతటిని పరికించి చూస్తూ ఎచటికి పోయెదరురా? అమ్మను నన్ను ఇక్కడ ఒంటి గా వదలి మీ దారిన మీరు వెళ్లిపోదామనుకుంటున్నారా? భూమండలాన్ని కాచే శక్తి కి రక్షగా అగస్త్య మునీంద్రులవారిచే ప్రతిష్టించబడిన గ్రామదేవతను నేను. మీ ప్రాణికోటి అంతా సుభిక్షంగా ఉండటంకోసం నేను ఇక్కడ కాపు కాస్తుంటే ఒక్కరూ నా దిక్కు చూసినది లేదు . ఏదో ఇపుడు మీరు పూజాధికాలు నెరవేర్చారని సంతుష్టి చెందేలోగా పలాయనం చిత్తగిస్తున్నారా? నాకు ఆగమ శాస్త్రానుసారం నిత్య పూజలు జరిగేవరకు మీరే ఆ బాధ్యతలు నెరవేర్చాలి అంతవరకూ మీరు ఈ ప్రాంగణం దాటి పాదము బయట పెట్టలేరు అని ఉగ్రంగా సెలవిచ్చింది అమ్మవారు.

అమ్మవారి ఉగ్రస్వరూపం చూసి భయ కంపితులై చిత్తరువుల్లా నిలబడిపోయిన ఉత్తర కుమారుని బృందం ఈ వాక్కులు ఆలకించి వడలి (శరీరం) అంతా కంపించుచుండగా అలాగే కూలబడిపోయారు. ముందుగా తేరుకున్న హంసవల్లి ముకుళిత హస్తాలతో అమ్మవారికి ప్రణమిల్లి , అమ్మా లోకాలనేలే జగజ్జననీ, లోకమెరుగని పసివాళ్ళం. విద్య ఆర్జిస్తున్న విద్యార్థులం. మాపై మీ కరుణ నిండిన దృక్కులు ప్రసరించి మమ్ము ఆశీర్వదించవలసిన అమ్మవు, నీవే కోపగిస్తే ఎలా తల్లి. గురువు గారి ఆదేశము మేర ప్రకృతి వడిలో జీవిత పాఠాలు అభ్యసించుటకు వచ్చినవారము . మమ్ము ఇటుల బంధించుట నీకు పాడి కాదు తల్లీ అని వేడుకుంది.

అప్పటికి తేరుకున్న ఉత్తరుడు కూడా హంసవల్లికి జతకలిసి స్తోత్రాలతో అమ్మవారిని స్తుతిస్తూ , హే జగజ్జననీ పాహిమాం పాహిమాం !! మా విద్యాభ్యాసము సంపూర్ణమయ్యి మేము మా రాజ్య సింహాసనము అధిష్టించిన తదనంతరం నీ ఆలయాన్ని జీర్ణోద్ధరణ గావించి పురోహితుడిని నియమించి నీకు నిత్య ధూప దీప నైవేద్యములతో ఆగమ శాస్త్రానుసారము పూజలు జరిగే ఏర్పాటు నేను గావించెదను తల్లీ. ఒక్క ఈ ఆలయమే కాదు శిధిలావస్థలో ఉన్న అన్ని ఆలయాలను జీర్ణోద్ధరణ గావించెదను. అలా అని మీకు వాగ్దానము గావించుచున్నాను తల్లీ. ఇప్పటికి మాత్రం కరుణించి మమ్ము స్వతంత్రులను గావించు మాతా అని సాష్టాంగ ప్రణామము చేసి వేడుకున్నాడు.

హంసవల్లి, ఉత్తర కుమారుని ప్రస్తుతులకు సంతసించిన అమ్మవారు తన క్రోధ ధృక్కులను చాలించి శాంత రూపాన్ని వహించి మెల్లగా మందహాసము చేస్తూ మీరు కూడా మానవ నైజము నిరూపించుకుంటున్నారు కదరా!! ఈ ప్రాంగణం దాటి వెళ్లిన మరుక్షణం అమ్మకు ఇచ్చిన వాక్కు వాయువులో విలీనం చేసి మీ మీ జీవిత కార్యాలలో మునిగిపోతారు. ఇటులనే ఎందరో వాగ్దానాలు చేసి తిరుగు మొహం చూపించలేదు. అందుకే నేను మిమ్ములను కనికరించలేను. మీరు ఇచట ఉండి నా పూజాదికాలు నిర్వర్తించవలసిందే. మీకు ప్రత్యామ్న్యాయంగా వేరెవరైనా వచ్చువరకు మీరు ఇచట వుండవలసినదే, దీనికి తిరుగు లేదు అంటూ మరల శిలా రూపం దాల్చింది అమ్మవారు.

మాతా ! అటులయిన యెడల నేను ఉండి మీ పూజాదికాలు నిర్వర్తించెదను, మా మిత్రులను విడుదల చేయి తల్లీ, గురువు గారి ఆజ్ఞను ధిక్కరించిన పాపము మాకు తగలనివ్వకు అని వేడుకుంటున్న ఉత్తరుని మాటలకు అమ్మవారి నుండి ప్రత్యుత్తరము రాకుండెను. అది గమనించి ఇక మన గతి ఇంతేనా ఉత్తరా , వలదు వలదు అని హంసవల్లి ఎంత చెప్పినా చెవిన పెట్టక ఇచట వసతి చేయించావు, నీ తప్పిదానికి మమ్మందరినీ బలి చేసావు అని ఉక్రోషముతో పలుకుతున్న ఒక సహాధ్యాయిని గాంచి హంసవల్లి క్రోధముతో ఏమి వదరుచున్నావు భీమేశ్వరా ? అందరూ అలసటతో డస్సి పోయి ఉన్నారనే కదా ఉత్తరుడు ఇచట విడిది చేయించినది. విశ్రాంతి అనగానే మారుమాటాడక తయారయిన నీవు ఇపుడు ప్రశ్నిస్తున్నావా? కష్టం ఎదురయినా నష్టం ఎదురయినా కలసి కట్టుగా పోరాడాలని గురువుగారు బోధించిన బోధనలు మరిచావా అని వాడిగా వాగ్బాణాలు సంధించింది.

వీరి వాగ్వివాదంలో ఉత్తరుడు కలగచేసుకుంటూ, శాంతించు హంసవల్లీ, భీమేశ్వరునిది ప్రధమ కోపము అని మనమందరమూ ఎరిగిన విషయమే కదా ! మన స్నేహితుని మీద మనమే కోపగించుకొనుట సమంజసమా? ఇపుడు ఉత్పన్నమయిన సమస్యకు సమిష్టిగా పరిష్కార మార్గము అన్వేషించకుండా ఈ వివాదమేల అని హంసవల్లికి సర్ది చెప్పి, భీమేశ్వరునివైపు తిరిగి సోదరా భీమేశ్వరా ప్రమాదం ఊహించక తప్పటడుగు వేసితిని . మీ అందరి సహకారము లేకుండా దీని నుండి బయట పడుట అసంభవం, నీ బుద్ధిబలం ఉపయోగించి ఉచిత సలహా వొసంగుము అని భీమేశ్వరుని శాంతింపచేసాడు.

ఆ పల్లెవాసులు ఈ ఆలయము వంక చూచుటకు కూడా ఎందులకు అయిష్టము వ్యక్తము చేసినారో ఇపుడు అవగతమగుచున్నది. ఆలయ ప్రాంగణములోకే ఎవరూ అడుగు పెట్టనపుడు మనము ఈ సమస్య నుండి బయటపడుట అసంభవం కదా అని ఒకరిలో ఒకరు చర్చించుకోసాగారు మిగిలిన సహాధ్యాయులు. సానుకూల ధోరణిలో యోచింప వచ్చును కదా, మనవలె తెలియకుండా ఎవరొకరు రాకపోవుదురా ! ఏ మార్గమూ లేనియెడల గురువర్యులు సహాయము చేయకుందురా? మన ప్రయత్నము మనము చేద్దాం భారము గురుదేవుల మీద ఆ

దైవం మీద వేద్దాం అని పలికిన హంసవల్లి మాటలకు అంతకుమించి చేయతగినది మాత్రము యేమున్నదిలే అంటూ దిగాలుగా ప్రాంగణములో కూలబడ్డారు అందరూ .

యే నిముషము యే ప్రమాదం ముంచుకొస్తుందో యే పొద వెనక యే ఆపద పొంచి ఉన్నదో , యే కొస నుండి విపత్తు పంజా విప్పుతుందో అర్థం కాక ప్రతి నిముషము అప్రమత్తులయి అరణ్యంలో ముందుకు సాగుతున్నాయి మిగిలిన రెండు బృందాలు. అడవి జంతువుల వల్ల ఎన్ని ప్రమాదాలు ఎదురయినా సాధ్యమయినంత వరకు వాటికి హాని చేయకుండా తన సహాధ్యాయులకు ఇబ్బంది కలుగకుండా ముందు ఉండి జట్టును నడిపిస్తున్నాడు అశ్వత్థవర్మ. క్రూరమృగాలను ప్రాణాలతో వదిలేసిన ప్రతిసారి అక్షితవల్లి వ్యంగ్య బాణాలను చిరునవ్వుతో ఎదుర్కొంటూనే వున్నాడు.

తూర్పు దిశలో అరణ్యాన్ని అధిగమించుతున్న సిద్ధార్థుడు, ఆపదలన్నిటికి తను ఎదురు నిలుస్తూ బృందంలోని సభ్యులకు కించిత్తు కూడా అసౌకర్యం కలగకుండా చూసుకుంటున్నాడు. కోయ గూడెములో బందితులు అయిన చంద్రకేశుని బృందం, అక్కడనుండి తప్పించుకొను మార్గము కానరాక ముంచుకొస్తున్న మృత్యువు ముప్పు యెలా తప్పించుకోవాలో తెలియక నానాటికీ నిరుత్సాహములో మునిగిపోతున్నారు. ఒక్క చంద్రకేశుడు మాత్రమే ఆశ వదలక మార్గాన్వేషణ చేయుచూనే యున్నాడు.

ఇక అమ్మవారి ఆలయంలో బందీ అయిన ఉత్తరుని బృందం తప్పించుకొనుటకు అనేక ప్రయత్నములు చేసి ఎందులోనూ సఫలము కాలేకపోయారు. పూజకు అవసరమయిన ఫలములు తెచ్చుటకు పరిసర ప్రాంతములలోకి వెళ్ళినపుడు తప్పించుకోచూసిన సహాధ్యాయులు ఎంత దూరము దౌడు తీసినా నైవేద్య సమర్పణ వేళకు ఆలయములోకి వచ్చిపడుట గమనించి ఇక ఆ ప్రయత్నములు మానుకున్నారు.

కట్టెలు కొట్టుకొనుటకు వచ్చిన ఎవరైనా పల్లెవాసుల సహాయము ఆశిద్దామని చూసినా వీరిని చూస్తూనే వారు దూరంగా పారిపోవడం గమనించి ఇక ఆ ఆశలు కూడా వదిలేసుకున్నారు. ఇక వేరు మార్గము కానరాక అమ్మవారి సేవలో మునిగిపోయి తమను అచ్చటనుండి తప్పించు రక్షకుడి రాకకోరకు ఎదురు చూచుచూ, తమను బంధవిముక్తులను కావించుమని ఆ అమ్మవారినే ప్రార్థిస్తున్నారు. ఉత్తరుడు హంసవల్లి మాత్రము సంపూర్ణ మనస్కులయి అమ్మవారిని ప్రార్థిస్తున్నారు. కరుణాతరంగిణి అయిన అమ్మవారు ఇంకెన్నో రోజులు తమను ఇలా బంధించి ఉంచదని త్వరలోనే స్వతంత్రులను చేస్తుందని సడలని నమ్మకంతో పూజలు సల్పుచున్నారు.

శిష్యులు ఆశ్రమాన్ని వీడిన క్షణము నుండి శారదా పీఠము దగ్గరనుండి లేవకుండా నిశ్చల ధ్యానములో మునిగిపోయి శిష్యుల గమనాన్ని, వారు ప్రమాదాలను ఎదుర్కొంటున్న తీరును గమనిస్తున్న గురువుగారి వద్దకు ఫలములు తీసుకొని వచ్చాడు ముఖ్య శిష్యుడు. గురువుగారూ వారందరు ఆశ్రమాన్ని వదలి దశ దినములు అయినది. మరియొక అయిదు దినములలో పక్షము రోజులు సమాప్తి అవుతాయి . వారు తమ ప్రయాణంలో సఫలమవుతారా

లేదా విఫలులయి తిరిగి వస్తారా అని ప్రశ్నించగా అన్ని విషయాలలో కుతూహలము పనికిరాదు నాయనా ! కొన్ని విషయాలలో ఫలితాన్ని కాలానికే వదలివేయుట మంచిది అని చిరునవ్వుతో బదులిచ్చారు అమృతానందులవారు.

రానున్న ఏకాదశి యే బృందానికి యే సవాళ్లు విసరనున్నదో మనము కూడా కాలానికే వదిలి వేచిచూద్దాం .

అపరాజిత – ఏకాదశ అంకం

తమను బంధించి అప్పటికే దశ దినములు దాటిపోయి పదునొకండో దినములోకి ప్రవేశించడంతో పూర్తి నిరాశా నిస్పృహలకు లోనయ్యి రాబోయే మృత్యువును స్వాగతించడానికి మానసికంగా సంసిద్ధులు అయిపోయారు చంద్రకేశుని బృందంలోని సహాధ్యాయులు అందరూ. అంత నిరాశ మంచిది కాదని యే నిముషంలో అయినా ఏదయినా జరగొచ్చని, అలా జరిగి తప్పించుకునే అవకాశం వచ్చినపుడు దానిని చేజిక్కించుకోవాలంటే ఉత్సాహంగా సన్నద్ధులై ఉండాలని చంద్రకేశుడు ఎన్నిమార్లు భోధిస్తున్నా యే ఒక్కరిలోనూ స్పందన లేకపోవడమే కాకుండా రోజులు గడిచేకొద్దీ అమ్మవారికి బలి అవ్వడం కోసమే తాము జన్మించాం అన్న భావన వారిలో పెరిగిపోసాగింది.

మొదట్లో సంకెళ్లతో బంధించి, ఆహారం అందించే సమయంలో మాత్రమే సంకెళ్లను తొలగించిన కోయవాళ్ళు, వారిలో తప్పించుకోవాలన్న తపన లేకపోవడం, జీవితేచ్ఛ నశించిపోవడం గమనించి వాళ్ళ కరచరణాలను స్వేచ్ఛగా వదిలేసి కుటీరము బయట మాత్రమే కావలి కాయసాగారు. అది గమనించిన సహాధ్యాయి, చంద్రకేశుని కడకు చేరుకొని చూసావా మిత్రమా ! మనం ఏవిధంగానూ బయటపడలేమని వాళ్లకు ఎంత నమ్మకమో, ఇది కాంచిన తదుపరి కూడా మీ ఆశలు సజీవంగా ఉన్నవా? అని ప్రశ్నించగా ఇపుడే నా ఆశలకు ఊతం దొరికినట్లున్నది. ఇన్నిదినములు ఖైదీలవలె కరచరణములు బంధింపబడి కదల వీలు లేకున్న మనకు ఇపుడు కుటీరం లో స్వేచ్ఛగా తిరిగే అవకాశం లభించినది. అటులనే మరి యొకటి రెండు దినములలో ఈ బందిఖానా నుండి బయటపడే అవకాశము లభించునేమో !! ఈ చర్య మన విడుదలకు భగవంతుడు మనకు చూపిన శుభ శకునముగా కానవస్తున్నది అని పలికాడు చంద్రకేశుడు.

భళా మిత్రమా భళా !! కీడు లో కూడా మేలు ను మాత్రమే దర్శించు నీ సానుకూల దృక్పథం అభినందనీయం. కానీ సంభవం కాని విషయము గురించి నువ్వు ఇంత ఆశతో ఉండటం మాత్రం సమర్థనీయం కాదు. నేడు ఏకాదశి, ఇంకొక నాలుగు దినములు మాత్రమే మనకు ఈ ధరణి మీద వసించు భాగ్యము ఉన్నది. ఎక్కడెక్కడో రాజాంతఃపురాలలో జన్మించిన మనమందరమూ తల్లిదండ్రులకు కూడా కడసారి చూపు దక్కకుండా అనామకుల వలె ఈ అనాగరికుల చేతిలో మరణించుటయే మన విధి. విధి రాతను తప్పించుట ఎవరి తరము.

అయినవారితో గడుపు భాగ్యమెలాగూ లేదు, చెంతనున్న స్నేహితులతో అయినా ఈ నాలుగు దినములు ఆనందముగా గడుపుట ఉత్తమము అని చంద్రకేశుని వీడి మిగతా నేస్తాల దగ్గరకు వెళ్ళిపోయాడు.

వెళ్తున్న మిత్రున్నే చూస్తూ మీరందరూ ఆశలు వదిలేసుకున్ననూ నేను నా ఆశ వదులుకోలేను , అందులకే గురువుగారు ఇచ్చిన రక్ష ను ఉపయోగించలేదు. గురువర్యా , తుది క్షణము వరకూ మానవ ప్రయత్నంతో సమస్యను ఎదుర్కోడానికి ప్రయత్నించెదను. వేరే యే అవకాశము లేదు బలి పీఠము అధిరోహించుట తప్ప అన్న క్షణములో మాత్రమే మీ సహాయము కోరెదను. అటుల మిమ్ము సహాయము అభ్యర్దించు అవసరము రాకుండ మా స్వశక్తి తో సాధించునటుల అనుగ్రహించి ఆశీర్వదించండి అని మనసులోనే అమృతానందుల వారిని స్మరించుకున్నాడు.

చంద్రకేశుడు ఇటుల గురువుగారిని స్మరించుకుంటున్న సమయములోనే వెలుపలనుండి కోయ యువతుల ఆక్రందనలు , హాహాకారాలు వినిపించసాగాయి . ముందుగా అది తన ఊహ ఏమో అని ఊరకుండిన చంద్రకేశుడు అంతకంతకు ఆర్తనాదాలు మిన్నంటడంతో రివ్వున కుటీరము వెలుపలకు వెళ్లి చూడగా వీరిని బంధించిన కుటీరముకు వంద ధనువుల దూరములో ఉన్న కుటీరము అగ్నికి ఆహుతి అవుతూ కానవచ్చినది.

అవి అన్నియూ రెల్లు గడ్డితో కప్పిన కుటీరములు కావడం చేత ఒకదాని వెంట ఒకటి అగ్నికి ఆహుతి అవుతున్నాయి. అగ్ని దేవుడు తీరని ఆకలితో రెప్పపాటులో ఒక్కో కుటీరాన్ని తన అగ్ని కీలలకు ఆహుతి చేస్తూ అతి వేగముగా మిగిలిన కుటీరాలను ఆక్రమించుకోసాగాడు. మిట్ట మధ్యాహ్నం మింటిన చండ ప్రచండంగా తన ప్రతాపాన్ని చూపుతున్న భానుడితో పోటీపడుతూ అగ్ని కీలలు గగనానికి యెగబాకుతున్నాయి. గూడేనికి , బందీలకు కావలిగా ఉన్న కోయలు తప్ప మిగిలిన అందరూ వేట కోసం , తేనె ఇంకా అడవి పూసలు, పువ్వులు, మూలికలు సేకరించడం కోసం అరణ్యంలోకి వెళ్లడంతో, కుటీరాలలో అరణ్యంలోకి వెళ్ళ వీలులేని పిల్లలు , జవసత్వాలుడిగిన వృద్దులు, బాలింతరాళ్లు , నిండు గర్భిణీలు తప్ప ఇంకెవరూ లేరు.

చురుకుగా కదలలేని బాలింతలు, నిండు గర్భిణీ స్త్రీలు అకస్మాత్తుగా వచ్చి పడిన ప్రమాదానికి ఏమి చేయాలో అర్ధం అవక, ఎటు కదలాలో తెలియక ఆ వేడిమికి హాహాకారాలు చేయుచుండగా రెట్టించిన ఉత్సాహంతో ఒక్కో కుటీరాన్ని కబళించసాగాడు అగ్నిదేవుడు. ఉన్న కొద్దిమంది కోయ యువకులు ఆ పరిస్థితినెదుర్కోలేక కొందరు మిగిలినవారిని తోడ్కొని వచ్చుటకు అరణ్యములోనికి పరుగిడగా మిగిలిన సగం మంది అచట ఉన్నవారిని కాపాడుటకు ప్రయత్నించసాగారు.

చూచినంతనే పరిస్థితి అవగతం చేసుకున్న చంద్రకేశుడు లోపలికి చూచి మిత్రులారా ఈ గూడెం మొత్తాన్ని అగ్ని ఆవహించి ఉన్నది . మీరు కూడా కలసి వస్తే వారికి సహాయము చేయవచ్చు అని పలుకగా, స్వర్ణపురి యువరాజు విక్రముడు ముందుకేతెంచి యే క్షణంలో

అయినా ఇక్కడ నుండి బయట పడు అవకాశము లభించవచ్చు అని మీరు చెప్పిన మాటలు అక్షర సత్యములయినవి. మనలను కన్నవారి పూజల ఫలము వలన ప్రాణములతో బయటపడు అవకాశము లభిస్తే తప్పించుకొని పోక మనకి ప్రాణహాని కలిగించ తలబెట్టిన వారకు సహాయము చేయమనుచున్నావు. ఇది నీకు అనుచితము అనిపించుటలేదా చంద్రకేశా అని ప్రశ్నించగా, విక్రమా! ఆపదలో ఉన్నవారు శత్రువులయినా ఆదుకోవడం ఆదరించడం మానవ ధర్మం. అటులనే తన రాజ్య ప్రజల క్షేమం రాజు కర్తవ్యం, వీరందరూ మనలో ఏదో ఒక రాజ్యానికి చెందినవారే కదా ! మరి వారిని రక్షించుట మన ధర్మము కదా అని ఎదురు ప్రశ్నించాడు చంద్రకేశుడు.

తనకు మాలిన ధర్మం వలదని మీకు తెలియదా చంద్రకేశా , మన ప్రాణములు హరించ తలచినవారిని రక్షించుట అంత తెలివితక్కువ పని ఇంకొకటి లేదు. వారు మనలను గమనించేలోగా తప్పించుకొనుట శ్రేయస్కరము. మారు మాటాడక అందరూ నన్ను అనుసరించండి అని హెచ్చరించాడు విక్రముడు. స్త్రీ, బాల, వృద్ధుల మీద పగ సాధించ వలదని ఆర్యోక్తి. మనల్ని బంధించి ఉంచినా అతిధుల వలె సమయానికి అన్న పానీయములు సమకూర్చిన వారిని ఆపద చుట్టుముట్టిన వేళ నా స్వార్ధముకొరకు వదలి వెళ్ళలేను, అలా అని నాతో ఉండమని మిమ్మల్ని ఆదేశించలేను . మీరందరూ నిరభ్యంతరంగా తప్పించుకొని వెళ్ళవచ్చు అని చెప్పి కోయ యువకులకు సహాయమొనరించుటకు వాయు వేగమున తరలి వెళ్ళాడు చంద్రకేశుడు.

చంద్రకేశుడు వెళ్లడంతో మిగిలినవారి వైపు చూసి మీరు ఎవరిని అనుసరించదలచుకున్నారు అనగా యేమీ తేల్చుకొనలేక సందిగ్ధంలో పడిన వారిని పరికిస్తూ అప్పటివరకు మౌనంగా ఉన్న చంద్రసేన, విక్రముడికి ఎదురు నిలిచి, విక్రమా వారు మనకు హాని చేసారా లేదా మేలు చేసారా అన్నది పక్కన పెడితే మన మిత్రుణ్ణి వదలి మనము మాత్రం తప్పించుకొని పోవుట ఎంతవరకు సమంజసం? చిరుప్రాయము నుండి కలసి మెలసి విద్య ఆర్జించిన మిత్రుణ్ణి వదలి కాపాడుకున్న ప్రాణములకు విలువ ఉండునా ? చెలిమిని మూల్యంగా చెల్లించి నిలుపుకొను ప్రాణములు నాకు అవసరము లేదు నేనునూ చంద్రకేశుని అనుసరించెదను అని ముందుకు నడిచింది .

చంద్రసేన వాక్కులకు కనువిప్పు కలిగిన విక్రముడు ఆగు చంద్రసేనా మేమునూ వచ్చుచున్నాము అంటూ చంద్రసేనను అనుసరించగా మిగిలిన అందరూ విక్రముని అనుసరించి ముందుకు సాగారు.

సమీపములో ఉన్న నుయ్యి నుండి చేదలతో జలమును తోడి తెచ్చి అగ్నిదేవుని విజృంభణకు ఆనకట్ట వేయ ప్రయత్నించుచున్న చంద్రకేశునికి సహాయముగా వెళ్లిన మిత్ర బృందాన్ని పరికించి చిరునవ్వు విసురుతూ, స్వర్ణపురి యువరాజులు దారి మళ్లినట్లున్నారు యెందులకో అని ప్రశ్నించగా , దారి మళ్ళలేదు మిత్రమా సరి అయిన దారిలోకి అడుగిడినాను. అన్ని ధర్మములకన్నా స్నేహ ధర్మం మిన్న అని నా స్నేహితుడు చూపిన దారిలో పదము

కలిపినాను అని బదులిచ్చాడు. ఆనందంగా విక్రముని ఆలింగనము చేసుకొని పద పద అగ్నిదేవుని శాంతిపచేయవలె అంటూ ముందుకు కదిలాడు.

యువక బృందం జలమును తోడి తెచ్చి అగ్నిని అదుపు చేయుటకు ప్రయత్నించుచుండగా, యువతులు దిక్కుతోచక చూచుచున్న అసహాయ స్త్రీలను సురక్షిత ప్రాంతముల వైపు మళ్ళించుచున్నారు. అంతకంతకూ ప్రజ్వరిల్లుతున్న అగ్ని కీలల ధాటికి సుకుమారులయిన రాకుమారులు మేను ఎర్రబారి ఒక్కొక్కరూ ఒక్కో అగ్నిశిఖలా ప్రభాసిస్తున్నారు. మీదు మిక్కిలి చికాకు కలిగించుచున్న బాధను లెక్కచేయక తమ కర్తవ్య దీక్షలో మునిగిపోయారు.

అరణ్యములోనికి వెళ్లిన కోయ దొర మిగిలినవాళ్లు అందరూ వచ్చువరకు సగం గూడెం అగ్నికి ఆహుతి అవగా మిగిలిన కుటీరాలను రక్షించడానికి అచ్చట ఉన్న కొద్దిపాటి కోయ యువకులతో సరిసమానంగా తాపత్రయ పడుతున్నారు మిత్ర బృందం. స్త్రీలను పిల్లలను వృద్ధులను అమ్మోరి పీఠం దగ్గరకి చేర్చి సపర్యలు చేయుచున్నారు శిష్య బృందంలోని రాజకుమార్తెలు. చూస్తూనే ప్రమాద తీవ్రతను ఆకళింపు చేసుకున్న కోయ దొర ఆజ్ఞలతో అరణ్యం నుండి తిరిగి వచ్చిన వాళ్ళు అందరూ శిష్య బృందానికి సహకరించి సూర్యుడు పశ్చిమాద్రికి ఒరిగే సమయానికి అగ్నిజ్వాలలను పూర్తిగా అదుపులోకి తెచ్చి ఆర్పివేశారు.

అగ్ని దేవుడు గూడేన్ని వదలి వెళ్లిన తదుపరి నీరసంతో ఒక్కొక్కరుగా అమ్మోరి పీఠం ఎదురుగా కూలబడ్డారు అందరూ . కుటీరాలు కోల్పోయిన కోయవారు తమకు నిలువ నీడ లేకుండా పోయినందుకు విలపిస్తుంటే దొర ఊరడించి జరిగిన నష్టం ఎంతో అంచనా వేసి అందరం కలిసి గూడు కోల్పోయిన వాళ్లకు గూడు ఏర్పరుద్దాం. అప్పటివరకూ గూడు కోల్పోయిన వాళ్లకు మిగతావారు ఆశ్రయం ఇవ్వాలి అని తీర్మానం చేసి శిష్య బృందం వైపు తిరిగి మేము మిమ్మల్ని అమ్మోరు తల్లికి బలి ఇవ్వబోతున్నాం అని తెలిసి కూడా దొరికిన అవకాశాన్ని అందిపుచ్చుకొని పారిపోకుండా కీడు తలపెట్టిన మాకు మేలు చేసారు. మమ్మల్ని కాపాడటానికి ఆ అమ్మోరు తల్లే మిమ్మల్ని పంపినట్టున్నాది . ఇంకా మిమ్మల్ని బంధించి ఉంచితే మాకు పుట్టగతులు ఉండవు . వెళ్లిపోండి దొరల్లారా అని దండం పెడుతూ చెప్పాడు గూడెం దొర సింగన్న.

అతని మాటలకు అందరు సంతోషించినవారై, చంద్రకేశునితో నీ ఆలోచనా ధోరణి ఎప్పటికి తప్పు కాదని మరోమారు రుజువైనది మిత్రమా! శత్రువును సైతం మంచితనంతో మచ్చిక చేసుకొనవచ్చని నిరూపించావు అని మిత్రుని ఆలింగనం చేసుకున్నాడు విక్రముడు. ఆపద తొలగిపోయినందుకు మిక్కిలి సంతోషంతో గురుదేవులను తలచుకొని సరి అయిన మార్గంలో నడిపినందుకు మనసులోనే కృతజ్ఞతలు తెలియ చేసుకున్నాడు చంద్రకేశుడు.

ఇంకనూ చేతులు జోడించే నిలబడిన సింగన్న దొరను సమీపించి పెద్దవారు మీరు మాకు చేతులు జోడించవలసిన అవసరము లేదు. మమ్ము బంధ విముక్తులను గావించినందులకు మేమే మీకు ఋణపడి ఉన్నాము. ఇక మాకు సెలవిప్పించిన యెడల మా అధ్యయన యాత్ర

కొనసాగిస్తాము అని వినమ్రంగా తెలిపాడు చంద్రకేశుడు. అట్టానే కూనా, చీకట్లు ముసురుకుంటున్నాయి ఈ పూటకు మా ఆతిథ్యం స్వీకరించి రేపు పొద్దుగాల పయనమయినా సరే, లేదు ఇపుడే బయలెల్లుతామన్నా సరే మీ ఇష్టం అని చెప్పిన సింగన్న దొర తో లేదు దొరా ఇప్పటికే మేము మా సహాధ్యాయులు కన్నా వెనుకంజలో ఉన్నాము. ఇపుడే మా ప్రయాణాన్ని కొనసాగిస్తాము అని అందరి దగ్గరా సెలవు తీసుకొని తమ వస్తువులు తెచ్చుకొని అక్కడనుండి బయలుదేరారు చంద్రకేశుడి బృందం.

వారు రెండు అడుగులు కూడా ముందుకు వేయకుండానే ఎక్కడికిరా మీరు వెళ్ళేది, గూడెం ప్రజల కళ్లుగప్పినంత తేలిక అనుకున్నారా నన్ను మోసం చేయడం అని వెనకనుండి వినవచ్చిందొక స్వరం .

అపరాజిత – ద్వాదశ అంకం

ఉరుములేని పిడుగులా ఇదేమి ఉపద్రవం అనుకుంటూ వెనుతిరిగిన చంద్రకేశుని బృందానికి ఆగ్రహంతో ఊగిపోతున్న గూడెం పూజారి కనిపించాడు. ఇప్పటివరకూ తాము బంధితులుగా ఉండుటకు కారణమయిన వ్యక్తే ఇపుడు కూడా అడ్డు రావడంతో విక్రముడు ఆవేశం ఆపుకోలేక ముందడుగు వేయబోగా తన వామ హస్తముతో అతన్ని వారించి , నిదానించు విక్రమా అని పలికాడు చంద్రకేశుడు.

ఈ పూజారి గుంట నక్కలాంటివాడు అని మనకు ముందే తెలిసింది కదా మిత్రమా ! ఇప్పటివరకూ మన దురవస్థకు కారణమీతడే, ఇపుడు కూడా వాళ్ళ మనసులు మార్చి మరల మనలను బంధీలుగా మార్చ యత్నించుచున్నాడు. ఇంకనూ ఈతడిని ఉపేక్షించి వదిలివేయవలెనా అని ఉద్రేకపడుతున్న విక్రముడితో , విక్రమా శాంతించు . ముందు సింగన్న దొర అభిప్రాయము వెల్లడి చేయనివ్వు . తదుపరి మనం ఏమి చేయవలెనో యోచింతుము అని సమాధానపరిచాడు .

వీరిరువురూ ఇలా సంభాషించుకుంటున్న తరుణంలోనే సింగన్న దొర పూజారయ్య వంక తిరిగి , ఈ కూనలందరూ మన గూడెం మొత్తం అగ్గి దేవుడికి ఆహుతి అవకుండా కాపు కాసినారు . అమ్మోరుతల్లి ఈ కూనలను ఇందుకే మన గూడేనికి అంపినట్లుంది. అందుకే వాళ్ళను ఎళ్లిపొమ్మని నేనే సెప్పాను . నువ్వు ఎందుకు అడ్డు పడుతున్నావు పూజారయ్యా అని అడిగాడు . దానికి అతను అగ్గి దేవుడి బారినుండి కాపాడారో లేదా వాళ్లే అగ్గి రాజేసారో మీరు చూశారా? అమ్మోరికి బలి ఇవ్వడానికి సిద్ధం చేసిన బలిపశువులు వాళ్ళు , ఆ బలి తప్పించుకోడానికి వాళ్ళు చేసిన మాయ ఇది. ఆ మాయలో పడి అమ్మోరు తల్లికి ఎదురెళ్తున్నావు దొరా నువ్వు. ఇది ఈ గూడేనికే ప్రమాదం అని వాళ్ళను భయకంపితులను చేయడానికి తన శాయశక్తులా ప్రయత్నించసాగాడు .

పూజారయ్యా ! వాళ్ళను బంధించిన కుటీరానికి మేమందరమూ కావలిగా ఉన్నాము. వారిలో ఒకరు కూడా బయటకి రాలేదు. అగ్గి రాజుకుంది అని చిత్రాంగి వేసిన కేకలకు మేము దవ్వున పోయి చూస్తేగానీ అగ్గిరాజుకున్నట్లు మాకే తెలీలేదు . మా కేకలు విన్న తర్వాత ఈ కూనలు బయటకి అడుగు పెట్టారు . మీరేమో వాళ్లే అగ్గిపుట్టించారని చెప్తున్నారు ఇదెలా సాధ్యం పూజారయ్యా అని అడిగాడు ఒక కోయ యువకుడు. అతను చెప్పిన విషయానికి అందరూ నిక్కమే

కదా ఇది అన్నట్లు తలలాడించారు . ఎపుడూ భయభక్తులతో ఏది చెప్పినా నోరు మెదపక వినేవాళ్ళు ఎదురు మాట్లాడేసరికి రోషంతో ఊగిపోయాడు పూజారి .

ఏమిరా, ఈ నాగరికులు మాయలో పడి నాకే ఎదురు చెప్తున్నారా ? అమ్మోరుతల్లిని తలుచుకొని ఒక్కసారి శపిస్తినా పాతాళంలోకి అణగిపోతావు అని కళ్ళెర్ర జేశాడు. ఆ మాటలకి బెదరి తలవంచుకుని దొర వెనకకు వెళ్లి నిలబడ్డాడు ఆ కోయ యువకుడు. ఎందుకు అంత కోపం పూజారయ్యా , శివుడు అడిగినదాంట్లో తప్పు యేమున్నాది ? కుటీరం దాటి అడుగు బయటెట్టని కూనలు అగ్గి యెట్టా రాజేస్తారు అని అడిగాడు దొర . వాళ్ళు నాగరీకులని మర్చిపోతుండారా మీరు? నాగరికులు అంతా తల్లికి తెలియకుండా పిల్లను , కంటికి తెలియకుండా కనుగుడ్డును మాయచేయగల మోసగాళ్లు. మనమేమో అన్నెం పున్నెం ఎరుగని అడవిబిడ్డలం. అందుకే అలవోకగా వాళ్ళ మాయలో పడేస్తున్నారు అంటూ తన మాటే నెగ్గించుకోవాలని తన మాటలగారడీ ప్రదర్శిస్తున్నాడు గూడెం పూజారి .

ఇంకొద్దిసేపు అతను అలాగే మాట్లాడితే మనల్ని ఇక్కడికిక్కడే ఇప్పటికిప్పుడే బలి ఇచ్చేలా ఉన్నారు. ఇప్పటికైనా నువ్వు కలగచేసుకో మిత్రమా అని పోరుతున్నాడు విక్రముడు. ఈలోగా సింగన్న దొర కల్పించుకుంటూ నువ్వు ఎన్ని చెప్పినా ఈ కూనలు మనకి అపకారం తలపెట్టేవాళ్ళు అంటే నా మనసు అంగీకరించడంలేదు పూజారయ్యా . నాగరికులై కూడా అనాగరికులయిన మనల్ని చూసి ఛీత్కరించుకోకుండా మనవాళ్లకు సేవలు చేసారు. మనం బలి ఇవ్వడానికే బంధించాం అని తెలిసినా అవకాశం దొరికింది కదా అని పారిపోకుండా మన వాళ్ళను రక్షించారు. అక్కడే తెలియట్లేదా వాళ్ళ మంచితనం. అందుకే నేను వాళ్ళను వదిలేస్తున్నాను. ఇందుకు అమ్మోరుతల్లి ఆగ్రహిస్తే నా పేనాలు బలి ఇచ్చుకుంటాను కానీ గూడెం జనాల బతుకు పెమాదంలోకి నెట్టను అని ధీటుగా బదులిచ్చాడు సింగన్న దొర .

లేదు వాళ్ళను వదిలేయడానికి నేనొప్పను, వాళ్ళను అమాస పూట అమ్మోరుతల్లికి బలి ఇవ్వాల్సిందే అని ఉన్మత్తుడిలా ఊగిపోతూ బదులిచ్చాడు పూజారి . యే పెమాదం వచ్చినా తన పేనాలు ఎదురొడ్డి అయినా నిలుస్తానని చెప్తున్నా ఎందుకు అతను అంత పంతం పడుతున్నాడో అర్థం అవక విస్తుపోవడం దొర వంతు అయింది .

సంశయం కలిగితే మనసులో దాచుకోవడం అలవాటు లేని అడవిబిడ్డ అవడం వలన అదే విషయాన్ని పూజారిని అడిగాడు . ఎందుకు పూజారయ్యా నీకు ఇంత పంతం , ఈ గూడేనికి దొరను నేను , గూడేన్ని కాపాడుకోవటం నా ధర్మం . అలాంటి నేనే వాళ్ళు అమాయకులని నమ్మి వదిలిపెడుతుంటే నువ్వెందుకు అడ్డొస్తున్నావు అని అడిగాడు.

చూడు దొరా , నువ్వు ఈ గూడేనికి దొరవేమో కానీ నేను అమ్మోరుతల్లి ముద్దు బిడ్డను , ఆ తల్లికి పూజలు చేస్తూ మిమ్మల్ని అందరినీ చల్లగా చేసేలా చేస్తుంది నేనే . అలాంటి నా మాటకే యెదురు పలుకుతున్నావా ? నోరు తెరిచి ఈ గూడెం మొత్తాన్ని శపించకముందే నా మాటవిని వాళ్ళను బంధించండి లేదా అమ్మోరుతల్లి కోపానికి మాడి మసి అయిపోతారు అని

ముక్కుపుటాలు అదురుతుండగా అడవి అంతా ప్రతిధ్వనించే అంత పెద్ద గొంతుతో వదరడం మొదలు పెట్టాడు.

అపుడు గుంపులోనుండి ముందుకు వచ్చాడొక శతాధిక వృద్ధుడు. ఆపరా శేషన్నా! నీ అబద్ధపు మాటలు, దొంగ వేషాలు ఇకనైనా ఆపకుంటే నీ గుట్టు మొత్తం బయట పెడతాను అంటూ పూజారయ్యకి ఎదురు నిలబడి మాట్లాడుతున్న వృద్ధుడిని అందరూ ఆశ్చర్యంతో చూడసాగారు. అమ్మోరుతల్లికి పూజలు చేసే పూజారిని కూడా దేవుడిలా కొలిచే ఆచారం ఉన్నతెగ అది. అలాంటిది పూజారిని పేరు పెట్టి పిలవడమే కాకుండా తిట్టడం వాళ్ళ ఆశ్చర్యానికి ఒక కారణం అయితే మాటలు రాని మూగతాత ఆ మాటలు మాట్లాడటం మరింత ఆశ్చర్యానికి దారి తీసింది.

ఆ మూగతాతను చూసి పూజారి కొద్దిగా బెదిరినట్లు వెనక్కి తగ్గితే సింగన్న దొర ఆశ్చర్యంతో ముందుకు వచ్చి తాతా నీకు మాటలు వచ్చా ? నాకు ఊహ తెలిసిన సంధి అందరూ నిన్ను మూగతాత అనడమే నాకు తెలుసు. నీకు మాటలు వస్తే ఇన్నిరోజులు ఎందుకు మూగవాడిగా ఉండిపోయావ్ ? నువ్వు తిట్టినా ఈ పూజారయ్య నోరు మెదపకపోవడానికి కారణం ఏంటి అని అడిగాడు.

అన్నిటికీ కారణం ఈ దుర్మార్గుడే దొరా ! నా బిడ్డ కూడా పూజారి పదవికి పోటీ పడుతున్నాడని తెలిసి వాడిని హతమార్చి వీడు పూజారి అయ్యాడు . కళ్ళముందే బిడ్డను పోగొట్టుకున్న దుఃఖంలో ఉన్న నన్ను, నోరు తెరిచి ఈ విషయం ఎక్కడైనా బయటపెడితే గూడెం లో ఉన్నవాళ్లందరినీ క్షుద్ర శక్తులకు బలి ఇస్తానని బెదిరించాడు. నోరు తెరిచి నిజం చెప్పలేక ఆనాటినుండే మూగవాడిగా మారిపోయాను .ఇపుడు కూడా ఇందరు అమాయకుల ప్రాణాలు బలికాకూడదనే నేను ముందుకు వచ్చి వాడి నిజస్వరూపం మీకందరికీ తెలియచేయాలనుకున్నాను .

మంచితనం ముసుగులో తన క్షుద్రశక్తుల సాయంతో ఈ గూడేన్ని తన వశం చేసుకోవాలని ఎన్నోసార్లు ప్రయత్నించాడు . కానీ ఆ అమ్మోరు తల్లి దయ నీ మీద పుష్కలంగా ఉండటంవల్ల అది కుదరలేదు . అందుకే ఇపుడు ఇంకా శక్తివంతమయిన క్షుద్ర శక్తులను వశం చేసుకోడానికి అమ్మోరుతల్లి పేరు చెప్పి ఈ కూనలను బలి ఇవ్వాలనుకున్నాడు. అమాస దాకా ఆగలేక గూడెం లో ఉన్న బాలింతలను పసికూనలను దుష్ట శక్తులకు అర్పణ కావించాలనుకున్నాడు. ఆ మారణకాండ కొనసాగకుండా ఈ కూనలు అడ్డుకున్నారని ఉన్మత్తుడై ప్రవర్తిస్తున్నాడు అని అందరికీ పూజారి బండారం బట్టబయలు చేసాడు .

తన గురించిన వాస్తవాలు బయటకు వచ్చేసరికి అందరూ తేరుకునేలోగా పలాయన మంత్రం పఠిస్తూ మెల్లగా జారుకున్నాడు పూజారి శేషన్న. అంతకాలం తమను మోసగించినందుకు కోపం కట్టలు తెంచుకోగా గూడెంలోకి ఇంకోసారి అడుగుపెడితే క్షణం కూడా ఆలోచించక ప్రాణాలు తీసేయమని ఆజ్ఞ ఇచ్చాడు సింగన్న దొర .

ఆ తరువాత చంద్రకేశుని బృందం వంక తిరిగి మా అమాయకత్వాన్ని ఆసరాగా తీసుకొని ఇన్నిరోజులు నమ్మించి మోసం చేసిన నయవంచకుడి గురించి కూడా మీ కారణంగానే నిజం తెలుసుకోగలిగాము. ఇక మీరు నిరభ్యంతరంగా వెళ్ళవచ్చు. అంతేకాకుండా భవిష్యత్తులో మీకు మా నుండి ఎటువంటి సాయం కావాలన్నా కాదనక చేసిపెడతామని అమ్మోరుతల్లి సాక్షిగా వాగ్దానం చేస్తున్నా అని మాట ఇచ్చాడు సింగన్న దొర.

మాట ఇచ్చినంత సంతోషం వదిలిపెట్టారు అది చాలు అనుకుంటూ క్షణం కూడా జాగు చేయక తమ ప్రయాణం కొనసాగించారు చంద్రకేశుని బృందం. ఒక బృందం కథ సుఖాంతం అయింది ఇక మిగిలిన వాళ్ళ గురించి తరువాతి భాగంలో తెలుసుకుందాం .

అపరాజిత – త్రయోదశ అంకం

కృష్ణ పక్ష ఏకాదశి, నాలుగు దినములలో అమావాస్య సమీపించుచున్నందున సంధ్య చీకట్లు అలుముకున్న కొంత సమయానికే అంబరం కాల వస్త్రమును ధరించినట్లు చిక్కని చీకటి పులుముకొని పరిసరాలను దృష్టిపథం నుండి మరుగు పరుస్తోంది . దట్టమయిన వృక్షరాజములతో కూడి ప్రభాతాన్ని కూడా నిశిరాత్రివలె భ్రమింపచేసే అరణ్యం కాటుక రంగును పులుముకున్నట్లు చెంతనే ఉన్న వస్తువులను కూడా కానరానివ్వకుండా చేస్తోంది. నిశీధి కి శీతగాలులు కూడా తోడవడంతో అరణ్యంలో జన్మతః నిశాచరులయిన కొన్ని మృగములు, కీటకాదులు తప్ప మిగిలిన జంతు సంచారం మందగించింది. అలాంటి శీతగాలులలో సైతం ప్రయాణం ఆపకుండా కొనసాగిస్తున్నారు అశ్వత్థవర్మ బృందం.

దశదినముల నుండి అరణ్యసంచారం నెరపుతున్నందున మృగాల సంచార వేళలు, వాటి నెలవులు, ఆహారాన్వేషణ విధానాల మీద పట్టు సాధించారు బృంద సభ్యులు. ఎదురవుతున్న ప్రతి ఆపద నుండి ఒక కొత్త విషయం నేర్చుకుంటూ అభ్యాసం కొనసాగిస్తున్నారు. శీతగాలుల దాడి క్షణ క్షణమునకు ఎక్కువ అవుతున్న వేళ అగ్రజా ఈ రోజుకు ఇక విశ్రమిద్దాం అని అరుణాక్షి కోరడంతో విశ్రమించడానికి సరి అయిన తావు (ప్రదేశం / స్థలం) కొరకు అన్వేషించడం మొదలు పెట్టాడు అశ్వత్థవర్మ .

సమీపంలో కనిపించిన సెలయేరును చూపిస్తూ ఈ తావు విశ్రమించుటకు అనువైనదిగా ఉన్నది అని అశ్వత్థవర్మ కి సూచించింది అక్షితవల్లి . అరణ్యంలో ప్రథమ అనుభవాన్ని జ్ఞప్తికి తెచ్చుకుంటూ, సెలయేళ్ళ సమీపంలో మృగసంచారం అధికంగా ఉంటుంది. అందువల్ల కింద విశ్రమించడం ప్రమాదకరం. వృక్షముల మీద విశ్రమించాలి లేదా మరియొక తావును అన్వేషించాలి అని బదులు పలికాడు అశ్వత్థవర్మ. చెంతనున్నవారే కంటికి కనిపించని ఈ నిశీధిలో మరియొక అనువయిన తావును అన్వేషించుట సులభ సాధ్యము కాదు కదా మిత్రమా, కనుక దాపులనున్న వృక్షములలో అనువుగా నున్న వృక్షములను ఎంచుకొని విశ్రమించుట శ్రేయస్కరం అని సూచించాడు అభిమన్యు భూపతి . మిగిలిన అందరూ దానికి సమ్మతించడంతో ముందుగా మిగిలినవారిని అందరినీ విశ్రమించమని, వారి రక్షణ కొరకు కావాలి కాసే బాధ్యతను స్వీకరించారు మిత్ర ద్వయం.

కానీ అక్షితవల్లి అందుకు అభ్యంతరం తెల్పుతూ నాకు కొంత తడవు మేల్కొని నిశీధిలో ప్రకృతి సోయగాలను కాంచవలెనని కాంక్షగా యున్నది. కాబట్టి మీరిరువురిలో ఒకరు విశ్రమించి రెండవవారు నాకు తోడుగా రక్షణ బాధ్యత వహించవచ్చు అని తన కోరికను వెలిబుచ్చింది. అందులకు అభ్యంతరము తెలుపుతున్న అశ్వత్థవర్మతో మా సోదరి మనసులోకి ఏదైనా కోరిక ప్రవేశించినయెడల అది సాధించువరకు ఆమెకు ఆకలి దప్పులు తెలియవు అను సంగతి మీకు విశదమే కదా మిత్రమా ! ఇక వాగ్వివాదమెందులకు నేను విశ్రమించెదను మీరిరువురూ రక్షణ బాధ్యత వహించండని పలికి అనువుగా ఉన్న వృక్ష శాకము పైకి అధిరోహించి దట్టీతో తనను తాను వృక్ష శాకమునకు బంధించుకొని ప్రశాంతంగా విశ్రమించాడు అభిమన్యు భూపతి.

ప్రకృతి లో అభ్యాసము కొరకు బయలుదేరిన దినమున గురువుగారి పిడిబాకు దాడి నుండి రక్షించిన క్షణము నుండి అశ్వత్థవర్మ పై అభిమానం పెంచుకున్నది అక్షితవల్లి. అటు పిమ్మట మువ్వన్నెల మెకం బారినుండి రక్షించు క్రమములో తనను అర్ధ నగ్నముగా చూసిన పిమ్మట ఆ అభిమానం ప్రేమగా మారి, అతనికి తన వలపును తెలియచేయు అవకాశం కొరకు వేచి చూస్తోంది. ఇపుడు తలవని తలంపుగా ఆ అవకాశం లభించడంతో జాగు సేయక తన మనసును తెలుపుటకు అశ్వత్థవర్మ సమీపమునకు చేరింది అక్షితవల్లి.

ఏవైపు నుండి ఏ ప్రమాదం ముంచుకొస్తుందో అని తీక్షణంగా పరిసరాలను గమనిస్తున్న అశ్వత్థవర్మ, తన వెనుక వినిపించిన అడుగుల ధ్వనికి వెనుతిరిగి చూడగా, నాసికాగ్రములనుండి వెలువడుతున్న వేడి నిట్టూర్పులు తన మేనిని తాకేంత దగ్గరగా వచ్చి ఉన్న అక్షితవల్లిని గమనించి అప్రయత్నంగా అడుగు వెనుకకు వేసి ఏమి జరిగినది అక్షితవల్లీ ? నిశీధిలో ప్రకృతిని ఆస్వాదిస్తానని పలికి మా సమీపమునకు వచ్చిన కారణమేమి అని అడుగగా , ప్రకృతిని ఆస్వాదించుటకే మీ చెంతకు వచ్చితిని రాకుమారా ! మనసైన చెలికాడు పక్కన ఉంటే ప్రకృతి ఇంకా శోభాయమానంగా కనిపిస్తుంది. ఈ కృష్ణ పక్షం కూడా శుక్లపక్షమువలె వెన్నెలలు కురిపిస్తుంది అందులకే ఆ రమణీయతను ఆస్వాదించుటకే మీ చెంతకు చేరినాను అని తన మనసులో మాటను అశ్వత్థవర్మకు తెలియ చేసింది.

ఆమె వెల్లడించిన భావనలు ఆలకించి ఆశ్చర్యముతో కన్నులు పెద్దవి కాగా ఆమెకు తన మీద అలాంటి భావన ఉన్నందుకు ఎలా స్పందించాలో అవగతము కాక కొంత తడవు (సమయం) మౌనంగా ఉండిపోయాడు. అతని మౌనాన్ని ఇంకోలా అర్థం చేసుకున్న అక్షితవల్లి అతను తన ప్రేమను అంగీకరించాడనుకొని ఆనందపడుతూ , అందరూ పున్నమి చంద్రుని వెన్నెల వెలుగులతో ప్రణయ విహారం కోరుకుంటారు కానీ ఈ నిశీధిలో ప్రశాంతమయిన పరిసరాలలో, చెలికత్తెలు వింజామర వీచుచున్నట్లు మృదుమధురంగా వీస్తున్న మలయ పవనాల మధ్య మది దోచిన మన్మధుడితో విహారం అంతకన్నా బహుబాగుగానున్నది.

మన మధ్య ఉన్న ఆ కాస్త హద్దులు కూడా చెరిగిపోతే ఈ రేయిని ఇంకెంతగానో ఆస్వాదించవచ్చు. మీరేమి దిగాలుపడవలసిన పని లేదు రాకుమారా , ఈ హద్దులు తొలగిపోవుటకు ఇంకెంతో సమయము అవసరము లేదు. గురుకులానికి తిరిగి వెళ్ళగానే గురువర్యులకు మన గురించి తెలియచేయాలి రాకుమారా, అయన అంగీకారం పొందిన పిదప విద్యాభ్యాసం పూర్తి చేసుకొని మీరు కళింగ దేశపు సింహాసనాన్ని అధిరోహించగానే మన పరిణయం జరుగుతుంది. అపుడు ప్రతి రేయి పున్నమి రేయిలా, వసంత రాత్రిలా ఆస్వాదించవచ్చు అంటూ మైమరపుగా కనులు మూసుకొని భవిష్యత్ దృశ్యాన్ని దర్శిస్తోంది.

ఆమె వాక్ప్రవాహానికి అడ్డు తగులుతూ ఆగండి రాకుమారీ, మాకు మీ మీద అలాంటి తలంపు లేదు, మీ మీదే కాదు గురుకులంలో మనతో కలిసి విద్యనభ్యసిస్తున్న ఏ సహాధ్యాయి మీద నాకు అటువంటి తలంపు లేదు. మా సోదరి అరుణాక్షి వలెనే మీరందరూ కూడా నాకు తోబుట్టువుల వంటివారు. మీకు మా మీద ఇటువంటి అభిప్రాయమెందులకు ఏర్పడినదో మాకు అవగతము కావడము లేదు . ఇందులో మా పొరపాటు ఏదయినా ఉన్నయెడల క్షంతవ్యుడను. మీ మనసులో ఉన్న భావనలను తీసివేయండి. విద్య ఆర్జించుటకు గురుకులంలో అడుగిడిన మన కర్తవ్యము సక్రమముగా విద్యనభ్యసించుట. అది వదలి ఇతర అంశముల గురించి తలంచుట సరియైనది కాదని మా అభిప్రాయము అని తన అభిప్రాయాన్ని వ్యక్తం చేసాడు.

అతని పలుకులకు ఆమె స్వాభిమానం దెబ్బ తినగా నేత్రముల నుండి అగ్ని కణికలు రాలుతున్నట్లు కనులు ఎర్రబారగా గాయపడిన బెబ్బులి వలె నాసికాగ్రములు అదురుతుండగా మమ్ము అర్ధనగ్నముగా చూసినపుడు మీకు ఈ నియమావళి తలపునకు రాలేదా అశ్వత్థవర్మా ?? లేదా ఆ క్షణమున మా సౌందర్యమును గాంచి ఆకస్మిక మరపు కలిగినదా ?? అంటూ రోషపూరితంగా విమర్శించుచున్న అక్షితవల్లి మాటలకు మనసు గాయపడగా, మేము మిమ్ములను అర్ధనగ్నముగా దర్శించినమా ? ఎపుడు ? ఎందులకు ఇటుల నిందలు వేయుచున్నావు అక్షితవల్లీ ? మీరు మా సోదరి సామానులు అని తెలియచేసిన పిదప కూడా ఇట్టి నీలాపనిందలు వేయుటకు మీకు యెటుల మనస్కరించుచున్నది అని ఆర్ద్రంగా సజలనయనాలతో పలికాడు.

ఆహాహా ఏమి అభినయ కౌశలము ? గురువుగారు మీకు ప్రత్యేకముగా ఈ విద్యలో కూడా శిక్షణ గరపుతున్నారా ? ఆ దినము సెలయేటిలో మేము జలకములాడుతున్న తరుణములో ఆ మువ్వన్నెల మెకము దాడి చేయబోతున్న తరుణములో మీరు దానిని అచ్చటనుండి తరిమే ప్రయత్నంలో మీరు అర్ధనగ్నముగా ఉన్న మమ్ము కాంచలేదా ?? ఇపుడు ఏమీ యెరుగనివారిలా అమాయకత్వమును నటించుచున్నారా ?

ఆ పరుష వాక్కులను భరించలేనివాడివలె తన రెండు హస్తములతో కర్ణములను మూసుకొనుచూ హరహరా ! మీ వాచాలత్వమును ఇక కట్టిపెట్టండి రాకుమారీ. ఆ దినము

మిమ్ము రక్షించవలెనను దృష్టి తప్ప ఇంకో విషయమేదీ మా దృష్టిపథంలో లేదు. కనీసము మీ వంక కన్నెత్తి కూడా చూడలేదు.

అపుడు ఆ దృష్టి లేకున్న ఇపుడు మీ మీద మా వలపు తెలిపిన తదుపరి అయినా మీ దృష్టి మావైపు మరల్చవచ్చును కద! మా అంత మేము వలచి వచ్చితిమని తృణీకరించుచున్నారా ? మా అంత సౌందర్య రాశి ముల్లోకములలో వెదికిననూ మీకు దొరక శక్యమా? మీ మీద వలపు తో మేము గా మిమ్ము వరించుట వలన మీకు దక్కిన ఈ భాగ్యమును గర్వముతో కాలదోస్తున్నారు అని తనను తృణీకరించాదన్న ఉక్రోషముతో వదరుతున్న అక్షితవల్లి వాక్కులకు తట్టుకొనలేక అక్షితవల్లీ అని గట్టిగా అరచి ఇక చాలు రాకుమారీ మా సహనము నశింపచేయకండి. మీరు ఎన్ని వదరినా మీ మీద మా అభిప్రాయము మారదు. మిమ్మల్ని సోదర భావముతో తప్ప మరో విధముగా మేము చూడలేము అని నిశ్చయంగా తన అభిప్రాయాన్ని వెల్లడించి అచ్చటనుండి వేరొక దిక్కుకు మరలిపోయాడు.

అశ్వత్థవర్మ వెళ్తున్నవైపే శపిస్తున్నట్లు చూస్తున్న అక్షితవల్లి, వెనకవైపుగా తన బాహువుల మీద పడిన కరస్పర్శకు తుళ్ళిపడి అధాటున వెనుతిరిగి వెనకనున్న వ్యక్తిని చూసి స్థాణువులా మారిపోయింది .

అపరాజిత – చతుర్దశ అంకం

వెనుతిరిగి చూసిన అక్షితవల్లి, తననే తీక్షణంగా గమనిస్తున్న అనుజుడు అభిమన్యు భూపతి ని గాంచి నివ్వెరపోయి అంతలోనే తనను తాను సంభాళించుకొని ఏమీ ఎరగనట్లు ఏమి జరిగినది అభిమన్యు, మరికొంత తడవు విశ్రమించక అపుడే జాగరూకుడవైనావెందులకు అని ప్రశ్నించింది. సోదరీ మీరు అశ్వత్థవర్మను వలచుటలో అపరాధమేమియు లేదు, అతను కూడా మీ అందు అదే అనురాగము ప్రదర్శించిన యెడల నేను మిక్కిలి సంతుష్టి చెంది ఉండెడివాడను. కానీ అతను నిష్కర్షగా తన మనసునందలి భావమును ఎరుక పరచినాడు కదా ! వలచి, వలపించుకొనుట అదృష్టం. అది అందరికీ దక్కదు. మీరు ఇది మనమునందుంచుకొని విపరీత కార్యములకు ఒడిగట్టనని మాకు ప్రమాణం చేయండి.

మిమ్ములను మీరు శిక్షించుకొనుట గానీ లేదా మీ ప్రతిపాదనను తిరస్కరించినందులకు అశ్వత్థవర్మ యెడల శత్రుత్వము వహించుట కానీ చేయనని వాగ్దానము చేయండి అని తన దక్షిణ హస్తాన్ని ముందుకు సాచాడు అభిమన్యు భూపతి. ఎవరో అనామకుడు తిరస్కరించాడని ప్రాణత్యాగము చేసుకొనే అంత భీరువు అనుకొంటివా మీ సోదరి?? అని ఆగ్రహంగా పలికి మా గురించి కలత చెందక వెళ్లి విశ్రమించు అంటూ వాగ్దానము సేయమని సాచిన అతని హస్తాన్ని ఆవలికి త్రోసి విసురుగా అడుగులు వేసుకుంటూ ఆవలి వైపుకు వెళ్ళిపోయింది.

ఏదైనా కోరుకుంటే అది జరిగేవరకు విశ్రమించని తత్త్వం కల అక్షితవల్లి ఇపుడు జరిగిన విషయాన్ని ఎలా జీర్ణించుకుంటుందో అర్దమవక, ఒకవేళ అశ్వత్థవర్మ ను సాధించుట కొరకు ఏదయినా విపరీత కార్యములకు ఒడిగడుతుందేమో అని భయపడుతున్నాడు అభిమన్యుడు. ఒకవైపు ప్రియ మిత్రుడు , మరోవైపు సోదరి ఇందులో ఎవరికి బాధ కలిగినా తట్టుకొనుట తన శక్యము కాదు. అక్షితవల్లి ప్రతిపాదనను అశ్వత్థవర్మ ఆమోదించి ఉంటే తన ప్రియ స్నేహితుడే తన సోదరి జీవిత భాగస్వామి అయినందులకు తను కూడా చాలా ముదమునొందేవాడు (ముదము = సంతోషము). కానీ తన మిత్రుని మనోగతం దీనికి విరుద్ధముగా నున్నది. అలా అని తన సోదరి ప్రేమను స్వీకరించమని చెప్పి తన మిత్రుని మనసు బాధించలేడు .

పరమేశ్వరా ! ఇరువురూ నాకు కావలసినవారే, అందులో ఏ ఒక్కరూ బాధ పడకుండా ఉండేలా చేయాల్సిన భారం మీ మీదనే వేయుచున్నాను అని మనసులోనే ఈశ్వరుని ధ్యానించుకున్నాడు.

అభిమన్యుడు ఇంతగా కలత చెందుటకు మరొక కారణం అతను అరుణాక్షిని ప్రేమించుటయే. ప్రాయమునకు వచ్చినప్పటినుండే అరుణాక్షి యెడల అభిమన్యునికి వలపు చిగురించినది . మాటలలో బయటపడకున్నా అరుణాక్షికి కూడా అభిమన్యుడు అనిన మిక్కిలి మక్కువ. ఆమె చర్యలలో అతని యెడల ఆమె చూపించు శ్రద్ధతో అరుణాక్షి కి కూడా తను అంటే ప్రేమ అని గమనించాడు అభిమన్యుడు. ఒకరినొకరు మూగగా ఆరాధించుకొనుట తప్ప ఎదురుపడి మనసు తెలుపుకొను సందర్భమింకనూ రాలేదు. విద్యాభ్యాసం పూర్తయిన పిమ్మట తల్లిదండ్రుల అనుమతితో అరుణాక్షిని పరిణయమాడాలనుకున్నాడు.

ఇపుడు ఈ పరిణామంతో తమ వివాహమునకు తన సోదరి అంగీకారం లభింపదేమో అశ్వత్థవర్మ మీద ఆగ్రహం అరుణాక్షి మీద మళ్లించి తమ ప్రేమను చిగురుగానే త్రుంచివేస్తుందేమో అనే సంశయం అభిమన్యుడిని కలత పెడుతున్నది. కానున్నది కాకమానదు, పరమేశ్వరా నీవే దిక్కు అని మరియొకమారు ఈశ్వరుని మనసులోనే వేడుకొని అశ్వత్థవర్మ వెళ్లిన వైపుగా అడుగులు వేసాడు అభిమన్యు భూపతి .

తూర్పు దిశగా ముందుకు సాగుతున్న సిద్ధార్థుని బృందం ఏకాదశి దినమున చిరుచీకట్లు అలముకుంటున్న తరుణము నుండి విశ్రమించుటకు సరి అయిన స్థలము కొరకు అన్వేషించుచూ యెచటనూ అనుకూలమయిన ప్రదేశము కానరాక డస్సిపోయి అడుగులు ముందుకు పడని తరుణములో ఒక శిథిలావస్థకు చేరువలో ఉన్న ఆలయానికి చేరుకున్నారు. అప్పటికే ఏకాదశి ఘడియలు అంతరించి ద్వాదశి ఘడియలు సమీపించుచున్నవి.

అపరాహ్ణ వేళ నుండి విరామమెరుగక పయనించుట వల్ల అలసిపోయిన వారి కనులకు ఆ జీర్ణావస్థలో ఉన్న ఆలయమే సర్వాలంకార శోభితమయిన అంతఃపురము వలె కనిపించి సంతసముతో ఆలయములోనికి అడుగిడినారు. ఆలయ ప్రాకారములోనికి అడుగిడగనే గర్భగుడిలోని దీపము నుండి వచ్చుచున్న చిరు కాంతిలో మంటపములో శయనిస్తున్న కొందరి ఆకారములు గాంచి, వారు సైతం తమవలే మార్గాంతరమున విశ్రాంతి కొరకై అచట ఆగి ఉందురని తలపోసి వారికి నిద్రా భంగమొనరించకుండ నిశ్శబ్దముగా మంటపములో ఒక మూలకు పవళించినారు.

మార్గాయాసము వలన మేను వాల్చగనే గాఢనిద్రలోకి జారుకున్నారు అందరూ. తూర్పు దిక్కున వేగు చుక్క పొడిచిన ఒక ఝాము తర్వాత కర్ణములకు లీలగా విన్పిస్తున్న శబ్దములకు మెలకువ రాగా , తెరుచుకోడానికి మొరాయిస్తున్న కళ్ళను బలవంతంగా తెరిచి చూచిన సిద్ధార్థుని కనులను తన ఎదురుగా నిలబడి తనను నిద్రలేపుతున్న ఉత్తర కుమారుడు కానరాగా అది కలయో వాస్తవమో అవగతమవక కనులను నులుముకొని మరల చూడగా ఎదురుగా ఉత్తరుడు కనుపించడముతో అది తన భ్రమ కాదని వాస్తవమే అని యెరిగి ఆనందముతో పైకి లేచి ఉత్తరుని ఆలింగనము చేసుకున్నాడు.

పదిరెండు దినముల తర్వాత మిత్రుడిని కలుసుకున్నందుకు ఆనందము వ్యక్తము చేయుచూ మిత్రమా ఉత్తర కుమారా అంతయు క్షేమమే కదా అని క్షేమ సమాచారములు అడుగుచు ఉత్తరుని వదనము గాంచి అచ్చెరువొందాడు సిద్ధార్థుడు. మిత్రుని గాంచిన ఆనందము లేశమంతయినను ఉత్తరుని మోమున లేకుండుటయే గాక విచార రేఖలు కనిపించుటయే సిద్ధార్ధుని ఆశ్చర్యమునకు కారణము .

ఇంతలో మిగిలిన మిత్రులు కూడా అందరూ లేచి ఒకరినొకరు చూచుకొని ఆశ్చర్యముతో ఆనందముతో ఆలింగనము చేసుకొనుచున్నారు. కానీ సిద్ధార్ధుని బృందం ఆనందముతో పలకరించుచుండగా ఉత్తరుని బృందంలో శిష్యులు ఒకింత ఆదుర్ధాతో సమాధానమిచ్చుచున్నారు. పాంచాల దేశపు రాకుమారి కాత్యాయని ఇక ఉండబట్టలేక కోసల రాకుమారి హంసవల్లిని సమీపించి హంసవల్లీ, మీ అందరి వదనములలో ఏదో దిగులు అస్పష్టముగా కానవచ్చుచున్నది, లేదా అది నా భ్రమ కూడా అయిఉండవచ్చు. ఒకవేళ నా సంశయము నిజమయిన యెడల మీ ఆందోళనకు కారణము తెలుపగలవా అని అడిగినది .

దానికి హంసవల్లి నిట్టూర్పు విడుస్తూ అది అంతయూ ఒక పెద్ద గాధ అని వారు గురుకులం నుండి అడుగు బయట పెట్టిన తదుపరి నడిరేయి విశ్రమించుటకు ఆలయము వద్ద ఆగుట , మరుసటి దినము అమ్మవారికి పూజ గావించి అడుగు బయట పెట్టుటకు ప్రయత్నించగా అమ్మవారి విగ్రహం ప్రాణ ప్రతిష్ట చేసుకొని వారిని అడ్డగించుట, అమ్మవారి షరతులు అన్నియునూ పూసగుచ్చినట్లుగా కాత్యాయనికి విశదపరచినది. హంసవల్లి చెప్పుట మొదలు పెట్టగనే ఆమె చుట్టూ చేరిన మిగతా సభ్యులు కూడా ఆ వృత్తాంతమంతయూ ఆలకించి దానిని జీర్ణించుకోలేక అటులనే నిలుచుండిపోయినారు.

ముందుగా తేరుకున్న సిద్ధార్థుడు, ఉత్తరుని వైపు తిరిగి మిత్రమా ఇది అంతయూ ఆలకించిన తదుపరి ఒక సంశయము కలుగుచున్నది, మేము ఇచట అడుగిడినాము కనుక మేమునూ మీతో పాటు బంధింపబడుదుమా ? లేక మా రాకవలన మీకు విముక్తి కలిగి మేము మాత్రమే బందితులము అగుదుమా ? అని తన సంశయాన్ని వెలిబుచ్చాడు. దానికి సమాధానంగా ఉత్తరుడు అమ్మవారి వాక్కుల ప్రకారం మరియొకరు వచ్చి ఈ బాధ్యత స్వీకరించు వరకూ మేము ఈ ప్రాంగణము దాటి అడుగు బయటపెట్టలేము. మీరు ఇపుడు ఈ బాధ్యత స్వీకరిస్తేనే మీరు ఇచట బంధితులు అవుతారు. అటుల గాకుండ మేమే ఆలయ బాధ్యతలు నిర్వర్తించిన యెడల మీరు స్వేచ్ఛగా బయటకు వెళ్ళగలరు అని తెలిపాడు.

అది వినినంతనే క్షణము కూడా జాగు సేయక సిద్ధార్థుడు అటులయిన మేము ఆలయ నిర్వహణ బాధ్యత స్వీకరించెదము మీరు ఇచటనుండి వెడలిపొండి అని బదులిచ్చాడు. దానికి ఉత్తరుడు అంగీకరించక మిమ్ములను బందీలుగా చేసి అనుభవించు స్వేచ్ఛ మాకు అవసరము లేదు అని బదులు పలికాడు. అది కాదు ఉత్తర కుమారా గురువు గారు ఆదేశించిన ప్రకారము ఏకాదశ దినములు మేము ప్రకృతిలో విద్య అభ్యసించాము. కానీ మీరు మొదటి దినము నుండి

ఇచటనే బందీలుగా ఉన్నారు. మరి మూడు దినములలో అమావాస్య , గురువు గారు పెట్టిన గడువు కాలము కూడా పూర్తి అగుచుతున్నది అందులకే మీరు బయటపడి ఈ మూడు దినములు అయినా గురువుగారి ఆదేశము పాటించండి.

అమావాస్య అనంతరము మీరు గురుకులం చేరి గురువుగారికి ఈ వృత్తాంతము తెలిపిన యెడల ఆయనే మమ్ములను ఉపాయాంతరమున ఇచటనుండి తప్పించగలరు అని ఉత్తరుని సమాధాన పరచుటకు యత్నించాడు సిద్ధార్థుడు. మిగిలిన బృంద సభ్యులకు ఏమి చేయాలో అవగతము గాక నాయకుల ఆదేశము కోరకు వేచి చూస్తున్నారు. స్వేచ్ఛ గా బయట తిరగాలని వారికి మనసులలో అనిపిస్తున్నా తోటి మిత్రుల స్వేచ్ఛను అపహరించుటకు మాత్రం మనస్కరించుటలేదు. అందుకే సందిగ్ధ మనస్కులయి బృంద నాయకుల ఆదేశము పాటించుట ఉత్తమం అని వేచి చూస్తున్నారు.

అపరాజిత – పంచదశ అంకం

సిద్ధార్దుని పలుకులను ఆలకించిన ఉత్తరుడు, మిత్రమా ఈ మూడు దినములలో మేము అభ్యసించునది ఏమియూ ఉండబోదు, మిమ్ము ఇచట బందీలుగా ఉంచితిమన్న మనః క్లేశం మూటగట్టుకొనుట తప్ప మేము సాధించునదేమున్నది. మేము తొట్ట తొలి దినమునుండి ఇచటనే యున్నాము. ఈ మూడు దినములు కూడా ఇచటనే యున్ననూ మాకు కలుగు నష్టమేమియూ లేదు. మీరు గురుకులమునకు చేరుకున్న పిదప గురువర్యులకు విశదపరచి మమ్ము ఇచటనుండి తప్పించగలరు. మీ పట్టు విడిచి మా మాట మన్నించి ఇచటనుండి బయలుదేరండి అని పలికాడు.

అది ఆలకించిన సిద్ధార్థుడు, మిత్రమా మా మనమున ఒక సందేహము పొడసూపుతున్నది. గురువు గారు మన గళమున అలంకరించిన రక్ష ఉపయోగించిన యెడల మీరు ఈ ముప్పు నుండి తప్పించుకొనగలిగి ఉండేవారు కదా ? ఎలా దానిని ఉపేక్షించి ఇచటనే ఉన్నారు అని అడుగగా దానికి ఉత్తరవిచ్చుటకు బదులు సిద్దార్దా మీకు ఈ దినము వరకు ఏ ఆపద ఎదురవలేదా అని తను కూడా ప్రశ్ననే సంధించాడు ఉత్తరుడు.

దానికి భారంగా నిట్టూర్చిన కాత్యాయని ఆపద అని చెప్పుకొనుటకేమున్నది ఉత్తర కుమారా ! అడుగు కు ఒక గండం పలకరించుచుండగా ప్రాణములు అరచేత పెట్టుకొని అనుక్షణం అప్రమత్తులమై సంచరించుతూ చివరికి ఇచటకు చేరుకున్నాము. గురుకులం చేరుకొనులోగా ఇంకెన్ని ఆపదలు ఎదురవునో ఆ పరమేశ్వరునికి ఎరుక అని మరల ఇంకొక నిట్టూర్పు విడచినది.

మరి మీ చెంత కూడా గురువు గారిచ్చిన రక్ష ఉన్నది కదా ఎందులకు ఒక పర్యాయం కూడా దానిని ఉపయోగించుకొనలేదు అని ఉత్తరుడు ప్రశ్నించగా శక్తి సామర్ధ్యములున్నంతవరకు పోరాడవలెనని మా అభీష్టము. భరించరాని సంఘటన లేదా మేము కలసి కట్టుగా ఎదుర్కొనలేని సందర్భం ఎదురయితేకానీ ఆ రక్ష ను ఉపయోగించరాదని గురుకులం నుండి బయలుదేరిన క్షణమునే నిశ్చయించుకున్నాము. అందులకే ఆ రక్ష ఉపయోగించలేదు. కానీ ఇక్కడ మీ సమస్య భిన్నమయినది కదా మానవ ప్రయత్నంతో ఎదుర్కొనలేని సమస్య కదా మీరు ఏల దానిని ఉపయోగించలేదు అని అడిగాడు సిద్ధార్థుడు.

ఇది దైవ కార్యం అని నీవే సెలవిచ్చుచున్నావు కదా సిద్దార్దా , ఎంతయో పుణ్యము చేసిన కానీ లభింపని అమ్మవారి దర్శన భాగ్యము మాకు పూర్వ జన్మ పుణ్యము వలన లభించినది.

అందులకే మాకు చేతనయినంతవరకు అమ్మవారిని మా పూజలతో సంతుష్ట పరచి ఆమెను మెప్పించి ఇక్కడనుండి బయటపడవలెనని తలచాము. గడువు లోపుగా ఎవరైనా మనస్ఫూర్తిగా అమ్మవారి పూజా బాధ్యత గ్రహించిన యెడల సరే లేకున్న అమావాస్య దినమున గురువుగారి సహాయము అర్థించవలెనని మా మనమున నిశ్చయించుకున్నాము.

అయినా జగములనేలు చల్లని తల్లికి తమ బిడ్డల మనసున ఏమున్నదో తెలియదా ?లేదా మనకు ఎదురవబోవు పరిస్థితులు గురువర్యులు యెరుగరా ? మనము ఏ ఏ కార్యములకు యోగ్యులమో ఆ కార్యములు ఎంచి మనకు గురువు గారు అప్పగించినట్లు నాకు తోచుచున్నది అందులకే రక్ష ను ఉపయోగించలేదు అని బదులిచ్చాడు ఉత్తరుడు.

ఇంతలో హంసవల్లి కలుగచేసుకుంటూ మీ వాగ్వివాదములు పక్కన పెట్టి తొలుత కాలకృత్యములు తీర్చుకొని స్నానపానాదులు గావించండి. అమ్మవారి ప్రాతః సమయ పూజకు తరుణము సమీపించుచున్నది. పూజ యొనరించి ప్రసాదములు స్వీకరించిన పిదప తదుపరి కార్యాచరణము గురించి యోచించవచ్చు అని చెప్పడంతో అందరూ అదే సరి అయిన పని అనుకొని దిగుడుబావికి ఒక వైపున అడ్డు తెర కట్టి స్నానాల గది వలె చేసిన తాత్కాలిక ఏర్పాటు వైపు యువతులు వెళ్లగా ఇటువైపు యువక బృందం వెళ్లి స్నానాదులు కావించి ఐకమత్యముతో పూజకు ఏర్పాట్లు గావించసాగారు.

యువతులు అందరూ కూడి ఆలయ ప్రాంగణమున విరిసిన పుష్పములు సేకరించి చిత్ర విచిత్రముగా హారములల్లగా, యువకులు దాపులనున్న ఫల వృక్షముల నుండి దొరికినన్ని ఫలములు సేకరించి గురుకులంలో శారదా పీఠము ముందు యెటుల అయితే అలంకింతురో అటుల అలంకరించారు. తదుపరి భక్తి ప్రపత్తులతో అమ్మవారికి అనుష్ఠానము ప్రకారం పూజ గావించారు. అప్పటివరకూ అక్కడనుండి బయటపడగలమో లేమో అన్న భయంతో ఉన్న ఉత్తరుని బృందంలోని కొంతమంది కూడా తమ మిత్రులను కలుసుకున్న ఆనందంతో, అలాగే బయటపడగల మార్గం కూడా కనిపిస్తుందన్న నమ్మకం కూడా కలగడంతో సంకోచములు అన్నీ వీడి భక్తిగా పూజలో పాలు పంచుకున్నారు.

అమ్మవారు కూడా వారి పూజలకు సంతుష్టి చెందినట్లు ఆ రోజు మిక్కిలి శోభాయమానంగా విరాజిల్లుతున్నది. చంద్రకాంతులు వెదజల్లుతున్న అమ్మవారి వదనము గాంచి మిక్కిలి సంతుష్టి చెందిన సిద్ధార్థుడు, ఉత్తరునివైపు తిరిగి మిత్రమా మీరు చెప్పినది అక్షర సత్యము. అమ్మవారి వదనము గాంచినంతనే మనమున ఆనందముప్పొంగుచున్నది. ఇన్నిదినములు పూజలు సలుపు భాగ్యము పుణ్యవంతులకు తప్ప దక్కదు. మీరందరూ ధన్యులు అని కనుల వెంట ఆనంద భాష్పములు రాలుతుండగా తన మనోభావములు బహిర్పరిచాడు. మిగిలిన శిష్యుల మనో భావనలు సైతము అందుకు భిన్నముగా లేవు.

భక్తి పారవశ్యముతో ఆధ్యాత్మిక చింతనలో ఉన్న వారందరినీ ఈ లోకమునకు రప్పించుటకు హంసవల్లి అవునవును అమ్మవారి మోహన రూపం గాంచి పరవశం చెందకుండా

ఉండుట మానవ మాత్రుని తరము కాదు కానీ ఒకపరి తప్పించుకొనుటకు అడుగు బయట పెట్టి చూడండి అపుడు అమ్మవారి రౌద్ర రూపము కూడా అనుభవము లోనికి వచ్చును అని పలకగా ఉత్తరుడు చిరు కోపముతో ఆమె వైపు చూచుచూ కొంత తడవు కూడా సంతోషముగా ఉండనివ్వవు కదా అనగా సంతోషముతో యదార్ధము మరువ తగదు కదా రాకుమారా అని ఆమె కూడా ధీటుగా బదులిచ్చినది.

ఆహా మూషిక మార్జాల యుద్ధము మరల మొదలయినదా ? గురుకులం నుండి బయటకు వచ్చిన పిదప ఈ శిరోభారం తగ్గినదని సంతోషించితిమి కదా ! అక్కటా ఇప్పుడేమి సేయవలెను అని శిరము పై హస్తములు రెండు ఆనించుకుని నాటకీయంగా అంటున్న మాణిక్యాంబను గాంచి అందరూ పక్కున నవ్వడంతో వాదులాట మాని తాము కూడా వారి నవ్వులలో జత కలిశారు ఉత్తరుడు, హంసవల్లి.

ఇటుల నవ్వులతో చతురోక్తులతో పరిహాసములాడుకుంటూ అమ్మవారి ప్రసాదము ఆరగించి తదుపరి సిద్ధార్దుని బృందం ఎదుర్కొన్న ప్రమాదాలను వారి సాహస కార్యములను చెప్పించుకొని వింటూ వారితోపాటు తాము కూడా ఆ ప్రమాదములను ఎదుర్కొన్నట్లు భావోద్వేగములకు లోనవుతూ అపరాహ్ణ వేళ సమీపించు వరకు సమయము మరచి కాలక్షేపము చేసారు శిష్యులందరూ .

అపరాహ్ణ వేళ సమీపించుతున్న తరుణములో, మిత్రులను గాంచిన ఆనందంలో అమ్మకు చేయవలసిన అనుష్టానములు మరిచారా అని మేఘ గర్జన వలె అమ్మవారి విగ్రహమునుండి వినవచ్చిన వాక్కులను ఆలకించి అందరూ ఒక క్షణము స్థాణువులైపోగా, ముందుగా తేరుకున్న ఉత్తరుని బృందం పరుగు పరుగున లేచి మధ్యాహ్న పూజ కు అమ్మవారి ప్రసాదములకు ఏర్పాట్లు చేయడం మొదలు పెట్టారు. సిద్ధార్ధుని బృందానికి అప్పటికి కానీ హంసవల్లి మాటలలోని వాస్తవం ఎరుక పడలేదు.

అనుష్ఠానములో లోపమునే సహించని అమ్మ, ఆమె ఆజ్ఞను మీరు అడుగు బయట పెట్ట యత్నించిన ఏ విధముగా రౌద్ర రూపము దాల్చునో ఊహించుకొనుటకు కూడా శక్యము గాక వేపాకులు తిన్న చందంగా నోరు మొత్తం చేదుగా అవగా తాము పూజలో పాలు పంచుకొనక దూరముగా నిలుచుండిన యెడల అమ్మవారికి ఇంకెంత ఆగ్రహము కలుగునో అని తలచి పరుగు పరుగున తాము సైతం పూజకు సంభారములు సిద్ధపరచుటలో సహాయము చేయసాగారు.

ప్రాతః కాల పూజా సమయమున భక్తి శ్రద్దలతో ఒనరించిన పూజ ఇపుడు అమ్మ వారి రౌద్ర స్వభావము అనుభవం లో కి వచ్చి యుండుట వలన భక్తి శ్రద్దలతో పాటు భయము కూడా వచ్చి చేరి పూజలో ఏ పొరపాటు దొర్లితే అమ్మకు కోపం వస్తుందో అని అత్యంత జాగరూకతతో పూజ గావించి అమ్మను సంతుష్టి చేయుటకు శ్రావ్యముగా మంగళ హారతులు అల్లి ఆలపించసాగారు. వారి కీర్తనలకు పూజ కి సంతుష్టి చెందినట్లుగా అమ్మవారి వదనం లో రౌద్ర ఛాయలు విడిపోయి మరల మందహాసము దర్శనమీయగా అది గాంచి కొంత భయము తగ్గి

హృదయ స్పందనలు సాధారణ స్థితి కి రాగా అమ్మ వారికి నైవేద్యము సమర్పించి నీరాజనములు అర్పించి, అమ్మవారు నైవేద్యము ఆరగించుటకు వీలుగా గర్భగుడి తలుపులు దగ్గరకి చేరవేసి అందరూ ప్రాంగణములో కూలబడ్డారు.

అమ్మవారి ఆరగింపు అయిపోయిన పిదప ప్రసాదము తెచ్చి అందరికీ ఇచ్చి, ఇప్పటికి అయినా అర్ధమయినదా మేము మిమ్మల్ని ఎందుకు వెళ్ళమని చెప్పియుంటిమో? ప్రసాదము ఆరగించిన పిదప మీ ప్రయాణం మొదలు పెట్టండి. గడువు పూర్తి అయ్యేలోగా మాకు ఏదో ఒక మార్గం కనిపించకపోదు. లేని యెడల గురువు గారు అయినా మమ్మల్ని కాపాడతారు, అనవసరంగా మీరు ఇందులో చిక్కుకోవద్దు అని ఉపదేశించాడు ఉత్తరుడు.

ఉత్తరుడు చెప్పిన మాటలు అక్షర సత్యాలే అయినా తెలిసి తెలిసి మిత్రులను సమస్యలో ఉన్నప్పుడు వదిలి వెళ్లడం స్నేహ ధర్మం కాదని సిద్ధార్థుని మనసు అంగీకరించడం లేదు. అలా అని ఏకపక్షంగా తన భావాలు ఇతరుల మీద రుద్దలేడు అందుకే తన మనసులో ఉన్న ద్వైదీ భావనలు తన బృందం ఎదుట బయటపెట్టగా వారందరు ఏకకంఠం తో ఇప్పటివరకూ నీ ఆధ్వర్యంలో ఎన్నో ప్రమాదాలు ఎదుర్కొని కించిత్తు హాని కూడా కలగకుండా బయటపడ్డాం మిత్రమా. ఇపుడు కూడా నీ వెన్నంటే ఉంటాము. ఇది కూడా కలసి కట్టుగానే ఎదుర్కొందాం అని బదులిచ్చారు.

మిత్రుల సమాధానం విని ఆనందంతో ఉత్తరుని వైపు మరలి చూచితివా మిత్రమా అందరిదీ ఒకటే మాట. సమస్య తీవ్రత తెలియగానే వెన్ను చూపుట క్షత్రియ ధర్మం కాదు స్నేహ ధర్మం అంతకన్నా కాదు. ఇక ఏమీ మాట్లాడకు అమావాస్య వరకు మేము కూడా మీతో నే అని తన నిర్ణయాన్ని వెల్లడించి ఉత్తరుని సమాధానము కొరకు ఎదురు చూడక ప్రాంగణములో విశ్రమించాడు సిద్ధార్థుడు.

సిద్ధార్థుని సమాధానం విని ఇపుడు ఏమి చేయాలన్నట్లుగా హంసవల్లి వైపు దృష్టి సారించాడు ఉత్తరుడు. కానున్నది కాక మానదు, దిగులు వీడి వేచి చూడు అన్నట్లుగా కనులతోనే సైగ చేసినది హంసవల్లి.

అపరాజిత – షోడశ అంకం

కోయ గూడెం నుండి సంధ్య చీకట్లు ముసురుకున్న తర్వాత ప్రయాణం మొదలు పెట్టిన చంద్రకేశుని బృందం కొంత తడవు పయనించిన తర్వాత చీకట్లు దట్టంగా ముసురుకొనడంతో ఇక ప్రయాణం కొనసాగించడం అంత క్షేమకరం కాదని తలచి ఒక సురక్షిత ప్రాంతాన్ని ఎంచుకొని అక్కడ విశ్రమించారు. సూర్యోదయానికి పూర్వమే పక్షుల కిలకిలారావాలతో మేల్కొని ప్రాతః సమయంలో ప్రకృతి అందాలకు అచ్చెరువొందుతూ మరికొంత తడవు ప్రయాణించి క్షుద్బాధ అధికమవడంతో దాపులనున్న ఒక పెద్ద మర్రిమాను కింద తమ సామాగ్రిని అంతా దించి యువకులు ఆహారాన్వేషణకు యువతులు జలాన్వేషణకు బయలుదేరారు.

మన వస్త్రములు ఇతర సామాగ్రి అంతయూ ఇచటనే వదిలి వెళ్తున్నాము ఎవరైనా ఒకరు ఇచట కావలి ఉండిన బాగుండునేమో కదా చంద్రకేశా అని సంశయం వెలిబుచ్చిన చంద్రసేన ను గాంచి చిరునగవుతో ఇక్కడ సంచరించే జంతుజాలానికి మన వస్త్రములతో అవసరముండదు. ఒకవేళ అడవితల్లి బిడ్డలు ఎవరు అయినా ఇటుగా వచ్చినా పరుల సొమ్ము వారు తాకరు. కాబట్టి సంశయములు అన్నీ వదిలి ముందుకు కదులు చంద్రసేనా , క్షుద్బాధ తీర్చుకున్న అనంతరం మనం వేగిరమే ముందుకు సాగాలి. అమావాస్యకి ఇంకను మూడు దినముల వ్యవధి మాత్రమే ఉన్నది అని సెలవిచ్చాడు.

చంద్రకేశుని జవాబుకి సంతుష్టి చెందిన చంద్రసేన యువతులతో కలిసి పానము చేయుటకు అటులనే స్నానమాచరించుటకు అనువుగా ఉండే జలాశయము కొరకు అన్వేషించుటకు బయలుదేరినది.

ఎర్రగా మిగల పండిన ఫలములతో కనువిందుగా కనిపిస్తూ తియ్యని మత్తెక్కించే సువాసనలు వెదజల్లుతున్న ఒక పెద్ద వృక్ష రాజాన్ని గమనించిన విక్రముడు బిగ్గరగా మిగిలిన సహాధ్యాయిలను కూడా పిలిచి ఆ వృక్షాన్ని చూపించి, మన అందరికీ సరిపడా ఫలములు లభించినట్లే. నేను వృక్షాన్ని అధిరోహించి ఫలములు కోసి కిందకు విసిరెదను , మీరు వాటిని ప్రోగుచేయండి అని చెప్పి వృక్షాన్ని అధిరోహించడానికి పూనుకున్నాడు. ఇంతలో చంద్రకేశుడు ఒకసారి పరిసరాలను గమనించి ఆగు విక్రమా ఈ ఫలాలు ఆరగించుటకు పనికిరావు అని చెప్పగా విక్రముడు ఆశ్చర్యంతో కనుబొమలు ముడివేసి ఇంత చక్కని సువాసనలు వెదజల్లుతున్న ఫలములు మంచివి కావని యెటుల చెప్పుచున్నావు అని ప్రశ్నించాడు.

బదులుగా చుట్టూ ఉన్న మిగతా వృక్షాలను చూపిస్తూ ఈ చుట్టుపక్కల దీనికన్నా ఎత్తైన ఫల వృక్షాలు చాలా ఉన్నాయి, అంత ఎత్తులో ఉన్నా కూడా వాటి కి మిగుల పండిన ఫలము ఒకటి కూడా లేదు, కసుగాయలు తప్ప. కానీ ఈ ఒక్క వృక్షము మాత్రమే నిండుగా ఫలములతో ఉన్నది అంటే ఈ వృక్షము నుండి ఎవరు ఫలాలు కోసుకోవడం లేదు అని అర్థం అవుతున్నది కదా. అలాగే ఈ చెట్టు మీద ఒక్క పక్షి గూడు కూడా లేదు అంటే ఇది వాటి నివాసానికి కూడా పనికి రాని విష వృక్షం అని అర్థం అవుతున్నది కదా అని చెప్పడంతో అప్పటివరకూ మిగతా పరిసరాలను గమనించని వాళ్ళు అపుడు చుట్టూ గమనించి చంద్రకేశుడు చెప్పింది నిజమే కదా అని ఆ వృక్షాన్ని వదలి ముందుకు కదిలారు.

కానీ వారు రెండు అడుగులు కూడా ముందుకు వేయకముందే పెళ పెళ మంటూ ఎండు కొమ్మలు విరుగుతున్న ధ్వని దగ్గరగా వినిపించడంతో ఆ సవ్వడి ఎటు నుండి వచ్చుచున్నదా అని ఆలకించునంతలో ధ్వని అంతకంతకూ ఎక్కువ అవుతున్నట్లు మరింత దగ్గరగా వినిపించడంతో శిరసు పైకి ఎత్తి చూసిన ఒకడు దిగ్భ్రమతో హా అని పెద్దగా పొలికేక వేయడంతో విక్రముడు చంద్రకేశుడు తో సహా మిగిలిన వారందరూ శిరములు పైకి ఎత్తి అక్కడ కనిపిస్తున్న దృశ్యానికి మ్రాన్పడిపోయారు.

అప్పటివరకూ మిగల పండిన ఫలములతో కనువిందు చేసిన ఆ వృక్షం, ఇపుడు వారు దాని కిందనుండి ముందుకు కదులు యోచన చేయగనే ఫలములు అన్నీ పెద్ద పెద్ద కంటకములుగా మారిపోయి ఆ చురకత్తుల వంటి కంటకములతో వారిని కబళించుటకు కొమ్మలను ముందుకు వంచుతున్నది. ఆ కొమ్మలు ముందుకు వంగుతున్నప్పుడు వచ్చిన శబ్దమునే వారు అప్పటివరకు విన్నది.

అది ఒక మాంస భక్షణకు అలవాటు పడిన మాయా వృక్షం అని వారికి అవగతం అయ్యి వారికి కలిగిన దిగ్భ్రమ నుండి తేరుకునేలోగా తన రక్కసి చేతులవంటి శాకములను వారికి మరింత చేరువగా తెచ్చేసింది ఆ రాక్షస వృక్షం. దాని నుండి అప్పటివరకూ వస్తున్న మత్తెక్కించే సువాసన అంతకంతకూ అధికమవుతూ వారిని స్పృహ తప్పించుచుడగా, కాళ్ళు చేతులు కూడా కదిలించలేని నిర్వీర్య స్థితిలో ఒక్కొక్కరుగా కిందకు వాలిపోసాగారు. వృక్షం కిందకు రాకుండా దూరంగా ఉండి దాన్ని పరిశీలించి అక్కడ ఉండటం మంచిది కాదు అని చెప్పిన చంద్రకేశుడు ఒక్కడే స్పృహలో ఉండి స్నేహితులను ఎలా కాపాడుకోవాలో అవగతమవ్వక నిస్సహాయ స్థితిలో మిగిలిపోయాడు.

తన రక్కసి హస్తాలలో వాళ్ళందరూ చిక్కుకున్నట్లే అని గమనించి వికటాట్టహాసం చేస్తున్నట్లుగా విపరీతమయిన వేగంతో తన కొమ్మలను సంచలిస్తూ వాడి ముళ్ళను వారి శరీరాలతో గుచ్చి వారి జవసత్వాలను పీల్చివేయుటకు సిద్దమయిపోయింది ఆ మాయా తరువు. అది చూస్తూ కూడా ఏమీ చేయలేకపోతున్న తన నిస్సహాయ స్థితికి తన మీద తనకే ఆగ్రహం కలుగగా తన కరవాలంతో వృక్షం మీద దాడి చేయడానికి సిద్ధపడ్డాడు చంద్రకేశుడు.

జలాశయము కొరకు అన్వేషించుచున్న యువతులకు దగ్గరలో గల గల పారుతున్న సెలయేటి ధ్వని వినిపించడంతో మిక్కిలి సంతసముతో ఒకరినొకరు హెచ్చరించుకుంటూ సెలయేటి చెంతకు చేరుకున్నారు. పరిశుభ్రమైన నీటితో నిండి ఉన్న జలాశయాన్ని చూడగానే పోతున్న ప్రాణం లేచి వచ్చినట్లు అనిపించింది వాళ్ళకి. అప్పటివరకు పడిన శారీరక శ్రమ వలన మలినమైన శరీరాన్ని శుభ్రపరచుకొనవలెనను కోరిక వాళ్ళ మనసులను ఆక్రమించుకోగా ఒకరొకరుగా నీళ్ళలోకి అడుగులు వేశారు యువతులు నలుగురూ .

చల్లని నీరు మేనుని తాకగనే హాయి కలగడంతో ఒకసారి చుట్టూ చూసి అక్కడ తాము తప్ప నరమానవుడెవ్వడు లేడు అని గమనించుకొని వస్త్రములు విడచి వాటిని కూడా శుభ్రము చేసుకొని గట్టు మీద ఆరవేసి మరల జలకాలాటలలో మునిగిపోయారు. అలసట తీరువరకు స్నానమాచరించి తదుపరి పైకి వచ్చి వస్త్రములు ధరించి వెనుతిరుగునంతలో చంద్రసేన వారిని ఆగమని జలపాతము నుండి కిందకు దూకుతున్న స్వచ్ఛ జలమును తామర దొన్నెలలో సేకరించుకుని వెళ్లిన యెడల తమ మిత్రుల దప్పిక తీర్చవచ్చని చెప్పడంతో అందరూ దానికి ఏకీభవించారు.

కానీ మరల అందరూ నీటిలో దిగిన గాలికి ఆరిన వస్త్రములు అన్నీ మరల తడచిపోవునని తలచి చంద్రసేన ఒక్కటి వెళ్లి జలమును సేకరించుకుని వచ్చి వొడ్డున ఉన్న తమకు అందించునట్లు తాము వాటిని వృధా కాకుండా జాగ్రత్తగా పట్టుకొని ఉండునట్లు ఒప్పందం చేసుకొని చంద్రసేన మాత్రము మరల సెలయేటిలోకి దిగి తామర తూడు తో దొన్నె తయారు చేసుకొని జలపాతము దగ్గరకు వెళ్ళింది. పాకుడు పట్టిన రాళ్ల మీద పాదము జారకుండా మెల్ల మెల్లగా అడుగులు వేసుకుంటూ జాగ్రత్తగా జలపాతము దగ్గరకు చేరుకుంది చంద్రసేన. తరువాత పైనుండి వేగంగా కిందకి జాలువారుతున్న స్వచ్ఛమైన నీటిని తామరాకు దొన్నెలో సేకరించుకుని మరల అంతే జాగ్రత్తగా ఒడ్డుకు చేరుకున్నది. ఆమె ఒడ్డుకు చేరువకు రాగానే ఆమె హస్తములలో నుండి ఆ దొన్నెను తీసుకోని పట్టుకుంది ఒక స్నేహితురాలు.

మరల సాధ్యమయినంత వేగంగా జాగ్రత్తలు వహిస్తూనే జలపాతము దగ్గరకు చేరుకొని నీటిని సేకరించుకుని వచ్చింది చంద్రసేన. ఆలా రెండు పర్యాయములు నీటిని సేకరించుకొని వచ్చి మూడవ పర్యాయము మరల జలపాతము దగ్గరకు వెళ్ళుటకు సిద్ధపడింది.

మూడవ పర్యాయము తామర ఆకులు సేకరించుచుండగా పాదాన్ని ఎవరో పట్టి లాగినట్లు అనిపించి తుళ్ళిపడింది చంద్రసేన. దూరం నుండి ఆమెనే గమనిస్తున్న స్నేహితురాళ్ళు ఆమె తుళ్లిపాటును గమనించి ఏమైంది అని ప్రశ్నించగా ఎవరో పాదాన్ని పట్టి లాగినట్లుగా అనిపించింది, బహుశా తామర తీగ పాదములకు చుట్టుకున్నదేమో అని సమాధానమిచ్చుచూ పాదముల వైపు కిందకు చూసింది.

కిందకు చూచిన ఆమెకు తన దక్షిణ పాదాన్ని పట్టుకొనుటకు ప్రయత్నిస్తూ తన పరికిణీ అడ్డు పడడంతో ఆ పరికిణీని పట్టుకొని లాగుతున్న మకరాన్ని చూచి నివ్వెరపోయింది. పెద్ద పెద్ద

పొలుసులతో ఆరడుగుల పైనే పొడవుగా ఉన్న ఆ భారీ మకరాన్ని గమనించి ఆమె పై ప్రాణములు పైనే పోయాయి. పోరాట విద్యలు అన్నీ తెలిసిన క్షత్రియ కాంత కాబట్టి స్పృహ కోల్పోకుండా నిలవగలిగింది కానీ సామాన్య కాంతలు ఎవరైనా ఆ మకర రాజాన్ని గాంచితే మరుక్షణమే గుండె ఆగి యమపురికి చేరుకొని ఉండేవారు. పరికిణీ అంచుల సందు నుండి పాదము మీద పట్టు చిక్కక తన పదునయిన దంతాలతో పరికిణీని ఒక్క గుంజు గుంజింది ఆ మకరం. ఆ దెబ్బకు అదాటున నీళ్ళలోకి ఏటవాలుగా పడిపోయింది చంద్రసేన. చేతిలో తామరాకును వదిలేసి హఠాత్తుగా నీళ్ళలోకి పడిపోతున్న తమ చెలిని గమనించి నీళ్ల కింద ఏమి జరుగుతుందో తెలియక తాము నీళ్లలో అడుగు పెడితే ఏమవుతుందో అని అవగతమవక అయోమయంలో ఆక్రందనలు చేయడం మొదలు పెట్టారు మిగిలిన ముగ్గురు యువతులు.

అపరాజిత – సప్తాదశ అంకం

రక్కసి వృక్షం నుండి వెలువడుతున్న మత్తయిన సువాసనకు స్పృహకోల్పోయిన స్నేహితులను రక్షించుకొనుటకు ఒంటిగా పోరాడుటకు నిశ్చయించుకొని కరవాలం దూసి ముందుకురికాడు చంద్రకేశుడు. మాయా వృక్షంతో పోరాటానికి ముందు వృక్షాన్ని సమీపించినంతనే ఆ సువాసనకు తను కూడా తన నేస్తాలవలె స్పృహ కోల్పోవచ్చు అనే ఆలోచనతో తన నడుముకు చుట్టుకున్న అంగవస్త్రాన్ని తీసి నాసికకు కట్టుకున్నాడు.

పసిప్రాయం నుండి నేర్చుకున్న ఆత్మ రక్షణ విద్యలకు, శత్రువులను మట్టుబెట్టి ఆర్తులను రక్షించే పోరాట విద్యలకు సరి అయిన పరీక్ష ఇపుడు ఎదురయినదని తలచి భయం జాడలు తనను చేరనీయకుండా సింహనాదం చేసి ముందుకు లంఘించాడు చంద్రకేశుడు.

వృక్షానికి తనకు మధ్యగల యెనిమిదడుగుల దూరాన్ని ఒక్క అంగలో అధిగమించి, విక్రముడు మీదకి వాలి అతని జీవాన్ని పీల్చడానికి సిద్ధమవుతున్న రక్కసి తరువు శాఖను తన కరవాలం తో ఒక్క వేటు వేసి ఖండించి వేసాడు. వెనువెంటనే పద్మవ్యూహంలో అభిమన్యునివలె చురుకుగా నలుదిశలకు గిరగిరా తిరుగుతూ అందిన కొమ్మను అందినట్లు ఖండించి వేసాడు.

అన్ని కొమ్మలను ఖండించి వేసి ముప్పు తప్పినదనుకొని అలుపు తీర్చుకొనుటకు ఒక క్షణం ఆగినంతనే తను అప్పటివరకు ఖండించి వేసిన శాఖలు అన్నీ జీవం పోసుకున్నట్లుగా మరల వెళ్లి వృక్షానికి అతుక్కోసాగాయి. తను చూస్తున్నది యదార్థమా లేదంటే కనులను మాయచేసే కనికట్టు ఏమైనా జరుగుతున్నదా అని ఒకమారు కనులను నులుముకుని చూచునంతలో రక్కసి వృక్షం రెట్టించిన బలంతో ప్రళయ– ఝుంఝూమారుత వేగంతో కదులుతూ తన మిత్రులతో పాటు తనను కూడా కబళించడానికి తన కొమ్మలనే చురకత్తులుగా విసరడం గమనించి మ్రాన్పడిపోయాడు చంద్రకేశుడు.

ఆ మాయను యెటుల ఎదుర్కోవనవలెనో అవగతమవ్వక ఒక క్షణం చిత్తరువైపోయాడు. ఆ వ్యవధి తనకు సరిపోతుందన్నట్లుగా అతనిని తన శాఖలతో చుట్టుముట్టేసింది రాక్షస వృక్షం. దానినుండి ఎటుల తనను తాను రక్షించుకొని తనను నమ్మి తన వెనుక నడుస్తున్న స్నేహితులను కాపాడుకోవలెనో అని మది కలత చెందుతుండగా అతని హస్తములు మాత్రం అతని ప్రమేయం లేకుండానే చెంతకు వచ్చిన ప్రతి శాఖను కరవాలంతో నరికివేయసాగాయి.

కానీ నరికిన ప్రతిసారి రెట్టించిన వేగంతో మరల జీవించి ప్రతిదాడికి వస్తున్న ఆ వృక్షం మాయ ముందు తన శారీరక బలం ఎక్కువసేపు నిలవలేదన్న వాస్తవం మదిలో మెదిలేసరికి నచ్చని ఆహారం తిన్నట్లు వెగటుగా మారిపోయాయి చంద్రకేశుని ముఖ కవళికలు.

కానీ ఒక్క క్షణం తన కరవాలం విశ్రాంతి తీసుకున్నా తమలో ఒకరి ప్రాణాలు కోల్పోయినట్లే అని అర్థం అవడంతో చురుకుగా కదులుతూనే అంతకు మించి చురుకుగా ఆలోచనలను పరిగెత్తించసాగాడు చంద్రకేశుడు. అతని ఆలోచనలన్నీ గురువుగారు ఇచ్చిన రక్ష మీద కేంద్రీకరించబడటంతో ఇక దానిని ఉపయోగించక తప్పదని నిశ్చయానికి వచ్చి మనసులోనే గురువుగారిని స్మరించుకొని కరవాలాన్ని వామ హస్తానికి మార్చుకొని దక్షిణ హస్తాన్ని తన గళమున అలంకరించిన రక్ష వైపు తీసుకొచ్చాడు చంద్రకేశుడు.

అంతలో వెనకనుండి పరిచితమయిన ఒక కంఠం నువ్వు కరవాలంతో దాడిని అలాగే కొనసాగించు మిత్రమా దానిని నాశనం చేసే యుక్తి మా వద్ద ఉన్నది అని వినపడటంతో రక్ష ను ఉపయోగించాలన్న ఆలోచనను విరమించుకొని తనకు సహాయం లభిస్తోంది అన్న ఉత్సాహంతో రెట్టించిన వేగంతో కదులుతూ ప్రళయ కాళ రుద్రుడివలె ఆ వృక్షాన్ని తునాతునకలు చేయడం మొదలు పెట్టాడు చంద్రకేశుడు. నిముషం వ్యవధిలో వృక్షానికి ఉన్న శాఖలు అన్నీ ఖండించి మోడును మాత్రం మిగిల్చి కిమ్ కర్తవ్యం అన్నట్లు తనకు కంఠధ్వని వినవచ్చిన వైపుకు తన దృష్టిని సారించాడు.

అచట చెకుముకి రాయితో అగ్నిని రగిలిస్తున్న అక్షితవల్లి అందులోకి చితుకులు వేస్తూ దానిని ప్రజ్వలింప చేయుటకు చూస్తున్న అరుణాక్షి, వారిద్దరితోపాటు వారి బృందంలోని మిగిలిన యువతులు కనిపించారు. విరిగిపడి ఉన్న చెట్టు కొమ్మలను తీసుకొని చితుకుల మంటలో వేసి మండించి కాగడాల వలె తయారు చేసి వాటిని తీసుకొచ్చి చంద్రకేశుడు ఖండించిన మాయా రాక్షస వృక్షపు శాఖలకు అంటించారు యువతులందరూ కలిసి. చంద్రకేశుడు ఖండించిన వెంటనే ప్రాణం ఉన్న జీవులవలె పాకుతూ వృక్షం మొదలు వద్దకు చేరుకుంటున్న పదును అయిన కంటకముల గల ఆ వృక్ష శాఖలు అగ్ని జ్వాలలు తాకగనే జ్వలిస్తూ బాధతో మూలుగుతున్నట్లు ధ్వనులు వెలువరిస్తూ భస్మ రాశి వలె మారిపోసాగాయి.

అప్పటివరకు మత్తయిన సువాసనలు వెలువరిస్తున్న ఆ కంటకములు భస్మ రాశిగా మారిపోవు తరుణంలో జీవులు అగ్నికి ఆహుతవునపుడు వచ్చు భరించలేని దుర్గంధము వెలువరించడం మొదలిడినవి. ఎప్పుడయితే దుర్గంధం వెలువడటం ఆరంభం అయినదో అపుడు స్పృహ కోల్పోయిన వారందరూ తెలివిలోకి వచ్చి ఆ వాసన భరించలేక నాసికలకు తమ హస్తములను అడ్డు పెట్టుకుంటూ లేచి నుంచున్నారు.

ఎదురుగా కనిపిస్తున్న అశ్వత్థవర్మ బృందం లోని యువతులను గమనించి ఆశ్చర్య చకితులై మీరు ఇచటకు రావడం ఎలా సంభవించింది అని ప్రశ్నించగా , చంద్రకేశుడు కూడా అక్షితవల్లి వైపు తిరిగి ఆ రాక్షస వృక్షం గొడవలో పడి మీ రాకనే గమనించలేదు. మాకు

సహాయము అవసరమైన తరుణంలో వనదేవతల వలె అరుదెంచి ఆపద బాపినారు దీనికి ఎంతగానో కృతజ్ఞులమై ఉన్నాము అని కృతజ్ఞతలు తెలియచేసుకున్నాడు.

దానికి అక్షితవల్లి సమాధానమిచ్చునంతలో అరుణాక్షి కలుగ చేసుకుంటూ మిత్రుల మధ్యలో కృతజ్ఞతలు ప్రస్తావన ఎందుకు చంద్రకేశా ? ఇది మా కర్తవ్యం. ఇక మేము ఇచటకు వచ్చుటకు కారణమేమన, గత రాత్రి ఇచటకు రెండు ఆమడల దూరములో విశ్రమించాము మేము. వేగు చుక్క పొడవగానే నిద్ర లేచి జల వసతి కొరకు రెండు బృందములుగా విడిపోయి అన్వేషించుచూ ఇటు వైపుగా వచ్చినాము . కొంత దూరంలో ఉండగనే వింత ధ్వనులు మా కర్ణములను ఆకర్షించగా వాటిని అనుసరిస్తూ ఇచటికి చేరుకున్నాము. మేము ఇచటికి అరుదెంచినపుడు నువ్వు వాటిని ఖండించుట అవి మరల జీవము పోసుకొనుట గమనించి నీకు సహాయము చేయవలెనని తరుణోపాయము గురించి ఆలోచించగా మాకు ఈ ఉపాయము తట్టినది. దానినే ఆచరించాము , ఎట్టకేలకు గండము గడచి అందరూ ప్రాణాపాయము నుండి బయటపడినారు అని వృత్తాంతమంతయూ తెలియ పరిచినది.

అపుడు అక్షితవల్లి అరుణాక్షి వైపు తిరిగి గండం ఇంకనూ తొలగిపోలేదు అరుణాక్షీ , ఆ వృక్షాన్ని మోదుతో సహా పెకలించి వేయనిచో అది నాశనం అవదు అంటూ తిరిగి చిన్న చిన్నగా చిగురిస్తూ ఉన్న రాక్షస వృక్షం మోదు వైపు చూపించినది . అటు వైపు చూసిన అందరూ భయభ్రాంతులకు లోనవ్వగా ముందుగా తేరుకున్న చంద్రకేశుడు ముందు ఇక్కడి నుండి దూరంగా పదండి అని తొందర పరచి అందరినీ ఆ వృక్ష పరి ఛాయల నుండి బయటకి తెచ్చినాడు. వీరు దూరం జరగడం ఆ వృక్షం మరల ఊపిరి పోసుకున్నట్లు ఇంతకు ముందువలె యెర్రని మిగుల పండిన ఫలములతో సువాసనలు వెదజల్లుతూ మరల వీరిని ఆకర్షిస్తూ రమ్మని పిలుస్తున్నట్లుగా తన కొమ్మలను ఊపడం ఒకేసారి జరిగాయి.

ఇది మాయా వృక్షం రాకుమారీ దీనిని సమూలంగా తుదముట్టించవలెనన్న మంత్ర విద్యలలో ప్రవేశం ఉండాలి. మన శక్తి పరాక్రమాలు దీనిమీద పని చేయవు, అలా అని దీనిని ఇలా వదిలివేయుటకు మనస్కరించుటలేదు. మనవలె ఆకలిగొన్న అమాయకులెవరైన దీనిచే ఆకర్షించబడి ప్రాణములు కోల్పోవుదురు. గురుకులమునకు చేరుకోగానే గురువర్యులతో చెప్పి దీని శాశ్వత నిర్మూలన గావించెదము. అంతవరకు దీని పరిసరాలలోకి ఇంకెవరూ చేరుకోకుండా తాత్కాలిక ఏర్పాటు చేయవలెను అని తన మదిలో ఉన్న ఆలోచన అందరికీ చెప్పి వారి సహాయంతో ఆ రాక్షస తరువుకు పది అడుగుల దూరంలో వృత్తాకారముగా ముళ్ల కంచె ఏర్పాటు గావించాడు చంద్రకేశుడు.

చంద్రకేశా మీ బృందంలోని మా చెలులందరూ ఎక్కడ అని అడిగిన అరుణాక్షితో మేము ఆహారము కొరకు అన్వేషించుచూ ఈ నెలవుకి చేరుకున్నాము వారు జలము కొరకు అన్వేషించుచూ మరొక దిక్కుకు వెడలినారు. ఇప్పటికి తిరిగి వచ్చి ఉండవచ్చు పదండి వెళ్లి

చూతము అంటూ ముందుకు కదిలిన చంద్రకేశుని అనుసరిస్తూ తమ వస్తువులు వదలి వచ్చిన మర్రిమాను వైపు కదిలారు అందరూ.

సెలయేటి దగ్గర మకరము బారిన పడిన చంద్రసేన నీటిలోకి పడిపోయి మకరము పట్టునుండి విడిపించుకొనుటకు కర చరణములు కదిలించుచూ ఎంత బలంగా విదిలించిననూ ఆ మకరము తన పట్టు విడువక పాదాన్ని మరింత గట్టిగా తన కరకు దంతములతో కరచి పట్టుకొని నమిలి మింగుటకు యత్నించుచున్నది. ఇక తన జీవితముకు అవే ఆఖరి ఘడియలని తలచి తల్లి దండ్రులను గురుదేవులను స్మరించుకొనుచూ జలమును మింగుతూ ప్రాణవాయువు అందక కళ్ళు తేలవేయసాగింది చంద్రసేన.

సెలయేటి వొడ్డున నిలబడిన ముగ్గురు యువతులు స్వతహాగా ధైర్యవంతులే కానీ కోయగూడెం లో బంధింపబడి ఆఖరి క్షణంలో బలి నుండి తప్పించుకొనుట వలన మానసికంగా దౌర్బల్యము ఆవహించగా ఇపుడు స్నేహితురాలిని కాపాడుకోవలెనన్న తలపు కూడా వారి మనమున ప్రవేశించకపోగా , స్నేహితురాలిని చుట్టుముట్టిన ఆపద తమను కూడా కబళించివేస్తుందేమో అని భయభ్రాంతులకు లోనయి పరిసర స్పృహ కూడా కోల్పోయి నిస్సహాయంగా ఆక్రందనలు చేయుచున్నారు.

ఇంతలో వీరికి పది అడుగుల దూరం నుండి సెలయేటిలోకి ఎవరో దూకినట్లు దబ్బుమన్న సవ్వడి వినిపించడంతో అటువైపు తిరిగి చూసిన వారికి అచట మరల యే అలికిడి వినపడక అది వారి భ్రమ అయి ఉండవచ్చునని వారిలో వారు అనుకుంటూ ఆకాశం వైపు చూస్తూ కనిపించని దేవతలకు మొక్కుకొనుట మొదలిడినారు.

అక్కడ నీటిలో ప్రాణాల మీద ఆశ వదిలేసుకున్న చంద్రసేనను వెనకనుండి బలమయిన చేతులు చుట్టివేసి వెనక్కి లాగాయి. అదాటున లాగడంతో పాదాన్ని కరచిపట్టుకున్న పొలుసుల మృగం దంతాలు గట్టిగా పాదంలో దిగబడి రుధిరం వెల్లువలా పొంగుతూ విలవిలలాడింది చంద్రసేన. రక్తపు వాసనకు మత్తెక్కినట్లయి మరింతగా తన పట్టు బిగిస్తున్న భారీ మకరం తన వాలం మీద బలంగా పడిన కరవాలం వేటుకు గిలగిలా కొట్టుకుంటూ చంద్రసేనను వదిలి వెనుతిరిగింది.

ఒక్కసారిగా మకరం తన పట్టు విడవడంతో చంద్రసేన, తనతో పాటు తనను పట్టుకున్న వ్యక్తి కూడా వేగంగా నీటి లోపలికి మునిగిపోవడం మొదలుపెట్టారు. వెంటనే ఆ వ్యక్తి చంద్రసేనను వదిలి తను నిలదొక్కుకొని తదనంతరం మరల మునిగిపోతున్న చంద్రసేనను దొరకబుచ్చుకొని వేగంగా ఈదుతూ నీటి ఉపరితలానికి తీసుకొని వచ్చాడు.

అప్పటికే స్పృహ కోల్పోయిన చంద్రసేనను వామ హస్తముతో పట్టుకొని దక్షిణ హస్తముతో వేగముగా బారలు వేయుచూ ఒడ్డు దగ్గరకి తీసుకొచ్చిన అతన్ని చూస్తూ అశ్వత్థవర్మ అంటూ సంభ్రమంగా అంటున్న యువతులను ఉద్దేశించి నీరు మొత్తం మింగేసి ఉండటం వలన స్పృహ కోల్పోయింది ఆ నీరు బయటకి తెప్పించండి అంటూ వారికి చంద్రసేనను అప్పగించి నీటిలో భారీ

మకరం తో పోరాటం సాగిస్తున్న అభిమన్యు భూపతికి సహాయంగా మరల సెలయేటిలోకి దూకి వేగంగా ఈదుతూ అటువైపు సాగాడు అశ్వత్థవర్మ .

తన వాలాన్ని గాయపరుస్తున్న అభిమన్యు భూపతి వైపు క్రూరంగా చూస్తూ చురకత్తుల వంటి దంతాలు బయట పెడుతూ వేగంగా అటువైపు వెళ్లి అతన్ని గాయపరచడానికి చూసింది మకరం. అప్పటికే దాని కదలికలు గమనిస్తున్న అభిమన్యు చురుకుగా కదిలి నీటిలోపలికి వెళ్ళిపోయాడు. నోటికి అందాల్సిన ఆహారం తప్పిపోవడంతో పట్టరాని క్రోధంతో గాయపడిన తన తోకతో నీటిని అల్లకల్లోలం చేస్తూ అభిమన్యు భూపతి వెనుకే నీటిలోకి మునిగింది మకరం.

ఎంతైనా నీటిలో దాని పట్టు ముందు మానవ శక్తి సరి రాదన్నట్లుగా ఎంత వేగంగా కదిలినా దాని బారి నుండి తప్పించుకోలేక మకరం నోటికి చిక్కాడు అభిమన్యు భూపతి. ఈలోగా వెనక నుండి వచ్చిన అశ్వత్థవర్మ తన ఖడ్గంతో దాని వాలం మీద ఒక్క వేటు వేసాడు. అప్పటికే ఒకసారి అభిమన్యు భూపతి గాయపరచి ఉండటంతో వాలం తెగి పడిపోయి దాని శరీరం నుండి రుధిరం వెల్లువలా పారుతూ సెలయేరు మొత్తం అరుణ వర్ణాన్ని సంతరించుకుంది.

బాధ భరించలేక వికృతంగా శబ్దాలు వెలువరిస్తూ రెట్టించిన క్రోధంతో వారిమీద దాడి చేయుటకు వెనుతిరిగింది ఆ మకరం . కానీ అప్పటికే మిత్రద్వయం వేగంగా ఈదుతూ ఒడ్డుకు దగ్గరకి చేరుకున్నారు. ఎలా అయినా వారిని చేజిక్కించుకోవాలని తన శక్తినంతా కూడగట్టుకొని వెంటపడింది మకరం. అశ్వత్థవర్మ సెలయేటి ఒడ్డుకు చేరుకోగా అతన్ని అనుసరించి ఒక అడుగు వెనుకవున్న అభిమన్యుని చేరుకొని తన నోటిని పెద్దగా తెరిచి అతని పాదాన్ని అందుకొనుటకు యత్నించింది. అభిమన్యుని పాదం నోటచిక్కి నోరు మూయునంతలో అశ్వత్థవర్మ , అతని రెక్క పట్టుకొని పైకి లాగడంతో తన పళ్ళు తన నాలుకకే గుచ్చుకోవడంతో కీచుమని శబ్దం చేస్తూ తనుకూడా ఒడ్డుకు వచ్చుటకు యత్నించి శక్తి చాలక వెనుదిరిగింది ఆ మకరం.

అపరాజిత –అష్టాదశ అంకం

నీటి వొడ్డుకు చేరుకున్న అశ్వత్థవర్మ , అభిమన్యు భూపతి దస్సిపోయినట్లుగా పచ్చిక బయలుమీద పడిపోయి పది క్షణికాలు అలసట తీర్చుకొని తదుపరి స్పృహ కోల్పోయిన చంద్రసేన దరికి చేరారు. లోపలికి మింగిన నీరు మొత్తం ఉదరభాగం లో ఒత్తిడి తెచ్చి బయటకి తెప్పించిననూ స్పృహలోకి రాని ఆమె పరిస్థితి తిలకించి కలవరపెడుతున్న యువతులను గమనించి వారిని పక్కకు జరగమని చెప్పి స్పృహలో లేకున్ననూ ఆమె కనురెప్పల కదలికలు ఆగకుండుట గమనించి జరిగిన సంఘటనలకు భీతిల్లడం వలన ఆమె స్పృహలోకి రాలేదు అని అర్థమయి ఆమెలో భయం తొలగునట్లు ఉపశమనపు వాక్కులు చెప్పుట ఆరంభించారు.

తాము గురుకులానికి చేరుకున్నట్లు గురువుగారి సన్నిధిలో ఉన్నట్లు వారు చెప్పుచున్న వాక్కులు ఆలకించి మెల్లగా ఆమె వదనంలో అలుముకొని ఉన్న నీలి నీడలు తొలగిపోయి క్రమంగా ప్రశాంతత చేకూరుట గమనించి మరింత ఉత్సాహంతో గురుకులమునకు సంబందించిన మరికొన్ని విశేషములు చెప్పనారంభించారు మిత్రద్వయం. వారిని గాంచి తాము కూడా ఉత్సాహము తెచుకున్నవారై గురుకులంలో కలిసి చేసిన తుంటరి కార్యముల గురించి తమ చెలి చెవినపడేట్లు ముచ్చటించుకొనుట ఆరంభించారు మువ్వురు యువతులు. వారందరి ప్రయాస ఫలించి చంద్రసేన నెమ్మదిగా స్పృహలోకి వచ్చి కనులు తెరచి పరిసరాలను గమనించుట మొదలిడినది.

పరిసరాలను పరికించగనే అది తమ గురుకులం కాదని అవగతమయి వెనువెంటనే మకరం గురించి జ్ఞప్తికి రాగా అథాటున లేచి హరిణమువలె బెదురుచూ సెలయేరు దిక్కుకు చూచినది. ఆమె మనోగతం అర్థమయి భయము వలదు చంద్రసేనా ఆపద బాసినది నీవు ఇపుడు సురక్షితం, మన మిత్రులు నిన్ను రక్షించినారు అని స్నేహితురాండ్రు చెప్పగా అపుడు అశ్వత్థవర్మ , అభిమన్యులవైపు గాంచి అచ్చెరువొంది మీరెటుల ఇచటికి యేతెంచినారు అని ప్రశ్నించగా గురువర్యుల ఆజ్ఞను పాటిస్తూ ఉత్తర దిశగా పయనించిన మేము అలుపెరుగక, విశ్రమించక పయనిస్తూ ఇక్కడివరకు చేరుకున్నాము. సెలయేటి గలగలల ధ్వని ఆలకించి జలము కొరకు ఇటు అరుదెంచినాము మిగిలిన మిత్రులు కూడా ఈ పరిసరములలోనే ఉన్నారు అని చెప్పినంతలో అశ్వత్థవర్మ బృందంలోని మిగిలిన యువకులు కూడా అచటికి యేతెంచినారు.

వారు చంద్రసేన తదితరులను గాంచి ఇచటకు ఎటుల చేరినారు అని ప్రశ్నించగా సమీపమునే మిగిలిన మిత్రులందరును ఉన్నారు. వారిని చేరుకోనులోగా మీకు మా అనుభవములు అన్నీ ఎరుకపరచెదను అని చంద్రసేన ముందుకు అడుగు వేయగా మిగిలినవారు ఆమెను అనుసరించారు. మర్రిచెట్టు కడకు చేరుకోనులోపు తమకు కోయ గూడెంలో ఎదురయిన అనుభవములు అన్నీ చంద్రసేన తెలుపగా తమకు ఎదురయిన అపాయముల గురించి వాటిని తప్పించుకున్న విధానము గురించి అశ్వత్థవర్మ వారికి విశదపరిచాడు.

అంతయూ ఆలకించిన చంద్రసేన ఇన్ని అపాయములు ఎదుర్కొన్ననూ ఒక ప్రాణికి కూడా ప్రాణాపాయం కలిగించలేదు కదా మీరు అంటున్నంతలో మిగిలిన యువతులు అందులకేనా రాకుమారా సెలయేటిలో మకరమును కూడా ప్రాణములతో వదిలివేసినారు అని ప్రశ్నించారు. దానికి బదులుగా చిరునవ్వు నవ్వుతూ మన నెలవులోకి అవి రాలేదు వాటి నెలవులోకి మనం అడుగిడి వాటి దైనందిన జీవితానికి అసౌకర్యం కలించాము. అందులకే వాటి ప్రాణములు హరించు హక్కు మనకు లేదు , మనకే కాదు అనవసరంగా మరొక ప్రాణం హరించే హక్కు ఈ సృష్టిలో ఎవరికీ లేదు అని బదులిచ్చాడు అశ్వత్థవర్మ .

దానికి బదులుగా చంద్రసేన అతను వెలిబుచ్చిన అభిప్రాయం సత్యమన్నట్లు తలపంకించుచూ దూరముగా కనిపించుచున్న మర్రి వృక్షము వైపు తన దక్షిణ హస్తమును చాచి అదియే మిత్రమా మేము విడిది చేసిన వృక్షము, మన మిగిలిన మిత్రులందరునూ అచటనే ఉన్నారు అని పలకగా అందరూ రెట్టించిన ఉత్సాహముతో అడుగులు వేసి మర్రి వృక్షాన్ని సమీపించారు. గురుకులమున చేరిన దినము నుండి ఎడబాటెరుగక కలిసి మెలసి ఉన్న వారందరూ ఇపుడు పది రెండు దినములు ఒకరికొకరు దూరమవుట వలన ఎన్నియో సంవత్సరములు ఎడబాటు అనుభవించినట్లు భావావేశమునకు లోనయి స్నేహితులు స్నేహితురాండ్రు అందరూ ఒకరినొకరు ఆలింగనము చేసుకొని మిత్ర పరిష్వంగంలోని ఆనందాన్ననుభవించారు.

సెలయేటి దగ్గర సంభవించిన ప్రమాదం గురించి వీరు వారికి , రాక్షస వృక్షం వలన ఎదురయిన ఉత్పాతం గురించి వారు వీరికి విశదపరచుకొని తప్పిపోయిన గండాల గురించి సంతోషించి ఆపద సమయంలో సమయస్ఫూర్తిగా వ్యవహరించి ధైర్యంతో ఎదుర్కొన్న మిత్రులను అభినందించుకున్నారు. తదుపరి ఉదరము చేయుచున్న విచిత్ర శబ్దములు ఆలకించి అది క్షుద్బాధ యొక్క లక్షణములని అవగతమయి ఆహారము కొరకు అందరూ ఒకరి వదనము మరొకరు పరికించి చూసుకొని ఎవరికడనూ ఆహారము కానీ జలము కానీ లేదని చేదు వాస్తవం తెలుసుకొని, మరల ఆహారము కొరకు అన్వేషించు సత్తువ లేక నిరుత్సాహంగా వృక్షము ఛాయలో కూలబడిపోయారు .

మెల్లగా సంధ్యాసమయం అరుదెంచుతున్నది. సొమ్మసిల్లి పడుకున్న వారికి సపర్యలు చేస్తున్నట్లుగా శీతల పవనాలు మంద్రంగా వీయసాగాయి. ఇంతలో తన శిరమున ఏదో తేమ

తగిలినట్లయి పైకి పరికించిన కుందనవల్లి హర్షాతిరేకముతో తన స్నేహితురాళ్లను పిలుచుచూ పైకి చూడమని చెప్పింది. అంత హర్షము కలిగించు విషయమేమున్నదా అని శిరములు ఎత్తి పైకి తిలకించిన వారి నయనములకు ఇంతవరకు వారెన్నడూ చూచి ఎరుగని పరిమాణములో ఒక పెద్ద మకరందపు పట్టు కనిపించింది. దాని నుండి బొట్లు బొట్లుగా కిందకు కారుచున్న మకరందమే కుందనవల్లి శిరసు మీద పడినదని చూడగనే అవగతమవుతున్నది.

దానిని చూడగనే అందరి వదనాల్లో ఆనందం వెల్లి విరిసింది. ఎక్కువ దూరం వెళ్లకుండా ఒకేచోట ఆకలి దాహం తీరే సదుపాయం కనిపించడమే వారి ఆనందానికి కారణం. యువతులు చెకుముకి రాళ్ల సహాయంతో అగ్నిని రాజేయగా యువకులు చిన్న చిన్న కర్రముక్కలు తెచ్చి అందులో వేసి దానినుండి వెలువడుతున్న పొగ సహాయముతో మకరందపు తుట్టెను అంటిపెట్టుకున్న మధుమక్షికములు (తేనెటీగలు) అన్నిటినీ వెడలగొట్టి తదుపరి వృక్షమును అధిరోహించి మకరందపు తుట్టె ను చేరి వారి ఆకలి తీరుటకు సరిపోవునంత మకరందం మాత్రం సేకరించి తిరిగి కిందకు దిగిపోయారు. వారు కిందకు దిగినంతనే మరల ఒకటొకటిగా మధుమక్షికములు అన్నీ తమ నెలవుకు చేరుకున్నాయి.

సేకరించిన తేనెను కడుపారా ఆరగించి భుక్తాయాసముతో మరల విశ్రమించారు అందరూ . చిరు చీకట్లు కాస్తా దట్టమయ్యి అరణ్యాన్ని కమ్మేశాయి. శరీర స్పృహ లేకుండా ఆదమరచి నిద్రిస్తున్నారు అందరూ. దూరం నుండి ఒక పొగమంచు మెల్ల మెల్లగా కదలి వస్తూ మర్రి వృక్షాన్ని చేరుకొని మెల్లగా అశ్వత్థవర్మ మరియూ చంద్రకేశుని బృందాలను చుట్టుముట్టింది. పొగమంచు చుట్టుముడుతూ ఉండగనే ఒక్కక్కరుగా నిద్రలోనే తలలు వాల్చేసారు అందరూ. స్పృహ కోల్పోయిన వారందరినీ తనలో ఇముడ్చుకొని మెల్లగా వచ్చినదారినే వెనుకకు పయనమయి సాగిపోయింది ఆ పొగమంచు తెర .

అక్కడ అమ్మవారి ఆలయంలో ఆగమ శాస్త్రానుసారం పూజాదికాలన్నీ సల్పి పవళింపు సేవ చేసి తదనంతరం అమ్మవారి ప్రసాదాన్ని ఆరగించి ప్రాంగణంలో విశ్రమించారు ఉత్తర కుమార మరియూ సిద్ధార్థుని బృందాలు. పగలంతా అమ్మవారి సేవలో యే లోపమూ రాకూడదని జాగరూకతతో వ్యవహరించి మానసికంగా అలసిన వారి మనసులను సేదదీరుస్తున్నట్లుగా మత్తుగా వీస్తున్న మలయ మారుతానికి పరవశించి ఎక్కడివారక్కడ మేనువాల్చి నిద్రాదేవి వడిలోకి ఒదిగిపోయారు. గురుకులాన్ని వీడిన దగ్గరనుండి తన నాయకత్వంలోని బృందానికి ఏ ఆపదా కలగకుండా కంటికి రెప్పలా కాచుకొనుటకు అలవాటు పడిన సిద్ధార్థుడు కూడా ఆనాడు ఆ గాలిలో ఉన్న మాయకు లోబడి ఆదమరచి నిద్రించసాగాడు.

ఇటుల నిద్రించుచున్న వారి కర్ణములలో మత్తుగా ఒక స్వరం ధ్వనించసాగింది. రహస్య సమాలోచనలు చేస్తున్నట్లుగా గుసగుసలాడుతున్నట్లుగా వినిపిస్తున్న ఆ ధ్వనికి నాదస్వరానికి వశమయిపోయే నాగులవలె వశమయిపోయి ఆ స్వరం రహస్యంగా చెప్తున్న విషయాన్ని మదిలో నిక్షిప్తం చేసుకోసాగారు ప్రతి ఒక్కరూ .

ఆలయ ప్రాంగణంలో దిగుడుబావిలో ఒక నిధి ఉన్నదని , దానిని సొంతం చేసుకున్నవారికి భూ ప్రపంచం మొత్తం పాదాక్రాంతమవుతుందని ఆ నిధిని దాటి ముందుకు వెళ్తే అపరాజితా దేవి ఆలయం ఉన్నదని ఆ అమ్మవారి నాసికాభరణమును సాధిస్తే దేవలోకం కూడా దాసోహమవుతుందని, ఆ నిధిని చేరుకొనుటకు, తదుపరి అమ్మవారి అనుగ్రహం సాధించుటకు ఒక సునాయాస మార్గం ఇంకొక కఠిన మార్గం ఉన్నాయని ఆ గుసగుసల సారాంశం.

మనిషిలోని మాత్సర్యం, వాంఛ , లోభం అన్నిటిని కలగలిపి వాటికి ఒక స్వరాన్ని ఆపాదిస్తే ఎలా ఉంటుందో అలా ఉన్న ఆ కంఠస్వరం అందరినీ తన మాయలోకి తీసుకుపోతూ వారిలో స్వార్థాన్ని తట్టిలేపే ప్రయత్నం చేయసాగింది.

అపరాజిత – ఏకోనవింశతి అంకం

కృష్ణ పక్షం త్రయోదశి ప్రాతః సమయం. మంచుతెరల మధ్యలో అరణ్యం అంతా బంధింపబడి శ్వేతవర్ణంలో హరితవర్ణాన్ని దాచేస్తూ చూపరులను విభ్రాంతికి గురిచేస్తూ ఆహ్లాదకరంగా ఉంది ప్రకృతి అంతా. మకరందాన్ని సేవించి గాఢ నిద్రలో మునిగిన అశ్వత్థవర్మ, చంద్రకేశుల బృందాలు రేయి కరిగిపోయి మరుసటిదినము అరుదెంచిననూ మగత వీడక అటులనే నిద్రాదేవి ఒడిలో జోగుతున్నారు.

వారిని బంధించి తెచ్చిన పొగమంచు తెర ఒక రాతి గుహలో వారిని వదిలేసి తనకు అప్పగించిన పని అయిపోయినట్లుగా కొద్దిగా కిందకు వంగి నమస్కరించినట్లు అభినయించి అక్కడనుండి మరలిపోయింది.

ప్రాతః కాలం అవగానే నిద్ర మేల్కొన్న ఉత్తర కుమార, సిద్ధార్థుని బృందాలు ఎవరికి వారు మనమున స్వప్న వృత్తాంతాన్ని జ్ఞప్తికి తెచ్చుకుంటూ అది కేవలం ఒక స్వప్నమా లేదంటే వాస్తవంగానే నిధి ఉన్నదా అని ఆలోచనలో పడిపోయారు. ఎవరికివారు ఆ స్వప్నం తమకు మాత్రమే వచ్చినదని భ్రమలో మునిగిపోయారు. కొందరు స్వార్థంతో స్వప్రయోజనం గురించి ఆలోచించి తమ నేస్తాలకు చెప్పకుండా ఆగిపోతే ఇంకొందరు అందరి క్షేమం గురించి యోచించి ఆ రహస్యాన్ని బహిర్పర్చకుండా ఉండిపోయారు. మొత్తానికి అందరు అన్యమనస్కంగా లేచి కాలకృత్యాలు తీర్చుకొని స్నానపానాదులు పూర్తి గావించి పూజకు ఉపక్రమించారు.

పూజ చేస్తున్న సమయంలో కూడా ప్రాతః కిరణాలు తాకి శోభిల్లుతున్న అమ్మవారి ముఖారవిందాన్ని గాంచి పరవశులగుటకు బదులుగా ఎవరి తలంపుల్లో వారు మునిగి తేలుతున్నారు అందరూ . కొందరు ఆ నిధి వాస్తవంగా ఉన్నదో లేదో ప్రయత్నించి చూడాలన్న ఆలోచనలో ఉండగా, మరికొందరు ఆ నిధి తమకు మాత్రమే దక్కేలా చేయమని అమ్మవారిని కోరుకొంటుండగా అతి కొద్దిమంది మాత్రం ఆ నిధి విషయం స్వార్థపరులకు తెలిస్తే మంచిది కాదు కాబట్టి గురువు గారికి తెలియచేసి తదుపరి వారు ఎటుల నిర్ణయిస్తే అటుల నడచుకోవలెనని యోచించసాగారు. కానీ మానవ సహజ స్వభావమైన స్వార్థం తప్ప పరులకు ద్రోహం చేయవలెనన్న చింతన మాత్రం అందులో ఎవరి మనములోనూ ఉద్భవించలేదు.

ఈ రెండు దినములు గడిచిన పిదప ఇచట నుండి యెటుల బయటపడవలెనను చింత మాత్రమే నిన్నటివరకూ వారి మనములను ఆక్రమించి ఉండగా ఇపుడు ఈ నిధి విషయం దాన్ని

త్రోసిరాజని మరొక విషయం ఆలోచించే అవకాశం ఇవ్వకుండా, పక్కవారితో చర్చించకుండా ఎవరి మనోలోకంలో వాళ్ళు ఉండేలా చేసింది. ముందురోజు రాత్రి నిద్రించువరకు ఏ కల్మషం లేకుండా తోబుట్టువులవలె కలిసి మెలసి ఉన్న వారి మధ్యలో కనిపించని అడ్డుతెరలేవో లేచినట్లు ఎవరికి వారు ఏకాంతంగా ఉండుటకు ఇచ్చగించసాగారు.

అటులనే అపరాహ్నవేళ, సంధ్యవేళ పూజలు ప్రసాద వితరణ అన్నీ జరిగిపోయాయి. ఎవరికీ ఆ దిగుడుబావి వైపు ఏకాంతంగా వెళ్లే అవకాశము లభించక తగిన తరుణముకొరకు వేచి చూడసాగారు. ఈలోగా సంధ్య చీకట్లు ముసురుకొని మళ్ళీ నిశివేళ అరుదెంచింది. అందరూ పూనుకొని ప్రతిదినము కన్నా పెందలకడనే అమ్మవారి పవళింపు సేవకు ఏర్పాట్లు చేయసాగారు. అమ్మలగన్న అమ్మకు బిడ్డల మనసు తెలియదా ? మీ ఆలోచనలు మీకుంటే నేను చేయవలసింది నేను చేస్తానన్నట్లు చిద్విలాసంగా చిరునవ్వులు చిందిస్తూ ఉండిపోయింది అమ్మవారి శిలారూపం.

సంధ్య వేళ ముగిసి లోకం రేయి ఒడిలోకి జారుతున్న తరుణంలో మెల్లగా కదిలి ఇంకనూ మగతతో మూసుకుపోతున్న నయనాలను బలవంతంగా తెరచి పరిసరాలను చూడ ప్రయత్నించాడు అభిమన్యు భూపతి. అర మూసిన నయనాలకు మసక మసకగా రాతి తో కప్పబడినట్లున్న పై కప్పు కనబడటంతో గట్టిగా శిరసు విదిలించి మగత వదిలించుకొని మరల పైకి దృష్టి సారించగా దూరం నుండి సన్నగా ప్రసరిస్తున్న కాగడా వెలుతురులో తాను ఒక రాతి గుహలో ఉన్నట్లు అర్దమవగా అరణ్య మధ్యభాగంలో మఱ్ఱి మాను కింద ఉండవలసిన తను అక్కడికి ఎలా వచ్చాడో అవగతమవక దిగ్గున లేచి కూర్చొని తన పక్కనే ఉండవలసిన స్నేహితులకొరకు చూడసాగాడు అభిమన్యు భూపతి.

తనకు కొంత యెడంగా ఇంకనూ నిద్రావస్థలోనే యున్న మిత్రులను గాంచి కొంత స్థైర్యము చిక్కగా మెల్లగా ఆ చిరు వెలుగును ఆసరాగా చేసుకొని స్నేహితులవైపు కదిలి అశ్వత్థవర్మ ని తట్టి లేపుటకు ప్రయతించాడు అభిమన్యు. ఏడెనిమిది పర్యాయములు పిలిచిన అనంతరం కొద్దిగా కదలిక మొదలయింది అశ్వత్థవర్మలో. మగత వీడి లేచి కూర్చోనేవరకు స్నేహితుని తట్టిలేపుతునే ఉన్నాడు అభిమన్యు. పూర్తి స్పృహలోకి వచ్చిన అశ్వత్థవర్మ పరిసరాలను గాంచి విస్మయమొంది మిత్రమా మనమెటుల ఇచటకు చేరుకున్నాం అని అభిమన్యుని ప్రశ్నించగా, నాకునూ ఈ పరిణామము వింతగనే యున్నది. దీనిగురించి మనం తరువాత యోచించవచ్చు ముందు మన నేస్తాలను జాగరూకులను చేయవలెను అని సెలవిచ్చాడు అభిమన్యు భూపతి.

ఇరువురూ కలసి మెల్లగా ఒక్కొక్కరిని నిద్రనుండి మేల్కొల్పగా ఒక గడియ కాలానికి అందరూ స్పృహలోకి వచ్చారు. అపుడు అక్షితవల్లి ఇంకనూ ఇచటనే కదలక మెదలక ఉన్నారే పదండి ముందుకు అని బిగ్గరగా మాట్లాడుతుంటే ష్ అంటూ చూపుడు వేలు తన నోటికి అడ్డంగా పెట్టుకొని నిశ్శబ్దంగా ఉండమన్నట్లుగా సైగ చేసాడు చంద్రకేశుడు. ఎందుకు అన్నట్లు చూస్తున్న

అక్షితవల్లితో వీరు ఉన్న ప్రదేశానికి ఆవలివైపు నుండి వస్తున్న ధ్వనులను ఆలకించమన్నట్లుగా ఆ దిశగా తన దక్షిణ హస్తాన్ని సాచి తెలియచెప్పాడు చంద్రకేశుడు.

అప్పటికే ఆ ధ్వనులను ఆలకించిన అశ్వత్థవర్మ , తగ్గు స్వరంతో గుసగుసలాడుతున్నట్లుగా మిత్రులారా ఈ గుహలో మనము కాకుండా ఇంకెవరో కూడా ఉన్నట్లుగా ఆ ధ్వనులను బట్టి అవగతమవుతున్నది. కానీ వారు మనకు అస్మదీయులా లేదంటే తస్మదీయులా అనునది తెలుసుకోకుండా వారి ఎదుటకు వెళ్లడం శ్రేయస్కరం కాదు.

ఉదయం చూసిన రాక్షస వృక్షం వలన ఈ అరణ్యంలో మనకు తెలియని అసుర శక్తులు ఉన్నట్లు అవగతమయినది కదా ! (మగతలోనే ఒక దినమంతయూ గడచిపోయినట్లు వారికి తెలియనందున మకరందం సేవించిన కొద్ది సమయానికే తాము జాగరూకులమయినట్లు భావిస్తున్నారు) అటులనే మఱ్ఱి మాను కింద విశ్రమించిన మనం ఈ రాతి గుహలోకి యెటుల యేతెంచితిమో తెలియకున్నది. కావున ఈ గుహనుండి సురక్షితంగా బయటకు వెడలువరకు ప్రతి అడుగు ఆచితూచి వేయవలెను. మీరందరూ ఇచటనే నిశ్శబ్దంగా ఆసీనులయి ఉండండి.

చంద్రకేశుడు , నేను ముందుకు వెళ్లి అచట వున్నవారెవరో కనుగొని వచ్చెదము . ఈలోగా అభిమన్యు, అరుణాక్షి ఈ గుహ ద్వారం ఏ వైపున ఉన్నదో అచట ఏమైనా అపాయము పొంచి వున్నదో అన్వేషించి వచ్చెదరు అని పలికి అక్షితవల్లి వైపు తిరిగి, రాకుమారీ ఇచట ఉన్నవారిలో మిక్కిలి ధైర్యవంతురాలు మీరే కావున విక్రముని సహాయముతో వీరి రక్షణ బాధ్యత వహించండి అని ఎవరి కర్తవ్యం వాళ్లకు ఉపదేశించి చంద్రకేశునితో కలసి ముందుకు కదిలాడు అశ్వత్థవర్మ.

పాదరక్షలు విడచి తమ అడుగుల ధ్వని కూడా అవతలివారికి వినిపించకుండా మెల్లగా పదములో పదం కలుపుతూ అస్పష్టంగా ధ్వనిస్తున్న దిశగా ముందుకు కదిలారు చంద్రకేశుడు , అశ్వత్థవర్మ . ముందుకు వెళ్తున్న కొలది అస్పష్ట ధ్వనులు స్పష్టతను సంచరించుకుంటూ మంత్ర పఠనం తమ కర్ణములకు చేరుతుండటంతో ఒకరినొకరు ఆశ్చర్యంగా చూసుకొని కనులతోనే జాగ్రత్త అని ఒకరినొకరు హెచ్చరించుకొని ముందుకు కదిలారు మిత్రులు ఇరువురూ.

మరొక వంద అడుగులు ముందుకు వేయగనే కాగడాల వెలుగులో దేదీప్యమానంగా వెలిగిపోతున్న గుహ మధ్య భాగం అలాగే అక్కడ జరుగుతున్న పూజాక్రతువులో భాగంగా వెలిగించిన హోమగుండంలోని అగ్నిశిఖల యెర్రని వెలుతురులో భీకరంగా కనిపిస్తున్న మహాకాళీ విగ్రహాన్ని చూసి ఒక క్షణం బెదరి రెండు అడుగులు వెనక్కి వేసాడు అశ్వత్థవర్మ , స్నేహితుని వెన్నంటే వస్తున్న చంద్రకేశుడు , అశ్వత్థవర్మ అడుగు వెనకకు వేయడంతో అతని పాదం తన పాదం మీద పడి వెనకకు వొరిగిపోబోతూ అతి ప్రయత్నం మీద నిలదొక్కుకొని స్నేహితుడు కూడా పడకుండా దన్నుగా నిలిచాడు.

తదుపరి మిత్రుని బాహువుల మీదుగా ముందు ఉన్న మహాకాళీ విగ్రహాన్ని దర్శించి ఆమె ఉగ్రరూపానికి కొద్దిగా బెదరి అంతలోనే సర్దుకొని హస్తములు రెండూ ముకుళించి అమ్మవారికి నమస్కరించాడు. కోయగూడెంలో అమ్మవారి స్వరూపానికి ఈ అమ్మవారి విగ్రహానికి గల

సారూప్యతలు మరియూ వ్యత్యాసములను మదిలో తలచుకుంటూ కొద్దిగా పశ్చిమదిశగా మరలి అగ్నిగుండం వైపు చూసి చిత్తరువు వలె నిలుచుండిపోయాడు చంద్రకేశుడు.

గుహ ద్వారము కొరకు అన్వేషించుచూ ముందుకు కదిలిన అభిమన్యు భూపతి అరుణాక్షి అడుగులు ముందుకు వేయుచున్న కొలది వెలుతురూ అంతరించుచూ చీకటి దట్టమగుతుండటంతో గుహ కుడ్యములను తడుముకుంటూ ముందుకు అడుగులు వేయసాగారు.

అంతకంతకూ చీకటి అధికమవుతూ కన్ను పొడుచుకున్నా ముందేమీ కానరాని పరిస్థితి రావడంతో అభిమన్యుడు తగ్గు స్వరంతో అరుణాక్షీ ఈ నిశివేళలో ఒకరికొకరం దూరంగా జరిగిన యెడల మరల కలుసుకొనుట అసంభవం అందులకే ఒకరి హస్తములో మరియొకరి హస్తము కలుపుకొని ముందుకు అడుగువేయుట శ్రేయస్కరం అనిపించుచున్నది, అదియునూ నీకేమి అభ్యంతరము లేనియెడల మాత్రమే అని పలుకగా సమాధానంగా తన దక్షిణ హస్తాన్ని చాచి అభిమన్యుని వామ హస్తాన్ని అందుకుంది అరుణాక్షి.

అంత విపత్కర పరిస్థితిలో కూడా మనసైన చెలియ కర స్పర్శ మేను తాకగనే మనసంతా ప్రణయ భావనలతో పరవశించిపోయింది అభిమన్యునికి, కానీ ఆ కారుచీకటిలో అరుణాక్షి వదనంలో ఏ భావములు కదలాడుచున్నవో కనిపించక కించిత్తు నిరాశకూడా కలిగింది అతనికి. అటు అరుణాక్షి మదిలో కూడా కోటి వీణలు మోగినట్లయి మదిలో ఒకపరి తల్లిదండ్రులను, భగవత్స్వరూపులైన గురువుగారిని తలచుకొని మీ అందరి సమక్షంలో జరగవలసిన పాణిగ్రహణం ఈ అంధకారంలో అమావాస్య ఘడియలలో జరిగిపోయినది, మరల మీ అందరి సమక్షంలో మీ అందరి సమ్మతితో నా చెలికాని చెంతకు చేరేలా ఆశీర్వదించండి అని కోరుకుంది.

ఒకరి హస్తంలో ఒకరి హస్తం కలిపి, నిశ్శబ్దంగా ఆ స్పర్శతోనే ఒకరి మనసులో ప్రేమభావాలు మరియొకరి మనసులోకి చేరవేస్తూ అలాగే కదలక నిలబడి ఆ మాధుర్యాన్ని అనుభవిస్తూ ఉండిపోయారు. ఇంతలో కర్ణకఠోరంగా వినిపించిన జంబూకపు ఊళ ధ్వనికి ఉలిక్కిపడిన అరుణాక్షి ముందుకు జరిగి అభిమన్యునికి అభిముఖంగా రాగా ప్రేయసి భయాన్ని పారద్రోలుటకు అన్నట్లుగా ఆమెను గుండెలకు హత్తుకొని నేనుండగా ఏ ప్రమాదం నీ చెంతకు చేరనివ్వను సఖీ అని తన ఎద సవ్వడితోనే ఆమెకు తెలియచెప్పాడు అభిమన్యుడు. ప్రియుని సామీప్యానికి సిగ్గుల మొగ్గవుతూ మరింతగా అతని బాహువుల్లో ఇమిడిపోయింది అరుణాక్షి .

వారి ప్రేమను సహించలేనట్లుగా మరల వినవచ్చిన జంబూక ఊళ ధ్వనితో తమ కర్తవ్యం జ్ఞప్తికి రాగా ఒకరినుండొకరు విడివడకుండానే ముందుకు కదిలారు ఆ ప్రేమ జంట. ఆమ్ర తరువుని అల్లుకున్న మాధవీలతవలె తనను పెనవేసుకొని నడుస్తున్న నెచ్చెలి మేనిస్పర్శకు పులకితమవుతూ ఎన్ని వ్యయప్రయాసలకోర్చి అయినా నిన్ను సురక్షితముగా గురుకులమునకు చేర్చెదను అరుణాక్షీ , అటులనే విద్యాభ్యాసం పూర్తయిన పిమ్మట అందరినీ ఒప్పించి నిన్ను నా

జీవన సహచరిగా మార్చుకుంటాను ఇదే నీకు నేను చేస్తున్న వాగ్దానం అని మనమున తలుస్తూ ముందుకు అడుగులు వేయసాగాడు అభిమన్యుడు.

అపరాజిత – వింశతి అంకం

అమ్మవారి పవళింపు సేవ పూర్తి కాగానే ఎవరికి వారు సహచరులను త్వరపెడుతూ శయనించడానికి ఏర్పాట్లు గావించసాగారు. ఎవరి మనమున ఏమున్నదో ఇంకొకరికి తెలియకున్నా త్వరితముగా నిద్రించవలెనన్న విషయములో మాత్రం అందరూ ఏకాభిప్రాయానికి వచ్చి ఒకటి రెండు ఫలములు ఆరగించి నిద్రకు ఉపక్రమించారు. పది నిముషాలలోనే ఆలయ ప్రాంగణం అంతా చిరుగాలి అలల తాకిడికి పుడమిని ముద్దాడుతున్న ఎండుటాకుల శబ్దం కూడా వినిపించే అంత నిశ్శబ్దంగా మారిపోయింది.

అందరూ ఎవరికి వారు నిద్రను అభినయిస్తూ సహచరులు అందరూ గాఢ నిద్రలోకి జారుకొను సమయము కొరకు వేచి చూస్తున్నారు. కానీ నిర్ణీత సమయం రానిదే ఏ కార్యం జరగదన్నట్లుగా ఆ నిధి గురించి లోకానికి తెలియుటకు ఇంకనూ సమయం ఆసన్నమవనట్లున్నది. అందులకే అమ్మవారు తన వదనం నుండి కురిపిస్తున్న చల్లని వెన్నెల వెలుగుల వంటి దరహాసపు జిలుగులు విశ్రమిస్తున్న వారి మేనులను తాకి గాఢ నిద్రావస్థలోకి చేరుకొనునట్లు చేసాయి.

వళించిన వారి చుట్టూ తిరుగుతూ, ముందటి రాత్రివలె వారి మస్తిష్కంలోకి చొచ్చుకొనిపోయి తన స్వరంతో వారిని తన వశం చేసుకొనుటకు యత్నించసాగింది ఒక అదృశ్య శక్తి. కానీ దాని ప్రయత్నాలను తిప్పికొడుతూ వారికి మూడడుగుల దూరంలో ఉండగనే ఆ శక్తిని బలంగా అడ్డుకుంది అమ్మవారి నయనాలనుండి వెలువడుతున్న శక్తి తరంగం. తన కార్యం సాధించుటలో తనకు అడ్డే లేదని తలచి ఆదమరపుగా ఉన్న ఆ అదృశ్యశక్తి తన ప్రయత్నాలకు అమ్మవారి శక్తి అడ్డు పడటంతో బలమైన సుడిగాలిలో చిక్కుకున్న పూ తీగవలె అటూ ఇటూ ఊగుతూ దూరంగా వెళ్లి పడిపోయింది. అడ్డే లేదనుకున్న తనకు బలమయిన శత్రువు ఎదురు పడటంతో యెర్రని తన కనులను తెరచి అమ్మవారి విగ్రహం వైపు తీక్షణంగా చూడసాగింది ఆ అదృశ్య శక్తి.

దాని తీక్షణమయిన దృక్కులను గాంచి అమ్మవారి విగ్రహం బిగ్గరగా నవ్వుతూ ఏమైంది రక్తాక్షి ? నీ అక్షులతో తీక్షణంగా పరికిస్తూ నన్నే బెదిరింప యత్నించుచున్నావా ? అది నీ తరమా ? నీవు, నీ గురువు ఎన్ని విధముల ప్రయత్నించినా ఆ అపరాజితా దేవి ని సమీపించలేరు. ఆ

జగన్మాతలోని ఒక అంశ ని అయిన నన్నే దాటుకొని ఆ పసివారిని లోబరచుకోలేకున్నావు ? షోడశ అంశ ల కలయిక నా తల్లి , ఆ తల్లినే ఎదిరించే ధైర్యమున్నదా మీకు అని హుంకరించింది.

అమ్మవారి విగ్రహం నుండి వెలువడుతున్న వాక్కులను ఆలకించి మరింత ఎఱ్రబారి నిప్పు కణికలువలె మండుతున్న తన అక్షులతో మిర్రి మిర్రి చూచుచూ చిరుగాలిని కోస్తున్నట్లుగా ఉన్న తన స్వరంతో మీ గొప్పలు మీరే చెప్పుకోవడం కాదు నిన్న నేను వీరందరి మస్తిష్కములలో జొరబడి స్వప్నము వలె భ్రమింప చేసినపుడు, వారి మదిలో దురాశ , అంతులేని కుతూహల బీజములు నాటినపుడు ఏమి చేయగలిగావు? నన్నే ఎదుర్కొనలేని నీవు మా గురువు గారి గురించి వదరుతున్నావు, మా గురువుగారు తలచుకొనిన యెడల నీవు మీ అపరాజితా దేవి పలాయన మంత్రం పఠించవలసిందే అని ఉక్రోషం తో పలికింది రక్తాక్షి.

దాని వదరుబోతు వాక్కులకు ఏ మాత్రం చలించక మరింత బిగ్గరగా నవ్వుతూ నా ఆలయ ప్రాంగణంలోకి అడుగిడి నా ఆశ్రయంలో ఉన్న బిడ్డలను లోబర్చుకోవాలని నువ్వు యత్నించినా నా నుండి ఎటువంటి ప్రతిఘటన వెలువడనపుడే నీకు అవగతమవలేదా? ఇది అంతయూ మా అమ్మ ఆజ్ఞ కి లోబడి జరుగుతున్నదని. విషయం ఎంతవరకు తెలియవలెనో అంతవరకు మాత్రమే వారికి తెలిసినది, తదుపరి నీవు తెలియచేసిన సమాచారమంతయూ నా చెంతనే నిక్షిప్తమయి ఉన్నది . వారి జన్మ నక్షత్రములు అనుసరించి మీ కార్యము నెరవేర్చుకొనుటకు వారిని పావులుగా వాడుకొనవలెననే మీ దుష్టబుద్ధి ఎరిగే వారిని ఈ ఆలయ ప్రాంగణమునే బందీలుగా ఉంచితిని. నా సేవలో పునీతులై నా కృపకి పాత్రులయిన వీరు నీ అసుర మాయాజాలంలో పడరు . ఇకనైనా బుద్ధి తెచ్చుకొని జనహిత కార్యక్రమములు చేస్తూ అమ్మ కృపకి పాత్రుడు అగుటకు యత్నించమని నీ గురువుకి తెలియచేయి అని రక్తాక్షివైపు తీక్షణంగా తన దృక్కులు సారించింది అమ్మవారి శిలారూపం.

ఆ పదునైన దృక్కుల ధాటికి యెగిరి ఆలయ ప్రాంగణం అవతల పడింది రక్తాక్షి. గతంలో అమ్మవారి పూజలు చేసి అమ్మవారి కృపాకటాక్షాలకు నోచుకున్నావనే ఒక్క కారణంతో ఆలయ ప్రాంగణంలోకి అడుగుపెట్టనిచ్చాను. ఇకపై ఆ అవకాశం కూడా నీకు ఉండదు అని మేఘ గర్జన వంటి కంఠ స్వరంతో తెలియచేసి ఆలయాన్ని కంటికి కనిపించని శక్తి తరంగాలతో దిగ్బంధనం చేసింది అమ్మవారి శిలా రూపం.

విసురుగా పైకిలేచి సుడిగాలివలె తన గురువు దగ్గరకు పయనమయ్యింది రక్తాక్షి. యెటులయినా తన గురువు సాయంతో ఆ అపరాజితా దేవి శక్తులను వశం చేసుకొని తద్వారా ఆమె అధీనంలో ఉన్న ఈ గ్రామదేవతను కూడా తన బానిసగా చేసుకొని పొగరు అణచాలని నిశ్చయించుకున్నదై వాయువేగంతో ప్రయాణం కొనసాగించింది రక్తాక్షి.

అక్కడ రాతిగుహలో యజ్ఞ కుండం దగ్గరకు చేరుకున్న అశ్వత్థవర్మ , ఆ యజ్ఞకుండం వైపు చూసి చిత్తరువై నిలుచుండిన చంద్రకేశుని గాంచి మెల్లగా తడుతూ ఏమైనది మిత్రమా అని ముందు ఉన్నవారికి వినిపించకుండా రహస్యముగా గుసగుసలాడాడు. మిత్రుని కరస్పర్శతో

తేరుకున్న చంద్రకేశుడు, మరల ముందుకు దృష్టి సారిస్తూ వీరికి వ్యతిరేక దిశగా అమ్మవారి విగ్రహానికి అభిముఖంగా ఆసీనుడై ఏకధాటిగా మంత్రపఠనం గావిస్తున్న మహా మాంత్రికునికి ఒక పక్కగా కూర్చొని క్రతువుకి అవసరమయిన సంబరాలు అందిస్తున్న సహాయకుడి వైపు తన తర్జని (చూపుడువేలు) సారించి అతనే శేషన్న. కోయగూడెంలో మమ్మల్ని అందరినీ అమ్మవారికి బలి ఇవ్వాలని చూసినవాడు. తిరిగి తిరిగి మరల అతనున్న చోటికే రావడం విధి కాక మరేమిటి ? ఇపుడు కానీ అతను మనల్ని చూచిన యెడల తప్పించుకొనుట మన శక్యము కాదు అని అంతే గుసగుసగా మిత్రుని కర్ణములలో పలికాడు చంద్రకేశుడు.

దానికి బదులుగా అశ్వత్థవర్మ చంద్రకేశునికి అభిముఖంగా తిరిగి మనము ఈ గుహలోకి అడుగిడి ఎంత సమయమైనదో మనకే తెలియదు, అపుడు మనము స్పృహలో కూడా లేము, ఏ విధంగా ఇచటికి వచ్చామో కూడా మనకే ఎరుక లేదు. స్పృహ లేని స్థితిలో ఈ గుహలో పడి ఉండిన మనలను అతను చూడకపోవడం అనేది జరిగే పనేనా ? లేదు అతను పూజలో నిమగ్నుడై మనలను ఇప్పటివరకు గమనించి ఉండకపోవచ్చు అనుకున్నా ఇపుడు ఏ క్షణంలో అయినా ఆ పూజ ముగియవచ్చు అది ముగియగానే మనలను గమనించవచ్చు. కాబట్టి ఆ పూజ పూర్తి అయ్యేలోగా ఇచటనుండి తప్పించుకొనుట ఉత్తమం. వీరేదో మనకు సహాయమొనర్చగలరేమో అని ఇచటకు రావడం వ్యర్థమని ఆ వ్యక్తిని ఇచట చూడగనే అవగతమయినది కదా. కావున త్వరపడుట మంచింది. ఇటుగా వీరి ముందుగా సంచరిస్తూ ఈ గుహనుండి బయటపడటం అసంభవం. కాబట్టి మన స్నేహితులను చేరుకొని అటుగా ప్రయత్నించడం మంచిది అని పలికాడు అశ్వత్థవర్మ .

మిత్రుని పలుకులతో ఏకీభవిస్తూ సరే పద మరలిపోదామని అశ్వత్థవర్మతో పలికి , మరొకసారి అమ్మవారి విగ్రహానికి మనసులో నమస్కరించుకొని అమ్మా నీవే దిక్కు, ఒకసారి మా ప్రాణాలను కాపు కాచిన నీవే ఈ మారు కూడా రక్షించు మాతా అని ప్రార్థించుకొని వెనుతిరిగి సాధ్యమయినంత చురుకుగా అటులనే నిశ్శబ్దంగా అడుగులు ముందుకు వేసాడు చంద్రకేశుడు. మిత్రుని అనుసరిస్తూ వడి వడిగా అడుగులు ముందుకు వేశాడు అశ్వత్థవర్మ.

గుహ ముఖ ద్వారమును అన్వేషిస్తూ ముందుకు సాగుతున్న అరుణాక్షి అభిమన్యులు గుహ కుడ్యములను తడుముకుంటూ ఆ నిశీధిలో ముందుకు అడుగులు వేస్తూనే ఉన్నారు. నడచి నడచి వారి పాదములు ఇక నడవలేమన్నట్లు మొరాయిస్తున్న సమయములో అటు చూడు అభిమన్యు అంటూ ఉత్సాహంగా వినవచ్చింది అరుణాక్షి స్వరం. ఆ చీకటిలో ఎటు చూడాలో అవగతమవక ఎటు చూడాలి రాకుమారీ అని ప్రశ్నించాడు అభిమన్యుడు. దిక్కులే తెలియని ఈ అంధకారంలో అటు చూడు ఇటు చూడు అని తికమక పెట్టడం తన తప్పే అని నాలుక కరచుకొని తన హస్తాన్ని పెనవేసుకొని ఉన్న అభిమన్యుని హస్తాన్ని ముందుకు సాచి అటు అంటూ తన ఉత్సాహానికి కారణమైన దృశ్యాన్ని చూపించింది అరుణాక్షి.

దూరంగా మినుకు మిణుకుమంటూ కనిపిస్తున్న నక్షత్రాల వెలుగులను గాంచి తాము ముఖ ద్వారాన్ని కనుగొన్నామని అవగతమయి పట్టరాని సంతోషంతో అరుణాక్షిని మరింత దగ్గరగా పొదివి పట్టుకొని పద పద అంటూ చురుకుగా అడుగులు ముందుకు వేసాడు అభిమన్యు. గమ్యానికి చేరువలో ఉన్నామనే ఉత్సహంతో అప్పటివరకు కదలనని మొరాయించిన పాదాలు కూడా చురుకుగా కదులుతూ సహకరించడంతో వేగంగా గుహ ముఖద్వారాన్ని సమీపించారు అభిమన్యు, అరుణాక్షిలు .

అప్పటివరకు ద్వారమే లేనట్లుగా భ్రమింపచేస్తూ ఎదర ఉన్న గగనతలాన్ని కనిపింపచేసిన గుహ ముఖ ద్వారంలో ఒక్కసారిగా పెద్ద ద్వారబంధం వీరికి అడ్డుగా ప్రత్యక్షమయింది. ఇంతవరకూ లేని కవాటం అకస్మాత్తుగా ప్రత్యక్షమవడంతో బెదిరిపోయి చెలికాడిని మరింతగా హత్తుకుపోయింది అరుణాక్షి. ఆమెలో భయాన్ని అర్థం చేసుకొని ధైర్యాన్ని అందిస్తున్నట్లుగా గుండెలకు అదుముకుని ఇదేదో మాయా గుహలా ఉన్నది, అయిననూ భయపడకు, నీ చెంత నేనున్నంతవరకు ఎటువంటి ఆపదా నిను దరి చేరదు అని మాటలతో ఆమెలో ధైర్యాన్ని ప్రోది చేస్తూ తన ఒరలోనుండి ఖడ్గాన్ని ముందుకు తీసి ద్వారానికి తాకించాడు.

ద్వారాన్ని కరవాలంతో తుత్తినియలు చేసి మార్గం సుగమం చేసుకోవాలని అతని అభిమతం. కానీ అతని కరవాలం తాకగనే ద్వారబంధం మీద చెక్కబడి ఉన్న భైరవుడు ప్రాణం పోసుకొని తన యెర్రని కళ్ల తో గుర్రుగా చూస్తూ, లాలాజలం బదులుగా రక్తాన్ని స్రవిస్తున్న తన నాలుకను ముందుకు చాపుతూ, వారి శరీర భాగాలను ఖండ ఖండాలు చేయుటకు అన్నట్లుగా పదునైన తన పళ్లను బయటకి ప్రదరిస్తూ వారి మీదకు దాడి చేసాడు.

అపరాజిత – ఏకవింశతి అంకం

ఆలయ ప్రాంగణం నుండి బయలుదేరిన రక్తాక్షి శరవేగంగా ప్రయాణిస్తూ తన గురువుగారు లోకాధిపత్యంకోసం మహాకాళీ యాగం చేస్తున్న గుహ దగ్గరకి చేరుకుంది. గుహ మొదటిలోనే అరుణాక్షి అభిమన్యుల మీద దాడి చేయుటకు వారి మీదకు దూకుతున్న భైరవుని గాంచి ఆగు భైరవా ఏమి నీవు చేయుచున్న కార్యము. గురువుగారి ఆజ్ఞకు లోబడి ధూమ ఖేతు పట్టి తెచ్చిన బలిపశువులు వీరు. అమావాస్య గడియలు సమీపించకముందే వీరి ప్రాణాలు హరించి గురువుగారి ఆగ్రహానికి గురవ్వాలని చూస్తున్నావా అని రక్తాక్షి మందలించడంతో వెనక్కి తగ్గి తన పూర్వ రూపానికి అనగా ద్వారబంధం మీద చెక్కబడిన చిత్రరూపంలోకి మారిపోయాడు భైరవుడు.

క్షణిక వ్యవధిలో జరిగిపోయిన ఆ సంఘటనను జీర్ణించుకోలేక అలాగే చకితులై నిలబడిపోయారు అరుణాక్షి, అభిమన్యులు. అంతకుముందు వరకూ కనిపించని ద్వారబంధం ప్రత్యక్షమవడం, క్షణం క్రితం దాడి చేయబోయిన భైరవుడు అదృశ్య స్వరం వాక్కులకు లోబడి ద్వారబంధం మీద చిత్రంలా మారిపోవడం ఇది అంతయూ వాస్తవమో లేదా వాళ్ళకి కలిగిన భ్రమనో అర్ధం చేసుకోలేని స్థితిలో నిలబడిపోయారు వారు.

కానీ కనుల ముందు కనిపిస్తోన్న ద్వారబంధం అలాగే అందులో రుధిరాన్ని స్రవిస్తున్న నాలుకను బయటకి పెట్టినట్లున్న భైరవుని చిత్రరాజం జరిగింది వాస్తవమే అని తెలియజేస్తుండటంతో ఇది అంతయూ ఏదో మాయాజాలమువలె ఉన్నదని గ్రహించి ఈ గుహ నుండి బయటపడుట అంత సులభ సాధ్యము కాదని అవగతం చేసుకొని అదే సమాచారం మిత్రులకు తెలియపర్చవలెనని వెనుదిరిగారు ప్రేమ జంట.

యజ్ఞకుండం దగ్గర నుండి వెనుతిరిగిన అశ్వత్థవర్మ , చంద్రకేశులు మిగిలిన బృందాన్ని చేరుకొను సమయానికే అరుణాక్షి, అభిమన్యులు కూడా అచటికి తిరిగి వచ్చారు. కాకుంటే చీకటి నుండి బయటపడి మినుకు మినుకు మంటున్న వెలుగు దరిచేరగనే ఒకరి హస్తమును పెనవేసుకున్న మరొకరి హస్తమును తొలగించి ఒకరికొకరు దూరము జరిగి తమ మధ్య ఏమీ జరుగనట్లే స్నేహితుల ముందుకు వచ్చారు అజ్ఞాత ప్రేమికులు. వీరిని చూడగనే అక్షితవల్లి ఆతృతగా అభిమన్యుని చేరి , గుహ ద్వారము కనపడినదా అభిమన్యు అని అడుగుతుండగా,

అటువైపు విక్రముడు చంద్రకేశుని చేరుకొని ఏమైనది మిత్రమా మనకు సాయము చేయువారెవరైనా కనిపించితిరా అని అడిగాడు.

దానికి సమాధానముగా ద్వారబంధం దగ్గర జరిగిన సంగతి అభిమన్యుడు, యజ్ఞకుండం దగ్గర జరిగిన విషయం చంద్రకేశుడు కళ్ళకు కట్టినట్లుగా విశదపరచగా అందరూ భయభ్రాంతులకు లోనయి గుసగుసలు పోసాగారు. శేషన్న ప్రస్తక్తి రాగానే చంద్రకేశుని బృందంలోని శిష్యులందరూ ప్రాణాలమీద ఆశ వదిలేసుకున్నారు. ఒక పర్యాయం అదృష్టం బాగుండి యెటులనో తప్పించుకొని బయటపడ్డాం, ఇపుడు వాడి చేతికి చిక్కితే బయటపడటం కలలో మాట. మన ప్రాణములు వాడి చేతిలో పోవలెనని ఆ బ్రహ్మ దేవుడు మన తలరాతలో లిఖించిన యెడల తప్పించుకొనుట యెటుల సంభవం అని వారిలో వారు చింతించుచూ కూలబడిపోయినారు.

వారిలో యెటులయిన ఉత్సాహం ప్రోది చేయవలెనని భావించిన చంద్రకేశుడు అపుడు మనం కొంతమందిమే ఉన్నాము. కోయగూడెంలో అందరినీ ఎదిరించే శక్తి లేదు, అయినా అమ్మ దయవల్ల గండం నుండి బయటపడ్డాము. ఇపుడు మనము రెట్టింపు సంఖ్యలో ఉన్నాము అలాగే శేషన్నకు కోయ గూడెం అండ కూడా లేదు కాబట్టి మనం అందరం ఐకమత్యంగా పోరాడితే ఈ గండం కూడా తప్పించుకోవచ్చు అని వారిలో పేరుకున్న భీరత్వాన్ని పారద్రోలుటకు యత్నించాడు.

విక్రముడు, చంద్రకేశుని మాటలకు అడ్డు వస్తూ చాలు మిత్రమా! నీ ఆశావహ దృక్పథం అన్నిసార్లు పనిచేయదు. అక్కడ కల్మషమెరుగని కోయవాళ్ళు కాబట్టి మన నిజాయితీ ని గుర్తించి విడుదల చేసారు కానీ ఇక్కడ అన్నీ మాయలు, మంత్రాలే ఉన్నాయి. అభిమన్యుడు చెప్పినది వినలేదా ? కంటికి కనిపించే శత్రువులతో అయితే పోరాడగలం కానీ అదృశ్య రూపులతో ఎటుల పోరాడి గెలవడం ? మన గురువుగారు మనకు జనారణ్యాలలో మనగలిగే విద్యలే నేర్పినారు కానీ అసుర శక్తులతో పోరాడు విద్యలు నేర్పియుండలేదు.

ఇవి అన్నియూ తెలిసి కూడా ఇంకనూ ఎందులకు అందరినీ మభ్య పెట్టవలెనని ప్రయత్నిస్తున్నావు అని అసహనంగా ప్రశ్నించాడు విక్రముడు. దానికి చంద్రకేశుడు బదులు పలికేలోగా అశ్వత్థవర్మ కలుగ చేసుకుంటూ మిత్రమా ఎందులకు అంత అసహనం ప్రదర్శిస్తున్నావు? గురువుగారు మనకు ఏ విషయం అయినా సానుకూల దృక్పథంతో యోచించమని కదా బోధించారు అదే చంద్రకేశుడు కూడా చెప్తున్నాడు. శాంతంగా ఆలోచిస్తే ఏదొక యుక్తి తట్టకపోదు. ఇలా మనలో మనమే కలహించుకుంటూ కూర్చుంటే శత్రువుకి మనమే బలం చేకూర్చినట్లు అవుతుంది కదా. అందులకే అందరు ప్రశాంత మనస్కులై యోచించండి. పరిస్థితి మన చేజారిన క్షణంలో మనకు సహాయమొనరించుటకు మన గురువర్యులు సదా సిద్ధమే కదా అని పలుకగా ఆ వాక్కులు ఆలకించి అందరూ కొంత శాంతించినవారై అచ్చటనుండి తప్పించుకొను మార్గముకొరకు యోచించసాగారు.

భైరవుని మందలించి గుహలోపలికి దూసుకొచ్చిన రక్తాక్షి, మహాకాళి ని ప్రసన్నం చేసుకొనుటకు యజ్ఞం చేయుచున్న తన గురువర్యుని సమీపించి ఇంకనూ పూజ పూర్తికాలేదని గ్రహించి , పూజ మధ్యలో విఘ్నం కలుగచేస్తే పరిణామం ఏమవుతుందో బాగా తెలిసినది కావడం వలన మౌనంగా గురుదేవుని పక్కన నిల్చి తను కూడా భక్తిగా పూజలో నిమగ్నమయిపోయినది. ముందురోజు రాత్రి ధూమఖేతు, అమృతానందులవారి శిష్యులను తెచ్చి గుహలో పడవేయుటకు ముందు మొదలు పెట్టిన ఆ హోమము త్రయోదశి గడచిపోయి చతుర్దశి గడియలు సమీపించువరకు నిర్విరామముగా కొనసాగినది.

యజ్ఞము పూర్తి అయినదనుటకు గుర్తుగా ఎదురుగా ఉన్న భస్మరాశులను దోసిళ్ళతో తీసుకోని అమ్మవారి మీదకు విసురుతూ

శవారూఢాం మహాభీమాం ఘోరదంష్ట్రాం వరప్రదాం
హాస్యయుక్తామ్ త్రినేత్రాంచ కపాల కర్త్రికా కరాం !

ముక్తకేశీమ్ లలజిహ్వామ్ పిబంతీమ్ రుధిరం ముహుహ్
చతుర్బాహుయుతామ్ దేవీం వరభయంకరామ్ స్మరేత్ !!

శవారూఢాం మహాభీమాం ఘోరదంష్ట్రాం హసన్ముఖీమ్
చతుర్భుజాం ఖడ్గ ముండవరాభయకారామ్ శివామ్ !

ముండమాలాధరాం దేవీం లలజిహ్వామ్ దిగంబరామ్
ఏవం సంచింత యేత్కాళీం శ్మశానాలయవాసినీం !!

అని స్తోత్ర పారాయణం చేయుచూ అమ్మవారికి భస్మాభిషేకం పూర్తిచేసి లేచి నిలబడి నమస్కరించుచూ అమ్మా ! మహాకాళీ ,మహా శక్తీ , శాంభవీ , భైరవీ నిష్ఠగా నీ హోమం పూర్తి చేశాను అలాగే బలి కొరకు అన్ని ఏర్పాట్లు చేశాను. అమావాస్య గడియలు సమీపించగనే అస్ఖలిత బ్రహ్మచారులను, విద్యాబుద్ధులు తప్ప అన్యమెరుగని కన్యకామణులను నీకు అర్పణ గావించెదను. బలి స్వీకరించి సంతుష్టవై నా మనో కామనలు నెరవేర్చు మాతా అని మొక్కి పీఠం దిగి పక్కకి వచ్చాడు మహా మాంత్రికుడు సర్పద్రష్టుడు .

తదుపరి పక్కకి తిరిగి ఏమైనది రక్తాక్షి అని ప్రశ్నించగా అదృశ్య రూపంలో ఉన్న రక్తాక్షి తన నిజరూపంలోకి వచ్చి గురువుగారి పాదాలకు నమస్కరించి మీరు అప్పగించిన కార్యం నెరవేర్చలేకపోయిన ఈ పాపాత్మురాలిని క్షమించండి ప్రభూ అంటూ ఆలయంలో జరిగిన విషయమంతయూ వెల్లడిచేసింది . అప్పటివరకూ గురువుగారి పక్కన నిలిచి పూజకి కావాల్సిన సంభారాలు అందించిన శేషన్న, వడలి అంతా రక్త వర్ణంలో ఉన్న నయనాలతో నిండిన రక్తాక్షి నిజరూపాన్ని దర్శించి భీతిల్లి అసంకల్పితంగా వెనకడుగు వేసాడు . అది గాంచిన సర్పద్రష్టుడు వికటాట్టహాసం చేస్తూ నా శిష్యురాలి రూపాన్ని గాంచి భీతి చెందితే ఇక నా రూపాన్ని చూస్తే

ఏమైపోతావురా అర్భకుడా ? ఈ మాత్రం ధైర్యం లేనివాడివి నా శిష్యరికం ఎలా చేద్దామనుకున్నావురా అని పరిహసించాడు .

ఆ పరిహాసానికి చిన్నబుచ్చుకున్న శేషన్న, అదాటున చూడటంతో కొద్దిగా తడబడ్డాను సామీ అంతేకానీ నాకేమీ భయాలు లేవు. మా గూడెంలో నేను కూడా చిన్నపాటి మాంత్రికుడినే , భూతప్రేతాలు నాకేమీ కొత్త కాదు. అదుగో మీరు పట్టి తెప్పించారు కదా ఆ బుడతల వల్ల గూడెం వదిలి పారిపోవలసి వచ్చింది. అందుకే మిమ్మల్ని ఆశ్రయించాను. దయతలచి నన్ను కూడా మీ అంత గొప్పవాడిని చేయండి సామీ అని సర్పద్రష్ట పాదాలమీద పడి ప్రణమిల్లాడు శేషన్న. శేషన్న మాటలకు ఆనందించిన మాంత్రికుడు, ముందు నేను అనుకున్న కార్యం నిర్విఘ్నంగా జరిగితే ఈ ప్రపంచమే నా పాదాక్రాంతమవుతుందిరా అపుడు నిన్ను అనుగ్రహిస్తానులే, లే, లేచి మేము విశ్రాంతి తీసుకొనుటకు ఏర్పాట్లు గావించు మరల తొలిఝామునే పూజలు ఆరంభించాలి అని బడలికగా మేను విరుచుకున్నాడు సర్పద్రష్ట.

అట్టాగే సామీ చిటికెలో ఏర్పాట్లు గావిస్తాను అంటూ మాంత్రికుని శయ్యామందిరం వైపు పరుగులు తీసాడు శేషన్న. అపుడు రక్తాక్షి వైపు తిరిగి నీ మదిలో రగులుతున్న పరాభవాగ్ని చల్లార్చుటకు మరొక్కరోజు వేచి చూడు రక్తాక్షీ , ఈలోగా బలి ఇవ్వడానికి తెచ్చిన ఆ బుడతలను ఒక కంట కనిపెట్టి ఉండు అని ఆజ్ఞాపించి శయ్యామందిరం వైపు అడుగులు వేసాడు మహా మాంత్రికుడు సర్పద్రష్ట. చిత్తం గురువర్యా అని గురువుగారికి మరొక్కసారి నమస్కరించి మరల అదృశ్య రూపంలోకి మారిపోయి శిష్య బృందాలవైపు ఎగిరివెళ్ళింది రక్తాక్షి .

అపరాజిత –ద్వావింశతి అంకం

అదృశ్య రూపంలో శిష్య బృందాలు ఉన్న దగ్గరకు చేరుకున్న రక్తాక్షి తన శక్తులతో వాళ్ళ చుట్టూ ఒక మాయా వలయాన్ని సృష్టించింది. ఈ మాయావలయం దాటి మీరు యెటుల బయటపడగలరో చూచెదను. కొలది దినములనుండి పరాభవం తప్ప విజయం లేక నా మది తహతహలాడిపోతున్నది . ఇపుడు ఇది నాకు ఒక ఆటవిడుపు వలె ఉన్నది. గురువుగారు నా పరాభవాగ్ని చల్లార్చుకొనుటకు ఇంకనూ కొంత తడవు వేచివుండవలెనని చెప్పి యుంటిరి కదా! అంతవరకూ ఇచటనే ఉండి జరగబోవు వినోదమును వీక్షించెదను అనుకుంటూ గుహ పై భాగంలో చివురులు వేసిన ఒక అశ్వత్థ వృక్షం కొమ్మను అంటిపెట్టుకొని విశ్రాంతిగా ఆసీనురాలై వినోదంగా కిందకు వీక్షించసాగింది.

ఈలోగా శిష్యులందరూ సంభాషించుకొనుచుండగా , ఒకవేళ ఈ గుహకు మరి యొక్క ద్వారమేమైన యున్నదేమో అన్వేషించుట ఉత్తమము కదా ! అభిమన్యుడు దర్శించిన ద్వారము ప్రధాన ద్వారమేమో అందులకే అచట మంత్రం శక్తులతో దిగ్బంధనం గావించి యున్నారేమో? మన అదృష్టము బాగుండిన యెడల తప్పించుకొనుటకు మరియొక దారి ఏదయినా దొరకునేమో అని చంద్రసేన అభిప్రాయము వెలిబుచ్చినది. దానికి అందరూ సమ్మతించడంతో అశ్వత్థవర్మ నాయకత్వ బాధ్యత తనమీద వేసుకొని అందరినీ ఉద్దేశించి ప్రసంగిస్తూ గుహకు ఉన్న నాలుగు దిశలలో రెండు దిశలు మనకు ప్రమాదకరం అని తేటతెల్లమయినది. ఇక మిగిలినవి రెండు దిశలు. ఆ రెండు దిశలకు వెడలి మన అదృష్టమును పరీక్షించుకుందాం.

అక్షితవల్లి లేచి నిలబడి అశ్వత్థవర్మ వైపు తన హస్తమును సాచి అతని మాటల వెల్లువకు వారధి వేయుచూ ఈ పర్యాయం నేను కూడా అభిమన్యునితో కలసి వెళతాను , విక్రముడిని ఇచట మిగిలిన సభ్యులకు రక్షకుడిగా వ్యవహరించనివ్వండి అని తన అభిమతాన్ని వెల్లడించింది. దానికి చంద్రకేశుడు, అటులనే అక్షితవల్లీ ఈ పర్యాయము ఇరువురు ఇరువురు కాకుండా నలుగురు కలసి ఒక జట్టుగా ఏర్పడితే మంచిదని నా అభిప్రాయము కూడా. అభిమన్యుడు, అరుణాక్షి కి తోడుగా నీవు సుషేణుడు ఒక జట్టుగా, మరియూ నేను, అశ్వత్థవర్మ, చంద్రసేన, సులక్షణుడు కలసి మరియొక జట్టుగా రెండు దిశలకు వెళదాము. విక్రముడు ఇచటనే ఉండి మనము తిరిగి వచ్చువరకు మిగిలిన సభ్యుల రక్షణ బాధ్యత వహిస్తాడు అని తీర్మానించాడు .

ఇది అంతయూ పై నుండి తిలకిస్తున్న రక్తాక్షి తనలో తను వికటముగా హసిస్తూ ఊ ఊ కానివ్వండి కానివ్వండి. చర్చలు ముగించి కార్యాచరణలోకి అడుగిడినపుడు కదా అసలయిన వినోదం. మీరు కూడా మీ గురువు వలె వాచాలత్వము అధికము కార్య శూరత్వము అల్పము వలె ఉన్నారు అని మనమున తలుస్తూ వారు అడుగు ముందుకు వేయు తరుణము కొరకు వేచి చూడసాగింది.

అక్షితవల్లి ముందుగా అడుగులు వేస్తుండగా ఆమెను అనుసరించారు మిగిలిన ముప్పురు. ఎపుడు అయితే రక్తాక్షి ఏర్పరచిన మాయవలయం మీద వారి పాదం మోపారో వారి కనుల ఎదుట అప్పటివరకు ఉన్న గుహ పరిసరాలు మాయమయిపోయి దట్టమయిన మంచు పర్వతాలు ప్రత్యక్షమయ్యాయి. చుట్టుముడుతున్న శీతల పవనాల ధాటికి వారి మేనులు కంపించసాగాయి. సూర్యుని కిరణాలు శ్వేతవర్ణపు హిమము మీద పడి ప్రతిఫలిస్తుండగా వారి నయనాలు ప్రకాశవంతమయిన ఆ కాంతిని తట్టుకోలేక కనురెప్పలు వాటంతట అవే మూసుకుపోతుండగా అరచేతులు నయనాలకు అడ్డుగా పెట్టుకుంటూ పరిసరాలను చూడ ప్రయత్నించసాగారు వారు.

సోదరీ ఇది అంతయూ ఏదో మాయవలె ఉన్నది మనము వెనుదిరుగుట ఉత్తమం అని అక్షితవల్లిని ఉద్దేశించి పలుకుతూ వెనుదిరిగాడు అభిమన్యుడు. కానీ ఎటుచూసినా వారి చుట్టూ దట్టమయిన హిమ పర్వతాలు తప్ప కనుచూపుమేరలో ఇంకేమీ కనిపించకపోవడంతో హతాశుడయిపోయాడు అభిమన్యుడు. అడుగు తీసి అడుగు ముందుకు వేయడానికి కష్టపడుతూ బరువుగా మంచులో కూరుకుపోయిన పాదాన్ని ఎత్తి ఎత్తి వేస్తూ ఏ వైపు నుండయినా బయటపడు మార్గమున్నదా అని నలువైపులా పరిశీలించసాగారు. అంతకంతకూ హిమ పర్వతముల మీదుగా వీస్తున్న శీతల పవనాల ప్రభంజనం అధికమవుతుండటంతో దాని ధాటికి తట్టుకోలేక చలిబారినుండి కాపాడుకొనుటకు ముడుచుకొనుచూ కొంకర్లు తిరుగుతున్న చేతివేళ్ళను స్వాధీనంలోకి తెచుకొనుటకు విఫలయత్నాలు చేయసాగారు.

వీరు ఇచట ఇటుల అవస్థలు పడుతుంటే వీరికి అవతల ఉన్న సహాధ్యాయిలకు మాత్రం ఎప్పటిలానే రాతిగుహలో ఉన్నట్లు ఉండుటయే కాక వీరు నలుగురు ఎందులకు వింతగా ప్రవర్తిస్తున్నారో అవగతమవ్వక అయోమయంలో పడిపోయారు. కొందరు అభిమన్యుడిని పిలువ ప్రయత్నించినా వారి పిలుపులు వీరికి చేరుట లేదు. వంద అడుగుల దూరంలో ఉన్నవారికి అయినా వినిపించేలా పక్కన ఉన్న సహచరుల కర్ణములు అదిరిపోయేలా పొలికేకలు పెడుతున్నా వీరికి పది అడుగుల దూరంలో ఉన్న అభిమన్యుని బృందంలో ఉన్న నలువురికీ మాత్రం అవేవి చేరడం లేదు. ఇదేమి విచిత్రమో అవగతమవక ఇటు అశ్వత్థవర్మ తో చెప్పుటకు వారివైపు తిరిగాడు విక్రముడు.

అటువైపు గందరగోళం చెలరేగుతున్న సమయానికే మాయవలయం కి మరోవైపు అడుగులు వేశారు అశ్వత్థవర్మ బృందం. ఎపుడు అయితే వలయం మీద వారి మొదటి అడుగు

పడిందో ఆ క్షణమే పది ధనువుల వైశాల్యం కల కత్తుల బోను ఒకటి అచట ప్రత్యక్షం అయినది. వారి పాదముల కింద తప్ప మిగతా ప్రదేశమంతా అంగుళం కాళీ లేకుండా పదునయిన కరవాలములు భూమి నుండి మొలుచుకు వచ్చి తమ రక్త దాహార్తిని తీర్చమని ఆకాశంవైపు అగ్రులు చాచి చూస్తుండగా ఆ బోనుకు చుట్టూ ఉన్న లోహ కుడ్యములు పదునైన మొనలు కల బాణాలతో నిండిపోయి అడుగు కదిపితే వీరి మేనులను తూట్లు చేయుటకు సిద్ధమయినట్లు కనిపిస్తున్నాయి.

కమ్మేసినట్లుగా ప్రత్యక్షమయిన చురకత్తులను చూసి విభ్రాంతయై ఒక అడుగు పక్కకు వేసినది చంద్రసేన. వెంటనే ఆమె పాదంలో దిగబడింది ఒక పదునైన కరవాలపు మొన . పాదం నుండి జల లా వెలువడిన రుధిరాన్ని నేల తాకకముందే పీల్చేసుకుంటున్నాయి నాలుకలు తెరచి ఎదురు చూస్తున్నట్లు ఉన్న చురకత్తులు అన్నీ. అటులనే వదిలేస్తే ఆమెలో చుక్క రక్తం ఉండనివ్వకుండా పీల్చేసుకుంటాయని అర్ధమయిన చంద్రకేశుడు ఆమెను తన బాహువులతో బందించి పైకి లేపినట్లుగా గాలిలోకి లేపి పట్టుకున్నాడు. ఆమె పాదం నుండి ఇంకనూ బొట్లు బొట్లుగా స్రవిస్తున్న రుధిర బిందువులను ఆబగా జుర్రుకుంటూ రక్త వర్ణాన్ని దాల్చి మరింత భీతి కోల్పుతున్నాయి అచటి ఖడ్గాలన్నీ. చంద్రసేన బరువును ఒంటిగా మోయలేక తడబడుతున్న చంద్రకేశుని గాంచి అతను ముందుకు వాలకుండా దన్నుగా నిలిచారు మిగిలిన ఇరువురూ.

కనుల ముందు జరుగుతున్న దిగ్భ్రాంతికర విషయాలకు కలత చెందిన చంద్రసేన, క్షతగాత్ర కూడా అగుటవలన నిస్సత్తువతో స్పృహ కోల్పోయి చంద్రకేశుని బాహువులతో ఒక బొమ్మ వలె ఉండిపోయినది. ఎక్కువసేపు చంద్రకేశుడు ఒక్కడే ఆమె భారము మోయుట కష్ట సాధ్యము, అటులనే స్పృహలోలేని ఆమె తనంత తానుగా స్థిరముగా నిలబడుట కూడా అసంభవం అగుట వలన ఆమె స్పృహలోకి వచ్చువరకు ఆమెను మధ్యలో నిలిపి ముప్వురు కలసి ఆమె పక్కలకు వాలకుండా చూసుకోవలెనని నిశ్చయించుకొని మెల్లగా ఆమెను చంద్రకేశుని బాహువుల మధ్య నుండి ఆమె ఇంతకు ముందు నిలబడిన స్థలములో మెల్లగా నిలిపి మూడువైపులా పట్టుకొని నిల్చున్నారు. ఆమె పాదం నుండి ఇంకనూ బొట్లు బొట్లుగా స్రవిస్తున్న రుధిరం కోసం ఒక వైపుకు వంగి మరీ ఆమె పాదాన్ని తాకుటకు ప్రయత్నిస్తున్నాయి పక్కన ఉన్న చురకత్తులు. అది గమనించిన అశ్వత్థవర్మ తన దట్టీని (నడుముకు చుట్టుకునే అంగవస్త్రం) చింపి ఆమె గాయానికి కట్టు కట్టాడు.

మేను తాకితే చాలు చీల్చి చెండాడుటకు సిద్ధముగా ఉన్న ఆ కరవాలముల ను దాటి తప్పించుకొనుట యెట్లు , తప్పించుకొను దారి దొరకని యెడల ఎంత సమయం ఇలా నిలబడి ప్రాణాలు దక్కించుకొనుట అని వారిలో వారు యోచించుచుండగా అశనిపాతం వలె మరియొక ప్రమాదం వారిని చుట్టుముట్టింది. పది ధనువు వైశాల్యం గల ఆ కత్తుల బోను నిముష నిముషానికి కుచించుకుపోతూ వైశాల్యాన్ని తగ్గించుకోసాగింది. అది అటులనే కొనసాగిన యెడల మరియొక ఘడియ రెండు ఘడియల వ్యవధిలో కుడ్యములకు ఉన్న అక్షములు వీరి కాయమును తూట్లు

పొదువుట ఖాయము . తమ మరణం తథ్యమన్నట్లుగా కనులు ముందు కనిపించుచుండటంతో ఆలోచనా రహితులై చేష్టలు దక్కి నిలుచుండిపోయారు ఆ ముప్పురూ .

అభిమన్యుని బృందం యొక్క వింత ప్రవర్తనకు విస్మయమొంది ఇటు తిరిగితే వీరి ప్రవర్తన మరింత విస్మయాన్ని కలిగించింది విక్రమునికి. చంద్రసేన స్పృహ కోల్పోయినట్లు పడిపోవడం వారు ముప్పురూ ఆమెకు అంగరక్షకుల వలె చుట్టుముట్టి నిలబడి అడుగు ముందుకు వేయకపోవడం అసలు అక్కడ ఏమి జరుగుతున్నదో విక్రముడికే కాదు అక్కడ ఉన్న ఏ ఒక్కరికీ అవగతమవ్వక ఇపుడు తమ కర్తవ్యమేమిటో ఎరుగక విక్రమునివైపు చూడసాగారు అందరూ. అక్కడ ఏదయినా ప్రమాదము ఉన్నట్లు భావిస్తే వెనుతిరిగి ఇచటికి రాకుండా అచటనే చేష్టలు దక్కినట్లుగా నిలబడుట ఎందులకు, మా పిలుపులు కూడా ఆలకించనంత పరాకు ఎందులకు అని ఆలోచిస్తూ ఒకవేళ ఇపుడు మేము అటు వెళ్తే మా పరిస్థితి కూడా అంతేనా ? స్నేహితులను కాపాడుకొనుటకు వెళ్తే వీరికి ఏదయినా ఆపద సంభవిస్తే ఎటుల అని సందిగ్ధంలో పడిపోయాడు విక్రముడు.

పై నుండి ఇది అంతయూ గమనిస్తున్న రక్తాక్షి ఉదరము బద్దలగునేమో అన్నట్లు వికట్టాట్టహాసము చేస్తూ బాగున్నది కాలక్షేపము. మరికొంత వినోదాన్ని మేళవిస్తే బహు బాగుండును అనుకుంటూ విక్రముని బృందం మీద మరొక మంత్రాన్ని ప్రయోగించింది.

వెనువెంటనే ఉవ్వెత్తున ఎగసిపడుతున్న అలలతో నురగలు కక్కుతున్న మహాసముద్రం నడిమధ్యలో పడిపోయారు విక్రముని బృందం అంతా . అప్పటివరకూ పది అడుగులు దూరంలో కన్పిస్తున్న స్నేహితులు మాయం అయిపోయి అంతూ దరీ లేని నీలి సముద్రం ప్రత్యక్షమవడంతో అందరూ హాహాకారాలు చేయసాగారు. నిలుచున్నవాళ్ళు నిలుచున్నట్లే మునిగిపోతుంటే అప్రయత్నంగా బారలు చాపి ఈదడం మొదలు పెట్టారు వారు. ఈదడం ఆపితే సముద్రుడికి బలి అవ్వడమే అని స్పష్టంగా తెలియడంతో ఆలోచనా శూన్యులై మర మనుషులవలె ఈదడం మొదలు పెట్టారు వారందరూ. కానీ ఏ గమ్యంలేని ఆ ప్రయాణలో ఎంతవరకు వారు రెక్కల కష్టం మీద ప్రాణాలు నిలుపుకోగలరో ఆ పరమేశ్వరునికే ఎరుక.

అపరాజిత – త్రయోవింశతి అంకం

మంచు కొండల మధ్య బందీలయి రక్తము గడ్డకట్టు ఆ శీతల పవనముల బారి నుండి తప్పించుకొనుటకు విఫల యత్నములు చేయుచున్న అభిమన్యుని బృందానికి మంచు ఎలుగు రూపంలో మరొక ప్రమాదం ముంచుకొచ్చినది. పది అడుగుల పైన పొడవుతో, మర్రి మొదళ్ళ వంటి బాహువులతో అగ్ని కణికల వలె ఎర్రగా ఉన్న నయనాలతో పదునైన దంతములను బయటకు చూపుతూ సునాయాసముగా ఆహారము లభించిందన్న సంతోషముతో పెద్ద పెద్ద అంగలు వేయుచూ వీరి వైపుగా వచ్చుచున్న శ్వేత వర్ణపు భల్లూకాన్ని గాంచినంతనే పై ప్రాణములు పైనే పోయినట్లుగా అనిపించగా అభిమన్యుని చేరి అతన్ని హత్తుకుపోయినది అరుణాక్షి. ప్రమాదం సంభవించినదనే భీతితో తను ఎక్కడ ఎవరి సమక్షంలో ఉన్నదో మరచి ధైర్యము కొరకు తన ప్రియుని సమక్షం కోరుకున్నది అరుణాక్షి.

అభిమన్యుడు కూడా అరుణాక్షి భయం పారద్రోలు నిమిత్తం ఆమెను గట్టిగా ఆలింగనం చేసుకొని భయము లేదు రాకుమారీ, నన్ను దాటి ఏ ప్రమాదం మిమ్మల్ని దరి చేరదు అని వాత్సల్యముతో పలికి ఆ భల్లూకమును ఎదుర్కొనుటకు సిద్ధమయినాడు. వారితో ఉన్న సుషేణుడికి అది సహజముగానే అనిపించినా అక్షితవల్లికి మాత్రం మనమున ఏదో శంక పొడసూపినది. అరుణాక్షి కేవలము భీతి చెంది అభిమన్యుని ఆలింగనము చేసుకున్నదా ? లేదా వీరిరువురు మధ్య ఏమైనా ప్రణయ వ్యవహారము కొనసాగుతున్నదా? భీతి చెందినట్లయిన నన్ను కానీ లేదా సుషేణుని కానీ హత్తుకొనకుండా అభిమన్యుని చెంతకు యేల చేరినట్లు? ఇది ఏదో యోచించవలసిన విషయమే . తన అగ్రజుడు నా ప్రేమ ను పరిహసిస్తే ఈ కోమలాంగి మాత్రం నా అనుజుని కాంక్షిస్తుందా ! అనుకుంటూ ఎదురుగా ఉన్న ప్రమాదాన్ని మరచి అరుణాక్షి గురించే ఆలోచించసాగింది అక్షితవల్లి.

అభిమన్యుడు తన కరవాలంతో దాడి చేయ యత్నించగా ఆ హిమ భల్లూకము తన హస్తముతో ఒక పిపీలికము ను విదిలించినట్లు విదిలించి వేయగా అభిమన్యుడు కరవాలము సహా ఎగిరి ఆమడ దూరములో పడిపోయినాడు. అభిమన్యుడు పడిపోవగనే అరుణాక్షి విలవిలలాడుతూ రాకుమారా అని అతని చెంతకు దూసుకు వెళ్లగా వారి గురించి అక్షితవల్లి మనమున పొడసూపిన శంక బలపడి దంతములు కొరుకుచూ చూచెదను మీ ప్రేమ వ్యవహారము

యెటుల ముందుకు సాగుతుందో అనుకొనుచూ పైకి మాత్రం ఏమీ యెరుగనిదానివలె సోదరా అనుచూ తను కూడా అభిమన్యుని వైపు అడుగులు వేసినది అక్షితవల్లి. అభిమన్యుని విదిలించివేయగనే చేష్టలు దక్కినటుల నిలబడిన సుషేణుని తన దక్షిణ హస్తముతో పైకిలేపి తన నోటి దగ్గరకు తీసుకోని పోసాగింది భల్లూకం. రక్షించమని అరచుట కానీ లేదా దానిని ఎదుర్కొను ప్రయత్నములు గానీ చేయక స్తబ్దుగా ఉండిపోయిన సుషేణుని కంఠమును కొరుకుటకు తన శిరమును ముందుకు వంచినది హిమ భల్లూకము.

సంద్రపు అలల మధ్య చిక్కుకొని కొట్టుమిట్టాడుతున్న విక్రముని బృందానికి ఎదురుగా ప్రత్యక్షమయినదొక వింత భారీ ప్రాణి. అష్టభుజములతో వారు ముందెన్నడూ చూడని వింత ఆకారంతో చూచుటకు భారీగా ఉన్న ఆ ప్రాణిని చూచి బెంబేలెత్తిపోయిన వారిని ఆ సంభ్రమము నుండి బయల్పడకముందే తన అష్టభుజములతో బందించి వేసింది ఆ ప్రాణి. చురుకుగా పెద్ద పెద్ద బారలు వేస్తూ దాని నుండి దూరముగా పోవ ప్రయత్నించిన విక్రముని కూడా తన హస్తము వంటి అమరికతో పట్టి బంధించి అందరినీ తన దగ్గరకు లాక్కొనసాగింది ఆ ప్రాణి. నయనములు తప్ప ప్రాణి అనుటకు మరే ఆధారము లభించని ఆ వింతప్రాణి ఏమిటో ఇపుడు తమను బంధించి అది ఏమి చేయబోతున్నదో దానిని ఎదుర్కొనుట ఏట్లో అవగతమవక కొందరు హాహాకారాలు చేస్తుండగా మరికొందరు దానిని ఎదిరించుట యెట్లని యోచించుట మొదలిడినారు.

పై నుండి వినోదంగా వీక్షించుచున్న రక్తాక్షి పరిహసించుచూ అయ్యో కూనలారా మీకెన్ని కష్టములు అరుదెంచినవి. కానీ అవి అన్నియూ మీ చిత్త భ్రమ తప్ప వాస్తవము కాదని మీకు తెలియదు. ప్రాణములు కాపాడుకొనుటకు మీకు తోచిన ప్రయత్నములు చేస్తూ ప్రాణ భయం అనుభూతి చెందుతూ ఉండండి . ప్రాతః సమయం ఆసన్నమగుచున్నది. నేను వెళ్లి గురువుగారి పూజలో పాలు పంచుకొనెదను. అమావాస్య ఘడియలు సమీపించి మీ బలికి తరుణము ఆసన్నమగువరకు ఈ మాయా వలయములోనే బందీలై చుట్టుముట్టిన ప్రమాదాలతో ప్రమోదాన్ని అనుభవించండి అంటూ క్రూరంగా నవ్వుకుంటూ అగ్ని కుండం వైపు వెడలిపోయింది రక్తాక్షి.

ప్రాతఃసమయము అరుదెంచగనే శిష్యులందరి చుట్టూ రక్షణగా ఏర్పరచిన కవచాన్ని ఉపసంహరించుకుంది ఆలయంలోని అమ్మవారు. వెనువెంటనే ఆదమరచి నిద్రిస్తున్న అందరూ ఎవరో తట్టి లేపినట్లుగా అధాటున నిద్రనుండి మేల్కొని పరిసరాలను గాంచి తెల్లవారుటకు సిద్ధముగా ఉన్నదని గమనించి అంత గాఢముగా నిద్రలోకి జారుకొన్నందుకు తమను తామే తిట్టుకొనుచూ వడివడిగా కాలకృత్యములు తీర్చుకొని అమ్మవారి పూజకు ఏర్పాట్లు గావించసాగారు. సిద్ధార్థుడు ఉత్తరుని చేరుకొని మిత్రమా ఈనాడు నా మనమెందులకో కడు సంతోషముగా ఉన్నది . ఈ అకారణ సంతోషమేలనో అవగతము కానున్నది అని తెలుపగా ఉత్తరుడు కూడా నాకు కూడా అటులనే ఉన్నది మిత్రమా! శుభ శకునములు దర్శనమిచ్చుచున్నవి మది ఆనంద తాండవం చేయుచున్నది. తప్పనిసరిగా మేలు జరుగుతుంది అని ప్రగాఢముగా తెలియుచున్నది అని తన భావనలు తెలియచేసాడు.

సరి సరి మీ రహస్య మంతనాలు కట్టిపెట్టి ఇటు వచ్చిన యెడల అమ్మవారి పూజ ప్రారంభించెదము అని హంసవల్లి పిలవడంతో సంభాషణ చాలించి అటువైపుగా వెళ్లి పూజలో భాగస్వాములయ్యారు సిద్దార్ధ, ఉత్తరులు ఇరువురు. లేలేత సూర్య కిరణాలు అమ్మవారి పాదాలను తమ వెలుగులతో అభిషేకిస్తుండగా అమ్మవారి వదనంపై మధుర దరహాసము గాంచి తన్మయులై అమ్మవారి పూజలో మునిగిపోయారు వారందరూ.

గురుకులంలో శారదా పీఠము ముందు ధ్యానములో మునిగియున్న అమృతానందులవారు దిగ్గున పైకి లేచి ప్రధాన శిష్యుడిని పిలువనంపి ప్రయాణమునకు సన్నాహములు గావించు నాయనా , అవశ్యము మనము బయలుదేరవలెను అని ఆదేశించారు. ఆ శిష్యుడు మిక్కిలి ఆశ్చర్యముతో గురువర్యా నేను గురుకులమున చేరిన తర్వాత మీరు గురుకులం దాటి బయటకు అడుగు పెట్టుట ఇంతవరకూ చూడలేదు ఇప్పుడేల ఈ ఆకస్మిక ప్రయాణము అని ప్రశ్నించగా దానికి అమృతానందులవారు నాయనా తరుణము మించిపోవుచున్నది. ఈ సమయములో ప్రశ్నోత్తరములకు తావు లేదు. జరగబోవు కార్యములు గాంచిన యెడల నీ సందేహములన్నియూ తీరిపోవును గావున జాగు సేయక ప్రయాణమునకు ఏర్పాట్లు గావించు అని మరొక్కసారి ఆదేశించి సూర్య భగవానునికి అర్ఘ్యము సమర్పించుటకొరకు సెలయేటి కడకు వెడలినారు అమృతానందులవారు.

అయన కాలకృత్యములు తీర్చుకొని అర్ఘ్యము సమర్పించి ప్రాతః సమయమున చేయవలసిన జప తిధులు పూర్తి చేయునంతలో గురువుగారితోపాటు తనకు కూడా ప్రయాణమునకు కావలసిన దుస్తులు, మార్గ మధ్యములో దప్పిక తీర్చుకొనుటకు ఎండబెట్టి డొల్లగా మార్చిన కూష్మాండపు (గుమ్మడి /సొరకాయ) బుర్రలలో జలము నింపి ఎంగిలి పడుటకు కొన్ని ఫలములు కూడా సమకూర్చుకొని వాటన్నిటినీ జోలెలో వేసుకొని సన్నాహములు అన్ని పూర్తి చేసి సిద్ధముగా ఉంచాడు ప్రధాన శిష్యుడు అనంతుడు.

శిష్యుడు చేసిన ఏర్పాట్లకు సంతుష్టి చెందినట్లుగా దరహాసమొనర్చి శారదా మాతకు నమస్కరించి మాతా ఆశ్రమమును మీ రక్షణలో వదలి వెళ్లుచున్నాము. మేము తిరిగి వచ్చునంతవరకు ఆశ్రమ బాధ్యత మీదే. అటులనే మేము వెళ్తున్న కార్యం జయప్రదం చేయవలసిన భారము కూడా మీదే తల్లీ అని విన్నవించుకొని ఆశ్రమము దాటి అడుగు బయట పెట్టాడు అమృతానందులవారు. ఎన్నో యేండ్ల తర్వాత ఆశ్రమము దాటి బయటకు పాదం మోపిన ఆయనకు స్వాగతం పలుకుతున్నట్లుగా తరువులు పుష్ప వర్షం కురిపించగా మేఘాలు తమ మోదాన్ని తెలుపుటకు చిరుజల్లులతో ఆయనను అభిషేకిస్తున్నాయి. పంచభూతములు ఆయన ప్రయాణానికి ఆమోదం తెలుపుతూ తమ వంతు సహకారం అందిస్తామన్నట్లుగా సూచనలు చేస్తుండగా అనంతుడితో కలసి వడి వడిగా ముందుకు అడుగులు వేశారు అమృతానందులవారు.

భల్లూకము విదిలించగా కింద పడిపోయిన అభిమన్యుడు సుషేణుని స్థితి గాంచి కిందనున్న హిమమును చేతులతో తీసుకొని ఒక పెద్ద గోళము వలె తయారు చేసి తన శక్తి అంతయూ కరములలోకి తెచ్చుకొని భల్లూకం మీదకి విసరినాడు. ఎదురు దాడిని ఊహించని ఆ ఎలుగు ఆ గోళము తాకిడికి కొద్దిగా తడబడి తన హస్తములలో బందీ అయి ఉన్న సుషేణుని జారవిడిచినది. పాదము హిమ ఉపరితలాన్ని తాకినంతనే పరుగు లంకించుకున్నాడు సుషేణుడు. చేతికి అందిన ఆహారం నోటివరకు రాకుండా నేల జారడంతో దానికి కారణమయిన అభిమన్యుని వైపు గుర్రుగా చూస్తూ పెద్ద పెద్ద అంగలు వేస్తూ అభిమన్యుని వైపు వెళ్ళసాగింది హిమ భల్లూకం.

అభిమన్యుని సైగలు అనుసరించి శీతల పవనాలను లెక్కచేయక చలికి కొంకర్లు పోవుచున్న హస్తములను బలవంతంగా ఉపయోగిస్తూ గడ్డలు కట్టి ఉన్న హిమాన్ని హస్తములతో తొలగిస్తూ గోతులు తవ్వనారంభించారు అక్షితవల్లి ,అరుణాక్షిలు. దూరముగా వెళ్లిన సుషేణుడు కూడా వచ్చి వారికి జత కలిసినాడు. భల్లూకము దృష్టి-తన మీద నుండి పక్కకు మరలకుండా దాని చేతికి అందినట్లే అంది తప్పించుకొనుచూ ఆ గోతులవైపు తీసుకొని వచ్చి తను మాత్రము జాగరూకతతో ఆ గోతులను అధిగమించి ఆవలి పక్క నిలబడి భల్లూకాన్ని రెచ్చగొట్టసాగాడు అభిమన్యుడు.

అభిమన్యుని చేష్టలకు క్రోధము అదుపు తప్పగా పరిసరాలను గమనించక గుడ్డిగా ముందుకు అడుగులు వేసింది హిమ భల్లూకం . అదుపు తప్పిన వేగంతో అక్షితవల్లి వాళ్ళు తవ్విన గోతులలో కాళ్ళు వేసి ఆ వేగానికి తనను తాను నిలువరించుకోలేక ముందుకు పడిపోయింది. పడిపోయిన ఎలుగును మరి పైకి లేవనీయకుండా తమ కరవాలములతో నలువైపులనుండి దాడి చేసారు అభిమన్యుని బృందం . చిక్కటి రుధిరాన్ని స్రవిస్తూ శ్వేత వర్ణపు హిమరాసులను ఎర్రగా మారుస్తూ ప్రాణాలు విడిచింది ఆ హిమ భల్లూకం. ఎప్పుడైతే భల్లూకం ప్రాణాలు విడిచినదో ఆ మరుక్షణము వారిని అంటిపెట్టుకున్న మాయవలయం అంతమయి తిరిగి గుహ అంతర్భాగం ప్రత్యక్షమయింది వారి ముందు.

అంతకంతకూ సంకోచిస్తూ తన వైశాల్యాన్ని తగ్గించుకుంటూ చుట్టుముడుతున్న కత్తులబోను నుండి బయటపడుట యెట్లని యోచనలో మునిగిపోయారు అశ్వత్థవర్మ , చంద్రకేశుడు ఇంకా సులక్షణుడు. ఇంతలో తెలివిలోకి వచ్చిన చంద్రసేన మగత వీడని కనురెప్పలు కదుల్చుతూ మెల్లగా నయనాలు తెరచి ఎదురుగా కనిపిస్తున్న దృశ్యాన్ని చూసి అంతవరకు జరిగినదంతయూ జ్ఞప్తికి తెచ్చుకొని మరల భయంతో స్పృహ తప్పుతున్నట్లు అనిపించగా తన ఆలోచనలను, భయాందోళనలను అదుపులో పెట్టుకొనుచూ, ఆపద చుట్టిముట్టినపుడు యెటుల సంయమనంతో వ్యవహరించవలెనో తెలిపిన గురువుగారి బోధనలు జప్తికి తెచ్చుకొని మనసును సాధ్యమయినంత ప్రశాంతంగా చేసుకొని ఆలోచించసాగింది చంద్రసేన.

పది క్షణికాల తర్వాత తనకు తట్టిన ఆలోచన తన మిత్రులతో పంచుకుంది చంద్రసేన. ఆమె యుక్తి కి సంతోషించి అదే అమలు చేయ నిశ్చయించారు మిగిలిన ముువ్వురు. తమకు చేరువలోకి వచ్చి తమ మేనులను తూట్లు పొడువుటకు సిద్ధముగా ఉన్న తూణీరములనే సోఫానములుగా చేసుకొని అవి తమను గాయపరిచేలోగానే నలుగురూ కూడబలుక్కునట్లుగా ఏక కాలములో శరవేగముతో ఆ కుడ్యమును అధిరోహించి ఆ కత్తులబోనుకు నలువైపులా ఉన్న విల్లంబులతో కూడిన కుడ్యముల ఉపరితలమునకు చేరుకొని అచట నుండి ఒక్క ఉదుటున కిందకు దూకేశారు. ఎప్పుడైతే వారు కిందకు దూకి పుడమిని తాకినారో ఆ క్షణమే వారిని చుట్టుముట్టి ఉన్న మాయవలయం తొలగిపోయి గుహ అంతర్భాగం ప్రత్యక్షమగుటయే గాక చంద్రసేన గాయము కూడా మంత్రము వేసినట్లు మాయమయిపోయి అసలు అచట గాయమయినది అను ఛాయలు కూడా లేకుండా అంతయూ ముందువలె మారిపోయినది.

అపరాజిత – చతుర్వింశతి అంకం

అందరినీ ఏకకాలంలో తన అష్టభుజములతో బంధించిన వింత ప్రాణి అంతకంతకూ అందరినీ తనలోకి లాక్కొనుట ప్రారంభించినది . ఒకవైపు దాని భుజములకు ఉన్న పొలుసుల వంటి అమరికలు గరుకుగా గుచ్చుకొనుచూ ఇది అని చెప్పుకోలేని ఒక విధమయిన అసౌకర్యాన్ని కలిగిస్తుండగా అంతకంతకూ దగ్గరకి లాగుతుండటంవలన ఒకరికొకరు దండముతో (తాడు) కట్టి బంధించినట్లు దగ్గరగా వచ్చి ఊపిరి తీసుకొనుటకు కూడా కష్టమవసాగింది విక్రముని బృందానికి.

ఇంకొన్ని క్షణములు ఆగిన యెడల అందరి ఎముకలు విరిగిపోయి తాము కూడా వింత ఆకారములవలె తయారగుదురేమో అనే సందేహం మొదలయినది వారిలో. విక్రముని దగ్గరలో ఉన్న ఒక సహాధ్యాయి తన మనమున ఉద్భవించిన ఒక యుక్తిని విక్రమునికి వివరించగా చేతులు కూడా కదల్చ వీలులేని ఈ స్థితిలో మిత్రుడు చెప్పింది ఆచరణీయమగునా అనే శంక మనమున ఉదయించినా ఏమీ చేయక ఆ వింతప్రాణికి బలి అగుటకన్నా ఏదో ఒకటి చేయుట ఉత్తమం అనుకొని సహాధ్యాయి తెలిపిన ఉపాయాన్ని అందరికీ తెలియపరిచాడు విక్రముడు.

ఒకవైపు సముద్రపు హోరు, మరొకవైపు మనసులో అలుముకున్న భయాందోళనలతో ముమ్మారు అరిచి చెప్పిన తదుపరి మాత్రమే విక్రముడు చెప్పిన విషయం అందరికీ అవగతమైనది. ఇది సాధ్యమేనా అనిపిస్తున్నా అంతకుమించి చేయదగినది ఏదీ లేక అందరూ తమ సమ్మతిని తెలియచేసారు. బంధింపబడినట్లు ఉన్న కరచరణములను అతి కష్టము మీద స్వాధీనములోనికి తెచ్చుకొని తమ దట్టీలలో భద్రపరచుకున్న చురకత్తులను పిడిబాకులను హస్తములలోకి తీసుకొని విక్రముడు ఏకం, ద్వి , త్రిణి అని మూడు అంకెలు గణించగనే మూకుమ్మడిగా తమ ఆయుధములతో ఆ వింతప్రాణి మీద దాడి చేసారు అందరూ .

స్వేచ్ఛగా కదల వీలు లేకుండుట వలన వారి పూర్తి బలాన్ని ప్రయోగించలేకున్నా, శరీరము లోపలి వైపు మృదువైన తావులలో ఏక కాలంలో అన్నివైపులా జరిగిన దాడితో ఆ వింత ఆకారం క్షతగాత్ర అయ్యి శిష్యుల మీద తన పట్టు కొంత సడలించినది . తమ మీద పట్టు కొంత సడలడంతో రెట్టించిన ఉత్సాహముతో రెట్టింపు శక్తితో ఆ అష్టభుజి మీద దాడి ముమ్మురం చేసారు అందరూ . ఎంత హింసించినా కరవాలములతో గుచ్చుతున్నా తన రుధిరంతో అంబుధి అంతా రక్త వర్ణాన్ని సంతరించుకున్నా ఆ వింతప్రాణి మాత్రం తన పట్టులో చిక్కుకున్న శిష్యులను

విడిచిపెట్టుటలేదు. కొద్దిగా పట్టు సడలించినదేకానీ వారిని స్వేచ్ఛగా వదులుటలేదు. తనను అష్ట దిగ్బంధనం చేసినట్లు ముప్పేటలా చేస్తున్న దాడికి ఓర్చుకొనలేక తన అష్టభుజములతో కడలిని అల్లకల్లోలం చేయసాగింది ఆ వింతప్రాణి.

అలల వేగానికి దాని కదలికలు కూడా తోడయ్యి రెట్టింపు వేగంతో జలము పైకి లేచి తమ మేనులను తాకడంతో పక్కటెముకలు విరిగినంత బాధ కలుగుతుండటంతోపాటు ఆ వడి కి శిష్యులలో అర్ధభాగం తమ ఆయుధాలు కూడా కోల్పోయారు. అటులే జరిగిన యెడల మరి కొద్ది నిముషాలలోనే అందరూ వింత ప్రాణి వలన లేదా రాక్షస అలలబారిన పడి ప్రాణాలు కోల్పోవుట తథ్యమనిపించింది విక్రముడికి. ఏమి చేసి తన జట్టును రక్షించుకోవలెనా అని తీవ్రముగా ఆలోచించసాగిన విక్రముని తన భుజముతో పైకి లేపి మరల కిందకు విసరివైచి మరల పైకి లేపసాగినది ఆ వింత ప్రాణి. అదే అదనుగా ఎంచి తన ద్వి హస్తములతో ఆయుధాన్ని గట్టిగా బిగించి పట్టుకొని ఆ వింతప్రాణి తనను పైకి లేపగనే కాయములోని శ్వాసని బంధించి వేసి సడలిన మేనితో అష్టభుజి పట్టునుండి కిందకు జారి ఆ వింతప్రాణి యొక్క శిరసు వంటి అమరిక మీదకు జారిపోయాడు విక్రముడు.

అష్టభుజి శిరము మీదకు జారినవెంటనే జాగు సేయక తన ఖడ్గముతో దాని అక్షుల మీద దాడి చేసాడు విక్రముడు. మొదట ఒక నయనములో తన కరవాలముతో పొడిచి తాను కిందకు జారిపోవు సమయములో మరియొక నయనములో కూడా కరవాలమును గ్రుచ్చినాడు విక్రముడు . భూమ్యాకాశములు ఏకమగునట్లు ఆక్రందనలు చేయుచూ తన పట్టులో బందితులై ఉన్న శిష్యులను మూలమూలలకు విసరివేయుచూ తప తప కొట్టుకొనుచూ ప్రాణాలు విడిచింది ఆ భారీ వింత ప్రాణి. దాని నుండి వెల్లువలా పొంగుతున్న రుధిరంతో ఆ మహా సాగరం అంతా రుధిర వర్ణం దాల్చి చూపరులను భయభ్రాంతులను చేయసాగింది. మరణం తర్వాత దాటవలసిన వైతరణి ఇపుడే నయనముల ముందు ప్రత్యక్షమయినట్లు అనిపించి వడలి జలదరించగా కనులు మూసుకున్నారు శిష్యులు అందరూ. కనులు మూసిన మరుక్షణం తమను తాకుతున్న జలం మాయమయి దేహం అంతా పుడమిపై ఉన్న భావన కలుగుటతో కనులు తెరచి చూచిన వారందరూ తాము తిరిగి గృహ అంతర్భాగంలో ఉండుట గాంచి సంభ్రమాశ్చర్యములకు లోనై అటులనే నిలబడిపోయారు.

గురుకులం నుండి ప్రధాన శిష్యునితో కలసి బయలుదేరిన అమృతానందులవారు, వాయు వేగంతో ప్రయాణిస్తూ అపరాహ్ణ వేళకు ఉత్తర కుమారుడు, సిద్ధార్థుడు తమ బృందములతో కలసి అమ్మవారిని సేవించుకుంటున్న పాడుబడిన ఆలయాన్ని చేరుకున్నారు. అత్యంత భక్తి ప్రపత్తులతో అమ్మవారికి అపరాహ్ణ సేవలు చేయుచూ స్తోత్రాలు ఆలపిస్తున్న శిష్య బృందంతో తమ గళాన్ని కలిపారు అమృతానందులవారు. కనులు మూసుకొని ఉన్నా గురువుగారి సామీప్యం మదికి తెలిసినా అమ్మవారి స్తుతి మధ్యలో ఆపరాదని తెలిసినవారై స్తుతి ముగించి కనులు తెరచి గురువుగారిని దర్శించి భావోద్వేగాలను అదుపు చేసుకొనలేక కన్నీటి

పర్యంతమై గురువుగారి పాదాలను తమ అశ్రువులతో అభిషేకించసాగారు శిష్యులు అందరూ.

అష్ట సిద్ధులు తెలిసిన స్థితప్రజ్ఞుడయిన అంతటి మహానుభావుడు కూడా శిష్యుల ప్రేమాభిమానములకు ఒక క్షణం విచలితుడై వారిని పైకి లేవనెత్తి నాయనలారా ముందు హారతి కార్యక్రమం పూర్తి చేసి అమ్మవారికి నైవేద్యం నివేదించండి తదుపరి ముచ్చటించుకొందుము అని సెలవీయడంతో శిష్యులు ఆగమేఘాలమీద అమ్మవారికి నీరాజనం అర్పించి నైవేద్యం సమర్పించారు. తదుపరి అమ్మవారికి మనస్ఫూర్తిగా నమస్కరించుకుని అమ్మవారి తీర్థప్రసాదములు స్వీకరించి ఆలయప్రాంగణంలో పద్మాసీనుడై ధ్యానములో మునిగిపోయారు అమృతానందులవారు.

ధ్యానములో మునిగిన గురువుగారిని కదిలించే ధైర్యము చేయలేక అందరూ ప్రధాన శిష్యుడు అనంతుని చుట్టుముట్టగా అతను గురువుగారు ప్రయాణ సన్నాహములు చేయమని చెప్పగా చేయుట తప్ప నాకేమియుః ఎరుక లేదు. మీరు గురుకులం వీడిన దగ్గరనుండి ధ్యానంలోనే ఉండి మీ స్థితిగతులు అన్నీ తెలుసుకుంటున్న గురువుగారు ఇవాళ ప్రాతః సమయమున హఠాత్తుగా ధ్యానమునుండి మేల్కొని ప్రయాణ సన్నాహములు చేయమని ఆజ్ఞాపించుటతో సన్నాహములు పూర్తి చేసుకొని గురువుగారితో కలసి గురుకులమును వదిలి ఇటుల వచ్చియున్నాను. నాకు తెలిసి గురువుగారు ఆశ్రమము వీడి అడుగు బయట పెట్టుట ఇదియే ప్రథమము అని తనకు తెలిసిన వరకు వారికి తెలియపర్చాడు అనంతుడు.

గురుకులం వీడినా తమ యోగక్షేమములు గురువుగారు కనిపెడుతూనే ఉన్నారని తెలుసుకొని అమిత ఆనందపడి ఆయన ఎదురుగా ఆసీనులై గురువుగారు ధ్యానమునుండి విరమించుకొని సమయముకొరకు వేచి చూడసాగారు ఉత్తర , సిద్ధార్ధుని బృందాలు.

అచట గుహాంతర్భాగములో రక్తాక్షి ఏర్పరచిన మాయా వలయం ప్రభావం నుండి బయల్పడిన శిష్యులు అందరూ సంభ్రమాశ్చర్యాలతో స్థాణువులై పోయి కొలది సమయానికి ఆ ఆశ్చర్యం నుండి తేరుకొని తమ తమ అనుభవములు పంచుకొనుచూ ఇది తమకు అంతుపట్టని మాయా ప్రపంచం వలే ఉన్నది కానీ అందరూ కలసి కృషి చేస్తే తప్పించుకొనుట అసాధ్యం మాత్రం కాదని సంభాషించుకొనసాగారు.

అగ్నికుండం వద్ద గురువు గారికి పూజా విధులలో సహకరిస్తున్న రక్తాక్షి కి ఎపుడు అయితే శిష్యులు మాయావలయం నుండి బయటపడినారో అపుడు వదలి స్వల్పంగా జలదరించి జరిగిన విషయం గురించి సూచన అందింది. కానీ తన శక్తియుక్తులు పట్ల అమిత గర్వం గల రక్తాక్షి ఆ సూచనను పట్టించుకొనక కనీసం ఏమి అయినదో చూసి రావాలన్న తలంపు కూడా లేక అటులనే యజ్ఞ కుండం దగ్గర ఉండిపోయినది.

అప్పటివరకు తాము అనుభవించిన మరణ భయాన్ని మరచి సాధించిన విజయాల వలన ఎటువంటి పరిస్థితులు ఎదురయినా ఎదుర్కొని నిలవగలమన్న కించిత్తు గర్వముతో ఆనందముతో ముచ్చటించుకుంటున్న అశ్వత్థవర్మ , చంద్రకేశుల బృందాలకు మేఘగర్జన వలె

వినిపించింది గురువుగారి కంఠం. సాధించిన కొలది విజయాలకు గర్వపడితే సాధించ వలసిన అఖండ విజయాలకు చేరువకాలేరు. ఇన్ని ఏళ్ళ శిష్యరికంలో గర్వం దరి చేరనీయరాదని, ఒకపరి గర్వం దరిచేరితే పతనమే అన్న విషయం నేర్వకున్నారా అంటూ మేఘ గంభీర ధ్వనితో వినవస్తున్న గురువుగారి పలుకులు ఆలకించి అవనత వదనులైనారు అందరూ .

ఇంతలో అక్షితవల్లి శిరసు ఎత్తి ఇచట గురువుగారి కంఠధ్వని ఎటుల వినవచ్చుచున్నది? వందల ధనువుల దూరముగనున్న గురువుగారు మనతో సంభాషించుట అసాధ్యం ఇది కూడా ఏదో మాయవలె ఉన్నది అని తన సందేహాన్ని వెలిబుచ్చినది. గురువుగారు అఖండ ప్రజ్ఞాశాలురు, అష్ట సిద్ధులను సాధించినవారు వారికి సాధ్యము కానిది ఏదీ లేదు. అది ముమ్మోర్తులా గురువుగారి కంఠస్వరమే అని సమాధానమిచ్చినది అరుణాక్షి.

అశ్వత్థవర్మ తన ప్రేమను నిరాకరించడంతో అతని మీద అతని సోదరి అగుటవలన అరుణాక్షి మీద అకారణ ద్వేషాన్ని పెంచుకుంది అక్షితవల్లి. దీనికితోడు తన అనుజుడు అభిమన్యుడు, అరుణాక్షి మీద అనురాగం ప్రదర్శించుట ఆమె లో ద్వేషాగ్నిని ఉవ్వెత్తున రాజేసినది. ఇపుడు తన మాటలకు అరుణాక్షి అడ్డు రావడంతో మితిమీరిన క్రోధంతో ఏమి మాట్లాడుతున్నదో కూడా ఆలోచించక గురువుగారికి అన్ని మహిమలు ఉండి ఉంటే మనలను ఎపుడో కాపాడి ఉండేవారు ఇలా కష్టాలలోకి త్రోసి వినోదము తిలకిస్తూ ఉండేవారు కాదు అని పరుషముగా పలికింది.

ఆమె మాటలకు అందరూ నివ్వెరపోగా అభిమన్యుడు ముందుకు వచ్చి సోదరీ మతి భ్రంశం చెందిన దానివలె వదరుచున్నావు. గురుదూషణ పాపం అన్న విషయము కూడా మీ స్ఫురణకు రాలేదా? లేదంటే ఈ మాయాగుహ మీలోని మంచి లక్షణాలను తనలోకి లాగేసుకున్నదా అని ఆవేదన వెలిబుచ్చాడు.

అశ్వత్థవర్మ ముందుకేతెంచి అభిమన్యుడి మీద వాత్సల్యము చూపుతూ ఆవేదన చెందకు మిత్రమా అక్షితవల్లిది దుందుడుకు స్వభావమని మనకందరికీ ఎరుకనే కదా! తెలియక చేసిన తప్పులను గురువుగారు క్షమిస్తారు అని ఓదార్చి అక్షితవల్లి వైపు తిరిగి మనము ఎదుర్కోలేని కష్టం వస్తే ఆ క్షణమే ప్రత్యక్షమయి మనలను కాపాడి ఉండేవారు గురువుగారు. ఇప్పటివరకూ మనకు ఎదురుపడిన సమస్యలన్నీ మన సామర్థ్యానికి పరీక్షలే అందులకే ఆయన కలుగచేసుకోలేదు. ఇది అంతయూ నీవు యెరుగవా ? ఏదయినా పలికేముందు ఒకటికి రెండు పర్యాయములు యోచించి పలకవలెనను మొదటి పాఠము మరచితివా అని ప్రశ్నించాడు అశ్వత్థవర్మ .

అశ్వత్థవర్మ వాక్కులకు మరింత మండిపడుతూ నోరు తెరచిన అక్షితవల్లి మాటలు బయటకి రాకముందే నాయనలారా వాదనలు కట్టిపెట్టి నా ఆదేశములను మస్తిష్కంలో ప్రోది చేసుకోండి అని మరోసారి వినవచ్చింది అమృతానందులవారి కంఠస్వరం.

నిజంగా అమృతానందులవారే తమ శిష్యులతో సంభాషిస్తున్నారా లేదంటే అక్షితవల్లి అనుమానించినట్లు ఇది మరి ఒక మాయాజాలమా ?

అపరాజిత – పంచవింశతి అంకం

చంద్రకేశా నా సూక్ష్మ రూపంతో మీకు నేను మార్గనిర్దేశం చేస్తాను దానిని అనుసరించి మీరు ఈ గుహ నుండి బయటపడి కోయ గూడెం చేరుకోవలెను. తదుపరి కోయదొర దగ్గర భద్రపరచి ఉన్న సౌగంధికా మాల సేకరించి తీసుకురావాలి. మా గురువుగారు అయిన భగవత్పాదుల వారి నామధేయము తెలిపిన యెడల వారు ఆ సౌగంధికా మాలను మీ పరం చేయగలరు. అది మీ హస్తములలోకి వచ్చిన మరుక్షణం నుండి దానిని స్వంతం చేసుకొనుటకు సర్పద్రష్టుడి ప్రయత్నములు ప్రారంభం అవుతాయి . కనుక జాగరూకతతో వ్యవహరించండి. ఆ సౌగంధికా మాల సాధించిన మరుక్షణం మీ కంఠమున అలంకరించిన రక్ష రేకును స్పర్శించండి. అది మిమ్మల్ని మేము ప్రస్తుతం బస చేస్తున్న అమ్మవారి ఆలయం దగ్గరకు చేరుస్తుంది.

మరొక పర్యాయం హెచ్చరిస్తున్నాను, ,మీలో ప్రతి ఒక్కరు అత్యంత జాగరూకులై వ్యవహరించాలి. నేనే ఎదురైె వచ్చినా నా చేతికి ఆ హారాన్ని అందించవలదు. ఆలయ ప్రాంగణం చేరుకొని నీవు అశ్వత్థవర్మ మీ స్వహస్తములతో ఆ హారాన్ని అమ్మవారి గళసీమను అలంకరించాలి అని హెచ్చరించారు అమృతానందులవారు. ఇక కదలండి అన్న ఆయన వాక్కులతో బృందంలోని ప్రతి ఒక్కరూ గుహ నుండి బయటపడుటకు గురువుగారు సూచనలు అనుసరించి కదలడం మొదలు పెట్టారు.

అమృతానందులవారి మహిమ వలన వారు నడుచు గమ్యమంతా ప్రకాశవంతం అయింది. ద్వారబంధం మీద ఉన్న భైరవుడు కూడా అమృతానందులవారి మంత్రం బంధం వలన కదలలేక అలాగే చిత్తరువు రూపంలో ఉండిపోవడం వలన శిష్యులు అందరూ ఒకరి వెనుక ఒకరు గుహను దాటి అడుగులు ముందుకు వేశారు.

బంధితులు గుహ దాటిపోవడం సర్పద్రష్టునికి తెలుస్తూనే ఉన్నా పూజ మధ్యలో మంత్రం పఠనం ఆగిన యెడల అమ్మవారి అనుగ్రహానికి బదులు ఆగ్రహానికి లోను కావలసి వస్తుందని ఏమీ చేయకుండా ఉండిపోయాడు. నా చిరకాల మిత్రుడా నీ శిష్యులను నా బలి పీఠం నుండి తప్పించగలిగావని విర్రవీగకు. నేను ఇంతకాలం కనుగొనలేని సౌగంధికా మాలను వారంతట వారే తెచ్చి నా పరం చేయునట్లు చేసుకొనకపోతే నా నామధేయం మార్చుకొందును అని మదిలో తలచుకున్నాడు సర్పద్రష్టుడు.

గుహ పరిసరాలను దాటగనే శిష్యులను మరింత తొందర చేయుచూ నాయనలారా వడివడిగా సాగండి. మనకు ఉన్న సమయము అత్యల్పం. తరుణము మించకనే ఆ సౌగంధికా మాలను అమ్మవారికి అలంకరించాలి అని శిష్యులను తొందరపరచసాగారు అమృతానందులవారు. ఆపదలన్నీ తొలగిపోయి గురువుగారి పరిచ్ఛాయలోకి చేరుకున్న సంతోషంతో తమ నడక వేగాన్ని ద్విగుణీకృతం చేసి సూర్యుడు పశ్చిమ దిశకు మరలు సమయానికి కోయగూడెం చేరుకున్నారు శిష్య బృందం.

గూడెం మొదటిలోనే ఉన్న కావలి బృందం వీరిని చూసి దగ్గరకి వచ్చి చంద్రకేశుని బృందాన్ని గుర్తించి ఏమైనది కూన మరల మా గూడెం కి వచ్చినారు ? కొత్త మొఖాలు కూడా అగుపిస్తున్నాయి అని ప్రశ్నించడంతో అత్యవసరమయిన పని మీద మా గురువు గారి ఆజ్ఞ ప్రకారం ఇలా రావడం జరిగింది. మేము కోయ దొరను కలుసుకోవాలి అని బదులిచ్చాడు చంద్రకేశుడు.

అటులనే కూనా మీరు మా గూడేనికి ఉపకారం చేసినోళ్లు . మీరు ఏదడిగినా చేయడం మా ధర్మం అంటూ వారి అందరినీ కోయ దొర దగ్గరకు తీసుకుపోయారు వాళ్ళు. చంద్రకేశుని బృందాన్ని చూస్తూనే మహదానందం చెందుతూ రండి కూనలారా రండి ఆ దినం మా ఆతిధ్యం స్వీకరించకుండా వెడలిపోయారు. అతిధులను సత్కరించలేదనే చింత మనసులో గూడు కట్టుకొనిపోయింది. మీ రాకతో ఆ చింత తొలగిపోతుంది అంటూ గూడెంలో కోయలందరినీ బిగ్గరగా పిలుస్తూ వీరి ఆతిధ్య ఏర్పాట్లు చూడమని అప్పటికి అప్పుడు ఆజ్ఞలు జారీ చేసాడు సింగన్న దొర.

వారి స్వాగతానికి సంతోషిస్తూనే దొరా మీ ఆతిధ్యం స్వీకరించడం మాకు కూడా సంతోషమే, కానీ ఇపుడు కార్యార్థులమై వచ్చి ఉన్నాము . మీ ఆతిధ్యం కన్నా మీ సహకారం మాకు ఇపుడు ఎంతో ముఖ్యం. సహాయం చేస్తానని వాగ్దానం చేయి దొరా అంటూ తన దక్షిణ హస్తాన్ని ముందుకు సాచాడు చంద్రకేశుడు. మా గూడెం ప్రజల ప్రాణాలు అగ్నికి ఆహుతి కాకుండా కాపాడిన బిడ్డలు మీరు. నాకు చేతనయిన సాయం తప్పక చేస్తాను కూనా, నా నోటి మాటే ప్రమాణంతో సమానం. సంకోచించక నీకు ఏమి కావాలో అడుగు బిడ్డా అని మాట ఇచ్చాడు సింగన్న దొర.

మీ గూడెంలో ఉన్న సౌగంధికా మాల కావాలి దొరా అని అడిగాడు చంద్రకేశుడు. సౌగంధికా మాల అనే మాట వింటూనే ఒక అడుగు వెనక్కి వేసాడు సింగన్న దొర , అలాగే చంద్రకేశుడి వైపు సందేహంగా చూస్తూ అటువంటిది ఏమీ ఇక్కడ లేదు అని చెప్పాడు. దొర కదలికలనే గమనిస్తున్న అశ్వత్థవర్మ ముందుకు వస్తూ అది మీ దగ్గరే ఉన్నదని మీ ముఖ కవళికలు చూస్తుంటేనే అర్థం అవుతోంది దొరా . గిరిపుత్రులు అంటే కల్మషం లేనివాళ్లు అని, కల్లలాడనివారు అని మా నమ్మకం. ఆ నమ్మకాన్ని కాలరాయకు దొరా! ఆ సౌగంధికా మాల మాకు అనుగ్రహించండి అని అభ్యర్థనగా అడిగాడు.

అశ్వత్థవర్మ మాటలు విన్న దొర కొంచెం అసౌకర్యంగా చూస్తూ ఆ మాల గురించి మా పెద్దోళ్ళు చెప్తే వినడమే తప్ప నేను కూడా ఏనాడూ చూడలేదు దొరా. ఎప్పుడో నేను పుట్టకముందు మా తాతల కాలంలో జరిగిన విషయం మీకెలా తెలిసిందా అని నాకు ఎంతో అబ్బురంగా ఉంది అని వారితో అనడంతో చంద్రకేశుడు మాట్లాడుతూ అది మాకు మా గురువుగారు చెప్పగా తెలిసింది. మా గురువుగారి గురువుగారికి సంబంధించిన అంశం అది అని వివరించాడు.

సూక్షరూపంలో ఉన్న అమృతానందులవారు చంద్రకేశా సమయము గడచిపోవుచున్నది. మా గురువుగారి నామము ఉచ్చరించిన యెడల అతను మీకు ఆ మాల ఉన్న ప్రదేశాన్ని చూపిస్తాడు అని హెచ్చరించడంతో దొరా అది మా గురువు అమృతానందులవారి గురువుగారు అయిన భగవత్పాదులవారికి సంబంధించినది అది అని ఎంతో పవిత్రంగా భగవత్పాదులవారి నామాన్ని ఉచ్చరించాడు చంద్రకేశుడు.

భగవత్పాదులవారి నామాన్ని ఉచ్చరించగానే ఆ ప్రదేశం అంతా ఒక పవిత్రత అలముకొంది. సింగన్న దొర శరీరం ఒకరకంగా కంపించినట్లయి అతని తండ్రి వారికి ఆ హారం ఉన్న ప్రదేశాన్ని చూపించమని ఆజ్ఞాపించినట్లుగా వినిపించగా రండి కూనలారా మీకు ఆ హారం ఉన్న ప్రదేశాన్ని చూపిస్తాను. ఈ గూడెంలో నాకు తప్ప అది ఒకటి ఉన్నది అని కూడా ఎవరికీ ఎరిక లేదు, అటులనే నేను కూడా ఆ పేరు వినడం తప్ప నా కళ్ళతో చూసింది లేదు. ఈనాడు మీ పుణ్యమా అని అంత పవిత్రమయిన వస్తువు చూసే భాగ్యం నాకు దక్కింది అనుకుంటాను అంటూ వారికి సౌగంధికా మాల భద్రపరచబడిన ప్రదేశాన్ని చూపించడానికి ముందుకు కదిలాడు సింగన్న దొర .

ఆయనను అనుసరించబోయిన శిష్యులందరినీ వారిస్తూ మీరు ఇచటనే ఉండండి, చంద్రకేశుడు అశ్వత్థవర్మ మాత్రమే అక్కడికి చేరుకోగలరు అని వినవచ్చింది అమృతానందులవారి స్వరం. మేము ఎందుకు వెళ్లలేము వారు మాత్రమే ఎందుకు వెళ్ళగలరు అని ప్రశ్నించింది అక్షితవల్లి. ఆమెకు సమాధానమివ్వ చూస్తున్న చంద్రకేశునితో నాయనా మీరు వెళ్ళండి అక్షితవల్లి సందేహాన్ని నేను తీరుస్తాను అని మరల గురువుగారి స్వరం వినిపించడముతో సింగన్న దొరను అనుసరిస్తూ ముందుకు అడుగులు వేశారు చంద్రకేశుడు , అశ్వత్థవర్మ .

చూడు తల్లీ అది ప్రమాదకరమైన ప్రదేశం, వారి మెడలో ఉన్న రక్ష వారిని ప్రమాదాల బారినుండి రక్షిస్తుంది. అది లేకుండా అక్కడికి అడుగుపెడితే ప్రాణాలతో బయటకి రాలేరు అందుకే మిమ్మల్ని వెళ్లొద్దు అన్నాను అని అక్షితవల్లికి సమాధానం ఇచ్చింది అమృతానందులవారి స్వరం. మీకు ఇంత పక్షపాతం అనుకోలేదు గురువర్యా ! కేవలం రక్షరేకును వారికి మాత్రమే అనుగ్రహించారు మేము మాత్రం మీ శిష్యులము కాదా అని ఉక్రోషంగా పలికింది అక్షితవల్లి.

ఎవరి సామర్థ్యాన్ని అనుసరించి వారికి బోధించడం గురువుగా నా కర్తవ్యం . గురువు ఏది చేసినా తమ మంచికే అని నమ్మడం శిష్య ధర్మం . నా కర్తవ్యాన్ని నేను ఏనాడూ విస్మరించలేదు.

మరి ఒక శిష్యురాలిగా నీ ధర్మాన్ని ఎంతవరకు నిర్వర్తిస్తున్నావో నీవే తరచి చూచుకో అని గంభీరంగా బదులు పలికింది అమృతానందులవారి స్వరం. ఆ వాక్కులు ఆలకించి అందరూ అక్షితవల్లివైపు చూడటంతో చిందులు తొక్కుతున్నట్లుగా నడుస్తూ పక్కకి వెళ్ళిపోయి అక్కడ ఉన్న అమ్మవారి విగ్రహం దగ్గర ఉన్న చెట్టుకింద వెళ్ళి ఒంటరిగా కూర్చుంది అక్షితవల్లి.

సింగన్న దొర ఆ గూడెంలో తన కుటీరం వలె ఆకారంలో పెద్దగా ఉండి ప్రత్యేక అలంకరణలతో ఉన్న మరో కుటీరంలోకి దారి తీసాడు. ఆ కుటీరం తడికెకు చెట్టు వేర్లతో చిత్ర విచిత్రమయిన బంధనాలు వేసి ఉన్నాయి . తన పూర్వీకులను మదిలో తల్చుకుంటూ ఏవేవో పదాలు ఉచ్చరిస్తూ అతి జాగ్రత్తగా వాటిని తొలగించసాగాడు సింగన్నదొర.

అన్ని బంధనాలను తొలగించి ఆ కుటీరం తలుపులు తెరవగానే ఒక విచిత్రమయిన సువాసన ఆ పరిసరాలను అన్నిటినీ చుట్టుముట్టింది. అంతే కాకుండా ఆ కుటీరంలోనుండి సువర్ణ కాంతులు ప్రసరిస్తూ సింగన్న దొరను అలాగే అతని వెనుక ఉన్న మిత్ర ద్వయాన్ని కూడా చుట్టుముట్టేసాయి.

అపరాజిత – షట్ వింశతి అంకం

కుటీరంలోపలికి తొంగి చూడగా కుటీరం అంతటినీ ఆక్రమించుకున్న ఒక భారీ వల్మీకం (పుట్ట) కంటపడింది. సాధారణ వల్మీకాలు మన్నుతో తయారయి ఉంటాయి కానీ ఈ వల్మీకం దానికి భిన్నంగా స్వర్ణం గుట్టలుగా మారి ఏర్పడినట్లు ఉంది. ఆ స్వర్ణ కాంతులే అక్కడికి వచ్చి కుటీరం ద్వారాల్ని తెరిచిన వాళ్ళను చుట్టుముట్టేశాయి. ద్వారాలకు వేసి ఉన్న మంత్ర బంధనాల మూలంగానే ఇన్నిరోజులు ఈ స్వర్ణ కాంతులు బయటకి ప్రసరించలేదు అని మిత్రులకు అవగతమైంది. లేనిచో ఆ స్వర్ణకాంతులకు ఆకర్షించబడి ఎందరో ఇచటికి వచ్చి ఉండేవారు కదా అనుకుంటూ ఇపుడు ఆ సౌగంధికా మాల ఈ వల్మీకంలో ఉన్నట్లయితే దానిని సాధించుట యెట్లు? ఏ రక్షణ లేకుండా అంత మహిమాన్వితమయిన హారాన్ని ఇచట భద్రపరచి ఉండరు కదా అని తమలో తాము తర్కించుకోసాగారు మిత్రులిరువురు. సింగన్న దొర అయితే ఆ భారీ వల్మీకాన్ని చూసిన ఆశ్చర్యం నుండి ఇంకా తేరుకోలేదు.

వారి మనోగతం తెలుసుకున్నట్లుగా చిరు నవ్వు నవ్వుతూ వారికి బదులిచ్చింది అమృతానందులవారి స్వరం. నాయనలారా ఆ వల్మీకం మనిషిలో ఉన్న దురాశకు ప్రతిరూపం. కోరికల అగ్నిలో శలభాల్లా కాలిపోయే మానవుల సహజ సిద్ధమయిన లాలసత్వాన్ని పరీక్షించుటకు ఏర్పరచిన ఒక మాయా వలయం. దానిని చూచినంతనే సొంతం చేసుకోవలెనని ప్రయత్నించినా లేక అటువంటి కోరిక మదిలో జనించినా సౌగంధికా మాలకు రక్షణగా నియమించిన కామసర్పం ధాటికి మీ ప్రాణాలు ఎపుడో అనంత వాయువుల్లో లీనమయిపోయి ఉండేవి. అందులకే స్వార్థం ఎరుగని మీరిరువురు ఈ కార్యానికి ఎన్నుకోబడ్డారు. గురువు యెడల అకుంఠిత భక్తి శ్రద్ధలు సహచరుల యెడ ప్రేమాభిమానాలు కల మీరే ఆ మాలను చేతబూనుటకు అర్హులని మా గురువర్యుల సూచన మేరకే మిమ్ము ఈ మహత్ కార్యానికి నియమించాను.

మీరు చేయవలసినది మీ మనసులో ఉన్న గాఢమైన కోరికను పైకి వెల్లడించాలి . మీ మనో వాంఛ వెల్లడించగానే ఆ వల్మీకం అడ్డు తొలగి మీ మార్గం సుగమం చేస్తుంది . కానీ మీరు వెల్లడించే కోరిక సత్య దూరమయినా లేదా దురాశను ప్రతిఫలించినా కామసర్పం కాటుకు మీరు బలి కావలసి వస్తుంది . దానికి సిద్ధపడి మీ మనో కామనను బిగ్గరగా వెల్లడించండి అని పలికింది అమృతానందులవారి స్వరం.

వెంటనే అశ్వత్థవర్మ ముందుకు వచ్చి దైవిక శక్తులతో నిండి ఉన్న స్వర్ణ వల్మీకానికి నమస్కరించి నాకు జన్మనిచ్చిన మాతాపితరులు అలాగే నా తోబుట్టువు ఎల్లవేళలా సుఖసంతోషాలతో జీవించాలి. అలాగే మా వంశ ప్రతిష్ట ఇనుమడించేలా, కన్నవారి పేరుకు వన్నె తెచ్చేలా, గురువు నేర్పిన విద్యలకు సార్ధకత్వం కలిగేలా నేను జీవించగలగాలి. మా రాజ్యంలోని ప్రజలు ఎల్లరూ ఈతి బాధలు లేక ముక్కారు పంటలతో పశు సంపదతో సుఖంగా ఉండాలి ఇదియే నా మనోవాంఛ అని గంభీరంగా వెల్లడించాడు. అశ్వత్థవర్మ కోరికను వెల్లడించుట పూర్తి అవగానే అంతవరకు వారి కనులకెదురుగా మేరు పర్వతమువలె భారీ పరిమాణములో ఉన్న స్వర్ణ వల్మీకం అర్ధ భాగం కుచించుకుపోయి ఒక రాతి గుట్ట పరిమాణములోకి మారిపోయినది.

భళా అశ్వత్థవర్మ, నీ కోరికలో మీ కుటుంబం వంశం బాగుండాలనే కించిత్తు స్వార్థం తొంగి చూసినా, వ్యక్తిగతంగా ఏ స్వార్ధ ప్రయోజనం ఆశించకుండా కుటుంబంతో పాటు రాజ్య ప్రజలందరి శ్రేయస్సు కోరుకున్న నీ మంచి మనసుకు ఎదుటనున్న స్వర్ణ శిఖరం కూడా కరిగిపోయినది అంటూ మెచ్చుకోలుగా వినిపించింది అమృతానందులవారి స్వరం.

వెనువెంటనే రెట్టించిన ఉత్సాహంతో చంద్రకేశుడు కూడా ముందుకు వచ్చి అమృతానందులవారిని మనసులో స్మరించుకొని వల్మీకానికి అంజలి ఘటించి సత్య దూరం కాకుండా మదిలో కోరిక వెల్లడించవలెను కాబట్టి నా మనోవాంఛను ఉన్నది ఉన్నట్లుగా వెల్లడిస్తున్నాను అందులో దురాశ ప్రతిఫలించినట్లయిన ఎట్టి శిక్ష లభించినా లేదా ప్రాణములే త్యాగం చేయవలసివచ్చినా అందులకు పూర్తి సన్నద్ధుడనయి ఉన్నాను. రాచపుట్టుక పుట్టినందువలన రాజ్యాన్ని పాలించుట పుట్టుకతోనే నాకు లభించిన కర్తవ్యం. కర్తవ్య నిబద్ధుడనై సామ్రాజ్య లక్ష్మిని పాలించుటతోపాటు మనసుకు నచ్చిన హృదయేశ్వరిని పరిణయమాడి వంశాన్ని సమృద్ధి చేసుకోవలెనని నా అభీష్టం. అటులనే కార్తీక పౌర్ణమి దినమున నాతోపాటు గురుకులమునుండి బయలుదేరిన మా సహచరులు అందరూ ఎట్టి ఆపదకు లోనవకుండా క్షేమంగా మరల కలుసుకోవలెనని నా మనోవాంఛ. ఇది తప్ప ప్రస్తుతము నా మదిలో ఇంకే కోరికలు లేవు అని వెల్లడించి శిరసు వంచి నిలబడినాడు చంద్రకేశుడు.

చంద్రకేశుని విన్నపము పూర్తి అయిన అనంతరము స్వర్ణ వల్మీకం నుండి ఒక మృదు మంజుల మధుర వాణి, జగమే పరవశము చెందేలా మందహాసము చేస్తూ నాయనా చంద్రకేశా, వ్యక్తిగత స్వార్థం పరిమితులు దాటనంతవరకు ఎట్టి దోషమూ లేదు. తెలియక తప్పు చేసినా దోష ఫలితాన్ని స్వీకరించుటకు సిద్ధపడిన నీ ధీరత్వము ప్రశంసనీయము. సామ్రాజ్య రక్షణతోపాటు వంశ వృద్ధి కూడా నీ కర్తవ్యం. అటులనే నీ మిత్రుల శ్రేయస్సు కూడా కోరుకొని నన్ను మెప్పించినావు అందుకు కానుకగా నీ మనసు మెచ్చిన నెచ్చెలి చంద్రసేనను నీకు పట్టమహిషిగా అనుగ్రహిస్తున్నాను అని వినిపించినది. ధన్యోస్మి మాతా ! మీ కరుణకు సదా కృతజ్ఞుణ్ణి అయి ఉంటాను. మరి మా సహచరుల సంగతి అని అడుగగా కర్మను బట్టి ఫలితము ఉంటుంది

నాయనా! మంచి దారిలో నడిచినవారికి మంచే జరుగుతుంది, చెడు తలంపులు ఉన్నవారు ఆ చెడుతోనే అంతమయిపోతారు అని ఆ అదృశ్యవాణి అంతటితో మౌనం వహించినది.

అంతట స్వర్ణ వల్మీకము మరింత కుచించుకుపోతూ సాధారణ స్థాయికి చేరుకుంది. వల్మీకాన్ని చూసిన ఆశ్చర్యం నుండే తేరుకోలేని సింగన్న దొర వీరి కోరికలు విని అది అంతకంతకూ కుచించుకుపోతూ చిన్నగా మారడం చూసి మరింత ఆశ్చర్యానికి లోనయి నోట మాట రానట్లుగా నిలబడిపోయాడు. అశ్వత్థవర్మ మాత్రం మిత్రుని భుజం తడుతూ మదిలోని కాంక్షను నెరవేర్చుకున్నందుకు శుభాకాంక్షలు మిత్రమా, గురువుగారి సమక్షంలోనే నీ కోరిక ఆమోదించబడినది కాబట్టి విద్యాభ్యాసం సంపూర్తి కాగానే కల్యాణ ఘడియలు సమీపించినట్లే అని మనస్ఫూర్తిగా మిత్రుని అభినందించాడు.

చంద్రకేశుడు కూడా మందహాసం చేస్తూ ధన్యవాదములు మిత్రమా . కానీ ఇపుడు మన ముందు ఉన్న కర్తవ్యము సౌగంధికా మాలను సాధించుట. దానికి ప్రయత్నము చేయవలెను. వల్మీకము అయితే కుచించుకుపోయి మనకు మార్గం ఏర్పరచినది కానీ ఆ హారము ఎచట ఉన్నదో తెలియని యెడల దానిని సాధించుట యెట్లు అంటూ నీకేమైనా దీని గురించి అవగాహన ఉన్నదా అన్నట్లు సింగన్న దొర వైపు ప్రశ్నార్థకంగా దృష్టి సారించాడు చంద్రకేశుడు.

చంద్రకేశుని చూపులను అర్థం చేసుకున్నట్లుగా నాకు దీని గురించి ఏమియూ తెలియదు కూనలరా ! ఈ కుటీరము లోపలికి నేను ఇదే అడుగిడటము . ఇంతవరకూ ఇటు వైపు వచ్చుటకు కూడా ఎవరికీ అనుమతి లేదు. మా గూడెం పూజారయ్య చాలాసార్లు ఇటు రావడానికి ప్రయత్నించి కూడా విఫలమయ్యాడు. అతను ఈ కుటీరము దరిదాపులలోకి రాగానే ఏదో ఒక అనర్థం సంభవించేది. దుష్టుడు అయిన అతని ఛాయ కూడా ఈ దైవిక శక్తి భరించలేకపోవుట వలన అటుల జరిగేది అని నాకు ఇపుడే అర్థం అయినది. అంతకుమించి నాకు ఏమీ తెలియదు అని తన అశక్తతను వెల్లడించాడు సింగన్న దొర.

తమ గురువు గారినే అడిగి తెలుసుకోవలెనని చంద్రకేశుడు నోరు తెరచునంతలో ఒక అద్భుతము వారి కనుల ముందు ఆవిష్కృతమయినది. సాధారణ స్థాయికి చేరుకున్న ఆ స్వర్ణ వల్మీకము రేణువులుగా విడిపోతూ ఆ కుటీరము అంతయు ఆక్రమించుకున్నట్లయి స్వర్ణ లోకములో ఉన్న భావన కలిగి, కనులు మూస్తే ఆ అద్భుత దృశ్యం ఎక్కడ మాయమయిపోతుందో అన్నట్లు అనిమిషులై ఆ దృశ్యాన్ని తమ మనోఫలకముందు ముద్రించుకోసాగారు. ఇంతలో రేణువులు గా విడిపోయిన స్వర్ణము ఒకదానికొకటి జత పడుతూ చిన్న చిన్న దళములుగా (పువ్వు రెక్కలు) మారి అటువంటి అష్టాదశ దళములు ఏకమయి ఒక పుష్పముగా మారగా, అటువంటి పుష్పములు సహస్ర సంఖ్యలో ఏర్పడి అలనాడు ఇంద్రలోకంలో శ్రీకృష్ణుల వారి మదిని దోచిన పారిజాత కుసుమములవలె ఆ కుటీరములో పరిభ్రమించసాగినవి.

స్వర్ణ కాంతులతో తళుకులీనుతూ సుమధుర సుగంధాలు వెదజల్లుతూ వారి శిరములపై పరిభ్రమిస్తూ, అనుభూతి చెందటం తప్ప పలుకులతో వివరించ సాధ్యం కానట్టి భావన

కలిగిస్తున్న ఆ పుష్ప సౌందర్యాన్ని ఆ అలౌకిక దృశ్యాన్ని గాంచి స్వర్గంలో ఉన్నట్లు తన్మయులై పోయారు ఆ ముప్పురు.

వారి సంభ్రమాశ్చర్యాలు పదింతలు చేస్తూ అలా పరిభ్రమిస్తూనే ఒకటికి మరొకటి జతపడి సహస్ర స్వర్ణ పుషముల సౌగంధికా మాల ఏర్పడి అది మెల్లగా వచ్చి అశ్వత్థవర్మ హస్తములలో వాలినది. ఆ హారము తన హస్తములను తాకగనే తనువంతా పవిత్రమయినట్లు ఆత్మ పరిశుద్ధమయినట్లు భగవంతుని సన్నిధిలో ఉన్నట్లు భావనలు కలగసాగాయి అశ్వత్థవర్మకు . మిత్రుని వదనంలో అలౌకిక ఆనందాన్ని గాంచి అతని దరికి చేరి ఆ హారాన్ని స్పృశించిన చంద్రకేశునికి కూడా అవే భావనలు కలుగగా ఆ హారం ఎంత మహత్తు కలిగినదో మరొకసారి ప్రత్యక్ష అనుభవం కలగడంతో దానికి చాలా జాగ్రత్తగా కాపాడవలెనని ఒకరికి ఒకరు కళ్ళతోనే సైగ చేసుకొని కుటీరం వెలుపలికి అడుగు పెట్టారు.

కుటీరము వెలుపలికి అడుగు పెడుతుండగా మరొకసారి మృదు మధుర వాణి సింగన్న దొరను ఉద్యేశించి పలుకుతూ సింగన్న దొరా నాకు ఆశ్రయమిచ్చిన మీ కోయగూడెంకి , నా గురించి ఎవరికీ తెలియకుండా రక్షణ కల్పించిన మీ కుటుంబానికి ప్రతిగా సహాయం చేయడం నా ధర్మం ఏమి వరం కావాలో కోరుకో అని పలికింది. సింగన్న దొర మోకాళ్ళ మీద సాగిలపడుతూ అమ్మా నువ్వు మా గూడెంలో కొలువుండటం, నీకు మేము ఉడతాభక్తిగా సాయం చేయడమే మా అదృష్టం తల్లీ. వరం అడిగి మా అదృష్టాన్ని చిన్నబుచ్చుకోలేను . నీ కృప మా మీద ఉంటే అంతేచాలు తల్లీ అని ఆ సౌగంధికా హారానికి ప్రణమిల్లాడు.

నువ్వు అడగకున్నా మేలు చేసినవారికి ప్రతి మేలు చేయుట మా విధి. ఇపుడు కాకున్నా ఏదో ఒక రోజు మీ ఋణం తీర్చుకుంటాను అని పలికి నాయనలారా ఈ కుటీరం వెలుపలికి అడుగు పెట్టగానే నా మహిమ అదృశ్యమవుతుంది, అపుడు నేను ఒక సాధారణ పుత్తడి హారంతో సమానం. మరల అమ్మవారి గళసీమను అలంకరించిన తర్వాతే నా శక్తులు నాకు చేరుకుంటాయి. అమ్మవారిని చేరుకొను వరకు నా రక్షణ బాధ్యత మీదే అని పలికి మౌనం వహించింది.

కుటీరం వెలుపలికి పాదం మోపగానే అంతవరకూ హారం నుండి వెలువడుతున్న పసిడి వర్ణ కాంతులు అటులనే సమ్మోహనపరచే సువాసనలు మాయమయిపోయి అలంకరణకు ఉపయోగించే ఒక సాధారణ హారమువలె మారిపోయినది. వీరు బయటకి అడుగు పెట్టగానే కుటీరానికి కొంత దూరంలో కోయవాళ్ళ ఆతిధ్యం స్వీకరిస్తున్న శిష్యులు అందరూ రయమున వచ్చి వీరిని చుట్టుముట్టారు. మిత్రమా సౌగంధికా మాల ను సాధించితిరా ఏదీ అంత మహిమాన్విత హారాన్ని మేము కూడా కనులార కాంచవచ్చునా అని వారిని ఉక్కిరి బిక్కిరి చేయుచుండగా, సమయము మించిపోవుచున్నది అందరూ వృత్తాకారంలో ఒకరి హస్తము మరియొకరు పట్టుకొని నిలుచుండిన యెడల అశ్వత్థవర్మ , చంద్రకేశులు తమ గళమున ఉన్న

రక్షరేకును స్పృశించెదరు. అమావాస్య గడియలు సమీపించు వేళకు మనము అమ్మవారి ఆలయమునకు చేరుకొనవలెను అని అమృతానందులవారి స్వరం వినిపించింది.

గురువుగారి స్వరంలో తొంగిచూస్తున్న ఆందోళనను గమనించి అందరూ మారుమాటాడక వృత్తాకారంలో నిలబడుతూ దూరాన వృక్షం దగ్గర ఆసీనురాలై ఉన్న అక్షితవల్లిని పిలువసాగారు. వారి పిలుపులు ఆలకించి అక్కడ ఉన్న ఎవరికో కళ్ళతోనే వీడ్కోలు పలికి అచ్చటనుండి లేచి వీరి వద్దకు వచ్చింది అక్షితవల్లి. రాగానే అశ్వత్థవర్మ వద్దకు చేరుకొని ఏదీ ఆ హారము ఒకసారి కన్నులార గాంచి నా జన్మ ధన్యము చేసుకొనెదను అని పలుకగా ఇపుడు సమయము లేదు రాకుమారీ గమ్యము చేరుకున్న తదుపరి చూపించెదను అని అశ్వత్థవర్మ సమాధానమిచ్చాడు. దానికి రోషంతో నాసికా పుటములు అదురుతుండగా కళ్ళు ఎర్రగా చేసి హారము సాధించుటకు పనికిరాము సరే కనీసము చూచుటకు కూడా మాకు అర్హత లేదని మీ గురువుగారు ఆదేశించినారా అని ఉక్రోషం వెళ్లబుచ్చినది అక్షితవల్లి.

అభిమన్యుడు తన సోదరి ప్రవర్తనకు బాధ పడుతుండగా అది చూడలేని అశ్వత్థవర్మ, తాము నివారించిన కొలది అక్షితవల్లి అసూయతో ఆగ్రహంతో మరింత పెచ్చరిల్లడమే కాకుండా గురుదూషణ చేసి పాపము మూటకట్టుకొనుచున్నదని, అది గాంచి అభిమన్యుడు వేదన చెందుతున్నాడని తలచి, మిత్రుని బాధ తీర్చుటకు తన చేతిలో ఉన్న సౌగంధికా మాలను అక్షితవల్లికి చూపుతూ అంత మాటలేల రాకుమారీ ఇదుగో మీరు చూడగోరిన హారం అని పలికాడు.

ఆ హారాన్ని చూసి పక్కున నవ్వుతూ ఎవరిని మాయ చేయాలని చూస్తున్నారు కళింగదేశపు రాకుమారులు? అని పలికి మీ సోదరి అరుణాక్షి ధరించు పసిడి హారాన్ని చూపించి సౌగంధికా మాల అని మమ్ము భ్రమింప చేయుచున్నారా అని హేళన చేసింది . దానికి చంద్రకేశుడు ఆవేశంతో అశ్వత్థవర్మ హస్తమునుండి ఆ హారమును తీసుకొని ఈ మహిమాన్విత హారమునా నీవు హేళన చేయుచున్నది అంటూ అమృతానందులవారి స్వరం వలదు వలదు అని పలుకుతున్న మాటలు ఆలకించక ఆ హారాన్ని అక్షితవల్లి కి అందించాడు.

వెనువెంటనే పెద్దపెట్టున నవ్వుతూ ఆ హారాన్ని గాలిలో చూపుతూ సాధించితిని రక్తాక్షి సాధించితిని అని బిగ్గరగా పలుకుతూ అమ్మవారి పీఠము దగ్గర ఉన్న వృక్షమువైపు పరుగులు తీసినది అక్షితవల్లి.

అపరాజిత – సప్త వింశతి అంకం

ఊహించని ఆ సంఘటనకు అందరూ నివ్వెరపోయి నుంచుండగా ముందుగా తేరుకున్న కోయ దొర పరుగిడి ఆమెను అందుకొను ప్రయత్నము చేయబోయాడు. ఇంతలో అదృశ్య రూపంలో ఉన్న రక్తాక్షి ధూమఖేతును ఆవాహన చేయడంతో పొగమంచు రూపంలో వారిని కమ్ముకొని వారి కనులకు ఏమీ కనిపించకుండా చేసాడు ధూమఖేతు. అకాల వర్షము వలె ఈ అకాల పొగమంచు ఏమిటా అని వారు యోచించునంతలోనే పొగమంచు దానితోపాటు సౌగంధికా మాలను తస్కరించిన అక్షితవల్లి కూడా అదృశ్యమయిపోయారు. ఇది ఏమి వైపరీత్యమని గుసగుసలు పోవుచున్నంతలో కెవ్వుమని ఆర్తనాదం వినిపించి మరల ఏమి విపత్తు ముంచుకొచ్చినదా అని ఆ ఆర్తనాదం వినపడిన వైపు దృష్టి సారించారు అందరు.

ఆ ఆర్తనాదం చేసినది సింగన్న దొర ఆలి మల్లి . ఆమె ఎందుకు విలపిస్తుందో అర్ధమవక పరుగున ఆమెను చేరుకొని ఏమి అయినదని ప్రశ్నించాడు సింగన్న దొర . పెనిమిటిని పట్టుకొని భోరున విలపిస్తూ జాబిలి జాబిలి అని అటుపై నోటా మాట రానట్లు మరల రోదించసాగింది మల్లి. ఏమైనాదే నా బంగారు తల్లికి యేటి జరిగింది అని ఆదుర్దాగా అడుగుతూ కళ్ళతోనే జాబిలి కోసం పరిసరాలన్నీ వెతకసాగాడు సింగన్నదొర. ఆ మాయదారి పొగమంచు ఇంటి ముందర ఆడుకుంటున్న పసిదాన్ని ఎగరేసుకుపోయింది అని వెక్కుతూ చెప్పలేక చెప్పి కిందపడి స్పృహ కోల్పోయింది మల్లి .

లేకలేక పుట్టిన కూతురుని ప్రాణం ఒక ఎత్తుగా చూసుకునే సింగన్న దొర ఆ మాటలు వినగానే అమ్మా జాబిలి అని రోదిస్తూ కుప్పకూలిపోయాడు. వారి పరిస్థితి చూసి అక్కడ ఉన్నవారి అందరి హృదయం ద్రవించిపోయింది. కోయ యువతులు మల్లి కి స్పృహ తెప్పించడానికి ప్రయత్నిస్తుంటే కోయ యువకులు సింగన్న దొరకు సపర్యలు చేస్తుండగా జరిగిన విషయాన్నీ జీర్ణించుకోలేని అమృతానందులవారి శిష్య బృందం మాత్రం చేష్టలు దక్కిన వారివలె ఏమి చేయాలో తోచక నిలబడిపోయారు.

పొగమంచు రూపంలో వచ్చినది సర్పద్రష్టుడి అనుచరుడు ధూమఖేతు. మిమ్ము ఆ గుహలోకి తీసుకొని వెళ్ళింది కూడా అతడే. తన సేవలో తరించిన ఈ కోయబిడ్డలకు అమ్మ అన్యాయం జరగనివ్వదు. కాబట్టి ఆ జగజ్జనని పై వారి భారాన్ని మోపి మీరు ముందుకు కదలండి అంటూ వారికి కర్తవ్యాన్ని బోధిస్తూ అమృతానందుల వారి స్వరం గంభీరంగా వినిపించింది. కానీ

గురువర్యా మా సోదరి చేసిన తప్పిదం అంటూ గద్గద స్వరంతో కన్నీటి పర్యంతం అవుతూ క్షమాపణలు అర్ధించబోతున్న అభిమన్యు భూపతి ని వారిస్తూ నాయనా ఎవరి కర్మకు వారే బాధ్యులు . నీ సహోదరి తప్పిదానికి నీవు అపరాధ భావముతో కృంగిపోరాదు. జరగవలసిన కార్యములో నీ వంతు కర్తవ్యాన్ని నిర్వర్తించు అని కర్తవ్య బోధ చేసింది అమృతానందులవారి స్వరం.

గురువర్యా సౌగంధికా మాలను చేతులారా పోగొట్టుకొంటిమి కదా! అమ్మవారి సొత్తును రక్షించలేకపోయిన పాపులం అయితిమి కదా మేము ? మాకు ఇంకనూ ఆలయ ప్రవేశ అర్హత ఉన్నదా అని మిక్కిలి బాధగా పలుకుతున్న చంద్రకేశుని వారిస్తూ నాయనా చంద్రకేశా జరిగినదానిని మార్చుట మానవమాత్రులమయిన మన తరము కాదు. తదుపరి జరగవలసిన కార్యములు అయినా ఎటువంటి తప్పిదములు జరగకుండా జాగరూకతతో వ్యవహరిస్తే అమ్మవారి ఆగ్రహానికి గురికాకుండా ఉండగలం. సమయము మించిపోవకముందే మనం ఆలయాన్ని చేరుకోవాలి. సౌగంధికా మాలను చేజిక్కించుకున్న సర్పద్రష్టుడు ఆలయాన్ని సమీపించకముందే మనం అచటికి చేరుకోవలెను అని వారిని హెచ్చరించింది గురువుగారి స్వరం.

అనుచరుల సపర్యలతో కొద్దిగా స్పృహలోకి వచ్చిన సింగన్న దొరను సమీపించి మీరు చేసిన మేలుకు ప్రతిగా మీ బిడ్డను మీకు అప్పగించే బాధ్యత మాది దొరా, అందుకొరకు మా ప్రాణాలు అయినా పణంగా పెడతాము . మీరు ధైర్యముగా ఉండి మీ వాళ్ళను కాచుకోండి. శీఘ్రమే మీ బిడ్డను తెచ్చి మీ బాధను పోగడతాము అని కోయదొర కు ధైర్య వచనాలతో ఉపశమనము కల్గించి సహచరుల దగ్గరకు వచ్చాడు అశ్వత్థవర్మ. తదుపరి అశ్వత్థవర్మ, చంద్రకేశుడు కలిసి గురువుగారి స్వరం ఆదేశించినట్లుగా అందరినీ వృత్తాకారంలో ఒకరి హస్తములో మరొకరి హస్తము వేసి నిలబడునట్లు చేసి అందరినీ కనులు మూసుకొమ్మని ఆదేశించి తమ కంఠమును అలంకరించి ఉన్న రక్ష రేకును స్పృశించి మనసులో అమృతానందులవారిని భక్తిగా స్మరించారు.

అలా గురువుగారి నామం మనసులో స్మరించుకున్న మరుక్షణం వారి శరీరములు పూర్తిగా భారము కోల్పోయి వాయుప్రయాణం చేయుచున్న అనుభూతి వారిని ఆక్రమించుకుంది. వారు ఆ అనుభూతినుండి బయటపడకముందే వారికి దగ్గరలో కోలాహలం వినిపించినట్లయి కన్నులు తెరువగా ఎదురుగా ఆనందోత్సాహాలతో వీరినే చూస్తూ కేరింతలు కొడుతున్న ఉత్తర కుమార మరియు సిద్ధార్థుని బృందాలు కనిపించి ఆశ్చర్యంతో కన్నులు పెద్దవి చేసి పరిసరాలను గమనించగా ఎదురుగా పద్మాసనంలో ధ్యాన నిమగ్నులయి ఉన్న గురువుగారు కనిపించి పరుగున వెళ్ళి గురువుగారి ముందు నిలబడి ప్రణామములు గురువర్యా అని అంజలి ఘటించి నిలుచున్నారు.

ఇక అక్కడ గుహలో అమ్మవారి పూజ అంత్య దశకు చేరుకున్న తరుణములో సౌగంధికా మాలను చేతబూనిన అక్షితవల్లిని అలాగే అష్టవర్ష ప్రాయములో ఉన్న సింగన్న దొర ముద్దుల కుమార్తె జాబిలిని తెచ్చి గురువుగారి ఎదుట నిలిపాడు ధూమఖేతు. ధూమఖేతును అనుసరిస్తూ వెనకే వచ్చింది రక్తాక్షి. పూజ పరిసమాప్తి అయి బలి సమర్పించుటకు గురువుగారు కన్నులు తెరిచేవరకు ఓరిమితో ఎదురు చూడసాగింది.

ఎల్లప్పుడూ ప్రసన్న వదనంతో ఉండే గురువు అమృతానందులవారిని గాంచిన నయనాలతో ఇపుడు సర్పద్రష్టను గాంచగా ఒడలి ఒకింత గగుర్పాటుకు లోనయినట్లు అనిపించింది అక్షితవల్లికి. ఆమె మదిలో భావాలను చదివినట్లుగా ఇపుడే గగుర్పాటు కలిగితే నిజరూపం చూస్తే తట్టుకోగలవటే నువ్వు ? అయినా రూపము తో పని ఏల నీ గురువు నిన్ను ఎపుడూ కించపరుస్తూనే ఉన్నాడు కానీ మా గురువుగారు అలాకాదు నీ అర్హతను గుర్తించి అందలం ఎక్కిస్తారు అని చిన్నగా అక్షితవల్లికి మాత్రమే వినిపించునట్లు ఆమె కర్ణములలో గుసగుసలాడింది రక్తాక్షి.

సరి సరి అన్నట్లు కనురెప్పలు అల్లల్లాడిస్తూ పూజ గమనించసాగింది అక్షితవల్లి. అక్షితవల్లి లోని అసంతృప్తిని గమనించి, తమకు అనుగుణంగా ఆమెను మార్చి గురువుగారి కార్యం సానుకూలం చేసిన తన తెలివికి తానే పొంగిపోతూ దీనికి ప్రతిగా గురువుగారు తనకు ఏ శక్తులు అనుగ్రహిస్తారో అని ఊహలలో తేలిపోసాగింది రక్తాక్షి . అమ్మ ఎదురుగా ఆటలాడుకుంటున్న తను ఈ భయంకర ప్రదేశంలోకి ఎలా వచ్చిందో తెలియక, ఎదురుగా భీకరంగా ఉన్న అమ్మవారి విగ్రహాన్ని దానికి పూజలు చేయుచున్న సర్పద్రష్టుడిని చూసి భయంతో నోటమాటరాక అమ్మా అమ్మా అని ఏడవసాగింది జాబిలి. పున్నమి చంద్రుడి వోలె ముద్దులొలుకుతున్న ఆ పసికూన అమ్మకోసం ఏడుస్తుంటే జాలి చూపక ఆ ఏడుపు గురువుగారి పూజకు ఎక్కడ భంగం కలిగిస్తుందో అని జాబిలి రోదన ఆమె గొంతు దాటి బయటకి రాకుండా మంత్రబంధనం చేసింది రక్తాక్షి.

అది గాంచి అక్షితవల్లికి జాబిలి పట్ల కించిత్తు జాలి కలిగినా వెనువెంటనే తనకు సంబంధించని విషయాల్లో తల దూర్చి సర్పద్రష్టుడి ఆగ్రహానికి గురికావాల్సిన అవసరం లేదని , అలాగే అశ్వత్థవర్మ మీద అరుణాక్షి మీద పగ సాధించుట తప్ప వేరొక విషయం తన మదిలోకి రారాదని మనసును కఠినం చేసుకొని అభావంగా పూజ గమనించసాగింది.

అత్యంత భక్తి శ్రద్ధలతో నియమ నిష్ఠలతో పటుతరమయిన మంత్రోచ్చారణతో అమ్మవారిని పూజించి భస్మార్చన గావించి బలి సమర్పించుటకొరకు కనులు తెరిచాడు సర్పద్రష్టుడు. క్షుద్ర కోరికల కొరకు పూజ సల్పుతున్నా భక్తి శ్రద్ధలతో మరో ఆలోచన మదిలో లేకుండా అన్ని ఘడియలు మహాకాళి అమ్మవారి మంత్రోచ్చారణ పఠించుట వలన అతని నయనములు ప్రకాశవంతంగా జ్యోతుల వలె వెలుగుతూ పరిసరాలను తేజోవంతంగా మార్చివేశాయి.

అమ్మవారికి అర్పించుటకు బలి ఏది అన్నట్లుగా చూస్తున్న గురువుగారిని గమనించి గురువుగారి ఎదుటకు వచ్చి జాబిలిని చూపించింది రక్తాక్షి. భళీ రక్తాక్షి భళీ, బలి కొరకు బంధించినవారు తప్పించుకొనిపోయినా సమయానికి బలిపశువును అమర్చినావు, అదియునూ అష్టవర్షముల ప్రాయములో దైవ కళ ఉట్టిపడుతున్న బాలికామణిని బలికి సిద్ధం చేసిన నీ నేర్పరితనం ప్రశంసనీయం అని మెచ్చుకొని అర్పణ చేయుటకు ఖడ్గము కొరకు శేషన్న వైపు తన దక్షిణ హస్తాన్ని సాచాడు సర్పద్రష్టుడు.

జాబిలిని చూసిన వెంటనే సింగన్న దొర గారాలపట్టి అని గుర్తించిన శేషన్న, నన్నే గూడెం నుండి వెలివేసావు కదా నీకు తగిన శాస్తి జరుగుతోంది అని వికటంగా నవ్వుకొని ఎపుడెపుడు ఆ లేత ప్రాణాన్ని బలి ఇవ్వాలా అని ఎదురుచూడసాగాడు. ఇపుడు సర్పద్రష్టుడు ఖడ్గం కొరకు చేయి సాచగానే తక్షణమే ఖడ్గాన్ని అందించాడు. ఖడ్గాన్ని అందిస్తున్న శేషన్నను చూచి తమ పూజారయ్య అని గుర్తించి తనను రక్షించమని పెద్దగా అరవబోయి రక్తాక్షి వేసిన మంత్రం బంధనం వలన నోటమాట కంఠం దాటకపోవడంతో, రక్షించమన్నట్లు కనులతోనే బేలగా చూస్తూ శేషన్నను అర్థించింది జాబిలి. తన కనులముందు ఆడిపాడిన పసి ప్రాణం అని కూడా కనికరం లేకుండా ఏంటి నేను నిన్ను కాపాడాలా ? మీ అయ్యను వచ్చి కాపాడమని అరువు , వచ్చి కాపాడుకుంటాడు. లేదా నన్ను కాదని రక్షించాడు కదా నాగరికులను వారిని పిలుచుకో కాపాడుతారు అని వెకిలిగా నవ్వాడు.

కాలు కిందపెట్టనివ్వకుండా అపురూపంగా చూసుకునే తండ్రిని అతను అవహేళన చేస్తుండటంతో రోషంతో కళ్ళు ఎర్రబారగా నీవేమి నాకు సహాయం చేయనవసరం లేదన్నట్లుగా తల విసురుగా పక్కకి తిప్పుకొని తన తండ్రి ఎల్లవేళలా కొలిచే అమ్మోరికి మొక్కుకుంటూ తండ్రిని తల్లిని తలుచుకుంటూ మౌనంగా రోదించసాగింది. రోషానికి ఏమీ తక్కువలేదు వెళ్లి స్వర్గంలో మీ అయ్యా అమ్మలకోసం ఎదురు చూస్తూ ఉండు. ఎలాగూ నీ మరణ వార్త తెలిసిన తర్వాత మీ అయ్య ప్రాణాలతో ఉండడు ఆ తర్వాత ఆ గూడెం నా సొంతం అంటూ వికటంగా నవ్వుకున్నాడు శేషన్న.

వేరేవారి భావనలతో తనకు సంబంధం లేనట్లుగా అమ్మవారికి నైవేద్యం అర్పిస్తున్నట్లుగా జాబిలి చుట్టూ ఒకసారి ఖడ్గాన్ని తిప్పి ఒకే వేటుతో ఆ పసిదాని శిరస్సును మొండెం నుండి వేరు చేసాడు సర్పద్రష్టుడు. రుధిరమోడుతున్న ఆ పసిదాని శిరస్సు నుండి రుధిరాన్ని ఒక పాత్రలోకి నింపి తదుపరి ఆ శిరస్సుని అగ్నికి ఆహుతిచ్చాడు. అగ్నిదేవుడు వేయి నాల్కలతో హవిస్సుని స్వీకరించి మరింత ప్రజ్వరిల్లసాగాడు. మాతా మహాకాళి , నీ పూజ నిర్విఘ్నంగా పూర్తి చేసి బలి సమర్పించితిని. నేను అనుకున్న కార్యం నిర్విఘ్నంగా నెరవేర్చవలసిన బాధ్యత నీదే అని మొక్కి సాష్టాంగ నమస్కారం ఒనర్చినాడు. అనంతరం సర్పద్రష్టుడు రక్తాక్షివైపు తిరిగి ఈ మొండాన్ని భైరవునికి ఆహారంగా వేసి నన్ను అనుసరించు అని ఆజ్ఞ ఇవ్వగా చిత్తం గురుదేవా అని జాబిలి శరీరాన్ని తీసుకొని గుహ ముఖద్వారం వైపు ఎగిరిపోయింది రక్తాక్షి.

మేము వచ్చువరకు గుహ రక్షణ బాధ్యత నీదే అని శేషన్నకు అప్పగించి అనంతరం అక్షితవల్లి వైపు తిరిగి ఇపుడు మనం తక్షణం అపరాజిత దేవి ఆలయం ఉన్న స్థావరాన్ని చేరుకోవాలి అని అక్షితవల్లి హస్తాన్ని తన చేతుల్లోకి తీసుకొని కనులు మూసుకొని మంత్ర పఠనం గావించి వాయుగమనం సాగించాడు సర్వద్రష్టుడు , అతన్ని అనుసరించసాగింది రక్తాక్షి.

అపరాజిత – అష్ట వింశతి అంకం

అమ్మవారికి సర్పద్రష్టుడు జాబిలిని బలి ఇచ్చిన క్షణంలో గూడెంలో స్పృహ కోల్పోయి ఉన్న మల్లికి తల్లిపేగు కదిలినట్లయి జాబిలీ అని పెద్దగా అరుస్తూ లేచి కూర్చుంది. మల్లి పక్కనే కూర్చొని సపర్యలు చేస్తూ బిడ్డ గురించి భార్య పరిస్థితి గురించి కన్నీరు మున్నీరు అవుతున్న సింగన్న, మల్లిని పట్టుకొని ఏమి జరిగినాదే ఎందుకు ఇలా కెవ్వున అరుస్తున్నావ్ అని అడిగాడు. మన బిడ్డకు ఏదో అయినాది అయ్యా ! బిడ్డ గురించి పట్టించుకోకుండా ఇక్కడే ఇలా పాషాణంలా పడి ఉన్నావెందుకు ? పసి బిడ్డ అయ్యా ఆకలి అయితే అమ్మా అంటూ నావైపు చూడటం , ఇంత పెడితే తిని ఆడుకోవడం తప్ప మరేమీ ఎరగని పసికూన. ఎన్నో మొక్కులు మొక్కిన తర్వాత అమ్మోరి వరప్రసాదంగా పుట్టిన బంగారు తల్లి. ఆ మాయదారి పొగమంచు నన్నైనా ఎత్తుకెళ్లింది కాదు. నాకు నా బిడ్డ కావాలి దానికోసం నేను ఏమైనా చేస్తాను. నా బిడ్డ దగ్గరకి నన్ను తీసుకెళ్ళు అని గోలుగోలున విలపించసాగింది మల్లి.

పేరుకు దొర పెండ్లామే అయినా ఏ రోజూ ఆ దర్పం సూపించకుండా తమతో కలిసిపోయే మల్లి అంటే గూడెం లోని కోయలందరికీ ఎంతో ఇష్టం . ఇక ఆమె కడుపున పుట్టిన జాబిలి అంటే ప్రాణం అందరికీ. అందరూ తమ ఇంటి ఆడపిల్ల లెక్కనే ముద్దు చేసేవారు జాబిలిని. ఇపుడు మల్లి రోదన చూసి, అలాగే జాబిలి జాడ తెలియక వాళ్ళందరూ కూడా తల్లడిల్లిపోసాగారు. శతాధిక వృద్ధుడు అయిన మూగతాత ముందుకు వచ్చి సింగన్నను ఊరడిస్తూ బాధపడకు దొరా , గూడెం అంతటినీ కాపుకాసే నీకు అమ్మోరు తల్లి అన్యాయం సేయదు. గూడేనికి నీవు కాపు కాస్తే ఆ యమ్మ నీ కుటుంబానికి కాపు కాస్తది. ఆ నాగరిక కూనలు కూడా నీకు వాగ్దానం సేసిపోయినారు గందా జాబిలిని తెచ్చి అప్పగిస్తామని, మనసు కుదుటపరచుకొని మల్లిని ఓదార్చు. నీవే కుదేలయితే అందరికీ ధైర్యం చెప్పేవారెవరు అని సింగన్నను తన మాటలతో స్వాంతన పరిచాడు.

మూగతాత మాటలతో దిగజారిపోయిన ఆశలను కూడగట్టుకొని ఆ అమ్మోరు తల్లి అండ ఉండగా మన బిడ్డకు ఏమీ కాదు పద ఆ అమ్మనే మొక్కుదాము అని తన భార్య మల్లితో సహా కోయలు అందరినీ వెంటబెట్టుకొని అమ్మోరు తల్లి విగ్రహం దగ్గరకి పోయాడు సింగన్న దొర. అందరూ ఏకకంఠంతో అమ్మవారిని వేడుకోవడం మొదలుపెట్టారు. ఆ రాత్రి ఏ ఇంట్లోనూ కుంపటి వెలగలేదు అందరూ అలాగే నిద్రాహారాలు మాని జాబిలిని క్షేమంగా తిరిగి

తీసుకురమ్మని అమ్మవారికి నివేదిస్తూ అమ్మవారి విగ్రహం యొక్క పాదపీఠం దగ్గర కూర్చుండిపోయారు.

అక్కడ అమ్మవారి ఆలయంలో ధ్యానం నుండి కనులు తెరచి ఎదురుగా ఉన్న శిష్యులు అందరినీ గాంచి ఒక శుష్క మందహాసం చేసారు అమృతానందులవారు. పండు వెన్నెలలు కురిపించినట్లు ఉండే గురువుగారి మందహాసంలో జీవం లేకపోవడం గమనించి ఏమి జరిగినది గురువర్యా అని అతృతతో ప్రశ్నించారు ఉత్తర కుమారుడు, సిద్ధార్థుడు. కొంతవరకు కారణం తెలిసిన చంద్రకేశుడు, అశ్వత్థవర్మ మాత్రం అపరాధ భావంతో అవనత వదనులై నిలబడి గురువుగారి తదుపరి ఆజ్ఞ కోసం వేచి చూస్తున్నారు.

ఇంతలో అరుణాక్షి ముందుకు వచ్చి గురువర్యా అమావాస్య గడియలు సమీపించేలోగా మనం ఇక్కడికి చేరుకోవలెనన్నారు, కానీ ఇచటకు చేరుకున్న తదుపరి ఇటుల మౌనంగా ఉంటిరేల ? సౌగంధికా మాలను అక్షితవల్లి శత్రువుల పరం చేసింది మరి ఇపుడు మన కర్తవ్యమేమిటి గురుదేవా? అసలు ఆ హారానికి, మేమందరమూ ఇచటికి చేరుకొనుటకు సంబంధమేమిటి? ఇపుడు ఆ హారాన్ని చేజిక్కించుకున్న మాయలమారి దానితో ఏమి చేయనున్నాడు? వారి వెంట తీసుకెళ్లిన జాబిలి పరిస్థితి ఏమిటి? ఇది అంతయూ నాకు అగమ్యగోచరంగా ఉన్నది గురుదేవా! మీ చర్యలను ప్రశ్నించుట లేదా మిమ్ము ధిక్కరించుట నా అభిమతము కాదు . మనసును ఉక్కిరి బిక్కిరి చేయుచున్న సందేహములు తీర్చుకొను మార్గము కానరాక నా మదిలోని సందేహములన్నీ మీ ముందు వ్యక్తపరచినాను .ఇందులో నా దోషమేమయిన ఉన్నయెడల క్షమించండి అని అంజలి ఘటించి నిలబడినది.

అరుణాక్షి ప్రశ్నించినవాటి గురించి తెలియక అయోమయ స్థితిలో ఉత్తర, సిద్దార్థ బృందాలు , ఆ ప్రశ్నలే తమ మదిలో కూడా మెదులుతుండటంతో ప్రశ్నార్థక స్థితిలో చంద్రకేశ, అశ్వత్థవర్మ బృందాలు గురువుగారి వైపే దృష్టిని ఉంచి గురువుగారి సమాధానము కొరకు వేచి చూడసాగారు. అమృతానందులవారు ప్రధాన శిష్యుడు అయిన అనంతుని వైపు తిరిగి నాయనా అనంతా నీ మదిలో కూడా ఇవే ప్రశ్నలు ఉదయించినవని మాకు తెలుసు. సర్వద్రష్టుడు సౌగంధికా మాలతో ఇచటికి అరుదెంచేలోగా మీకు అంతయూ విశదపరిచెదను. అది వినినంత మీ తదుపరి కర్తవ్యము కూడా మీకు బోధపడగలదు. అందరూ మా ఎదుట ఆసీనులు కండు అని నేత్రములు మూసుకొని ఒకపరి దీర్ఘంగా శ్వాసించి పూర్వ వృత్తాంతము తెలుప మొదలిడినారు అమృతానందులవారు.

ఇపుడు మీరు విద్యాభ్యాసం ఒనర్చుచున్న గురుకులం మా గురువర్యులు భగవత్పాదులవారిది. ఆయన సమక్షంలో విద్యనభ్యసించే శతాధిక శిష్యులలో నేనూ ఒకడిని. గురువుగారి ఏకైక కుమార్తె రత్నమాల కూడా మాతో కలిసి విద్యను అభ్యసించేది. రత్నమాల జనన సమయములో గురువుగారి ధర్మపత్ని కన్నుమూయడంతో తల్లీ తండ్రీ అన్నీ తానై రత్నమాలను

అపురూపంగా పెంచుకోసాగారు గురువుగారు. మా గురువుగారు ఎంత తపః శక్తి సంపన్నులు అంటే గంధర్వ, కిన్నెర, కింపురుషులు, యక్షులు అలాగే నాగులు కూడా గురువుగారి దగ్గర విద్యాభ్యాసము చేయుటకొరకు తమ సంతానాన్ని గురుకులానికి పంపించేవారు. అలా నాగలోకం నుండి వచ్చిన సర్పద్రష్టుడు నాతో ఇంకా రత్నమాలతో మిక్కిలి సన్నిహితముగా ఉండేవాడు.

కించిత్తు ప్రతిఫలం కూడా ఆశించకుండా గురువుగారు శిష్యులందరినీ వారు దేవతలైనా , క్షత్రియులైనా లేదా నావంటి పేద బ్రాహ్మణ కుమారులైనా, సమభావంతో ఆదరిస్తూ విద్య గరిపేవారు. రత్నమాల శ్యామ వర్ణములో ఉండేది . మిలమిల మెరిసిపోయే స్వర్ణ వర్ణములో ఉన్న గంధర్వ, కిన్నెరుల సంతానాన్ని గాంచి తన శరీర వర్ణము గురించి రత్నమాల అపుడపుడు బాధపడుతూ ఉండేది. కానీ వారు మాత్రము రత్నమాల యెడ ఎటువంటి భేద భావము చూపక గురుపుత్రి అని మిక్కిలి ఆదరముతో ఉండేవారు.

తండ్రితో ఎపుడైనా తన శరీర వర్ణము గురించి ప్రస్తావించి మీ మహిమలతో నా శరీర వర్ణం మార్చవచ్చును కదా అని అడిగేది రత్నమాల. దానికి ఆయన చిరునవ్వు నవ్వుతూ రూపం కన్నా గుణం ముఖ్యం తల్లీ. ఆ భగవంతుడు ప్రసాదించిన రూపం ఇది దీని గురించి నీవు వ్యాకుల పడరాదు. అటులనే మనకు ఉన్న దైవిక శక్తులను పరోపకారానికి తప్ప స్వార్థానికి వినియోగించరాదు అని మంచిమాటలతో రత్నమాలను ఊరడించేవారు.

ఇపుడు గురుకులంలో శారదా పీఠము ఉన్న స్థానములో అపుడు అపరాజితా దేవి కొలువై ఉండేది.

యా దేవీ సర్వభూతేషు శక్తిరూపేణ సంస్థితా |

నమస్తస్యై నమస్తస్యై నమస్తస్యై నమో నమః ||

యా దేవీ సర్వభూతేషు తృష్ణారూపేణ సంస్థితా |

నమస్తస్యై నమస్తస్యై నమస్తస్యై నమో నమః ||

అంటూ అమ్మవారి అష్ట శక్తులను ప్రస్తుతిస్తూ మా దినచర్య మొదలుపెట్టేవారము.

లోకాన్ని ఎల్లవేళలా చల్లని దృక్కులతో గాంచమని ధర్మ మార్గంలో నడిచేవారికి ఎల్లవేళలా విజయాలను ఒసగమని గురువుగారు అమ్మవారిని ప్రార్థించేవారు . అది అమ్మవారే స్వయంభువుగా వెలసిన విగ్రహం. సమస్త విశ్వములో ఇది ఒక్కటే అమ్మవారి స్వయంభువు విగ్రహం . కాబట్టి ఆ విగ్రహం మహిమలు కూడా అపారంగా ఉండేవి. అమ్మను శ్రద్ధా భక్తులతో పూజిస్తే నెరవేరని కోరికలు ఉండవు అని ప్రతీతి.

అటుల విద్యాభ్యాసము గరుపుతూ అందరమూ యుక్తవయసుకు చేరుకున్నాము. గురువుగారి పట్ల నేను చూపే శ్రద్ధాభక్తులకు సంతసించి మా గురువుగారు ప్రధాన శిష్యునిగా నన్ను అక్కున చేర్చుకున్నారు. ఇది సర్పద్రష్టునికి ఒకింత కంటగింపుగా ఉన్నా పైకి మాత్రం ఎప్పటివలెనే నాతో స్నేహముగా ఉండేవాడు.

ఇలా ఉండగా ఒకనాడు సాయంసంధ్య వేళ అమ్మవారి ముంగిట పాఠ్య అంశములు వల్లెవేస్తున్న నా చెంతకు రత్నవల్లి యేతెంచి తన మనసులో నేనున్నానని తన తండ్రిగారి అనుమతి తీసుకొని తనను పరిణయమాడమని అభ్యర్ధించినది. ఆమె మాటలు విని ఆశ్చర్యపోయిన నేను ఆమె మీద నాకు సోదరి భావం తప్ప మరొకటి లేదు అని అంతియేగాక బ్రహ్మచారి గా జీవితాన్ని అమ్మవారి సేవలో గడపవలెనన్నది నా జీవితాశయమని సున్నితముగా ఆమెకు తెలియచెప్పాను. కానీ ఆమె మాత్రం తాను అనాకారి కావడం వలనే ఆమె ప్రేమను నేను తృణీకరిస్తున్నాను అని నానా దుర్భాషలు ఆడి అచ్చటనుండి వెడలిపోయినది.

నివ్వెరపోయిన నేను కొంత తడవుకి తేరుకొని వెంటనే గురువుగారికి ఈ విషయము తెలియపరిచాను . అప్పటికే నా జీవితాశయం తెలిసిన అయన జరిగినదానిలో నా తప్పు లేదని గ్రహించి చిన్నతనము వలన రత్నమాల ఆవేశపడినది. ఇది ఇంతటితో మరచిపోయి నీ విద్యాభ్యాసము మీదనే నీ దృష్టి ఉంచు అని చెప్పి వెళ్లిపోయారు. ఆ తరువాత రత్నమాల నాతో మాట్లాడటమే మానివేసి సర్పద్రష్టునితోనే ఎక్కువగా సమయం గడిపేది. నా ఉనికే సహించలేనట్లు నేను ఉన్న చోట ఉండేది కాదు .

బాల్య చేష్టలు అని నేను మా గురువుగారు రత్నవల్లి విషయంలో శ్రద్ధ చూపలేదు. అదియే తరువాత ఘోరపరిణామాలకు దారి తీస్తుందని కానీ అపరాజితా దేవి అజ్ఞాతంలోకి వెళ్ళుటకు కారణమవుతుందని గానీ ఉహించి ఉంటే బాగుండేది అంటూ విషాదంగా నిట్టూర్చారు అమృతానందులవారు.

ఏమి జరిగివుంటుందో తదుపరి పరిణామాలు అమృతభూపతి వంశానికి శాపంగా ఎలా పరిణమించాయో , అమ్మోరినే నమ్ముకున్న సింగన్న దొర దంపతులు ఏమయ్యారో తెలియాలి అంటే తదుపరి అంకం వరకు ఎదురు చూడాల్సిందే.

అపరాజిత – నవ వింశతి అంకం

ఏమి జరిగినది గురువుగారు? రత్నవల్లి ఏమి చేసింది అపుడు? అక్షితవల్లి లాగానే దుందుడుకుగా వ్యవహరించిందా అని ప్రశ్నలు కురిపించింది చంద్రసేన. అనవసర ఉత్సుకత మంచిది కాదు చంద్రసేనా, గురువుగారు తెలుపువరకు సంయమనం వహించు అని చిన్నగా మందలించాడు చంద్రకేశుడు. గురువుగారు గత చరిత్ర గురించి పూర్తిగా విశదపరచువరకు అందరూ మౌనం వహించుట ఉత్తమం అని ప్రధాన శిష్యుడు అభ్యర్ధించుటతో అందరూ మౌనం వహించి గురువుగారి వైపే వారి దృక్కులు కేంద్రీకరించారు.

పరిణితి లేని ఆలోచనలతో కేవలం నీలివర్ణం వలన ఆమెను నేను తిరస్కరించాననే అపోహతో మా మీద, అన్ని సిద్దులు తన అధీనంలో ఉన్ననూ కుమార్తె బాధను తీర్చలేదని మా గురువుగారి మీద క్రోధ భావాన్ని పెంపొందించుకుంది రత్నవల్లి . అప్పటికే రహస్యంగా గురుకుల నిబంధనలకు విరుద్ధంగా క్షుద్రోపాసన అభ్యసించుచున్న సర్పద్రష్టుని సహాయాన్ని అర్ధించినది రత్నవల్లి .

మునుపు మీరు అరణ్యంలో ఎదుర్కొన్న మాయా కంటక వృక్షం కూడా సర్పద్రష్టుని సృష్టియే. తన శక్తి యుక్తులు పరీక్షించుకొనుటకు అటువంటి దుష్ట శక్తులను అతను అనేకం సృష్టించి ఉన్నాడు. అతనిలో జీవశక్తులు నశిస్తేనే ఆ క్షుద్ర శక్తులు అంతమవుతాయి. మా గురువర్యులకు అమితమైన శక్తి యుక్తులుతో పాటు విశ్వంలోని అన్ని విషయాలు క్షణంలో తెలుసుకోగల త్రికాల జ్ఞానం కూడా ఉండేది. కానీ తమకు ఉన్న ఏ శక్తులను కూడా నిరుపయోగం చేసేవారు కాదు. తన శిష్యుల యెడ ఆయనకు అపారమయిన వాత్సల్యం, నమ్మకం ఉండేవి. అందువలన అయన సర్పద్రష్టుని చీకటి కార్యముల గురించి తెలుసుకోలేకపోయారు. అప్పటికే క్షుద్రోపాసన వలన తనకు అబ్బిన విద్యలకు గర్వితుడై ఉన్న సర్పద్రష్టుడు సాక్షాత్తు గురుపుత్రి తన సహాయాన్ని అర్ధించడంతో మరింత మదోన్మత్తుడైపోయాడు.

క్రోధావేశంలో తప్పొప్పులు ఎరుగక సర్పద్రష్టుని హస్తములలో కీలుబొమ్మ అయినది రత్నవల్లి. అపరాజితా దేవిని అనుష్టించిన నీ కోరికలు అవశ్యం నెరవేరుస్తుంది కానీ దైవిక మార్గములో నీ మనో కామన నెరవేర్చుకొనుటకు షట్ మాసములు నీవు అనుదినము శుచివై అమ్మవారిని ఆరాధించవలెను అని రత్నవల్లికి వెల్లడించాడు సర్పద్రష్టుడు. కానీ మనసంతా క్రోధ భావనలు నిండి ఉన్న రత్నవల్లి , సోదరా సర్పద్రష్టా దైవిక మార్గంలో అని నీవు ప్రత్యేకంగా

వెల్లడించావు అంటే అది కాక మరియొక మార్గాంతరమేదో ఉన్నదనియే కదా ! అది ఏమిటో విశద పరచుము అని పలికినది. తనకు కావలసిన విధముగానే రత్నవల్లి స్పందించుట వలన గుంభనంగా నవ్వుకొనుచూ మార్గాంతరమయితే ఉన్నది కానీ అది కఠినతరమయినది. ఒకసారి తెలుసుకున్న తదుపరి అభ్యంతరములు వెల్లడించరాదు అని నొక్కి పలికాడు సర్వద్రష్టుడు.

ఎంత కఠినమయినా ఆచరించెదను, జాగు సేయక మార్గమేమిటో బోధించమని కించిత్తు అసహనంతో పలికినది రత్నవల్లి. సరి సరి బోధించమని నీవే అభ్యర్ధించుచుంటివి గాన ఇకపై నన్ను నీ గురువుగా భావించి ఏమి ఆదేశించిన మారు మాట్లాడక పాటించి తీరవలెను. దానికి ప్రతిగా నీవు కోరుకున్నట్లు సౌందర్య అధిదేవత వలె నిన్ను తీర్చిదిద్ది నిన్ను తృణీకరించిన అమృతానందుడి గర్వం అణచివేసెదను అని వాగ్దానం చేసాడు సర్వద్రష్టుడు. తన మనోభీష్టాన్ని నెరవేర్చి ప్రతీకారం తీర్చుకొను మార్గం చూపిస్తాను అని చెప్పిన సర్వద్రష్టుని భగవంతునివలె భావించి త్రికరణ శుద్ధిగా అతని శిష్యురాలిగా మారిపోయినది రత్నవల్లి .

ప్రతి దినము అపరాజితా దేవి పూజ సేయక ఏ కార్యమూ మొదలుపెట్టని రత్నవల్లి అమ్మను పూర్తిగా విస్మరించి క్షుద్రోపాసనలో మునిగిపోయింది. పాఠ్య గ్రంథములు వల్లె వేసిన నోటితో నిషిద్ధ మంత్రములు పఠించడం.ఆరంభించినది. ఇటుల ఉండగా కార్తీక అమావాస్య అరుదెంచినది. ఆ దినము ఉదయమే రత్నవల్లిని దరికి చేరబిలిచి చూడు రత్నవల్లి క్షుద్రోపాసకులకు అమావాస్య అత్యంత అనువైన దినము. ఇవాళ మహాకాళికి నరబలి ఇచ్చిన మనము కోరిన కోర్కెలు అన్ని నెరవేరుస్తుంది. అపరాజితాదేవిని కూడా ఇదే పద్ధతిలో నిషిద్ధ మంత్రోక్తులతో మన వశం కావించుకొని మన కోర్కెలు నెరవేర్చుకోవచ్చు. నరులను బలి ఇస్తే వచ్చే ఫలితం కన్నా దైవిక అంశ ఉన్నవారిని బలి ఇచ్చిన పదిరెట్లు ఫలితము లభించును. పూజ ఏర్పాట్లు నేను పూర్తి గావించెదను బలి కి ఎవరిని సిద్ధము చేసెదవో నీ ఇచ్చ. నిశి ఘడియలు ప్రారంభం అయి గురుకులంలో అందరూ శయనించిన పిదప పూజ ప్రారంభించెదము అని చెప్పి వెడలిపోయాడు సర్వద్రష్టుడు.

సర్వద్రష్టుని సహవాసములో పూర్తి స్వార్థపరురాలిగా మారిపోయిన రత్నవల్లి ఘోరానికి తలపడింది. గురుకులంలో విద్యనభ్యసించుచున్న గంధర్వ, కిన్నెర కన్యలు పదుగురిని ఒకరొకరుగా ఏకాంతముగా చేరబిలిచి ఆ దినము తను అమ్మవారికి పూజ సల్పబోతున్నానని దానికి వారి సహాయము అవసరమని సూర్యాస్తమయము తదుపరి జరుగు ఆ పూజ పరిసమాప్తి అగువరకు నిరాహారులై ఉండవలెనని ఇది మిక్కిలి రహస్యము గాన మరియెవరితో ముచ్చటించరాదని వారి వద్దనుండి వాగ్దానము గ్రహించినది. గురుపుత్రి యెడల స్నేహభావంతో ఒకరికి తెలియకుండా మరియొకరు ఆమెకు వాగ్దానము చేసి ఆ దినమంతయు నిరాహారులై ఉన్నారు.

తదుపరి తన స్వహస్తములతో క్షీరాన్నము తయారు చేసి అందులో సర్వద్రష్టుని నుండి సేకరించిన మత్తు పదార్ధాన్ని మిళితం గావించి రాత్రి భోజన సమయములో గురుకులంలో ఉన్న

అందరికీ వడ్డించినది రత్నవల్లి. కందమూలములు, ఫలములు తప్ప రాత్రి సమయములో అన్యము భుజించుట ఎరుగని వారందరూ కూడా గురుపుత్రి స్వయముగా తయారు చేసినదన్న కారణముతో మారుమాట్లాడక దానిని భుజించి అమ్మవారికి నమస్కరించుకుని విశ్రమించుటకు వెడలి అందులోని మత్తు పదార్ధము ప్రభావము వలన గాఢనిద్రలోకి ఒరిగిపోయారు. గురువుగారి దగ్గర ఉన్న నాకు, అటులనే గురువుగారికి కూడా క్షీరాన్నము నింపిన పాత్రలు ఇచ్చి స్వీకరించమని కోరినది రత్నవల్లి. ఆమె మనసులోని దురాలోచన ఎరుగక దీర్ఘకాలం తదుపరి రత్నవల్లి సంభాషించినదని సంతోషముతో మేము, కుమార్తె స్వహస్తములతో చేసినదని ప్రీతితో మా గురువుగారు ఆ క్షీరాన్నము స్వీకరించి అందరివలెనే మేము కూడా గాఢ నిద్రలోకి ఒరిగిపోయాము.

అర్ధరాత్రి సమీపించుచున్న తరుణములో గురుకులానికి చేరుకున్న సర్పద్రష్టుడు, రత్నవల్లి చేసిన ఏర్పాట్లకు సంతుష్టుడై ప్రశంసనీయంగా చూసి అపరాజితాదేవి ముందు పద్మాసనుడై పూజ ప్రారంభించాడు. నిష్కల్మషులైన విద్యార్థుల నుండి నిత్య పూజలందుకొను అపరాజితా దేవి ముంగిట జరుగుచున్న ఈ అనాచారాన్ని తిలకించి గురుకుల ప్రాంగణములో పంచభూతములు స్థాణువులైనవి. గురుకులాన్ని ఆశ్రయించుకొని బ్రతుకు వన్యప్రాణులు రోదించుచూ అరణ్యము వైపు పరుగులిడ మొదలిడినవి. వాయువు స్తంభించిపోయి వృక్షముల పత్రములు కూడా కదలికలు మరచిన శిలలవలె నిలుచుండిపోయినవి. హోమగుండములోని అగ్ని కుటీరములను కబళించునేమో అన్నట్లు మరింతగా ప్రజ్వరిల్లసాగింది. గగనము మేఘావృతమై దిశలన్నీ పిక్కటిల్లేలా ఘర్జించసాగింది.

మగతలో ఉన్న మాకెవరికీ ఈ మార్పులు తెలియకుండెను. నిరాహారులై రత్నావల్లి పిలుపు కొరకు ఎదురుచూస్తున్న గంధర్వ, కిన్నెర కాంతలు మాత్రం అకస్మాత్తుగా సంభవించిన ఈ మార్పులకు భయభ్రాంతులై వారి వారి కుటీరములనుండి బయటకు వెడలినారు.

రత్నవల్లి తెలివిగా ఒకరితో ఒకరికి సంబంధము లేకుండునట్లు ఒక్కో కుటీరము నుండి ఒక్కొక్క కన్యను ఎంచుకున్నది. అందువలన ఎవరికి వారు తనను మాత్రమే రత్నవల్లి సహాయము అర్థించినది అను భ్రమలో ఉండియున్నారు. కుటీరముల నుండి వెలుపలికి వచ్చిన అనంతరము కూడా బాహ్య మార్పులకు నిద్ర మేల్కొని బయటకి వచ్చియున్నారేమో అనుకొని ఎవరికి వారు ఇది ఏమి వాతావరణము ఇటుల మారిపోయినది ఈ స్థితిలో బయట ఉండుట క్షేమకరము కాదనుకొని మరల ఎవరికి వారు లోపలికి వెడలిపోయారు.

మంత్రోచ్చారణ పూర్తిగావించి అర్పణ సమయము ఆసన్నమవగనే రత్నవల్లిని పిలిచి, బలికి సిద్దము చేసినవారిని తోడ్కొని రమ్మని ఆజ్ఞాపించాడు సర్పద్రష్టుడు. ఒకరి తదుపరి యొకరినా అని అడిగిన రత్నవల్లితో కాదు ఏకపర్యాయము అర్పణ కార్యక్రమము పూర్తిగావలెనని ఆదేశించాడు సర్పద్రష్టుడు. అటులనే అని శిరమాడించి వెళ్లి ఒక్కొక్కరిగా పదిమందిని కుటీరముల బయటకి రప్పించింది రత్నవల్లి . మరల ఒకరి నొకరు వీక్షించుకొని ఆశ్చర్యమొంది

నన్ను ఒక్కదానినే అభ్యర్ధించితివి అనుకొంటిని రత్నవల్లీ అని రత్నవల్లిని ప్రశ్నించగా మీ అందరి సహకారము నాకు కావాలి పూజ పూర్తి అగుచున్నది త్వరగా రండి అని వారికి మరియొక మాట మాట్లాడు అవకాశమివ్వక వడివడిగా అపరాజితా దేవి విగ్రహమువైపు కదిలింది రత్నవల్లి. చేయునది ఏమియూ లేక ఆమెను అనుసరించారు కన్యకామణులు అందరూ.

అపరాజితా దేవి విగ్రహము కడకు చేరుకున్న పిదప రోజూ మందహాసముతో వెన్నెలలు కురిపిస్తున్నట్లుగా అలరారే అమ్మవారి వదనం రౌద్ర రూపంలో కనిపించడంతో బెదిరి భీతావహులై ఒకరినొకరు పట్టుకొని నిలబడి జరిగే తంతును గమనించసాగారు. ఈలోగా పూజాపీఠం నుండి కిందకు దిగిన సర్పద్రష్టుడు వారిని గాంచి వికటాట్టహాసము చేయుచూ బలి ఖడ్గము చేతబూని తన నిజరూపాన్ని బహిర్పరిచాడు. నడుము భాగమునకు దిగువ సర్ప రూపముతో నడుముకు పై భాగమున మానవ రూపముతో పంచ శిరములు, శిరముపై కేశములు స్థానములో సర్పములు వేలాడుతుండగా , దశ హస్తములు గలిగి ప్రతి హస్తములో రుధిరమోడుతున్న ఖడ్గమును చేతబూని, రత్నవల్లియే బెదరి పదిఅడుగులు వెనకకి వేయునంత భీకర ఆకారము దాల్చి గంధర్వ, కిన్నెర కన్యలను బలి ఇవ్వ ముందుకు అడుగువేశాడు సర్పద్రష్టుడు.

సర్పద్రష్టుని భీకరాకారము గాంచినంతనే స్థాణువులై పోయి కదలక మెదలక శిలా విగ్రహములవలె నిలబడిపోయారు ఆ కన్యకామణులు. ఏకకాలంలో తన దశ హస్తములను ఉపయోగించి వారి తలలు నరికి అగ్నిగుండంలో పడవేసాడు సర్పద్రష్టుడు. రక్తమోడుతూ కిందకు పడుచున్న వారి మొండెములను కింద పడకముందే అతని శిరమున శిరోజముల స్థానములో ఉన్న సర్పములు ఆరగించి వేసినవి. సర్పద్రష్టుని నిజరూపము గాంచి బెదరి పది అడుగులు వెనుకకు వేసి కనులు మూసుకున్న రత్నవల్లి కనులు తెరచునంతలో ఇది అంతయూ జరిగిపోయినది.

ఎప్పుడైతే సర్పద్రష్టుడు బలి నిర్వర్తించాడో అపుడు మగత వీడిన మా గురువర్యులు ఉగ్రరూపుడై లేచి మగతలో ఉన్న నన్ను తట్టిలేపి అపరాజితాదేవి పీఠం వైపు అడుగులు వేశారు. మా గురువుగారు ఎంత వేగంగా ముందుకు సాగారు అంటే ఆయన అడుగులు పుడమిపై కాకుండా శూన్యములో తేలుతున్నట్లుగా కనిపించాయి నా కనులకు. వారి వేగాన్ని అందుకొనుటకు నేను పరుగులు తీయవలసి వచ్చినది.

పీఠము దరికి చేరగనే రుధిరమోడుతున్న అమ్మవారి విగ్రహాన్ని, బలిని స్వీకరించి ప్రజ్వరిల్లుతున్న అగ్నిని గాంచి ఒక్క క్షణం కనులు మూసుకొని జరిగినది యావత్తు తిలకించి వడలి కంపించుచుండగా రత్నవల్లి వైపు తిరిగి యే సౌందర్యం కొరకు నీ స్నేహితురాళ్ళ ప్రాణాలు హరించావో ఆ కోరిక ఎన్నటికీ నెరవేరదు, స్నేహితుల రక్తార్పణను తిలకించి కూడా అశ్రువులొలకని నీ నయనాలు సతతము వర్షిస్తూ నీవు చేసిన తప్పిదాన్ని నీకు గుర్తు చేస్తూ ఉంటాయి. మేను అంతా రుధిరాన్ని వర్షించే నయనాలతో చూచినంతనే జుగుప్స గొలుపుతూ,

జనులెవరు చూడ ఇచ్చగించని రూపం సొంతం చేసుకొని రక్తాక్షివై నీ జీవితాన్ని గడుపు అని శపించారు భగవత్పాదులవారు.

తదుపరి సర్పద్రష్టునివైపు తిరిగి అతన్ని శపించబోవునంతలో సర్పద్రష్టుడు వికటాట్టహాసము చేయుచూ, కుమార్తెను శపించినంత సులభసాధ్యమనుకుంటిరా గురువర్యా నన్ను దండించుట. అఖండ బలశాలిని అయిన నేను ఇపుడు ఈ పూజతో దీర్ఘ ఆయుష్షుని కూడా పొంది యుంటిని. ఇక నా ముందున్న లక్ష్యం లోకాధిపతి అయి ఈ లోకాన్ని నా పాదాక్రాంతం చేసుకొనుట. స్వయంభువు అయిన ఈ అపరాజితా దేవిని అనుష్టించి అతి త్వరలో నా కోరిక తీర్చుకొని అపుడు మరల మిమ్ము చూచుటకు అరుదెంచెదను అని పుడమి కంపించునట్లు బిగ్గరగా నవ్వసాగాడు సర్పద్రష్టుడు.

అతని మాటలలో వాస్తవాన్ని గ్రహించిన మా గురువుగారు అమ్మవారి అనుగ్రహం పొందిన అతన్ని దీర్ఘ సమయం కట్టడి చేయుట కుదరని కార్యమని అవగతం చేసుకొని తన కమండలంలోని ఉదకాన్ని సర్పద్రష్టుని పంచ శిరములపై చిలకరించి అతన్ని స్పృహ కోల్పోవునట్లు చేశారు. తదుపరి నా వైపు తిరిగి నాయనా అమృతానందా నన్ను నమ్మి వారి బిడ్డలను ఇచటికి పంపిన తల్లిదండ్రుల ఆశలు కూల్చివేసిన పాపాత్ముడిని నేను, ఇక గురువుగా ఉండు అర్హత నాకు లేదు. ఈ ఆశ్రమాన్ని నిర్వర్తించవలసిన బాధ్యత ఇకపై నీదే. అటులనే ఇక అమ్మవారి విగ్రహం ఇచట ఉండుట శ్రేయస్కరం కాదు. తల్లి తన బిడ్డ సజ్జనుడైనా దుర్జనుడైనా ప్రేమనే కురిపిస్తుంది. అటులనే అమ్మ తనను ఏ రూపంలో పూజించినా వరాలు కురిపిస్తుంది.

ఆ వరగ్రహీతుడు ప్రజలను ఎంత హింసించిననూ వాడి పాపఫలము పక్వమునకు వచ్చువరకు వాడిని శిక్షించలేము. అందుకే ఆ అవకాశము లేకుండా అమ్మవారిని తీసుకొని నేను అజ్ఞాతవాసమునకు వెడలిపోవుచున్నాను. ప్రాణములు కోల్పోయి ఆత్మలుగా మారిన నా శిష్యమణులు కాలచక్ర భ్రమణములో మరల జన్మించి మన ఆశ్రమమునకు చేరిన తరుణములో మరల అమ్మవారిని బయటకు తెచ్చు సమయామాసన్నమయినట్లుగా గ్రహించు. అమ్మవారిని వెలికి తీయుటకు ఏమి చేయవలెనో సమయం ఆసన్నమయిన పిదప నీకు ఎరుక పరుచగలను. అంతవరకు ఎందరు ఎన్ని ప్రయత్నాలు చేసినా అమ్మవారి జాడ ఎవరికీ తెలియనీయకుండా కాపు కాచెదను. నీకు నా నా తపః ఫలములో అర్ధభాగాన్ని నీకు ధారపోస్తున్నాను. స్వార్ధ ప్రయోజనాలకు కాకుండా మంచి కి ఉపయోగిస్తూ ఆశ్రమాన్ని నిర్వహించు. మిగిలిన అర్ధభాగాన్ని సర్పద్రష్టుడి కోరిక నెరవేరకుండా చేయుటకు ఉపయోగించెదను అని తెలిపి అమ్మవారి విగ్రహాన్ని తీసుకొని మా గురువుగారు అంతర్ధానులయిపోయారు అని నయనములు నుండి కిందకు ఉబుకుతున్న అశ్రువులను తుడుచుకుంటూ గతాన్ని ముగించారు అమృతానందులవారు.

సర్పద్రష్టుడు వచ్చేస్తున్నాడు జాగ్రత్త మరి .....

అపరాజిత – త్రిమ్శత్ అంకం

గురువు గారు తెలుపుతున్న గతచరిత్రలో లీనమయిపోయిన శిష్యులందరూ నయనములు చెమర్చుచుండగా సర్పద్రష్టుడు ఆదినుండి దుష్టుడే అని, అమ్మవారి అనుగ్రహం పొంది లోకాధిపత్యం సాధించుటకొరకే ఆశ్రమంలో స్థానం సముపార్జించెనని అవగతమగుతున్నది. అట్టి దుష్టుడు ఇట్టి అకృత్యములు చేయుటలో ఆశ్చర్యమేమియు లేదు. కానీ మీ గురువుగారిలాంటి మహాత్ముని కి దుహితగా జన్మించినట్టి రత్నవల్లి యెటుల ఇంత క్రూరముగా ప్రవర్తించగలిగినది? తన పితరులు అయిన భగవత్పాదుల వారు శపించిన పిదప అయిననూ పరివర్తన చెందక ఇంకనూ సర్పద్రష్టుని ఏల ఆశ్రయించుకొని యున్నది ? గంధర్వులు అనిన దేవతామూర్తులు కదా వారికి మరణమెట్లు సంభవించినది? అని పరి పరి విధముల వారి మనమున ఉద్భవించిన ప్రశ్నలు ఒకదాని వెంట ఒకటి సంధించసాగిరి.

దానికి అమృతానందులవారు ఒకపరి శిష్యులందరి వందనములు గాంచి మీ సందేహములన్నియు నివృత్తి గావించెదను. జన్మతః వచ్చిన సంస్కారమును అతి కొలది మంది మాత్రమే జీవిత చరమాంకం వరకు పాటించి వంశ యశస్సుకు తోడ్పడుదురు. మిగిలినవారు తమ పూర్వ జన్మ సంస్కారముల వలన అటులనే సాంగత్యము వలన ఒనగూడు సంస్కారములతో ప్రభావితులై ఉత్తమ జన్మ ఫలమును చేజేతులా నశింపచేసుకొనెదరు. రత్నవల్లి కూడా ఆ కోవకే చెందుతుంది. అరిషడ్వర్గములకు బందీ అయి దుష్టుడయిన సర్పద్రష్టుని సాంగత్యము చేసి చెడు మార్గములో పయనం కొనసాగించింది.

మా గురువుగారు శపించిన అనంతరం అయిననూ తన తప్పిదము తెలుసుకొనక ప్రియతమ పుత్రిక అని కూడా యెంచక తననే శపించెనని మరింత క్రోధ భావం పెంపొందించుకున్నది. అగ్నికి ఆజ్యం తోడైనట్లుగా మా గురువుగారి మంత్ర ప్రభావం తొలగినంతనే సర్పద్రష్టుడు రత్నవల్లి ద్వేషాగ్నిని ప్రజ్వలింప చేస్తూ చూచితివా రత్నవల్లీ మీ పితృవర్యుల ఘనకార్యం. రక్తబంధమని కూడా యెంచక నిన్ను శపించి నీ శత్రువుకి మాత్రం పట్టం గట్టినాడు. కానీ మీ తండ్రివలె నేను అంత కఠినాత్ముని కాను, నన్ను ఆశ్రయించిన నిన్ను ఇటుల ఈ దీనస్థితిలో వదిలి వేయజాలను అని పలుకుతూ నీ ఈ భీకర రూపం పరుల కంట పడకుండా అదృశ్య రూపివై సంచరించు శక్తిని నీకు ఒసంగుచున్నాను. నా మనోభీష్టము

సిద్ధించిన దినమున నీకు వాగ్దానమొసంగిన విధముగా సౌందర్య అధిదేవత వలె తీర్చిదిద్దెదను అని మరల రత్నవల్లికి వాగ్దానమొసగినాడు సర్పద్రష్టుడు.

తన అనాకారి రూపాన్ని పరుల కంట పడనీక అదృశ్య రూపాన్ని ఒసగిన సర్పద్రష్టుని వాత్సల్యానికి ముదమునొంది అతనికి పూర్తిగా దాసోహమయినది రత్నవల్లి . నాటినుండి రక్తాక్షి నామాంకితురాలై సర్పద్రష్టుడు లోకాధిపత్యం కోరకు నిర్వర్తించు ఘోర కృత్యములన్నింట పాలుపంచుకొనుచున్నది. మా గురువుగారి అంతర్ధానంతరం అమ్మవారి జాడ కనుగొనుటకు సర్పద్రష్టుడు చేయని ప్రయత్నము లేదు. అటులనే గురుకులం మీద ఆధిపత్యం కొరకు కూడా ప్రయాస పడెను కానీ మా గురువర్యుల తపః ఫలము వలన వారి ప్రయత్నములన్నియూ నిష్ప్రయోజనములైనవి.

అటులనే మీ మరియొక సందేహం గంధర్వులకు మరణముండునా అని కదా ! దేవ దానవులు కలసి క్షీరసాగర మధనము గావించిన తరుణములో అమృతపానము చేసినది దేవతలు మాత్రమే అందులో గంధర్వులు లేరు. కానీ దైవ అంశ కలిగి ఉండుటవలన మానవులకన్ననూ వారి ఆయుర్దాయము మిక్కిలి అధికము, అటులనే వారికి శక్తి యుక్తులు మహిమలు కూడా కలవు. కానీ వారి లలాటాఫలకమున విధాత అల్పాయుష్షు లిఖించుటవలన వారు సర్పద్రష్టుని చేతిలో అశువులు బాసినారు. కానీ అమ్మవారి ఎదుట ప్రాణత్యాగము చేసిన ఫలితముగా వారికి మరల అమ్మవారి సేవ చేసుకొను భాగ్యము లభించినది అని ముగించినారు అమృతానందులవారు.

గురువుగారి వాక్కులు శ్రద్ధగా ఆలకించిన అరుణాక్షి, గురువుగారూ మరి మీ గురువర్యుల వాక్కు ప్రకారము మరణించిన గంధర్వ కిన్నెర కాంతలు మరల జన్మించి విద్య అభ్యసించుటకు మన గురుకులమునందు ప్రవేశించిన అనంతరము మాత్రమే అమ్మవారి జాడ గురించిన శకునములు తెలియగలవు కదా ! మరి ఇపుడు మనము అమ్మవారి కి సమీపములోకి వచ్చియున్నాము అంటే ఆ గంధర్వ కాంతలు మరల జన్మించినారనే కదా అర్ధము గురువర్యా? అటులయిన మాలో వారెవరు? అంతియేగాక కోయగూడెములో సింగన్న దొర తమ పితామహుల కాలములో జరిగిన విషయము అని తనకి దాని గురించి లేశ మాత్రమయినను తెలియదని పలికినాడు కదా అంటే ఇది అంతయూ జరిగి ఎంత కాలము అగుచున్నది? ఇన్ని వత్సరములు సర్పద్రష్టుడు , రక్తాక్షి యెటుల జీవించి యున్నారు అని తన సందేహములన్నియూ ఒకదాని వెంట ఒకటి బహిర్పరిచినది.

అమ్మా అరుణాక్షీ ఇది అంతయూ జరిగి శత వర్షములు గతించిపోయినవి. నిరంతర దైవ ధ్యానము వలన గురుభక్తి తో గురువుగారి ఆనతి మీరక సాత్విక జీవితము గడుపుటవలన మేము, క్షుద్రోపాసనలో అఖండ శక్తి యుక్తులు సాధించి మరణాన్ని తన సమీపమునకు రాకుండునట్లు చేసుకొనుటవలన సర్పద్రష్టుడు, అతని ఆశ్రయించి బ్రదుకుటవలన రక్తాక్షి దీర్ఘాయుష్కులమై జీవించియున్నాము. ముందటి జన్మలో తమ తప్పిదమేమియు లేకున్ననూ సర్పద్రష్టుని మరియూ

రక్తాక్షి యొక్క స్వార్థం వలన ప్రాణములు కోల్పోయిన గంధర్వ, కిన్నెర కాంతలు తమ అకాల మరణమునకు కారణభూతులైన వారిని నాశనమొందించుటకు మరల జన్మించినారు. కానీ ఆత్మకు లింగబేధము లేదు అనుటకు నిదర్శనంగా వారు ఈ జన్మలో కొందరు పురుష జన్మ దాల్చగా మరికొందరు స్త్రీ జన్మ దాల్చినారు. ఇంతకుమించి వారి వివరములు బహిర్పరచు అధికారము నాకు లేదు.

సౌగంధికా మాలను చేతబూనిన తదుపరి కానీ అమ్మవారి జాడ కనుగొనలేము. కానీ అది ఇపుడు ఆ సర్పద్రష్టుని చెంత యున్నది. అతని ఆగడములకు అంతు పల్కవలెనన్న మనకు అమ్మవారి అనుగ్రహము ఎంతో ముఖ్యము . కావున సౌగంధికా మాలను చేజిక్కించుకున్న సర్పద్రష్టుడు ఇచటకు చేరుకోనులోగా మీరందరూ స్నానమాచరించి శుచి అయి అమ్మవారి అనుగ్రహమునకు పూజ సల్పవలెను. నేనునూ మా గురువర్యుల నామము జపించుచూ జరగబోవు లోకకళ్యాణానికి వారి ఆశీస్సులు అభ్యర్ధించెదను అని అమృతానందులవారు ఆజ్ఞాపించుటచే సమయాభావమును గ్రహించి శిష్యులందరూ త్వరితగతిన స్నానమాచరించి అమ్మవారి ముందు నిష్ఠగా ధ్యానము చేయ ఆరంభించినారు.

అక్షితవల్లిని చేతబూని వాయుగమనము చేయుచూ సర్పద్రష్టుడు అతని వెన్నంటి రక్తాక్షి అరణ్యములో నెలకొనియున్న గ్రామదేవత ఆలయమును సమీపించినారు . దివ్య సౌగంధికా మాల వారి చెంత యుండుటవలన గర్భగుడిలోని అమ్మవారు కూడా వారి రాకకు నిరోధము కల్గించలేకపోయెను. ఆలయ ప్రాంగణమున పాదము మోపుతూనే సర్పద్రష్టుడు వికటాట్టహాసము చేయుచూ గ్రామదేవత వైపు తన దృక్కులు సారించి నా శిష్యురాలిని బెదరగొట్టినంత సులువు అనుకుంటివా ఈ మంత్ర ద్రష్ట అయిన సర్పద్రష్టుని నిరోధించుట. వేచి చూడు కొంత తడవులోనే మీ అమ్మ అపరాజితాదేవిని నా పూజలతో మెప్పించి నా వశము గావించుకుని నిన్ను నా గుహకు ద్వారపాలికగా నిలబెట్టుకుందును అని విలాసంగా పలికాడు సర్పద్రష్టుడు.

సర్పద్రష్టుని వదరుబోతు వాక్కులను ఆలకించి కనులనిండుగా నిప్పులు వర్షించుచుండగా వినాశకాలే విపరీతబుద్ధి సర్పద్రష్టా, నీ తుది ఘడియలు సమీపించినవి కాబట్టే నీవు ఇచటికి అడుగుపెట్టినావు. ఇప్పటికైనా మించిపోయినది లేదు మా జగన్మాతను శరణు వేడుకో నీకు ప్రాణభిక్ష లభిస్తుంది అని పలికినది విగ్రహ రూపంలోని గ్రామదేవత. ఆ వాక్కులు ఆలకించి మరింతగా పరిహసించుచూ నీకునూ మా బాల్యమిత్రుడు అమృతానందుడివలె వాచాలత్వము అధికముగా నున్నది. ముందుగా నేను అనుకున్న కార్యము సాధించిన తదుపరి మీ కథకు ముగింపు పలికెదను అంటూ దిగుడుబావి వైపు అడుగులు వేసాడు సర్పద్రష్టుడు.

సర్పద్రష్టుని వికటాట్టహాసములకు కొంత భీతిల్లిననూ తాము గురువుగారి సమక్షములో ఉన్న విషయము జ్ఞప్తికి తెచ్చుకొని ధైర్యముగా నిలబడ్డారు శిష్యులు అందరూ . తమ వైపు చూడను అయినా చూడక సర్పద్రష్టుని అనుసరించి పోవుచున్న అక్షితవల్లిని గాంచి అభిమన్యుడు వేదనతో

అక్షితవల్లి సమీపమునకు వెళ్లి సోదరీ ఏమి నీకు ఈ విపరీత బుద్ధి , ఇప్పటికి అయిననూ దుర్జన సాంగత్యము వీడి గురువుగారి పాదపద్మములను ఆశ్రయించు అంతా మంచే జరుగుతుంది అని విన్నవించుకోగా, అక్షితవల్లి మాత్రం అభిమన్యుని వైపు తృణీకరముగా చూచుచూ , అనుజా అభిమన్యు నేను అటువైపు రావడము కల్ల నీవే మా వైపు చేరిన యెడల నీ మనో వాంఛలన్నియు నెరవేరును, లేని యెడల మా గురువుగారి హస్తములలో మీ గురువుగారితో పాటు మీరందరు కూడా పరాభవం పాలగుట తథ్యము అని వక్రభాషణలు వెలువరించింది.

అక్షితవల్లి విపరీత వాక్కులు ఆలకించిన అభిమన్యుడు తన హస్తములతో కర్ణములు మూసుకొనుచూ చాలించు నీ అధిక ప్రసంగము . ఆ దురాత్ముడ్ని గురువుగా స్వీకరించి మా అందరికీ శత్రువు అయినావు. ఇక నీ పై సోదరి అను మమకారమును వదలి వేస్తున్నాను. నీ కర్మ ఫలమును తప్పించుట నా తరము కాదని ఆమెను వదలి తన మిత్ర బృందం వైపు అడుగులు వేసాడు అభిమన్యుడు.

బ్రతకనేర్వని వారందరూ ఒక కూటమి అయినారు పొంది అంటూ హస్తములో ఉన్న సౌగంధికా మాలను వయ్యారముగా త్రిప్పుచూ గురువర్యా ఇపుడు ఏమిటి నా కర్తవ్యము అని వినయంగా సర్పద్రష్టుని ప్రశ్నించినది అక్షితవల్లి. శిష్యామణీ నీ హస్తములను అలంకరించి ఉన్న సౌగంధికా హారమే మన తదుపరి కార్యమును నిర్దేశించును ఆ హారమును ఇటుల ఈ దిగుడు బావి వైపు చూపించుము అని ఆదేశించాడు సర్పద్రష్టుడు.

సర్పద్రష్టుని ఆదేశానుసారం సౌగంధికా హారమును దిగుడుబావిలోకి చూపించింది అక్షితవల్లి. మరు క్షణము మేఘములు ఫెళ ఫెళ గర్జించుచున్న ధ్వనితో బావి రెండుగా చీలిపోయి మధ్యలో స్వర్ణ సోపానములతో కూడిన మార్గమేర్పడినది. అది గాంచినంతనే సర్పద్రష్టుడు గర్వముతో వెలుగొందుతున్న వదనంతో ఆ సోఫానములను సమీపించి మొదటి సోఫానము మీద పాదము మోపబోయినాడు . వెనువెంటనే అగ్ని కీలలు వెలువడి పాదమును దహించుచూడగా అదిరిపడి పాదము వెనుకకు తీసుకున్నాడు సర్పద్రష్టుడు.

సౌగంధికా మాల దక్కించుకున్నందున అమ్మవారి అనుగ్రహం సర్పద్రష్టునికి దక్కనుందా లేదంటే నిరంతర భగవన్నామ స్మరణలో గడుపు అమృతానందునికి దక్కనుందా ? భగవత్పాదుల వారి తదుపరి చర్య ఏమిటో తరువాతి భాగంలో తిలకిద్దాం.

అపరాజిత – ఏకత్రిమ్శత్ అంకం

స్వర్ణ సోపానము మీద పాదము మోపగనే అగ్నికీలలు చుట్టుముట్టడముతో అదిరిపడి వెనకకు జరిగిన సర్పద్రష్టుడు, అమృతానందుని వైపు క్రోధముతో చూచుచూ ఇది ఏమి మాయాజాలం అమృతానందా ? సౌగంధికా మాల చేతబూనిననూ అమ్మవారి చెంతకు చేరనీయకుండ ఈ అడ్డంకులేల అని ప్రశ్నించాడు . దానికి అమృతానందులవారు చిద్విలాసంగా నీవు వచించినది వాస్తవమే సర్పద్రష్టా కానీ ఆ హారము ఉన్నది అక్షితవల్లి చెంత. అటులనే జగజ్జనని అయిన ఆ అమ్మవారి చెంతకు క్షుద్రోపాసకులు, శాపగ్రస్తులు చేరుకోలేరు. అమ్మవారి అనుగ్రహం ఉన్నవారు మాత్రమే లోపలికి చేరుకోగలరు అని బదులిచ్చారు .

ఇది మీ గురువర్యులు పన్నిన మరొక మాయోపాయమా ? ఆనాడు నన్ను స్పృహ తప్పించి కపటోపాయంతో అమ్మవారిని ఇన్ని వత్సరములు భూగ్రహములో దాచి ఉంచినాడు. ఇప్పటికి కూడా అమ్మవారి చెంతకు చేరకుండా అడ్డుకొనుచున్నాడు. అమ్మవారి దృష్టిలో అందరూ సమానమే, ఆమెను దర్శించుకోకుండా నిరోధించుట అన్యాయం అని బిగ్గరగా పలికాడు సర్పద్రష్టుడు. దానికి అమృతానందుడు అవును అమ్మవారి దృష్టిలో అందరూ సమానమే కానీ ఆ తల్లి ఆజ్ఞ లేకుండా మన గురువర్యులు ఇది అంతయు చేసినారనుకొనుట నీ మూర్ఖత్వం. లోకహితం కోసం నీ వంటి దుష్టులకు దూరంగా ఉండవలెనని అమ్మవారి అభిలాష కూడా అని ధీటుగా బదులిచ్చారు అమృతానందులవారు.

అమృతానందుని వాక్కులకు క్రోధావేశాలు పెచ్చుమీరగా సరి సరి నేను అమ్మవారి చెంతకు చేరలేకున్నా ఆ అపరాజితాదేవి అజ్ఞాతవాసము వీడి ప్రపంచం ముందుకు యేతెంచు సమయం అయితే ఆసన్నమయినది కదా! అది చాలు మాకు, మా కోర్కెలు యెటుల సిద్ధిపచేసుకోవలెనో మాకు తెలియును అంటూ అక్షితవల్లిని లోపలికి వెళ్ళమన్నట్లుగా సైగ చేసాడు సర్పద్రష్టుడు. కానీ సర్పద్రష్టుడికి కలిగిన అనుభవాన్ని కనులారా గాంచిన అక్షితవల్లి తను అడుగు పెడితే ఏమవుతుందో అన్నట్లుగా బెదరుతూ అడుగు ముందుకు వేయలేకపోయింది . ఆమె మదిలో మెదులుతున్న భావాలను అర్థం చేసుకున్నట్లుగా నీ హస్తములో సౌగంధికా మాల ఉన్నంతవరకు నీకు అడ్డులేదు, వాస్తవానికి నీవు ముందుకు కదలనంతవరకు ఎవరూ కూడా పదము ముందుకు కదపలేరు అని ధైర్యాన్ని నూరిపోసింది అదృశ్యరూపంలో ఉన్న రక్తాక్షి .

రక్తాక్షి వాక్కులతో ధైర్యాన్ని కూడగట్టుకొని మెల్లగా పాదాన్ని ప్రధమ సోఫానం మీద పెట్టింది అక్షితవల్లి. ఆమె పాదం సోకగానే స్వర్ణ సోఫానం కాస్తా తన రూపాన్ని మార్చుకొని సుతిమెత్తని అష్టదళ పద్మంగా మారిపోయింది. ఆశ్యర్యంతో వామ పాదాన్ని ద్వితీయ సోఫానం మీద పెట్టగా అది కూడా ధవళ కాంతులు వెదజల్లే అష్టదళ పద్మ రూపాన్ని దాల్చింది.

అప్పటివరకు మదిలో ఉన్న భయాందోళనలు దూరం అయి గర్వము పొడసూపుతుండగా శిరము ఎత్తి అమృతానందులవారి వైపు ధిక్కారముగా ఒక నవ్వు విసిరినది అక్షితవల్లి. అమ్మా! అక్షితవల్లీ ఆ సుమ స్వాగతం నీ హస్తములో ఉన్న మహిమాన్విత సౌగంధికా హారానికి కానీ నీకు కాదు. ఎదుటివారి విజయాన్ని అదృష్టాన్ని మనది అనుకొని గర్వించడం పతనానికి నాంది. ఇప్పటికి అయినా సన్మార్గము వైపు పయనించుట అన్ని విధాలా శ్రేయస్కరం అని హితవచనాలు పలికారు అమృతానందులవారు.

శిష్యామణి ! ఇటువంటి అసందర్భ ప్రేలాపనలపై దృష్టి సారించక కార్యోన్ముఖురాలివై ముందుకు సాగి విజయాన్ని. సాధించుకొనిరా కారణజన్మురాలివి కాబట్టే అమ్మవారిని అజ్ఞాతవాసం నుండి బయటకు తెచ్చు బృహత్తర కార్యం నీ హస్తముల మీద జరగబోవుచున్నది. ఇట్టి వ్యర్ధ వచనాలు ఆలకించి నీ దృష్టిని మరల్చుకోకు. లోకాధిపత్యం స్వీకరించువరకు రాగబంధాలకు అతీతంగా నీ మనసు దృఢంగా ఉంచుకో! ఒక్కసారి అమ్మవారి అనుగ్రహం లభిస్తే అన్నీ నీ పాదముల కడకు చేరుకుంటాయి అని అక్షితవల్లికి ఆలోచించుకునే అవకాశము ఇవ్వక స్వార్ధాన్ని నూరిపోశాడు సర్పద్రష్టుడు.

మీ వాక్కులు నాకు శిరోధార్యములు గురువర్యా అని సర్పద్రష్టునికి హస్తములు జోడించి ఇక వెనుదిరగక చకచకా ముందుకు అడుగులు వేసింది అక్షితవల్లి . ఒక్కొక్క సోఫానాము అధిగమించుచుంటే సప్తస్వరములే గొంతుకగా మారి స్వాగత వచనములు పలుకుతున్నట్లుగా మధుర స్వరముతో స్వాగత గీతాలు అక్షితవల్లి వీనులకు వినిపించసాగాయి. అక్షితవల్లి వెనుకనే శిష్యులను తీసుకొని లోపలకి వెళ్ళడానికి అష్టదళ పద్మములతో ఏర్పడిన సోపానముల కడకు చేరుకున్నారు అమృతానందులవారు.

అక్షితవల్లి పాదము తమ మీద నుండి తొలగిపోగానే ధవళ కాంతులు వెదజల్లుతున్న అష్టదళ పద్మములు తిరిగి స్వర్ణ సోపానములుగా రూపు మార్చుకొనసాగినవి. ఈ వింతకు అబ్బురపడుతూనే అమ్మవారి దర్శనం కోసం ఆతృతతో త్వరితముగా సోపానములను అధిగమిస్తూ ముందుకు సాగారు శిష్యులు అందరూ .

అష్టోత్తర శత సంఖ్యలో (108) గల ఆ పుష్ప సోపానములు అన్నీ అధిగమించగా చదునుగా ఉన్న మైదాన ప్రాంతానికి చేరుకున్నది అక్షితవల్లి అటులనే ఆమెను అనుసరించి అమృతానందులవారు ఇంకా మిగిలిన శిష్యులు అందరు కూడా ఆ ప్రదేశానికి చేరుకున్నారు. ఒక పక్కనుండి సెలయేటి గళ గళలు వీనులవిందుగా సందడి చేయుచుండగా, మరియొకపక్క పురివిప్పి నాట్యమాడుతూ మయూరాలు స్వాగతం పలుకుతున్నాయి. చెంగు చెంగున గంతులు

వేయుచూ లేడి కూనలు సందడి చేస్తున్నాయి. మునుపెన్నడూ గాంచని వింత ఫలపుష్ప వృక్షములు కనులవిందు గావిస్తున్నాయి . అమ్మవారి పూజ కొరకై వికసించిన కలువలతో నిండి, ఎగిరిపడుతున్న తళతళ మెరిసే వివిధ వర్ణముల మీనములను కలిగివున్న కొలను ఆ ప్రాంతం మొత్తానికి మకుటాయమానంగా శోభిల్లుతున్నది. వేయేల స్వర్గపురిలోని ఇంద్రుని నందనవనం నేలమీద నడయాడుచున్నదా అన్నట్లు కనిపించుచున్న ఆ వనసోయగానికి మైమరచిపోయి చూస్తుండిపోయారు అందరూ.

కొంత తడవుకు అమృతానందులవారు ముందుకు కదలమని కర్తవ్యమును జ్ఞప్తికి తీసుకురాగా అంత సుందర ప్రదేశాన్ని వదలలేక వదలలేక ముందుకు కదలసాగారు శిష్యులు అందరూ. రమ్య మనోహరమయిన వన ప్రాంతాన్ని దాటి శత పదముల దూరం అధిగమించగనే సహస్ర సూర్యుల కాంతితో విరాజిల్లుతున్న ఒక కాంతి వలయం వారి కనుల ముందు ప్రత్యక్షమయినది .

అఖండ తేజోమయంగా విరాజిల్లుతున్న ఆ కాంతి వలయంలో కోటి సూర్య కాంతి ప్రభలా వెలుగులు విరజిమ్ముతున్న అపరాజితా అమ్మవారి విగ్రహం, ఆ విగ్రహాన్ని తన అంకము నందు అధిష్టించుకొని తపస్సమాధిలో మునిగిఉన్న భగవత్పాదులవారు దర్శనమిచ్చారు వారి కనులకు.. తేజో వలయం నుండి ఉద్భవించిన కాంతిని తట్టుకోలేక వారి నయనములు అసంకల్పితముగా మూతలు పడగా, అమ్మవారి రూపాన్ని క్షణ మాత్రము దర్శించినంతనే చుట్టూ ఉన్న ప్రపంచమంతా కాలవర్ణములో మారిపోయి ఎదురుగా అపరాజితా దేవి తప్ప మరో రూపం కనిపించక మంత్రముగ్ధులై అమ్మవారి రూపాన్ని మది నిండా నింపుకొనుచూ అనిమిషులై (కంటి రెప్ప ఆర్పని వారై) అమ్మవారిని చేరుకొనుటకు ముందుకు అడుగులు వేయసాగారు.

కానీ అమ్మవారి చుట్టూ సవరించుకొని ఉన్న కాంతి వలయానికి పది అడుగుల దూరములో ఉండగానే వారి అడుగులు ఆగిపోయినవి. కారణం తేజోవలయం చుట్టూ అల్లుకొని పరిరక్షిస్తున్న అగ్నికీలలు. వాటిని చూడగనే ప్రశ్నార్థకంగా గురువుగారి వైపు చూడగా ఆయన కనులు మూసుకొని మనసులోనే భగవత్పాదులవారిని తలచుకొనగా నాయనా ఎవరి ఆత్మార్పణం కారణంగా అమ్మవారు ఈ అజ్ఞాతవాసం చేయవలసి వచ్చినదో వారికి, నిరంతర భగవధ్యానములో మునిగి తేలుతూ స్వార్థ కాంక్ష లేని నీకు తప్ప అన్యులకు అమ్మవారిని చేరుకొను అవకాశం లేదు. మీరు మాత్రమే ఆ వలయాన్ని దాటి అమ్మవారిని చేరుకోగలరు. సౌగంధికా హారము అమ్మవారి గళ సీమను చేరుకున్న పిదప మాత్రమే అన్యులకు అమ్మవారిని దర్శించుకొను భాగ్యము కలుగగలదు అని మంద్ర స్వరములో భగవత్పాదుల వారి వాక్కులు అందరికీ వినిపించినవి .

కానీ పునర్జన్మించిన గంధర్వులు ఎవరో యెటుల తెలియగలదు అను సందేహము తోనున్న వారలను గాంచి చిరునవ్వు నవ్వుతూ మీ ముందు ఉన్న తేజోవలయమే మీ సందేహ నివృత్తి చేయగలదు అని మరల భగవత్పాదుల వారి స్వరం వినిపించినది.

ఆ వాక్కులకు అర్ధం అవగతమవక మరల అమృతానందులవారి ముఖారవిందాన్ని ప్రశ్నార్థకంగా చూస్తున్న శిష్యులను గాంచి అమృతానందులవారు మీరు ముందడుగు వేయండి ఆ వలయమే మీకు గమ్యాన్ని నిర్దేశిస్తుంది అని పలుకుతూ వారు ఇంకనూ సందేహాస్పదంగా చూచుచుండటంతో ఆయనే ముందడుగు వేసి ఆ తేజోవలయాన్ని సమీపించారు. ఆయన సమీపించగానే అగ్నికీలలు ఆయన పాదము మోపినంత మేర తొలగిపోయి ఆయనకు ముందుకు వెళ్ళుటకు మార్గాన్ని సుగమం చేసాయి. అది చూసి అప్పటివరకు బెదరినట్లు అడుగు వెనుకకు వేసిన అక్షితవల్లి మరల శిరము ఎగురవేస్తూ అందరినీ త్రోసిరాజని వలయాన్ని దాటుకొని ముందుకు వెళ్ళినది . ఆమెను అనుసరిస్తూ మిగిలినవారు ముందడుగు వేయగా కుందనవల్లి ఆ వలయాన్ని సమీపిస్తూనే ఎవరో త్రోసివేసినట్లుగా వెనుకకు పడిపోయినది.

ఆమె వెనుక వచ్చిన అరుణాక్షి, చంద్రసేనలు అవలీలగా తేజోవలయాన్ని దాటి ముందుకు చేరుకోగలిగారు. అది గాంచిన మిగతావారికి గురువుగారి మాటలలో అంతరార్థం భోదపడి అందరూ ఒకరి వెనుకగా ఒకరు తేజోవలయాన్ని అధిగమించుటకు ప్రయత్నించసాగారు.

అరుణాక్షి, అక్షితవల్లి, చంద్రసేన, చంద్రకేశుడు, అశ్వత్థవర్మ, అభిమన్యు భూపతి, కాత్యాయని , సిద్ధార్థుడు, ఉత్తరకుమారుడు, హంసవల్లి తేజోవలయాన్ని దాటుకొని ముందుకు వెళ్లగా మిగిలినవారు మాత్రం వలయానికి ఆవలి వైపే మిగిలిపోయారు. అప్పటికి అందరికీ పూర్వ జన్మలో గంధర్వ కిన్నెర కాంతలు గా సర్పద్రష్టుని లోకాధిపత్యం కొరకు అశువులు బాసినవారెవరో అవగతమయినది. కానీ వారి అందరినీ మిక్కిలి ఆశ్చర్యానికి గురి చేసిన అంశం అపుడు సర్పద్రష్టుని చేతిలో ప్రాణాలొదిలిన అక్షితవల్లి ఇపుడు మరలా అతని చేతిలో కీలు బొమ్మగా మారడం. కానీ ఎవరి భవిష్యత్తు ఎలా ఉంటుందో రాత రాసిన ఆ ప్రజాపతికి తప్ప ఇంకొకరికి తెలియదు కదా అని నిట్టూరుస్తూ అమ్మవారి దర్శన భాగ్యం కొరకు వేచి చూడసాగారు.

తేజోవలయానికి ఆవలివైపుకు చేరుకున్న ఏకాదశ సంఖ్యలో గల గురుశిష్యులు ముందుకు చూడగా శత వత్సరముల నుండి అన్నపానీయములు గ్రహించక కేవలం వాయుభక్షణం చేస్తూ అమ్మవారిని సంరక్షించుచున్నందున ఎముకలు గూడుకట్టుకుని పోయి ఉన్న భగవత్పాదులవారు దర్శనమిచ్చారు. కానీ ఆయన మోము మాత్రం నిరంతర దేవీ జపం వలన వెలుగులు విరజిమ్ముతూ ఆయన నయనాలు కరుణను వెదజల్లుతూ ఉన్నాయి. జగత్ రక్షణ కోసం జీవితాన్నే త్యాగం చేసిన ఆయనను చూడగానే తెలియకుండానే అందరి నయనాలు కన్నీళ్లతో నిండిపోయాయి. అతి భద్రంగా పసిబిడ్డను గుండెలకు పొదువుకున్న తల్లివలె అపరాజితా దేవిని వడిలో కుర్చోబెట్టుకొని తన తపః ఫలం అంతా ధారబోసి ఆమె చుట్టూ రక్షణ వలయాన్ని సృష్టించి స్వార్థపరుల దృష్టి ఆమె మీద పడకుండా ఆ మహనీయుడు కాచుకుంటున్న

తీరు చూసి ఒక్క అక్షితవల్లి తక్క అందరి హృదయాలు ఆయన యెడల భక్తి భావంతో నిండిపోయాయి.

ఇక ఆయన వడిలో పసిపాప వలె వొదిగి ఉన్న అపరాజితా అమ్మ వారి వదనం గాంచి ఇక జీవితంలో ఇంకేమీ సాధించవలసినది లేదు అమ్మవారి దర్శన భాగ్యమొక్కటి చాలు అన్నట్లుగా మైమరచిపోయి మనసులో మరే ఆలోచనలు మెదలక సూర్య చంద్రులను దాచుకున్న ఆమె కలువ కన్నులలోకి చూస్తూ ఉండిపోయారు. కుంకుమ వర్ణంలో ధవళ వర్ణాన్ని మిళితం చేసినట్లున్న పద్మంలో ఆసీనురాలయి ధవళ వర్ణపు వస్త్రములు ధరించి, నవరత్న ఖచిత ఆభరణ భూషితురాలయి షోడశ కలలతో విరాజిల్లుతున్న అమ్మవారి ముగ్ధ మనోహర రూపం గాంచి ఆమెను స్తుతించుటకు తమకు వచ్చిన మాటలు తాము నేర్చుకున్న విద్యలు ఏమీ సరిపోవని మౌనమే శిరోధార్యంగా దాల్చి నిలబడ్డారు అందరూ.

కానీ ఊరందరిది ఒకదారి అయితే ఉలిపికట్టెది మరో దారి అన్నట్లుగా అమ్మవారిని చూచి ఒక నిముషము పారవశ్యంలో ఉన్న అక్షితవల్లి మరునిముషములో సర్పద్రష్టని వాక్కులు గుర్తు తెచ్చుకొని వడివడిగా ముందుకు కదలి తన హస్తములో ఉన్న దివ్య సౌగంధికా హారమును అమ్మవారి కంఠసీమకు అలంకరించబోయినది. ఎప్పుడైతే అక్షితవల్లి అమ్మవారిని సమీపించి ఆమె విగ్రహాన్ని స్పర్శించ ప్రయత్నించినదో ఆ మరు క్షణం అదృశ్య హస్తమేదో నెట్టివేసినట్లుగా ఎగిరి పదిఅడుగుల దూరంలో పుడమిని తాకింది అక్షితవల్లి. ఆమె కిందపడిన శబ్దానికి అందరూ మైమరపు వీడి ఆశ్చర్యచకితులై అటువైపు చూడసాగారు. అమృతానందులవారికి కూడా ఎందులకు ఇటుల జరిగినదో అవగతమవక ఆయన కూడా ఆశ్చర్యంగా భగవతపాదులవారివైపు చూడసాగారు.

అపరాజిత – ద్వాత్రిమ్శత్ అంకం

అప్పటివరకు తనకు ఎదురే లేదని భ్రమసిన అక్షితవల్లి ఇపుడు తనకు ఎదురయిన ఈ ప్రతిఘటనకు అహం దెబ్బతినగా బుసలు కొడుతున్నట్లుగా పైకి లేచి మరల అమ్మవారి విగ్రహాన్ని సమీపించబోయినది. ఆమె ప్రయత్నానికి భంగం కలిగిస్తూ భగవత్పాదులవారి కంఠస్వరం గంభీరంగా వినిపించింది . స్వార్థపరుల వాంఛల ఫలితంగా సామాన్యులు కడగండ్లపాలు అవరాదనే మేము ఇన్ని వత్సరాలు నిరీక్షించినది . ఆ స్వార్దానికి నిలువెత్తు రూపంలా మారిన నిన్నెలా అమ్మవారికి దివ్య సౌగంధికా హారాన్ని అలంకరించ అనుమతించెదననుకున్నావు? పూర్వ జన్మ ఆత్మార్పణ ఫలితంగానే నీవు ఇచటివరకు రాగలిగావు. ఇప్పటికి అయినా బుద్ధి మార్చుకుంటే శ్రేయస్కరం, ఆ హారాన్ని సాధించుకొచ్చిన *వీరద్వయమే* అమ్మవారికి అలంకరించాలి అంటూ ఏకకాలంలో అటు అక్షితవల్లికి హితవు బోధించి మిగిలినవారికి కర్తవ్య నిర్దేశం చేసారు భగవత్పాదులవారు.

ఆయన ఆజ్ఞను అనుసరించి అశ్వత్థవర్మ, చంద్రకేశులు ఇరువురు ముందుకు కదిలి అక్షితవల్లి హస్తములలోనుండి దివ్య హారాన్ని చేకొని అపరాజితా అమ్మవారిని సమీపించి అత్యంత భక్తి శ్రద్దలతో ఆ సౌగంధికా హారాన్ని అమ్మవారి గళసీమ కు అలంకరించారు.

అమ్మవారికి అలంకరించిన మరుక్షణమే ఆ దివ్య హారం తన పూర్వపు కాంతులను సంతరించుకొని ఆ ప్రాంగణాన్నంతటినీ అమ్మవారి దివ్య ఆరామంగా మార్చివేసింది. అక్కడ ఉన్న ప్రతి ఒక్కరిలో అంతో ఇంతో కొలువై ఉన్న కామ, క్రోధ, లోభ, మోహ, మధ, మాత్సర్యాలనబడే అరిషడ్వర్గాల ప్రభావం నశించిపోయి అందరి మనస్సులలో ఒక దివ్య భావాన్ని అంకురింపచేసింది. అక్షితవల్లి కూడా ఆ దివ్యత్వానికి లోబడిపోయి శిరసు వంచి ముకుళించిన హస్తాలతో ప్రణామం చేసి అమ్మవారి దివ్య స్వరూపాన్ని గాంచుతూ ఉండిపోయింది.

సౌగంధికా హారం ఎపుడు అయితే అమ్మవారి గళసీమను అలంకరించిందో అపుడే భగవత్పాదులవారి శరీరంలో జీవకళ నశించిపోయి నిర్జీవమవ్వసాగింది. ఆయన అక్కడ ఉన్నవారినందరినీ ఉద్యేశించి నాయనలారా నా అంత్య సమయం ఆసన్నమయినది. కేవలం అమ్మవారిని మీకు అప్పగించు ఘడియల కోసమే ఇన్ని దినాలు వేచి చూస్తున్నాను. ఇపుడు అమ్మవారు పరిపూర్ణ శక్తివంతురాలు. కానీ పూజించిన ప్రతి ఒక్కరిని అనుగ్రహించే ఆ చల్లని తల్లి సమీపమునకు, అమ్మవారి వరాలను దుర్వినియోగ పరచే క్షుద్రులు రాకుండా రక్షించుకొను

బాధ్యత ఇక మీదే. బయట వేచి చూస్తున్న సర్పద్రష్టుని అంతం క్రితం జన్మలో అతని చేత హతులయిన మీ వలెనే జరగవలసి యున్నది. మీ అందరును వలయం వలె ఏర్పడి అమ్మవారిని ఇచటినుండి పైకి తీసుకొని వెళ్ళండి.

కానీ మిమ్ము మరోమారు హెచ్చరిస్తున్నాను మీలో ఏ ఒకరు వలయం నుండి వేరుపడినా రక్షణ వలయం క్షీణించి సర్పద్రష్టుడు అమ్మవారి వద్దకు చేరుకోగలుగుతాడు. అతను అమ్మవారిని చేరుకున్న మరుక్షణం ఇప్పటివరకు అతను చేసిన మహాకాళీ యాగాల ఫలితంగా అమ్మవారిని వెనువెంటనే తన భక్తితో వశం చేసుకోగలుగుతాడు. అటుల జరిగిన మరుక్షణం లోక వినాశనం తప్పదు. లోకమంతా అసుర శక్తుల అధీనంలోకి వెళ్ళిపోతుంది ఇన్ని వత్సరాల మా నిరీక్షణకు ఫలితం లేకుండా పోతుంది. కాబట్టి అమ్మవారిని ఆ దుష్టుడు సమీపించక ముందే మీ శక్తులన్నీ కేంద్రీకరించి అతన్ని తుదముట్టించండి. మీ పూర్వ జన్మలోని శక్తులన్నిటినీ మీకు అపరాజితా దేవి అనుగ్రహిస్తుంది అని పలికి తనువు చాలించారు భగవత్పాదులవారు. ఆయన లోని జీవకళ అమ్మవారి పాదాలను చేరుకోగా అమ్మవారి నయనాల నుండి శక్తి కిరణాలు వెలువడి ఆ పదిమంది మేనులలో ప్రవేశించాయి.

తన గురువు ఆత్మ త్యాగాన్ని చూసి తట్టుకోలేని అమృతానందులవారు పసిబాలుడివలె రోదించుచూ గురుదేవా ఇటుల మీ జీవసమాధిని తిలకించుటకా మేము ఇచటకు వేంచేసినది. ఘడియ అయినా మీ సాన్నిధ్యాన్ని అనుభవించకముందే మమ్మందరినీ విడచి మీరు అమ్మవారిలో ఐక్యమయిపోయితిరా అని పరిపరి విధముల రోధించుచుండగా పుట్టిన ప్రతిజీవి కోరుకునేది, కోరుకోవలసినది ముక్తి నే. ఎన్నో యుగముల తపః ఫలితంగా తప్ప లభించని మోక్ష ప్రాప్తి సులభ సాధ్యంగా మీ గురువుగారికి లభించినందులకు సంతసించక విచారించుట యుక్తిపరులు చేయవలసిన పని కాదు నాయనా! లేచి కార్యోన్ముఖుడివికా అని అశరీరవాణి పలుకులు వినిపించగా తెప్పరిల్లి గురువర్యుల దహన సంస్కారములు కొరకు ప్రయత్నం చేయబూనాడు అమృతానందులవారు.

కానీ అతని మనసులో యోచన పెదవి దాటకముందే భగవత్పాదుల వారి జీర్ణ కాయంలోని త్వచ కణములన్నీ విరులుగా మారి అమ్మవారి పాదములను చేరుకోగా ఆయన ఎముకలు అన్నీ పదునొకండు ఆయుధములుగా రూపుదిద్దుకొని అమృతానందులవారు, అక్షితవల్లి, అశ్వత్థవర్మ, అరుణాక్షి, అభిమన్యు భూపతి, చంద్రకేశుడు, చంద్రసేన, హంసవల్లి, కాత్యాయని, సిద్ధార్థ మరియు ఉత్తరకుమారుల హస్తములను అలంకరించినవి. సర్పద్రష్టుని అంతానికి గురువుగారి జీర్ణకాయం కూడా ఆయుధంగా మారినది అని అవగతం కాగా ఆ ఆయుధాలను కనులకు అద్దుకొని తదుపరి భగవత్పాదులవారి ఆదేశానుసారం అమృతానందులవారు అమ్మవారి విగ్రహాన్ని హస్తములలోకి తీసుకొనగా పదిమందీ వలయంగా ఏర్పడి రక్షణ కల్పిస్తూ సోపానములను అధిగమించుటకు పూనుకొనగా మిగిలిన శిష్యబృందం వారిని అనుసరించసాగినది.

వారు మొదటి సోపానము కడకు చేరుకోగానే అప్పటివరకు నందన వనం వలె భాసిల్లిన ఆ ప్రదేశం తన కళా కాంతులను కోల్పోవడం మొదలు పెట్టింది. అప్పటివరకు అక్కడ సంచరిస్తూ కనువిందు చేసిన హరిణాలు, మయూరాలు మాయమయిపోయాయి. సెలయేరు అడుగంటిపోయింది, కొలనులోని వివిధ వర్ణముల మత్స్యములు అదృశ్యమయిపోయాయి. కొలను మైదాన ప్రదేశంగా మారిపోయినది. అటులనే వారందరు ద్వితీయ సోఫానం మీద పదం మోపగనే మొదటి సోఫానం స్వర్ణ రేణువులుగా విడిపోయి సౌగంధిక హారంలో లీనమయిపోయింది. అటులనే వారు అధిగమించిన ప్రతి సోపానం స్వర్ణ రేణువులుగా విడిపోయి దివ్య హారాన్ని చేరుకుంటూ ఆ హారం యొక్క పసిడి కాంతులను మరింతగా పెంచసాగాయి . ఆ హారం కాంతులు మీద పడుతుండగా శిష్యులందరు కూడా పసిడితో చేయబడిన పుత్తడిబొమ్మల వలె భాసించసాగారు.

వారు దిగుడుబావి యొక్క చివరి సోపానం అధిగమించి పైకి చేరుకోగానే ఆ నుయ్యి పూర్తిగా అదృశ్యమైపోయి అమ్మవారి నిలయమయిన శమీ వృక్షంగా రూపుదాల్చి ఆ వృక్షం మొదలులో ఒక గద్దె కూడా ఏర్పడినది. అనగా అమ్మవారిని అక్కడే ప్రతిష్ఠించవలెనని వారికి సూచన లభించినది. ఆ సూచనను అనుసరిస్తూ అమృతానందులవారు అమ్మవారిని ఆ గద్దె మీద ప్రతిష్ఠించగా పూర్వ జన్మలోని గంధర్వ కిన్నెరులు ఆ గద్దె చుట్టూ వలయము వలె రక్షణగా నిలబడగా వారి చుట్టూ మిగిలిన శిష్యులందరూ నిలబడి యున్నారు.

ఎప్పుడయితే అమ్మవారి విగ్రహాన్ని శమీ వృక్షం క్రింద ప్రతిష్ఠించారో ఆ క్షణమే గర్భగుడిలోని గ్రామదేవత విగ్రహంలో చలనం రాగా తన పీఠము మీదనుండి లేచి బిరబిరా నడచి వచ్చి అమ్మవారికి నమస్కరించి అమ్మవారికి ఎదురుగా పదిఅడుగుల దూరంలో ఆలయపాలకురాలిగా శిలారూపం దాల్చినది. వెనువెంటనే చూపరులను ఆశ్చర్య చకితులను చేస్తూ దేవతలే పూనుకొని దేవశిల్పి మయునితో అమ్మవారికి ఆలయం నిర్మించినట్లుగా అమ్మవారి చుట్టూ స్వర్ణ ప్రాకారంతో ఆలయనిర్మాణం జరిగినది. శమీ వృక్షం చుట్టూ ఆలయ గోపురం ఏర్పడినది. సర్పద్రష్టుడు అమ్మవారి రాకను గాంచి అమ్మవారిని సమీపించవలెనని అడుగు వేయునంతలో జరుగుచున్న ఈ వింతలన్నీ గాంచి విభ్రాంతుడై కొంత సమయం అటులనే నిలుచుండిపోయి వీక్షించసాగాడు . ఇంతలో రక్తాక్షి అతన్ని సమీపించి ఎదురుచూసిన క్షణం వచ్చినంత కార్యరంగంలోకి దూకకుండా మీమాంస ఎందులకు అని హెచ్చరించడంతో కార్యార్థుడై ముందుకు సాగాడు .

ద్వారపాలినిగా ఉన్న గ్రామదేవత సర్పద్రష్టుని రాకను ఏ మాత్రం అడ్డగించక మృత్యువుని వెదుక్కుంటూ వెళ్తున్న అతన్ని చూచి చిరునవ్వు చిందిస్తూ జరగబోవు దుష్ట సంహారాన్ని తిలకించుటకు వేచి చూడసాగింది. స్వర్ణ ప్రాకారమును దాటి గర్భాలయంలోని ప్రవేశించి అచట దేదీప్యమానంగా వెలిగిపోతున్న అమ్మవారి విగ్రహాన్ని గాంచి దూరం నుండే భక్తి పూర్వకంగా నమస్కరించి తదుపరి అమ్మవారి చుట్టూ వలయంలా నిలబడి ఉన్న శిష్యులను గాంచి ఈ

పిపీలకములు నన్నే ఎదిరించి నిలువ ప్రయతించుచున్నవా అని నవ్వుకొని తన నిజరూపాన్ని దాల్చాడు సర్పద్రష్టుడు.

నడుముకు పై భాగమున మానవ రూపంలో పంచ శిరములతో, శిరోజముల స్థానములో సర్పములు వేలాడుతుండగా నడుముకు దిగువ భాగమున సర్ప రూపంతో దశ హస్తములలో ఆయుధములను దాల్చి ముందుకు అడుగేయుచున్న సర్పద్రష్టుని గాంచి ముందు వరుసలో ఉన్న శిష్యులు బెదరి పక్కకి చెదరిపోగా వలయంలా హస్తములు కలిపి పట్టుకొని ఉన్న పదిమంది కూడా ఆ భీకర రూపానికి కొంత భయభ్రాంతులయినా ఆ దుష్టుని సంహారం తమ చేతుల్లోనే అన్న భగవత్పాదులవారి వాక్కులు జ్ఞప్తికి తెచ్చుకొని మరల ధైర్యాన్ని కూడగట్టుకొని నిలబడ్డారు.

తమ స్నేహితులు చెక్కు చెదరక నిలబడుట గాంచి పక్కలకు చెదరిపోయిన మిగిలిన శిష్యులు కూడా ధైర్యాన్ని కూడగట్టుకొని మరల యధాస్థానంలో నిలబడసాగారు. వారిని గాంచి పరిహసిస్తూ ఒక్కసారిగా ఉఫ్ అని తన అన్ని నోర్లతో ఊత్కారం చేసాడు సర్పద్రష్టుడు. రెండుగా చీలి ఉన్న నాలుకల నుండి స్రవించిన హాలాహల ప్రభావానికి ముందు వరుసలో ఉన్న శిష్యులు అందరు నిలుచున్నవారు నిలుచున్నట్లే వెనుకకు విరుచుకుపడ్డారు. మిత్రుల దుస్థితికి ఆందోళన చెందుతూ వారు తమ మీద పడకుండా కొంత వెనకకు జరిగి, మిత్రులను రక్షించుట యెట్లు తమను తాము రక్షించుకొనుట యెట్లు అన్నట్లుగా ఆందోళన చెందసాగారు పదిమంది మిత్రులు.

సర్పద్రష్టుని దాడి మొదలయింది. అమృతానందులవారి ప్రతివ్యూహం ఏమిటో వేచి చూద్దాం.

అపరాజిత – త్రయర్త్రిమ్శత్ అంకం

ముందు వరసలో నుంచున్న శిష్యులు హాలాహల ప్రభావానికి నేలరాలగనే ఇనుమడించిన ఉత్సాహంతో ముందుకు అడుగు వేసాడు సర్పద్రష్టుడు . మరల తన నాలుకలు బయటకి చాపుతూ మరింత బిగ్గరగా ఊత్కారం చేసాడు సర్పద్రష్టుడు. తన నాలుకలనుండి స్రవించు హాలాహలం ధాటికి వారందరు నేలరాలిపోవుదరని తలంచి విలాసంగా నవ్వుతున్న సర్పద్రష్టుని విస్మయపరుస్తూ ఎవరి స్థానాల్లో వారందరూ చెక్కు చెదరక నిలబడి ఉన్నారు . శత వత్సరములు జీవిస్తే మాములు సర్పం కూడా అత్యంత శక్తివంతమయిన నాగసర్పంగా మారిపోతుంది. దాని నుండి వెలువడు కాలకూట విషానికి విరుగుడు మంత్రం కష్ట సాధ్యం . అటువంటింది ముందే శక్తివంతుడు అయిన తను మహాకాళీ ఉపాసన వలన క్షుద్ర పూజల వలన మరింత శక్తివంతుడు అయినాడు. తన నిశ్వాసము నుండి వెలువడు వాయువునే భరించలేక అల్ప ప్రాణులు ప్రాణాలు కోల్పోతాయి. కోరి విషాన్ని విరజిమ్మినా వారు కనీసం తడబడకపోవడం సర్పద్రష్టునికి అమిత ఆశ్చర్యాన్ని కలుగచేసింది .

వెనువెంటనే తన స్థావరంలో గల మాయాదర్పణాన్ని తలచుకొని విషయమేమిటని అడుగగా అక్కడనుండే జరిగిన దృష్టాంతమంతయూ సర్పద్రష్టుని కరములో కనిపించునట్లుగా చేసినది ఆ మాయా దర్పణం. అమ్మవారి నయనముల నుండి శక్తి తరంగాలు శిష్యుల మేనులలో ప్రవేశించడం మరియూ భగవత్పాదుల వారి జీర్ణ కాయం ఆయుధంగా మారి వారి హస్తములను అలంకరించడం అటులనే వారందరి హస్తములలో తన మరణము రాసిపెట్టి ఉన్నదన్న భగవత్పాదుల వారి వ్యాఖ్యలు సర్పద్రష్టునితోపాటుగా రక్తాక్షి కూడా తిలకించినది .

అంతయూ తిలకించి ఓహో నన్నెదిరించుటకు గట్టి ప్రయత్నములే చేయుచున్నారన్నమాట, అయిననూ మహాకాళీ అనుగ్రహ ప్రసాదితుడను అయిన నన్నెదిరించి నిలబడుట ఈ పది మంది వల్ల కాదు కదా పది పదులుగా జతకూడి శత సంఖ్యలో వచ్చిననూ అసంభవం అని తనకు ఎదురుగా ఉన్న అభిమన్యుని వైపు చూచి పూర్వ జన్మలో నా చేతిలోనే పరలోకమునకు ప్రయాణమయ్యారు. ఈ జన్మలోనూ నా హస్తములలోనే మృత్యుగీత రాయించుకొని మరీ జన్మించినట్లున్నారు కదరా! ఆ జన్మలో అతివలుగా ఉన్న మీరు ఈ జన్మలో పురుషులుగా జన్మించినా మీ లోపలి నారీ తత్త్వం అటులనే ఉండిపోయినట్లున్నది అందులకే

ఒక్కడిని ఎదిరించుటకు పదిమంది కలసికట్టుగా అది కూడా మరొక ముదుసలి సాయంతో వచ్చినారు అని హేళన చేసాడు సర్పద్రష్టుడు.

ఆ వ్యాఖ్యలకు క్రోధము ముంచుకురాగా స్నేహితులను పట్టుకున్న హస్తములను వదలి ముందడుగు వేయబోయాడు అభిమన్యు భూపతి. అది గ్రహించిన అశ్వత్థవర్మ, చంద్రకేశులు పట్టు సడలించుచున్న అభిమన్యుని హస్తాలను మరింత గట్టిగా పట్టుకొని మిత్రమా మనమందరము కలసికట్టుగా ఉన్న యెడల ఎదిరించుట అసంభవం అని సర్పద్రష్టుడు పన్నిన పన్నాగం ఇది. అందులకే అతను ఎన్ని విధముల ప్రలోభ పెట్టినా బెదిరించినా లేదా భయపెట్టినా వలయాన్ని మాత్రం చెదరనీయకు అని అభిమన్యునకు తెలిపి ఇది ఒక అభిమన్యునికే కాదు అందరికీ వర్తిస్తుంది. దైవ శక్తిని దుష్టుల వశం కానీయకుండా కడదాకా కాచుకొనుట మన కర్తవ్యం అని అందరినీ ఉద్యేశించి పలికారు అశ్వత్థవర్మ , చంద్రకేశులు.

వారి మాటలకు అందరూ అంగీకార సూచనగా శిరములూగించి తమ పక్కన ఉన్న నేస్తాల హస్తములను మరింత గట్టిగా బిగించి పట్టుకున్నారు. మాటలతో మభ్యపెట్టవలెనన్న తన పథకం బెడిసి కొట్టడంతో ఆవేశంతో ఊగిపోతూ అర్భక ప్రాణుల మీద బలప్రయోగం చేసినాడను నింద ఏల మోయవలెనను సదుద్యేశంతో మాటలతో గెలవవలెననుకొంటిని, కానీ కోరి బలప్రయోగం వరకు తెచ్చుకున్నారు అనుభవించండి అంటూ తన పంచ శిరములను గట్టిగా ఊగించినాడు సర్పద్రష్టుడు. వెనువెంటనే కేశముల స్థానము ఆక్రమించుకొని ఉన్న సర్పములు అన్నీ కిందకు పడి ధరణిని తాకినంతనే సర్పాకారం వదలి రాక్షసాకారం దాల్చి పదునయిన గండ్రగొడ్డళ్లను, కరకు కరవాలములను చేత ధరించి దాడిచేయ ఆరంభించారు.

దాడి కి సిద్ధమైన రాక్షసులను చూసి బెదురు లేకున్నా వారిని ఎదురించుట యెట్లు అను సంశయంతో నిలబడిపోయారు అమృతానందులవారి శిష్య బృందం. ప్రతి దాడి చేయవలెనన్న హస్తములను ఉపయోగించవలెను అటుల చేయవలెనన్న వలయము చెదరిపోవును. వలయమును కాపాడుకోవలెనన్న హస్తములను ఉపయోగించరాదు అటులయిన రాక్షసుల దాడిలో అసువులు బాయుట తథ్యం. ప్రాణములు కోల్పోయిన తదుపరి సర్పద్రష్టుని నిలవరించలేరు ఇపుడు ఏమి చేయవలెనని సందేహములో ఉన్న శిష్యుల మీమాంసను గ్రహించిన అమృతానందులవారు నాయనలారా నా తపోఫలంతో మీ అందరి సూక్ష్మ శరీరాలను వేరు చేస్తున్నాను. మీ సూక్ష శరీరాలు వలయాన్ని కావలి కాస్తాయి. మీరు ఆ అసురుల దాడిని ప్రతిఘటించి సర్పద్రష్టుని నిలువరించండి. కానీ మా గురువుగారు అనుగ్రహించిన ఆయుధాన్ని మాత్రం సర్పద్రష్టుని అంతానికి మాత్రమే ఉపయోగించాలి, ఈ అసురుల అంతానికి మీ శక్తియుక్తులు మాత్రమే వినియోగించాలి అని తమ కమండలంను ఒక్కసారి అమ్మవారి పాదములకడ ఉంచి అపరాజితా దేవి ఆశీస్సులను కోరుకొని ఆ కమండలంలోని ఉదకమును శిష్యులందరి శిరములమీద పడునట్లు గా జల్లినారు అమృతానందులవారు.

కమండలంలోని ఉదకం తమ మీద పడినంతనే శిష్యులందరి సూక్ష్మ శరీరములు స్థూల శరీరములనుండి విడివడి అమ్మవారి విగ్రహం చుట్టూ వలయమువలె ఏర్పడినవి. వెంటనే శిష్యులందరూ తమ హస్తములను నేస్తముల హస్తములనుండి వదిలించుకొని తమ కరవాలములను చేతబూని ఒక్కొక్కరుగా అసురులమీద దాడికి ఎగబడినారు.

నారీమణులు సైతం అపర సత్యభామలవలె ఇనుమడించిన ఉత్సాహంతో తమ ప్రతాపం చూపించసాగారు. అక్షితవల్లిది ముందు నుండి యుద్ధవిద్యలలో అందెవేసిన చేయి కావడంతో ఒకేమారు ఇరువురు అసురులతో పోరాడుతూ వారిని ముప్పుతిప్పలు పెట్టసాగినది. మీరు ఎంత యత్నించినా నా అసురగణం ధాటికి తట్టుకొని నిలవలేరు అంతవరకు విశ్రాంతిగా ఆసీనుడనయి వినోదమును వీక్షించెదను అంటూ సభా మంటపంలో తన మాయతో ఒక ఆసనము కల్పించుకొని అందులో ఆసీనుడయినాడు సర్పద్రష్టుడు. రక్తాక్షి మాత్రం తీరని వాంఛలతో ఎగసిపడుతూ ఇపుడు కూడా తమ మార్గమునకు అడ్డు వస్తున్న శిష్యుల మీద అమృతానందులవారి మీద ఎడతెగని క్రోధంతో బుసలు కొడుతూ ఆ వలయాన్ని ఛేదించే దారులకొరకు అన్వేషించసాగింది.

అసురులతో తలపడుతున్న ఉత్తరుని హస్తమునుండి కరవాలము ఎగిరిపడగా అతనితో తలపడుతున్న రాక్షసుడు వక్రంగా నవ్వుతూ ఉత్తరుని శిరసు ఖండించుటకు తన గండ్రగొడ్డలితో ఉత్తరుని మెడ మీద వేటు వేయబోగా వెనకనుండి హంసవల్లి తన కరవాలముతో ఆ రాక్షసుని హస్తమును ఖండించి వేసి ఉత్తరుని రక్షించినది. మరియొకవైపు రాక్షసుల మధ్యలో బొంగరం వలె తిరుగుతూ పోరాడుతున్న అరుణాక్షిని ఎదురుగా ఎదిరించలేక వెనుకనుండి ఆమె పయ్యెదను కప్పి ఉంచిన అంగ వస్త్రమును పట్టుకొని బలంగా లాగాడు ఒక అసురుడు. వాడు లాగిన విసురుకు అంగవస్త్రం స్థానభ్రంశం చెందడంతో ఊహించని ఆ పరిణామానికి కరవాలాన్ని వదలివేసి రెండు హస్తములతో అంగవస్త్రమును తిరిగి సరిచేసుకోసాగింది అరుణాక్షి. అదే అదనుగా ఆమె మీద దాడికి యత్నించిన నలుగురు రాక్షసాధములను ఇరువైపులా నుండి మట్టుపెట్టారు అభిమన్యు భూపతి , అశ్వత్థవర్మలు.

సౌగంధికా హార మహిమ వలన అరిషడ్వర్గములు దూరము కాగా మిత్రులతో కలసి దైవ కార్యములో పాలుపంచుకుంటున్న అక్షితవల్లి కంట పడింది ఆ దృశ్యం. ఒక పక్క తన సోదరుడు మరోపక్క తన వలపును తృణీకరించిన ప్రియుడు ఇరువురూ అరుణాక్షి ని వెన్నంటి కాపాడుట గమనించి మరోసారి భగ్గుమన్నాయి అక్షితవల్లిలోని ఈర్ష్యాసూయలు.

తన అనుజుడు అయిన అభిమన్యుడు కూడా తనకు అండగా నిలవకపోవడం, అటు చూస్తే అశ్వత్థవర్మ మాత్రం తన సహోదరిమీద ఈగ కూడా వాలనీయకుండా అపురూపంగా చూసుకోవడం, అశ్వత్థవర్మ ఒక క్షణికము కూడా తన గురించి, తృణీకరిస్తే తన మనసు పడే వేదన గురించి ఆలోచించకుండా తన ప్రేమను కాదనగా అభిమన్యుడు మాత్రం పరిణయం అవకముందే అర్ధాంగికి రక్షణగా నిలుచు ఉత్తమ పతిదేవునివలె అరుణాక్షిని కంటికి రెప్పవలె

కాచుకొనడం ఇవి అన్నీ అక్షితవల్లి లోని స్త్రీ సహజ అసూయను వందరెట్లు ఎగదోశాయి. అన్యమనస్కంగానే అసురులతో పోరు సల్పుతూ తన క్రోధాన్ని అంతటినీ వారి మీద చూపుతూ వేటుకు ఒకరు చొప్పున తలలు తెగవేస్తోంది అక్షితవల్లి . విశ్రాంతిగా వినోదాన్ని తిలకించవలె అనుకున్న సర్పద్రష్టుని ఆశయాలు అడియాసలు చేస్తూ మొదలు పెట్టిన పది నిముషములలో ముగిసిపోయినది ఆ పోరు. శిష్యుల ధాటికి అసురులందరూ ప్రాణములు కోల్పోయి పుడమిలో కలసిపోయారు.

తన అనుచరుల ఓటమి గాంచి ఆవేశంతో కాలుని పుడమికి తన్ని ధిక్ అంటూ విసురుగా పైకి లేచి తన హస్తాన్ని గాలిలో ఆడించాడు సర్పద్రష్టుడు. వెనువెంటనే ప్రాణములు కోల్పోయిన అసురులందరూ మరల ప్రాణములు పోసుకొని సర్పాకారం దాల్చి తమ యధాస్థానమును అనగా సర్పద్రష్టుని కేశములవలె అతని శిరమును అలంకరించారు. వెంటనే ఇక ఉపేక్షించి లాభము లేదు, సమయము వ్యర్థము చేసుకొనుట మంచిది కాదు, పిచ్చుకలు అని ఉపేక్షించక బ్రహ్మాస్త్రము వేయవలసినదే అని తన వామ హస్తాన్ని గాలిలో ఆడించి భైరవుని, మహాకాళిని ఆవాహన చేసాడు సర్పద్రష్టుడు.

మరోపక్క సమయం కోసం వేచి చూస్తున్న రక్తాక్షి ఎపుడు అయితే మరల అక్షితవల్లి మదిలో అసూయాగ్ని రగిలినదో వెనువెంటనే ఆమె ముఖ కవళికల్లోని మార్పులను బట్టి ఆ విషయాన్ని గ్రహించి దానిని తమకు అనుకూలంగా మార్చుకొనుటకు తన ప్రయత్నాలు మొదలుపెట్టింది.

అపరాజిత – చతుర్త్రిమ్శత్ అంకం

తమను చుట్టుముట్టిన అసురులు అందరూ నేలరాలిపోవడంతో తమ స్వశక్తితో అంతమంది దానవులను అంతమొందించినందుకు సంబరపడిపోతున్న వాళ్ళ వదనాలలో ఆ ఆనందాన్ని నిలవనీయకుండా నిప్పులు కక్కుతూ వారి ఎదుట ప్రత్యక్షమయ్యాడు భైరవుడు. ఏడడుగుల ఎత్తుతో నల్లగా కండలు తిరిగిన నరుని ఆకారంలో మోము మాత్రం భైరవ ఆకృతిలో బయటకు చొచ్చుకొని వచ్చిన దంతములతో రక్తదాహంతో అలమటిస్తూ బయటకు వేలాడుతున్న జిహ్వతో, నిప్పు కణికలు కురిపించుచున్న నయనములతో చూచినంతనే పంచ ప్రాణాలు మేను విడచి పోవునట్లు ఎదుట నిలచిన భైరవుని గాంచి వారి ధైర్యం నీరు కారిపోసాగింది.

కానీ ఎదిరించుట తప్ప మరొక మార్గం లేకపోవుటవలన ఒకరికొకరు ధైర్యం చెప్పుకొనుచూ భైరవుని చుట్టుముట్టారు పదిమందీ కలిసి. రక్తాక్షి మాత్రం అదృశ్య రూపంలో అక్షితవల్లి కదలికలను అనుసరించి కదులుతూ అశ్వత్థవర్మ మీద పగ సాధించాలి అనుకున్నా, అరుణాక్షితో తన సోదరునికి ఉన్న బంధాన్ని తెంచుటకు అయినా అందరిమీద ఆధిపత్యం చెలాయించుటకు అయినా తన గురువుగారికి సహకరించుట ఒక్కటే మార్గమని పరిపరి విధముల అక్షితవల్లి కర్ణములలో ఉపదేశించసాగింది.

సర్పద్రష్టుడు భైరవునితో పాటు మహాకాళిని కూడా స్మరించుట చేత, సర్పద్రష్టుని పూజలతో, యజ్ఞములతో సంతసించి అతని కార్యములలో సహకరించెదనను వాగ్దానము చేసినందువలన ఆ తల్లి తన హస్తమున ధరించిన త్రిశూలమును భైరవునికి అనుగ్రహించి సర్పద్రష్టుని కార్యములో సహకరించి విజయము సిద్దించుకొనిరమ్మని పంపినది. ముందే రక్త పిపాసి అయిన భైరవుడు, కాళికాదేవి అనుగ్రహం కూడా తోడవడంతో మదోన్మత్తుడై విర్రవీగుతూ హాలాహల ధాటికి నేలకొరిగిన శిష్యుల మీదగా నడచుచూ అడ్డు వచ్చిన మిగిలిన శిష్యులను చేతితో విదిలించి వేయుచూ అమ్మవారి విగ్రహం వైపుకు చొచ్చుకుపోసాగాడు.

భైరవుడు విదిలించగనే అల్లంత దూరంలో ఎగిరిపడి సభామంటపం యొక్క కుడ్యములకు గుద్దుకొని పక్కటెముకలు విరిగిపోయినట్లుగా బాధ ఆవరించగా మూలుగుతూ కూలబడిపోయారు శిష్యులు పదిమందీ. అమ్మవారి విగ్రహం సమీపంలోని వెళ్తూ ఏక హస్తముతో సాధించగల ఇంత చిన్న కార్యానికి నన్నేల ఆవాహన చేస్తివి గురువా అనుచున్న భైరవుడు

అకస్మాత్తుగా అడుగు కదలకపోవడంతో ఏమి జరిగినదా అని ముందుకు చూడగా కంటికి కనిపించని శక్తి తరంగాలేవో తన దారికి అడ్డు పడుతున్నాయని గ్రహించాడు.

తననే ఎదిరించు ప్రయత్నములా అని హుంకరించి మరోసారి ముందడుగు వేయబోయిన భైరవునికి మరల అడ్డంకి ఏర్పడినది. ఎంత ప్రయత్నించుచున్ననూ నిలబడిన చోటునుండి అమ్మవారి వైపు అడుగు వేయలేకపోవడం గమనించి కారణమేమై ఉండవచ్చునా అని నిశితముగా పరిశీలించిన భైరవునికి బంగారు వర్ణంలో మెరిసిపోతూ పది రక్ష రేఖలు అమ్మవారి చుట్టూ వలయంలా గీయబడి ఉన్నట్లు గ్రహించి అవి అధిగమించుటకు తన శక్తి సరిపోవుటలేదని గ్రహించి క్షుద్ర శక్తులలో అగ్రగణ్యుడనైన నన్నే ఎదిరించు శక్తిమంతులు ఉన్నారా ఇక్కడ అందులకే సర్పద్రష్టుడు తనను ఆవాహన చేశాడా అనుకుంటూ కిమ్ కర్తవ్యం అని సర్పద్రష్టుని వైపు చూడగా ఆ రక్ష రేఖలు ఇక్కడ ఉన్న ఒక్కొక్కరికి ప్రతిరూపాలు, వారిని నిర్వీర్యం చేస్తే కానీ ఆ వలయాన్ని ఛేదించ జాలము అని కనుసైగలతోనే భైరవునికి తెలియచేసాడు సర్పద్రష్టుడు.

ఈ తుచ్ఛమైన మానవులను వధించుట నాకు చిటికెలో పని అంటూ నలుదిశలా బొమ్మల వలె పడిపోయిన శిష్యులవైపు అడుగువేశాడు భైరవుడు. బాధను పంటి బిగువున భరిస్తూ ఒక్కొక్కరుగా పైకి లేచి తమ కరవాలములు చేత ధరించి మరల దాడికి సన్నద్ధమయ్యారు శిష్యులు పదిమందీ. ముందుగా అక్షితవల్లి వైపుగా సాగిన భైరవుని రక్తాక్షి వారించి ఈమె మన అనూయురాలు, గురువు గారికి ప్రియతమ శిష్యురాలు ఈమె జోలికి రావలదు అని భైరవుని మరియొకరి మీదకు ఉసిగొల్పినది. రక్తాక్షి మాటలు వినిపిస్తున్నవైపుకు కృతజ్ఞతగా చూసిన అక్షితవల్లితో , ఇంకనూ సమయము మించిపోలేదు. మా గురువుగారికి సహకరించు. పరికించితివి కదా భైరవుని ప్రతాపం. మీవారందరినీ మట్టి గరిపించుటకు ఒక ఘడియ సమయము కూడా పట్టదు. జాగుసేయక మాకు సహకరించు అని అక్షితవల్లికి మారు ఆలోచన సేయు అవకాశం ఇవ్వకుండా తమవైపుకు ఆకర్షించ ప్రయత్నించసాగినది.

ముందుకు సాగిన భైరవుడు త్రిశూలమును వామ హస్తమునకు మార్చుకొని కాత్యాయనిని దక్షిణ హస్తమున పట్టి బంధించి ఆమె రుధిరమును గ్రోలుటకు నోటి వద్దకు తెచ్చుకొని ఆమె కంఠమును తన వాడి దంతములతో కొరుకుటకు- ప్రయత్నించుచుడగా , అక్కడికి దగ్గరలో ఉన్న హంసవల్లి పైకి లంఘించి తన కరవాలముతో వేటు వేయ ప్రయత్నించగా అది బయటకు వేలాడుతున్న భైరవుని జిహ్వను ఖండించి వేసినది. రుధిర ధారలు స్రవించుచున్న అర్ద జిహ్వను గాంచి కోపోద్రిక్తుడయిన భైరవుడు వేటు వేసి కిందకు దిగిన హంసవల్లి వైపు చూస్తూ తన వామ హస్తమున ఉన్న త్రిశూలమును కింద తెగి పడిన జిహ్వా భాగము వైపు చూపించగా అది వెంటనే తిరిగి వచ్చి అతుక్కొని అసలు గాయము అయిన ఛాయలు కూడా లేకుండా మాములుగా కనిపించసాగినది. అది చూసి నివ్వెరపోయిన హంసవల్లిని చూచి పరిహసిస్తూ మరల

కాత్యాయనిని నోటి వద్దకు తీసుకొని వస్తుండగా ఈసారి ఒకవైపు నుండి సిద్ధార్థుడు మరొకవైపు నుండి చంద్రకేశుడు భైరవుని పాదములమీద దాడి చేసారు.

కానీ మహాకాళి అమ్మవారి వరప్రసాదమయిన త్రిశూల పరిఛాయలు అతని పాదముల మీద ఉండుటవలన భైరవుని పాదములకు వీసమెత్తు గాయముకూడా అవలేదు. కానీ వారి ప్రయత్నములకు క్రోధము పెచ్చరిల్లగా కాత్యాయనిని బొమ్మవలె ఒకవైపుకు విసరివేసి వారితో తలపడుటకు సిద్దమయ్యాడు భైరవుడు. అంత ఎత్తు నుండి కింద పడటంతో నడుము విరిగిపోయి ఆర్తనాదం చేసింది కాత్యాయని.

హంసవల్లి అరుణాక్షి కలసి ఆమెకు సపర్యలు చేయుచుండగా అక్షితవల్లి మాత్రం ఒక పక్కగా నిలబడి జరుగుతున్నది తిలకిస్తూ తను ఎవరి పక్షం వహించవలెనా అని మీమాంసలో మునిగిపోయింది. మిగిలిన ఆరుగురు కలసికట్టుగా భైరవుని ఎదుర్కొనుటకు ఉపక్రమించారు. ఎంత క్షత్రియులు అయినా గురుకులంలో సాత్విక ఆహారం స్వీకరిస్తూ గురువుగారి కనుసన్నలలో కష్టమెరుగక పెరిగినవారు కావడం వలన బలాఢ్యుడు, మంత్ర తంత్రములలో నేర్పరి అయిన భైరవుని ఎదుర్కొనుట వారికి అసంభవమైన కార్యమువలెనే ఉన్నది . కానీ దైవకార్యం నెరవేర్చవలెనని దుష్ట సంహారంలో పాలుపంచుకొనవలెను అనే కాంక్షతో పట్టుదలగా ప్రయత్నించసాగారు.

భైరవుని చుట్టుముట్టి ఒకేసారి తమ ఖడ్గములతో దాడి చేయ ప్రయత్నించగా పైకి ఎత్తిన ఖడ్గములు భైరవుని శరీరమునకు తాకునంతలో భైరవుడు అదృశ్యమయిపోగా ఒకరి కరవాలము మరొకరి తగిలి వారిలో వారే గాయపర్చుకున్నట్లు గా క్షతగాత్రులయ్యారు. ఎక్కడ భైరవుడు అని వెతకగా కిందనుండి చిన్నగా వినిపిస్తున్న వికటాట్టహాసమునకు తలలు వంచి కిందకు చూడగా ఏడడుగుల భీకర ఆకారాన్ని అంగుళం పరిమాణంలోకి మార్చుకుని పసిపిల్లలు ఆడుకునే బొమ్మవలె ఉన్న భైరవుడు కనిపించాడు. పట్టుకుందామని కిందకు వంగగా వారి పాదముల మధ్యనుండి దూరిపోయి వారి తలలు ఒకరికి ఒకరు కొట్టుకునేటట్లుగా చేసి పరిహసించసాగాడు. వెంటపడి అభిమన్యుడు పిడికిటిలో బంధించగా ఇసుకరేణువులవలె రూపాన్ని మార్చుకొని పిడికిటినుండి జారిపోయి కిందపడగానే అన్ని రేణువులు కలసిపోయి మరల భారీ ఆకారములోనికి మారిపోయాడు.

ఇది అంతయూ వీక్షించుచున్న సర్పద్రష్టుడు భైరవా ఇక నీ కేళీ విలాసం చాలించి సమయము వృధా చేయక సంహారము గావించు అని ఆజ్ఞాపించాడు. చిత్తం అని శిరసు ఆడించి తన పరిమాణాన్ని నిట్టనిలువుగా రెండు తాళ (తాటి చెట్టు)వృక్షముల అంత ఎత్తుగా పెంచుకొని చేతిని ఒకసారి గాలిలో ఆడించగా చుంబకమణి (అయస్కాంతం) చే ఆకర్షించబడిన లోహరజను వలె శిష్యులు అందరూ గాలిలో ఎగురుకుంటూ వచ్చి భైరవుని అరచేతిలో పడిపోయారు.

అరచేతిలో వాలిన శిష్యులను మరియొక హస్తము యొక్క వేళ్ళతో ఒక్కొక్కరిగా పైకి లేపుతూ మరల కింద పడవేస్తూ కొంత తడవు వినోదించి తదుపరి అందరినీ ఒకేసారి నోటిలో వేసుకొని మింగ ప్రయత్నించాడు భైరవుడు. కానీ అశ్వత్థవర్మ తన కరవాలముతో భైరవుని చేతివేళ్ళను ఖండించడంతో ఆ బాధకు ఒక్కసారిగా భైరవుడు చేతిని విదిలించగా అందరూ అంత ఎత్తునుండి కిందకు పడసాగారు. అంతయూ పరికిస్తున్న అమృతానందులవారు అమ్మవారి విగ్రహాన్ని వదిలి కదిలే వీలు లేనందున వాయుదేవుని స్మరించుకోగా ఆయన తన వేగాన్ని తగ్గించుకొని వారిని మెల్లగా కిందకు దింపడంతో క్షతగాత్రులవకుండా క్షేమముగా పుడమిని తాకారు అందరూ . జలపాతమువలె రుధిరమును కిందకు స్రవించుచున్న హస్తముతో భైరవుడు త్రిశూలమును తాకగనే ఖండించబడిన చేతివేళ్ళు మరల యధాస్థానమునకు వచ్చి చేరుటయే గాక రుధిరం స్రవించుట కూడా ఆగిపోయినది.

ఇది గమనించగనే ఆ త్రిశూలమును భైరవుని నుండి వేరుచేస్తే తప్ప అతన్ని సంహరించ వీలు కాదని గ్రహించిన ఉత్తరుడు మిగిలినవారితో ఇదే విషయాన్ని తెలుపగా అశ్వత్థవర్మ , అభిమన్యుడు కలసి భైరవుని రెచ్చగొట్టి దూరంగా తీసుకొనిపోగా సిద్ధార్థుడు త్రిశూలమును అందుకున్నాడు. కానీ అమ్మవారి ఆయుధాన్ని భరించగల శక్తి సిద్ధార్థునికి లేకపోవుటవలన కిందపడిపోబోతున్న అతనికి బాసటగా నిలిచి త్రిశూలాన్ని పట్టి నిలిచాడు చంద్రకేశుడు.

ఇది సర్పద్రష్టుడు గ్రహించేలోగా పరుగున వెళ్లి తమ శక్తిని అంతటినీ వినియోగించి అశ్వత్థవర్మ మీద దాడి చేయుచున్న భైరవుని వెన్నులో త్రిశూలాన్ని దించారు. ఎపుడు అయితే త్రిశూలము భైరవుని అధీనంలో నుండి అమృతానందులవారి శిష్యుల చేతిలోకి వచ్చినదో భైరవుని మీద మహాకాళి అనుగ్రహం నశించిపోయినది. త్రిశూలం వెన్నులో దిగగనే నోటి నుండి రుధిరం వెళ్ళగక్కుతూ కింద పడిపోయాడు భైరవుడు. అప్పటివరకు భైరవునిలో కొలువై ఉన్న క్షుద్రశక్తులు అన్నీ అతని నయనములనుండి బయటకి వచ్చి అమ్మవారి సమీపములో దివ్యశక్తి ధాటికి నశించిపోగా భైరవుని ఆత్మ అపరాజితా దేవి పాదములను చేరుకొని అమ్మ చరణములలోనే లీనమయిపోయింది.

భైరవుని మరణంతో శిష్యులు అందరు సంతసించుచుండగా ఇంత జరుగుతున్ననూ సర్పద్రష్టుడు ఏల అడ్డు పడలేదని సందేహించి చంద్రసేన సర్పద్రష్టుని కొరకు గాలించగా ఈలోపే దారుణము జరిగిపోయినది. భైరవుని అడ్డుకొనే క్రమములో వీరు కార్యమగ్నులై ఉండగా అక్షితవల్లి రక్తాక్షి వాక్కులకు లోబడి సర్పద్రష్టునికి సహకరించుటకు అంగీకరించినది. ఎపుడు అయితే ఆమె మనో నిశ్చయాన్ని మార్చుకుందో అపుడే రక్షణ వలయం బలహీనపడి సర్పద్రష్టుడు అమ్మవారిని చేరుకొనుటకు మార్గమేర్పడినది.

అక్షితవల్లి మరల నమ్మక ద్రోహం చేసినదనే వాస్తవాన్ని అమృతానందులవారు జీర్ణించుకొనేలోగా సర్పద్రష్టుడు వలయాన్ని ఛేదించుకొని అమృతానందులవారిని తన మంత్ర శక్తితో కట్టడి చేసి అపరాజితా అమ్మవారి విగ్రహాన్ని చేజిక్కించుకొని, అక్షితవల్లితో సహా

వాయుమార్గంలో తన నివాసానికి పయనమయ్యాడు. అది గాంచిన చంద్రసేన అందరినీ అప్రమత్తులను చేయగా అందరూ భగవత్పాదులవారు ప్రసాదించిన ఆయుధాలను తీసి ప్రయోగించ యత్నించినారు. కానీ అందులో ఒక ఆయుధం అక్షితవల్లి కడనే ఉండిపోవుటచే వారి ప్రయత్నములు నిర్వీర్యములవ్వగా అసహాయులై పరుగులిడుతూ గర్భగుడిని దాటి బయటకి వచ్చి ఆకాశ మార్గంలో పయనిస్తున్న వారిని కిందనుండి అనుసరిస్తుండగా అది గాంచి పరిహసించసాగింది అక్షితవల్లి.

గురువుగారి ప్రాణత్యాగానికి విలువ లేకుండా వ్యర్థమయిపోయినందులకు చింతిస్తున్న అమృతానందులవారికి మనసులోనుండి గురువు గారి ఆదేశం వినిపించగా దిగ్గున లేచి బయటకు వెళ్లి శిష్యులందరి దగ్గర ఆయుధములతోపాటు తన దగ్గర ఉన్న భగవత్పాదులవారి వెన్నెముకను కూడా కలిపి దానికి మహాకాళీ త్రిశూలాన్ని జోడించి అపరాజితా దేవిని స్మరించుకొని శిష్యులందరితో కలసి సర్పద్రష్టునివైపు సంధించారు అమృతానందులవారు.

భగవత్పాదులవారి ఎముకలతో మహాకాళి త్రిశూలం ఏకమయి గరుడ పక్షి అవతారం దాల్చి సర్పద్రష్టుని మీదకు లంఘించినది. గరుడుని ధాటికి సర్పద్రష్టుడు తలకిందులవుతూ అపరాజితా అమ్మవారి విగ్రహాన్ని వదలివేయగా అమ్మవారి విగ్రహం అమృతానందులవారి దగ్గరలో పడగా , అమ్మవారి ముక్కెర ఒక దిక్కుకు , అమ్మవారి హస్తభూషణమైన మహిమాన్విత ఖడ్గమొకదిక్కుకు అమ్మవారి కంఠాన్ని అలంకరించిన సౌగంధికా హారం మరొక దిక్కుకు పడిపోయాయి. గరుడుడు నోరు తెరచి అగ్ని జ్వాలలు వెదజల్లుతూ ముందుగా రక్తాక్షిని ఆరగించాడు. తదుపరి సర్పద్రష్టుని వైపుకి తిరగగా అక్షితవల్లిని వదలివేసి గరుడునితో తలపడటానికి సిద్ధమయ్యాడు సర్పద్రష్టుడు.

ఐదు శిరస్సులను పడగలుగా మార్చుకొని జాతివైరంతో గరుడ పక్షి మీదకు దాడి చేయగా భగవత్పాదులవారి తపః ఫలం , మహాకాళి ఆయుధం కలగలసి ఏర్పడిన ఆ దివ్య పక్షి తను కూడా పంచ ముఖములతో పంచముఖ గరుడునిగా అవతారము దాల్చి ఒక్కొక్క పడగను ఒక్కొక్క శిరముతో కొరికి వేసినది. ఆ దివ్య పక్షి తాకినంతనే మిగతా శరీరమంతయు దగ్ధమయిపోతుండగా అవే తన చివరి ఘడియలు అని గ్రహించిన సర్పద్రష్టుడు శతాధిక వత్సరాల సాధన ఫలితంగా తనకు అబ్బిన శక్తులను అన్నింటినీ కేంద్రీకరించి వాటిని అక్షితవల్లిలోకి పంపించి తన శిష్యురాలిగా తను అసంపూర్ణంగా వదిలి వెళ్తున్న కోరికను సాధించమని ఆదేశించి తనువు చాలించాడు. సర్పద్రష్టుని మరణంతో అతను సృష్టించిన అసుర శక్తులు కూడా అంతమయిపోయాయి. కేవలం అతను సాధించుకున్న శక్తులు మాత్రం అక్షితవల్లిలో నిక్షిప్తమయ్యాయి.

సర్పద్రష్టుని అంతం అవగానే అమ్మవారి విగ్రహం పుడమిపై పడిపోయినందులకు కలత చెందుతూ కిందపడిన అమ్మవారి విగ్రహాన్ని సమీపించి పైకి లేపుటకు ప్రయత్నిస్తున్న అమృతానందులవారితో నాయనా అమృతానందా నన్ను ఇక్కడనే ప్రతిష్ఠించు. నా నుండి

విడివడిన సౌగంధికా హారాన్ని అటులనే ముక్కెరను, మహిమాన్విత ఖడ్గాన్ని వెలికి తీసుకువచ్చినరోజునే ఈ గర్భగుడిలో మరల నా విగ్రహ ప్రతిష్ట జరుగవలెను. అప్పటివరకు ఈ గర్భాలయం ఇటులనే శూన్యంగా ఉండిపోతుంది అని ఆదేశించింది.

తదుపరి అక్షితవల్లి వైపు తిరిగి ఇన్నిరోజులు భూగర్భంలో అజ్ఞాతవాసం లో ఉన్న నన్ను మరల గర్భాలయంలో పూజలందుకొనకుండా చేసావు. సౌగంధికా హారం లేకుండా నా శక్తులు పరిపూర్ణం కాలేవు. అటులనే ఒక కన్నతల్లికి కడుపు కోతను మిగిల్చావు నిన్ను కన్నందుకు నీ వంశానికి శాపం తప్పదు అని శపించబోతుండగా అభిమన్యు భూపతి ముందుకు వచ్చి అమ్మా క్షమించు మా సహోదరి చేసిన పాపానికి వంశం మొత్తాన్ని శపించుట తగునా తల్లి అని వేడుకోగా తప్పదు నాయనా తెలిసి చేసినా తెలియక చేసినా పాప ఫలితం అనుభవించక తప్పదు .

అటులనే దైవానికి అండగా నిలిచినవారికి ఆ దైవాశీస్సులు ఎప్పటికీ ఉంటాయి. అక్షితవల్లి ఒక తల్లికి బిడ్డను దూరం చేసిన ఫలితంగా ఇక నుండి మీ వంశంలో పుట్టే ప్రతి ఆడబిడ్డను జన్మించిన వెంటనే కోయగూడెం లో ని దొర కి అప్పగించాలి . ఆమె అక్కడనే వారి బిడ్డవలెనే పెరిగి పెద్ద అవుతుంది. కాదని మీ దగ్గరే ఉంచుకుంటే జన్మించిన పదనొకండు దినములలో ఆమె మరణము తథ్యము. ఇక నీవు చేసిన మంచికి ఫలితంగా మీ వంశం ఎప్పటికీ నశించిపోకుండా వరం అనుగ్రహిస్తున్నాను. అనగా ప్రతి తరంలో ఒక మగ బిడ్డ తప్పక పుడతాడు కానీ ఆడబిడ్డను పెంచి పోషించి ఆలనా పాలనా చూసుకునే అదృష్టం మాత్రం మీకు లేదు.

ఎంతకాలం మా వంశం ఈ శాప భారాన్ని, పుత్రికా శోకాన్ని అనుభవించాలి తల్లీ అని అభిమన్యుడు అశ్రునయనాలతో వేడుకొనగా మీ వంశంలో జన్మించే కన్యకామణి మరల సౌగంధికా హారాన్ని, ముక్కెరను, ఖడ్గాన్ని సాధించి ఈ ఆలయంలో ప్రతిష్టించేవరకు ఈ శాప భారాన్ని మోయాల్సిందే అది ఎన్ని యుగాలు అయినా సరే అని బదులిచ్చినది అపరాజితా దేవి.

తదుపరి అక్షితవల్లిని ఉద్యేశించి నీ వంశంలోనే జన్మించే కన్యామణి వలనే నీ అంతం అని విధాత లిఖితం. ఎప్పుడైతే నీ వంశంలో జన్మించిన కన్య ఈ గర్భాలయములో నా విగ్రహ ప్రతిష్టాపనకు పూనుకుంటుందో అవే నీకు అంతిమ ఘడియలు. నీ మరణంతో ఈ భూమండలం ప్రక్షాళనం అయిన తదుపరి మాత్రమే నా విగ్రహ ప్రతిష్టాపన సంభవం. మా సమక్షంలో ఉండే అర్హత కూడా నీకు లేదు అని అక్షితవల్లిని తన కిరణాలతో ఆలయ ప్రాంగణం ఆవలికి నెట్టివేసినది. నేను మరణించుట కాదు మా గురువుగారు నాకు అప్పగించిన బాధ్యత నిర్వర్తించి లోకాన్నే ఏలుతాను అనుకుంటూ అచ్చటనుండి నిష్క్రమించింది అక్షితవల్లి.

నిస్వార్థంతో మాకు సేవ చేసిన కోయ దంపతులకు గర్భశోకాన్ని మిగల్చలేను అంటూ ప్రాణాలు కోల్పోయిన వెన్నెలను బ్రతికించి ఆమెను కోయగూడెం లో అప్పగించమని చంద్రకేశుని ఆదేశించింది. హాలాహలం ధాటికి స్పృహకోల్పోయిన శిష్యులు అందరికీ తెలివి తెప్పించి దైవకార్యానికి సహకారాన్నందించ యత్నించిన వారందరికీ శుభం కలగాలని దీవించి అక్కడే శిలలా మారిపోయింది అపరాజితా దేవి. గురువుగారికి ఇచ్చిన మాట పూర్తిగా

నిర్వహించలేకపోయినందులకు బాధతో అమృతానందులవారు ఆశ్రమ బాధ్యతలు అనంతునికి అప్పగించి ఆయన మాత్రం అక్కడే అమ్మవారి సేవ చేసుకుంటూ కొంత కాలానికి అక్కడే జీవసమాధి నొందారు.

అరుణాక్షి, అభిమన్యు భూపతిని పరిణయమాడి మాతృమూర్తిగా పుత్రికా వియోగాన్ని తొలిగా అనుభవించింది. సోదరి చేసిన తప్పులకు శిక్షను అనుభవిస్తూ కుమిలిపోయాడు అభిమన్యు భూపతి. తను అక్షితవల్లి ప్రేమను తిరస్కరించుట చేతనే ఇన్ని విపరిణామాలు జరిగినవనే మానసిక క్షోభతో బ్రహ్మచారిగానే ఉండిపోయాడు అశ్వత్థవర్మ. చంద్రకేశుడు చంద్రసేనను , ఉత్తరుడు హంసవల్లిని వివాహమాడగా మిగిలినవారు కూడా తమ మనసుకు నచ్చినవారితో వివాహములు చేసుకొని సుఖంగా జీవనం సాగించారు.

ఆనాటి నుండి ఈ నాటి వరకు పుట్టిన ప్రతి ఆడబిడ్డను కోయదొరలకు అప్పగిస్తూ వస్తున్నారు మా వంశీకులు అందరు. కానీ ఈ విషయాన్ని మాత్రం ఎవరికీ తెలియకుండా గోప్యంగా కాపాడుతూ వస్తున్నారు. కోయదొరకి అమృతానందులవారు ఆదేశించిన ప్రకారం అక్కడ పెరిగిన రాచకన్యలు అందరూ అమ్మవారి విగ్రహ ప్రతిష్ట కొరకు అమ్మవారి ఆభరణములను సాధించే యత్నములు కొనసాగిస్తూనే ఉన్నారు. కానీ ఏ ఒక్కరు సఫలం కాలేదు అంటూ అంజనాదేవికి గతాన్ని తెలియచేసాడు అమృతభూపతి.

అపరాజిత – పంచత్రిమ్శత్ అంకం

గతాన్ని పూర్తి చేసి అంజనాదేవి వైపు దృష్టి సారించిన అమృత భూపతి కి, అతను చెప్పిన గతాన్ని జీర్ణించుకోలేనట్లు నివ్వెరపోతూ అంటే ఇపుడు మనకు పుట్టే సంతానం ఆడబిడ్డ అయితే అని ఆ ఊహే భరించలేక కనులు మూసుకుంటున్న అంజనాదేవి కనిపించడంతో నిట్టూరుస్తూ దరి చేరి ఆమెను దగ్గరకి తీసుకున్నాడు. దేవీ మీరు ఇటుల కలత చెందుదురనే నేను ఈ రహస్యాన్ని మీకు తెలుపుటకు ఇచ్ఛగించలేదు. మనకు జన్మించే ప్రథమ సంతానం మగబిడ్డ అయితే వంశాన్ని నిలిపే వారసుడు అవుతాడు ఆడబిడ్డ అయితే మన వంశానికి ఉన్న శాపాన్ని రూపుమాపుటకు ప్రయత్నించే సమిధగా మారుతుంది.

నవమాసాలు మోసి కన్న బిడ్డను పొత్తిళ్లలోనే దూరం చేసుకొనుట ఎంత వ్యధాభరితమో నేనూహించగలను. కానీ పూర్వీకుల తప్పిదాల ఫలితం అనుభవించక తప్పదు. కానీ ఒకటి మాత్రం నిక్కముగా చెప్పగలను, మరల మీ గర్భమున వంశోద్ధారకుడు తప్పక జన్మిస్తాడు. అమ్మవారి మాట పొల్లుపోదు. గర్భమున పడిన బిడ్డను పుడమి మీదకు తెచ్చువరకు తగిన జాగ్రత్తలు తీసుకొనుట తల్లిగా మీ కర్తవ్యం. సమయానికి ఆహారపానీయాలు, ఔషధాలు సేవిస్తూ విశ్రాంతి తీసుకుంటూ మీ కర్తవ్యాన్ని తప్పక నిర్వర్తిస్తారని నమ్ముతున్నాను.

మన కర్మ మనం నిర్వర్తిస్తే ఫలితం ఈశ్వరేచ్ఛ. ఇప్పటికే తొలిఝాము గడచి మలిఝాము సమీపిస్తోంది, ఇక మీరు విశ్రమించండి అని పలుకుతూ అక్కడనుండి నిష్క్రమించ ప్రయత్నించిన అమృతభూపతిని పట్టుకొని ఆపుతూ ప్రభూ ఒక తల్లిగా నా కర్తవ్యాన్ని నెరవేరుస్తాను అటులనే మీ ధర్మపత్నిగా ఈ వంశగౌరవం కించిత్తు కూడా తగ్గకుండా కాపాడుకుంటాను. కానీ నాకు ఇంకనూ కొన్ని సందేహములున్నవి అవి తీర్చగలరా అని అడిగింది అంజనాదేవి.

చెప్పండి దేవీ నాకు తెలిసినంతవరకూ మీ సందేహ నివృత్తి చేస్తాను అని అభయమిచ్చాడు అమృతభూపతి. మన పూర్వికులు అమ్మవారి శాపాన్ని పొందిన సమయంలో వారితో పాటు వారి సహాధ్యాయిలు అందరూ అచటనే ఉన్నారు కదా, మరి వారందరికీ కూడా ఈ శాపవృత్తాంతం విదితమే కదా ! మరి మీరు మాత్రం ఇది మన వంశ రహస్యం అనుచున్నారు అది ఎటుల ? మిగిలినవారు మాత్రం వారి వారసులకు ఇది తెలుపక ఉందురా? అని సందేహాన్ని వ్యక్తం చేసింది అంజనాదేవి .

అవును అపుడు అక్కడ ఉన్నవారందరికీ ఈ శాప వృత్తాంతం విదితమే. కానీ అమృతానందులవారు ముందు చూపుతో అక్కడ జరిగిన విషయాన్ని ఎవరితోనూ చెప్పరాదని వారందరి దగ్గర వాగ్దానం తీసుకున్నారు. ఇచ్చిన వాక్కుకు కట్టుబడి వారెవరూ ఆ రహస్యాన్ని బయటకి వెల్లడించలేదు. కాబట్టి అది మన వంశ రహస్యంగానే మిగిలిపోయినది. మన వంశంలో కూడా పట్టాభిషేక సమయములో మాత్రమే తదుపరి మహారాజుకి ఈ విషయాన్ని వారసత్వ బాధ్యతగా తెలియచేస్తున్నారు. వారి పట్టమహిషికి బిడ్డను ప్రసవించిన తదుపరి మాత్రమే అమ్మవారి సందర్శనకు తరలి వెళ్ళు సమయంలో తెలియ చేస్తున్నారు అని విశదపరిచాడు.

కానీ ఎందుకు అమృతానందులవారు ఈ విషయాన్ని గోప్యంగా ఉంచాలనుకున్నారో తెలుసుకోవచ్చునా అని ప్రశ్నించగా భవిష్యత్తులో మరల సర్పద్రష్టుని వంటి దుర్మార్గులు ఉద్భవించినా వారికి ఈ విషయం తెలియరాదని ఆయన ఉద్దేశ్యం అయిఉండవచ్చు . అటువంటి దుష్టులకు ఈ విషయం తెలిసిన యెడల మన వంశంలో పుట్టిన ఆడబిడ్డలను మరల వారి దుష్టకార్యములకు వినియోగించుకొనెదరేమో అనే సంశయంతో ఆ మహానుభావుడు ఇటుల చేసి ఉండవచ్చునని మా నమ్మకం.

అటులయిన మరి మన వంశంలో పుట్టిన ఆడబిడ్డలను కోయ గూడెంలో దొరకు అప్పగించునపుడైనా ఇతరులకు తెలియు అవకాశమున్నది కదా ! అమ్మవారి ఖడ్గమును, మహిమాన్విత హారమును, ముక్కెరను సాధించవలెనని వారికి తెలియచేయవలెనంటే కోయదొరకు అయినా ఈ విషయం తెలిసి ఉండాలి కదా అని మరల సందేహాన్ని వ్యక్తపరిచినది అంజనా దేవి.

అపరాజితా దేవి ఆలయమునకు వెళ్ళు సమయములో మన వెంట ఎవరూ తోడు రారు, అంగరక్షకులు కూడా మన వెంట వచ్చుటకు అనుమతి లేదు. ఆలయం వద్ద అమ్మవారి ఆశీర్వచనం అందుకున్న పిదప, అక్కడే వేచి యున్న కోయదొరకు బిడ్డను అప్పగించి రిక్తహస్తాలతో అంతఃపురానికి తిరిగి వచ్చి తదుపరి అరణ్యములో బిడ్డ మరణించిందనో క్రూరమృగముల దాడికి గురి అయినదనో సాకులు చెప్పి అందరినీ నమ్మించుటతో ఆ కార్యక్రమం పూర్తి అవుతుందట.

అమ్మవారి ఆశీర్వచన మహిమ వలన ఇంతవరకూ మన ప్రజలకు కానీ దాయాదులకు కానీ శత్రు రాజ్యాల మహారాజులకు కానీ ఈ విషయం మీద ఎటువంటి శంక కలుగలేదట. అందరూ మన వంశంలో పుట్టిన ఆడపిల్లలు అల్పాయుష్కులని నమ్ముతున్నారు. మరియొక వింత గొలుపు విషయమేమిటంటే ఆడబిడ్డ పుట్టిన విషయం కానీ నిర్ణీత దినమున ఆలయానికి అరుదెంచుతున్నామని కానీ కోయదొరకు మనవైపు నుండి ఎటువంటి వర్తమానం వెళ్ళదు, కానీ ఆ సమయానికి అతను అక్కడ ఎదురు చూస్తూ ఉంటాడు.

ఇది ఎటుల సంభవమని మా పితామహులు కోయదొరను ప్రశ్నించగా అమ్మవారు కలలో కనపడి తనకు ఆలయానికి వెళ్ళమని సూచించుటచే తను అచటకు వచ్చినట్లు, అమ్మవారి ఆదేశాలను అనుసరించమని తమ పూర్వీకులు చెప్పి ఉండుటచే దానినే తాను పాటిస్తున్నట్లు అతను సమాధానమిచ్చాడట అని పట్టాభిషేక సమయంలో తన తండ్రిగారు తనకు చెప్పిన విషయములన్నీ తన సహధర్మచారిణితో తెలియచేసాడు అమృత భూపతి.

మరి ఆ కోయదొరకు అయినా ఇది అంతయూ తెలిసి ఉండాలి కదా లేని యెడల అతనెటుల రాకుమారికి తను సాధించవలసిన దైవ కార్యం గురించి నిర్దేశించగలడు అని మరియొక సందేహాన్ని సంధించింది అంజనాదేవి. వారికి ఎంత వరకు తెలియాలో అంతవరకు మాత్రమే తెలుసు. తమ బిడ్డను మరల తమకు అప్పగించినందుకు కృతజ్ఞతా భావంతో మారు ప్రశ్నలు వేయక అమృతానందులవారు అప్పగించిన కార్యాన్ని నెరవేర్చుటకు అంగీకరించాడు సింగన్నదొర.

మన వంశంలో ఎటుల గోప్యతను పాటించుచున్నామో అటులనే వారు కూడా తదుపరి వారసుడికి మాత్రమే ఈ రహస్యాన్ని తెలియపరుస్తున్నారు. కనీసం అతని అర్ధాంగికి కూడా ఈ విషయమును గురించి తెలుపకుండా కేవలం ఈ బిడ్డ అమ్మవారి వరప్రసాదమని కన్న బిడ్డవలె సాకవలెనని మాత్రమే తెలియచేస్తారు. ఇక ఇందులో మాకు తెలిసినది ఇంతవరకు మాత్రమే. ఇకపై ఏమైన సందేహములున్న మీతో పాటు మేము కూడా ఆ అమ్మవారినే ప్రార్ధించాలి అని తెలిపి అపుడే మూడవ ఝాము కూడా గడిచిపోయినదని ఇకనైనా విశ్రాంతి తీసుకొమ్మని అంజనాదేవిని అభ్యర్ధించాడు అమృత భూపతి.

ఇన్ని వత్సరములు వేచి చూసి తీరా నోచిన నోములన్నీ పండేవేళకు బిడ్డను దూరం చేసుకోవలెనను కఠోర వాస్తవం తెలిసిన పిదప ఇక ఎలా విశ్రాంతి తీసుకోవాలి ప్రభూ ? కానీ మీకు వాగ్దానం చేసితిని కాబట్టి తప్పక నెరవేర్చెదను. కానీ మనసంతా అశాంతిగా ఉన్నది ప్రభూ మీ అంకసీమ యందు పవళించవచ్చునా అని బెంగతో అభ్యర్ధించింది అంజనాదేవి. అటులనే దేవీ మీరు విశ్రమించుటయే నాకు కావలసినది. అయిననూ జన్మించు బిడ్డ వంశోద్ధారకుడో లేదా శాపమును రూపు మాపు కులదీపకురాలో నిర్ణయించవలసినది ఆ జగజ్జనని అపరాజితా దేవి మాత్రమే . ఏమీ తెలియక ముందే ఇటుల వ్యధ చెందుట మంచిది కాదు అని ఓదార్చి అంజనాదేవి యొక్క శిరమును తన అంకసీమ యందు ఉంచుకొని ఆమెని నిద్రపుచ్చుతూ తను కూడా నిద్రాదేవి ఒడిలోకి జారుకున్నాడు అమృత భూపతి.

ఆదమరచి నిద్రిస్తున్న ఆ దంపతులను ఇబ్బంది పెట్టకూడదు అన్నట్లుగా సోముడు కూడా మబ్బుల చాటుకు జారుకున్నాడు. మానసికంగా కృంగిపోయిన ఆ జంటకు నిద్రాభంగం కాకుండా వాయుదేవుడు మెల్లగా సడి చేయకుండా వీయసాగాడు. సూర్యోదయానికి ముందే అమ్మవారి పూజ చేసి నైవేద్యం సమర్పించి హారతి నొసగే ఆ దంపతులు ఏ సడి లేకుండా

ఆదమరచి నిద్రిస్తుంటే తలుపు తట్టి నిద్రలేపే ధైర్యం చేయక పరిచారికలు మౌనంగా వారి దైనందిన కార్యక్రమములు నిర్వర్తించుకోసాగారు.

అరుణుని తొలి కిరణం గవాక్షం నుండి తన మీదకు ప్రసరించడంతో మెలకువ వచ్చిన అమృత భూపతి ఆదమరచి పసిపాపలా నిద్రిస్తున్న అంజనాదేవిని గాంచి ఆమెకు నిద్రాభంగం అవకుండా మెల్లగా ఆమె శిరమును తలగడ మీద ఉంచి అడుగుల సడి కూడా వినిపించనంత నిదానంగా బయటకి నడిచి ప్రధాన పరిచారిక అమలని పిలిచి మహారాణిగారు తనంత తాను మేల్కొనేవరకు నిద్రాభంగం కలిగించరాదని ఆజ్ఞాపించి అమ్మవారి పూజకు ఇప్పటికే ఆలస్యమయినదని కోనేటివైపు అడుగులు వేసాడు.

ఆనాటి నుండి ప్రతి క్షణం అంజనాదేవిని కంటికి రెప్పలా కాచుకోసాగాడు అమృతభూపతి. రాజ్య రక్షణ భారాన్ని అమాత్యుడు అనంత వర్మ మీద వదిలి మరీ జటిలమయిన సమస్య అయితే తప్ప రాజ దర్బారుకు కూడా వెళ్లడం మానివేసి మహారాణి చెంతనే ఉంటూ వేరు ఆలోచనలు ఆమె మదిని ఆక్రమించకుండా కాచుకోసాగాడు అమృతభూపతి.

అనంత వర్మ కూడా రాజుగారి పరిస్థితిని అర్ధం చేసుకొని పరిపాలనా భారాన్ని తన భుజస్కంధాల మీద వేసుకున్నాడు. మహారాజు దర్బారుకు రావడం లేదనే విషయం బయటకి పొక్కితే దాయాదులతో, శత్రురాజులతో ఇబ్బంది అని తలచి అపుడపుడు బలవంతంగా రాజుగారిని సభకు రప్పిస్తూ తన మీద రాజుగారు ఉంచిన నమ్మకాన్ని నిలబెట్టుకోసాగాడు. అదే సమయంలో తన అర్ధాంగి కూడా గర్భాన్ని దాల్చినా రాజ వంశ శ్రేయస్సే తనకు ముఖ్యమని తలచి ఆమెను పుట్టినింటికి పంపించివేసి తను మాత్రం అమృతభూపతికి చేదోడుగా అక్కడే ఉండిపోయాడు అనంతవర్మ.

వారి ఎదురుచూపులకు తెరదించుతూ నవమాసాలు నిండి ప్రసవ ఘడియలు దగ్గర పడసాగాయి. ఏ నిముషంలో ప్రసవం అవుతుందో అని రాజవైద్యుడు తన భార్యతో సహా అంతఃపురంలోనే ఉండసాగాడు . ఒక పౌర్ణమి రోజు నిండు చంద్రుడు మింటిలో కొలువుండగా అంజనాదేవికి పురిటి నొప్పులు మొదలయ్యాయి. ఎన్నో పురుళ్ళు పోసిన అనుభవం ఉన్న రాజవైద్యుని భార్య మహారాణి గదిలోకి వెళ్లగా ఔషదాల మందసంతో గది ద్వారం బయట నుంచొని ఉన్నాడు రాజవైద్యుడు. అమృతభూపతి క్షణక్షణానికి అధికమవుతున్న ఆత్రుత ఆందోళనలతో సతమతమవుతూ మహారాణి గది బయట పచార్లు చేస్తుండగా అనంతవర్మ మహారాజు గారికి శాంతవచనాలు తెలుపుతూ ఆందోళన తగ్గించే ప్రయత్నం చేయసాగాడు .

వారి ఆందోళనలకు ఆత్రుతలకు తెరదించుతూ మహారాణి వారి ఆక్రందనలు ఆగిపోయి, ఆ నిశ్శబ్దంలో క్యార్ అంటూ ఒక చిరు గొంతుక ధ్వనించింది.

మరి అంగవంశాన్ని నిలిపే వారసుడు ఉద్భవించాడో , శాపవిమోచనం కలిగించి వంశాన్ని ఉద్ధరించే వారసురాలు జన్మించిందో తెలియాలంటే ఆ గదిలోనుండి ఎవరో ఒకరు బయటకు వచ్చేవరకు వేచి చూడాల్సిందే మరి ....

అపరాజిత – షట్ త్రిమ్శత్ అంకం

ఆందోళన, ఆత్రుతలతో సతమతమవుతున్న వారికి ఉపశమనం కలిగించేలా ఆ రాజాంతఃపురంలోని విషాదాన్ని పారద్రోలుతున్నట్లుగా క్యార్ మంటూ పసి బిడ్డ ఏడుపు వినిపించింది. ఆ వెంటనే ఎక్కడినుండో వాయుదేవుడు కస్తూరీ పరిమళాన్ని మోసుకొస్తూ ఆ పరిసరాలంతటినీ సువాసనాభరితం గావించాడు. దేవాలయంలో గంటలు ఎవరో మోగించినట్లుగా గణగణమని మోగసాగాయి. జన్మించిన పసికందుకు స్వాగతం పలుకుతున్నట్లుగా వరుణదేవుడు చిరుజల్లులు కురిపించసాగాడు. అంతఃపుర ఉద్యానవనంలో వృక్షాలు అన్నీ తమ విరులను వాయుదేవుడి సాయంతో గవాక్షం గుండా ఆ గదిలోకి పంపించసాగాయి. అంతఃపురంలో దీపాలన్నీ దేదీప్యమానముగా వెలుగులు విరజిమ్మసాగాయి.

ఈ శుభశకునాలన్నీ గాంచిన అమాత్యుడు అనంతవర్మ, మహారాజు వైపు తిరిగి ప్రభూ జన్మించినది ఆడబిడ్డ అయినా మగబిడ్డ అయినా వారి మీద దైవానుగ్రహం అపరిమితంగా ఉంటుందని ఈ శకునాలే తెలియచేస్తున్నాయి . నేను వెళ్లి బిడ్డ జాతకచక్రం రచించడానికి, జనన గడియలు లెక్కించుటకు రాజపురోహితులను తోడ్కొని వస్తాను అని చెప్పి వడివడిగా బయటకు వెళ్ళాడు అనంతవర్మ.

ఇక అమృతభూపతి ఎంత త్వరగా తన బిడ్డను చూస్తానా అని గుమ్మం వైపు ఆతృతగా యెదురుచూడసాగాడు. బిడ్డ ఏడుపు ఎడతెగకుండా వినిపిస్తుండటంతో, ఏడ్చి ఏడ్చి బిడ్డ గొంతుక జీరపోయేలా ఉన్నది, ఇంకనూ మేము ఎంత తడవు ఇటుల వేచిచూడాలి వైద్యవర్యా? అని రాజవైద్యుని ప్రశ్నించగా ప్రభూ బిడ్డకు స్నానం చేయించిన పిదప మాత్రమే బయటకు తీసుకొని వస్తారు. వారి నాజూకు శరీరం కందకుండా ఉండేలా స్నానం చేయించుటకు సమయం పడుతుంది కదా ! ఇన్ని దినములు వేచియున్నారు కదా ప్రభువు మరి కొన్ని నిముషములు వేచియుండండి అని విన్నవించుకున్నాడు రాజవైద్యుడు .

ఇన్ని దినములు అనుభవించిన ఆత్రుతకన్నా ఇపుడు బిడ్డ జన్మించింది అని తెలిసి కూడా చూడకుండా ఉండటం ఎక్కువ ఆతృతను కలిగిస్తుంది వైద్య వర్యా. మా మనోభావాలు మీకు అర్థమగుట కష్టతరం అని పలికి మరల అసహనంగా పచార్లు చేయసాగారు మహారాజు అమృతభూపతి. వారి నిరీక్షణకు తెరదించుతూ ప్రధాన ద్వారం నుండి రాజపురోహితులతో కలిసి

అనంతవర్మ ఇటు రాణిగారి ఏకాంత మందిర ద్వారం నుండి రాజవైద్యుని ధర్మపత్ని ఒకే పర్యాయం మహారాజు దగ్గరకు వేంచేశారు.

అమృతభూపతి, అనంతవర్మ తో సహా అందరూ ఆత్రుతతో రాజవైద్యుని ధర్మ పత్ని చేతులలో ఉన్న శిశువు వైపు దృష్టి సారించగా ఆమె నవ్వుతూ వారసుడు ప్రభూ అంటూ మహారాజు హస్తములలో బిడ్డను ఉంచింది. రాజపురోహితులవారు ఆశ్చర్యానందాలు వెళ్లబోస్తూ మహారాజా అంగరాజ్య వారసుడు అరుదెంచాడు కానీ ఈ విషయం మాకు కూడా తెలియకుండా రహస్యంగా ఉంచవలసిన అవసరమేమొచ్చినది అని ప్రశ్నించగా మహారాజు బదులుగా అమాత్యుడు అనంతవర్మ బదులివ్వబోయాడు . కానీ అతని నుండి పలుకు వెలువడకముందే ప్రధాన చెలికత్తె అమల మరొక బిడ్డతో బయటకు అడుగు పెట్టడంతో అందరి ఆశ్చర్యం రెట్టింపుకాగా రాజవైద్యుని ధర్మపత్ని నవ్వుతూ మహారాణి అంజనాదేవికి కవలలు జన్మించారు ప్రభూ ఒక ఆడబిడ్డ, ఒక మగ బిడ్డ. ఆడబిడ్డ ఒక నిముషము ముందు జన్మించినది ప్రభూ అని విన్నవించుకుంది.

అమల హస్తములలో ఉన్న బిడ్డ చిరునవ్వులు చిందించుచూ సూర్యకాంతులతో సమానమయిన వెలుగులు విరజిమ్ముతున్న వదనంతో అక్కడ ఉన్న అందరి దృష్టిని తనవైపుకు ఆకర్షించుకున్నది. రాజపురోహితులవారు ఆ బిడ్డ మోమును చూడగనే అంతవరకు తన మదిలో ఉన్న శంకలను మరచిపోయి పదము ముందుకు మోపి ఆ బిడ్డకు అంజలి ఘటించాడు.

పురోహితులవారు తనకు అంజలి ఘటించగనే చిరునవ్వు నవ్వుతూ ఆ ప్రణామాన్ని స్వీకరిస్తున్నట్లుగా శిరమూగించినది ఆ బిడ్డ. తల్లీ ఇన్నాళ్లకు ఈ దీనుని మీద దయగలిగినదా నీకు? ఇన్నినాళ్ళ నా పూజలు ఈనాటికి ఫలించి నాకు దర్శన భాగ్యము కలిగించితివా! నీ వదనాన్ని దర్శించినంతనే నాలో సంసారిక బంధనాలన్నీ పటాపంచలు అయిపోయాయి . నీ జాతక చక్రం రాయు అదృష్టం నన్ను వరించటం మా పూర్వీకుల పుణ్యఫలమే తప్ప వేరొకటి కానేరదు. ఈ పుణ్య కార్యాన్ని నిర్వహించి వానప్రస్థాశ్రమాన్ని స్వీకరిస్తాను అంటూ కన్నుల వెంట ఆనందభాష్పాలు రాలుతుండగా తన ఆనందాన్ని వ్యక్తం చేసారు రాజపురోహితులవారు.

బిడ్డ మోములో వెదజల్లుతున్న కాంతులను చూచే ఆశ్చర్య చకితులవుతున్న మహారాజు తదితరులు రాజపురోహితులవారి వాక్కులను వారి చేష్టలను గాంచి మరింత విస్మయమొందుచూ వారివైపు తిరిగి బ్రాహ్మణోత్తమా మీరేల ఇంత ఉద్వేగమునకు గురి అవుతున్నారు? అటులనే ఈ బిడ్డకు జాతక చక్రము వ్రాయగోరుతున్నారు కానీ మా వంశంలో పుట్టిన ఆడపిల్లలకు జాతక చక్రము రచించుట రివాజు కాదు కదా? ఆ సంగతి మీ పూర్వీకుల నుండి మీకు విదితమే కదా మరి ఏల సాంప్రదాయ విరుద్ధంగా మాట్లాడుచున్నారు అని ప్రశ్నించాడు మహారాజు అమృత భూపతి .

మీరు వెల్లడించినదంతయూ సత్యమే ప్రభూ? తమరి వంశంలో ఆడపిల్లలు అల్పాయుష్కులని వారికి జన్మ నక్షత్రములు, గ్రహములను అనుసరించి జాతకము

రచించనవసరము లేదని మా పూర్వికులు తెలియచేసారు? మీకన్నా ముందు జన్మించిన మీ సోదరీమణికి కూడా మేము జాతకము రచించలేదు. మా పూర్వీకులు తెలియచేసిన విధంగానే జన్మించిన దశదినములలోపే ఆమె అకాల మృత్యువును చవిచూశారు. కానీ ఇపుడు ఈ బిడ్డ సాధారణ జాతకురాలు కాదు ఆమె వదనంలో అమ్మవారి అంశ స్పృష్టముగా కానవచ్చుచున్నది. కావున మా నోటినుండి అటువంటి వాక్కులు వెలువడినవి .

ఈమె జననం వలన మీ వంశ కీర్తి దశదిశలా వ్యాపిస్తుంది అందుకే ఆ అమ్మవారి అంశలో జన్మించిన ఈ బిడ్డ జాతక చక్రం రాసే అదృష్టాన్ని నేను దక్కించుకోవాలనుకుంటున్నాను. నేను ఇపుడే అమ్మవారికి పూజాదికాలు, అనుష్ఠానములు నిర్వహించి జాతక చక్రము రచించుటకు శుభ దినమును నిశ్చయించెదను. అపరాజితా దేవి ఆలయమునకు వెడలుటకు ముందే ఈ కార్యక్రమం నిర్వర్తించెదను. తదుపరి ఈ వారసత్వాన్ని నా కుమారునకు అప్పగించి నేను వానప్రస్థాశ్రమమును స్వీకరించెదను అని తెలిపి రాజపురోహితులవారు బిడ్డల జనన కాలమును మరియొకపరి రాజవైద్యుని ధర్మ పత్ని నుండి తెలుసుకొని అచట నుండి నిష్క్రమించారు.

పురోహితులవారి మాటల వలన జన్మించిన ఆడశిశువు సామాన్యురాలు కాదు అని అవగతమవగా ఈ బిడ్డ దీర్ఘాయుష్షు తో వంశ కీర్తి ప్రతిష్టలు ఇనుమడింపచేస్తుందని అనంతవర్మ తదితరులందరూ ఆనందపడుతుండగా అమృత భూపతి మాత్రం తమ వంశ శాపం రూపుమాపి అమ్మవారి విగ్రహ ప్రతిష్ట చేయు కులదీపకురాలు జన్మించినదేమో అని ఆనంద పడుతూ దానిని బయటకి వ్యక్తం చేయుటకు వీలు లేనందున ఆ ఆనందాన్ని మదిలోనే దాచుకొని బిడ్డలిద్దరినీ పితృ వాత్సల్యంతో నుదిటి మీద చుంబించి తదుపరి వారిని అమలకు అప్పగించి అనంతవర్మ వైపు తిరిగి అమాత్యవర్యా అంగ రాజ్య వారసుడి జననం గురించి రాజ్యమంతటా తెలియ చేయండి. అన్ని దేవాలయాల్లో అర్చనలు అభిషేకాలు జరిపించండి. రాజ్యమంతటా ఉత్సవాలు జరిపించండి. రాజోద్యోగులందరికీ విరివిగా కానుకలు పంచండి అటులనే రాజ వైద్యుని ధర్మపత్ని నామమున పది అగ్రహారాలు రాసి ఇస్తున్నట్లుగా శాశనం వేయించండి అని ఆదేశాలు జారీచేసాడు.

అనంతవర్మ సందేహంగా ప్రభూ తమరు కేవలం వారసుడి జననం గురించి మాత్రమే ప్రకటించమంటున్నారు మరి వారసురాలి గురించి అని ప్రశ్నించగా మేము మా కుల దైవం అపరాజితా దేవి దర్శనం చేసుకొని వచ్చిన పిదప మాత్రమే వారసురాలి గురించిన వార్త బయటకు చేరాలి. ఆలోగా ఎవరినుండి అయినా ఈ వార్త బయటకు పొక్కితే వారికి శిరచ్ఛేదం తప్పదు అని అక్కడ ఉన్న అందరికీ హెచ్చరిక జారీ చేసి మహారాణి వారిని చూచుటకు లోపలికి వెడలినాడు అమృతభూపతి .

పురోహితుల వారి వాక్కుల మీద మహారాజుగారికి ఇంకనూ విశ్వాసము కలిగినట్లుగా లేదు అందుకే గండం పూర్తిగా గడచి అమ్మవారి దర్శనము చేసుకొని వచ్చువరకు ఎవరికీ ఈ వార్త

తెలియచేయాలనుకోవడం లేదు అనుకుంటాను అని మనమున తలచి అక్కడ ఉన్నవారికి మరొకమారు రాజుగారి హెచ్చరికను గుర్తు చేసి ఈ పిచ్చి బాపనయ్య అత్యుత్సాహంతో ఊరంతా దండోరా వేయకముందే హెచ్చరించాలి అనుకుంటూ రాజపురోహితుని గృహమునకు పయనమయ్యాడు అనంతవర్మ.

ప్రసవ వేదనతో అలసి స్పృహ తప్పి ఉన్న అంజనాదేవిని సమీపించి ప్రేమగా ఆమె నుదురు సవరించి దేవీ మీ మీద అమ్మవారి అనుగ్రహం అమోఘముగా ఉన్నది అని మరోసారి రుజువు అయినది. పురోహితులవారు చెప్పినట్లుగా మన కుమార్తె ఈ వంశ శాపమును రూపుమాపి మరల మనలను చేరు దినము వచ్చునో రాదో తెలియదు కానీ పుట్టిన బిడ్డ దూరమయినదను దుఃఖము మిమ్ము దహించకుండా వారసుడిని కూడా ఏక కాలంలో ప్రసాదించినది ఆ అపరాజితా దేవి . బిడ్డను దూరం చేసుకున్న తల్లి వేదన బాపుట ఎవరి తరము కాదు కానీ మరొక బిడ్డ ఆలనా పాలనలో మిమ్ము ఆ వేదన ఎక్కువగా బాధించదు. ఇన్నిరోజుల మనోవేదనను మరచునట్లు విశ్రాంతి తీసుకొనండి అని మరొకసారి కనులారా అంజనాదేవిని చూచుకొని బయటకి నడిచారు అమృతభూపతి .

ముద్దులొలుకుతూ ఉన్న పసి బిడ్డలతో ముదిమితీరా ఆడుకొనుచున్న మహారాజు, ఎదురుగా హడావిడి పడుతూ వస్తున్న అనంతవర్మ ను చూచి భృకుటి ముడిచి ఏమి జరిగినది అమాత్య ఎందులకు ఆ కంగారు అని ప్రశ్నించగా కంగారు ఏమీ లేదు మహాప్రభూ నా ఆనందమును మీతో పంచుకొనవలెనని పరుగు పరుగున వచ్చితిని. అవునా ఏమిటి అంత ఆనందకరమయిన విషయం అని అడుగగా నాకు కూడా పుత్రోదయం అయినది మహాప్రభూ రాత్రి మహారాణిగారు ప్రసవించిన శుభఘడియలలోనే నా ధర్మపత్ని కూడా ఒక మగ బిడ్డకు జన్మనిచ్చినది అని ఇపుడే సందేశము అందినది. వెంటనే మీకు తెలియచేయుటకు వచ్చితిని అని వదనమంతా ఆనందం తొణికిసలాడుచుండగా తెలియచేసాడు అనంతవర్మ.

భళా అనంతవర్మా భళా నా పుత్రుడు జన్మించుతూనే తనకు సహవాసగాడిని కూడా వెంట తెచ్చుకున్నట్లుగా ఉన్నాడు. మరి ఇంత ఆనందకర వార్త తెలిసి కూడా నీవు ఇచటనే ఉంటివేల?? తక్షణమే ప్రయాణమయి బిడ్డను చూచుకొని నీ భార్యతో బిడ్డతో కొన్ని దినములు ఆనందముగా గడిపిరా. మేము అమ్మవారి ఆలయమునకు వెళ్ళు దినముకు నీవు ఇచట ఉంటే చాలు అప్పటివరకు రాజ్య రక్షణ సైన్యాధిపతి సహకారముతో మేము చూచుకొనెదము అని చెప్పి పుట్టిన బిడ్డకు ఇచ్చుటకు కానుకలకొరకు సేవకులను పురమాయించాడు మహారాజు .

మీరు చెప్పినట్లే వారసుడి జననం గురించి అందరికీ తెలుయునట్లు ప్రకటన చేయించితిని ప్రభూ, రాజ్యమంతటా ప్రజలు ఆనందోత్సాహాలతో సంబరాలు జరుపుకొనుచున్నారు కానీ తమ దాయాదులకు మాత్రం ఈ వార్త కంటగింపుగా మారినది. పైకి సంతోషము ప్రకటించుచున్ననూ వారి మనములలో విషమును నింపుకొని యున్నారు. కావున తమరు అనుక్షణం అప్రమత్తంగా మెలగండి. నేను వెళ్లి ఒక్కసారి బిడ్డను చూచుకొని వెంటనే తిరిగి వచ్చెదను అని చెప్పి రాజుగారు

అందించిన కానుకలను తీసుకొని తమ ధర్మపత్ని పుట్టిన నగరానికి పయనమయ్యాడు అనంతవర్మ.

మరి అమ్మవారి అంశతో పుట్టిన ఆ బిడ్డ అంగ రాజ్య శాపభారాన్ని తగ్గిస్తుందో లేదో , దాయాదుల వలన వారసుడికి ఏమైనా కీడు వాటిల్లబోతుందో తెలుసుకోవాలంటే తరువాతి భాగం వరకు వేచి చూడాల్సిందే.

అపరాజిత – సప్తత్రిమ్శత్ అంకం

అంగ రాజ్యానికి పొరుగున ఉన్న సామంత రాజ్యమైన కోసల దేశంలో మహారాజు బలభద్రుని ఆంతరంగిక మందిరంలో అత్యవసర సమావేశం జరుగుతున్నది. యువరాజు త్వరలో కాబోయే మహారాజు అయిన బలదేవుడు, కోసల రాజ్య మహామంత్రి, సర్వసైన్యాధ్యక్షుడు, మహారాజు ఆంతరంగిక సలహాదారుడు అందరూ అక్కడ సమావేశమై ఉన్నారు. మహారాజు అంత అత్యవసరంగా సమావేశపర్చిన విశేషమేమిటో అక్కడున్న ఎవరికీ అవగతమవలేదు. రెండు ఘడియల క్రితమే సభ చాలించి ఎవరి గృహములకు వారు చేరుకున్నారు. మరల ఇంతలోనే కబురంపి పిలవనంపిన అవసరమేమిటా అని అందరూ ఒకరి వంక మరొకరు చూడగా ఎవరికీ తెలియదని పెదవి విరుపుతోనే సమాధానం లభించడంతో, మౌనంగా మహారాజుగారి వైపు చూడసాగారు.

మహారాజు బలభద్రుడు ఒకసారి తలయెత్తి చూచి అందరూ వచ్చినట్లే అని రూఢి చేసుకొని గొంతు సవరించుకొని, అంగరాజ్యంలో ఉన్న మన వేగు ఒక సమాచారాన్ని మోసుకొచ్చాడు. అది మీతో పంచుకోవాలనే మిమ్మల్ని ఇక్కడ సమావేశ పరిచాను అని గంభీరంగా పలికాడు. అంగరాజ్యం అని వినిపించగానే, ఆ రాజ్యాన్ని ఎలా అయినా కైవసం చేసుకోవాలని బలభద్రుని పితామహుల కాలం నుండి ప్రయత్నించడం, అంగరాజుల పరాక్రమం ముందు నిలవలేక పరాజితులై పరాభవం మూటగట్టుకొని రావడం, సామంతులుగా కప్పం కడుతూ కూడా వారిని ఓడించి ఆ మహాసామ్రాజ్యాన్ని కబళించుటకు అవకాశం కోసం వేచి ఉండటం అన్నీ జ్ఞప్తికి తెచ్చుకున్న మహామంత్రి ముందుకు వచ్చి ఏమిటా సమాచారం ప్రభూ? వారసులు లేరనే చింతతో అమృతభూపతి రోగగ్రస్తుడయినాడా ? లేదంటే ఎవరిని అయినా దత్తుకు తీసుకున్నారా అని ప్రశ్నించాడు.

అమృతభూపతికి దీర్ఘకాలం సంతానం లేకపోవుటవలన ఇక కలిగే అవకాశం లేదని, మనోవ్యధతో ఉన్న అమృత భూపతిని రణరంగమున ఓడించుట నల్లేరు మీద నడక అని యుద్ధం ప్రకటించుటకొరకు తన తండ్రి సైన్యాన్ని సమాయత్తం చేస్తుండటం తెలిసిన బలదేవుడు కూడా ముందడుగు వేసి యుద్ధం ప్రకటించుటకు తరుణం ఆసన్నమయినదని వార్త అందినదా తండ్రీ అని బలదేవుడు కూడా ఉత్సుకతతో ప్రశ్నించాడు. వారివైపు చూస్తూ దీర్ఘంగా నిట్టూర్చి అది ఏమియూ కాదు. అమృతభూపతికి వారసుడు జనియించినాడను సమాచారమును

మోసుకొచ్చాడు మన వార్తాహరుడు అని చెప్పాడు బలభద్రుడు. ఆ వార్త వెల్లడించే సమయంలో అతని గొంతులో ఉన్నది నిరాశా లేదంటే కసి తో కూడిన క్రౌర్యమా అనునది అక్కడున్న ఎవరికీ అవగతమవలేదు.

సైన్యాధ్యక్షుడు ముందుకు వచ్చి అదెలా మహాప్రభూ ఇంత అకస్మాత్తుగా వారసుడెలా ఉద్భవించాడు? అమృతభూపతి పట్టమహిషి గర్భవతి అయినట్లే వార్తలు లేవు కదా ? ఇన్ని వత్సరాలుగా వారసుల కొరకు ఎదురుచూస్తున్నవారు దానిని ఒక సంబరం వలే చేసుకుందురుకదా. మరి ఈ వార్త పదినెలలపాటు బయటకి పొక్కకుండా యెటుల దాచినట్లు ఎందులకు దాచినట్లు అని అడుగగా అతనివైపు నిప్పులు కక్కుతున్న కండ్లతో చూస్తూ అది మీ అసమర్థత మీ వేగుల అసమర్థత సైన్యాధ్యక్షా, అందులకే వార్త తీసుకురాగానే వేగుకు తగిన బహుమతి అందచేసాను అంటూ దక్షిణ హస్తాన్ని సాచి వెనుక ద్వారంవైపు చూపించగా అక్కడ విగతజీవుడై రక్తపు మడుగులో పడి ఉన్న వేగు కనిపించాడు. అతని ఉదరభాగమందు ఉన్న కత్తి పోట్లు గమనించి ఆ సమయమందు తాము అక్కడ లేకుండుట తమ అదృష్టమని తలంచి ఇపుడు తమకెటువంటి శిక్ష విధిస్తాడో అని వణికిపోతూ బలభద్రుని వైపు తిరిగి నమస్కరిస్తూ జరిగిన తప్పిదానికి మన్నించండి ప్రభూ . ఇది ఎటుల జరిగినదో నేను సమగ్రముగా విచారిస్తాను నేను ఇపుడే పయనమయి మారువేషంలో అంగరాజ్యంలోకి ప్రవేశించి కుదిరితే వారసుడిని మట్టుబెట్టి వస్తాను అని విన్నవించుకున్నాడు సైన్యాధ్యక్షుడు భుజంగుడు.

ఇంతలో మహారాజుకి ఆంతరంగిక సలహాదారుడు అయిన మహీపతి ముందుకు వచ్చి ప్రభూ బిడ్డ పుట్టిన పదవ దినమున పసిబిడ్డతో కలిసి వారి కులదైవం అయిన అపరాజితా దేవి ఆలయానికి తీసుకొని వెళ్లడం వారి ఆచారం . కానీ వారి వంశానికి ఉన్న శాపమో మరొకటో తెలియదు కానీ పుట్టినది ఆడబిడ్డ అయితే ఆ ఆలయానికి వెళ్లిన రోజే మరణిస్తుంది అట. అలాగే ఆ ఆలయానికి అంగరక్షకులు కూడా లేకుండా కేవలం మహారాజు మహారాణి పుట్టిన పసికందు మాత్రమే వెళతారు అని మీ తండ్రిగారు బ్రతికి ఉన్నకాలంలో సేకరించిన సమాచారం. దానిప్రకారం చూస్తే నేటికి సరిగా తొమ్మిది రోజుల తర్వాత దాడిచేయుటకు మనకు అనుకూలమైన సమయం అని సలహా ఇవ్వగా బలదేవుడు కొరకొరా చూస్తూ యుద్ధరంగమున గెలిచి మన ధ్వజం అచట ఎగురవేయకుండా ఇటుల దొంగదారిలో వారిమీద దాడి చేయుట పరాక్రమం అనిపించుకోదు, ఇది మా వంశానికే మచ్చను తెస్తుంది అని కోపంగా పలికాడు.

మహీపతి బదులిచ్చేలోగా బలభద్రుడు ముందుకు వచ్చి బలదేవుని భుజం తట్టి నీ అభిమతం నాకర్ధమయినది కుమారా ? కానీ అవకాశం వచ్చినపుడు అందిపుచ్చుకొనక పౌరుషం పరాక్రమం అంటూ దానిని జారవిడుచుకొనుట అవివేకులు లక్షణం. పుత్రోత్సహంతో మిడిసిపడే అమృతభూపతిని కదనరంగంలో పరాజితుడిని చేయుట అంత సులభం కాదు. అటులనే రణరంగంలో జయాపజయాలు దైవాధీనం. అందుకే ఈ అవకాశమును చేజారనివ్వకు. ఇక వంశ ప్రతిష్ట అందువా ప్రపంచం విజేతల అడుగులకు మడుగులు వొత్తుతుంది. ఎవరు గెలిస్తే

వారు చెప్పిందే న్యాయంగా చెలామణీ అవుతుంది. అఖండ అంగరాజ్యానికి అధిపతులం అయిన తరువాత మనలను ఆక్షేపించు ధైర్యం ఎవరికీ ఉండదు. కాబట్టి మహీపతి సెలవిచ్చినట్లు భుజంగునితో కలసి వెళ్లి శత్రుశేషం మిగలకుండా అంగవంశాన్ని తుదముట్టించి వచ్చి నా కోరికను తీర్చి పితృ రుణాన్ని తీర్చుకో అని బలదేవుని అభిమతానికి విరుద్ధంగా అమృతభూపతి మీద దాడి చేయుటకు ఒప్పించాడు బలభద్రుడు.

ఇక అంతటితో సమావేశాన్ని ముగించి తొమ్మిది దినముల తర్వాత దాడిచేయుటకు మెరికల్లాంటి సైనికులను ఎన్నుకొని సిద్ధంగా ఉండమని ఈ పర్యాయం ఏమైనా అవకతవకలు జరిగిన యెడల అంగ వంశం బదులుగా నీ వంశ నాశనం తప్పదని భుజంగుడిని హెచ్చరించి సమావేశ మందిరాన్ని వీడాడు బలభద్రుడు. సామ్రాజ్య లక్ష్మిని పరాక్రమంతో చేజిక్కించుకోవలెను కానీ కపటోపాయాంతో కాదనే నిశ్చిత అభిప్రాయం ఉన్నా తండ్రి ఆదేశాన్ని కాదనలేని అశక్తతతో నిరుత్తరుడై నిలుచుండిన బలదేవుని జాలిగా చూస్తుండిపోయాడు మింటిన ఉన్న కలువలరేడు .

ఇక అంగరాజ్యంలో అయితే దేశంలోని పౌరులందరూ చిన్నా – పెద్ద, స్త్రీ – పురుష, పేద – ధనిక తారతమ్యాలు లేకుండా ప్రతి ఒక్కరూ తమ ఇంట్లోనే శుభం జరిగింది అన్న చందంగా ఉత్సవాలు జరుపుకోసాగారు. తమకు ఏ కష్టం దరిచేరనీయకుండా కంటికి రెప్పలా కాచుకునే మహారాజుగారి మనోవేదన తీరి వారసుడు జన్మించినందుకు యెవరికి వారు దేవాలయాల్లో మొక్కులు చెల్లించుకోసాగారు.

అందరూ ఇలా సంతోష సంబరాల్లో ఉంటే వీటన్నిటికీ అతీతంగా ఆనందానికి దుఃఖానికి మధ్యలో ఊగిసలాడుతోంది మాత్రం ఈ సంబరాలకు మూలపురుషులు అయిన అమృతభూపతి దంపతులు మాత్రమే. జంట ఫలముల వలె ముద్దులొలుకుతున్న కవలలను చూసి ఆనందించాలో లేదా అందులో ఒక బిడ్డను అతి త్వరలో దూరం చేసుకోవాలని బాధ పడాలో తెలియని స్థితిలో ఉన్నారు వారిరువురు. బిడ్డకు స్తన్యమిస్తున్న అంజనాదేవిని సమీపించి బిడ్డ స్తన్యం గ్రోలుతూంటే ఆ మధురానుభూతిలో కనులు మూసుకొని ఉన్న ఆమెను గమనించి నిశ్శబ్దంగా కూర్చిండిపోయాడు అమృతభూపతి. మాతృ క్షీరాన్ని గ్రోలుతూనే బిడ్డ నిద్రాదేవి ఒడిలోకి జారుకోవడంతో ఈలోకంలోకి వచ్చి బిడ్డను ఒడిలోనుండి తీసి అప్పటికే క్షీరాన్ని గ్రోలి నిద్రించుచున్న మగబిడ్డ పక్కన శయ్య మీద పరుండబెట్టి అపుడు మహారాజుగారిని గమనించింది అంజనాదేవి. ఎంత సమయం అవుతున్నది ప్రభూ తమరు యేతెంచి, బిడ్డను చూచుకొనుచూ మీరాకను పట్టించుకొనలేదు క్షంతవ్యురాలిని అని పలుకగా అంత మాట ఎందులకు దేవీ మేము వచ్చినది ఇపుడే. బిడ్డను చూసి మురుసుకొనుచున్న మీ మురిపమును గాంచి మేమునూ ముగ్దులమై కూర్చొంటిమి అని పలికాడు.

మూన్నాళ్ళ ముచ్చటయేకదా ప్రభూ ఈ మురిపెము అని ఆడబిడ్డ వంక చూస్తూ కన్నీరు కార్చినది అంజనాదేవి. దేవీ అటుల శోకించవలదు. అమ్మవారి కరుణ నీ మీద ఉన్నందువల్లనే

నీకు గర్భశోకం కలిగించకుండా ఒకే పర్యాయం కవల పిల్లలను అనుగ్రహించింది. అటులనే మన పురోహితులవారి వాక్కుల ప్రకారం మన బిడ్డలో ఆ అమ్మవారి అంశ ఉన్నది. ఏమో ఈ బిడ్డ మన వంశ శాపమును రూపుమాపి మరల మనదగ్గరకు చేరగలదేమో ఎవరికి తెలుసు? కాబట్టి అమ్మవారికి కృతజ్ఞురాలివై ఆమె అంశలో పుట్టిన ఈ బిడ్డను మనదగ్గర ఉన్నంతవరకు శ్రద్ధగా చూసుకో తదుపరి అంతా అమ్మ దయ అంటూ అపరాజితాదేవిని తలచుకుంటూ చేతులు జోడించాడు అమృతభూపతి.

నిదురలోనే పక్కకి ఒత్తిగిల్లి అమృతభూపతి అర్పించిన ప్రణామాన్ని స్వీకరించి అభయమిచ్చినట్లుగా దక్షిణ హస్తాన్ని పైకి లేపి మందహాసాన్ని వెలువరించింది ఆడబిడ్డ. జగతినే సమ్మోహితం చేయగల ఆ చిరునవ్వును గాంచి తమ చింతలన్నీ మరచి బిడ్డను చూస్తూ ఉండిపోయారు అమృతభూపతి దంపతులు.

అపరాజిత – అష్ట త్రిమ్శత్ అంకం

వారసులు ఉదయించిన మూడవ దినమున సూర్యోదయం అయిన రెండు ఘడియలకు రాజపురోహితులవారు జాతక చక్రమును రచించుటకు సుముహూర్తమును నిర్ణయించుకొని పంచాంగ సహితముగా పూజకు కావలసిన సంబారములన్నిటితో అంతఃపురమునకు చేరుకున్నారు.

పురోహితులవారి రాక గురించి ముందే సమాచారముండుటవలన పరిచారికలు మహారాణి వారి కనుసన్నలలో మెలుగుతూ ఆమె ఆదేశించిన విధంగా అప్పటికే బిడ్డలిద్దరికీ స్నానము చేయించి పట్టు బట్టలు తొడిగి మగ బిడ్డకు పాదములకు వెండి కడియములు హస్తములకు పసిడి మురుగులు , భుజకీర్తులు, కంఠమునకు నవరత్నఖచిత హారములతో అలంకారము చేసి ఆడబిడ్డకు పాదములకు చిరుమువ్వల అందెల హారములు, హస్తములకు సువర్ణ కంకణములు, గళమునందు మహారాణికి వారసత్వంగా సంక్రమించిన అరుదైన పచ్చలహారముతో అలంకారము చేసి చెంపకు చారెడేసి ఉన్న నయనములకు కాటుక దిద్ది నుదుటిన సింధూరముతో తిలకము దిద్ది నరులెవరి దిష్టి తాకరాదని అరి పాదములో కాటుకతో దిష్టి చుక్క దిద్ది తెచ్చి పూజగది లో అమ్మవారి ఎదుట వేసిన పీఠము మీద ఆసీనురాలయి ఉన్న మహారాణి అంజనాదేవి అంకసీమలో పరుండబెట్టారు. మగబిడ్డ సూర్యుని తేజస్సుతో వెలిగిపోతుండగా ఇక ఆడబిడ్డ అమ్మవారే బాలగా అవతరించిన విధంగా పరిసరములన్నీ శోభాయమానం చేయుచున్నది. అంజనాదేవి పక్కన వేసిన పీఠము మీద అమృతభూపతి ఆసీనుడయి ఉన్నాడు .

పురోహితులవారు వస్తూనే అంగవంశ వారసులతో నిత్య పూజలందుకునే అమ్మవారి విగ్రహానికి నమస్కరించి తదుపరి అంజనాదేవి అంకసీమలో పరుండి చిద్విలాసంగా వేడుక గాంచుచున్న ఆడబిడ్డకు నమస్కరించి అమృతభూపతి వైపు తిరిగి మహారాజా ఇద్దరు బిడ్డలతో ఆదిదంపతులవలె భాసించుచున్న మీ అదృష్టమెట్టిదని వర్ణించుటకు మాకు వాగ్దేవి ప్రసాదించిన వాక్కులు సరిపోలకున్నవి. అమ్మవారికి పూజాదికములు సల్పి నైవేద్యమొసగి హారతిడిన పిదప అమ్మవారి ఆశీస్సులతో జాతకచక్ర రచన గావించెదను అని వారి సమాధానము కొరకు వేచి యుండక పూజా కార్యక్రమము మొదలు పెట్టారు రాజపురోహితులవారు.

పూజారిగారి వాక్కులు వినినంతనే మా అదృష్టము త్రిశంకు స్వర్గమని మాకు తప్ప మరెవరికీ తెలియచెప్పలేని దురదృష్టవంతులము మేము అనుకుంటూ చిన్నగా నిట్టూర్చి పూజలో మనసు లగ్నం చేసాడు అమృతభూపతి. అంజనాదేవి కన్నుల నిండిన నీటితో అమ్మవారి విగ్రహము వంక చూచుచూ తల్లీ ఈ అదృష్టమును కడదాకా ఉండనివ్వు, పొత్తిళ్లలోనుండి నా బిడ్డను దూరము చేయకు అని మనసులోనే పరిపరి విధముల అమ్మవారిని వేడుకోసాగింది. వీరి మదిలో చింతలేవీ ఎరుగని పురోహితులవారు పూజ పూర్తిచేసి పంచాంగమును అమ్మవారి పాదములవద్ద ఉంచి నమస్కరించి తదుపరి దానిని హస్తములలోకి తీసుకొని బిడ్డలు పుట్టిన ఘడియల ఆధారంగా గణించుట మొదలిడినారు.

ముందుగా జన్మించిన ఆడబిడ్డ జాతకము ముందుగా రచించ ప్రయత్నించిన ఆయన గణనములో తప్పిదమేమైనా ఉన్నదా లేదా ఖచ్చితముగనే యున్నదా అని ఒకటికి పదిమార్లు గణించి బిడ్డ వదనము కేసి పరి పరి చూచుచూ జాతక చక్ర రచన గావించి అమ్మవారి పాదముల వద్ద ఉంచగనే అమ్మవారికి అలంకరించిన పుష్పములనుండి నీలివర్ణపు శంకు పుష్పము ఒకటి జారి జాతకము లిఖించిన తాళపత్రములమీద పడి వింతకాంతులతో మెరవగా చూపరులకు ఆశ్చర్యము గొలుపునట్లుగా తాళపత్రములలో ఉన్న అక్షరములు, అటులనే లిఖించిన సూర్యచంద్ర గణములు స్థానభ్రంశము చెందుతూ గ్రహముల దశలు మారసాగినవి. చూపరులకు నక్షత్ర మండలము మొత్తము ఆ తాళపత్రములలో ఇమిడిపోయినదా అనిపిస్తుండగా ఇది ఏమి వింత అని వారందరూ నివ్వెరపోగా అంజనాదేవి ఒడిలో పవళించి యున్న ఆడబిడ్డ మాత్రము కేరింతలు కొట్టసాగినది. ఇపుడు మరల ఆ తాళపత్రములు తాకిన యేమగునో అని సంశయముతో వాటిని తాకకుండా మగబిడ్డ జతకచక్ర రచన గావించుట మొదలిడినారు పురోహితులవారు.

ఆ జాతకము కూడా రచించుట సంపూర్తి గావించి దానిని కూడా అమ్మవారి పాదముల వద్ద ఉంచగా ఈ పర్యాయము ఎట్టి వింత జరుగలేదు. దానితో ధైర్యము తెచ్చుకొని ఇద్దరి జాతకములు తీసుకొని వారికి వినిపించుటకు పూనుకున్నారు రాజపురోహితులవారు. ముందుగా ఆడబిడ్డ జాతకము ఉన్న తాళపత్రమును పఠించ బూనఁగా అంజనాదేవి, అమృతభూపతి దంపతులు మనములోని ఆలోచనలన్నీ ప్రక్కకు నెట్టి ఏకాగ్రతతో ఆలకించసాగారు. మహారాజా ఈమె కారణజన్మురాలు, అమ్మవారి అంశలో జన్మించినది. మీ వంశమునకు ఉన్న దోషములు, శాపములు తొలగించుటయే కాక మీ వంశ ప్రతిష్టను ఆచంద్రతారార్కము నిలుపగలదు . పూర్ణాయుష్కురాలు, ఈమె ఎచట పాదము మోపితే అచట సిరిసంపదలు వృద్ధి చెందుతాయి, పాడిపంటలు పొంగి పొర్లుతాయి. ఈమె సమీపములో ఉన్నవారెవరికీ కష్టముల జాడ కానరాదు. దైవ కార్యము నెరవేర్చుటకు దైవాంశతో జన్మించిన తల్లి ఈమె. అపజయమన్నది ఎరుగని ఈమెకు అపరాజిత అని నామకరణము చేయుట సర్వదా

శ్రేయస్కరం, కానీ అంటూ కంఠము గద్గదమవుతుండగా ఒక క్షణము పఠించుట ఆపివేశారు పురోహితులవారు.

అప్పటివరకు ఆయన పఠించుచున్న జాతకమును ఆలకిస్తూ మదిలో హర్షాతిరేకము చెలరేగుతుండగా ఆనంద సాగరంలో ఓలలాడుతున్న రాజదంపతులు ఈ పరిణామముతో ఆనంద శిఖరమునుండి జారి దుఃఖపు లోయలోకి జారిపడినట్లుగా ఏమి దుర్వార్త వినవలసి వచ్చునో అని ప్రాణములు అరచేత పెట్టుకొని పురోహితులవారి వదనము వైపే నిర్నిమేషముగా (కనురెప్ప వాల్చకుండా) చూడసాగారు.

సన్నగా ఒణుకుతున్న కంఠ స్వరమును అదుపులో పెట్టుకొనుచూ మహారాజా ఈ జాతకము ప్రకారము ఆనతి కాలములోనే ఈ బిడ్డ నుండి మీకు వియోగము తప్పదు. అటులనే అష్ట వర్ష ప్రాయము వచ్చువరకు గండములు పొంచి యున్నవి. ఆ గండములను కాచుకొనిన యెడల అటుపై అంతయూ శుభ కాలమే. దైవ కార్యము పూర్తి చేసిన తదుపరి మాత్రమే ఈమె మీ చెంతకు చేరగలదు . అప్పటివరకు మీకు పుత్రికా వియోగము తప్పదు. అమ్మవారి అంశ ఉన్నందున అసురులతో అసుర శక్తులతో పోరు అనివార్యం అని జాతక చక్ర పఠనము పూర్తి గావించారు పురోహితులవారు.

బిడ్డతో వియోగము తప్పదని జాతకము వలన కూడా నిరూపితమగుటవలన హృదయము వేదనతో నిండిపోగా అంజనాదేవి రోదించుట మొదలిడినది. అమృతభూపతి స్థితి కూడా అందులకు ఏమాత్రము విరుద్ధము కాకున్నా దైవకార్యము పూర్తి అయిన పిదప బిడ్డ తిరిగి తమ చెంతకు చేరగలదనే వార్త అతనిలో చిరు ఆశను కలిగించగా అంజనాదేవికి ఓదార్చుచూ దేవీ ఊరడిల్లుము ఈ వియోగము శాశ్వతము కాదని దైవకార్యము పూర్తి అయిన పిదప మరల మన చెంతకు చేరగలదని చెప్పి యున్నారు కదా ! ఇంతటి మహర్జాతకురాలిని కన్న మన జన్మ ధన్యము. భగవంతుని సేవకొరకు బిడ్డను అర్పించి ఈ కొలది కాలము ఎదురు చూచిన చాలును కదా అని తనకు తెలిసిన రీతిలో అంజనాదేవికి ఉపశమనము కల్పించు వాక్కులను వినిపించసాగాడు అమృతభూపతి.

అంజనాదేవి మెల్లగా రోదిస్తూ మీరు వచించినది సత్యమే ప్రభూ, కానీ బిడ్డ క్షణము కనుమరుగైనా తట్టుకోలేని మాతృత్వపు మమకారం అన్ని వత్సరములు బిడ్డను దూరము చేసుకొని మననివ్వగలదా ? దైవ కార్యము కొరకు అని మనో నిబ్బరము చేసుకోవలెను అనుకున్నా గండముల మాట ఏమి ? బిడ్డకు గండములు పొంచియున్నవని తెలిసి కూడా యెటుల దూరముగా ఉండగలను అని ప్రశ్నించినది . దేవీ మీ మనస్తాపము మాకు అవగతమైనది. కానీ ఇది దైవ నిర్ణయం. మనం తలవంచక తప్పదు, ఏ దైవం ఈ బిడ్డ పుట్టుకకు కారణమైనదో అదే దైవం గండములనుండి కూడా కాపాడే రక్షణ కవచాన్ని ఏర్పరుస్తుంది. బిడ్డ మీద ఎల్లవేళలా దైవ కృప ఉండేలా అమ్మవారిని వేడుకొనుట తప్ప మనం చేయగలిగినది ఏమీ లేదు అని తెలిపి

రాజపురోహితులవారివైపు తిరిగి బ్రాహ్మణోత్తమా కుమారుని జాతకము కూడా పఠించండి అని ఆదేశించాడు.

ప్రభూ వంశ యశస్సును పెంచుతూ సామ్రాజ్యమును విస్తరించగల వీరుడు అయ్యే లక్షణములు పుష్కలముగా ఉన్నవి. యుక్త ప్రాయమునకు వచ్చిన తరువాత తోడబుట్టిన సోదరికి రక్షణగా ఉండగలడు. అందుకొరకు ఎంతటి మారణహోమానికి అయినా వెనుదీయని జాతకుడు. కాబట్టి ఇతనికి అలనాడు దక్ష యజ్ఞాన్ని ధ్వంసం చేసిన వీరభద్రుని నామము కలియునట్లు వీరభద్రభూపతి అని నామకరణము చేయండి . రాజ్య విస్తరణ మాత్రమే కాకుండా శత్రువులను కూడా మిత్రులుగా, బంధువులుగా మార్చు నైపుణ్యము కలవాడు. సూక్ష్మముగా చెప్పవలెనన్న తన సోదరి నిర్వర్తించు దైవకార్యమునకు ఆయుధము వంటివాడు అని జాతక పఠనము ముగించారు పురోహితులవారు.

కుమారుని జాతకము విన్న తరువాత రాజదంపతులు దుఃఖము కొంతమేర ఉపశమించినది . కుమార్తె కొరకు తామేమీ చేయలేకున్నా తోడుగా పుట్టిన అనుజుడు సహాయము చేయగలడని కానీ దానికి కూడా నిర్ణీత సమయము వచ్చువరకు వేచివుండవలెనని అర్ధము చేసుకొని ఒకరి రక్షణ కొరకు ఒకరు పుట్టిన ఆ కవలలను మురిపెముగా చూసుకొని పురోహితులవారికి తగిన దక్షిణ ఒసంగి ఆయన ఆశీర్వచనములు స్వీకరించారు . అంతట ఆ బ్రాహ్మణోత్తముడు మహారాజా ముందుగా వచించినట్లు ఈ దినమే వానప్రస్థాశ్రమము స్వీకరించుచున్నాను. ఇక మీదట నా కుమారుడు నా బాధ్యతలు నిర్వర్తిస్తాడు అని పలికి రాజదంపతుల వద్ద సెలవు తీసుకొని మరియొక పర్యాయము ఆడబిడ్డకు నమస్కరించి అచ్చటనుండి నిష్క్రమించాడు.

పురోహితులవారు నిష్క్రమించిన తదుపరి అమృతభూపతి వైపు తిరిగి ప్రభూ బిడ్డల నామకరణము ఎపుడు నిశ్చయించారు అని అంజనాదేవి ప్రశ్నించగా , అపరాజితాదేవి ఆలయములో, ఆ అమ్మవారి సమక్షంలో నామకరణము చేసి అమ్మవారి ఆశీస్సులు గైకొనెదము దేవీ. తదుపరి విధి యెటుల నిర్ణయిస్తే అటుల పాటించుటయే అని తెలిపి పరిచారికలవైపు తిరిగి ఇచట జరిగిన విషయముకానీ ఆడబిడ్డ పుట్టుక గురించి కానీ ఎక్కడా బయటపెట్టరాదని మరొకమారు హెచ్చరించి బిడ్డల సమేతముగా అంజనాదేవితో కలిసి అంతఃపురమునకు వెడలినాడు అమృతభూపతి .

బిడ్డల అలనాపాలనలో దినములు క్షణములు గడిచినట్లు గడిచిపోగా అమ్మవారి ఆలయమునకు వెడలు రోజు రానే వచ్చినది. మది నిండా దుఃఖము గూడుకట్టుకొనగా అది బయటకి కనపడనివ్వక తమ పర్యటన గురించి ఎవరికీ తెలియకుండా అంగరక్షకులు సైతం వెంట లేకుండా భార్యా బిడ్డలతో రహస్య మార్గము గుండా ఆలయమునకు బయలుదేరాడు మహారాజు అమృతభూపతి. అటువైపు కోసల రాజ్యమునుండి బలదేవుడు, సేనాని భుజంగునితో, సేనలతో కలిసి అరణ్యములో మాటువేసి అమృతభూపతి రాకకొరకు వేచి చూస్తున్నాడు.

అత్తగారింటికి బిడ్డను చూచుకొనుటకు వెళ్లిన అనంతవర్మ మనమున ఏదో కీడు శంకించడముతో వెంటనే అంగరాజ్యానికి బయలుదేరాడు .

మరి బలదేవుడి ప్రయత్నం నెరవేరుతుందా ? అనంతవర్మ తన ప్రభువుని కాపాడగలుగుతాడా తెలియాలంటే తరువాయి భాగం కొరకు వేచి చూడాల్సిందే .

అపరాజిత – ఏకోన చత్వరింశత్ అంకం

అంతఃపురం నుండి అరణ్యములోని అపరాజితాదేవి కోవెల వరకు ఏర్పరచిన రహస్య మార్గములో ఎవరికీ తెలియకుండా భార్యా బిడ్డలతో కాలినడకన బయలుదేరాడు అమృతభూపతి. అంతఃపురంలోని వారికి కానీ, రాజకొలువులోని ప్రముఖులకు కానీ అంగ వంశీయులు బిడ్డ పుట్టిన అనంతరం అపరాజితాదేవి దర్శనానికి అరణ్యములోని ఆలయమును వెళ్లుదురని మాత్రమే తెలుసు కానీ ఆ ఆలయమునకు చేరుకొను మార్గము కానీ ఆ ఆలయము ఎచట ఉన్నదని కానీ తెలియదు. అది ఆనాటినుండి ఈ నాటివరకు అంతఃపుర రహస్యముగానే మిగిలిపోయినది. పట్టాభిషేకానంతరము కేవలము మహారాజు, భావి మహారాజును తీసుకొని వెళ్లి ఆలయమును చూపించి వచ్చుట, తదుపరి వంశాంకురం జన్మించిన పిదప మాత్రమే అమ్మవారి దర్శనమునకు వెళ్ళుట వంశాచారముగా వచ్చుచున్నది. దీనిని ఇప్పటివరకు ఎవరూ అతిక్రమించలేదు.

ఈ కారణము వలనే అమ్మవారి ఆలయ ఉనికి కోయగూడెంలోని కోయదొరకు అటులనే అంగ వంశ మహారాజుకు తప్ప మరొకరికి తెలియకుండా ఉండిపోయింది. సర్పద్రష్టని మరణానంతరం అతని శక్తులను సమీకరించుకున్న అక్షితవల్లితో సహా ఎందరో మంత్రవేత్తలు అమ్మవారి జాడ కనుగొను ప్రయత్నము చేసిననూ దివ్యహారమును, దివ్య ఖడ్గమును , నాసికాభరణమును పోగొట్టుకున్న అమ్మవారు పరుల కంట పడరాదని నిర్ణయించుకొనుట వలన వారి ప్రయత్నములన్నియు నిరుపయోగములైనవి. ఆలయము గురించి తెలిసిన అక్షితవల్లి సైతము ఆలయము చుట్టూ అమృతానందులవారు ఏర్పరచిన రక్షణ వలయము వలన తిరిగి ఆలయ జాడ కనిపెట్టలేకపోయినది. తగిన తరుణముకొరకు వేచి చూస్తూ తన శక్తి యుక్తులను పెంపొందించుకొనుచూ తన వంశీకులపై తన మంత్రశక్తులతో నిఘా ఏర్పరచినది.

తన వంశములో ఆడబిడ్డ జన్మించిన మరుక్షణం తనకు తెలిసే విధముగా ఏర్పాట్లు గావించుకుని ఆ బిడ్డ కోయగూడెంకు చేరుకున్న క్షణము నుండి ఆ బిడ్డ శక్తి యుక్తులను గమనిస్తూ ఆ బిడ్డకు అమ్మవారి కార్యము నెరవేర్చు పరాక్రమము ఉన్నదా అని పరీక్షించి తన వశము చేసుకొనుటకు యత్నించి కుదరని పక్షంలో ప్రాణములు కబళిస్తున్నది. ఇపుడు కూడా వారసురాలు జన్మించిన విషయము కనుగొని తన ప్రయత్నములు తాను మొదలుపెట్టింది అక్షితవల్లి.

ఆలయము ఎచట ఉన్నదో తెలియని కారణమున అంగ రాజ్యము నుండి అరణ్యములోనికి ప్రవేశించు మార్గమునకు ఇరువైపులా సైన్యమును మోహరించి ఒక వైపు సైన్యమునకు భుజంగుని నాయకుడిగా ఉంచి మరొకవైపు సైన్యముకు తాను నాయకత్వం వహించి కాచుకొని ఉన్నాడు బలదేవుడు.

కీడు శంకిస్తూ హుటాహుటిన రాజ్యమునకు చేరుకున్న అనంతవర్మ అప్పటికే రాజదంపతులు ఆలయమునకు వెడలిన వార్త విని హతాశుడై మార్గాంతరం కానరాక మహారాజుగారి అంగరక్షకులుతో సహా శత సంఖ్యలో సైన్యమును సమీకరించుకొని అరణ్యమునకు పయనమయ్యాడు.

బయట జరుగుతున్న విషయములేవీ తెలియని అమృతభూపతి ఆలయమునకు చేరుకొని భక్తిప్రపత్తులతో ముందుగా ఆలయపాలకురాలిగా వెలసియున్న గ్రామదేవతకు నమస్కరించి తదుపరి ఆలయము వెలుపల ఎటువంటి పైకప్పు లేకుండా శిలారూపంలో వెలసిన అపరాజితాదేవిని చేరుకొని కైమోడ్చి నమస్సుమాంజలులు అర్పించాడు.

ఆలయమునకు తొలిసారిగా విచ్చేసిన అంజనాదేవి ఆలనాపాలనా లేకుండా పాడుబడినట్లుగా ఉన్న ఆ ఆలయ పరిసరములను భయం భయంగా వీక్షిస్తూ అమ్మవారి విగ్రహమును దర్శించి ఎండకు ఎండుతూ వానకు తడుస్తూ ఉన్న అమ్మవారిని గాంచి ఆ పరిస్థితికి కారణం తన వంశమే అని జ్ఞప్తికి వచ్చి దీనికి ప్రతిగా అంగవంశం నిర్వీర్యము చేయకుండా, కరుణతో కాపు కాస్తున్న ఆ అమ్మవారి కరుణకు ముగ్ధురాలై బిడ్డలను అమ్మవారి పాదముల వద్ద ఉంచి తాను కూడా కైమోడ్చి అమ్మవారికి మనఃస్ఫూర్తిగా మొక్కుకున్నది.

అనంతరం నూతినుండి సేకరించిన జలముతో అమ్మవారికి జలాభిషేకం గావించి తాము తెచ్చిన పూజాద్రవ్యములు తో పూజించి సువాసనలొనరించు విరి మాలలతో అమ్మవారిని అలంకరించి నైవేద్యము సమర్పించి అనంతరం అమ్మవారి ఎదుట రాజపురోహితులవారు సూచించిన నామధేయములను బిడ్డలకొసగుతూ వారి కర్ణములలో ముమ్మారు వారి నామమును శ్రావ్యముగా ఉచ్చరించాడు అమృతభూపతి.

అపరాజిత అని ప్రధమముగా ఉచ్చరించగనే ఆలయ పరిసరములు మొత్తము దీపకాంతులతో నిండిపోయినవి . ద్వితీయ పర్యాయం పల్కగనే అగరు పరిమళములు వారి నాసికలను తాకుతూ ప్రాంగణమంతటినీ సువాసనలతో ముంచెత్తాయి. తృతీయ పర్యాయం ఉచ్చరించగనే ఆలయ జేగంటలు ఈ శుభవార్తను జగమంతటికీ వెల్లడిస్తున్నట్లుగా వాటంతట అవే మారుమ్రోగుటయేగాక అమ్మవారి వదనము నుండి ఒక మెరుపు వెలువడి అది చిన్నారి అపరాజితను చేరగా ఆ చిన్నారి బోసినవ్వులతో ఆ వెలుగును స్వీకరించి తన ప్రకాశాన్ని ద్విగుణీకృతం చేసుకున్నది.

పురోహితులవారు వెల్లడించిన జాతకము నిక్కమైనదని దానికి తార్కాణములు గోచరించడముతో అంజనాదేవి హృదయములో భారము కొంత తగ్గి ఎప్పటికైనా తిరిగి తమ బిడ్డ

తమ చెంతకు చేరగలదని నమ్మకము ప్రోదిచేసుకుంది. అనంతరము మగబిడ్డ కర్ణములలో ముమ్మారు వీరభద్ర భూపతి అని నామము ఉచ్చరించి నామకరణము సంపూర్తి గావించగా ఆలయపాలకురాలిగా ఉన్న గ్రామదేవత ఖడ్గము నుండి అదృశ్య శక్తి తరంగమొకటి వెలువడి ఆ బాలునిలో నిక్షిప్తమైనది. ఇది రాజదంపతులు కంటికి కానరాకున్నా బిడ్డలిద్దరికీ అవగతమైనట్లు ఒకరి వంక ఒకరు చూచి కేరింతలు కొట్టారు . అది చూచి అంజనాదేవి ప్రభూ బిడ్డలకు వారి నామధేయములు ముచ్చటగా ఉన్నట్లున్నవి అందులకే ఇంతగా సవ్వడి చేయుచున్నారు అని పలికినది.

అనంతరం అమృతభూపతి, అంజనాదేవితో మహారాణీ ఆలయము వదలి బయటకు వెడలు సమయామాసన్నమైనది, బిడ్డను కోయదొరకు అప్పగించి మనము మరలా రహస్యమార్గమున అంతఃపురమునకు చేరుకోవలెను అని వెల్లడించగా ముందునుండే తెలిసినదే అయినా బిడ్డను అప్పగించు క్షణము వచ్చేసరికి ఆ మాతృమూర్తి హృదయము కోతకు గురిఅయినట్లుగా వేదనతో నిండిపోగా నేత్రముల వెంట కన్నీరు ధారలు కట్టుచుండగా ఆ కన్నీటితో అపరాజితా దేవికి అభిషేకమొనరించుచూ అమ్మా దయగల తల్లివి ఈ కడుపు కోత నాతోనే అంతరించిపోయేలా మా వంశములో మరో తల్లి ఈ వేదన బారిన పడకుండా వరము అనుగ్రహించు తల్లీ అని వేడుకొని వీరభద్ర భూపతిని అమృత భూపతికి అప్పగించి చిన్నారి అపరాజితను ఎత్తుకొని భారముగా ఆలయము వెలుపలికి దారి తీసింది అంజనాదేవి.

వీరు ఆలయము వెలుపలకు చేరుకొని వంద అడుగులు వేసేలోగా ప్రస్తుత కోయదొర మల్లన్న వారికి ఎదురు వచ్చి దండాలు దొరా నడిరేయి అమ్మోరు కలలో కనపడి మీరు బిడ్డతో వస్తారని తెలియచేసింది. బిడ్డను అప్పగిస్తే అమ్మోరి ప్రసాదంగా పెంచుకుంటాము అని విన్నవించుకున్నాడు. దొరా లేకలేక కలిగిన బిడ్డ ఏ లోటు లేకుండా చూసుకోండి అని అప్పగింతలు చెప్పసాగింది అంజనాదేవి.

అటుపక్క ఎంతసేపు ఎదురుతెన్నులు చూసినా అమృతభూపతి రాక కానీ సమాచారం కానీ లభించక విసుగుచెంది సైన్యానికి దూరంగా వచ్చి గతరాత్రి తన భార్యతో జరిగిన సంభాషణను జ్ఞప్తికి తెచ్చుకోసాగాడు బలదేవుడు. మరుసటి దినము అమృతభూపతి మీదకు దాడి చేయుటకు కావలసిన సైన్యమును సమకూర్చుకొని తుదిగా మరొకసారి తన వ్యూహాన్ని తండ్రికి వివరించి తదుపరి తన విశ్రాంతి మందిరానికి చేరుకున్న బలదేవుడు తనకొరకు వేచి చూస్తున్న తన ధర్మపత్ని ప్రసన్నలతను గాంచి దేవీ మా వంశాంకురాన్ని గర్భములో మోస్తున్న మీరు ఇంత సమయము వేచి యుండుట మంచిది కాదని ఎన్ని పర్యాయములు చెప్పిననూ మా వాక్కు ఆలకించకున్నారు అని చిరుకోపముతో మందలించాడు బలదేవుడు.

స్వామీ మీరు చెంత ఉన్నపుడే మా మనసుకు నెమ్మది. ఈ సమయములో విశ్రాంతి కన్నా మీ సామీప్యమే మాకు సంతోషాన్ని ఇస్తుంది. ఇంతకూ మీరేల ఇంత వ్యాకులతతో ఉన్నారు. గత కొన్ని దినములుగా మీరేదో విషయము గురించి వ్యాకులత చెందుతూ అన్యమనస్కముగా

ఉంటున్నారు. అది ఏమిటో నేను తెలుసుకొనవచ్చునా అని నెమ్మదైన స్వరముతో ప్రశ్నించగా ఈ సమయములో మీకు చెప్పి మిమ్మల్ని వ్యర్థ చింతనలో ముంచెత్తుట మంచిది కాదని మీతో చెప్పలేదు దేవీ కానీ మీతో అయినా చెప్పుకుంటే నా మదిలో భారము తగ్గుతుందేమో అని దాడి గురించి వివరించగా ప్రభూ వారి మీద అమ్మవారి అండ అపారంగా ఉన్నదని ప్రతీతి. అటువంటి వారిమీద ఇట్టి అధర్మ యుద్ధం మంచిది కాదని నా మనమునకు తోచుచున్నది. మీరు మరొక పర్యాయం మామగారితో మాట్లాడి చూడండి . మీరు చేసే తప్పు మీ వారసుల మీద కూడా ప్రభావం చూపిస్తుంది అని తెలిపింది ప్రసన్నలత .

తండ్రిగారు వినరు దేవీ. తప్పదు పితృవాక్య పరిపాలన కూడా నా ధర్మమే కదా! చేసే కర్మలో దోషం ఏదయినా నా బిడ్డలకు సోకరాదని పూజలు చేయి అని చెప్పి ఆమెను ఊరడించి, ప్రభాతమునే ఆమె నిదుర నుండి మేల్కొనకముందే ఇటుల వచ్చేసాడు బలదేవుడు. ధర్మపత్ని సుకుమార వదనాన్ని ఆమె మాటలను జ్ఞప్తి తెచ్చుకుంటున్న బలదేవుడు సమీపములో యేవో మాటల ధ్వని వినిపించడంతో అటు తిరిగి చూడగా కోయదొరతో మాట్లాడుతున్న అమృత భూపతి దంపతులు కనిపించారు .

వారు పొదివి పట్టుకున్న బిడ్డలవైపు చూచి ఇది ఏమి మాకు తెలిసిన సమాచారం ప్రకారము అమృతభూపతికి జనించింది ఒకే కుమారుడు కానీ ఇక్కడ రాజదంపతులు ఇరువురి హస్తములలో పసికందులు కనిపించుచున్నారు. ఈ వింత కనిపెట్టవలసినదే అని వారికి కనిపించకుండా పొదలమాటున నక్కి నక్కి అడుగులు వేస్తూ వారికి సమీపములోనికి చేరుకున్నాడు బలదేవుడు. కోయదొరకు బిడ్డను అప్పగిస్తూ మహారాణి ఆడుతున్న మాటల ప్రకారం వారి బిడ్డను ఏదో కారణము వల్ల కోయదొరకు అప్పగిస్తున్నారని అవగతము చేసుకొని ఇందులో ఏదియో రాజ రహస్యము ఇమిడి ఉండవచ్చు, అది తెలుసుకోవలెను అనుకొని వారినే గమనించసాగాడు బలదేవుడు.

బిడ్డను అప్పగించి భారమైన మనసుతో మరల ఆలయమువైపు అమృతభూపతి దంపతులు అడుగులు వేయుచుండగా కోయదొర చిన్నారి అపరాజితను తీసుకొని కోయగూడెం వైపు మరలసాగాడు. వీరిలో ఎవరిని అనుసరించాలి అని యోచించి ముందుగా అమృతభూపతిని సంహరిస్తే తదుపరి ఆ బిడ్డ వెనక ఉన్న రహస్యము కనుగొనవచ్చు, అటులనే ఆ ఆలయ రహస్యము కూడా బట్టబయలు చేయవచ్చు అని అమృతభూపతిని అనుసరించసాగాడు బలదేవుడు. కానీ కోయదొర హస్తములలో ఉన్న చిన్నారి అపరాజిత ఒక క్షణం బలదేవుని వైపు చూచి పసిబిడ్డలు ఆడుకుంటూ హస్తములు పాదములు ఊగించినట్లుగా అలవోకగా ఒకసారి తన హస్తములను అటు ఇటు ఊపినది. ఆమె హస్తములనుండి వెలువడిన శక్తి తరంగాలు బలదేవుడిని చుట్టుముట్టి ఊపిరాడకుండా చేసాయి.

కనిపించని అదృశ్య హస్తములేవో తనను చుట్టుముట్టినట్లు ఉక్కిరిబిక్కిరి అవుతూ బలదేవుడు పుడమిపై వాలగా , తనను ఎవరో అనుసరించిన విషయమే తెలియని రాజదంపతులు

మాత్రం భారమైన మనసుతో ఆలయంలోనికి ప్రవేశించి అచట ఉన్న రహస్య ద్వారము ద్వారా తిరిగి అంతఃపురానికి పయనమయ్యారు.

సైన్యముతో అరణ్య ప్రవేశ ద్వారము వద్దకు చేరుకున్న అనంతవర్మ అచట మాటువేసి ఉన్న శత్రు సైనికులను చూస్తూనే వారిమీద విరుచుకుపడి వారిని తుదముట్టించసాగాడు. వారి పరాక్రమానికి తన సేన తట్టుకోలేకపోవడం చూసిన భుజంగుడు, అదనపు సైన్యం కోసం బలదేవుడు సేనలు మోహరించిన ప్రాంతానికి కబురంపాడు. బలదేవుని ఆదేశము కొరకు వేచియున్న అనుచరులు భుజంగుని పిలుపు అందుకొని అటువైపు వెళ్ళి తమవారికి అండగా నిలబడ్డారు.

ఇరువైపుల సేనలు భీకరముగా తలపడసాగాయి. కోసల దేశ సేనలు పరాజితులైతే తమ మహారాజు విధించే మరణశిక్ష మదిలో మెదలి భయముతో పోరాడుతుంటే అంగ దేశ సేనలు తమను కంటికి రెప్పలా కాపాడుకునే మహారాజుకి కానీ రాజ్యానికి కానీ ఆపద వాటిల్లరాదని పోరు సల్పుతున్నారు.

అనంతవర్మ భుజంగుడితో తలపడుతుండగా అంగదేశ సైన్యాధ్యక్షుడు ఒకేసారి ఇరువురు ముఫ్వురు సైనికుల చొప్పున తుదముట్టిస్తూ కోసల దేశ సైనికుల ధైర్యాన్ని నీరుకార్చసాగాడు. యుద్ధము ఆరంభమైన క్షణము నుండి తనను ముప్పు తిప్పలు పెడుతున్న అనంతుని మీద కోపముతో అదను చూసి భుజంగుడు అనంతవర్మ భుజమును గాయపరచగా అది గాంచి సైన్యాధ్యక్షుడు ముందుకు ఉరికి ఒకే వేటుతో భుజంగుడిని నేల కూల్చాడు. నాయకుడు నేల కూలడంతో కోసల దేశ సైనికులు పలాయన మంత్రం పఠించబోగా అంగదేశ వీరులు వారిని వెంటాడి తుదముట్టించారు. ప్రారంభమయిన రెండు ఘడియలలో పోరు ముగిసిపోగా ఆ ప్రాంతమంతా కోసల దేశ సైనికుల మృతదేహాలతో నిండిపోయినది. పదుల సంఖ్యలో అంగదేశ సైనికులు కూడా మృతులవగా మిగిలినవారిలో చాలామంది క్షతగాత్రులైనారు. అనంతవర్మ ఆదేశములతో మృతులైన అమరవీరులను రాజలాంఛనములతో సాగనంపుటకు వారి పార్థివ దేహాలను రథములో వేసుకొని వెనుదిరిగారు అందరూ.

చిన్నారి అపరాజిత ప్రయోగించిన అదృశ్య శక్తి ధాటికి నేలకూలిన బలదేవుడు తప్పించుకొని యత్నించుచుండగా బలదేవా పితృవాక్య పరిపాలన నీ ధర్మమే కానీ పెద్దలు తప్పు చేస్తే చిన్నవారైనా సరే సరిదిద్దవలెననే రాజనీతిని మరచుట నీవు చేసిన తప్పిదము. అటులనే దైవరహస్యము తెలుసుకున్న నీవు ఆ దైవకార్యము నెరవేరు వరకు ఇచటనే బందీ అయి ఉండవలెననునది విధి లిఖితము. గర్భ గుడిలో అమ్మవారి విగ్రహ ప్రతిష్ట జరిగిన దినమునే నీవు ఇచటనుండి విముక్తి పొందగలవు. అప్పటివరకు అమ్మవారి సేవలో తరించి కృతార్థుడవు కమ్ము అని ఆకాశవాణి పలుకగా ప్రచండ వేగంతో వీస్తున్న మారుతమొకటి బలదేవుని అలవోకగా తీసుకెళ్ళి ఆలయములో అమ్మవారి ముందు పడవేసినది.

అమ్మవారి పాదముల ముందు పడగానే అదృశ్య బంధనములు విడివడిపోయి స్వేచ్ఛగా కరచరణములు కదిలించ వీలు కలిగినది బలదేవునకు. ఆకాశవాణి వాక్కు ప్రకారం అచటనే ఉండి అమ్మవారి సేవ చేసుకొనుట తప్ప మరొక మార్గాంతరం లేదని తలచి తన ధర్మపత్ని గర్భములో ఉన్న శిశువుకు మంచి జరిగేలా చూడమని అమ్మవారిని వేడుకుంటూ అక్కడే ఉండటానికి మనసును సన్నద్ధం చేసుకోసాగాడు బలదేవుడు.

ఇక రాజాంతఃపురమునకు చేరుకున్న పిదప జరిగిన దాడి గురించి తెలుసుకున్న అమృతభూపతి క్షతగాత్రులైనవారిని పరామర్శించి, అమరులైన వారి కుటుంబాలకు సంతాపము ప్రకటించి వారి కుటుంబసభ్యుల బాగోగులు ఇక మీదట రాజవంశమే వహిస్తుందని తెలిపి అనంతవర్మను, సైన్యాధ్యక్షుని అభినందించి ఇకమీదట మరింత జాగరూకతతో వ్యవహరించమని ఆదేశించాడు. అంతఃపురంలో మగబిడ్డ మాత్రమే కనిపించడంతో సందేహం వ్యక్తపరచిన అనంతవర్మతో ఆడబిడ్డ అమ్మవారి సన్నిధికి చేరుకున్నదని విషాద స్వరంతో తెలిపి ఆ సంగతి ఇక అక్కడితో మరచిపొమ్మని తెలిపాడు మహారాజు అమృతభూపతి .

అచట కోసలదేశములో రోజు గడుస్తున్నా కుమారుడి నుండి ఏ సమాచారం లేకపోవుటచే వేగులను అరణ్యమునకు పంపిన బలభద్రుడికి విగతజీవులైన సైనికులు, సైన్యాధికారి భుజంగుని గురించి తప్ప కుమారుని ఆచూకీ తెలియకపోవడంతో అమృతభూపతే తన బిడ్డను బందీగా తీసుకొనివెళ్ళి ఉంటాడు అని మరింత ద్వేషాన్ని పెంచుకొని పగసాధించుటకు పన్నగము వలె బుసలు కొట్టసాగాడు బలభద్రుడు. భర్త అదృశ్యము గురించి తెలుసుకొని ప్రసన్నలత అనారోగ్యము పాలగుటచే ఆమెను ఆమె పుట్టినింటికి పంపించి కొడుకు జాడ కోసం ప్రయత్నములు ముమ్మురం చేసాడు బలభద్రుడు .

చిన్నారి అపరాజిత కోయగూడెంలో ఎలా పెరుగుతుందో, ఆమెను అంతం చేయుటకు అక్షితవల్లి చేయు ప్రయత్నములేమిటో తదుపరి అంకంలో తెలుసుకుందాం .

అపరాజిత – చత్వరింశత్ అంకం

చిన్నారి అపరాజితను తీసుకొని సూర్యుడు పశ్చిమాద్రికి మరలుటకు ఒక ఘడియ ముందుగా కోయగూడెం చేరుకున్న మల్లన్న గూడెంలోని కోయలందరినీ సమావేశ పరచి తనకు ఆ బిడ్డ అడవిలో లభించిందని, వనదేవత ప్రసాదంగా భావించి తీసుకొచ్చానని ఇకనుండి తన బిడ్డతో సమానంగా తన ఇంటనే పెరుగుతుందని తన బిడ్డ సంపంగికి ఎంత గౌరవం మర్యాద ఇస్తారో అదే గౌరవం మర్యాద ఈ బిడ్డకు కూడా ఇవ్వాలని తీర్మానం చేసాడు. దానికి అక్కడ ఉన్న కోయలందరూ మారుమాట్లాడక తలలూగించారు.

అందులో ఉన్న కొందరు వయోవృద్ధులకు వారి తాతల కాలం నుండి ఇలా ఆడకూనలు అమ్మవారి దయతో అరణ్యంలో లభించటం వారు వనదేవత ప్రసాదంగా భావించి అపురూపంగా పెంచడం అలాగే కోడె ప్రాయానికి చేరుకోకముందే ఆ బిడ్డలు ఏదో ఒక ఆపద పాలయి మృత్యుదేవత ఒడికి చేరడం జ్ఞప్తికి రాగా, ఆ అమ్మోరు తల్లి ఎందుకు ఈ బిడ్డలను గూడేనికి చేరుస్తుందో మరలా తన ఒడిలోకి ఎందుకు చేర్చుకుంటుందో ఆ అమ్మోరికే ఎరిక. ఈ బిడ్డ ఎన్నినాళ్ళు జీవిస్తుందో అప్పటివరకు అమ్మోరి వరప్రసాదంగా జాగ్రత్తగా కాచుకోవడం తప్ప మనం చేసేది ఏమీ లేదని మనసులో అనుకుంటూ భారంగా నిట్టూర్చారు.

తను చెప్పాలనుకున్నది చెప్పేసి పిదప తన ఆలి అయిన నీలిని పిలిచి ఆమె కరములలో బిడ్డను పెడుతూ ఇక నుండి ఈ బిడ్డకు మనమే అమ్మా అయ్యా సంపంగి కి ఈ బిడ్డకు మధ్య భేదము చూపరాదు అని తన మాటగా చెప్పి మహారాణిగారు ఆ బిడ్డకు పెట్టిన పేరు మదిలో మననం చేసుకొని ఈ బిడ్డ పేరు అపరాజిత అని ప్రకటించాడు మల్లన్న. ఆ పేరు వినగానే అందరూ ఒకరి మొహాలు ఒకరు చూసుకొని ఇదేమి విడ్డురం దొరా ఇదేదో నాగరికులు పేరులాగుంది. మన గూడెంలో ఇంతవరకు ఇటువంటి పేరిడటం మేము సూసిందే లేదు. మన పేరులన్నీ అయితే మన దేవుళ్ళ పేర్లు లేదా మన జీవనిక అయిన చెట్ల పేరులే కదా పెట్టుకుంటం అని అడగగా మన అమ్మోరు తల్లే నా నోటెంట ఈ పేరు పలికించింది, ఇది కూడా ఆ అమ్మ పేరే కాబట్టి ఇదే పేరు ఖరారు చేస్తున్నాను అని ఇక మాట్లాడేది ఏదీ లేనట్లుగా నీలితో కలిసి తన కుటీరంలోకి వెళ్ళిపోయాడు.

దొర ఏది సెప్తే అది విని పాటించడం తప్ప ధిక్కరించడం తెలియని కట్టుబాట్లు ఉన్న కోయలు అందరూ అపరాజిత, అపరాజిత అంటూ తమకు కొత్తగా ఉన్న ఆ పేరును మననం చేసుకుంటూ తమ తమ కుటీరాల్లోకి వెళ్లిపోయారు.

కుటీరంలోకి పసికందును తీసుకొని వెళ్ళగానే లోపల లక్కబొమ్మలతో ఆడుకుంటున్న వారి కుమార్తె సంపంగి నవ్వుతూ ఎదురొచ్చి తల్లి చేతుల్లోని పాపను చూసి అమ్మా ఎవరీ పాప అని అడిగింది. నీలి ఒక చేతితో బిడ్డను జాగ్రత్తగా పొదివి పట్టుకొని మరొక చేతితో సంపంగిని దగ్గరకి తీసుకొని ఈ పాప ఇకనుండి నీకు తోబుట్టువు. మనతోనే ఉంటది. నువ్వు జాగ్రత్తగా చూసుకోవాలి అని సంపంగికి అర్థమయ్యేలా విడమరచి చెప్పింది. హై నాకు ఆడుకోడానికి మన ఇంట్లోనే తోడు దొరికింది అని నవ్వుతూ ఏది నాకు ఇవ్వు నేను ఎత్తుకుంటా అని చేతులు చాపింది. నీకు ఇపుడే ఎత్తుకోవడం రాదు ఇదుగో ఇక్కడ మెత్త మీద పడుకోబెడతాను చిన్నగా ఆడించు. ఈలోగా నేను నా కోకతో ఉయ్యాల వేస్తాను అని బిడ్డను పరుండబెట్టి ఉయ్యాల వేయడానికి మగడిని సాయానికి పిలిచింది నీలి.

సర్పద్రష్టుని మరణానంతరం అతని గుహ స్వాధీనం చేసుకొని సర్పద్రష్టుని నుండి సంక్రమించిన విద్యలకు తోడు కొత్త శక్తులు వశపరచుకొనుటకు, తన జవసత్వాలు వృద్ధి చేసుకొనుటకు క్షుద్రపూజలు సల్పుతూ తన శక్తులను అటులనే తనలో క్రూరత్వాన్ని దిన దిన ప్రవర్ధమానం చేసుకొనుచున్న అక్షితవల్లి గుహలోని మాయాదర్పణం నుండి ఇది అంతయూ గాంచి ధూమఖేతుని ఆవాహన చేసింది.

వెంటనే దట్టమైన పొగమంచు రూపంలో యెర్రని నయనములు గల ధూమఖేతుడు అక్షితవల్లి ముందు ప్రత్యక్షమై అక్షితవల్లికి నమస్కరించి మాతా నన్ను తలచిన కారణమేమో తెలుపమని అడుగగా కోయగూడెం ఉన్న దిశగా తన వామ హస్తమును సాచి ఆ కోయగూడెంలో కోయదొర ఇంట ఉన్న పసికందును పట్టి బంధించుకురావలె, తెచ్చి నా పాదాక్రాంతము చేయవలె. మన గురువుగారు అయిన సర్పద్రష్టుని అంతమొందించిన అపరాజితాదేవి అంశలో జన్మించిందట ఆ చిన్నారి. అపరాజితా దేవిని పునః ప్రతిష్టించి నా అంతం గావిస్తుందట అని వికటాట్టహాసం చేసి అందుకే తొలిదశలోనే చిదిమివేద్దాం అంటూ ధూమఖేతుకు చేయవలసిన కర్తవ్యాన్ని బోధించింది అక్షితవల్లి. అవశ్యము మాతా మీ ఆదేశాన్ని తక్షణము నెరవేర్చెదను అంటూ వాయువేగంతో కోయగూడెం వైపు దూసుకుపోయాడు ధూమఖేతు.

అచట రాజాంతఃపురములో ఒడిలో కేరింతలు కొడుతున్న వీరభద్రుని అన్యమనస్కంగా సముదాయిస్తూ దూరమైన పుత్రికను గూర్చి ఆలోచనలో మునిగిపోయింది మహారాణి అంజనాదేవి. బిడ్డకు ఏదో ఆపద వాటిల్లుతున్నట్లుగా తల్లి పేగు కదలగా అమ్మా అపరాజితా అంటూ ఒడిలో ఉన్న బిడ్డ సంగతి మరచి ఒక ఉదుటున పైకి లేచినది. ఆలయమునకు జంటఫలముల వంటి కవలలతో వెళ్ళి ఒక్కరితో తిరిగొచ్చిన క్షణం నుండి మహారాణిగారిలో కళాకాంతులు లేకపోవుట, అటులనే అన్యమనస్కముగా ఉండుట గమనించి ఆమెనే

కనిపెట్టుకొని ఉన్న అమల సకాలములో స్పందించి వీరభద్ర భూపతిని కిందపడకుండా పొదివి పట్టుకుంది. అపుడే అంతఃపురములోనికి ప్రవేశిస్తున్న అమృతభూపతి జరిగిన పరిణామాన్ని గాంచి పరుగున ముందుకు వెళ్ళి అంజనాదేవిని పొదివి పట్టుకొని ఏమైనది దేవీ ఎందులకా ఆందోళన ఒడిలో బిడ్డ ఉన్నాడన్న విషయం కూడా మరచేలా నిన్ను కలవరపెట్టిన కారణమేమి అని ప్రశ్నించాడు.

మహారాజుగారి ప్రశ్నతో ఈలోకంలోకి వచ్చినట్లై వీరభద్రభూపతి కొరకు చూడగా అమల చేతులలో సురక్షితముగా ఉండుట గమనించి ఊపిరి పీల్చుకొని ప్రభూ మన కుమార్తెకేదో ఆపద వాటిల్లుతున్నట్లుగా నా మనమున ఆందోళన చెలరేగుతున్నది. తక్షణమే మనం అరణ్యానికి వెళ్ళాలి ప్రభూ పదండి ఇపుడే వెళ్ళాలి అని ఆత్రుత పడుతున్న అంజనాదేవిని మరింతగా దగ్గరికి పొదివిపట్టుకొని అమల వైపు సాలోచనగా దృక్కులు సారించగా ఆ చూపులలో ఉన్న సంకేతాన్ని అవగతం చేసుకున్న అమల అంతఃపురంలో ఉన్న చెలికత్తెలనందరినీ ఆ గది నుండి బయటకి వెళ్ళమని చెప్పి ద్వారములను దగ్గరకు చేరవేసి బిడ్డతో సహా తను కూడా బయటకు వెడలిపోయింది .

అందరూ ఆ గదినుండి నిష్క్రమించువరకు మౌనముగా ఉన్న అమృతభూపతి తదుపరి అంజనాదేవిని తల్పం మీద కూర్చుండబెట్టి దేవీ మీ మాతృ హృదయ వేదనను నేను అర్థం చేసుకోగలను కానీ మీరు ఇటుల ప్రవర్తించిన యెడల మన బిడ్డ ఎచట ఉన్నదో మన శత్రువులకు తెలిసి హాని తలపెట్టుటకు ప్రయత్నించెదరు. ఈ దినము జరిగిన దాడి సంగతి తమకు కూడా తెలిసినది కదా. కాబట్టి బిడ్డ భారమును అపరాజితా దేవి మీద వైచి మీరు కుదుట పడండి. అటులనే దూరమైన బిడ్డను తలచి వగచుచూ దగ్గర ఉన్న బిడ్డను ఆపదల పాలు చేయకండి. మన బిడ్డ ఆ అపరాజిత దేవి అంశలో జన్మించిందనే విషయము మరచి అనవసరముగా వ్యాకుల పడుట మంచిది కాదు అని సున్నితముగా మందలించాడు మహారాజు అమృతభూపతి.

అటులనే ప్రభూ ఇకనుండి నా మనోవేదన నాలోనే దాచుకొంటాను. నా వలన నా బిడ్డలకు ఎటువంటి ఆపద వాటిల్లనివ్వను అని మహారాజుకు వాగ్దానం చేసి తనను తాను సముదాయించుకోవాలని ప్రయత్నించినా మదిలో అలజడి శాంతించకపోవుటచే కనులు మూసుకొని బిడ్డ క్షేమము కొరకు మదిలోనే అమ్మవారిని ధ్యానించుట మొదలిడినది అంజనాదేవి. ధర్మపత్ని ఆందోళన తెలిసి కూడా ఏమీ చేయలేని తన నిస్సహాయతతకు చింతిస్తూ బిడ్డల క్షేమం కొరకు తనుకూడా అమ్మవారిని ధ్యానించసాగాడు అమృతభూపతి .

మగని సాయంతో ఊయల వేయడం ముగించి బిడ్డకు గో క్షీరమును ఉద్ధరిణి సాయంతో పట్టించి ఊయలలో వేసి ఊపుతూ నిద్రపుచ్చింది నీలి. తదుపరి సంపంగికి తినిపించి పరుండబెట్టి తాముకూడా ఇంత ఎంగిలిపడి నిద్రకు ఉపక్రమించారు మల్లన్న దంపతులు.

అక్షితవల్లి ఆదేశములనుసరించి కోయగూడెం చేరుకున్న ధూమఖేతు మల్లన్న కుటీరాన్ని చేరుకొని మూసివున్న ద్వారబంధము సందులలోనుండి లోపలికి చేరుకొని ఊయలలోనున్న

చిన్నారి అపరాజితను బంధించుటకు ఊయల దగ్గరకు చేరుకొని తన ధూమహస్తములతో (ధూమము అంటే పొగ) చిన్నారిని బంధించుటకు యత్నించాడు.

అప్పటివరకు నిద్రించుచున్న సంపంగి నిదురలేచి కనులు పెద్దవిగా చేసి ధూమఖేతు వైపు చూసి తన చిన్ని నోటిని తెరచి పొగమంచు రూపంలోవున్న ధూమఖేతును అమాంతంగా మింగివేసినది. తదుపరి కుటీరము ద్వారములవైపు చూడగా ఆమె కనుసైగకే ద్వారము నిశ్శబ్దముగా తెరచుకున్నది. ఇది అంతయూ ఊయలలోనుండి గమనిస్తున్న చిన్నారి కేరింతలు కొట్టుచుండగా సంపంగి బయటకి అడుగిడి కుటీరము నుండి దూరముగా అమ్మోరు తల్లి విగ్రహము సమీపమునకు వచ్చి నోరు తెరచి అంతవరకు తన గళములో బంధించిన ధూమఖేతును బయటకు విసిరి కొట్టినది .

ఆ జడికి సుడులు తిరుగుతూ గగనంలో నలుమూలలకు చెదిరిపోయి కొంతతడవుకు మొత్తం ఒకదగ్గరకి చేరి తన రూపాన్ని తిరిగి పొంది బిత్తరపోయి చిన్నారి సంపంగి వైపు చూడసాగాడు ధూమఖేతుడు. ధూమఖేతుని తత్తరపాటు గమనించి తన నిజరూపాన్ని ప్రదర్శించినది సంపంగి రూపములో ఉన్న వనదేవత. నా తల్లి అపరాజితకు తోడుగా ఉండుటకు ఆమెకన్నా మూడు వత్సరముల ముందే జనించి ఆమె రాక కొరకు వేచిచూస్తున్నానురా. నీ అంతం నా తల్లి చేతిలోనే జరగాలని నిన్ను ప్రాణాలతో వదిలి పెడుతున్నాను. పోయి నీ అక్షితవల్లిని హెచ్చరించు తన మృత్యుదేవత జననం జరిగిపోయినదని ఎన్ని శక్తులను పంపించినా నన్ను దాటుకొని నా తల్లి చెంతకు చేరలేవని నా మాటగా హెచ్చరించు అని ధూమఖేతుకి చెప్పి తిరిగి సంపంగి రూపంలోకి మారిపోయి తన కుటీరంలోకి వెడలిపోయింది వనదేవత .

అపరాజిత – ఏక చత్వారింశత్ అంకం

పరాజితుడై వచ్చిన ధూమఖేతును గాంచి క్రోధముతో రగిలిపోయినది అక్షితవల్లి. నా శక్తులనే పరిహసిస్తూ నన్ను ధిక్కరించుటయేగాక నన్నే హెచ్చరించే అంత ధైర్యమా ఆ వనదేవతకు. చూసెదను ఆ వనదేవత అంతు, అటులనే నాకొరకు జన్మించిన ఆ మృత్యుదేవత అంతు గాంచెదను. అపరాజితాదేవి అంశలో జనించినందులకే ఆ చిన్నారికి అంత మిడిసిపాటు అయితే అపరాజితాదేవినే అజ్ఞాతంలో ఉండేలా చేసిన సర్పద్రష్టని అనుంగు శిష్యురాలిని, ఇప్పటికీ ఆ అపరాజితాదేవి అజ్ఞాతంలో ఉండుటకు కారణమైన దానిని అయిన నాకెంత అహంకారం ఉండాలి.

ఇక నువ్వు విశ్రమించు ధూమఖేతు, వారి పొగరు అణచి నా పాదాక్రాంతులను ఎటుల చేసుకోవలెనో నేను యోచింతును. ఆ చిన్నారితో మన కార్యము నెరవేరు అవకాశమున్నదని నా ఆవేశాన్ని అదుపులో ఉంచుకొని యోచిస్తున్నాను, లేనియెడల తల్లి గర్భములో ఊపిరి పోసుకొనక ముందే పిండంగా ఉన్నప్పుడే చిదిమేసి ఉండేదాన్ని అని బీరాలు పలుకుతూ అప్పటికి ఇక ఏమి చేయుటకు పాలుపోక సూర్యోదయం అయిన పిదప తదుపరి కార్యక్రమము గురించి యోచించెదను అంటూ విశ్రాంతి గొనుటకు తన ఆంతరంగిక మందిరములోనికి వెడలినది అక్షితవల్లి.

అక్షితవల్లి అచ్చటనుండి నిష్క్రమించగనే మాయాదర్పణం కిచకిచలాడుతూ ఇంకనూ అచటనే ఉన్న ధూమఖేతును గాంచి ఏమైనది ధూమఖేతూ నివ్వెరపాటుతో అటులనే నిలుచుండిపోయినావు ? వనదేవత ధాటికి ఇంత భీతిల్లితే మరి అపరాజితాదేవి రంగంలోకి దిగితే ఏమైపోదువో కదా అని మరల కిచకిచలాడినది. దానికి ధూమఖేతు రోషంతో గుహ లోపల దాగుండి ప్రగల్భాలు పలకడం కాదు బయటకి వెడలి కార్యములు నెరవేరిస్తే తెలుస్తుంది ఎంత కష్టసాధ్యమో! నీ మాయతో ఇతరుల జీవితాలలో తొంగి చూడటం తప్ప ఇప్పటివరకు నీవు వెలగబెట్టిన పరాక్రమమేమిటి అని ఎత్తిపొడిచాడు.

వెళ్లిన పని చేయలేక తలదించుకుని రావడమే కాక నా గురించే మాటలు మీరుతున్నావా ? నేను ఇచట ఉండే ప్రపంచ రహస్యములు తెలుసుకొని నా కనులతో లోకాన్ని చూపించబట్టే మీరు తదుపరి చేయవలసిన కార్యములు గురించి ప్రణాళికలు రచిస్తున్నారు. నేనే గనుక అచటికి

వెళ్లి ఉంటే ఆ పసికందును నాలోనే బందీని చేసి తెచ్చి ఉండేదాన్ని అని హుంకరించింది మాయాదర్పణం.

వీరి వాగ్వాదానికి మహాకాళి విగ్రహం ముందు విశ్రమిస్తున్న మరగుజ్జు లేచి వచ్చి ఇద్దరినీ అదిలించి దేవర విశ్రాంతి తీసుకుంటుందని మరచితిరా. ఆమెకు కానీ నిద్రాభంగమయితే ఆ కోపంలో మీ ఇద్దరినీ నశింపచేయగలదు. మీరిద్దరూ ఎంత శక్తిమంతులు అయినా దేవరకు బానిసలు అని గుర్తెరిగి మసలుకోండి అని మందలించడంతో అదే వాస్తవమని గుర్తెరిగి మాయాదర్పణం మౌనం వహించగా ధూమఖేతు తన నిజగృహమునకేగినాడు.

అచట అమ్మవారి ఆలయంలో నిలిచిపోయిన బలదేవుడు భక్తి ప్రపత్తులతో అకుంఠిత నిష్ఠతో అమ్మవారిని కొలువ ప్రారంభించాడు. అంతఃపురంలో అంజనాదేవి వీరభద్రుని అల్లారుముద్దుగా పెంచుకుంటూ చిన్నారి అపరాజితను పెంచు అదృష్టము లేకపోయినందులకు మదిలోనే వగచసాగినది. అమృతభూపతి రాజ్య పాలన మీద దృష్టి నిలిపి ప్రజలను మునుపటికన్నా జాగ్రత్తగా పాలించుటయే కాక రాజ్య రక్షణ యెడల అమిత శ్రద్ధ వహించి రక్షణ వ్యవస్థను , గూఢచారి వ్యవస్థను పటుతరం గావించాడు.

ఇక అంజనాదేవి మాతాపితరులు సహితము కుమార్తె కడుపు పండిన విషయము, దౌహిత్రుడు జనించిన విషయము అందరితోపాటు తెలుసుకున్ననూ, రాచరిక మర్యాదల ప్రకారం అమృతభూపతి ఆహ్వాన పత్రిక పంపువరకు వేచియుండి పక్షము దినముల అనంతరం ఆహ్వానమందుకొని ఘనమైన కానుకలతో, పసిడితో నేసిన వస్త్రములు, నవరత్న ఖచిత ఆభరణములు తీసుకొని అంగరాజ్యాన్ని చేరుకొని ప్రసవమునకు యెటులనూ పుట్టింటికి అంపలేదు, ఇపుడైనా పంపమని కోరినా ప్రస్తుత పరిస్థితుల దృష్ట్యా పంపించలేనని అమృతభూపతి సవినయంగా వారి ప్రతిపాదనను త్రోసిరాజనడంతో ఇక చేయునది లేక కొలది దినములు వారే పుత్రిక వద్ద ఉండి దౌహిత్రుడి ముద్దు ముచ్చట్లు చూసి తమ రాజ్యమునకు చేరుకున్నారు.

అనంతవర్మ కర్తవ్య పాలనకు ప్రధమ స్థానమిచ్చి అంగ రాజ్యంలోనే ఉంటూ పక్షమునకొకమారు ధర్మపత్ని పుట్టింటికి వెళ్లి భార్యాబిడ్డలను చూచుకొని రాసాగాడు. అతని అవస్థను గమనించి కన్యాదానమొసగిన మామగారు రెండు మాసములు నిండి మూడవ మాసము అడుగిడగనే కుమార్తెను దౌహిత్రుని సహితముగా అంగరాజ్యమునకు పంపించెదనని వాగ్దానమొసగినాడు.

కోయగూడెంలో చిన్నారి అపరాజిత దినదిన ప్రవర్ధమానముగా షోడశ కళలతో పౌర్ణమి నాటి చంద్రబింబము వలె ముద్దులొలుకుతూ ఎదగసాగింది. సంపంగి రూపంలో జన్మించిన వనదేవత అపరాజితను కంటికి రెప్పవలె కాచుకొంటూ ఏ ఆపద దరిచేరనీయకుండా తిప్పికొట్టసాగినది. తన ప్రతి ప్రయత్నం విఫలం అవుతుండటంతో అక్షితవల్లి బుసలు కొడుతూ మరింత పట్టుదలగా అపరాజితను వశపరచుకొనుటకు, అటుల సానుకూలపడని యెడల

నాశనం చేయుటకు ప్రయత్నములు ముమ్మురం గావించసాగినది. ఇవేమీ తెలియని నీలి మాత్రం అలనాడు కృష్ణ భగవానుని పెంచిన యశోద వలె పూర్తి మాతృత్వ మమకారంతో అపరాజితను పెంచసాగినది.

ఇటుల రెండు మాసములు గడిచినవి. భర్తకు దూరమై మనోవ్యధతో పుట్టింటికి చేరుకున్న ప్రసన్నలతకు నెలలు నిండి ప్రసవ గడియలు సమీపించినవి. అరణ్యములో అపరాజితాదేవి సేవ చేసుకొనుచున్న బలదేవుడు దినములు గణించుకొనుచూ మా వంశాంకురము నేడో రేపో పుడమి మీద పడు సమయామాసన్నమైనది. ఈ తరుణములో నేను నా దేవి చెంత ఉండియుండిన కడు జాగ్రత్తగా ఆమెను కాచుకొని ఉండేవాడిని. మాతృత్వమన్న స్త్రీకి మరుజన్మ అని పెద్దల ఉవాచ, ఇట్టి తరుణములో అర్ధాంగికి అండగా ఉండు భాగ్యము నాకు లేకుండెను. స్వయంకృతాపరాధము కొంత మా తండ్రిగారి దురాశ కొంత కలిసి నాకు ఈ దుస్థితి ఏర్పడినది అని వగచుచూ తన భార్యాబిడ్డలకు ఎట్టి ప్రయాస కలగకుండా ఇరువురినీ క్షేమముగా కాపాడవలెనని అమ్మవారిని నిండు మనసుతో వేడుకోసాగాడు.

దుష్టులకే స్వభావము మార్చుకొనుటకు ఇరుమారు, ముమ్మారు అవకాశమొసంగు కరుణాతరంగిణి అయిన అమ్మ స్వతహాగా సద్బుద్ధి గల బలదేవుని చూస్తూ చూస్తూ శిక్షించగలదా? జరగవలసిన దుష్టశిక్షణ, శిష్టరక్షణ కొరకు అతనిని అచట బంధించవలసి వచ్చేనే కానీ కావాలని తన బిడ్డను బాధించదు కదా అందుకే తన కరుణను అతని మీద ప్రసరించ దలచినది. వేడుకొనుచున్న బలదేవుని ముందు అమ్మవారి శిరమున అలంకరించిన కలువపువ్వు ఒకటి రాలి పడినది.

అరచేతి పరిణామము గల ధవళ వర్ణపు ఆ కలువ బలదేవుడు చూస్తుండగనే పదింతలుగా పరిణామము పెంచుకొని రేకులు విచ్చుకోసాగినది. అచ్చెరువొందుతూ నయనములు విప్పార్చుకుని చూస్తున్న బలదేవుని మరింత ఆశ్చర్యపరుస్తూ ఆ కలువలో కేరుమని ఏడుస్తున్న పసిపాప ప్రత్యక్షమయినది. కలయా వైష్ణవ మాయయా అని యోచిస్తున్న బలదేవుడు ఆ బిడ్డ ఎంతకీ రోదన ఆపకపోవడంతో ధైర్యము చేసి బిడ్డను హస్తములలోకి తీసుకోగానే అప్పటివరకు రోదిస్తున్న ఆ పసికందు ఒక్కసారిగా రోదన ఆపేసి బోసినవ్వులు నవ్వుతూ కేరింతలు కొట్టసాగినది. అంతియేగాక ఆ బిడ్డను హస్తములలోకి తీసుకున్న మరుక్షణం తనతో ఏదో సంబంధమున్నట్లుగా ఒడలి పులకరించసాగినది.

తన భార్యాబిడ్డల గూర్చి చింతిస్తుంటే మధ్యలో ఈ చిన్నారి ఎవరో ఎందులకు ఇటుల ప్రత్యక్షమైనదో, తనలో కలుగుతున్న ఈ పులకరింతకు కారణమేమిటో అవగతమవక అమ్మవారి విగ్రహము వైపు దృష్టి సారించి అమ్మా ఏమి నాకీ పరీక్ష అని మనమున తలవగా అంత ఆకాశవాణి పలుకుతూ నాయనా బలదేవా ఆ బిడ్డ మరెవరో కాదు నీ పట్టమహిషి ప్రసన్నలత గర్భమునందు పురుడుపోసుకున్న నీ వంశాంకురము. భార్యాబిడ్డలను చూడ నోచుకోక నీవు పడుతున్న వేదన గాంచలేక అమ్మవారు నీయందు కరుణతో కల్పించిన అదృష్టమది. బిడ్డను

కనులార గాంచి నీ ముద్దు తీర్చుకో. ఇపుడే కాదు నీవు ఎపుడు కావలెనన్న అపుడు ఆ కలువలో నీ బిడ్డను చూచుకొను వరమును నీకు అమ్మవారు ప్రసాదిస్తున్నది. కానీ ఈ పర్యాయము మాత్రమే బిడ్డను నీవు ప్రత్యక్షంగా చూచుచూ ఆమె స్పర్శను అనుభవించగలవు. తదుపరి పర్యాయము నుండి ఒక దర్పణము వలె ఈ కలువ నీ బిడ్డ కదలికలను నీకు తెలియచేయగలదు.

ఒక తండ్రిగా బిడ్డ ఎదుగుదలను చూచుకొను భాగ్యము నీకు దూరం చేయుట అమ్మ అభిమతము కాదు, అందులకే నీ మనోవేదనకు ఈ విధముగా పరిష్కార మార్గము చూపినది అని పలికి అంత ఆ అశరీరవాణి మౌనము వహించినది. తన తల్లి తనమీద మాత్రమే మమకారము కురిపిస్తే అపరాజితాదేవికి జగమంతా బిడ్డలే కాబట్టి అందరిమీద అదే మమకారము చూపిస్తుందని దృష్టాంతముతో సహా నిరూపితమగుటచే అమ్మవారి యెడల అతని భక్తి ప్రపత్తులు మరింత పెరుగగా బిడ్డతో సహా అమ్మవారి విగ్రహం ముందు మోకరిల్లి తల్లీ ఇప్పటివరకు నా అజ్ఞానంచే నా దురదృష్టమునకు వగచితిని, కానీ నీ సేవ చేసుకొని తరించు అదృష్ట భాగ్యము నాకు కలిగినదని ఇపుడే అవగతమైనది.

ఇక ఎన్ని వత్సరములైననూ దైవ కార్యము పూర్తి అగువరకు సంతోషముగా ఇచటనే నీ సేవ లో తరించెదను అని అమ్మకు కృతజ్ఞతలు తెలిపి బిడ్డను ముద్దాడి కనులార చూచుకొని బిడ్డను వదుల మనసు రాకున్ననూ తప్పనిసరి అయి బిడ్డను తిరిగి ఆ కలువలో పరుండబెట్టగా ఆ కలువ రెక్కలు ముడుచుకొని తిరిగి అరచేతి పరిణామములోనికి మారిపోయినది. ఆ కలువను హస్తములలోకి తీసుకొని దానిని అపురూపముగా తిలకిస్తూ ఆలయములోపల ఒక స్తంభము వద్ద స్థలము శుభ్రపరచి అచట దానిని భద్రపరచినాడు బలదేవుడు.

రెండు మాసములు నిండి మూడవ మాసము అడుగిడగనే వాగ్దానము చేసిన విధముగా పంచాంగము చూసి మంచి దినము ఎంచి కుమార్తెను దౌహిత్రుని సహితముగా తమ స్థాయికి తగినట్లుగా ఘనమైన సారెనిచ్చి అత్తవారింటికి సగౌరవంగా సాగనంపారు అనంతవర్మ అత్తమామలు.

విష్ణుచిత్తుడు అని నామమొసగిన తమ కుమారుని తీసుకొని ధర్మపత్నీ సమేతముగా మహారాణివారి దర్శనమునకేగిన అనంతవర్మ మహారాణివారికి నమస్కరించి విష్ణుచిత్తుని ఆమెకు అందించగా అప్పటికే ఆమె ఒడిలో ఆడుతున్న వీరభద్రుడు విష్ణుచిత్తుని గాంచినంతనే తన హర్షాతిరేకాన్ని వ్యక్తపరుస్తూ కేరింతలు కొడుతూ తన స్నేహ హస్తాన్ని సాచగా, విష్ణుచిత్తుడు సహితము అంతియే ఆనందంతో ఆ హస్తమును అందుకొన్నాడు. ముక్కుపచ్చలారని ఆ చిన్నారుల మైత్రిని గాంచి అచ్చెరువొందుట పెద్దల వంతు అయినది. వీరి మైత్రీబంధం ఇటులనే వృద్ధి చెందవలెనని అంజనాదేవి అభిలషించగా అమృతభూపతి సైతం ఆ చిన్నారిని తమ కుటుంబములోకి ఆహ్వానిస్తున్నట్లుగా తన గళమునుండి రాజరిక చిహ్నమయిన రత్నహారాన్ని తీసి బహూకరించాడు.

అరణ్యములోని గుహలో వనదేవత మీద పగ తీర్చుకొనుటకు క్షుద్రోపాసన చేస్తున్న అక్షితవల్లికి మాయాదర్పణం నుండి సంకేతము లభించగా ఏమి సమాచారం అని మాయాదర్పణాన్ని ప్రశ్నించగా రెండు దినములలో రాబోవు మహాలయ అమావాస్య మహిమాన్వితమైనది. గ్రహములన్నియు గతి తప్పు ఆ మహత్తర గడియలు పుష్కరమునకొకమారు మాత్రమే సంభవిస్తాయి. ఆ దినమున నీ శక్తులు సాధారణ అమావాస్య దినముకన్న వందింతలు అధికమవగా అదే తరుణములో వనదేవత శక్తులు పరిమితమై సాధారణ మూడేండ్ల బాలిక వలె మారిపోతుంది. ఆ సమయమున నిన్ను అడ్డుకొనుటకాదు కదా నీ ముందు నిలచుటకు కూడా ఆమె శక్తులు పనిచేయవు. ఈ తరుణమును జారవిడచుకున్న మరియొక సువర్ణ అవకాశముకొరకు మరొక పుష్కర కాలము ఎదురు చూడక తప్పదు అని అక్షితవల్లిని హెచ్చరించి చెప్పవలసినది చెప్పుట పూర్తి అయినట్లుగా మౌనం వహించినది మాయాదర్పణం.

ఇక వికటాట్టహాసం చేస్తూ నా చిరకాల స్వప్నం నెరవేరు సమయామాసన్నమయినది. ఇక నానుండి ఆ జంట పసి మొగ్గలు ఎటుల తప్పించుకొనెదవో చూచెదను అంటూ పథక రచనలో మునిగిపోయినది అక్షితవల్లి .

రాబోవు గండమును చిన్నారి అపరాజిత తప్పించుకొనగలదో లేదా అక్షితవల్లికి వశమై పోతుందో తెలియాలంటే తరువాతి అంకం వరకు వేచి చూడాల్సిందే .

అపరాజిత – ద్వి చత్వారింశత్ అంకం

అక్షితవల్లి ఎంతగానో ఎదురుచూస్తున్న తరుణం రానే వచ్చింది. మహాలయ అమావాస్య దినము మరికొన్ని ఘడియలలోకి సమీపించింది. ఇక నిశి ఘడియలు జగతిని కమ్మివేసే తరుణం కొరకు ఎదురుచూస్తూ అంతకంతకూ అధికమవుతున్న తన శక్తులను క్రోడీకరించుకుంటుంది అక్షితవల్లి . మరగుజ్జు శిష్యురాలు తన గురువు కనుసన్నలలో మెలుగుతూ అక్షితవల్లి నోటి నుండి మాట వెలువడకముందే అన్నీ అమరుస్తోంది . అమృతానందభూపతి శిష్యుల వలన హతమైన తన జనకుడు భైరవుని మరణానికి ప్రతీకారం తీర్చుకోవాలని గుహ ద్వారబంధం వద్ద కావలిగా ఉన్న కాలభైరవుడు కూడా ఉవ్విళ్ళూరసాగాడు. అపరాజితా దేవి అండతోనే తన తండ్రిని ఆ అల్పులైన మానవులు వధించారని అక్షితవల్లి ద్వారా తెలుసుకున్న కాలభైరవుడు, ఆ అపరాజితా దేవి అంశలో జన్మించిన చిన్నారి కవోష్ణ ధారలతో తన పితరునికి తర్పణం వదలాలని ఆ శుభ ఘడియల కోసం అసహనంగా వేచి చూస్తున్నాడు.

అమావాస్య చీకట్లు లోకాన్ని ఆలింగనం చేసుకొని తమ కాలవర్ణాన్ని లోకానికి అద్ది సంబరపడుతున్న వేళ, కన్ను పొడుచుకున్నా కానరాని ఆ కటిక చీకటిలో ముడుతలు పడిన కాయముతో పొడవుగా పెరిగి మెలికలు తిరిగిపోయిన నఖములతో వంగిపోయిన నడుముతో కూడిన ఒక ముదుసలి మంత్రగత్తె తన వెంట ఒక భీకరాకృతి గల గ్రామసింహం అనుసరిస్తుండగా, సర్పాకృతిలోని మంత్రదండం ఆసరాతో అరణ్యములో బిరబిరా నడుస్తూ కోయగూడేన్ని చేరుకుంది.

తన మాయాజాలంతో సమ్మోహనాస్త్రాన్ని ప్రయోగించి కోయ గూడేనికి కావలి కాస్తున్న కోయలందరినీ మత్తులోకి పంపించేసింది. తదుపరి కోయదొర కుటీరాన్ని చేరుకొని ఆదమరచి నిద్రిస్తున్న కోయదొర కుటుంబాన్నిగాంచి తన పిశాచ గణాలను వారిపైకి ఉసిగొల్పగా క్షణమాత్ర కాలములో ఆ పిశాచ గణాలు కోయదొర కుటుంబాన్ని పీక్కు తినేసాయి. పిశాచగణాలకు ఆహుతి అవుతున్న విషయమైనా తెలియకముందే నిద్రమత్తులోనే వారిప్రాణాలు పిశాచాలకు అర్పణ అయిపోయాయి..

తదుపరి ఆ ముదుసలి మాంత్రికురాలు ఊయలలో ఆదమరచి నిద్రించుచున్న చిన్నారి అపరాజితను కంపిస్తున్న తన హస్తములలోకి తీసుకొని పైకి లేపి భూతప్రేత పిశాచగణాలు కూడా నివ్వెరపోయేలా వికటాట్టహాసము చేయుచూ బయటకు పొడుచుకొచ్చినట్లుగా ఉన్న

కోరలలాంటి దంతములతో బిడ్డ కంఠాన్ని కొరికి రుధిరా పానము చేయసాగింది. ఆ సమయంలో ఆ ముదుసలి నయనాలు క్రూరత్వం, పైశాచికత్యం తో నిండి ఎంతటి ధీరులనైనా భయకంపితులను చేసేలా ఉన్నాయి.

నొప్పికి పసికందు కెవ్వున రోదిస్తుండగా ఆ ముదుసలి తోడుగా వచ్చిన శునకం తన యజమాని పసికందు రుధిరాన్ని స్రవిస్తున్నప్పుడు కింద చుక్కలు చుక్కలుగా జారి పడుతున్న రుధిరపు బిందువులను బయటకు వేలాడుతున్న నాలుకతో అందుకొని ఆబగా జుర్రుకోసాగింది . అలా జాలువారుతున్న రుధిరంతో తన తృష్ణ సంతృప్తి చెందక పైకి యెగిరి తనవాడి దంతాలతో ఆ పసి శరీరాన్ని పీక్కొని తినసాగింది.

కెవ్వుమని కేక వేస్తూ తల్పం మీద లేచి కూర్చున్నది అంజనాదేవి. ఆమె అరచిన ధ్వనికి నిద్ర నుండి మేల్కొన్న అమృతభూపతి స్వేదంతో నిండిపోయిన వదనంతో భయ కంపితురాలై ఉన్న అంజనాదేవిని దగ్గరకు తీసుకొని ఏమి జరిగినది దేవీ ఏమి తలపునకు వచ్చినది అని అంతగా కంపించుచున్నారు? మీరు చేసిన ఆర్తనాదానికి వీరభద్రుడు కూడా నిద్రనుండి మేల్కొని యెటుల యేడ్చుచున్నాడో చూడండి అని శయ్య పక్కనే ఉన్న ఊయలలో ఏడుస్తున్న వీరభద్రుని తెచ్చి అంజనాదేవి ఒడిలో పరుండబెట్టాడు.

బిడ్డ గర్భంలో పురుడు పోసుకున్నదగ్గర నుండి వాళ్ళ మీదే పంచప్రాణాలు పెట్టుకునే తల్లికి వాళ్ళ యోగక్షేమాల గురించి ముందుగానే సూచన అందుతుంది. అలాగే తన పుత్రిక కు ఏదో ఆపద సంభవించబోతున్నట్లుగా అస్పష్టమైన స్వప్నాలు అంజనాదేవిని వెన్నాడసాగాయి.

ఆ దుఃస్వప్నం ధాటికి నిలువెల్లా నీరు కారిపోతూ ఒడిలో ఉన్న వీరభద్రుని తలంపు కూడా లేక ప్రభూ ప్రభూ మన చిన్నారిని పెద్ద ఆపద చుట్టుముడుతోంది. ఒక మాంత్రికురాలు మన చిన్నారిని హతమార్చాలని చూస్తోంది. త్వరగా రండి ప్రభూ వెళ్ళి రక్షించుకుందాం అంటూ పైకి లేవబోగా, ఆమెనే గమనిస్తున్న అమృతభూపతి ఆమె హస్తమును పట్టి శయ్య మీదనుండి పైకి లేవకుండా చేసి దేవీ ఏమి చేస్తున్నారో అర్ధమవుతుందా ? ఒడిలో ఉన్న పసివాడి గురించి తలంపు లేకుండా ఏమిటీ ఉన్మాదం అని గట్టిగా మందలించడంతో ఈ లోకంలోకి వచ్చినట్లై రోదిస్తున్న వీరభద్రుని హృదయానికి హత్తుకొని ఓదార్చసాగింది.

ఈ గడబిడకు ఏకాంత మందిరం వెలుపల శయనించిన చెలికత్తెలు మేల్కొని ద్వారము వరకు వచ్చి కూడా లోపలికి వెళ్ళవచ్చునా లేదా? వెళ్తే యేమగునో అని సందేహించి ఏదయినా అవసరం ఏర్పడితే మహారాజుగారు ఘంటిక మోగించెదరు కదా అని వారిలో వారే సమాధానపర్చుకొని తిరిగి తమ తమ స్థానములలో పరుండి ఎపుడు లోపలినుండి పిలుపు వస్తుందో అని జాగరూకులై యున్నారు.

వీరభద్రుని చూపించి మహారాణిని అప్పటికి సమాధాన పరచినా ఆమె ఆందోళన మహారాజుతో ఎన్నెన్నో శంకలను రేకెత్తించగా నిజంగానే తమ చిన్నారి సమస్యల్లో చిక్కుకొని ఉన్నదా? జాతక చక్రంలో ఉన్నట్లుగానే గండాలు చుట్టుముట్టి వేధిస్తున్నాయా ? మరి ఇపుడు తన

తక్షణ కర్తవ్యమేమిటి ? బిడ్డను ఒకసారి అప్పగించిన తర్వాత ఆమె గురించి పట్టించుకొనరాదని ఆమె ఛాయలకు వెళ్ళుటకు కూడా ప్రయత్నించరాదని తమ తండ్రిగారి ఆజ్ఞ. ఇపుడు దానిని ధిక్కరించుట యెట్లు ? అలా అని బిడ్డకు ఆపద అని తెలిసి కూడా ఊరకుండుట యెట్లు ? పరమేశ్వరా యేల నాకు ఈ విషమ పరిక్ష? దీని నుండి నన్ను బయటపడవేయు మార్గాంతరం తెలిపి నన్ను కృతార్థుడను చేయుము తండ్రీ. లోకాలను పాలించే తల్లి అంశలో పుట్టిన బిడ్డకే రక్షణ కరువైన యెడల ఇక సామాన్యుల గతి ఏమి స్వామీ అంటూ పరిపరి విధముల మనసులోనే దేవుని ప్రార్థిస్తున్నాడు అమృతభూపతి.

స్వప్న వృత్తాంతము ధాటికి మనసు అల్లకల్లోలం కాగా తీవ్రమైన మానసిక అలజడికి గురియైన అంజనాదేవి వీరభద్రుని లాలిస్తూ అటులనే శయ్యమీదకు జారగిలబడిపోయినది. మెలకువకు నిద్రకు మధ్యలో ఒకరకమైన మైకంలోకి జారిపోయినది. మహారాణి శయ్యపై ఒరగడం గమనించిన అమృత భూపతి ఘంటిక మోగించి లోపలికి పరుగున వచ్చిన చెలికత్తెలతో మహారాణివారిని జాగ్రత్తగా గమనించమని చెప్పి ఆ నడిరాత్రిలో రాజపురోహితులవారి గృహమునకు దారి తీసాడు అమృతభూపతి.

పట్టుపరుపులమీద ఆదమరచి నిద్రించవలసిన మహారాజుగారు ఈ నడిరేయిలో తన గృహమునకు రావడంతో రాజపురోహితుడు కంగారు పడుతూ ఏమి జరిగినది మహారాజా ఈ నడిరేయిలో తమరు అరుదెంచిన కారణమేమి ? భటులతో కబురంపిన యెడల నేనే రాజప్రాసాదమునకు విచ్చేసి ఉండెడివాడను కదా అని పలుకగా ఇపుడు అది అప్రస్తుతము బ్రాహ్మణోత్తమా మాకు ఒక విషమ సమస్య వచ్చి పడినది. దైవానుగ్రహం లేకున్న దానినుండి తప్పించుకొనుట అసంభవం. మీ తండ్రిగారు ఉన్నంతవరకు మేము చెప్పనవసరం లేకుండానే రాజ్య క్షేమం కొరకు రాజవంశ సంక్షేమము కొరకు పూజలు సలుపుతూ ఉండేవారు. ఇపుడు ఆ బాధ్యత మీ భుజస్కందముల మీద ఉన్నది. కావున ఈ గండం గట్టెక్కించుటకు ప్రత్యేక పూజలు లేదంటే మేము అనుసరించవలసిన విధివిధానములేమైన ఉన్నయెడల తెలుపగలరు అని పలికాడు అమృతభూపతి.

పితృవర్యుల పరిఛాయలో ప్రతి పూజా విధానమును కూలంకషంగా అభ్యసించినా తండ్రిగారి ఆకస్మిక వానప్రస్థాశ్రమంతో గందరగోళమునకు గురి అయి అపుడపుడే కోలుకుంటున్న పూజారి మహారాజుగారి ఈ ఆకస్మిక రాకకు ఆయన కోరికకు మరింత తికమక పడుతూ ప్రభూ మీకు వచ్చిన సమస్య ఏమిటో విపులంగా వివరించిన యెడల దానికి పరిష్కార మార్గము కొరకు ప్రయత్నిస్తాను అని వినయంగా వెల్లడించాడు. మా సంతానం ప్రస్తుతం ఆపదలో ఉన్నది. దాని నివారణకు మీరు పూజలు జరిపించాలి అని తెలిపాడు అమృతభూపతి. ప్రభూ అంటే వీరభద్ర భూపతులవారి నామధేయము మీద యజ్ఞములు జరిపించవలెనా అని ప్రశ్నించిన పూజారికి కాదు అపరాజిత అని తెలుపబోయి ఆఖరి క్షణములో ఆగిపోయి నామధేయము అవసరము లేదు అంగవంశ వారసుల పేరిట పూజలు జరిపించండి అని తెలిపి

ఇక అచట ఉండుట వలన ఉపయోగము లేదని తెలిసి అంతఃపురానికి మరలిపోయాడు అమృతభూపతి.

అంతఃపురమునకు వెడలిన క్షణమే స్నానాదులు గావించి పూజామందిరంలో కొలువై ఉన్న అమ్మవారి విగ్రహము ముందు పద్మాసనంలో కూర్చొని ఎవరు వచ్చినా తన జపమునకు అంతరాయము కలిగించవలదని పరిచారికలకు తెలిపి తన కుమార్తె శ్రేయస్సు కొరకు అమ్మవారి ధ్యానములో మునిగిపోయాడు అమృతభూపతి.

కొంత తడవుకు మైకంలోనుండి బయటపడిన అంజనాదేవి మహారాజులవారు ధ్యానములో నిమగ్నమైన విషయము పరిచారికల ద్వారా తెలుసుకొని వీరభద్రుని సహితముగా తానుకూడా పూజామందిరమునకు చేరుకొని అమ్మవారిని వేడుకొనసాగింది.

ఇక కోయగూడెంలో, మహాలయ అమావాస్య గడియలు ప్రవేశించగానే తనలోని శక్తులు పరిమితమగుట గ్రహించిన సంపంగి నీలి దగ్గరకు వెళ్ళి అమ్మా ఇవాళ నా పేరు మీద చెల్లి పేరు మీద అమ్మోరు తల్లికి పూజలు సేయించవా అని గోముగా అడిగింది. అమాస రోజు పూజ సేయించడమేటి తల్లీ అని అడిగిన తల్లితో లేదు ఇవాళే చేయించు అంతే అంతే అంటూ మారాము చేయసాగింది. తల్లీ కూతుర్ల సంభాషణ వింటున్న మల్లన్న పిల్ల అడిగింది కదా పూజ సేయించరాదే? ఆ తల్లి బిడ్డలము మనం ఆ అమ్మకు పూజ సేయించడానికి అమాస అయితే యేటి పున్నమి అయితే యేటి అనడంతో సరే అంటూ పూజ సామాగ్రి తీసుకొని చిన్నారి అపరాజితను ఎత్తుకొని , సంపంగిని ఒక చేతితో పట్టుకొని పూజారయ్య దగ్గరకు బయలుదేరింది నీలి.

మాయాదర్పణంలో ఇది అంతయూ వీక్షించుచున్న అక్షితవల్లి వికటాట్టహాసం చేస్తూ ఎందరు ఎన్ని పూజలు చేసినా ఇది నా సమయం, ఇపుడు నేనే దేవేరిని. ఇద్దరమ్మలు కాదు కదా ఆ ముగ్గురమ్మలే కలిసి వచ్చినా నన్ను అడ్డుకోలేరు అంటూ ధూమఖేతు, కాలభైరవా, మండూకా, వృశ్చికాసురా వందల యేళ్ళనాటి పగ తీర్చుకొను సమయమాసన్నమైనది. కదలండి అంటూ తన అనుచరులందరూ తోడు రాగా చిన్నారి అపరాజితను అంతమొందించుటకు బయలుదేరింది అక్షితవల్లి.

అపరాజిత – త్రి చత్వారింశత్ అంకం

చిన్నారి అపరాజితను అపహరించి వశపర్చుకోడానికి, అటుల కుదరని యెడల తుదముట్టించడానికి తన అసుర సైన్యం తో ఆర్భాటంగా గుహను వీడింది అక్షితవల్లి. ముగ్గురమ్మలు కలిసొచ్చినా భయము లేదని ప్రగల్భాలు పలికి ఇపుడేమో అనుచరగణాన్ని వెంటబెట్టుకొని వెళ్తోంది. అపరాజితా దేవినే కాదు ఆమె అంశలో పుట్టిన చిన్నారిని తాకడానికి కూడా తన సామర్థ్యం సరిపోదని మహా మాంత్రికురాలు అక్షితవల్లి అభిప్రాయం కాబోలు అంటూ కిచ కిచ నవ్వింది మాయాదర్పణం.

మాయాదర్పణం పలుకులు అక్షితవల్లి ఆలకించి ఉంటే బదులేమి పలికి ఉండెడిదో కానీ అప్పటికే తన అనుచరగణంతో గుహను వీడి గగనయానం చేయుచూ కోయగూడెం చేరుకుంది. గూడేనికి ప్రవేశించే మార్గమునకు ఇరువైపులా కాపలాగా ఉన్న కోయ యువకులను గమనించి వారి మీద తన మంత్ర శక్తులను వృథా చేయుటకు ఇచ్చగించక మండూకాసురుడిని, వారిమీదకు ఉసి గొల్పినది.

ఆకుపచ్చని కాయముతో, పూర్తి పరిమాణంలో అర్ధభాగము ఆక్రమించినట్లు ఉన్న భారీ ఉదరముతో గుండ్రని గోళీల వంటి నయనములతో ఉన్న మండూకాసురుడు కంఠము ఉబ్బెత్తుగా అగునట్లు బెకబెకలాడుతూ గెంతులు వేయుచూ కోయల దృష్టి పదాన్ని ఆకర్షించాడు. భారీ పరిమాణంలో గల ఆ మండూకాన్ని గాంచి అచ్చెరువొంది అది కోయగూడెంలోకి ప్రవేశించడానికి ప్రయత్నించడం గమనించి ఇంత పెద్ద మండూకాన్ని ఇప్పటివరకు అడవిలో గూడా చూసినది లేదు, ఇది ఇపుడు గూడెంలోకి వెళితే బయటే ఆడుకునే పసిబిడ్డలు దడుచుకునే ప్రమాదం ఉంది అనుకొని మంచెల మీద వృక్షముల మీద ఉండి కావలి కాస్తున్న కోయ వీరులందరూ కిందకు దుమికి మండూకాసురుడి సమీపమునకు చేరుకున్నారు.

ఒక్కసారిగా చుట్టుముట్టిన పది సంఖ్యలో గల కోయవీరులను కనుచివరలనుండి గాంచి ఉదరము వరకు సాగేలా తన నోటిని పెద్దగా తెరచి ముందుకు ఒక్క గంతు వేసి తన హస్తముల వంటి అమరికతో ఒకే పర్యాయం ఇద్దరు వీరులను పట్టి బంధించి నోటిలో వేసుకున్నది. అది గాంచి మిగిలిన వీరులు హాహాకారములు చేస్తూ తమ చేతులలో ఉన్న బల్లెములతో దాడికి యత్నించగా లోపలి మింగిన ఇద్దరు వీరులతో తన క్షుద్బాధ ఉపశమించినట్లుగా బ్రేవుమని త్రేన్పు తీసాడు మండూకాసురుడు. ఆ త్రేన్పు దాటికి ముందుకు వచ్చిన వీరులు అల్లంత దూరాన యెగిరి

పడగా వెనకనుండి చుట్టుముట్టినవారు మాత్రం బల్లెములతో మండూకాసురుడిని వెనక నుండి గాయపరచ యత్నించారు.

బల్లెముతో పొడిచినా కించిత్తు కూడా చలించక మీద మశకం వాలినట్లుగా ఒక్కసారి తన కాయమును విదిలించాడు మండూకాసురుడు. ఆ అదరుకు వెనకనున్న వీరులు గాలిలో పైకి యెగిరి ఏ మంచెల మీదనుండి అయితే కిందకు దిగారో అదే మంచెల మీద అడ్డదిడ్డముగా పడిపోయారు. రెప్పవాల్చి తెరచునంతలో తనకప్పగించిన కార్యమును పూర్తి చేసి గర్వంతో అక్షితవల్లి వైపు మరలాడు మండూకాసురుడు.

భళా మండూకాసురా భళా ప్రధమ కార్యం నిర్విఘ్నంగా నెరవేరినది. ఇక ముందుకు పదండి ఎదురువచ్చినవారిని ఎదురు వచ్చినట్లే పాదమట్టం గావించండి అని ఆదేశములు జారీ చేసి కాలభైరవా నీవు మాత్రము నన్నే అనుసరించు. నీ పగ నెరవేరు క్షణములను ప్రత్యక్షంగా ఆస్వాదించవచ్చు అని ముందుకు కదిలినది అక్షితవల్లి.

సుమారు ద్వి శతాబ్దముల క్రితం సహాధ్యాయిలతో కలసి మొదటిసారి అచట అడుగిడిన విషయము అటులనే కోయదొర ముద్దులపట్టి జాబిలిని ధూమఖేతు సహాయంతో అచ్చటనుండి సంగ్రహించి తీసుకెళ్లి మహాకాళికి అర్పణ గావించిన విషయం మదిలో మెదిలి మరొకసారి అదే దృశ్యం పునరావృతమవబోతున్నది. కాకుంటే నాడు కోయదొర కుమార్తె ని సంగ్రహిస్తే నేడు నా వంశములోనే జన్మించిన చిన్నారిని తీసుకెళ్ళబోతున్నాను. నాడు విజయం నన్నే వరించింది నేడు కూడా విజయం నన్నే వరిస్తుంది అని గర్వంతో శిరము పైకి ఎగరవేసి కోయగూడెంలో పాదము మోపినది అక్షితవల్లి.

కపటము, కుటిలత్వము ఎరుగని వనదేవత బిడ్డలైన కోయలు జీవించే ఆ ప్రాంగణం కుటిలత్వం, క్రౌర్యం, కపటం వంటి అవలక్షణాలన్నీ మూటకట్టుకొని ఉన్న అక్షితవల్లి పాదము మోపగనే స్వల్పంగా కంపించినది.

సంపంగి పట్టువలన నీలి ఉదయము నుండి అమ్మోరి తల్లి దగ్గరే పూజలు జరిపిస్తుండటంతో సంధ్య చీకట్లు ముసురుకునేవేళకు అడవి నుండి తిరిగొచ్చినవారు, అప్పటివరకు ఇళ్లల్లో పనిపాటలు చేసుకుంటున్నవారు కూడా అమ్మోరి విగ్రహం వద్దకు చేరుకొని ఆ పూజలో పాలుపంచుకొనసాగారు. ఈ దినము పట్టుబట్టి ప్రత్యేకముగా పూజ చేయించమని అడిగిన కారణము యెరుగకున్నా తనకొచ్చిన మంత్రాలతో అమ్మవారికి నిష్ఠగా భక్తి శ్రద్ధలతో అలుపెరుగక అర్చనలు అభిషేకాలు జరిపించసాగాడు కోయగూడెం పూజారి.

అటుల అమ్మవారి నామోచ్చారణలో మునిగి ఉన్న ఆ అమాయక కోయ జనం ఇపుడు అక్షితవల్లి రాకతో పుడమి కంపించడంతో అమ్మవారి మీద నుండి దృష్టి మరల్చి పక్కకు చూడగా అమాస చీకట్లను పారద్రోలుటకు వెలిగించిన కాగడాల వెలుతురులో అసురులతో కూడి అరుదెంచుచున్న అక్షితవల్లి కనిపించినది. ద్విశతాధిక వర్షముల ప్రాయము కలిగిఉన్నా

యవ్వనము కోల్పోకుండా ఉండుటకు చేయుచున్న క్షుద్రపూజలు, బలుల వలన అక్షితవల్లి ఇప్పటికీ పదహారు పదిహేనేండ్ల ప్రాయములో ఉన్న కన్యవలె కనిపించుచున్నది.

కానీ ఆ ప్రాయపు ఆడపిల్లల లో సహజంగా కనిపించే ముగ్ధత్వానికి బదులుగా రాబందుల కళ్ళలో కనిపించే క్రౌర్యం పావురాన్ని వేటాడే డేగలో కనిపించే కర్కశత్వం కన్నులలో నింపుకొని చూచినంతనే ఒళ్ళు గగుర్పొడిచే చూపులతో ఆ అమాయకులు అదిరిపడేలా చేసినది. అసురులు అంటే భీకర ఆకారంతో నే ఉంటారు అనుకునే అభిప్రాయాన్ని మార్చివేస్తున్నట్లుగా సౌందర్యపు ముసుగులో కూడా అసుర లక్షణములు కలిగి ఉండొచ్చని నిరూపిస్తూ చూపులని చురకత్తుల్లా వదులుతూ అపరాజిత కొరకు ఆ గుంపులో గాలించసాగినది అక్షితవల్లి.

అక్షితవల్లి వెన్నంటి నడుస్తున్న వృశ్చికాసురుడిని, కాలభైరవుని, మండూకాసురుడిని గాంచి కలిగిన దిగ్భ్రమ కన్నా అంతటి కారుచీకట్లలో కూడా ధూమఖేతుని ఛత్రము వలె ధరించి అడుగులు వేయుచున్న అక్షితవల్లిని గాంచి వారి ఒడలు గగుర్పొడిచి భయభ్రాంతులకు లోనై లేచి నిలబడినారు. అమ్మవారికి నిరవధికంగా పూజలు సల్పుతున్న పూజారి అటులనే ఆ పూజలో పాల్గొని అమ్మోరి నామం స్మరిస్తూ భక్తి మైకంలో మునిగిపోయి ఉన్న నీలి, సంపంగి తక్క మిగిలిన అందరూ ఆ అసురులను అసుర చక్రవర్తినిలా గాన్పించుచున్న అక్షితవల్లిని గాంచి అటులనే చిత్తభ్రమణము పోయిందినవారివలె నిలబడిపోయినారు.

ముందుగా తేరుకున్న కోయదొర మల్లన్న వీరెవరో మనకు కీడు తలపెట్టువారివలె ఉన్నారు. మనకు ఏ మాత్రం సమాచారం లేకుండా కావలి వాళ్ళను దాటి ముందుకు వచ్చి యున్నారు అంటే వారికి ఏదో ఆపద సంభవించే ఉంటుంది. వీరు మన గూడేనికి హాని కలిగించేలోగా మనమే చుట్టిముట్టి దాడి చేయాలి అని ఆదేశించాడు. తొలిఝామున నిద్రలేస్తే సంధ్య చీకట్లు ముసురుకునేవరకు అరణ్యంలో క్ర్యూరమృగాలతో సావాసం చేసే అడవి తల్లి బిడ్డలు అయినందున ధైర్య సాహసాలు వారికి పుట్టుకతో వచ్చిన వరాలు. అకస్మాత్తుగా వారందరినీ చూసిన దిగ్భ్రమలో స్థాణువులైనారు కానీ వీరత్వము లోపించి కాదు. ఇపుడు నాయకుని ఆజ్ఞతో ఎవరికి వారు ప్రతిదాడికి సిద్ధమయ్యారు.

తనమీదకి దండెత్త ప్రయత్నిస్తున్న వారి అజ్ఞానాన్ని తిలకించి మందహాసం చేస్తూ తన అనుచరగణం వైపు గాంచి కనుసైగ చేసినది అక్షితవల్లి. తమ గురువు ఆదేశాన్ని అనుసరించి కాలభైరవుడు తక్క మిగిలిన వారందరూ ఆ అమాయకుల మీద తమ ప్రతాపము చూపించ ఆరంభించారు.

షట్ హస్తములతో, కాలకూట విషముతో నిండిన వాలమును కలిగి ఉండి చిన్న పర్వత ప్రమాణములో ఉన్న వృశ్చికాసురుడు ఎదురొచ్చినవారిపై ఎదురొచ్చినట్లుగా తన కొండీతో విషము చిమ్ముతూ దాడి చేయటకు కూడా వారికి అవకాశమివ్వక తుదముట్టించసాగాడు. ఆ విష ప్రభావానికి శరీరమంతా నీలి వర్ణం అలముకొంటుండగా నోటి నుండి నురగలు క్రక్కుతూ తుదిప్రాణములతో కొట్టుమిట్టాడసాగారు వృశ్చికాసురుని బారిన పడిన కోయజనం.

ఇక మండూకాసురుడు కొందరిని ఉన్నపళంగా మింగి వేస్తూ మరికొందరిని విదిలించి కొడుతూ గుంపులో దూరి చెల్లాచెదరు చేయసాగాడు. ధూమఖేతుడు తన పొగమంచుతో ఎదురుగా ఏమున్నది కనిపించకుండా పదుల సంఖ్యలో కోయలను కమ్మివేసి దూరంగా తీసుకెళ్లి విసరి వేయసాగాడు. అర ఘడియ కూడా గడవకముందే ఆ ప్రాంతమంతా క్షతగాత్రులైన కోయల ఆర్తనాదాలతో, ప్రాణములకొరకు కొట్టుమిట్టాడుతున్న వారి నిట్టూర్పులతో నిండిపోయింది. భార్యా బిడ్డలకు రక్షణగా నిలచిన కోయదొర తప్ప మిగిలినవారందరూ కరచరణములు కూడా కదిలించలేని నిస్సహాయ స్థితిలో కొట్టుమిట్టాడుతున్నారు.

అది అంతయూ గాంచి కాలకూట విషముకన్న ప్రమాదకరమైన విషపూరిత చిరునవ్వు నవ్వుతూ, కాలభైరవుని మల్లన్న మీదకు ఉసిగొల్పి తను నీలి ఒడిలో కేరింతలు కొడుతున్న పసిబిడ్డను చేపట్టడానికి ముందడుగు వేసింది అక్షితవల్లి.

అంతఃపురంలో మూసిన కన్ను తెరువక అమ్మవారిని ధ్యానించుచున్న అమృతభూపతి నయనములకు అస్పష్టముగా కాలభైరవునితో విఫల పోరాటం చేయుచున్న మల్లన్న కనిపించడంతో అమ్మా జగజ్జనని నా బిడ్డకు తండ్రిగా రక్షణ భారం వహించుచున్న ఆ యోధునికి సహాయము చేయు తల్లీ. నిస్సహాయుడినై నిన్ను ధ్యానించుచున్న నా ప్రార్థన ఆలకించుము తల్లీ. నా జవసత్వాలను అతనికి ధారపోసి అయినా అతనిని రక్షించు అని వేడుకొనుచూ తన వీర ఖడ్గమును తీసి అమ్మవారి ముందు ఉంచి నా బిడ్డను రక్షించుకొనలేని క్షణమున నేను జీవించి ఉన్నా మరణించినట్లే, నా బిడ్డకు ఆపద వాటిల్లిన మరుక్షణం ఈ ఖడ్గముతో నీ ముందే ప్రాణత్యాగము చేసికొందును తల్లీ అని ప్రతిన పూని మరల ధ్యాన నిమగ్నుడైనాడు.

ఎప్పుడైతే అక్షితవల్లి చిన్నారి అపరాజితను సమీపించుచున్నదో ఆ క్షణమే అంజనాదేవి మాతృ హృదయం కంపించినట్లై ఆమె ఆవేదన అంతా కన్నీటి రూపంలో నయనములు విడచి కపోలముల మీదుగా కిందకు జారి ఆమె ఒడిలో ఆడుతున్న వీరభద్రుని చిన్నారి హస్తములలో పడగా అతడు తన కేరింతలతో భాగంగా హస్తమును పైకి విసరగా ఆ కన్నీటి బిందువులు పైకి ఎగసిపడగా కన్నులను తెరచి తన కంటి నుండి వెలువడు శక్తి కిరణాలను ఆ కన్నీటి బిందువులను తాకునట్లుగా ప్రసరించాడు చిన్నారి వీరభద్రుడు.

అమావాస్య ఘడియలలో రెట్టింపు శక్తులు పొందగల గ్రామదేవత తన శక్తులను తన ఖడ్గము ద్వారా వీరభద్రునిలో ప్రవేశ పెట్టినందువలన తన సహోదరి కి పొంచి ఉన్న ప్రమాదమును ఎదుర్కొనుటకు వీరభద్రుడు తల్లి కన్నీటితో కలిపి తన శక్తిని ప్రయోగించాడు. కృష్ణుడికి బలదేవుడి వలె చిన్నారి అపరాజితకు దుష్ట శిక్షణలో సాయపడుటకు వనదేవత సంపంగి రూపంలో ముందే జన్మిస్తే, రాముడికి లక్ష్మణుడిలా వెన్నంటి సాయపడుటకు వీరభద్రుడు అనుజుడిగా జన్మించాడు. ఇపుడు తన జన్మ కార్యమును నిర్వర్తించు ప్రథమ అవకాశం దొరకగానే దానిని నిర్వర్తించసాగాడు చిన్నారి వీరభద్రుడు.

వీరభద్రుడు ప్రయోగించిన అంజనాదేవి అశ్రు బిందువులు అమ్మవారి త్రిశూలముల రూపు దాల్చి చిన్నారి అపరాజితకు రక్షణ కవచంలా నీలి చుట్టూ వలయంలా ఏర్పడ్డాయి. ఎప్పుడైతే అమృతభూపతి తన వీర ఖడ్గమును అమ్మవారి ముందు ఉంచి ధ్యానించాడో అపుడే ఆ ఖడ్గము అచట మాయమై మల్లన్న చేతిలో ప్రత్యక్షమైనది.

మరి దైవ శక్తి గెలుస్తుందో అసుర శక్తి విజయం సాధిస్తుందో తెలియాలంటే తదుపరి అంకం కొరకు వేచి చూడండి.

అపరాజిత – చతుస్చత్వరింశత్ అంకం

నల్లగా నిగనిగలాడే బలిష్టమైన కాయంతో, చురకత్తుల్లాంటి వాడి అయిన నఖములు గల చతుర్ పాదములతో, రుధిరాపానానికై అర్రులు చేస్తున్న జిహ్వా బయటకు వేలాడుతుండగా, అగ్నిగోళముల వలె మండుతున్న నయనములతో కోరగా చూస్తూ ముందరి పాదములతో పైకి ఎగిరి మల్లన్న కంఠాన్ని తన కోరలలాంటి దంతములతో కఱచి పట్టుకొని పదునైన దంతములను కంఠములోకి దించబోతుండగా మల్లన్న దక్షిణ హస్తములో అకస్మాత్తుగా ప్రత్యక్షమైనది ఒక వీర ఖడ్గం .

కాలభైరవుడు తన మీద దాడికి పాల్పడగానే నిరాయుధుడై ఉండుటవలన ప్రతిఘటించుటకు కూడా వీలులేక తన ప్రాణముల మీద ఆశ వదిలేసుకొని అమ్మా అమ్మోరుతల్లి ఈ ప్రాణాలు నీకే అంకితం చేస్తున్నాను ప్రతిగా నా బిడ్డలిద్దరినీ రక్షించు అని వేడుకోసాగాడు మల్లన్న. తన ప్రాణములు, ఆలి అయిన నీలి ప్రాణములకన్నా పితృవాత్సల్యముతో బిడ్డల రక్షణ గురించి వేడుకోవడం మెప్పించినట్లుగా ఆ అమ్మోరు తల్లే ఆయుధాన్ని ప్రసాదించిన చందంగా తన హస్తములో ప్రత్యక్షమైన వీరఖడ్గాన్ని చూస్తూనే రెట్టించిన ధైర్య సాహసహేలతో కాలభైరవుని మీదకు ఖడ్గాన్ని ప్రయోగించాడు మల్లన్న.

ఆ ఖడ్గ చాలనం ధాటికి తన ముందరి పాదం తెగి కింద పడగా అదిరిపడి మల్లన్న కంఠాన్ని వదిలేసి కిందకు జారాడు కాలభైరవుడు. చిక్కటి రుధిరాన్ని స్రవిస్తున్న తన పాదాన్ని గాంచి క్రోధం అధికమవగా గుర్రుమని ధ్వని చేస్తూ మరోసారి మల్లన్న మీదకు ఎగిరాడు కాలభైరవుడు.

ఖడ్గచాలనం ధాటికి కాలభైరవుడు క్షతగాత్రుడవటం గాంచి రెట్టించిన శౌర్య పరాక్రమాలతో మరల దాడికి సిద్ధపడ్డాడు మల్లన్న . ఈ పర్యాయం కరవాలం ధాటికి అప్పటికే పాద భాగము కొంత తెగిపడిన ప్రథమ పాదముతో పాటు ద్వితీయ పాదము కూడా తెగి కిందపడటంతో వడిగా పైకి ఎగిరిన కాలభైరవుడు అంతే వడితో విలవిలలాడుతూ పుడమినంటాడు. అంత వేగంగా పైనుండి క్రిందకు పడటంతో కాలభైరవుని వదనం ధరణిని తాకి అచట ఉన్న పదునైన బండరాయి ధాటికి కోరలు లా ముందుకు పొడుచుకొని వచ్చిన దంతములు రెండు ఊడి కిందపడుటతోపాటు పై దంతములు జిహ్వా భాగంలో గుచ్చుకొని నోటి నుండి కూడా రుధిరం స్రవించసాగింది.

అప్పటివరకు మల్లన్న శక్తి సామర్థ్యాలను తక్కువగా అంచనా వేసి పరాక్రమముతోనే జయించాలనుకున్న కాలభైరవుడు, ఎదురు చూడని విధంగా ప్రతిఘటన ఎదుర్కోవడమే గాక క్షతగాత్రుడవుటతో తెలివి తెచ్చుకొని మల్లన్న మీద మంత్రప్రయోగం చేయుటకు సంసిద్ధుడయ్యాడు.

ఇక చిన్నారి అపరాజితను చేరుకొనుటకు ముందుకు సాగిన అక్షితవల్లికి అవరోధముగా త్రిశూల వలయం ఏర్పడటంతో ఎత్తిన పాదము కిందకు దించి, మంత్ర ప్రయోగం చేయకుండా కార్యము సాధించవలెనన్న నా అభిమతం నెరవేరనీయకుండా చూస్తున్నావా అపరాజితా దేవీ? నీ అంశలో జన్మించిన చిన్నారిని కాచుకొనుటకు నీవే స్వయముగా ప్రయత్నించుచున్నావా? అందులకే నీ ఆయుధాన్ని రక్షణ కొరకు పంపితివా అని గగనము వైపు చూచుచూ పలికి కానీ నీవు ఒక విషయము మరచితివి తల్లీ, నీ పూర్తి శక్తియుక్తులు నీ యొద్ద ఉన్నపుడు మాత్రమే నీవు అపరాజితవు. కానీ నా గురువు సర్పద్రష్టుని దాటికి నీ శక్తియుక్తులు సగం కోల్పోయి అజ్ఞాతివై బ్రతుకుతున్న నిన్ను పరాజితను చేయుట నాకు చిటికె వేయునంత సులభం. కానీ కోల్పోయిన నీ ఆభరణాలను, శక్తులను నీకు చేర్చి పరిపూర్ణ శక్తివంతురాలిని గావించి నా వశం చేసుకొని నీద్వారా లోకాధిపత్యం పొందవలెనని నా ఆకాంక్ష. దానికొరకే శతాబ్దములుగా వేచి చూస్తున్నాను. అది మరచి నా ముందు నీ అతిశయాన్ని ప్రదర్శించున్నావు అని వక్రముగా పరిహాసం చేసి తన వామ హస్తమును నుదుటికి తాకించి మంత్రం ప్రయోగం చేసింది అక్షితవల్లి.

తమ దాడికి కోయజనులు అందరూ క్షతగాత్రులై తుదిప్రాణములతో కొట్టుమిట్టాడటంతో విజయగర్వంతో ఒక పక్కన నిలబడి, అక్షితవల్లి తదుపరి ఆజ్ఞ కొరకు వేచి చూస్తున్న మండూకాసురుడు, వృశ్చికాసురుడు ,ధూమఖేతులు మల్లన్న ధాటికి క్షతగాత్రుడైన కాలభైరవుని గాంచి సహాయముగా నిలచుటకొరకు వారిరువురు ఉన్న తావుకు చేరుకున్నారు. వడలి అంతా క్షతములతో నిండి రుధిరం స్రవిస్తూ కాలవర్ణములో ఉండే కాలభైరవుడు కాస్తా అరుణ వర్ణాన్ని సంతరించుకోవడంతో తమ సహచరుని దుస్థితిగాంచి అమితమైన క్రోధముతో మల్లన్నను చుట్టుముట్టి ముప్పేట దాడికి సిద్ధమయ్యారు ధూమఖేతు, మండూక మరియు వృశ్చికాసురులు.

కానీ క్రోధావేశములతో రగిలిపోవుచున్న కాలభైరవుడు తన మిత్రులు తన సహాయార్థం వచ్చుట గమనించక మంత్రోచ్చారణ గావించాడు. దంతములు రెండు ఊడిపోయి,జిహ్వా రక్తశిక్తం అయిఉండుటవలన స్పష్టంగా ఉచ్చరించవలసిన మంత్రము అపస్వరములతో బయటకు వెడలి వాయువులో లీనమైనది. ఆ మరుక్షణం గగనము నుండి మెరుపులు ఉరుములతో కూడిన జలధారలు గజరాజు తొండముతో చిమ్ముతున్నట్లుగా కురియుచూ ఆ ఐదుగురు నిలచిన ప్రాంతాన్ని మాత్రమే చుట్టుముట్టాయి. ఆ జలధారలలోని ఒక్కొక్క నీటి బిందువు నుండి ఒక్కొక్క పిశాచ గణం బయటకు వెడలి వారినందరినీ చుట్టుముట్టాయి. మల్లన్న చేతిలో ఉన్న వీరఖడ్గం అమ్మవారి వరప్రసాదంగా అచటకు రావడంవలన దానిని చేత ధరించిన అతనిని ఏమీ చేయక మిగిలిన అసుర చతుష్టయాన్ని చుట్టుముట్టాయి ఆ పిశాచగణాలు.

మంత్ర బందితులైన ఆ పిశాచగణములకు స్వ, పర భేదభావములుండవు. ఉచ్చరించిన మంత్రమును అనుసరించి తమ కార్యమును పూర్తిగావించి దానికి ప్రతిగా రక్తమాంసములతో క్షుద్బాధ తీర్చుకొని వెళ్ళిపోతాయి. శత్రునాశనం కొరకు కాలభైరవుడు ఉచ్చరించిన మంత్రం ఉచ్చారణ దోషం వలన స్వ నాశన మంత్రంగా రూపుమారిన కారణాన ఆ పిశాచగణాలు కాలభైరవుని అతనితోపాటు అతని మిత్రగణాన్ని చుట్టుముట్టేశాయి. ఈ విషయాన్ని ఆలస్యంగా గమనించిన మండూకాసురుడు ఇక ఎంత ప్రయత్నించినా ఆ గణాల నుండి కాలభైరవుని రక్షించుట తమ తరము కాదని గ్రహించి ముందుగా తమ ప్రాణములు రక్షించుకొనుట ముఖ్యమని భావించి అదే విషయాన్ని కనుసైగలతో వృశ్చికాసురునకు , ధూమఖేతుకు తెలియచేసాడు.

అప్పటికే పిశాచ గణ ముట్టడికి ఉక్కిరిబిక్కిరవుతున్న వారిరువురూ కూడా ముందు ప్రాణములు దక్కించుకొనుట ఉత్తమమని తదుపరి అక్షితవల్లి సాయముతో తమ మిత్రుని రక్షినుకొనవచ్చని తలంచి బయటపడుటకు ప్రయత్నించసాగారు.

తమ శక్తియుక్తులు అన్నీ వినియోగించి ఆ పిశాచగణములనుండి తప్పించుకొని బయట పడినారు ఆ ముర్వురు. స్వనాశన మంత్రబద్ధులైన పిశాచగణములు తమ దృష్టి అంతటినీ కాలభైరవుని మీద నే ప్రసరించుటవలన వారు బయటపడుట సాధ్యమైనది . కానీ ఆ ప్రయత్నములో వారి శక్తియుక్తులు మొత్తము వినియోగించుటవలన నిస్సత్తువతో కోయల సమీపమునే పుడమిన పడి నోటినుండి పిలుపు కూడా బహిర్పరచలేని అశక్తతతో బాధననుభవించసాగారు .

తాము దాడి చేసి బాధించిన కోయల పక్కనే తాము కూడా అదే భాధననుభవిస్తూ పడిఉండుట గమనించి ఇదియే కాబోలు కర్మ ఫలమనిన , మనమొనరించినదే మనకు దక్కినది అని మనమున తలపోస్తూ, కాలభైరవుని కొరకు సహాయమర్దించుట కాదు కదా తమకొరకు సహాయమర్దించుటకు కూడా సత్తువ లేక తమ గురువు అయిన అక్షితవల్లి సహాయము కొరకు వేచి చూడసాగారు ధూమఖేతు, మండూక వృశ్చికాసురులు.

చుట్టుముట్టిన పిశాచగణములను గాంచి దిగ్బ్రాంతి చెంది ఏమి చేయవలెనో తెలియక కరవాలమునే తనకు రక్షగా వినియోగించుకొంటూ ఆ కరవాలమునే పిశాచములమీద ప్రయోగించసాగాడు మల్లన్న. దైవ సంబంధింత ఖడ్గ ఛాయ తాకినంతనే తమ ఉనికిని కోల్పోసాగాయి పిశాచాలు. కానీ ఈలోగా కాలభైరవుని చుట్టుముట్టిన గణాలు అతని ఉసురు తీసి రుధిరాపానము చేసి కంకాళములతో సహా ఆరగించి తమ జిహ్వా సంతృప్తి చెందించుకొని అంతటితో తాము వచ్చిన కార్యము పూర్తి అగుట వలన వెంటనే యెటుల వచ్చినవో అటులే గగనంలో కలిసిపోయాయి.

చుట్టుముట్టిన పిశాచగణములు మొత్తము అదృశ్యమైన పిదప అచట గాంచిన మల్లన్నకు కాలభైరవుని జాడ కూడా కానరాక ఒడలి గగుర్పొరచినట్లై తనను రక్షించిన ఆ వీరఖడ్గానికి, దానిని

తనకు సకాలములో అందచేసిన అమ్మోరుతల్లికి సవినయంగా మనసులో నమస్కరించుకున్నాడు. అంతా తనకు నిర్దేశించిన కార్యము పూర్తి అయినట్లుగా వీర ఖడ్గము మాయమైపోయి అంతఃపురంలో ప్రత్యక్షమైనది.

అక్షితవల్లి మంత్ర ప్రయోగం చేసినంతనే గగనము నుండి భారీ పరిమాణముతో పెద్ద పెద్ద రెక్కలు, స్తంభముల వంటి కాళ్ళు, వాడి అయిన ముక్కు కలిగి రాబందువు ఆకారములో ఉన్న పక్షులు శత సంఖ్యలో నీలి కూర్చున్నవైపు దూసుకురాసాగాయి. ఆ భారీ పక్షుల రెక్కల రాపిడి ద్వారా ధ్వనిస్తున్న శబ్దాలు సహస్ర ఉరుముల ద్వారా జనించు శబ్దముకన్న అధికముగా ఉండి అచటనున్నవారి కర్ణములు బద్దలు చేయసాగాయి. క్షతగాత్రులై చలించలేక ఉన్నవారు ఈ ధ్వనిని భరించలేక వర్ణనాతీతమైన బాధను అనుభవించసాగారు .

తన హస్తములలోకి యెటుల ప్రత్యక్షమైనదో అటులనే మాయమైపోయిన వీరఖడ్గాన్ని తలచుకొని ఇంకా విస్మయములోనే ఉన్న మల్లన్న ఈ ధ్వనికి అటువైపు గాంచి తన పరివారమును రక్షించుకొనుటకు ముందుకు వెడలఁబోయి కూడా ఆ శబ్ద తరంగాలను భరించలేక ద్వి హస్తములతో కర్ణములను కప్పుకొని ధరిత్రిపై ఒరిగాడు . అమ్మోరికి పూజలు సల్పుతున్న పూజారి కూడా మంత్రపఠనం ఆపివేసి తన అంగవస్త్రముతో కర్ణములు కప్పుకోసాగాడు. కానీ ఇంత జరుగుతున్నా అమ్మవారి ధ్యానంలో నిమగ్నమై ఉన్న నీలి తన నయనములు తెరవలేదు, ఒడిలో ఉన్న బిడ్డ మీద నుండి తన హస్తమును తీయలేదు. అటులనే ఆమె పక్కన సంపంగి రూపములో ఉన్న వనదేవత కూడా తన ధ్యానము నుండి బయటకు రాలేదు.

అపరాజిత – పంచ చత్వారింశత్ అంకం

శత సంఖ్యలో గల ఆ భారీ విహంగములు రివ్వున దూసుకుంటూ వచ్చి త్రిశూలములను తాకబోవునంతలో ఆ త్రిశూలములు, విష్ణుమూర్తి శయ్య అయిన ఆదిశేషుని పరిణామములో గల నాగుల వలె మారిపోయి తమ నోటి నుండి అగ్ని జ్వాలలు వెలువరించగా ఆ అగ్ని జ్వాలల తాకిడికి ఆ విహంగములు పుడమికి గగనానికి మధ్యలో వాయుమండలంలోనే కాలిపోయి భస్మరాశుల వలె మారిపోయి కిందకు రాలుతుండగా ఆ విషపూరిత విహంగముల భస్మము అచట పుడమిని తాకిన అది బీడుభూమి వలె మారిపోవునేమో అని వాయుదేవుడు ఆ భస్మమును తన పెనుగాలుల రూపములో అచటినుండి దూరంగా తీసుకొనిపోయాడు.

తన ప్రధమ ప్రయత్నం విఫలమగుటచే నయనములు ఎర్రబారి, క్రోధముతో ముక్కుపుటాలు అదురుతుండగా పెదవులు కోరుకుచూ మరొక మంత్రము ప్రయోగించినది అక్షితవల్లి. ఈ పర్యాయము నాగులకు జన్మ విరోధులు అయిన ముంగిసలను ఆవాహన చేయగా, ధరిత్రిని చీల్చుకొని సహస్ర సంఖ్యలో ముంగిసలు ఇసుమంతైనా నేల కనిపించకుండా ఆక్రమించుకున్నట్లుగా గుణగుణా ముందుకు కదులుతుండగా వాటి పదఘట్టనల ధాటికి భూమి కంపించసాగింది. అంతకంతకు ఆ కంపనం అధికమవుతూ దాపులనున్న మహావృక్షములు సైతం వేర్లతో సహా పెకలించుకొని ముందుకు వాలిపోతుండగా పదునైన దంతములతో నాగుల పడగలను కొరికి వేయుటకు ఉవ్విళ్ళూరుతూ ముందుకు దూకాయి ఆ ముంగిసలు.

మరుక్షణములో ముంగిసల వాడి దంతములు ధాటికి నాగుల పడగలు ఛిద్రమగునేమో అను తరుణములో ఒక్కసారిగా అచట ఉన్న నాగులు మంత్రమేసినట్లుగా అదృశ్యమైపోగా ముంగిసలు అంత యెత్తు నుండి ఒక్కసారిగా కిందకు పడి, పడటం వలన కలిగిన బాధకన్నా శత్రువు పీచమణచలేకపోయిన బాధ వాటి నయనములలో ప్రతిఫలిస్తుండగా తమ నాసిక తో ధరణి మీద నాగుల త్వచ పరిమళము కొరకు అన్వేషించసాగాయి. వాటి అన్వేషణ ఫలించకమునుపే ఈశ్వరుని కంఠాభరణములైన నాగులు కాస్తా అమ్మవారి వాహనమైన వ్రాఘ్య రూపము దాల్చి ముంగిసలుపై దాడికి దిగగా పదిక్షణికములు కూడా గడవకముందే వ్రాఘ్యముల ధాటికి ముంగిసలు వాలము ముడిచి పలాయనం చిత్తగించాయి.

ఎదురొచ్చిన ఆపద సమసిపోగానే మరల త్రిశూల రూపము దాల్చి నీలి వడిలో ఉన్న బిడ్డకు, సంపంగికి రక్షణ రూపం దాల్చాయి వీరభద్రుడు ప్రయోగించిన అశ్రుబిందువులు.

ద్వితీయ ప్రయత్నంలో కూడా పరాజయము ఎదురగుటచే పట్టరాని కోపముతో దక్షిణ పాదముతో పుడమిని గట్టిగా తన్ని సహచరులకొరకు చూడగా వారు అప్పటికే శక్తిహీనులై తన సహాయము కొరకు వేచి చూచుచుండుట గాంచి ఇక మంత్ర ప్రయోగం అనవసరం. సకల క్షుద్ర మంత్రాలకు దేవేరిని అయిన నేనే స్వయముగా ఆ చిన్నారి సంగతి చూచెదను అనుకొనుచూ వేగంగా ముందుకు కదిలి త్రిశూల వలయాన్ని సమీపించింది అక్షితవల్లి.

పైకి మేకపోతు గంభీర్యం ప్రదర్శిస్తూ అచటివరకు వేగంగా చేరుకున్నా అచటికి రాగానే హృదయ స్పందన అధికమై పాదములలో వేగం మందగించి ముందుకు వేయాలా వద్దా అన్నట్లుగా వలయంలోకి పాదాన్ని మోపినది అక్షితవల్లి. ఏమి చేయగలదో చూచెదము అన్నట్లుగా మౌనం వహించాయో లేదా నిజంగానే అక్షితవల్లి శక్తులకు ఎదురొడ్డలేకపోయాయో కానీ త్రిశూలములు సద్దు చేయక అటులనే స్థంభించుకొని నిలబడిపోయాయి. అది గాంచి వికటముగా హసిస్తూ ఈ అక్షితవల్లికి ఎదురే లేదు, ఎదిరించి నిలవగల శక్తి ఇంకా జనించలేదు అని పూర్తిగా వలయములోనికి ప్రవేశించి తన దక్షిణ హస్తాన్ని ముందుకు సాచి చిన్నారి అపరాజిత లోని ప్రాణదీపాన్ని హరించుటకు తన నఖములనుండి మృత్యు రేఖలను ముందుకు పంపినది అక్షితవల్లి.

ఆ మృత్యు రేఖలు సూటిగా అపరాజితను ఎత్తుకొని ఉన్న నీలి ఒడిని చేరాయి. విజయగర్వంతో నిలబడి అపరాజిత ప్రాణదీపాన్ని తనలో కలుపుకొనుటకు వేచిచూస్తున్న అక్షితవల్లి నిర్ఘాంతపోయేలా మృత్యురేఖలు వక్రీభవించి సూటిగా అక్షితవల్లిని తాకి అల్లంత దూరానికి విసరివేసాయి. అక్షితవల్లి మహామంత్రవేత్త కాబట్టి, అలాగే ఆమె మరణం ఆమె వంశంలోనే జనించిన కన్య చేతిలోనే జరగవలసి ఉన్నది కాబట్టి ప్రాణములతో మిగిలినది కానీ సామాన్యులు ఎవరైనా ఆమె స్థానంలో ఉండి ఉంటే యమపురి కి చేరుకొని ఉండెడివారు.

శరాఘాతము వలె తాకిన మృత్యు రేఖల ధాటికి కిందపడి ఆ దిగ్భ్రమ నుండి అక్షితవల్లి తేరుకొని పైకి లేచి నిలబడునంతలో మహాలయ అమావాస్య ఘడియలు అంతరించిపోయి గ్రహములన్నీ యథాస్థితికి చేరుకోసాగాయి. దానికి సూచికగా అక్షితవల్లిలో శక్తి క్షీణిస్తూ నీరసించిపోవుచుండగా సంపంగి మరలా తన శక్తియుక్తులన్నీ పుంజుకొని పవిత్ర కాంతితో మెరిసిపోసాగింది

విజయాన్ని సాధించవలసిన తరుణంలో అపజయం పాలగుట తట్టుకొనలేక పరాభవాగ్నిలో దహించుకుపోతున్న అక్షితవల్లిని గాంచి సంపంగి రూపంలో ఉన్న వనదేవత పెద్దగా పరిహసిస్తూ, తన మాయతో అచట ఉన్న కోయలందరికీ తన తండ్రి అయిన మల్లన్నతో సహా మగత-కమ్ముకొనేలా- చేసి మరల అక్షితవల్లి వైపు తిరిగి ముగ్గురమ్మలు కలిసొచ్చినా నీ పరాక్రమానికి తట్టుకొనలేరు అని ప్రగల్భాలు పలికితివి కదా.

నీ కోరిక నెరవేర్చుటకు ఆ ముగ్గురమ్మల కలిసే నీ గర్వభంగం గావించారు అని పలికి తన మాటలు అక్షితవల్లికి అవగతమవలేదని ఆమె ముఖకవళికలు ద్వారా తెలుసుకొని నీవంటి

పామరురాలికి అవగతమయ్యేట్లు వివరించెదను తెలుసుకో అంటూ మా అమ్మ అపరాజిత కు జన్మనిచ్చిన అంజనాదేవి అశ్రువులు, యశోదలా తన పూర్తి మమకారంతో పెంచుతున్న నా తల్లి నీలి అనురాగం, అపరాజితాదేవికి తనవంతు సహాయం చేయుటకు ఉవ్విళ్ళూరుతూ తన అంశను వీరభద్రునిలో ప్రవేశ పెట్టిన గ్రామదేవత భక్తి ప్రపత్తులు మూడూ ఏకమై నీ విజయానికి అడ్డంకిగా నిలిచాయి.

మాతృమూర్తి ఒడిలో పవళించుచున్న పసికందు ప్రాణములను యమధర్మరాజు పాశము సహితము సంగ్రహించలేదు. ఇక నువ్వెంత ? అందులకే నా తల్లిని ఉదయము నుండే పూజలో నిమగ్నం చేసి ఒక సహోదరిగా నా చెల్లి పట్ల నా బాధ్యత నిర్వర్తించాను. ఇక నీవు ఇచటనుండి ఎంత వేగిరముగా నిష్క్రమిస్తే నీకు అంత క్షేమకరం అని పలుకుతూ మండూకాసురుడివైపు తిరిగి తన కనుల నుండి కిరణములు ప్రసరించగా మండూకుడి ఉదరము పగిలి అందులో నున్న కోయలు బయటకు దొర్లినారు. తదుపరి వృశ్చికాసురుడి వైపు తన కిరణములు ప్రసరించగా అతని నుండి వెలువడిన కాలకూట విషము కోయల శరీరములనుండి వాయురూపంలో బయటకు వచ్చి మరల వృశ్చికాసురుని కొండీలో చేరిపోసాగింది. విషప్రభావం తమ కాయములనుండి వెడలిపోగానే నీలి వర్ణము సంతరించుకున్న వారి దేహములు పూర్వపు ఛాయను సంతరించుకోసాగాయి.

తదుపరి తన వామ హస్తమును ముందుకు సాచగా అరణ్యములో వృక్షములకు అల్లుకొని ఉన్న ధృడమైన లతలు ఆమె హస్తములో వచ్చి వాలాయి. వాటిని ముందుకు సాచి దక్షిణ హస్తమును అక్షితవల్లి వైపు అటులనే ఆమె అనూయులవైపు చూపించగా ఆ లతలు వారిని చుట్టుముట్టి దృఢంగా పెనవేసుకున్నాయి. తదుపరి మరల దక్షిణ హస్తమును గాలిలో ఊపగా అక్షితవల్లి సహితముగా ఆమె శిష్యులు త్రిశంకు స్వర్గములోవలె దివి కి భువికి మధ్యలో ఊగిసలాడసాగారు.

ఈ పర్యాయం కాలభైరవుడు మాత్రమే కాలగర్భంలో కలిసిపోయాడు. మరొక పర్యాయం ఇటువైపు కన్నెత్తి గాంచినా మీ అందరికీ అదే గతి సంభవిస్తుంది అని హెచ్చరించి, అక్షితవల్లిని ఉద్దేశించి నీ ప్రాణములు హరించుటకు అవతరించిన కన్యకామణి తగు ప్రాయమునకు చేరుకొను వరకు అయినా చక్కగా జీవిస్తూ భోగములు అనుభవించు. అనవసర ప్రయాసలకు పాల్పడి ఉన్న ఆయుష్షను కూడా వ్యర్థ పరచుకోకు అని తెలిపి వామహస్తాన్ని వడిగా గాలిలో అటూఇటూ ఆడించినది సంపంగి. వెంటనే పెద్ద ఝంఝూమారుతము వీచి వారిని తనలో కలుపుకొని యెగిరిపోయి సూటిగా అక్షితవల్లి స్థావరాన్ని చేరుకుని వారిని లోపలకి విసరి వేచి అంతటితో తన కర్తవ్యం ముగిసినట్లు ముందుకు సాగిపోయినది.

మహాలయ అమావాస్య ఘడియలు ముగిసిన మరుక్షణం కనులు మూసుకొని ధ్యానంలో ఉన్న అమృతభూపతి మస్తిష్కంలో చిరునవ్వులు చిందిస్తున్న చిన్నారి అపరాజిత ప్రతిబింబం కదలాడగా గండం గడచిపోయినదని గ్రహించి మెల్లగా కనులు తెరచి చూడగా ఎదురుగా

రుధిరాన్ని పులుముకొని ఉన్న తన వీర ఖడ్గం కనిపించడంతో అమ్మవారు దాని సహాయంతో శత్రు సంహారం గావించి ఉంటారు అని భావించి భక్తి ప్రపత్తులతో ఆ వీరఖడ్గాన్ని కనులకు అద్దుకొని మరల ఒరలో పెట్టుకున్నాడు.

అంజనాదేవి మనసులో కూడా ప్రశాంతత ఆవరించడంతో ఆందోళన వదిలి కనులు తెరచి అమ్మవారికి నైవేద్యం సమర్పించి హారతి ఇచ్చి పీఠము నుండి పైకి లేచినది. నిన్నటి దినము సూర్యోదయము అయిన క్షణము నుండి ఈ దినము తొలిఝాము వరకు అమ్మవారి ముందే కూర్చొని ఉన్న మహారాజ దంపతులు అపుడు పైకి లేవడంతో వారికి పలహార , విశ్రామ ఏర్పాట్లు గావించుటకు పరిచారికలు హడావిడి పడసాగారు. ఇవేమీ పట్టనట్లు తల్లి భుజము మీదే తలవాల్చి ఉన్న చిన్నారి వీరభద్రుడు మాత్రం చిరునవ్వులు చిందిస్తూనే ఉన్నాడు.

అక్షితవల్లి ని ఆమె శిష్యులను అచ్చటనుండి తరిమి వేసిన తదుపరి తన శక్తులతో కోయలకు అయిన గాయములు అన్నీ మాన్పి వారిని అక్షితవల్లి గూడెంలో పదము మోపకముందు ఉన్న స్థితిలోనే నిలిపి వారి జ్ఞాపకాలను సహితం మస్తిష్కమునుండి తుడిచివేసినది వనదేవత . అమాయకులైన ఆ కోయజనం అనవసర భయాందోళనలకు లోనవ్వకూడదు అన్నదే ఆమె యోచన. తదనంతరం వెళ్లి నీలి పక్కన కూర్చొని ఆమె ఒడిలో అపరాజిత పక్కగా తలవాల్చి నిదురలోకి ఒరిగిపోయింది.

తొలికోడి కూతకు మెలకువ తెచ్చుకున్న కోయలు అమ్మవారి పూజ చేస్తూ అలానే నిద్రలోకి జారుకున్నామని భావించి అమ్మోరు తల్లికి క్షమాపణలు చెప్పుకొని పూజారయ్య ఇచ్చిన ప్రసాదాన్ని స్వీకరించి తమ తమ కుటీరాలవైపు సాగిపోయారు. అమ్మోరికి పూజ సేయాల్సిందే అని పట్టుబట్టి దినమంతా పూజ సేయించిన సంపంగి ఆదమరచి నిద్రిస్తుండటం చూచి మాతృ మమకారంతో నుదుటన ముద్దు పెట్టుకొని బిడ్డ మంచి నిద్రలో ఉంది నువ్వు భుజాన వేసుకొని ఇంటికి తీసుకురా నేను చిన్నతల్లిని ఎత్తుకొని వస్తాను అని చెప్పి అమ్మోరు తల్లి విగ్రహం దగ్గరనుండి తీర్థప్రసాదాలు స్వీకరించి బయలుదేరింది నీలి. జగమునేలే ఆది శక్తి అంశ ను పసిబిడ్డ ల రూపంలో మోసుకెళ్తున్న ఆ పుణ్యదంపతులను చూస్తూ చిరునవ్వులు చిందిస్తుండిపోయింది అమ్మోరుతల్లి విగ్రహం .

అపరాజిత – షట్ చత్వారింశత్ అంకం

వనదేవత చేత ఘోర పరాభవం పొంది గుహకు చేరుకున్న అక్షితవల్లి సద్దు చేయక తన ఏకాంత మందిరంలోకి వెళ్ళిపోయింది. ఎన్ని దినములు గడిచినా గుహ నుండి వెలుపలికి అడుగుపెట్టక అటులనే అజ్ఞాత వాసము చేయసాగింది. ప్రపంచం మొత్తాన్ని వీక్షించగల మాయాదర్పణం కూడా అక్షితవల్లి అనుమతి లేనిదే ఆమె ఏకాంతమందిరములోనికి తొంగి చూచు సాహసము చేయక మౌనం వహించినది.

మరగుజ్జు సేవిక మాత్రమే రెండు మూడు దినములకొక పర్యాయము అక్షితవల్లి ఆంతరంగిక మందిరములోనికి ప్రవేశించి ఆహారపానీయములు అమర్చి వచ్చేది. అటుల వెళ్లిన సమయంలో కూడా అక్షితవల్లి జాడ ఆమెకు కానవచ్చేది కాదు. అపుడపుడు ఆమె స్వరం మాత్రం తనకు కావలసిన సామాగ్రి గురించి ఆజ్ఞలు జారీ చేసేది. ఇవి అన్నియూ గాంచి అదృశ్యరూపంలో ఏదయినా దీక్ష సాగించుచున్నదేమో అని ఆ మరగుజ్జు శిష్యురాలు కూడా మారు మాట్లాడక అవి అన్నియు అమర్చి వెలుపలికి వచ్చేది.

కాలభైరవుడు లేని ద్వారబంధం కళావిహీనంగా బయట నుండి చూచువారలకు ఒక సాధారణ గుహ వలే కనిపించసాగినది. కొన్ని శతాబ్దములనుండి చూపరులకు భయభ్రాంతులు కలగచేస్తూ లోనికి అడుగు పెట్టే యోచన చేయుటకు కూడా మనస్కరించకుండా భయపెట్టిన ఆ గుహ నేడు సాధారణ రాతిగుహ వలె మారిపోయినది.

మహా మాంత్రికుడు సర్పద్రష్టుని గుహ అనికానీ లేదా అతని శిష్యురాలు, అత్యంత క్రూర స్వభావం గల అక్షితవల్లి గుహ అని కానీ ఎవరికి అయినా తెలిపినా నమ్మశక్యం కానటుల మారిపోయిన ఆ గుహ రూపురేఖలు గాంచి మండూక, వృశ్చికాసురులు మాయాదర్పణం కడ తమ విచారమును వెలిబుచ్చి, తమ దేవేరి మరల యాధస్థితికి చేరుకున్నతరువాతే తాము కూడా చేతనావస్థలోకి వచ్చెదమని మాయాదర్పణానికి తెలిపి అదే గుహలో ఒక మూలకు చేరి గాఢ సుషుప్తావస్థలోనికి చేరుకున్నారు. ఇక ధూమఖేతు కోయగూడెంలో మరొకమారు కూడా వనదేవత చేత పరాభవించబడిన విషయము తలచుకొని పరాభవాగ్ని జ్వాలల దాటికి తట్టుకొనలేక అంధకారంలో తనను తాను బంధితుడిని గావించుకున్నాడు.

ఇక చిన్నారి అపరాజిత దినదిన ప్రవర్ధమానముగా ఎదుగుతూ షట్ వర్ష ప్రాయమునకు చేరుకున్నది. సంపంగి నవ వర్ష ప్రాయములో తన సహోదరిని వెన్నంటి కాచుకొనుచూ తల్లి

తరువాత తల్లివలె ప్రేమానురాగాలు పంచసాగింది. ఒకరు లేక మరొకరు మనలేని ఆ అక్కాచెల్లెళ్లను చూసి గూడెంలో ప్రజలందరూ ముగ్దులవుతుండేవారు. ఒకనాడు బిడ్డలకు ఇష్టమైన క్షీరాన్నము తయారు చేయుటకు ఇంట పుట్టతేనె నిండుకొనుటచే తనే స్వయంగా అరణ్యములోనికి పయనమయ్యింది నీలి. అప్పటికే మల్లన్న వేరొక కార్యం నిమిత్తము గూడెము వదిలి బయటకి పోవుటచే అక్కచెల్లెళ్ళిద్దరూ కూడా తల్లిని అనుసరించి అరణ్యములోనికి వెడలినారు.

నీలి పుట్టతేనె సేకరించుటకొరకు మకరందపు తుట్టె గల ఒక వృక్ష శాఖమును అధిరోహించి దానిని ఆవరించుకొని ఉన్న మధుమక్షికములను అగ్నితో నిండిన కట్టెతో చెల్లాచెదరు చేసి దానినుండి మధువును పిండుచుండగా మధుమక్షికములు దాడి చేయకుండా పసరు రాసుకొని కింద నిలబడి ఉన్న సంపంగి ఆ తేనెను దొన్నెలోనికి పట్టసాగినది. వీరికి కొంత దవ్వులో వేరొక వృక్షము నీడలో కపోతములతో, శాఖామృగములతో (ఉడతలు) వినోదంగా క్రీడించసాగినది అపరాజిత.

అప్పటికి అర్ధఘడియ ముందు నుండి తన గోధుమ వన్నె నయనములు ఆమె మీదనే కేంద్రీకరించి ఆమె కదలికలనే తీక్షణముగా పరికించుచున్న శార్దూలమొకటి అదను చూసుకొని ఒక్క ఉదుటున ముందుకు లంఘించినది. ఆ సవ్వడికి ఇటు తిరిగిన నీలి, అపరాజిత మీదకు ముంచుకొస్తున్న ఆపద గాంచి కెవ్వున ఆర్తనాదం చేస్తూ ఒక్క ఉదుటున వృక్షము మీదనుండి కిందకు దూకినది . ఇక కింద ఉన్న సంపంగి హస్తములో ఉన్న మకరందపు దొన్నెను అచటనే పారవేసి ముందుకు దౌడు తీసినది.

అప్పటివరకు చిరునవ్వులు చిందిస్తూ తన చుట్టూ ఉన్న చిన్నారి ప్రాణులతో వినోదిస్తున్న అపరాజిత తనమీద దాడి చేయ ప్రయత్నించిన శార్దూలము వైపు మరలి ఆ శార్దూలము నయనములలోకి తీక్షణముగా చూడగా ఆ దృక్కుల ధాటికి ఆ శార్దూలము తన వేగాన్ని తగ్గించుకొని అపరాజిత పాదములముందు వాలి తన ముందరి పాదములుతో ఆమె పాదములు తాకుతూ శిరమును పుడమికి తాటించి వందనము చేయుచున్న భంగిమలో నిలచిపోయినది.

అది గాంచి సంపంగి చిరునవ్వు చిందిస్తూ కొంత దవ్వులో ఆగిపోతే నీలిమాత్రం ఇంకనూ కుమార్తెకు ఆపద తొలగిపోలేదని భ్రమసి ముందుకు లంఘించి అపరాజితను ఒక్కసారిగా తనవైపుకు లాగుకొని వెనకకు మరలి శార్దూలమునకు అపరాజితకు మధ్యలో తాను నుంచున్నది. ఒకవేళ ఆ క్రూరమృగం మరల దాడికి యత్నించినా తనను ధాటి తన కుమార్తె వరకు చేరరాదని ఆమె తాపత్రయం.

తను వనదేవతనని, అరణ్యంలో ఉన్న ప్రతిజీవి తన సంరక్షణలోనే ఉంటుందని తను కనుసైగ చేస్తేచాలు అది తొలగిపోతుందనే విషయాన్ని మరచి సాధారణ బాలికవలె ప్రవర్తించిన తన తొందరపాటును తలచుకొని నవ్వుకొని, తనే ప్రేమానురాగాలకు బంధితురాలై సామాన్యురాలివలె ప్రవర్తించగా సాధారణ తల్లి తన బిడ్డ గురించి ఇంకెంత తపన పడుతుందో

కదా అని తలంచి, తల్లి ప్రేమకు ఆత్రుతకు మురిసిన సంపంగి నీలి చెంతకు చేరి అమ్మా ఆ మృగం చెల్లిని ఏమీ చేయదు, నువ్వు అడ్డుతప్పుకో అని తల్లిని నెమ్మదిగా పక్కకు లాగగా తనను అధిరోహించమన్నట్లుగా చూస్తున్న ఆ శార్దూలము మనోవాంఛను తీరుస్తూ అపరాజిత ఆ శార్దూలాన్ని అధిరోహించినది. తనను అధిరోహించిన చిన్నారి దేవతకు కించిత్తు కూడా అసౌకర్యం కలుగకుండా , నెమ్మదిగా సంచరిస్తూ ఆ పరిసర ప్రాంతములలో అటూ ఇటూ తిప్పసాగినది ఆ శార్దూలం.

నీలి చేసిన ఆర్తనాదం విని, ఆ దాపులలో ఉన్న కోయలు పరుగుపరుగున అచటకు చేరుకునే సమయానికి శార్దూలాన్ని అధిరోహించి సవారీ చేయసాగింది అపరాజిత. షట్ వర్షముల ప్రాయములో ఉన్న చిన్నారివలె కాక, అసురసంహారం చేసిన అపర కాళికలా తేజోవంతంగా వెలుగొందుతున్న అపరాజితను గాంచి అప్రయత్నముగా హస్తములు ముకుళించి భక్తి భావనతో ప్రణామం చేస్తూ ఆ అద్భుత దృశ్యాన్ని మనసులో నింపుకోసాగారు ఆ అమాయక గిరిజనం.

అరణ్యములో జరిగిన విషయం తనవారి ద్వారా తెలుసుకున్న మల్లన్న మృగరాజునే ఎదుర్కొన్న తన చిన్నారి కుమార్తె పరాక్రమానికి మనసులోనే మురుసుకొని పైకి మాత్రం మరొకసారి ఇటుల బిడ్డలను తోడ్కొని ప్రమాదం కలిగే తావులకు వెళ్ళొద్దని నీలిని గట్టిగా మందలించాడు.

ఇక సహచరుల ద్వారా విషయం తెలుసుకున్న గూడెం జనాలు అందరూ సింగాన్నే అధిరోహించింది కాబట్టి నోరు తిరగని అపరాజిత అనేపేరు కన్నా తమ పేరులకు దగ్గరగా ఉండే సివంగి పేరే ఆమెకు చక్కగా సరిపోతుందని భావించి సివంగి అని పిలవసాగారు. నీలి, మల్లన్న తక్క మిగిలినవారందరూ ఆ పేరుకే అలవాటు పడిపోయారు . అదుగో సివంగి, సంపంగి వస్తున్నారు అంటూ ఆ ఇద్దరు అక్కచెల్లెలు ఎక్కడ కనిపించినా అబ్బురపడి చూడటం వారికి అలవాటుగా మారిపోయింది. సహస్ర నామములతో సంబోధించబడే అమ్మవారు ఆ అమాయక జనం ప్రేమతో పిలుచుకునే నామాన్ని కాదని ఎలా అనగలదు? అందులకే వారు సివంగి అని సంభోదించిన ప్రతిసారి చిరునవ్వులు చిందిస్తూ వారిని ఆనందపరచసాగింది .

ఇక అంతఃపురంలో వీరభద్ర భూపతి , అమాత్యుడు అనంతవర్మ కుమారుడు విష్ణుచిత్తునితో కలసి పెరగసాగాడు. జంటకవుల వలె అంటి తిరుగుతూ ఇరువురి ఇళ్లలో సందడిని పెంచుతూ మాతాపితరులకు కనువిందు చేయసాగారు. వీరభద్రుడు ఎచట ఉంటే విష్ణుచిత్తుడు అచ్చటే , విష్ణుచిత్తుడు ఎచట ఉంటే వీరభద్రుడు అచ్చటే ఉంటూ ఒకరు ఉంటే మరొకరికొరకు వెదకనవసరం లేదు అని పెద్దలు భావించునట్లుగా తమ ప్రాయముతోపాటుగా తమ స్నేహబంధాన్ని కూడా దృఢపరచుకోసాగారు వారిరువురూ .

చిన్నారులిద్దరి ఆటపాటలు గాంచుచూ అపరాజిత తనకు దూరమైన ఆవేదనకు కొంత ఉపశమనము కలిగించుకొనుచూ తనలోని దిగులును బయటకు కనపడనీయక తన మానసిక

శారీరక ఆరోగ్యముల గురించి భర్తకు ఉన్న వ్యాకులతను తీర్చివేసినది అంజనాదేవి . తన చిన్నారి ముద్దుల తల్లి తనను చేరే ఘడియల కొరకు ప్రతి క్షణం వేచి చూస్తున్నా ఆ ఎదురుచూపులు తన ప్రాణనాధునికి తెలియకుండా జాగ్రత్తపడసాగింది అంజనాదేవి. రాజ్య రక్షణ భారానికి తోడుగా తన వేదనతో మరొక భారంగా పరిణమించరాదనే ఆమె అటుల తన మనోవ్యధను భర్త వద్ద దాచసాగింది. ఇటు అమృతభూపతికి కూడా కుమార్తె గురించి పుట్టెడు దిగులు మనసులో యున్ననూ, ఇపుడిపుడే కుదుటపడుతున్న తన ధర్మపత్ని ఎదుట తన దిగులు కనబరచిన యెడల మరల ఆమె ఆరోగ్యము క్షీణించునేమో అని తన వ్యాకులతను మనసులోనే బంధించి పైకి ఎటువంటి విచారము లేనటుల నటించసాగాడు.

గృహములో ఏ పూజ జరుగుతున్నా, ఏ వేడుక చోటు చేసుకున్నా ఆడబిడ్డ లేని వెలితి వారి మనసులలో మెదిలి వారి చూపులు కలుసుకొని మరుక్షణం విడివడేవి . ఇంకొక క్షణం చూపులు కలిపి ఉంచితే ఎక్కడ ఒకరి మనసులో బాధ మరొకరికి తెలిసిపోతుందో అని ఎవరికి వారు జాగ్రత్తపడేవారు ఆ రాజదంపతులు. వీరభద్రుని జన్మదిన వేడుకలు జరుగు సమయంలో ఆ తల్లిదండ్రుల బాధ వర్ణనాతీతం. కళ్లెదుట ఉన్న బిడ్డను చూసి సంపూర్తిగా ఆనందించలేరు, ఎదుట లేని బిడ్డ గురించి బాహాటంగా వగచలేరు. రాజ్య ప్రజల సంతోషాన్ని కాదనలేక ప్రతి ఏటా వీరభద్రుని జన్మదిన వేడుకలు ఘనంగా నిర్వహిస్తూ దాన ధర్మాలు చేస్తూ ఆ పుణ్యాన్ని తమ బిడ్డ క్షేమము కొరకు వినియోగించమని అమ్మవారిని వేడుకుంటూ ఉండేవారు.

ఇక వీరభద్రుడు పసిప్రాయము నుండే ఆయుధములన్న మిక్కిలి మక్కువ చూపుతూ తండ్రి కరవాలమునే క్రీడా పరికరంగా భావించి దానితోనే క్రీడలు కొనసాగించేవాడు . అగ్నికి ఆజ్యము తోడయినట్లు విష్ణుచిత్తుడు కూడా బుడిబుడి నడకలు నడుచుచూనే రాజభటుల బల్లెమును వినియోగించ ప్రయత్నించేవాడు. బిడ్డల ఆగడములు రోజురోజుకూ మితిమీరుతుండటంతో ప్రాయము రాకముందే షట్ వత్సరముల పసి ప్రాయములోనే వారికి అస్త్ర శస్త్ర విద్యలు గరుపుటకు ఒక శిక్షకుడిని నియమించాడు మహారాజు అమృతభూపతి

ఇక కోసల దేశములో బలభద్రుడు, అమృతభూపతి కుటుంబం మీద పగ సాధించుటకు విఫల యత్నములు చేయుచూనే ఉన్నాడు . కానీ వారి బలమైన రక్షణ వ్యవస్థను దాటి రాజకుటుంబం పరిచ్ఛాయలలోకి కూడా పదము మోపలేక పరాజితుడైన ప్రతిసారి తన క్రోధాన్ని రెట్టింపు చేసుకోసాగాడు. ఆడబిడ్డకు జన్మనిచ్చిన కోడలిని పుట్టింటి నుండి రప్పించి కుమారునికి ప్రతిరూపంగా ఆ బిడ్డను అపురూపముగా ప్రాణమొక ఎత్తుగా పెంచుకోసాగాడు బలభద్రుడు.

ఆ చిన్నారికి, అలనాడు ద్వాపరయుగములో శిఖండి గా మారి మరీ భీష్ముని మీద పగ తీర్చుకొన్న అంబ నామధేయమొసగి, మాటలు రాకముందే పగప్రతీకారములను నూరిపోస్తూ ప్రతిదినము అమృతభూపతి చిత్రపటమును చూపిస్తూ ఆజన్మ శత్రువు ప్రాణములు తీయవలసిన కర్తవ్యము నీమీదనే ఉన్నదని ఉగ్గుపాలతో రంగరించి ఆ చిన్నారి మస్తిష్కములోనికి విషబీజములు చొప్పించసాగాడు. బలదేవుని ధర్మపత్ని ప్రసన్నలత ఏనాటికి అయినా తన

ప్రాణనాధుడు తిరిగి వస్తాడనే నమ్మకంతో చిన్నారి అంబలోనే భర్తను చూచుకొనుచూ భారముగా కాలము గడపసాగింది . తన చింతలలో తానున్న ప్రసన్నలత మామగారి వింత పోకడలను పసిగట్టలేకపోయింది .

అపరాజితా దేవి ఆలయంలో అమ్మవారి సేవలో పునీతమవుతున్న బలదేవుడు అమ్మవారు దయతో ప్రసాదించిన ధవళ వర్ణపు కలువలో ప్రతి దినము తన కుమార్తెను గాంచుచూ, ఇప్పటికీ బుద్ధి మార్చుకొనక తన కుమార్తెకు కూడా దుష్ట బోధనలు చేయుచున్న తండ్రిని గాంచి కలవరపడుతూ తను చేయగలిగినదేమీ లేక తన తండ్రికి సద్బుద్ధి ప్రసాదించమని కుమార్తెను ధర్మ మార్గములో నడిపింపుమని అపరాజితాదేవిని వేడుకొనసాగాడు.

కోయగూడెంలో అపరాజిత కూడా తన సోదరి సంపంగితో కలసి తండ్రి వద్ద విలువిద్యను కర్రసామును అభ్యసించసాగినది .

ఇటుల చిన్నారులందరూ శస్త్ర విద్యలు అభ్యసించుచుండగా యెవరికొరకూ ఆగుట యెఱుంగని కాలచక్రం గిర్రున తిరుగుతూ ద్వాదశ వత్సరములను తనలో కలిపివేసుకున్నది. మరల మహాలయ అమావాస్య ఘడియలు అరుదెంచు సమయామాసన్నవసాగింది.

అక్షితవల్లి తదుపరి ప్రణాళిక ఏమిటో ? అపరాజిత తన వంశ శాపాన్ని రూపుమాపుటకు యెటుల ముందడుగు వేయబోతుందో తెలుసుకోవాలంటే తదుపరి అంకం వరకు వేచి చూడాల్సిందే .

అపరాజిత – సప్త చత్వారింశత్ అంకం

పుష్కర కాలం గడచిపోయి మరల గ్రహములన్నీ గతి తప్పి దైవశక్తి క్షీణించి దుష్ట శక్తులు విజృంభించు మహాలయ అమావాస్య గడియలు సమీపించు సమయామాసన్నమైనది. అంగ వంశ రాజపురోహితుడు రచించిన జాతక చక్రం ప్రకారం అపరాజితకు అష్టావర్ష ప్రాయం అధిగమించువరకు ఎదురు చూడని ఆపదలు ఏదో ఒకరకంగా సంభవిస్తూనే ఉండేవి. ఆ దినము తరువాత అక్షితవల్లి జాడ తెలియకున్నా అపరాజితకు ఎదురగుతున్న గండాలన్నీ అక్షితవల్లి వలనే అని సంపంగి విశ్వసిస్తోంది. అందుకే కంటికి రెప్పవలె అనుక్షణము వెన్నంటే ఉంటూ కాపాడుకొంటూ వస్తోంది.

వీరభద్రుడు అష్టవర్షములు ధాటి నవ వర్ష ప్రాయములోనికి చేరుకోగానే జాతక చక్ర ప్రకారం అపరాజిత కు పొంచి ఉన్న గండాలన్నీ మాయమైపోయి ఉంటాయని ఇక తమ పుత్రికారత్నం పూర్ణాయుష్కురాలు అయినట్లే అని తలచి ఆనంద పడసాగారు రాజదంపతులు. కుమార్తె ఎడబాటుని గురించిన దిగులు తప్ప ఆమె రక్షణ గురించి ఇపుడు ఏ చింతా లేదు వారికి . దైవ కార్యం పూర్తి చేసుకొని తమ కుమార్తె తమను చేరుకొనే శుభ ఘడియల కొరకు ఆనందంగా ఎదురు చూస్తూ, అంత లేత ప్రాయములోనే ఖడ్గ విద్యలో వీరభద్రుని నైపుణ్యాన్ని గాంచి అవసర సమయంలో తన సహోదరికి వెన్నంటి నిలవవలసింది అతనే కాబట్టి తనకు తెలిసిన మెళకువలు కూడా కుమారునికి బోధిస్తూ మెరికలా తయారు చేయసాగాడు మహారాజు అమృతభూపతి. వీరభద్రుని వెంటే విష్ణుచిత్తుడు కూడా ఖడ్గ విద్యలో ప్రావీణ్యం సాధించసాగాడు.

మరొక చతుర్ వర్షములు కాలగర్భంలో కలసిపోయి పుష్కర కాలం పూర్తి అయినది. కొన్ని ఏండ్లుగా అపరాజితకు ఎటువంటి ఆపత్తి ఎదురవకున్నా ఆమె జాతక చక్రం యెరుంగని వనదేవత సంపంగి మాత్రం ఇది కూడా అక్షితవల్లి మరొక పన్నాగమేమో కొంత తడవు మెదలక ఉండి అకస్మాత్తుగా మెరుపు దాడి చేస్తుందేమో అని అనుక్షణం అప్రమత్తంగా ఉండసాగింది .

అమ్మవారి అంశతో అంగ వంశంలో రాకుమారిగా జన్మించి కోయగూడెం చేరుకుంటుంది అని తన విగ్రహ ప్రతిష్ట కొరకు తనే ఇలా మానవ రూపంలో తరలివస్తుందని అమృతానందులవారి ఆత్మ ద్వారా తెలుసుకున్న వనదేవత, అమ్మవారికి వెన్నంటి ఉండి ఆమె కార్యంలో సహకరించాలని ఆమె పూర్తిగా తన శక్తులను సంతరించుకొని సన్నద్ధమయ్యేవరకు

రక్షణ బాధ్యత వహించాలని సదుద్దేశ్యంతో అమ్మ అవతరించుటకు పూర్వమే కోయ దంపతులకు బిడ్డగా జన్మించింది.

తన కర్తవ్యాన్ని తను నిర్వర్తించుట తప్ప అమ్మవారి జాతకచక్రం తెలుసుకుందామనే యోచన సేయకపోవుటవలన అమ్మవారు సర్వమానవ శ్రేయస్సు కొరకు తన కార్యాన్ని తనే నెరవేర్చుకునే శుభఘడియలు ఆసన్నమయ్యేవరకు ఆమె రక్షణ బాధ్యత తనదిగానే ఎంచి ఈ మహాలయ అమావాస్యను ఎదుర్కొనుటకు సన్నద్ధమవ్వసాగింది. నిద్రాణంగా ఉన్న తన శక్తులన్నిటినీ జాగృతం చేసుకుంటూ ఒక క్షణమైన నిదురించక నిశివేళలో కూడా యోగనిద్రలో తదేక ధ్యానములో నిలిచి తనను తను సన్నద్ధం చేసుకోసాగింది. దైవ శక్తులు క్షీణించు తరుణంలో సహాయ పడుటకు సిద్ధముగా ఉండవలెనని ప్రకృతి శక్తులను హెచ్చరించింది.

అమావాస్యకు నాలుగు దినముల ముందు గూడెంలో జనులందరినీ రచ్చబండ దగ్గర సమావేశపరచి, గూడేన్ని గూడెంలో జనులందరినీ రక్షిస్తోన్న అమ్మోరు తల్లి తనకు స్వప్నంలో దర్శనమిచ్చి ప్రత్యేక పూజలు చేయించమని ఆదేశించిందని కాబట్టి ఈ మూడు దినములు అమ్మోరు తల్లికి రాత్రింబగల్లు పూజలు సేయాలని, గూడెంలోని పిల్లలు, వయోవృద్ధులు తో సహా ప్రతి ఒక్కరు ఆ పూజలలో పాలుపంచుకోవాలని, ఈ మూడు దినములు గూడెం వదిలి ఎవరూ బయటకి అడుగుపెట్టరాదని శాసించింది.

సంపంగి మాటలు ఆలకించిన అందరూ ఆశ్చర్యంతో తమ దొర ఆదేశమేమిటా అన్నట్లుగా మల్లన్న వైపు దృష్టి సారించారు. హరిత వర్ణపు పరికిణీ ధరించి కొప్పు లో జాజిమల్లెలు తురుముకొని సింధూరముతో నుదుటిన తీరుగ తిలకం దిద్దుకొని విశాలమైన నయనాలకు మూలికలతో తయారు చేసిన కాటుక అద్ది కంఠమున పూసలతో చేసిన గొలుసులు ధరించి హస్తములకు కడియములు, పాదములకు ఘల్లుఘల్లుమను మంజీరములు ధరించి పడుచు ప్రాయపు ముంగిటిలో ముద్దులొలుకుతున్న సంపంగిని, ఆమె వెన్నంటే పగడపు వర్ణము పరికిణీ ధరించి గో క్షీర వర్ణములో మెరిసిపోతూ తల్లి ముద్దారా మురిపెముగా చుట్టిన కొప్పులో మొగలి రేకులు తురుముకొని సూర్యుడినే నుదుట అలంకారంగా ధరించినదా అన్నట్లుగా గుండ్రముగా రక్తవర్ణపు తిలకము ధరించి, కర్ణములకు హస్తములకు సుమాలతో అల్లిన మాలలు అలంకరించుకొని ఒత్తుగా అల్లిన శ్వేతవర్ణ పుష్పముల మాల కంఠమున ధరించి ఇంకనూ పసితనం వీడని వదనంతో ముద్దులొలుకుతున్న అపరాజితను గాంచి వనదేవతలో లేదంటే తాము నిత్యం పూజించే అమ్మోరు తల్లో తమను కరుణించడానికి ఇలా తమ కుమార్తెల రూపములో జన్మించారేమో అని తన్మయత్వముతో బిడ్డలనే మురిపెముగా చూచుకొనుచున్నాడు మల్లన్న.

మల్లన్న దొర వైపు చూచిన కోయలకు తమ దొర మురిపెము గాంచగనే కుమార్తె మాటే ఆయన మాట అని తేటతెల్లముగా తెలిసిపోయినా రూఢి చేసుకొనుటకు మరొక పర్యాయము అడుగుట మంచిదని దొరా మరి మీ మాట అని నసుగుతూ మల్లన్న దొరను అభ్యర్థించారు.

అమ్మోరు తల్లి స్వప్నంలో కన్పించి చెప్పిన మాట తప్పక పాటించాలి. నా తల్లి సంపంగి అనుచితముగా ఆదేశించుట మీరెప్పుడైనా యెరుగుదురా ? నా తదనంతరం ఈ గూడెం బాధ్యత నా చిన్నారులదే కాబట్టి ఇక మీరు పూజలకు ఏర్పాట్లు గావించండి. అమ్మోరు తల్లి గూడెం దాటి బయటకు వెళ్ళొద్దని చెప్పినాదంటే అందులో ఏదో రహస్యం దాగే ఉండి ఉంటది. కాబట్టి ఈ మూడు దినాలు యెవరూ గూడెం దాటి బయటకు అడుగు పెట్టొద్దు ఇది నా ఆన . కాదని ఎవరైనా కట్టు తప్పితే అమ్మోరి ఆగ్రహంతోపాటు నా ఆగ్రహానికి కూడా గురికావలసి వస్తుంది జాగ్రత్త అని హెచ్చరించి తన దండాన్ని పుడమికి మూడుసార్లు తాటించి రచ్చబండ దగ్గరనుండి లేచి ఆవలికి వెళ్ళిపోయాడు మల్లన్న దొర.

వెళ్తున్న దొరనే చూస్తూ యేటి ఈయన ధోరణి, కూతురు ఏది చెప్తే మనం అది పాటించాల్సిందేనా మూడు దినాలు అడవిలోకి పోకుంటే పొట్ట తిప్పలు తీరేదెట్లా అని ఒక కోయ వ్యాఖ్యానించగా పక్కన ఉన్న మరొకతను ఏమిరా ఈరిగా ఇదేదో మల్లన్న దొర ముందే అడగకుండా ఇపుడు చాటుమాటుగా మాట్లాడుతున్నావేంది? దొర ఏది సేసినా మన మంచికోసరమే చేస్తాడు, ఇక సంపంగి అయినా సివంగి అయినా దొర బిడ్డలమని ఏనాడూ ఆధిపత్యం సూపించినది లేదు. మన బిడ్డల మాదిరే కలిసిపోతారు. ఇక ఎక్కువ తక్కువ ఆలోచనలు సేయక చెప్పిన మాటలు విను అని ఒకరికి నలుగురు తగులుకుని ఈరిగాని నోరు మూపించి అక్కడినుండి కదిలివెళ్లారు .

ఇక మరునాడు సూర్యోదయమునకు ముందే కోయగూడెంలోని ఆబాలగోపాలం మేల్కొని కాలకృత్యములు తీర్చుకొని శుచిగా తయారయి అమ్మోరు తల్లి విగ్రహము దగ్గరకు వెళ్లి ఆ సరికే అమ్మోరిని సర్వాంగ సుందరముగా అలంకరించి పూజకు సిద్ధం చేస్తున్న పూజారిగారికి ఏర్పాట్లలో సహకరిస్తూ పూజలో పాలు పంచుకోసాగారు. అమ్మోరు తల్లి విగ్రహానికి ఒక పక్కగా వంటశాల ఏర్పాటు చేసుకొని గూడెంలోని మహిళల సాయంతో అందరికీ అన్న ప్రసాదాలు అమర్చే బాధ్యత నీలి తీసుకొని అమ్మోరుతల్లి నామాన్ని జపిస్తూ భక్తి శ్రద్ధలతో పక్వాలను తయారుచేయసాగింది.

సంపంగి అరణ్యములో దొరికే ఆయుర్వేద మూలికలతో ఒక పసరు తయారుచేసి ఆ పసరులో తన శక్తిని మేళవించి దానిని గూడెము చుట్టూ చల్లించి రక్షరేఖవలె తయారు చేసినది. తన శక్తులు క్షీణించు తరుణములో ఆ రక్షణ వలయము కొంతవరకు ఆపదను అడ్డుకొనగలదని ఆమె విశ్వాసం. అందులకే ఆ మూడు దినములు ఎవరినీ గూడెం దాటి బయటకు అడుగుపెట్టరాదని ఆదేశించినది . దుష్ట శక్తుల ధాటికి వారెవరూ ప్రభావితులు కారాదనే వనదేవత యోచన.

అమావాస్య చీకట్లు లోకాన్ని చుట్టుముట్టాయి. కానీ కోయగూడెంలో కోయలు ఇప్పరసముతో వెలిగించిన దీపములు చుట్టూ ఉన్న చీకట్లను పారద్రోలుతూ ఆ దినము

అమావాస్య అని గురుతుకు కూడా రాకుండా చేయసాగాయి. ఇక మహాలయ అమావాస్య ఘడియలు చుట్టుముడుతుండగా సంపంగిలో శక్తులు మెల్లమెల్లగా క్షీణించసాగాయి. తనలో కలుగుతున్న బలహీనతను గమనించి చుట్టూ పరికించగా పెద్దలు అమ్మోరు నామజపం చేస్తుండగా పిల్లలు అక్కడే నేలమీద పడి ఆదమరచి నిదురించసాగారు. అపరాజిత కూడా నిదురలో జోగుతుండగా పక్కనే ఉన్న నీలి అపరాజిత తలను తన ఒడిలో చేర్చుకొని మీద చేయి వేసి చిన్నగా తడుతుండగా భక్తులచే చేయబడుచున్న నామజపమే జోలపాటగా మారి మందహాసం చేస్తూ నిదురలోకి జారుకుంది అపరాజిత .

అది గమనించి తేలికగా నిట్టూర్చి పరిసరాలను గమనించుటకు మెల్లగా అచ్చటనుండి లేచి పక్కకు వచ్చినది సంపంగి. కొన్ని దినములుగా ఆరామ విరామములు లేకుండా సరిఅయిన ఆహారము కూడా గ్రహించకపోవుటచే నిస్సత్తువగా అనిపించి అమ్మోరు తల్లి విగ్రహమునకు కొలది దూరములో ఉన్న రచ్చబండ గద్దెమీద చేరగిలబడింది సంపంగి.

సంపంగి ఇటుల ఆ పరిసరములనుండి పక్కకు మరలగనే ముద్దులొలికే చిన్నారి శశాంకమొకటి గెంతులు వేయుచూ పూజలు జరుగుతున్న స్థలానికి చేరుకుంది. మధ్య రాత్రి అగుటవలన నిద్రావస్థలోనే అమ్మవారి నామజపం చేయుచున్న కోయలెవరూ ఆ శశాంకమును గమనించలేదు. అచ్చట అంతమందిని గాంచి బెదరిన ఆ శశాంకం అటూ ఇటూ గెంతులు వేయుచూ అపరాజిత ఒడిలోకి చేరుకొనగా ఆ తాకిడికి అపరాజిత నిద్రనుండి మేల్కొని దానిని గాంచి మురిపెముతో ముద్దు చేయబోగా ఆ శశాంకం అపరాజిత ఒడిలోనుండి బయటకు గెంతి ఇక అచట నిలువకుండా గెంతుకొనుచూ ముందుకు సాగిపోయింది.

అమ్మా ఇపుడే వస్తాను అని నీలికి చెప్పి ఆ శశాంకమును అనుసరిస్తూ ముందుకు కదిలింది అపరాజిత. అంతటి అమావాస్య చీకటిలో కూడా శ్వేతవర్ణంలో మెరిసిపోతూ కనిపిస్తున్న ఆ శశాంకం జాడలను అనుసరిస్తూ పరిసరాలను గమనించక కోయగూడెమును దాటి అరణ్యమువైపుగా సాగిపోయినది అపరాజిత.

అపరాజిత – అష్ట చత్వరింశత్ అంకం

జగన్నాటక సూత్రధారి అయిన మహావిష్ణువు త్రేతాయుగంలో రాముడు గా ద్వాపరయుగంలో కృష్ణుడుగా అవతరించి దుష్ట శిక్షణ, శిష్ట రక్షణ గావించాడు. రామావతారంలో ఒక సామాన్య మానవుడి వలె కష్ట సుఖాలకు లోబడి ధర్మాచరణకు , పితృవాక్పరిపాలనకు నిదర్శనంగా నిలిస్తే కృష్ణావతారంలో మాయ చేసి మరీ ధర్మాన్ని నెగ్గించాడు, మానవాళికి జీవిత పాఠాలను భగవద్గీత రూపంలో బోధించాడు.

రెండు అవతారాలు ఆ మహావిష్ణువు వే అయిననూ రాముని వ్యక్తిత్వానికి, కృష్ణయ్య అనుసరించిన పంథాకు హస్తమశకాంతరం (ఏనుగుకు, దోమకు మధ్య ఉన్నంత తేడా) ఉన్నది. రాముడు అయినా కృష్ణుడు అయినా ఆయా యుగధర్మాలను అనుసరించి ఈతిబాధలు అనుభవించారు.

అదే రీతిలో జగజ్జనని అయిన అపరాజితా దేవి కూడా మానవ కన్య గా జన్మించినందున ఆ జన్మ లక్షణాలను అనుసరిస్తూ బాల్య కౌమార యవ్వన దశలలో మానవులకు కలిగే చిత్త చాంచల్యాన్ని, వివశత్వాలను ప్రదర్శిస్తోంది. తనలో నిద్రాణంగా ఉన్న శక్తులను బాహ్య ప్రపంచానికి తెలియనీయకుండా అవసరమైనపుడు మాత్రమే వాటిని వినియోగించడానికి ఆ తల్లి ఎంచుకున్న మార్గమది. అందులకే శశాంకమును చూడగనే సాధారణ బాలికవలె దాని కొరకు ఆశపడి దానిని అనుసరించి పరిసరములను మరచి అరణ్యములోనికి ప్రవేశించినది.

కొంత దవ్వు రయమున గంతులు వేసుకుంటూ వెడలిన ఆ శశాంకం అలసిపోయినట్లుగా ఒక వృక్షము కింద ఆగిపోగా అపరాజిత మరింత వడిగా పరుగులు తీస్తూ దానిని చేరుకొని తన హస్తములలో చేజిక్కించుకుంది. అపరాజిత హస్తములలో చిక్కిన మరుక్షణం ఆ శశాంకము నయనములు ఒక్క క్షణం రుధిర వర్ణములోనికి మారి తిరిగి సహజ వర్ణములోనికి మారిపోయినవి. ఆ శశాంకము అపరాజితను చేరిన క్షణం భూమి స్వల్పంగా కంపించగా, గగనము భీకరముగా ఘర్జిస్తూ సౌదామినులతో కూడిన జడివానను కురిపించగా, వాయువు ఝంఝూమారుతము వలె వీచగా, వృక్షములన్నీ తమ శాఖలను ఉధృతముగా

కదిలిస్తుండగా జంబూకములు ఊళలు వేయసాగినవి. యావత్తు ప్రకృతి ఉత్పాతమేదో జరిగినట్లుగా భోరున విలపించుచున్నట్లుగా అనిపించసాగినది .

ఈ అలజడికి అపరాజిత వదనము పైకి ఎత్తబోవు క్షణములో ఆ మాయా శశాంకము తన కనులెఱ్ఱజేసి ప్రకృతివైపు వీక్షించగా యావత్ అరణ్యం స్థంభించిపోయినది. . శశాంకము కనులనుండి మాయాతరంగములు వెలువడి అపరాజితకు ఏమియూ మార్పు కానరాకుండా చేసినవి. వదనము పైకి ఎత్తిన అపరాజిత తను అరణ్యములోనికి వచ్చిన విషయము అప్పటికి గ్రహించి ఆ శశాంకమును కూడా తోడ్కొని తన గూడెము వైపుకు దారితీసినది .

సంపంగి కొంత తడవు విశ్రాంతి తీసుకొని మరల ఒక పర్యాయము పరిసరములన్నీ తీక్షణముగా వీక్షించి ఎటువంటి మార్పు కానరాకపోవుటచే ఏమి ఈ వింత? అక్షితవల్లి ముందటి పరాభవమునకు వగచి తన అహము వీడి అజ్ఞాతములోనికి వెడలిపోయినదా? అటులయిన మంచిదే కానియెడల ఈ విరామమునకు కారణమేమి? దీని వెనుక ఏమి పన్నాగము చేయుచున్నది అని యోచిస్తూ ఎంతకూ ఆమె మస్తిష్కమునకు ఏమియూ తట్టక ఇక అచ్చటనుండి లేచి పూజలు జరుగు ప్రదేశమునకు చేరుకున్నది.

అచట తల్లి ఒడిలో శిరమునుంచి నిద్రిస్తూ ఉండవలసిన అపరాజిత కనిపించకపోవుటచే కలత చెందుతూ నీలి వద్దకు చేరి చెల్లి ఎక్కడ అని ప్రశ్నించగా ఆడుకుంటూ పక్కకు వెళ్ళినదను ఉత్తరువు ఆలకించి పరుగున అచటినుండి వెడలి పరిసరములన్నీ గాలించసాగినది. గూడెము పొలిమేరలో అపరాజిత సిగలో ధరించు మొగలి రేకు పడి ఉండుట గాంచి ఆ అక్షితవల్లి నేను లేని సమయము జూచి నా సహోదరిని అపహరించి అరణ్యములోనికి తీసుకొనివెళ్ళినట్లున్నది. అయిననూ నా శక్తులు క్షీణించువేళ సాయమునకు రమ్మని ప్రకృతి శక్తులను హెచ్చరించితిని కదా ఒక్కరు కూడా ఆ మాయావిని ఎదురించలేకపోతిరా అని ఆగ్రహమును వెలిబుచ్చుతూ రయమున అరణ్యమువైపు పరుగిడినది సంపంగి .

అరణ్యములోనికి అడుగిడి క్రోసు దూరము పయనించిన సంపంగికి ఎదురుగా హస్తములలో ధవళ వర్ణములో మెరిసిపోతున్న శశాంకమును పట్టుకొని దానితో ముచ్చటిస్తూ వస్తున్న అపరాజిత కనిపించగా దీర్ఘముగా నిశ్వసించి అపరాజితను సమీపించి చిరుకోపము ప్రదర్శిస్తూ కట్టుబాట్లు అధిగమించి అరణ్యములోనికి యేల అడుగిడినావు? కోయదొర కుమార్తెలము అయిన మనమే కట్టుబాట్లు అవలంబించకుంటే మిగిలిన జనులు మననే ఆదర్శముగా తీసుకొని పరిమితులు దాటుదురని నీవు యెరుగవా అని ప్రశ్నించినది .

తన సహోదరి తన మీద కోపము అభినయించుటయే తప్ప ఎన్నడూ కోపగించలేదని తెలిసిన అపరాజిత మందహాసము చేస్తూ చూడక్కా ఈ చెవులపిల్లి ఎంత ముద్దుగా ఉన్నదో? ఇది దారి తప్పి మన గూడెమునకు వచ్చినది, అచ్చటి సద్దుకు బెదరి మరల అరణ్యములోనికి పరుగు తీసినది? ఇంత చిన్నారి చెవుల పిల్లిని ఈ అరణ్యములో యే వృకమో లేదా చారల మెకమో ఆరగిస్తుందేమో అని దానిని రక్షించుటకై ఇటు వచ్చితిని కానీ కట్టుబాట్లు ఉల్లంగించాలని కాదు.

మన అయ్య ఈ గూడేనికి దొర, అంటే గూడెం లో జనులతో పాటు అరణ్యములో జంతుజాలమును రక్షించు బాధ్యత కూడా మన అయ్యదే కదా ! నేను ఆయన కుమార్తెగా ఆ బాధ్యతనే నెరవేర్చితిని అని అలక వహించినట్లుగా ముఖ భంగిమను మార్చి చెప్పినది అపరాజిత .

తన సహోదరి మాటకారితనమును గాంచి మురిసిపోతూ సరి సరి తెలివితేటలు అధికమగుచున్నవి. ఇక పద అంటూ తన సహోదరి హస్తమును తాకిన సంపంగి విద్యుదుత్పాతము (పిడుగుపాటు) తగిలినట్లుగా అచటినుండి దూరముగా విసిరివేయబడినది . అచ్చెరువొందినట్లుగా కనులు విప్పార్చి అపరాజితవైపు చూడగా ఆమె హస్తములలో ఉన్న శశాంకము దుష్ట శక్తికి ప్రతీకగా కనిపించినది. సోదరీ అది ఒక దుష్టశక్తి దానిని ఆవలికి పారవేయుమని పలుకుటకు నోరు తెరచిన సంపంగిని కూడా చుట్టుముట్టిన ఆ మాయా తరంగాలు ఆమె నోటి నుండి వెలువడుతున్న శబ్ద తరంగాలను అవును చెల్లీ ఈ చెవుల పిల్లి చాలా ముద్దుగా ఉన్నది దీనిని మనమే పెంచుకుందాం అను పలుకులుగా మార్చివేసినవి .

తన వాక్కు కూడా తన అధీనములో లేకపోవుట గాంచిన సంపంగి అశక్తురాలివలె నిలిచిపోగా ఇది ఏమీ ఎరుగని అపరాజిత తన సోదరి తన కోరికను మన్నించినదను ఆనందంలో గంతులు వేయుచూ పద అక్కా మన కుటీరానికి తోడ్కొని పోదము అంటూ ముందుకు అడుగులు వేసినది. తనకు తెలియకుండానే అపరాజితను అనుసరిస్తూ ముందుకు నడిచినది సంపంగి .

వారిరువురూ ఆ మాయా శశాంకము ను తోడ్కొని గూడెములో పదము మోపగనే మూడు దినములనుండి నిరంతరాయముగా వెలుగొందుతున్న జ్యోతులు ఒక్కసారిగా కొడిగట్టాయి . అమ్మోరు విగ్రహము ముందు కొన్ని శతాబ్దములు నుండి వెలుగొందుతున్న అఖండ జ్యోతి రెపరెపలాడసాగింది. అది గాంచిన పూజారి వాయుగమనము లేకున్ననూ అఖండ జ్యోతి రెపరెపలాడుట గాంచి ఇది ఏదో అపశకునమని తలంచి గట్టిగా అమ్మవారి జయజయధ్వానములు చేయుచూ మిగిలినవారిని కూడా అటులనే బిగ్గరగా నామస్మరణ చేయమని ప్రోత్సహించగా వారందరూ కూడా ఒక్కసారిగా అమ్మోరుతల్లికి జై అని దిశలన్నీ ప్రతిధ్వనించేలా అమ్మవారిని స్మరిస్తుంటే ఆ ధ్వనికి నిద్రమత్తులో ఉన్న వయోవృద్ధులు , పసిపిల్లలు కూడా నిద్రనుండి మేల్కొని తమ గళము కలుపగా ఆ ప్రాంతమంతా దైవత్వాన్ని సంతరించుకొనుటయే గాక అఖండ జ్యోతి మరింత కాంతితో ప్రజ్వరిల్లసాగినది .

అఖండ జ్యోతి నుండి వెలువడుతున్న వెలుగును గాంచి ఆ మాయ శశాంకము బెదరినట్లయి కిందకు దూకబోగా ఆ ధ్వనులకు అది బెదరుచున్నదని భ్రమపడిన అపరాజిత దానిని మరింతగా దగ్గరకు హత్తుకొన్నది. తదుపరి అపరాజిత నీలిని చేరి శశాంకమును తల్లికి చూపుతూ అమ్మా ఈ చెవుల పిల్లిని మనము పెంచుకుందాము, అక్క కూడా ఒప్పుకున్నది అని గారముగా అడుగగా నీలి ప్రశ్నార్థకంగా సంపంగి దిశగా చూడగా సంపంగి తన శిరమును

అడ్డుగా ఊగించిననూ ఆ దుష్టశక్తి ప్రభావము వలన నీలికి ఆమె శిరమును అంగీకార పూర్వకముగా ఊగించినట్లుగా కనిపించుటచే మీ ఇద్దరూ ఇచ్చగించినదానిని నేను గానీ మీ అయ్యగానీ ఏదినమైనా కాదంటిమా కూనలారా అంటూ తన అంగీకారము తెలిపినది .

అమావాస్య ఘడియలు అంతరించు సమయములో తన మాయా శక్తితో సంపంగి మస్తిష్కములో తన గురించి చోటు చేసుకున్న జ్ఞాపకాలను తుడిచివేసినది ఆ దుష్టశక్తి, అటులనే ఇకపైన తన నిజరూపము సంపంగికి తెలియకుండునట్లుగా అదృశ్య రూపములో మాయా కవచమును ధరించినది . అమావాస్య ఘడియలు తొలగిపోయిన మరుక్షణము తన పూర్వ శక్తులు అన్నీ సంతరించుకున్న సంపంగికి అది ఒక సాధారణ చెవులపిల్లివలే కనిపించుటచే దాని గురించి అంతగా పట్టించుకోలేదు. ఏ విధమయిన ఇబ్బందులు లేకుండగ ఈ మహాలయ అమావాస్య గడచిపోయినందులకు అమ్మోరుతల్లికి కృతజ్ఞతలు తెలియచేసుకుంది.

విధముగా మహాలయ అమావాస్య ఘడియలను అడ్డుపెట్టుకొని ఆ దుష్టశక్తి గూడెములో చోటు సంపాదించుకున్నది. శ్వేత వర్ణంలో మెరిసిపోతున్న దానికి అపరాజిత ముద్దుగా జాబిలి అని పేరు పెట్టి దినములో పెచ్చు కాలము దానితోనే ఆడుకోసాగినది. నీలి ఒడిలో దూరి గారాలు పోతూ మల్లన్న ఎటుపోతే అటు అనుసరిస్తూ కొలది సమయములోనే వారికి కూడా బాగా మచ్చిక అయినది జాబిలి. కానీ సంపంగి చేరదీయబోతే మాత్రం దూరదూరంగా జరుగుతూ అపరాజిత వెనుక నక్కేది. తనను సంపంగి తాకిన మరుక్షణం తను రక్షణగా ధరించిన మాయా కవచం నాశనం అయిపోతుందని, తద్వారా తను సాధించవలసిన కార్యానికి అంతరాయం కలుగుతుందని తెలిసి ఉండుటవలన ఆ ప్రమాదం జరుగకుండా అది సంపంగి చేరువలోకి రాకుండా జాగ్రత్తపడుతూ ఉంది.

జాబిలితో ఆడుకొను వేళ అపరాజిత వదనంలో వెలుగొందే సంతోషాన్ని గాంచి మురిసిపోతూ, వనదేవత అయిన తనను చూస్తూనే సమస్త వృక్ష, జంతుజాలం ప్రణమిల్లునపుడు ఈ చిరు జీవి మాత్రం తననుండి ఎందులకు దూరముగా ఉంటున్నదనే విషయాన్ని విస్మరించింది సంపంగి.

అపరాజిత – నవ చత్వారింశత్ అంకం

చతుర్ వర్షములు కాలగర్భంలో కలిసిపోయినవి . అపరాజిత షోడశ వర్ష ప్రాయమునకు (పదహారేళ్లు) చేరుకున్నది పందొమ్మిదేళ్ళ ప్రాయానికి చేరుకున్నది సంపంగి. గూడెం కట్టుబాట్లు ప్రకారం ఆడకూనలకు పదునాలుగు, పదిహేనేండ్ల ప్రాయము రాగానే కళ్యాణం జరిపించడం సంప్రదాయం. దొర బిడ్డను పెండ్లి చేసుకునేవాడే ఆ ఇంటివారసుడుగా తదుపరి దొరగా గూడెం ప్రజల బాగోగులు అన్నీ చూసుకోవలసి ఉన్నందున సంపంగి ని మనువాడేవాడు అన్ని విద్యలలో మేటి అయి ఉండాలని తన కుమార్తెను విలువిద్యలో కర్రసాములో ఓడించినవాడికే ఇచ్చి మనువు చేస్తానని ప్రకటించాడు మల్లన్న . కానీ ఆ గూడెంలోనే కాదు చుట్టుపక్కల పది గిరిజన గూడేలలో కూడా సంపంగిని ఓడించే వీరుడెవరూ మల్లన్నకు దొరకలేదు .

అర్హత లేని వాడికి బిడ్డను కన్యాదానం చేయలేక అలా అని ప్రాయానికి వచ్చిన బిడ్డకు పెండ్లి చేయకుండా తమతో ఉంచుకొనలేక మల్లన్న దంపతులు పడుతున్న వేదన రూపుమాపుటకు ఒకనాడు సంపంగి వారికి వనదేవత రూపంలో స్వప్న దర్శనమిచ్చి , సంపంగి నా అంశలో పుట్టిన కూన. ఆమెను పరిణయమాడే వరుడు ఆమెను అన్వేషిస్తూ వచ్చువరకు ఆమె వివాహము గురించి తలపెట్టరాదు. ఇకనుండి చింత వీడి సమయామాసన్నమగువరకు వేచి ఉండండి అని తెలిపి అదృశ్యమైపోయినది .

ఇరువురికీ ఒకే స్వప్నం వచ్చుటచే, అది ఎంతమాత్రమూ భ్రమ కానేరదని సాక్షాత్తు వనదేవతయే దర్శనమిచ్చినదని నమ్మి ఆ నాటినుండి ఇక సంపంగి వివాహ విషయములో ఆవేదన చెందటం మానేశారు మల్లన్న దంపతులు . బిడ్డలకు పెండ్లి సేయలేదేమని ఎవరైనా ప్రశ్నించినా మా కూనలను మనువాడేందుకు అర్హత కలిగినవాళ్లు లభించిన దినమున వివాహము చేయుదమని ఖరాకండిగా చెప్పుటచే కొంతకాలానికి ఇక ఎవరూ ఆ విషయం గురించి ప్రశ్నించుటయే మానివేశారు .

ఇక కోసల దేశంలో అంబ కూడా షోడశ ప్రాయానికి చేరుకొని వయసు తెచ్చిన వన్నెలతో సౌందర్యాన్ని రాశి పోసినట్లుగా చూపరుల చిత్తం భ్రమింప చేయు అందంతో విరాజిల్లసాగింది. కుమార్తె వివాహము కొరకు స్వయంవరం ప్రకటించమని ప్రసన్నలత మామగారిని కోరగా కోసల రాజ్యానికి కాబోయే మహారాణి అయిన అంబకు తగిన వరుడిని అన్వేషించుట అంత సులభతరం కాదని ఆ వ్యవహారం తనకు వదిలేయమని నిక్కచ్చిగా తెలియచేసాడు బలభద్రుడు .

మామగారి మాటకు ఎదురు చెప్పే శక్తి లేక, అటులనే చిరు ప్రాయమునుండి తన పుత్రికకు తండ్రి ఎడబాటు తెలియనివ్వకుండా పెంచుతున్నది ఆయనే కనుక అంబ వివాహ బాధ్యత కూడా ఆయనకే వదిలివేయుట మంచిదని తలచి మౌనంగా ఉండిపోయినది ప్రసన్నలత .

అంగరాజ్యంలో అమాత్యుడు అనంతవర్మ ధర్మపత్ని ఆకారణముగా వ్యాధిగ్రస్తురాలై మూసిన కన్ను తెరువక శయ్య కే పరిమితమగుటచే రాజవైద్యులను పిలువనంపగా ఆయన పరిశీలించి వ్యాధి లక్షణములు వింతగా ఉండుటచే వ్యాధినిర్ధారణ చేయుటకు కష్ట తరమగుటచే తనకు రెండు దినములు వ్యవధి కావలెనని పలికి ఆ రోగ లక్షణములను గురించి అభ్యసించుటకు వైద్య గ్రంధములు అన్నీ తిరగవేయసాగాడు . తల్లి పరిస్థితి గాంచి విష్ణుచిత్తుడు చింతాక్రాంతుడగుటచే వీరభద్రుడు కూడా చిన్నబోయిన వదనంతో మిత్రుని వెన్నంటే తిరుగుతూ మిత్రునికి ధైర్యము కలిగించసాగాడు .

రెండు దినముల అనంతరము కొన్ని తాళపత్ర గ్రంధములతో ఔషధ భరిణలతో విచ్చేసిన రాజవైద్యుని గాంచి అనంతవర్మ రయమున ఎదురేగి స్వాగతము పలుకుతూ వ్యాధి నిర్ధారణ చేయగలిగితిరి కదా ! ఈ ఔషధ సేవనముతో మా అర్ధాంగి పూర్ణ ఆరోగ్యవంతురాలు అవుతుంది కదా అని ఆతృతగా ప్రశ్నించాడు . అదే సమయానికి పరామర్శ సేయుటకు అచటకు విచ్చేసిన రాజదంపతులు కూడా రాజవైద్యులు తెలుపు సమాచారం కొరకు ఆత్రుతగా వేచి చూడసాగారు .

అనంతవర్మను గాంచి దీర్ఘంగా నిశ్వసిస్తూ నాయనా అనంతవర్మా , వ్యాధి నిర్ధారణ గావించగలిగితిని కానీ దానిని నివారించగలుగు ఔషదములు మాత్రము మావద్ద అలభ్యము అని పలుకగా అది ఆలకించి అనంతవర్మ నిస్సత్తువగా పక్కన ఉన్న ఆసనంలో కూలబడగా మహారాణి అంజనాదేవి మాత్రము రాజవైద్యులవైపు తిరిగి అపర ధన్వంతరిగా పేరుగాంచిన మీ వద్ద ఔషదములు లభించకపోవుటయా ఇదెలా సాధ్యము వైద్యవర్యా అని ప్రశ్నించగా మహారాణీ ఇది అరుదుగా సంభవించు వ్యాధి దీని ఔషధ తయారీకి అవసరమైన మూలికలు కూడా అరుదుగానే లభిస్తాయి. మిక్కిలి ప్రయాసకు ఓర్చి ప్రాణములను లెక్కచేయక ప్రయత్నించిన కానీ లభ్యమవని ఆ మూలికలను సాధించుట నాకు సాధ్యము కాదు అని తన అశక్తతను వెల్లడించాడు .

అటులైన నా అర్ధాంగి జీవితకాలం ఇటుల శయ్యకే పరిమితమై ఉండిపోవలెనా అని సజల నయనములతో ప్రశ్నించుచున్న అనంతవర్మను గాంచి నిట్టూరుస్తూ నాయనా పరిస్థితి విషమించినది. ఇరు మాసముల వరకు నా వద్దనున్న ఔషదములతో ఆమె స్థితి ఇంకనూ క్షీణించకుండా కాపాడగలను. కానీ ఆ వ్యవధిలోగా సరి అయిన ఔషధ సేవనం చేయకున్న యెడల ఇక ఆమెను రక్షించుట నా తరము కాదు, అల్పాయుష్కురాలై పరమేశ్వరుని సన్నిధి చేరుకోగలదు అని గద్గద స్వరముతో తెలుపలేక తెలిపినాడు రాజవైద్యుడు .

అచటనే ఉండి తల్లి పరిస్థితికి కన్నీరు మున్నీరుగా విలపిస్తున్న విష్ణుచిత్తుని బాధను గాంచలేక వీరభద్రుడు ముందుకు వచ్చి వైద్యాచార్యా అమ్మగారి వైద్యము కొరకు కావలసిన ఆ మూలికల నామములు, అవి లభించు ప్రదేశములు వివరములు తెలియచేయండి . ఎంత

కష్టతరం అయినను వ్యవధిలోపల వాటిని సాధించి తీసుకువచ్చెదను. నా మిత్రుని శోకము బాపుటకు ఎంత కష్టతరం అయిన కార్యమును అయినా నేను సాధించి తీసుకురాగలను అని విన్నవించుకున్నాడు.

వీరభద్రుని వాక్కులు ఆలకించి అంజనాదేవి నివ్వెరపోగా మహారాజు అమృతభూపతి కుమారుని ధీరత్వాన్ని గాంచి రాజసంగా చిరునవ్వు రువ్వాడు. అనంతవర్మ మాత్రం వద్దు రాకుమారా ప్రాణములకు అపాయమని తెలిసిన కార్యమునకు మిమ్ము పంపించలేను. ధర్మార్ధ కామమోక్షములలో నా వెన్నంటి నడిచిన జీవిత సహచారిని కాపాడుకొనుట భర్తగా నా ధర్మం, కావున మూలికల కొరకు నేనే వెడలెదను అని పలికాడు.

తండ్రి పలుకులు ఆలకించిన విష్ణుచిత్తుడు తండ్రివైపు తిరిగి పితృవర్యా, మాతృ ఋణము తీర్చుకొను అవకాశము నాకొసఁగండి, నాకు అపాయమేదురగునేమో అని చింతించవలదు. గురువర్యులు అటులనే మహారాజుగారు నేర్పిన అస్త్ర శస్త్ర విద్యలే తోడుగా కార్యమును సాధించుకొని వస్తాను నన్ను ఆశీర్వదించండి అని పాదములకు ప్రణమిల్లగా వీరభద్రుడు కూడా స్నేహితుని తోపాటు అనంతవర్మ పాదములకు ప్రణమిల్లి ఇరువురినీ కలిపి ఆశీర్వదించండి. విష్ణుచిత్తునికే కాదు అమ్మ నాకు కూడా మాతృసమానురాలే, పసితనం నుండి విష్ణుచిత్తునితో సమముగా మా మీద కూడా ప్రేమానురాగాలు కురిపించిన మాతృమూర్తికి నేను కూడా రుణగ్రస్తుడనై ఉన్నాను అని పలుకగా నిరుత్తరుడై కిం కర్తవ్యం అన్నట్లుగా మహారాజు వైపు దృష్టి సారించాడు అనంతవర్మ.

అనంతవర్మ వద్దకు చేరి ధైర్యము తెలుపుటకు అతని భుజస్కందముల చుట్టూ తన వామ హస్తమును వైచి మా ఇరువురి ఆశీస్సులు మీ మీద ఉంటాయి ధైర్యముగా వెళ్ళి కార్యము సాధించుకొని రండి నాయనలారా అని దక్షిణ హస్తముతో ఆశీర్వదించాడు అమృతభూపతి . కోరి కోరి కుమారుని ప్రమాదములలోకి పంపలేక, అటులని తమ కుటుంబ శ్రేయస్సుకొరకే జీవితాన్ని అంకితము చేసిన అనంతవర్మను అతని కర్మకు అతనిని వదలి వేయలేక సందిగ్ధములో మునిగిపోయి ఉన్న అంజనాదేవికి గాంచి, దేవీ సందేహము వలదు మన బిడ్డలు అసమాన వీరులు, కార్యము సాధించుకొని విజయులై తిరిగి వచ్చెదరు. వీరమాతవు నీవు ఆశీర్వదించి పంపించు అని ధైర్యము తెలుపగా అన్యమనస్కముగానే తన సమ్మతిని తెలిపినది అంజనాదేవి .

పిమ్మట అందరూ రాజవైద్యుని వైపు చూడగా ఆయన మూలికల వివరములు రచించిన తాళపత్ర గ్రంథమును వీరభద్రుని హస్తములో ఉంచి నాయనా ఔషధ తయారీకి కావలసిన మూలికలు, అటులనే వాటిని గుర్తించు విధానము అవి లభించు ప్రదేశములు వివరములు మా పూర్వీకులు ఇందులో విపులముగా విశదపరచి ఉన్నారు. ఇదియే మన వద్ద ఉన్న ఏకైక ప్రతి కావున దీనిలో ఉన్న వివరములన్నియూ మీరు పఠించి ముఖ్య వివరములను మరియొక పత్రములో లిఖించుకొనుట ఉత్తమము అటులనే ఇరుమాసములలోపే మీరు ఇచటకు చేరుకొనవలెను. వ్యవధి ముగిసిన పిమ్మట మూలికలు తెచ్చిననూ ఉపయోగము శూన్యము అని

తెలిపి తనతో తెచ్చిన ఔషదముల భరిణ అనంతవర్మ కి అందించి ఈ ఇరుమాసములు దినమునకు ముమ్మారు ఈ ఔషదమును గోక్షీరములో రంగరించి సేవింపచేయండి, ఏ మాత్రము అశ్రద్ధ చేసినా ఆమె ప్రాణములకు ప్రమాదం అని తెలిపి అచ్చటనుండి వెడలిపోయాడు .

తాళపత్ర గ్రంధమును నిశితముగా పరిశీలించుచున్న వీరభద్రునితో, కుమారా ఒకపరి రాజపురోహితుని సంప్రదించి శుభ ముహూర్తము నిశ్చయించుకొని మీ ప్రయాణము మొదలుపెట్టండి. ఈలోగా ఈ తాళపత్ర గ్రంథమును మన పూజామందిరంలో అమ్మవారి ఎదుట ఉంచి అమ్మ ఆశీస్సులు అందుకో అని సెలవిచ్చి అంతఃపురానికి బయలుదేరింది అంజనాదేవి .

అపరాజిత : పంచశత్ అంకం

పంచాంగం పరిశీలించి ఆ దినమునకు సరిగా రెండు దినముల తరువాత అనగా ఏకాదశి ప్రాతఃకాల ఘడియలలో ముహూర్తము దివ్యముగా ఉన్నదని ఆ సమయములో తలపెట్టిన యే కార్యము అయినా నిర్విఘ్నముగా పూర్తగునని రాజపురోహితులవారు సెలవివ్వడంతో ప్రయాణము కొరకు సన్నద్ధమవసాగారు వీరభద్రుడు మరియు విష్ణుచిత్తుడు.

రేయంతా జాగరూకతతో మెలఁకువగానుండి అమ్మవారి పాదముల వద్ద ఉంచిన తాళపత్ర గ్రంథమునుండి తమ కుమారులకు కావలసిన సమాచారమును సంగ్రహించి వేరొక పత్రమునందు లిఖించినది అంజనాదేవి. తదుపరి ఆ పత్రమును మరల అమ్మవారి పాదములవద్ద ఉంచి తన పుత్రుడు వీరభద్రుడు, అటులనే పుత్రసమానుడైన విష్ణుచిత్తుడు వెడలుతున్న కార్యమునందు విజయము ప్రాప్తించునటుల ఆశీర్వదించమని అమ్మవారిని వేడుకొంటూ వారు విజయలక్ష్మితో తిరిగి అంతఃపురము చేరుకొనువరకు దినమునకు ఒకమారు మాత్రమే అది కూడా ఫలములను మాత్రమే ఆహారముగా స్వీకరించెదనని తదేకంగా నీ ధ్యానంలోనే గడుపుదునని అమ్మవారి ముందు ప్రతిన బూనినది అంజనాదేవి .

ఆమె మనోవాంఛను నెరవేర్చెదనని అమ్మవారు అభయమిచ్చిన రీతిలో అమ్మవారికి అలంకరించిన సుమమొకటి రాలి ఆ తాళపత్ర గ్రంథము మీద పడినది. దానిని గాంచి అమ్మవారి ఆశీస్సులు లభించినందులకు సంతోషముతో అమ్మవారికి వందనములర్పించి ఆ తాళపత్రమును ఒక పట్టు వస్త్రములో భద్రపరచి వీరభద్రుని యాత్రకు అవసరమగు సామాగ్రిని ఉంచిన పేటికలో దానిని ఉంచింది అంజనాదేవి .

ఏకాదశి దినము రానే వచ్చినది. ప్రాతఃకాలమునకు పూర్వమే నిదుర మేల్కొని స్నానాదికములు పూర్తి గావించుకుని మహారాజ దంపతులు మరియు అమాత్యుడు అనంతవర్మ సహితముగా వీరభద్రుడు, విష్ణుచిత్తుడు కలసి అపరాజితాదేవికి పూజ ఒనరించి తదుపరి పెద్దల ఆశీర్వాదములు స్వీకరించి చివరగా అనంతవర్మ ధర్మపత్ని శయ్య కడకు యేగి ఆమె పాదములు స్పృశించి అమ్మా, మీ వ్యాధి నిర్మూలనకు అవసరమగు ఔషధములు సేకరించి విజయులమై తిరిగి వచ్చెదము అని వాగ్దానమిడి తొలి వెలుగు రేకలు భువిని తాకకముందే అంతఃపురమును వీడి, తమకొరకు ఎంపిక చేసి ఉంచిన మేలుజాతి అశ్వములను అధిరోహించి అరణ్యమునకు పయనమయ్యారు స్నేహితులిరువురు .

రాజ్య పొలిమేరలవరకు వారిని వెన్నంటి అనుసరించి పొలిమేరల వద్ద ఆగి రాజసముతో వెడలుతున్న కుమారులను కనుమరుగగనంతవరకు గాంచి ఇది అని తెలియని భావమేదో మదిని ఆక్రమించగా భారంగా నిట్టూరుస్తూ వెనుదిరిగారు మహారాజు అమృతభూపతి మరియూ అమాత్యుడు అనంతవర్మ . శత్రు రాజులకు ఈ సమాచారం తెలిసిన యెడల రాకుమారుని ప్రయాణములో ఆటంకములేర్పడునని ఈ విషయమును సాధ్యమైనంత గోప్యముగా ఉంచారు మహారాజు అమృతభూపతి.

కానీ అంగ రాజ్యము మీద డేగ కన్ను వేసి మరీ పరిశీలించే కోసల దేశపు వేగులు రాజ్య పొలిమేరలవద్ద మహారాజు అటులనే అమాత్యుడు కనిపించుట, చీకటి తెరలు తొలగకముందే ఇరువురు యువకులు రాజ్య పొలిమేరలు దాటి అరణ్యమువైపు సాగుట గమనించి తక్షణమే ఆ వార్తను సంకేత భాషలో లిఖించి కపోతముతో తమ మహారాజు బలభద్రునికి వార్తను చేరవేశారు.

ఇక కుమారులు అంతఃపురమును వీడిన క్షణము నుండి దీక్ష పూని అమ్మవారి విగ్రహము వద్దనే కూర్చుండి ధ్యాన నిమగ్నురాలైనది మహారాణి అంజనాదేవి. ఆమెనే అంటిపెట్టుకొని ఆమె పూజకు అవసరమగు సంబరాలు సమకూరుస్తూ మహారాణి ని కంటికి రెప్పలా కాచుకొసాగినది ప్రధాన పరిచారిక అమల .

సూర్యోదయమునకు పూర్వమే లేచి పౌత్రి (కుమారుని కుమార్తె) అంబతో కూడి ఉద్యానవనంలో వ్యాహ్యాళికి వెడలిన బలభద్రుడు తన భుజము మీద వాలి కువకువలాడుతున్న కపోతమును గాంచి దానిని హస్తములలోకి తీసుకొని దాని కాలికి కట్టి ఉన్న వస్త్రమును తొలగించి అందులో లిఖించి ఉన్న సమాచారమును గాంచి దీర్ఘాలోచనలో మునిగిపోయాడు. దీర్ఘాలోచనలో వ్యస్తుడై ఉన్న తన పితామహుడిని (తాతగారు , తండ్రికి తండ్రి) గాంచి విషయమేమై ఉండునా అని తన పితామహుని హస్తములో ఉన్న లేఖను తీసుకొని పఠించినది అంబ.

తదుపరి పితామహుని వైపు తిరిగి ఇంతకాలానికి మన వేగులు సరి అయిన సమాచారం అందిస్తే మీరేల ఇంత దీర్ఘముగా యోచిస్తున్నారని ప్రశ్నించినది అంబ. ఈ లేఖ పఠించిన అనంతరం నీకేమి అవగతమైనది అని తిరిగి ప్రశ్నించినాడు బలభద్రుడు. అంగ రాజ్యము నుండి ఇరువురు యువకులు ప్రాతఃసమయమునకు పూర్వమే అరణ్యము దిశగా పయనించారు, సాధారణముగా అయితే ఈ వార్త కు అంత ప్రాముఖ్యత లేదు. కానీ, వారికి వీడ్కోలు పలుకుటకు స్వయముగా అంగదేశ మహారాజు మరియూ అమాత్యులు స్వయముగా వచ్చుటయే గాక వారు కనుమరుగగు వరకు అచటనే ఉండి తదుపరి వెనకకు మరలినారు అంటే ఆ యువక ద్వయం అంగదేశ రాజ వంశీకులకు అంత్యంత ముఖ్యులైనవారై ఉంటారు .

మన వేగు దూరము నుండి గాంచి వర్ణించిన రూపురేఖా విలాసములను బట్టి ఆ ఇరువురు యువకులు తరుణ వయస్కులు. అంగదేశ రాకుమారుడు వీరభద్రుడు అటులనే అతని వెన్నంటి తిరుగాడు అతని చెలికాడు విష్ణుచిత్తుడు ఇరువురు కూడా నా ప్రాయము వారే. రాకుమారుని

గురించి ప్రతి విషయము ఆ అమృతభూపతి కడు గోప్యముగా ఉంచినందువలన అతని రూపురేఖలు మనకు తెలియనేరవు. కానీ, అతని జననము నాకంటే కేవలము కొన్ని మాసముల ముందే జరిగి ఉన్నందువలన అతను నాకు సమవయస్కుడే.

అంగరక్షకులు కూడా తోడు లేకుండా మహారాజు స్వయముగా వీడ్కోలు పలుకుటకు వచ్చుట వలన వారు ఈ విషయములో కూడా గోప్యతను పాటించవలెనని నిశ్చయించుకున్నట్లుగా తేటతెల్లమగుచున్నది. కాబట్టి నిస్సందేహముగా ఆ యువకులిరువురూ యువరాజు వీరభద్రుడు అతని జతగాడు విష్ణుచిత్తుడే అయి ఉంటారని నా అభిప్రాయము అని తెలియపరిచినది అంబ.

విషయమును అవగతము చేసుకొనుటయే గాక విశ్లేషణా పూర్వకముగా వివరించిన తీరుకు అబ్బురపడుతూ భేష్ అంబా భేష్. ఈ కోసల దేశ సింహాసనాన్ని అధిరోహించుటకు కావలసిన లక్షణములన్నీ నీ వద్ద ఉన్నవని మరొక పర్యాయము నిరూపించుకున్నావు అని ప్రశంసించి నీ అభిప్రాయము అక్షర సత్యము . కానీ ఇపుడు ఏ కార్యము మీద వారు ఈ ప్రయాణమునకు తలపెట్టి ఉంటారో తెలిసిన యెడల ఆ కార్యమును కొనసాగనివ్వకుండా చేయుట మనకు సులభ సాధ్యము అయి ఉండేది, అది తెలుసుకొనుట యెట్లు అని పలికాడు బలభద్రుడు.

పితామహా, వారు ఏ కార్యముపై వెడలినా అది మనకు అనవసరం, ముంగిట నిలచిన అవకాశం సద్వినియోగపరచుకొనుటయే నా తక్షణ కర్తవ్యం. యే అరణ్యములో అయితే నా తండ్రిని ఆ అమృతభూపతి అదృశ్యము గావించాడో అదే అరణ్యములో అతని పుత్రుని మట్టుబెట్టి మీ చిరకాల పగను చల్లారుస్తాను. పుత్రుని పోగొట్టుకొంటే ఆ మానసిక క్షోభ యెటుల ఉండునో ఆ అమృత భూపతికి పరిచయము చేస్తాను. నన్ను ఆశీర్వదించండి పితామహా అని బలభద్రుని పాదములను తాకి నమస్కరించినది అంబ.

మురిపెముగా పౌత్రిని గుండెలకు అద్దుకొని అటులనే తల్లీ నీకు కావలసిన సైనిక దళాన్ని ఇపుడే ఏర్పాటు చేస్తాను. క్షేమముగా వెళ్లి శత్రు సంహారము చేసిరా అని పలుకగా, సైనిక బలగమును వెంట వేసుకొని వెడలితే శత్రువులకు మన ఆచూకీ మనమే పట్టి ఇచ్చినవారమవుతాము. అందులకే నేను ఒంటరిగానే వెడలి కార్యము సాధించుకొని వస్తాను. నా సామర్థ్యము మీద నమ్మకంతో నన్ను ఆశీర్వదించి పంపమని అభ్యర్దించినది అంబ.

పగ ప్రతీకారాలతో రగిలిపోతున్న బలభద్రుడు పౌత్రి మాటలకు పరవశించి అటులనే తల్లీ నీవు కోరినవిధంగానే వెళ్లి శత్రు సంహారము చేసి తిరిగిరా. నీ విజయ వార్త ఆలకించుటకొరకు ఒడలి అంతా శ్రవణములు చేసుకొని వేచి చూస్తుంటాను. నీ మాతృ మూర్తి ఆశీస్సులు కూడా అందుకొని ప్రయాణమునకు సిద్దము కమ్ము, కానీ ప్రయాణ ఉద్దేశ్యము మాత్రము ఆమెకు యెఱుకపరచవలదు అని పలుకగా అటులనే పితామహా మృగయా వినోదముకొరకు (వేట) వెడలుతున్నాని మాత్రము తెలియపరుస్తాను అని పలికి తల్లికడకు బయలుదేరినది అంబ.

అపరాజితాదేవి సేవలో పునీతమవుతున్న బలదేవుడు ఇది అంతయూ గాంచి తల్లీ, నా బిడ్డ తెలియని తనముతో దైవానుగ్రహము మెండుగా ఉన్న అంగవంశీకుల మీదకు దాడికి యత్నిస్తూ నేను చేసిన తప్పిదమునే చేయబోవుచున్నది. ఇన్ని వత్సరములుగా నీ సేవ యొనరించుచున్న నా భక్తికి ప్రతిఫలంగా అయినా నా బిడ్డను కాపాడుము తల్లీ అని వేడుకోసాగాడు .

ఇక కోయగూడెములో, జంట పువ్వుల వలె ఏటివద్దకు వెడలి సంపంగి, సివంగి (అపరాజిత) మంచి నీరు తెచ్చునంతలో వంట చేయుచున్న నీలి యెటుల కూర్చున్నది అటుల శిల వలె మారిపోయినది. నీరు తెచ్చిన కడవను కిందకు దించి వెనకనుండి అమ్మ మెడను కావలించుకున్న అపరాజిత అమ్మ దేహము ఎప్పటివలె మృదువుగా గాక శిలాసదృశముగా తోచుటయే గాక, తన రాకను గాంచగనే నువ్వుతూ పలకరించు తల్లి నుండి ఉలుకు పలుకు లేకపోవుటచే ముందుకు వచ్చి చూచి హతాశురాలై అక్కా అని ఆక్రందనము చేయగా సంపంగి పరుగున వచ్చి తల్లి స్థితి గాంచి మాటలు రాక నివ్వెరపోయి చూడసాగినది.

అపరాజిత ఆక్రందన ఆలకించి వచ్చిన ఇరుగుపొరుగు వారు జరిగినది చూచి హతాశులై నిలబడిపోయారు. ముందుగా తేరుకున్న వారు మల్లన్న దరికి వెడలి విషయము వెల్లడించగా మల్లన్న ఆఘమేఘాల మీద తన కుటీరానికి చేరుకొని ఏమి జరిగినదో ఎందులకు జరిగినదో తెలియక విలపించుచుండగా కాషాయ వస్త్రములు ధరించిన ఒక సన్యాసి అచటకు చేరుకొని నాయనా ఇటుగా వెడలుతున్న నేను మీ రోదనలు ఆలకించి వచ్చితిని . విషయమేమిటో తెలిపిన యెడల నాకు తోచిన సహాయము నేను చేయుదును అని పలుకగా భగవంతుడే తమకు సహాయము చేయుటకొరకు ఆ సాధువు రూపములో వచ్చినట్లుగా తలచి అతన్ని కుటీరములోనికి తోడ్కొని పోయారు అందరూ.

శిలారూపము దాల్చిన నీలిని గాంచి భ్రుకుటి ముడిచి ఇది దుష్ట శక్తుల వలన జరిగినది. ఈ స్త్రీ మూర్తిని మరల మాములుగా చేయవలెనంటే అది ఒక్క అపరాజితాదేవికి మాత్రమే సాధ్యం. కానీ ఆ అమ్మవారు ఇపుడు అజ్ఞాతములో ఉన్నది అని విచారంగా పలికాడు. దానికి మల్లన్న మీరే అలా అంటే ఎలా స్వామీ ఏదొక తోవ చూపించండి అని పలుకగా అమ్మవారి నుండి విడిపోయిన ఖడ్గం, ముక్కెర, సౌగంధికా మాలను సాధించి ఒక చోటికి చేర్చిన యెడల ఆమె అజ్ఞాతమును వీడి బయటకు వచ్చును. అపుడు మాత్రమే ఆ అమ్మవారు నీ అర్ధాంగిని సాధారణ స్థితికి తీసుకురాగలదు అని పలికాడు .

ఎపుడు అయితే ఆ సాధువు నోటివెంట అపరాజితాదేవి నామము వెడలినదో ఆ మరుక్షణమే దైవ కార్యమునకు సమయామాసన్నమయినదని, అపరాజితను ప్రేరేపించుటకొరకే ఈ సంఘటన జరిగినదని వనదేవత అయిన సంపంగికి అవగతమయినది. ఆమె ముందుకు వచ్చి ఆ మహాత్ముడికి నమస్కరించి స్వామీ వాటిని సాధించుట యెట్లు అని వినమ్రతతో పలుకగా ఆయన మందహాసము చేసి అమ్మవారిని ధ్యానించి మీ గూడెమునకు తూర్పు దిశగా

పయనమవ్వండి. అమ్మవారి ఆశీస్సులతో మీ కార్యము శుభప్రదంగా నెరవేరుతుంది అని ఆశీర్వదించి బయటకు వెడలిపోయాడు ఆ సాధుపుంగవుడు .

గూడెము వెలుపలికి రాగానే అప్పటివరకు సాధువు రూపములో ఉన్న అమృతానందులవారి ఆత్మ తిరిగి వాయువులో కలిసిపోయినది. సాధువును వెంబడించి బయటకు వచ్చిన మాయా శశాంకము జాబిలి అది గాంచి మా కార్యము నెరవేరు రోజు దగ్గరలోనే ఉన్నది అని తనలో తను నవ్వుకొనుచూ తిరిగి కుటీరములోనికి వెళ్ళింది.

ధైర్య వచనములు పలికి మల్లన్నను ఓదార్చి సాధువు చెప్పిన ప్రకారం తూర్పు దిశగా బయలుదేరారు అక్కాచెల్లెళ్లు సంపంగి అపరాజితలు. అపరాజితను వెన్నంటి ఉండే జాబిలి కూడా వారిని అనుసరించసాగినది.

ఒకవైపు తల్లి కి కావలసిన ఔషదములకొరకు వీరభద్రుడు, విష్ణుచిత్తుడు అరణ్యములోనికి అడుగిడగా , వారిని అంతమొందించుటకు మరొకవైపు నుండి అంబ బయలుదేరినది . మరొకపక్క తల్లిని మరల సాధారణ స్థితికి మార్చుటకొరకు అమ్మవారి నుండి దూరమైన ఆభరణములను ఖడ్గమును అన్వేషిస్తూ బయలుదేరారు సంపంగి, అపరాజితలు. ఇందులో విజయమెవరిదో తెలుసుకోవాలంటే తదుపరి అంకము వరకు వేచి చూడాల్సిందే.

అపరాజిత – ఏక పంచశత్ అంకం

నార తో నేసిన వస్త్రాలను ధరించి శిరోజాలను ఒక వైపుగా కొప్పులా ముడిచి ఆ కొప్పులో విరిమాలను ధరించి రాజరిక ఆడంబరాలని అన్నీ పక్కన పెట్టి పూసలతో చేసిన కర్ణాభరణములు, కంఠాభరణములు , హస్తములకు మృణ్మయ కంకణములు (మట్టి గాజులు) పాదములకు మంజీరములు ధరించి వేయేల అచ్చు పల్లె పడుచువలె కనిపించే ఆకృతిలో ముస్తాబు చేసుకొని తల్లి కడకు వెళ్లి నిలిచినది అంబ.

కుమార్తె వింత ముస్తాబు కు గల కారణమేమిటో అవగతమవక ప్రశ్నార్థకంగా చూచుచున్న ప్రసన్నలంత తో మాతా, మృగయావినోదము కొరకు వింధ్యారణ్యము వైపుగా వెళ్ళుచున్నాను . మీ ఆశీర్వచనం కొరకు ఇటకు వేంచేసితిని అని పలుకగా ప్రసన్నలంత భయభ్రాంతయై వలదు వలదు నీకు ఇచట అంతఃపురంలో వినోదమునకు లోటేమున్నదని మృగయావినోదము వైపు నీ మది మొగ్గుచూపుచున్నది? నిన్ను పంపించుట నాకు సమ్మతము కాదు అని అభ్యంతరము వ్యక్తము చేయుచుండగా అచటకు విచ్చేసిన బలభద్రుడు, ప్రసన్నలతను గాంచి నీ అభ్యంతరము ఎందులకో నాకు అవగతమైనది. కానీ, మన వ్యర్థ ఆందోళనలతో చిన్నారుల కోర్కెలను మొగ్గలోనే చిదిమి వేయుట మంచిది కాదు.

ఒకపరి హాని జరిగినదని ప్రతి పర్యాయము అటులనే జరుగవలెనని లేదు కదా? అయిననూ నా ముద్దుల పట్టి ఇపుడు రణరంగమునకు వెడలుటలేదు కదా? మృగయావినోదము రాచరిక లక్షణము. దానిని నా పౌత్రి కి దూరము కానీయకు అని ప్రసన్నలతను మృదువుగా మందలించి అంబ వైపు తిరిగి క్షేమముగా వెళ్ళి క్రూరమృగములను వధించి శుభ వార్తతో తిరిగిరా తల్లి అని ఆశీర్వదించాడు .

మామగారి మాటలకు ఎదురు చెప్పు ధైర్యము చేయలేక అయిష్టముగానే కుమార్తెను దీవించినది ప్రసన్నలంత . అనంతరము బలభద్రుడు, ఆయుధ కర్మాగార అధికారి తోడ్కొని వచ్చిన అక్షయ తూణీరములను, విల్లును, ఒంపులు తిరిగి పదునుగా మెరుస్తున్న ఖడ్గమును అంబ హస్తములకు అందించి ఈ తూణీరముల మొనలకు కాలకూట విషము పూయబడి ఉన్నది. కావున లక్ష్యమును ఛేధించు సమయములో జాగరూకత అవసరము. ఈ మొనలు నీ దేహమును స్పృశించకుండా చూసుకో అని జాగ్రత్తలు తెలిపినాడు. పితామహుని పాదపద్మములకు

మరియొక పరి నమస్కరించి తన కాళాశ్వమును అధిరోహించి అమిత వేగముగా వింధ్యారణ్యమువైపుగా పయనించినది అంబ.

★★★

సాధు పుంగవుడు వచించిన విధముగా అమ్మవారి ఆభరణములు, ఖడ్గమును సాధించి తెచ్చుటకొరకు ప్రయాణ సన్నాహములు గావించుకుని తండ్రికి మరియొక పర్యాయము ధైర్యము చెప్పి శిలలా మారిపోయిన తల్లి పాదములకు నమస్కరించి తండ్రి ఆశీస్సులు అటులనే గూడెంలో వయోవృద్ధుల ఆశీస్సులు స్వీకరించి, తమకు రక్షణగా నిలచుటకు ముందుకు వచ్చిన కోయవీరుల సహాయమును మృదువుగా తిరస్కరించి తమ తల్లి కొరకు ఈ కార్యము తామే పూర్తి చేసెదమని పలికి కాలినడకన తూర్పువైపుగా అరణ్యములోనికి పయనమయ్యారు సంపంగి మరియు అపరాజితలు. చెంగు చెంగున గెంతులాడుతూ వారిని అనుసరించసాగినది జాబిలి.

అలుపెరుగక సూర్యుడు గగనంలో మధ్యభాగమునకు చేరుకొనువరకు నడచిన తదుపరి సంపంగి, అపరాజిత వైపు తిరిగి కడు అలసటగానున్నది, కొంత తడవు విశ్రమించి ఆహారము స్వీకరించి తదుపరి మరల ప్రయాణము కొనసాగించెదము అని చెప్పగా అటులనే అన్నట్లుగా శిరమూగించి దాపులనే ఉన్న వృక్షము ఛాయలో ఆసీనురాలయినది అపరాజిత. అపరాజిత అలసిపోయినట్లుగా గమనించే సంపంగి విశ్రమించెదమని పలికినది లేనియెడల ఎంత నిస్సత్తువగా ఉన్నా తన సోదరి ఆ విషయము బయటకు తెలుపకుండా అటులనే నడవగలదని సంపంగికి తెలిసి ఉండుటవలెనే ఆమె అటుల మాటలాడి తన సోదరి విశ్రాంతి తీసుకొనునట్లుగా చేసినది.

అపరాజిత విశ్రాంతి భంగిమలో ఆసీనురాలైన మరుక్షణం జాబిలి యెగిరి ఆమె ఒడిలో కూర్చున్నది. వెంట తెచ్చుకున్న ఫలములలో కొన్ని తీసి జాబిలికి తినిపించి అనంతరం సోదరి సంపంగి కి కొన్ని ఫలములొసగి తాను కొన్ని ఫలములను ఆరగించసాగినది అపరాజిత.

★★★

ప్రాతఃకాలమునకు పూర్వమే తమ ప్రయాణమును ఆరంభించిన వీరభద్రుడు , విష్ణుచిత్తుడు ఇరువురూ కీకారణ్యములోనికి ప్రవేశించి తమ ధన్వంతరి తమకు ఇచ్చిన తాళపత్రము లో సూచించిన ఔషధములు దొరుకు ప్రదేశముల వివరములను పోలిన ప్రాంతములేమైన అచట గలవా అని నిశితముగా పరిశీలించసాగారు. తమ భారమును అటులనే తమ ప్రయాణ సామాగ్రిని కూడా మోయుచూ శీఘ్రముగా ప్రయాణించిన అశ్వములు అలసటతో రొప్పుచుండుట గమనించిన వీరభద్రుడు ఒక సెలయేటి చెంతకు చేరుకున్న తదుపరి మిత్రమా మన అశ్వములకు విశ్రాంతి అవసరము కావున కొంత తడవు మన అన్వేషణకు విరామమిచ్చుట

సబబుగా నుండును అని పలుకగా అటులనే మిత్రమా అంటూ అశ్వము మీద నుండి కిందకు లంఘించి తమ సామాగ్రిని కూడా దాని మీద నుండి దింపి కింద పెట్టాడు విష్ణుచిత్తుడు. వీరభద్రుడు కూడా తన అశ్వము నుండి కిందకు దిగి పరిసరములను గమనించసాగాడు .

మీద ఉన్న భారము తొలగిపోవుటచే తేలికగా అడుగులు వేయుచూ దప్పిక తీర్చుకొనుటకు సెలయేటివైపుగా అడుగులు వేసాయి అశ్వరాజములు. తన తల్లి అంజనాదేవి మక్కువతో దగ్గర ఉండి మరీ చేయించిన పలహారములను జోలె లో నుండి బయటకు తీసి మిత్రునితో కలసి ఆరగించుట మొదలు పెట్టాడు వీరభద్రుడు.

పలహారములు ఆరగించిన అనంతరము మిత్రమా మన అశ్వముల అలసట తీరు వరకు వేచి యుండుట తప్ప చేయునది ఏమీ లేదు కావున నీవు కొంత తడవు విశ్రమించు. నేను చుట్టుప్రక్కల గమనిస్తూ రక్షణ గా ఉంటాను అని పలికిన విష్ణుచిత్తుడితో నీవు కూడా విశ్రమించవచ్చును కదా ఇచట ప్రమాదభరితముగా ఏమియు కానరాలేదు కదా! అని బదులిచ్చాడు వీరభద్రుడు. లేదు మిత్రమా అరణ్యములో ఏ వైపు నుండి ఏ ప్రమాదం సంభవించునో మనమూహించలేము. అనుక్షణం అప్రమత్తతతో వ్యవహరించమని మీ తండ్రిగారు సూచించినారు. కావున నీవు కొంత తడవు విశ్రమించుము, నేను రక్షణ బాధ్యతను నిర్వర్తించెదను అంటూ సెలయేటి వద్దకు వెడలినాడు విష్ణుచిత్తుడు.

వృక్షము నీడలో కొంత భాగాన్ని శుభ్రపరచుకొని తన భుజవస్త్రమును కింద పరచుకొని దానిమీద విశ్రమించాడు వీరభద్రుడు. సెలయేటి చెంత విశ్రమిస్తున్న అశ్వములను గాంచి అచట పరిసరములు కూడా సహజముగనే ఉండుటగాంచి ఏదైనా క్రూరమృగము దాపులనున్న యెడల పరిసరములు ఇంత ప్రశాంతముగా ఉండవు కనుక అంతయు సజావుగానే ఉన్నట్లున్నది అనుకుంటూ మిత్రుడు శయనించిన ప్రాంతానికి తిరిగి వచ్చిన విష్ణుచిత్తుడు అచటి దృశ్యమును గాంచి చిత్తరువై పోయాడు .

శరీరమంతా పొడలుతో నిండి ఉన్న కాలసర్పమొకటి వీరభద్రుని వెనుక చుట్టచుట్టుకొని ఉండి పడగ యెత్తి కాటు వేయుటకు సిద్ధముగా ఉండుటయే విష్ణుచిత్తుడు చిత్తరువగుటకు కారణం. విష్ణుచిత్తుడు నిలబడిన తావుకు పది అడుగుల దూరంలో పవళించి ఉన్నాడు వీరభద్రుడు. ఈ పది అడుగుల దూరాన్ని అధిగమించి తాను తన చెలికాడిని చేరులోపల ఆ విషపురుగు కాటు వేసేయగలదు. ఆదమరచి నిద్రిస్తున్న స్నేహితుని పిలచి లేపుటకు కూడా సమయము లేదు అతను నిద్ర మేలుకొనేలోగా ఆ సర్పము కాటు వేసి అచ్చటనుండి నిష్క్రమించగలదు. ఆహారము స్వీకరించు సమయములో ఆయుధములు పక్కన పెట్టుట వలన తాను ఇపుడు నిరాయుధుడు.

తన తల్లి ప్రాణములు నిలుపుట కొరకు ప్రాణాలకు తెగించి ముందుకొచ్చిన స్నేహితుని ప్రాణాలను అపాయములో పడవేసినందులకు ఆవేదన చెందుతూ నీ మిత్రుని బాధ్యత నీదే అని మహారాజుగారు తనకు అప్పగించిన సంగతి జ్ఞప్తికి తెచ్చుకొని నా కర్తవ్యాన్ని నేను

నిర్వర్తించలేకపోయాను, నా మిత్రుని వదలి నేను పక్కకు వెళ్ళకున్నచో ఈ ఆపద సంభవించియుండెడిది కాదు. ఒకవేళ నా మిత్రుని ప్రాణములకేమైన అపాయమేర్పడిన యెడల నేనునూ ప్రాణములు విడచెదను అని నిశ్చయించుకొని ముందుకు అడుగు వేసాడు విష్ణుచిత్తుడు.

విష్ణుచిత్తుడు పాదము కదిపిన అలికిడికి బుసలు కొడుతూ వీరభద్రుని కాటువేయబోయిన ఆ కాలసర్పం అధాటున వచ్చి తన పడగకు తగిలిన శరాఘాతము ధాటికి విలవిలలాడుతూ ప్రాణములు వదిలినది.

ఈ అలికిడికి నిదుర నుండి మేల్కొనిన వీరభద్రుడు పైకి లేచి తన వెనుక ప్రాణములొదిలిన కాలసర్పమును గాంచి నీవు వచించినది సత్యమే మిత్రమా! నీవు అప్రమత్తతతో వ్యవహరించుటవలనే నేను ఈ క్షణము ప్రాణములతో ఉన్నాను అంటూ మిత్రుని యెడ కృతజ్ఞత నిండిన కన్నులతో చూచుచుండగా లేదు మిత్రమా లేదు నిన్ను రక్షించినది నేను కాదు, నీ ప్రాణములను ఆపదలో పడవేసిన పాపిని నేను. నిన్ను రక్షించు మార్గము కానరాక నేను సతమతమవుతున్న తరుణములో ఆ దేవుడే సహాయమందించినట్లుగా శరమును సంధించి నీ ప్రాణములు నిలిపినారెవరో? వారెవరైనప్పటికీ ఆజన్మాంతము వారికి నేను కృతజ్ఞుడనై ఉండెదను అంటూ శరము వచ్చిన దిశగా ఆ అజ్ఞాత వ్యక్తి కొరకు గాలించసాగాడు విష్ణుచిత్తుడు.

ఈ అరణ్యములో తనను కాపాడినది ఎవరై ఉండవచ్చు అని కుతూహలంతో మిత్రుడు వెదుకుతున్న వైపే దృష్టి సారించిన వీరభద్రుని నయనములకు విందు చేస్తున్నట్లుగా అల్లంత దూరములో ఒక పెద్ద మర్రి వృక్షము నుండి కిందకు లంఘిస్తూ కనిపించింది ఒక యెలనాఁగ (కన్య). పదునారేండ్ల ప్రాయములో ఉన్న ఆ కన్నియ విల్లంబులు ధరించి తమవైపే వచ్చుట గాంచిన వీరభద్రుడు నువ్వు జీవితాంతం కృతజ్ఞుడవై ఉండు నేను మాత్రం నా జీవితాన్నే అంకితము చేసెదను అంటూ ఆ కన్నియకు ఎదురు వెళ్ళసాగాడు. మిత్రుని మాటలలో భావమును అవగతం చేసుకొని ఆగాగు మిత్రమా వచ్చుచున్నది ఆత్మీయురాలో శత్రువో తెలియకుండా వలచుట ఉత్తమము కాదు. కృతజ్ఞత చూపించుటకు ఎదుటి వ్యక్తి గుణగణములతో సంబంధము లేదు, కానీ మనసిచ్చుటకు మాత్రం గుణగణములు గూర్చి యోచించవలెను అంటూ వీరభద్రునికి బోధించుచున్నంతలోనే వీరిని సమీపించినది ఆ యెలనాఁగ .

అపరాజిత – ద్వా పంచశత్ అంకం

తమను సమీపించుచున్న ఆ పల్లెపడుచు అందచందాలకు మది పరవశించిపోగా మిత్రుని మాటలు ఆలకించక అటులనే ఆ సుందరాంగి ని విభ్రాంతుడై గాంచుచున్న వీరభద్రుని సమీపించిన ఆ కోమలాంగి ఎవరు మీరు ఈ అరణ్యములోకి ఏల యేతెంచితిరి అని ప్రశ్నించింది. లేలేత చూతపత్రములు (మామిడి చివుర్లు) ఆరగించిన గండు కోయిల కంఠస్వరమును పోలిన స్వరముతో ఆమె అటుల ప్రశ్నించగనే నాగస్వరము విన్న మిన్నాగువలె పరవశిస్తూ వీర అంటూ తన నామధేయమును తెలుపుతున్న వీరభద్రుడిని అడ్డుకుంటూ వీరమల్లు నా మిత్రుని నామధేయము వీరమల్లు మేము మురిపెముగా వీరా అని సంబోధిస్తాము అని తెలిపాడు విష్ణుచిత్తుడు.

మిత్రుడు ఎందులకు తన నామధేయము మార్చి చెప్పాడో తెలియకున్నా కారణము లేకుండా ఏ పని చేయడు అని తెలిసి ఉండుటచే సద్దు చేయక ఊరకుండిపోయాడు వీరభద్రుడు. ఓహో వీరత్వము నామధేయములో మాత్రమేనా లేక చేతలలో కూడా కలదా అని పరిహాసముగా పలికి మరి మీ నామధేయము అన్నట్లుగా విష్ణుచిత్తునివైపు ప్రశ్నార్థకంగా చూపు సారించగా కేశవుడు నా నామధేయము. మా వీరత్వము సందర్భము వచ్చినపుడు బయటపడుతుంది, అవసరము లేనపుడు ప్రదర్శించవలసిన అవసరము లేదు అని పలికి ఇంతకూ మీ నామమేమిటో తెలుసుకోవచ్చా అని పలుకగా అంబ అని తెలిపి ద్వాపర యుగము నాటి అంబను కాదు కానీ ఆ లక్షణాలన్నీ పుణికి పుచ్చుకున్నదానినే. నాతో శత్రుత్వం మంచిది కాదు అని ఈ కారడవిలోకి వచ్చిన కారణమేమిటో ఇంకనూ తెలుపలేదు అని మరల రెట్టించింది అంబ.

ఈ అరణ్యానికి కొన్ని యోజనాల దూరములో ఉన్న చిన్న గ్రామానికి అధికారి నా మిత్రుని తండ్రి. నా మిత్రునికి వివాహ ఘడియలు ముంచుకొచ్చినవని మా పురోహితులవారు అతని తల్లి దండ్రులకు చెప్పి యుండుటవలన వారు ఏర్పాట్లు గావించుచుండగా తనకు తగిన కన్యను తానే స్వయముగా అన్వేషించుకొందునని వారి అనుమతి తీసుకొని తోడుకొరకు నన్ను వెంటబెట్టుకొని తన గ్రామమునుండి మూడు దినముల ముందు బయలుదేరినాడు నా మిత్రుడు. ఆ కన్యామణి లభించుట అటులుంచి మేము మాత్రము దారితప్పి ఇటుల అరణ్యములోనికి వచ్చితిమి. మా సంగతి సరే ఒంటరి ఆడపిల్లవు నీవేల ఇటుల వచ్చితివి అని ప్రశ్నించాడు విష్ణుచిత్తుడు.

నీవు కాదు మీరు అని సంబోధించాలి మర్యాద తగ్గితే మీ ఆయువు కూడా తగ్గిపోతుంది ఈ దాపులనున్న గూడేనికి దొర మా తండ్రి. ఈ చుట్టుప్రక్కల పరిసరాలు అన్నీ మా అధీనంలోనే ఉంటాయి. రెండు మద గజములు అరణ్యములో సంచరిస్తున్నాయని తెలిసి వాటిని వేటాడి మచ్చిక చేసుకొనుటకు వచ్చితిని నేను. వచ్చిన పని మరచి విశ్రమించుట మాని మీ దారి మీరు చూసుకోండి. మీకొరకు ఇప్పటికే నా సమయము వృధా చేసుకొంటిని అంటూ చెంగున తన అశ్వమును అధిరోహించి అరణ్యములో ముందుకు సాగిపోయినది అంబ.

విష్ణుచిత్తుడు, వీరభద్రుడు కూడా రాజరిక ఆభరణములను విడచి గ్రామీణ వేషధారణను తలపించు వేషధారణలో ఉండుటచే వారిని అనుమానించవలెనని తలంపు అంబకు కలుగలేదు. తనవలెనే వారుకూడా వేషధారణ మార్చుకొని యుండవచ్చని యోచన కూడా ఆమెకు రాలేదు . దానికి కారణం తాను మాత్రమే అపరిమిత ధీశాలిని అని ఆమెలో నిండియున్న అభిజాత్యం.

అంబ తమను దాటిపోవువరకు ఆమె వెళ్ళినవైపే చూచుచూ ఆమె తమ మాటలు వినపడనంత దూరము సాగిపోయినదని నిశ్చయించుకొని ఎందులకు ఆ పడతి కి మన నామధేయములు మార్చి చెప్పితివి అని విష్ణుచిత్తుని ప్రశ్నించినాడు వీరభద్రుడు. మిత్రమా ఆ యువతి వస్త్ర ధారణకు అటులనే ఆమె మాట్లాడు భాషకు ఏమాత్రము సారూప్యము లేదు. వేషము మార్చినంత సులభముగా భాష మార్చలేకపోయినది. అందులకే ఆమెకు మన నామధేయములు మార్చి చెప్పితిని. అటుల చెప్పుట ఎంత మంచిది అయినదో నాకు ఆమె తదుపరి మాటలు ఆలకించిన తరువాత అవగతమైనది.

ఆమె మరెవరో కాదు మన అంగ రాజ్యానికి ఆజన్మ శత్రువు అయిన కోసల దేశపు మహారాజు బలభద్రుని పౌత్రి అంబ. ఆమె నామధేయము వినినంతనే పొడసూపిన అనుమానము ఆమె మణికట్టు మీద ఉన్న కోసలదేశపు రాజచిహ్నమును చూడగనే నిర్ధారణ అయినది. మనలను సాధారణ గ్రామస్తులవలె అంచనా వేసి అసలు నామధేయము వెల్లడించినది. ఆమె వేటాడగోరుతున్న మదగజములు మరెవరో కాదు మనమిద్దరమే.

వేగుల ద్వారా యెటులనో మన అరణ్య ప్రయాణము గురించి తెలుసుకొని మనలను వెన్నాడుతూ అరణ్యములోనికి వచ్చినది. కానీ మీ తండ్రిగారి జాగ్రత్తల వలన నీ ఛాయా చిత్రము ఇంతవరకూ అన్యులకు తెలియకుండుటవలన ఆమె మనలను గుర్తుపట్టలేదు. లేనిచో ఆ కాలనాగు కన్నా ముందే ఈ మిన్నాగు నీ ప్రాణములు హరించి ఉండేది అని తెలిపాడు విష్ణుచిత్తుడు.

ఇన్ని విషయములు నీవెటుల గ్రహించితివి అని వీరభద్రుడు ప్రశ్నార్థకంగా చూడగా మన రహస్యములు తెలుసుకొనుటకు వారి వేగులు మన రాజ్యములో సంచరించుచున్నట్లే మన వేగులు కూడా ఇరుగు పొరుగు రాజ్యములలో సంచరించి వారి వివరములు మహారాజుగారికి తెలియపరుస్తారు. అటుల బలభద్రుని గారాబుపట్టి అయిన ఈ అంబ వివరములు కూడా తెలిసినవి. కుమారుని కోల్పోయిన అనంతరం తన ప్రాణములు అన్నీ పౌత్రి మీదనే పెట్టుకొని

ఆమెను అన్ని విద్యలలో మేటిగా తయారుచేసినాడు బలభద్రుడు. ఇపుడు అదును చూసి ఆ ఆయుధాన్ని మనమీదకు సంధించినాడు. విధి వైపరీత్యము వలన మన్మధ బాణము తాకిడికి ఆ అంగన మీద మనసుపారేసుకొని ఆదమరచినావు కానీ ఇవి అన్నియూ నీకు తెలియని విషయములా మిత్రమా అని పలికినాడు విష్ణుచిత్తుడు .

సరి సరి మిత్రమా, కయ్యమునకు కాలు దువ్వుతున్న ఆ వన్నెలాడిని వలచి, వలపించుకొని ఇరు రాజ్యముల మధ్య వియ్యమును సాధించుటయే నా కర్తవ్యము. అందులకే ఆ దేవదేవుడు ఇటుల పరిచయవేడుక కలుగచేసినాడు. మనము వచ్చిన కార్యము నిర్విఘ్నముగా పూర్తి అయిన పిమ్మట ఆ కోమలాంగి మనసు నెగ్గు ప్రయత్నములు ఆరంభించెదము అంటూ అశ్వముల వద్దకు చేరి తన అశ్వమును అధిరోహించి అంబ వెడలిన దిశకు వ్యతిరేక దిశలో అశ్వమును నడిపించసాగాడు వీరభద్రుడు.

యవ్వన ప్రాయములో ఉండి మనసుకు నచ్చిన కన్య ఎదురుపడినా, కర్తవ్యమును విస్మరించక తన తల్లి వ్యాధి నివారణ కొరకు ఔషధముల అన్వేషణలో సాగుతున్న మిత్రుని గాంచి ఇటువంటి మిత్రుడు నాకు తప్ప మరెవరికీ ఉండడు. ఈ కార్యము పూర్తి అయిన పిదప నా మిత్రుని ప్రేమ విషయములో నేనునూ సహాయమొనర్చెదను అని మనమున తలపోసి మిత్రుని అశ్వమును అనుసరించసాగాడు విష్ణుచిత్తుడు.

ఫలములు ఆరగించి కొంత తడవు విశ్రాంతినొందిన పిదప మరల తమ అలుపెరుగని ప్రయాణాన్ని మొదలు పెట్టారు మన అక్కచెల్లెళ్ళు ఇరువురూ. కానీ వారు ఒక కోసు దూరము కూడా నడవకముందే ఎదురు చూడని అవాంతరమొకటి వారికి ఎదురైనది. అంతూ దరి యెరుగనట్లున్న ఒక లోయ వారి మార్గమునకు అడ్డుగా నిలిచినది . సాధుపుంగవుడు చెప్పిన ప్రకారం తూర్పుగా పయనించుట తప్ప అసలు గమ్యమేమిటో యెరుగనివారికి ఈ లోయ ప్రశ్నార్ధకమై నిలిచినది .

లోయకు ఆవలివైపున గగనమునంటుతున్నట్లుగా నిలిచియున్న శిఖరమొకటి కానవచ్చుచున్నది. దాని దారికి చేరవలెనన్న ఈ లోయను దాటవలసినదే లేని యెడల చుట్టూ తిరిగి పయనించాలి . కానీ అటుల చేసిన యెడల దిశ మార్చినట్లు అవుతుంది. ఆడిన మాట తప్పుట, పెద్దల మాటకు ఎదురాడుట యెరుంగని కోయ బిడ్డలు అగుట వలన తూర్పు దిశకే పయనించాలని నిశ్చయించుకొని ఆ లోయలోకి దిగుట మొదలుపెట్టారు.

వారిననుసరించి మాయా శశాంకము జాబిలి కూడా లోయలోకి దిగుట ఆరంభించినది . చిత్రముగా దాని రోమములు నిక్కబొడుచుకొనుచూ నయనములు అదిరిపడుతూ ఏదో శక్తి తనను అడ్డుకుంటున్నట్లుగా అడుగు ముందుకు వేయలేక అటులనే ఊపిరి అందనట్లుగా అవస్థపడుతుండగా గమనించిన అపరాజిత ఈ ఎత్తుపల్లములలో అడుగు వేయుట మాకే కష్టముగనున్నది. అల్పజీవివి నీకు ఇంకనూ కష్టమగును కదా అని దానిని ఎత్తుకొని ముందుకు సాగింది. జాబిలి మీద ఉన్న మమకారంతో చిట్టడవిలో పరుగులు తీయు జీవికి లోయలోకి

అడుగులు వేయుట సులభసాధ్యమను విషయము మరచినది అపరాజిత. చెల్లి మురిపెము గాంచి సంతసించుటలో ఈ పర్యాయము కూడా జాబిలి మీద దృష్టి పెట్టలేదు సంపంగి. అపరాజిత తనను ఎత్తుకున్న మరుక్షణం తనకు అనిపిస్తున్న అసౌకర్యమంతా తొలగిపోగా ఏదో అర్థమైనట్లుగా శిరము ను ఊగిస్తూ మందహాసము చేయసాగింది జాబిలి.

జాగ్రత్తగా ఒకరి హస్తము మరొకరు పట్టుకొని ఆచితూచి అడుగులు వేస్తూ ముందుకుసాగుతున్నారు సంపంగి మరియు అపరాజితలు. తినుబండారములు వస్త్రములు ఉన్న జోలెను సంపంగి భుజమునకు తగిలించుకొనగా అపరాజిత జాబిలిని భుజమున వేసుకొని నడవసాగింది. దినకరుడు పశ్చిమాద్రికి మరలుతున్న సమయాన ఇక పయనించుట క్షేమకరము కాదు కాబట్టి ఆ రేయి గడుపుటకు సురక్షితమైన తావు కొరకు పరికించసాగినది సంపంగి.

వారున్న ప్రాంతానికి పది అడుగుల లోతులో పెద్ద పెద్ద ఊడలతో ఉన్న ఒక వటవృక్షమును గాంచిన అపరాజిత ఆ రేయి విశ్రమించుటకు అది సరిఅయిన తావు అని తలచి అదే విషయమును సంపంగికి తెలుపగా ఆ వృక్షమును గాంచిన సంపంగి కూడా ఆ వృక్షము యొక్క ఊడలు సహితము దృఢముగా భూమిలోనికి పాతుకొనిపోయి ఉండుట గాంచి సంతృప్తి చెంది తన సమ్మతిని తెలియచేసింది.

మెల్లగా అడుగులు వేస్తూ వటవృక్షమును చేరుకొని దాని ఊడల సాయముతో పైకి అధిరోహించి విశాలముగా ఉన్న ఒక శాఖముపై ఆసీనులై సంపంగి భుజమునకు వేలాడుతున్న జోలె నుండి కొన్ని ఫలములు తీసుకొని ఆరగించి జలమును స్వీకరించి తదుపరి జాబిలి కి కూడా కొన్ని ఫలములు తినిపించునంతలో పగటి వెలుగులు పూర్తిగా కనుమరుగైపోయి చీకట్లు కమ్ముకొని గాఢాంధకారము అలముకొన్నది. కన్ను పొడుచుకున్నా కానరాని ఆ చీకటిలో అపరాజిత హస్తమును పట్టుకొని చెల్లీ నాకు నిద్ర రాకున్నది, నీవు నా ఒడిలో విశ్రమించు అంటూ సంపంగి అపరాజితకు చెప్పుచుండగా కిర్ కిర్ అనుచుఁ ఎండిన కొమ్మ విరుగు ధ్వని చిన్నగా మొదలై కర్ణములు బద్దలగునట్లుగా పెరిగిపోవుటయే గాక వారు ఆసీనులైన శాఖ రెండుగా చీలి జాబిలి సహితముగా అక్కచెల్లెళ్ళు ఇరువురూ మధ్యలో ఏర్పడిన గుహ వంటి భాగములోనికి పడిపోసాగారు .

అపరాజిత – త్రిపంచశత్ అంకం

ఏమి జరుగుతున్నదో అవగతము కాని స్థితిలో ఒకరికొకరు కనపడనట్టి ఆ గాఢాంధకారములో తన హస్తముతో పట్టుకున్న అపరాజిత హస్తమును విడువకనే సోదరికి మరింత దగ్గరగా వచ్చు ప్రయత్నము చేయసాగింది సంపంగి. కానీ శరవేగముతో కిందకు జారుచుండుటవలన తన హస్తమునుండి సోదరిని వదలకుండా గట్టిగా పట్టుకొనుటయే అతి ప్రయాసగా ఉండుటచే చేయునది యేమియు లేక సోదరీ కలత చెందకుము, మనకేమీ కాదు, మన కార్యాచరణలో ఇది కూడా ఒక భాగమేమో, మన అమ్మ దుర్గతి తొలగించుటకు ప్రధమ ప్రయత్నం సఫలమయినట్లేమో అంటూ అపరాజితకు ధైర్య వచనములు చెప్పుటకు ప్రయత్నించినది సంపంగి. కానీ వారు కిందకు జారిపడుతున్న వేగానికి వారి కర్ణములలో హోరుమను శబ్దము తప్ప మరొక ధ్వని వినిపించకున్నది.

అపరాజిత ఒడిలో సేదదీరుతున్న జాబిలి ఎటు పోయినదో కూడా తెలియకున్నది, వారితోపాటు అది కూడా గుహలోకి జారుతున్నదో లేనిచో పైనే ఆగిపోయినదో తెలియకున్నది. కొంత సమయము గడిచిన పిదప ఒక చదునైన ప్రదేశములో పడిపోయారు అపరాజిత మరియు సంపంగి. కానీ అంత ఎత్తు మీద నుండి పడినందున క్షతగాత్రులు అవకపోగా ఏదో మెత్తని తల్పం మీద పడినట్లుగా అనిపించసాగినది. వారు పడిన ఉపరితలం నవనీతము వలె మృదువుగా తోచినది అపరాజితకు. అక్కా ఇదేమి వింత మనము కింద పడిన వేగానికి మన శిరస్సు గణించ వీలులేనన్ని వ్రయ్యలుగా అగుదునేమో అని తలచితిని, అటుల ఏమీ జరుగకపోగా ఈ ఉపరితలం అమ్మ ఒడి వలె మృదువుగానున్నది అని తన ఆశ్చర్యాన్ని వ్యక్తం చేసింది.

అపరాజిత మాటలు ఆలకించిన సంపంగి గంభీరంగా ఆలోచిస్తూ ఇది సురక్షితమైన ప్రాంతమో లేదా ప్రమాదకరమైన తావో నాకునూ అవగతము కాకున్నది. కొంత తడవు వేచి చూచెదము అని సమాధానమిచ్చినది.

వాస్తవానికి వారు విడిది చేసిన వటవృక్షం అసలైన వృక్షము కాదు. కొన్ని శతాబ్దములుగా ఆ లోయను ఆశ్రయించుకొని జీవిస్తున్న కామరూప విద్య తెలిసిన ఒక బ్రహ్మ రాక్షసుడు, వార్ధక్యం మీద పడుటవలన వేటాడి ఆహారము సంపాదించుకొను శక్తి సామర్ధ్యములు నశించుటచేత ఇటుల దినముకొక రూపము మార్చుకొనుచూ దరికి వచ్చిన నరులను, జంతుజాలమును, విహంగములను భుజిస్తూ తన క్షుద్బాధ తీర్చుకోసాగాడు.

లోయవైపుగా వెళ్ళినవారెవరూ ప్రాణములతో తిరిగి రాకపోవుటతో నరులెవరూ అటువైపుగా రావడం మానివేశారు. అలా కొన్ని వత్సరములుగా సరి అయిన ఆహారములేక క్షీణించిపోవుచున్న ఆ బ్రహ్మ రాక్షసుడు ఈ దినము అటుగా వచ్చిన వనకన్యలను గాంచి తన పంట పండినదనుకొని వట వృక్ష రూపము దాల్చి వారు తనదరికి వచ్చువరకు వేచియున్నాడు.

ఇది అంతయూ తెలియని అక్కచెల్లెళ్ళు ఇరువురూ విశ్రాంతి తీసుకొనుటకు ఆ వృక్షమును ఆశ్రయించారు. వారు తననుండి తప్పించుకొని వెళ్ళలేరు అని నిర్ధారణ అగు వరకు వేచియుండి తదుపరి గుహవంటి తన నోటిని తెరిచి వారిని మింగివేసాడు ఆ బ్రహ్మ రాక్షసుడు.

దొరికిన ఆహారమును అటులనే భుజించక కొంత తడవు దానితో కేళించి వినోదించుట ఆ రాక్షసుడి అలవాటు. ఇపుడు కూడా అటులనే చేతికి దొరికిన వారిని నమిలి మింగకుండా వారిని భయభ్రాంతులకు గురిచేసి వినోదించి తదుపరి ఆరగించవలెనని వారిని అమాంతం మింగివేసి తన ఉదరములోకి జారవిడిచాడు. కొంతతడవు మౌనముగా ఉన్న అపరాజిత అక్కా ఎంత సమయం ఇటులనే వేచి చూడాలి ముందుకు వెళ్లి ఈ ప్రదేశము ఏమిటో చూచెదము అని పలుకగా సంపంగి కూడా దానికి సమ్మతించి మరల చెల్లి హస్తమును పట్టుకొని ముందడుగు వేసింది.

కొన్ని అడుగులు వేయగనే వారి పాదములకు బలిష్టమైన దుంగలు యేవో తగలసాగినవి . అటులనే చిక్కని జలమేదో వారి పాదములను తడుపసాగినది. జిగురుగా తగులుతున్న ఆ ద్రవమును తన హస్తముతో తాకి చూచి అది రుధిరమని గ్రహించి అదిరిపడిన సంపంగి నయనములు మూసుకొని జ్ఞాననేత్రముతో తిలకించగా తాము ఒక బ్రహ్మ రాక్షసుని ఉదరంలో బందీలై ఉన్నట్లు ఆ దుంగలవలె ఉన్నవి ఆ రాక్షసుని యెముకలని, తమ పాదములను తడుపుతున్నది ఆ రాక్షసుని కాయములో ప్రవహించుచున్న రుధిరమని తెలుసుకొని అచట నుండి తప్పించుకొను మార్గము కొరకు అన్వేషించసాగినది.

అపరాజిత గూడెమునకు చేరిన క్షణము నుండి ఆమెను కాపాడుకొనుటకు తన శక్తి యుక్తులు అన్నీ వినియోగించుటవలన వనదేవత అయిన సంపంగి శక్తులు చాలావరకు క్షీణించిపోయినవి. మానవ జన్మ ఎత్తినందువలన మరల శక్తులను పరిపూర్ణము చేసుకొనుటకు చేయవలసిన హఠ యోగములు, ధ్యానములు చేయుటకు కుదరనందువలన ఆమె శక్తులు పరిమితమైపోయాయి. ఇపుడు తాము ఉన్న ప్రదేశాన్ని కనుగొనగలిగినది కానీ నేరుగా ఆ బ్రహ్మ రాక్షసునితో తలపడగలిగే శక్తులు ఆమె వద్ద లేనందువలన తన సహచరులైన ప్రకృతి శక్తులను సాయమడుగుటకు ప్రయత్నించసాగినది. దానికొరకు ధ్యానములో కూర్చొనుటకు ప్రయత్నించబూనగా ఆమె మదిలో ఆలోచన పసిగట్టినట్లుగా ఆ బ్రహ్మ రాక్షసుడు వికటముగా హసించసాగాడు .

అతని నవ్వుకు కాయమంతా కదిలిపోవుచుండగా ఉదరంలో ఉన్న రుధిరం ఉవ్వెత్తున ఎగిసిపడుతూ అక్కాచెల్లెళ్లను ముంచి వేస్తుండగా, ప్రేవులు అటూ ఇటూ కదులుతూ వారి

పాదములకు మెలికలు పడి వారిని తలకిందులుగా చేసినవి . శ్వాస అందక వారిరువురూ ఉక్కిరిబిక్కిరి అగుతున్న తరుణములో ఒక్కసారిగా ఆ రాక్షసుని నవ్వు ఆగిపోవుటయే గాక శత పర్జన్యముల (పిడుగు) ధ్వని తో ఒడలి అంతా కంపించుపోవుచూ కాంతి వేగానికి మించిన వేగముతో అక్క చెల్లెలిరువురూ ఆ రాక్షసుని ఉదరమునుండి అతని నోటి ద్వారా బయటకు పడిపోయారు.

అపరాజిత, సంపంగి ఇరువురూ ఆ రాక్షసుని గొంతు నుండి ఉదరములోనికి జారిపోవుచున్న తరుణములో జాబిలి పక్కకు దూకి ఆ ప్రమాదం నుండి తప్పించుకున్నది . తదుపరి వారిని బయటకు తెచ్చు మార్గము కొరకు యోచించి తన రూపమును ఒక భ్రమరము వలె మార్చుకొని ఆ రాక్షసుని నాసికలోనికి దూరి అతనికి తుమ్ము వచ్చునటుల చేసినది. దాని ఫలితముగానే అపరాజిత , సంపంగిలు ఇరువురు కాంతి వేగమును మించిన వేగముతో లోయ ఈవలి నుండి ఆవలి వైపుకు వెళ్లి పడినారు. వారు నేలను తాకుటకు అరక్షణము ముందు తాను ధరించిన భ్రమరము రూపమును వదిలి మరల ధవళ శశాంక రూపమును దాల్చి వారికి దగ్గరలో నేలను వాలినది జాబిలి.

వనదేవతను , అపరాజితాదేవి అంశలో జన్మించిన అపరాజితను గుర్తించిన పుడమితల్లి వారికి గాయములు అవకుండా వారు పుడమిన వాలు స్థలములో గరికపోచలతో ఒత్తుగా మెత్త వలె అమర్చుటవలన ఈ పర్యాయము కూడా ఎటువంటి గాయములు తగలకుండా ఇరువురు క్షేమముగా ఉన్నారు. తమకు సాయము చేసిన భూమాతకు మనసులోనే కృతజ్ఞతలు అర్పించుకుంది వనదేవత అయిన సంపంగి.

కానీ అపరాజిత దృష్టి మరొక వైపున ఉన్నది. అంత చిమ్మ చీకటిలో కూడా అగ్ని ప్రజ్వరిల్లుతున్నట్లుగా అరుణ వర్ణంలో జ్వలిస్తున్న నయనములతో లోయను మించిన భీకరాకృతిలో ఉన్న బ్రహ్మ రాక్షసుని మీద ఉన్నది అపరాజిత దృష్టి అంతా . రెండు సూర్యగోళాలను దాచుకున్నట్లుగా ఆ రాక్షసుని నయనములు పరిసరాలను అరుణ వర్ణములో కాంతివంతము చేస్తుండగా ఆ కాంతిలోనే అతని ఆకారాన్ని గమనించసాగినది అపరాజిత.

పదునైదు తాళ (తాడి చెట్లు) వృక్షములను ఒకదాని మీద ఒకటి నిలబెట్టినంత ఎత్తుతో, వట వృక్షపు మొదళ్ళ వంటి కర చరణములు కలిగి ఉండి , పది గ్రామాలకు దాహార్తి తీర్చగల తటాక పరిమాణము గల ఉదరముతో , ఒకే పర్యాయము రెండు పదుల సంఖ్య గల స్థూలకాయులు ప్రవేశించగల గుహ వంటి నోటితో, ఆ నోటిలో రంపముల వంటి దంతములు కొండచిలువ వంటి జిహ్వ కలిగి ఉండి తమను ఆరగించుటకు ఆతురుతతో ఉన్న బ్రహ్మ రాక్షసుని గాంచి అచ్చటనుండి తప్పించుకొను మార్గమేమైన ఉన్నదాయని యోచించసాగినది అపరాజిత.

ఆమె యోచన ఫలించకముందే, సంపంగి ఆ రాక్షసుని గమనించక ముందే ఆ బ్రహ్మ రాక్షసుడు ఒకే ఒక అంగలో లోయ ఆవలి నుండి ఈవలికి అధిగమించి వారిముందు నిలబడి వారిరువురినీ పరికించి చూస్తూ ఆ లోయలో ఉన్న సమస్త జంతుజాలం ఉలిక్కిపడి నిద్రనుండి

మేల్కొనేలా వికటాట్టహాసము చేయుచూ తన దక్షిణ హస్తపు అంగుష్ఠము , తర్జనితో (బొటన వేలు, చూపుడు వేలు) సంపంగిని పట్టుకొని పైకి లేపి తన నోటిదగ్గరకు తీసుకొనిపోసాగాడు..

అపరాజిత – చతుహ్ పంచశత్ అంకం

మరు క్షణములో సంపంగి ఆ బ్రహ్మ రాక్షసునికి ఆహారమవబోతున్నదనగా రివ్వున వచ్చిన శరమొకటి ఆ రాక్షసుని అంగుష్ఠముకు తగిలి అతని గాయపరిచినది. ఆ రాక్షసుని పరిణామముకు చెప్పుకోదగ్గ గాయము అవకున్నను పిపీలికము కొరికినట్లుగా చిన్నగా చురుకు పుట్టి అసంకల్పితముగా తన హస్తమును విదిలించగా అతని వేళ్ళ మధ్య బందీగా ఉన్న సంపంగి కూడా కిందకు పడిపోయినది.

ఇది గమనించిన అపరాజిత అంత ఎత్తు నుండి కిందపడిన యెడల తన సోదరి స్థితి యేమగునో యెటింగి యుండుటచే తటాలున ముందుకు ఉరికి తన హస్తములను ముందుకు సాచి తన సోదరిని కింద పడకుండా ఆపినది .

అనంతరం నెమ్మదిగా కిందకు దింపి తమకు సహాయము చేసినవారెవరై యుందురో అని పరిసరములను పరికించబోవగా సోదరీ ఇపుడు దిక్కులు చూచుటకు సమయము లేదు ముందుగా ఈ ఆపద నుండి తప్పించుకొనవలెను అని పలికినది సంపంగి.

అవశ్యము సోదరీ కానీ మనకు సహాయము చేసినవారెవరో తెలిసినయెడల వారిని కూడా జత కలుపుకుంటే పోరు సులభతరమగునేమో అని యోచన చేయుచున్నాను అని బదులిచ్చినది అపరాజిత. ఈ అక్కచెల్లెళ్ల సంభాషణ ముగియకముందే ఆ బ్రహ్మ రాక్షసుడు తేరుకొని పెద్దగా రంకె వేయుచూ ఈ పరి సోదరీమణులిద్దరినీ తన హస్తములో బంధించినాడు.

ఆ హస్తమును పైకి లేపినంతలో మరియొక తూరి ఇంకొక శరము వచ్చి అతని హస్తమును తాకినది. ఆ శరమును తన వామ హస్తముతో పట్టి పుటుక్కున విరిచి కింద పారవేసి ఎవడురా ఈ వృకాసురుడి మీదకు దాడి చేయ యత్నించుచున్న అధముడు. ప్రాణముల మీద ఆశ ఉన్న యెడల పలాయనం చిత్తగించండి అని బొబ్బరించుచుండగా దానికి సమాధానమన్నట్లుగా పదునైన కరవాలమొకటి విసురుగా వచ్చి అతని హస్తమునకు తాకి వేలు ఒకటి ఖండించబడి కిందపడిపోయినది.

వేలు తెగిన హస్తము నుండి జలపాతము వలె హోరున రుధిరం వర్షించుచుండగా సంపంగి ని, అపరాజితను కిందకు వదిలి బాధతో కూడిన క్రోధముతో అపరాహ్ణ మార్తాండుని వలె నయనములు ప్రజ్వరిల్లుచుండగా పెడబొబ్బలు పెట్టుచూ పాదముతో పుడమిని గట్టిగా తాటించగా ఆ లోయ మొత్తం కంపించిపోవుటయే గాక, ఆ కంపన తీవ్రతకు పెద్ద పెద్ద శిలలు,

వాటిని ఆక్రమించుకొని ఉండే చిన్న చిన్న ప్రాణులు లోయ పైభాగము నుండి దొర్లుకుంటూ వచ్చి లోయలో పడసాగాయి. వాటితోపాటుగా దొర్లుకుంటూ వచ్చి లోయలోకి పడబోతూ రక్కసుని పాదము తాకి ఆగిపోయారు ఇరువురు యువకులు.

శిరము కిందకు వంచి తన చరణముల వద్దనున్న యువక ద్వయమును గాంచి ఓయీ అధములారా మీరేనా నాతో తలపడ యత్నించినది. చూచితిరా చివరకు నా పాదములు ఆశ్రయించితిరి, ఈ వృకాసురుడిని ఎదిరించుట అంటే పిల్లలాట అనుకొంటిరా? నా ముందు మీరెంత, మీ శక్తి యుక్తులు యెంత? గిరితో మూషికము రణమునకు యత్నించిన ఫలితమేమగునో తెలిసివచ్చినది గదా! అని పరిహసించసాగాడు.

అంత వారిరువురూ పైకి లేచి అంత మిడిసిపడకు వృకాసురా! గిరి తో మూషికము ముఖాముఖిన తలపడలేకున్నా తన చిరు దంతములతో ఆ గిరినే తొలచి తన గృహముగా మార్చుకొనగలదు. అటులనే నీ ఆకారము ముందు మేము సామాన్యులమై ఉన్నంత మాత్రమున మా శక్తి యుక్తులు తక్కువగా అంచనా వేసి పరిహసించవలసిన అవసరం లేదు. ఒకపరి కిందకు పరికించి గాంచిన మా వీరత్వమేపాటిదో నీకు అవగతమగును, ఈ రుధిర తటాకము నీ కాయము నుండి స్రవించుచున్న రుధిరము వలన ఏర్పడినదే కదా ! దానికి కారణము మేమే అని గ్రహిస్తే నీ పరిహాసం అంతమగును అని ధీటుగా బదులిచ్చినారు.

వారి పలుకులను ఆలకించి ఓహో ఈ గాయమును గాంచి మీ వీరత్వమనుకుంటిరా అని గాయపడిన తన వామహస్తమును పైకి లేపి తన నుదురుని తాకించుకొని ఏదో మంత్రము పఠించగా, అప్పటివరకు గాయపడిన భాగము నుండి పుడమికి జాలువారుతున్న రుధిరము వెంటనే తన దిశను మార్చుకొని పుడమి నుండి పైకి లేచి మరల రాక్షసుని హస్తములోనికి చేరుటయేగాక తెగిపడిన వేలు కూడా దానంతట అది లేచి వచ్చి హస్తమునకు అతుక్కొని గాయమైన జాడ అయినా లేనట్లుగా తయారయినది.

పెక్కు దినములనుండి నరమాంసభక్షణ లేక జిహ్వ అలమటించుచున్నది. ఇపుడు ఒకటికి నలుగురు నరులు నా క్షుద్బాధ తీర్చుటకు నా చెంతకే వచ్చి యున్నారు, కొంత తడవు వీరితో వినోదించి తదుపరి నా ఉదరమును సంతృప్తి పరచెదను అంటూ ఏమిరా బాలకులారా మరల నాతో రణము సేయవలెనని ముచ్చటగా ఉన్నదా అయితే తలపడుము అంటూ అంతకు క్రితం తనను గాయపరచి కిందపడిన ఆ యువకుల కరవాలమును తన మాయచే పైకి రప్పించి ఆ యువకుల ముందు పడవేసినాడు వృకాసురుడు.

ఒకరు కరవాలమును మరియొకరు బల్లెమును హస్తమున బూని పోరుకు సిద్దపడుతుండగా, ఆ రాక్షసుని అంతము కొరకు తానేమి చేయగలదో అని యోచించుచున్న అపరాజితను గాంచి సోదరీ తక్షణమే ఇచటినుండి తప్పించుకొనిపోవలెను అని చెప్పినది సంపంగి.

మనలను కాపాడుటకు బరిలోకి దిగిన వారిని అటుల వదిలేసి మనము మాత్రము తప్పించుకొనుట కృతఘ్నత అవుతుంది కదా సోదరీ ! ఇతరులకొరకు ప్రాణములిచ్చుట తప్ప మనకొరకు ఇతురుల ప్రాణములు బలి ఇచ్చుట ఎరుగని కోయజాతి బిడ్డలం, ఆ జాతి గౌరవానికి మచ్చ తెచ్చి ప్రాణములు నిలుపుకొనుట కంటే ప్రాణత్యాగము చేయుట మంచిది అని పలికిన అపరాజిత తో లేదు సోదరీ వారిని వదిలి వెళ్ళుట నా అభిమతము ఎంతమాత్రమూ కాదు. యెటులైన ఆ రాక్షసుని దృష్టి మరల్చి అందరమూ ఈ లోయ దాటి వెళ్ళగలిగిన చాలు ఇక ఎవరి ప్రాణములకు అపాయము రాదు అని తెలియచెప్పినది సంపంగి.

లోయ దాటిన యెడల సురక్షితము అని యెటుల చెప్పుచుంటివి సోదరీ ఆతని మంత్ర శక్తులు గాంచితివి గదా అటువంటి మాయలమారి మనము లోయదాటి వెళ్ళినను మనలను తిరిగి వెనకకు రప్పించి భక్షించగలడు కదా అని సందేహము వ్యక్తము చేయగా లేదు సోదరీ ఈ లోయను దాటిన యెడల అతని శక్తులు పనిచేయవు. అటులనే ఆ వృకాసురుడు ఈ లోయను దాటి బయటకు రాలేదు. లేనియెడల అతని కి ఉన్న శక్తి యుక్తులకు ఈ చుట్టుపట్ల జనసంచారం కాదు కదా మృగసంచారము కూడా లేకుండా చేసెడివాడు కదా ! అతని శక్తులు ఈ లోయవరకే పరిమితము కాబట్టే అతను ఈ లోయ దాటి బయటకు రాకుండా ఇచటకు వచ్చినవారిని మాత్రమే తన శక్తులతో బందించి తన క్షుద్బాధ తీర్చుకొనుచున్నాడు. బహుశా అది తెలిసే ఈ లోయకు అటు ఇటు పది యోజనముల వరకు మనుష్య సంచారము లేకున్నది అని తెలిపినది.

సోదరి పరిశీలనా శక్తికి అచ్చెరువొందుతూనే నువ్వు పలికినది సరిగానే ఉన్నది సోదరీ కానీ తప్పించుకొను మార్గమే కానరాకున్నది అని తీవ్రముగా యోచిస్తునే ఒకపరి ఆ బ్రహ్మ రాక్షసునివైపు తన దృష్టి సారించింది అపరాజిత. సంపంగి కూడా ఆతని దృష్టి ని మరల్చుటకు ప్రయత్నించసాగినది.

కరవాలముతో ఆ రాక్షసుని ఎదుర్కొన యత్నించుచున్న యువకునితో అతని సహచరుడు భద్రము మిత్రమా జాగరూకతతో వ్యవహరించు అని తెలుపుతూ తాను కూడా మరియొక పక్కనుండి బల్లెముతో ఆ రాక్షసుని ఎదిరించుటకు సిద్దమైనాడు. తమ ఎత్తుకు ఆ రాక్షసుని మోకాలు వరకు మాత్రమే అందుబాటులో ఉండటంతో అతని చరణములు గాయపరిచిన యెడల బాధతో కిందకు ఒరిగినపుడు అతని మిగిలిన దేహము మీద దాడి చేయవచ్చు అన్న తలంపుతో తన శక్తినంతటినీ వినియోగించి కరవాలముతో వృకాసురుడి పాదము మీద ఒక్క వేటు వేసినాడు మొదటి యువకుడు. తన మిత్రుని యోచన గ్రహించి తాను సైతము అదే సమయములో బల్లెముతో మరియొక చరణము మీద దాడి చేయ యత్నించాడు రెండవ యువకుడు. కానీ వారు వేటు వేయుచున్న చివరిక్షణములో ఆ మాయావి అమాంతముగా గాలిలోకి ఎగురుట వలన ఆఖరి క్షణములో తమను తాము నిలువరించుకొనలేక అదుపుతప్పి ముందుకు పడిపోయారు యువకద్వయం.

మరుక్షణం వికటాట్టహాసం చేయుచూ యథాస్థానమునకు చేరుకొని రండిరా రండి వచ్చి దాడి చేయండి అని పరిహసించుచున్న బ్రహ్మ రాక్షసుని మీద పెద్ద బండరాయితో వెనకనుండి దాడి చేసినది సంపంగి.

ఏదో మశకము తన మీద వాలినట్లుగా విదిలించుకొనుచూ వెనుకకు తిరిగిన ఆ రక్కసుడు వెనుక నిలిచిన సంపంగిని గాంచి ఆ బుడతలను గాంచి నీకు కూడా నన్ను ఎదిరించు ధైర్యము వచ్చినది బాలికా ! సరే నీవు కూడా వారితో నే చేరి తలపడుము అంటూ ఒక్క ఉదుటున సంపంగిని పైకి ఎత్తి తెచ్చి ఆ యువకులిద్దరి పక్కన పడవైచినాడు వృకాసురుడు.

వృకాసురిని దృష్టి మరల్చుటయా లేదంటే దాడి చేయుటయా అని యోచిస్తూ దాడి చేయుటకు పదునైన వస్తువేమైనా లభించునేమో అని పరిసరములను గాలిస్తున్న అపరాజిత నయనములను ఆకర్షించింది ఆమెకు కొన్ని అడుగుల దూరములో మిణుకు మిణుకుమంటూ వస్తున్న మెరుపొకటి. కౌమారంలో ప్రవేశించిననూ ఇంకనూ కొన్ని బాల్య చేష్టలు ఆమె మనమును వదిలిపోకుండుటచే ఇపుడు ఉన్న పరిస్థితి మరచి అది ఏమై ఉండునా అని అటువైపుగా అడుగులు వేసినది అపరాజిత .

ముఖ్వరినీ ఒక దగ్గర పడవైచి, పైకి లేచి నిలబడుటకు కూడా ప్రయాసపడుచున్న వారిని గాంచి హసిస్తూ కిందకు వంగి, బాలాకులు గోళములతో కేలించునట్లుగా తన వేలి కొసలతో వారిని అటు నిటు విసరుచూ మరల దగ్గరకి తెచ్చుచూ దూరము విసరుచూ వినోదించసాగాడు వృకాసురుడు. ఒడలి అంతా రక్తసిక్తమై బాధతో మూలుగుతున్న వారిని గాంచి చాలు చాలు మీ రుధిరము అంతా పుడమికి అర్పితమైతే నా క్షుద్బాధ తీరుట యెట్లు అని ముఖ్వరినీ గుప్పిట పట్టి బందించి పైకిలేచి నా నాలుగవ చిలక ఎచ్చట ఉన్నది అంటూ అపరాజిత కొరకు పరికించిన వృకాసురునికి ఒకదగ్గర ఒంగి కిందకు పరికిస్తున్న అపరాజిత కనపడినది.

తనను ఆకర్షించిన మెరుపు వైపు అడుగులు వేసిన అపరాజిత దానిని చేరుకొని ఇది ఏమై ఉండునా అని కిందకు ఒంగి దాని మీద తన వామహస్తమును ఉంచినది. అపరాజిత హస్తము ఆ మెరుపులీనుతున్న వస్తువును తాకిన మరుక్షణం, నయనములు మిరుమిట్లు గొలుపునటుల కాంతి ఉత్పన్నమై ఆ లోయ మొత్తం శత సూర్యుల వెలుగుతో ప్రకాశించుటయేగాక గగనము నుండి కాంతి పుష్పములు రాలుతూ అపరాజితను అభిషేకించుచుండగా వృకాసురుడు నిలచిన పుడమి కంపించి అతను ఏటవాలుగా కిందకు ఒరిగిపడినాడు.

అప్పటివరకు వృకాసురుని ఘర్జనలు తప్ప మరియొక సవ్వడి లేని ఆ లోయలో పక్షుల కిలకిలారావములు కోయిలలు స్వరాలాపనలు మయూరములు పురివిప్పి ఆడుచున్న సవ్వడులు వినిపించసాగినవి. సప్తర్షులు గగనము నుండి మంత్ర పఠనము చేయుచున్నారా అన్నట్లుగా వాయువు వీనులవిందుగా దేవీ స్తుతులను అటులనే కస్తూరి సువాసనలను మోసుకురాసాగినది.

ఇంతకూ అపరాజితకు దొరికిన వస్తువు ఏమై ఉంటుంది అంటారు ? ఊహించి చెప్పండి చూద్దాం లేదా తర్వాతి అంకం వరకు వేచి చూడండి.

అపరాజిత – పంచ పంచశత్ అంకం

ద్వి శత వత్సరములకు పైగా పుడమిలో అజ్ఞాతంగా ఉండిపోయిన ఆ వస్తువు అపరాజిత పాదము ఆ పరిసరములలో పడగానే తన ఉనికిని కొద్ది మొత్తములో బహిర్పరచి అపరాజితను తనవైపుగా ఆకర్షించుకున్నది. ఇక అపరాజిత తన హస్తముతో స్పృశించగనే అన్ని వత్సరముల చెర వీడుతున్నందులకు తన సంతోషాన్ని వ్యక్తపరుస్తూ పూర్తిగా బహిర్గతమైనది.

చుట్టుముడుతున్న శుభ శకునములు గాంచి దానికి కారణమేమై యుండునో అని పరికించిన సంపంగికి, యువక ద్వయానికి మిరుమిట్లు గొల్పుతున్న కాంతి తరంగములు వలన నయనములు మూతబడిపోగా కొద్ది క్షణములు ఆగి మెల్ల మెల్లగా హస్తములను నయనములకు అడ్డుగా ఉంచుకొని కొద్ది కొద్దిగా రెప్పలు విప్పి చూడగా మునుపెన్నడూ గాంచని అద్భుత దృశ్యమొకటి వారి కనుల ముందు ఆవిష్కృతమై ఉన్నది.

ఇక పుడమి కంపించుట వలన కిందకు ఒరిగిన వృకాసురుడు ఈ ఆకస్మిక అలజడికి కారణమేమో అవగతమవక లేచి నిలిచి ఎదురుగా పరికించి చూచి నిశ్చేష్టుడైపోయినాడు. నవరత్న ఖచితమైన పిడితో కూడి యుండి లోకమంతటికీ వెలుగులు పంచే సూర్య భగవానుని కిరణములకు ధీటుగా ఆ లోయలో అప్పటివరకూ ఆవరించుకొని ఉన్న తిమిరాన్ని తన కాంతులతో తరిమివేస్తున్న స్వర్ణ ఖడ్గాన్ని గాంచి ఆ అద్భుతాన్ని మది ఫలకం మీద ముద్రించుకోసాగారు ప్రత్యక్ష సాక్షులుగా ఉన్న ఆ నలువురు.

స్వర్ణ ఖడ్గం మీద నుండి మరలనంటున్న దృక్కులను అతి కష్టం మీద మరల్చి కొద్దిగా పక్కకు చూడగా ఆ స్వర్ణ ఖడ్గమును తన వామ హస్తమున ధరించి త్రిమూర్తుల తేజస్సును తనలో నింపుకున్నట్లుగా వెలిగిపోతున్న అపరాజిత వారి నయనములకు దర్శనమిచ్చినది.

అపరాజిత చుట్టూ దివ్య కాంతి ఒకటి ఆవరించుకొని పరిసరములను అన్నిటినీ ఆ వెలుగులో ముంచెత్తుతుండగా సూర్య చంద్రులను తమలో దాచుకున్నట్లుగా ఒక కంట చల్లని వెలుగులు ప్రసరిస్తూ మరు కంట అగ్నిని ప్రజ్వలిస్తూ వామ హస్తములో స్వర్ణ ఖడ్గమును ధరించి దక్షిణ హస్తమును అభయ ముద్రలో ఉంచి ఒక వైపు గాంచిన ఆశ్రితులను కాచే కల్పవల్లిలా మరు వైపు గాంచిన దుష్టులను దునుమాడే అపరకాళికలా ఏక కాలంలో ద్వి విధముల స్వభావములు వెలువరిస్తున్న అపరాజితను గాంచి సంపంగి అటులనే యువక ద్వయం మంత్ర ముగ్ధులైపోయి

అనిమిషులై (కంటి రెప్ప వేయకుండా , కంటి రెప్ప వేయని కారణంగానే దేవతలను అనిమిషులు అని కూడా సంబోధిస్తారు) అపరాజితనే గాంచసాగారు.

ఇక వృకాసురిని వెన్నులో సన్నగా కంపనం మొదలవగా దానిని బయటకు కనపడనీయక ఓహో ఈ వృకాసురిని మాయచేయుటకు మాయాజాలం ప్రదర్శించుచుంటివా? అపరిమిత బల సంపన్నుడనైన నన్నెదిరించుట నీ తరము కాదు అని ప్రగల్భాలు పలుకుతూ తనకు సమీపములోనే ఉన్న ముప్పురినీ మరొకమారు పట్టి బంధించుటకు శిరము కిందకు వంచి తన హస్తమును వారివైపుగా సాచినాడు వృకాసురుడు.

ఆ ప్రయత్నము సఫలమవక ముందే తన ముందర ఏదో కదలిక కనిపించి శిరము పైకెత్తి చూడగా నిప్పులు చెరుగుతున్న కన్నులతో తననే గాంచుతున్న అపరాజితను గాంచి అసంకల్పితముగా పాదములు వెనుకకు వేయుచూ పదడుగులు వెనుకకు జరిగి, అంత స్పృహలోకి వచ్చి ఏమిది నేను వెనకడుగు వేయుటయా అదియునూ ఒక చిన్నారి బాలికను గాంచి ? నేను పట్టి బంధించినంతనే భీతిల్లి తప్పించుకొనుటకు దారులు వెదకిన బాలిక ఇంతలో నన్ను భయభ్రాంతుడిని చేయగల శక్తిని యెటుల సంతరించుకున్నట్లు ?

ఏక ఛత్రాధిపత్యముగా ఈ అరణ్యమునంతటినీ పాలించు నన్ను శతాధిక వత్సరముల క్రితము ఈ లోయలోకి దూసుకొచ్చిన ఒక కాంతి పుంజం ఈ లోయకే పరిమితం చేసినది. ఆ కాంతి ప్రభావానికి లోబడి నా శక్తులు నన్ను ఈ లోయ దాటనీయకుండా నాకే ఎదురు తిరిగి నన్ను కట్టడి చేసాయి. ఆ నాటి నుండి నేటి వరకు ఈ లోయ దాటి బయటకు వెళ్ళలేక నాకున్న శక్తులు మొత్తం ఆహార సముపార్జన కొరకే వినియోగించవలసి వస్తోంది.

ఇపుడు చూస్తే ఈ చిన్నారి బాలిక నన్ను భయభ్రాంతుడిని చేస్తోంది. పరికించి చూడగా ఆ బాలిక హస్తమున ధరించిన స్వర్ణ ఖడ్గం నుండి వెలువడుతున్న కాంతి అలనాడు నేను చూసిన కాంతిని పోలి ఉన్నది. గమనిస్తే ఆ ఖడ్గం ధరించుటవలనే ఆ చిన్నారికి ఈ శక్తి సంప్రాప్తించినటుల తోచుచున్నది. ఆ ఖడ్గమును నేను సాధించిన యెడల తిరిగి ఈ లోయను దాటి విశాల విశ్వమును నా అదుపాజ్ఞలలో పెట్టుకొనవచ్చును అని యోచించినవాడై అపరాజితతోసంభాషించుట మొదలిడినాడు వృకాసురుడు .

ఓయీ కన్యామణీ! నీ చెంత నున్న ఖడ్గమును నాకు స్వాధీనము చేసిన యెడల మీ నలువురినీ క్షమించి వదిలివేయగలను . నా భీకరాకారమును గమనించితివి గదా! ఇంత చిన్న ఖడ్గముతో నాతో పోరు సల్పి నీవు నెగ్గుట అన్నది కల్ల. కావున ఆ స్వర్ణ ఖడ్గమును నా పాదాక్రాంతము చేయి అని అని మృదువుగా పలికాడు వృకాసురుడు.

రక్కసుని టక్కరి మాటలు ఆలకించి యువకులలో ఒకడు వలదు తల్లీ వలదు ఈ మాయావి తన వాక్కులతో నిన్ను భ్రమింపచేయుచున్నాడు. ఒకపరి తనకు కావలిసినది తనకు దక్కిన అనంతరం మన ప్రాణములు తీయకుండా వదలడు అని పలుకగా అతని జతగాడు కూడా ఆ మాటలతో ఏకీభవించినట్లుగా శిరముగించాడు. ఇక సంపంగి అయితే తన సోదరిని గాంచి

అమృతానందులవారు ప్రవచించినట్లు అపరాజితా దేవి తన సర్వ శక్తులతో సన్నద్ధమవుతున్నట్లుగా గ్రహించి ఇక ఆ బ్రహ్మ రాక్షసుని భరతం పట్టు కార్యం అపరాజితాదేవికే వదిలేసి నిశ్చింతగా జరగబోవు దుష్ట సంహారమును తిలకించుటకు వేచి చూస్తున్నది.

వారెవ్వరి అభిప్రాయములతో తనకు సంబంధం లేనట్లుగా వృకాసురిని వైపు ముందడుగు వేసిన అపరాజిత మందహాసము చేస్తూ అటులనే వృకాసురా నీ వాక్కులను నేను విశ్వసిస్తున్నాను. నీవు కోరినటులే ఈ స్వర్ణ ఖడ్గమును నీకు అప్పగించుటకు నేను సిద్ధం, వచ్చి స్వీకరించు అంటూ స్వర్ణ ఖడ్గమును ధరించిన వామ హస్తమును ముందుకు సాచినది.

ఆ ఖడ్గము కొసల నుండి వెలువడుతున్న అగ్ని సెగల తాకిడికి తట్టుకొనలేక మరి రెండడుగులు వెనకకు వేసి, ఆ ఖడ్గము యొక్క శక్తిని అంత దవ్వు నుండే తట్టుకొనలేకపోతున్న నేను దానిని స్వాధీనము చేసుకొనుట అసంభవం. ఇపుడు మరొక పన్నాగము పన్నక తప్పదు అని యోచించి వలదు కన్యకామణీ వలదు. ఆ దివ్య ఖడ్గము నా వంటి అసురుని చెంత యుండుట పాడి కాదు. అటులనే అది మీ చెంత యుండుటకు కూడా నాకు మనస్కరించుట లేదు కావును దానిని లోయకు ఆవలి వైపుకు విసరి వేచి మీరు నిరభ్యంతరంగా ఇక్కడ నుండి వెళ్లిపోవచ్చు అని పలికాడు.

ఒకపరి అపరాజిత హస్తములలోనుండి ఆ స్వర్ణ ఖడ్గం చేజారితే వాళ్ళను ఆహారం గా స్వీకరించవచ్చని అటులనే ఆ ఖడ్గం లోయదాటి వెడలితే ఇక తన శక్తులకు ఎటువంటి పరిమితులు ఉండవని వృకాసురిని వక్ర యోచన. అది స్పష్టముగా తెలియుచున్నా తెలియనట్లే నటిస్తూ ఇంతటి దివ్య ఖడ్గమును విసరివైచుట ఎందులకు వృకాసురా దీనిని నా హస్తములలో ఉంచుకొనే ఈ లోయ నుండి వెడలిపోతాము అని సంపంగి వైపు తిరిగి సైగ చేసినది. ఆ అసురుడు అప్పటికే ఎంతోమంది ప్రాణములు తీసి పాపఫలము మూటగట్టుకున్ననూ బ్రహ్మ రాత ప్రకారం అతనికి ఇంకనూ కొంత ఆయువు ఉండుట వలన అతని ఉసురు తీయకుండా అచటినుండి వెడలవలెనని అపరాజిత యోచించినది.

కానీ వినాశ కాలే విపరీత బుద్ధిహి అన్న నానుడిని నిజం చేస్తున్నట్లుగా వృకాసురుడు తన వక్ర బుద్దిని మానుకొనలేదు. సంపంగికి అటులనే యువక ద్వయమునకు సైగ చేసి వారిని ముందుకు సాగమని చెప్పి తానునూ వారిని అనుసరిస్తూ లోయ పై భాగమునకు చేరుకొనుటకు ఉపక్రమించినది అపరాజిత. ఎప్పుడైతే అపరాజిత తన నుండి వెనుకకు తిరిగినదో ఆ మరుక్షణం తన మాయచే అపరాజిత అడుగు వేయు దారిలో ఒక దుంగను సృష్టించాడు వృకాసురుడు. ఆ దుంగ అడ్డు పడుట వలన అపరాజిత ముందుకు తూలగా ఆమె హస్తములో ఉన్న స్వర్ణ ఖడ్గం యెగిరి లోయ ఉపరితలం మీద పడినది.

తను ఆశించిన ఫలితం కనుల ఎదుట కనిపించగనే వికటాట్టహాసం చేస్తూ తన రెండు హస్తములను ముందుకు సాచి సంపంగిని అపరాజితను అటులనే యువకులిద్దరినీ బంధించి ఇక ఈ వృకాసురునికి ఎదురే లేదు. నన్ను ఇంతవరకూ అదుపు చేస్తున్న శక్తి ఏమిటో అవగతమవక

ఇన్ని యేండ్లు ఈ లోయకే పరిమితమైపోయాను. ఇపుడు నన్ను కట్టడి చేస్తున్న శక్తిని ఈ లోయ ఆవలికి పంపగలిగాను. నాకు ఇంత ఉపకారం చేసిన మిమ్మల్ని తక్షణమే భక్షించి మోక్షం ప్రసాదిస్తాను అంటూ దక్షిణ హస్తమును పైకెత్తి అందులో బంధితులై ఉన్న యువకులిద్దరినీ నోటిలో వేసుకొని తన వాడి దంతములతో వారిని నమిలివేయుట మొదలిడినాడు వృకాసురుడు.

ఎప్పుడైతే అపరాజితను వృకాసురుడు పట్టి బంధించినాడో ఆ మరుక్షణమే తిరిగి అపరాజిత వామ హస్తములో ప్రత్యక్షమైనది స్వర్ణ ఖడ్గం. ఇన్నినాళ్ళు గా తన దేవికి దూరమైన ఆ దివ్య ఖడ్గం ఇక క్షణమైనా దేవి తో ఎడబాటును సహించలేనట్లుగా ఆమెను తిరిగి చేరుకున్నది . దేవికి దూరమగుట వలన నిద్రాణమైన తన శక్తియుక్తులు అన్నీ తిరిగి జాగరూకత సంతరించుకున్నాయి. అనుకున్నది సాధించిన ఆనందంలో ఇదేమీ గమనించక యువకులను భక్షించుటలో నిమగ్నమైన వృకాసురుని భస్మము చేయునట్లుగా క్రోధముతో చూచుచూ ఒక్క వేటుతో అతని కంఠమును దునిమి వేసినది అపరాజిత.

అసురిని కంఠం నుండి వెల్లువలా ఎగసిపడుతున్న రుధిరం అపరాజితకు అభిషేకం చేయుచుండగా అతని శిరము కంఠము నుండి వేరుపడి కిందకు పడిపోగా నోరు తెరచుకొని నోటిలో ఉన్న యువకులిద్దరు పక్కకు పడిపోయినారు. రాక్షసుడి దంతముల వాడికి క్షతగాత్రులై రక్తసిక్తమైన ఒడలితో వారి పరిస్థితి మిక్కిలి దయనీయముగా మారినది. అసురుని నోటినుండి యువకులు బయటకు పడి అసురుని శిరము పుడమిని తాకగనే పుడమి నుండి అగ్ని ప్రజ్వలించి అసురుని శిరమును హవిస్సుగా స్వీకరించి భస్మరాశిని వదిలి వేసినది. ఇక శిరము తెగిపడగనే వృకాసురిని కాయము అటు నిటు తూలి వెనకకు పడిపోయినది.

వృకాసురుడి కాయము నేలవాలిన ధాటికి లోయ మొత్తం కంపించి పెద్ద పెద్ద వృక్షములు సైతము కూకటివేళ్లతో సహా పెకలించివేయబడ్డాయి. సంపంగి మరియూ యువకులిరువురు కూడా అంతు తెలియని ఆ లోయలోకి పడిపోసాగారు. శిరము వలెనే వృకాసురుని దేహము కూడా భువిని తాకగనే అగ్ని ప్రజ్వలించి ఆ రక్కసుని దేహమును దహించి వేసి పెద్ద భస్మ రాశిగా మార్చివేసినది.

వృకాసురుని అంతమునకు సంతసించినట్లుగా వాయుదేవుడు బలముగా వీచి ఆ భస్మ రాశితో అపరాజితకు అభిషేకము చేయగా వదలి అంతా రుధిరముతో భస్మముతో నిండి అసురుని సంహరించిన క్రోధాగ్ని జ్వాలలు ఇంకనూ చల్లారక ఉద్వేగముతో ఎగసిపడుతూ శూన్యములో ఖడ్గ చాలనం చేయుచూ కరాళ నృత్యం ఆరంభించినది అపరాజిత కాదు కాదు అపరాజితాదేవి.

ఎప్పుడైతే తన ఖడ్గం తనను చేరినదో అపుడే తన పూర్తి అంశ చిన్నారి అపరాజితలో చేరి వృకాసురిని సంహరించినది. ఇంకనూ తన చెంతకు చేరని దివ్య సౌగంధికా మాలను, తనకు ప్రీతిపాత్రమైన నాసికాభరణమును ఆహ్వానిస్తున్నట్లుగా అమ్మవారు చేస్తున్న ఆ కరాళ నృత్యం ధాటికి ముల్లోకములు అల్లకల్లోలం అవసాగాయి.

అపరాజిత – షట్ పంచశత్ అంకం

తన శక్తులతో ఒక వృక్షమును సృష్టించి లోయలోకి జారిపోతున్న యువకులను ఆ వృక్షము మీద పడునట్లుగా చేసి తాను కూడా ఆ వృక్షము శాఖ మీద ఆసీనురాలైనది సంపంగి. ఎప్పుడైతే సంపంగితో సహా ఆ యువకులు కూడా తనమీద పడినారో ఆ మరుక్షణం సంపంగి ఆదేశం ప్రకారం ఆ వృక్షము యొక్క శాఖ ఇంతింతై వటుడింతై అన్న చందంగా పైకి పైకి పెరిగిపోతూ లోయ పైభాగము వరకు విస్తరించింది. లోయ ఉపరితలమునకు కొద్దిగా కింద వృకాసురిని సంహరించిన ప్రాంతంలో అపరాజితాదేవి చేస్తున్న కరాళ నృత్యమును గాంచి దిగ్భ్రాంతులై, అమ్మవారి అగ్రహావేశములను గాంచి భీతిల్లుచూ హస్తములచే అంజలి ఘటించి స్వస్తి వచనములను స్తుతించసాగారు యువకులిరువురు. వనదేవత అయిన సంపంగి కూడా అదే దిగ్భ్రాంతిచే అంజలి ఘటించి అమ్మవారు శాంతించు ఘడియల కొరకు వేచి చూడసాగింది.

అరణ్యములో అజ్ఞాతముగా ఉన్న అపరాజితాదేవి ఆలయంలో సంధ్య హారతి ఒనరించి నైవేద్యము సమర్పించిన అనంతరం అమ్మవారి ప్రసాదము ఆరగించి నిద్రకుపక్రమించిన బలదేవుడు అకస్మాత్తుగా ఆలయములో యెడతెగక సవ్వడి చేయుచున్న ఘంటా నాదమునకు చివ్వున లేచి చూడగా ఎవరి ప్రమేయము లేకుండా ఆలయములో ఘంటికలు వాటంతట అవే మ్రోగుట గమనించి ఇది దేనికి సంకేతమో అవగతమవక రివ్వున బయటకు వచ్చి అపరాజితాదేవి విగ్రహమును గాంచగా ఎపుడూ కరుణ నిండిన దృక్కులను ప్రసరించు ఆ తల్లి నయనములు ఈ వేళ అరుణ వర్ణం సంతరించుకొని ఉండుట గమనించి భయచకితుడై ఆలయ రక్షకురాలైన గ్రామదేవత విగ్రహము దిశగా చూడగా ఆ తల్లి నయనములలో మాత్రం దుష్ట సంహారం గాంచిన సంతృప్తి కనిపించుట గాంచి అమ్మా అపరాజితా దేవి, మీ ఆగ్రహమునకు కారణమేమో నాకు తెలియకున్నది. ఒకవేళ నా వలన తప్పిదమేమైనా జరిగిన యెడల క్షమించి కాపాడు, నీ ఆగ్రహ జ్వాలలను ఈ దీనుడు భరించలేడు తల్లి అని వేడుకోసాగాడు.

ఇక అంగ దేశపు రాణీవాసములో, కుమారుడు అంతఃపురం వదలి అరణ్యమునకు పయనమైన క్షణము నుండి అమ్మవారి ధ్యానంలోనే మునిగి ఉండి ఏకభుక్తం (రోజుకు ఒక సారి మాత్రమే తిని మిగిలిన దినమంతా ఉపవాసముండుట) పాటించుచున్న అంజనాదేవికి ధ్యానములో ఆగ్రహావేశములతో కరాళ నృత్యము గావించుచున్న అమ్మవారి రూపు లీలగా కనిపించుటతో ఒక్కసారిగా ధ్యానము నుండి బయటపడి ఎన్నడూ లేనిది అమ్మవారు ఇటుల

ఉగ్రరూపములో దర్శనమిచ్చినారు. బిడ్డలకు ఉపద్రవమేమైనా ముంచుకొచ్చినదేమో అని విశ్రాంతి గొనుచున్న అమృతభూపతిని మేల్కొలిపి తనకు ధ్యానములో దర్శనమిచ్చిన దృశ్యము గూర్చి తెలిపినది. అమ్మవారి కి శాంతి పూజలు ఏమైనా జరిపించవలెనేమో రాజపురోహితులవారిని అడిగి తెలుసుకుంటాను అని అప్పటికప్పుడు అంగరక్షకులు సైతం తోడు లేకుండా రాజపురోహితుని గృహమునకు పయనమయ్యాడు అమృతభూపతి.

కోయ గూడెంలో భార్య దుస్థితికి అటులనే కుమార్తెల ఎడబాటుకు వగచుచూ అర్ధరాత్రి దాటిననూ నిద్రాదేవి కరుణించుకపోవుటచే అమ్మోరి విగ్రహం పాదాల చెంత కనులు మూసుకొని తన కుటుంబాన్ని కాపాడమని వేడుకుంటూ కూర్చుండిన మల్లన్న అమ్మోరు తల్లి విగ్రహము నుండి వేడి సెగలు తాకుతున్నట్లనిపించి కనులు తెరచి చూడగా అమ్మోరు తల్లి క్రోధముతో కపించిపోవుచున్నట్లుగా తల్లి విగ్రహము నుండి పొగలు వెలువరించుచుండుట గమనించి అది దేనికి శకునమో అవగతమవక పూజారయ్య కుటీరముకు పరుగులెత్తుతూ వెళ్ళి పూజారయ్యను పిలుచుకొచ్చాడు. ఆ పూజారయ్యకు కూడా ఏమీ అవగతమవక అమ్మోరు తల్లికి దేనికో ఆగ్రహమొచ్చినట్లున్నది దొరా, అమ్మోరి కోపాన్ని చల్లార్చాలి అంటూ నింబ వృక్షపు (వేప) కొమ్మలతో హరిద్రము (పసుపు) కలిపిన జలమును అమ్మవారి మీద చిలకరిస్తూ తనకొచ్చిన మంత్రాలతో అమ్మవారిని శాంతించుటకు ప్రయత్నించసాగాడు.

ఇక మహారాజు అమృతభూపతి రాజపురోహితుని గృహమునకు చేరుకొనుసరికి ఆయన తన గృహమునకు చెంతనే ఉన్న ఆలయములో శాంతి పూజలు చేయుటకు పూజాద్రవ్యములు సమకూర్చుకొనుట అటులనే ఆలయములో ఘంటికలు ఎవరి ప్రమేయము లేకుండా తమంతట తామే సవ్వడి చేయుట గమనించి తను ప్రత్యేకముగా చేయుటకు ఏమియు లేదని గ్రహించి అమ్మవారి ఆలయంలో ఒక కుడ్యమునకు ఆనుకొని ధ్యానములో మునిగిపోయాడు మహారాజు అమృతభూపతి. మహారాజుల వారు వేంచేసిన సంగతి సహితము గ్రహించక అమ్మవారిని శాంతింపచేయుటలో మునిగిపోయాడు రాజపురోహితుడు.

ఇటుల ఆ సమయములో భారత ఖండంలో ఉన్న అన్ని అమ్మవారి ఆలయములలో ఇవే చిహ్నములు కన్పించగా ఆలయముల సమీపములనున్న ప్రజలెల్లరు మేల్కొని తమకు తోచిన రీతిలో అమ్మవారిని శాంతింప చేయ పూనుకున్నారు.

దేవలోకమున సురాపానం మత్తులో సుఖ నిద్రలో ఉన్న దేవేంద్రుడు సైతం అమ్మవారి క్రోధ జ్వాలల ధాటికి మేల్కొని మరల ఏ అసురుడైన తన ఇంద్ర పీఠమునకు ఎసరు పెట్టుటకు నాకలోకము పైకి దండెత్తి ఒచ్చుచున్నాడో అని తత్తరపడి భువి వైపు దృష్టి సారించి అమ్మవారి కరాళ నృత్యమును గాంచి అమ్మవారిని త్వరితముగ శాంతింప చేయకున్నచో ముల్లోకములు అమ్మవారి ఆగ్రహజ్వాలలలో భస్మీ పటలము కాకతప్పదని గ్రహించి తక్షణమే దేవతలనందరినీ సమావేశపరిచాడు. ముక్కోటి దేవతలు కలిసి గగనము నుండి అమ్మవారి మీద విరిజల్లులు కురిపిస్తూ స్వస్తి వచనములు ఆలపిస్తూ అమ్మవారిని శాంతింప చేయుటకు ప్రయత్నించసాగారు.

గగనము నుండి జాలువారుతున్న ధవళ వర్ణపు దేవతా పుష్పములు అమ్మవారి మేను తాకి తమ శ్వేత వర్ణమును వదలి అగ్ని పుష్పములై పుడమిని తాకుచున్నవి. పుడమినంటిన ఆ అగ్నిపుష్పముల సెగలు దివినున్న దివిజులకు తాకుటచే ఆ వేడిని తాళలేక తల్లడిల్లసాగారు అంతటి దివిజులు కూడా.

అంత ఆకాశవాణి అమ్మవారి నుద్దేశించి పలుకుతూ అమ్మా అపరాజితాదేవి దుష్ట సంహారమునకు ఇది ఆరంభము మాత్రమే కదా తల్లీ, నీ అంశ భువి మీద అవతరించిన ఉద్దేశ్యము నెరవేరక ముందే నీకు ఈ ఆవేశమేల తల్లీ శాంతింపుము శాంతింపుము అని పలుకగా ఆకాశవాణి పలుకులకో, దివిజుల స్వస్తి వచనములకో లేకున్న అఖండ భారతావని లో సామాన్య ప్రజలు తనను శాంతించుటకు చేయుచున్న ప్రయత్నములకో సంతసించిన అమ్మవారు కొద్ది కొద్దిగా శాంతిస్తూ తన క్రోధాగ్నిని చల్లార్చుకోసాగినది.

అమ్మవారి లో మారుతున్న భావనలకు ఒడంబడి గగనము నుండి దివిజులు కురిపిస్తున్న విరిజల్లులు కూడా తమ వర్ణములు మార్చుకోసాగినవి. శ్వేత వర్ణములో గగనము వీడుతున్న పుష్ప ధారలు అమ్మవారి మేను తాకి మొదట అరుణ వర్ణమును తదుపరి బాలబానుని అస్తమయ వర్ణమును తదుపరి హరిద్రావర్ణమును దాల్చి పుడమిని వాలు సమయమునకు హరిత వర్ణమును దాల్చి అమ్మవారి చరణముల వద్ద హరిత వర్ణపు శోభను వెలువరచసాగినవి. అమ్మవారు పూర్తిగా శాంతించు సమయమునకు సూర్యోదయమై జగతిని మెల్లమెల్లగా వెలుగు రేకలు విచ్చుకొనసాగినవి. అపరాజితాదేవి శాంతించి మరల మానవ కన్య గా జన్మించిన అపరాజితగా రూపాంతరం చెందగానే స్వర్ణ ఖడ్గము సహితము అదృశ్యమై అవసరమైన తరుణములో మరల ప్రత్యక్షమగుదనని తెలుపుచూ అపరాజిత వామహస్తములో లీనమైపోయినది.

అమ్మవారు శాంతించగనే ఆలయములలోని అమ్మవారి విగ్రహములన్నీ పూర్వము వలెనే కరుణ నొసగుతూ తనను గాంచినవారికి ప్రశాంతతను గలుగచేయసాగాయి. అంతట అమ్మవారు శాంతించినదని సామాన్యులు సంతసించి తమ తమ గృహములకు చేరుకున్నారు. ఆలయములో ఘంటికల సద్దు ముగిసి అమ్మవారి విగ్రహం నిజరూపమునకు వచ్చిన తదుపరి మహారాజు గారి ఉనికిని గ్రహించి క్షమించండి మహారాజా! మీ ఉనికిని గ్రహించలేకుంటిని అని క్షమార్పణలు కోరుకున్నారు రాజపురోహితులవారు.

మీ తప్పిదమేమీ లేదు ఆచార్యా! రాజు కన్నా దైవము ప్రధమం. మీరు మీ కర్తవ్యాన్ని సక్రమముగా నిర్వర్తించారు అందులకు మాకు సంతసము కలిగినది. ఇక జరగవలసిన కార్యము చూడండి ఆచార్యా ! కనివిని ఎరుగని ఈ సంకేతము దేనికి నాంది పలుకనున్నదో తెలుసుకోండి. జ్యోతిష్యులను సంప్రదించండి, ఈ సూచిక మన రాజ్య శాంతి భద్రతలకు కానీ అంగ వారసుల సంరక్షణ గురించి గానీ అయిన యెడల మనం తగు జాగ్రత్తలు వహించవలసిన ఆవశ్యకత ఉన్నది అని తెలుపగా అవశ్యము మహారాజా ఇక మేము ఆ కార్యము నందే నిమగ్నులమై

ఉంటాము అని పలికిన రాజపురోహితులకు సెలవని తెలిపి అంతఃపురానికి చేరుకున్నాడు మహారాజు అమృతభూపతి.

ఇక అమ్మవారు శాంతించగనే అపరాజిత స్పృహ కోల్పోయి కిందకు వాలినది. అది గమనించిన సంపంగి తనతో ఉన్న యువకులకు అపరాజితాదేవి, తన సోదరి అపరాజితను ఆవహించిన క్షణము నుండి జరిగినదంతయూ వారి మస్తిష్కములనుండి తొలగించి అనంతరం తను ఉన్న వృక్ష శాఖ నుండి కిందకు దూకి ఒక్క ఉదుటున అపరాజితను చేరుకున్నది. అపరాజిత స్పృహ కోల్పోవుట గమనించి తాము కూడా కిందకు దుమికి ఆమెను చేరుకొన్నారు యువకులిరువురూ.

అప్పటికే సూర్య కిరణములు పుడమిని తాకి వెలుగులు ప్రసరించుట గాంచి అంతవరకు తమను భయభ్రాంతులను గావించిన అసురుడు అచట లేకపోవుట గమనించి వెలుగు సోకిన అంత తన మాయలు పనిచేయవని అసురుడు అదృశ్యమైనాడేమో అని తమలో తాము భావించుకొని సోదరీ ఇచట ఎక్కువ సమయము వేచి ఉండుట మంచిది కాదు ముందు మనము ఈ లోయను అధిగమించి మైదాన ప్రాంతమునకు చేరుకుందాము అని అపరాజితను తమ భుజస్కందముల మీద మోయుచు లోయ ఉపరితలం వైపు పయనించసాగారు యువకులిరువురూ.

మైదాన ప్రాంతమునకు చేరుకున్న అనంతరం ఒక చక్కని వృక్షము నీడలో అపరాజితను పరుండబెట్టి ఒక యువకుడు అచట వారికి తోడుగా నుండగా మరొక యువకుడు దాపులనున్న తటాకము దరికి పోయి కొంత జలమును సేకరించుకుని వచ్చి అపరాజిత మోము మీద చిలకరించాడు. అంత స్పృహలోకి వచ్చిన అపరాజిత తన సోదరిని ఆలింగనం చేసుకొని పరిసరములు పరికించుచూ అక్కా ఆ అసురుని బారినుండి తప్పించుకున్నామా అని అడుగగా అవును సోదరీ ఇక మనకు వచ్చిన అపాయమేమియూ లేదు అని పలికి ఆ యువకులవైపు తిరిగి సోదరులారా ఎవరు మీరు ఆపద సమయములో వచ్చి తోడ్పాటు అందించిన మీకు మా కృతజ్ఞతలు అని పలికినది సంపంగి.

అంత ఒక యువకుడు ముందుకు వచ్చి అంత పెద్ద మాటలేల సోదరీ ఆపదలో ఉన్న సాటివారిని ఆదుకొనుట మానవ ధర్మం, ఈ మాత్రమునకే కృతజ్ఞతలు తెలుపవలసిన అవసరము లేదు అని పలికి నా నామధేయము విష్ణుచిత్తుడు యితడు నా జతగాడు వీరభద్ర భూపతి, అంగదేశ యువరాజు అని తెలిపి తాము ఆ అరణ్యమునకు వచ్చుటకు గల కారణమును వారికి విశదీకరించినాడు. అంబ అడిగిన తమ నామధేయములు కూడా తెలుపుటకు ఇచ్చగించని తన జతగాడు ఇపుడు మాత్రం తమ పూర్తి వివరములతోపాటు తాము అచటకు వచ్చిన కారణము కూడా తెలుపుట వీరభద్రునికి ఆశ్చర్యమును కలుగచేయగా కనుబొమలు ముడివేయుచు ప్రశ్నార్థకంగా మిత్రునివైపు చూచాడు.

అపరాజిత – సప్త పంచశత్ అంకం

తనవైపు ప్రశ్నార్థకంగా గాంచుచున్న జతగాడిని గాంచి నీ మదిలో చెలరేగుతున్న ప్రశ్నలు నాకు తెలుసు వాటన్నిటికీ అవశ్యం బదులు ఇచ్చెదనన్నట్లుగా చిరునవ్వు చిందించినాడు విష్ణుచిత్తుడు. వారి రాకకు కారణము తెలుసుకున్న సంపంగి వారు సయితం తమ వలెనే తమ తల్లి కొరకు ప్రాణములకు తెగించి ఔషదములు సాధించుకొనుట కొరకు వచ్చితిరని తెలుసుకొని వారి మాతృభక్తికి సంతసించి వారికి సహాయము చేయ ఇచ్ఛగించినది.

వారికి కావలసిన ఔషధములు తను క్షణకాలంలో తన పాదముల వద్దకు రప్పించగలదు కానీ అటుల చేసిన యెడల తన శక్తుల గురించి వారికి అటులనే తన సోదరి కి కూడా తెలిసిపోవును. అపరాజితా దేవికి సేవ చేయుటకు, అటులనే ఆమె శత్రువులను అంతమొందించుటకు కావలసిన శక్తులు పూర్తిగా సంతరించుకొనువరకు ఆమెకు అండగా ఉండవలెనని అభిప్రాయముతో ఇటుల మానవ జన్మ ఎత్తినది కానీ మరియే ఇతర ప్రయోజనమును ఆశించి కాదు. అందులకే తన ఉనికిని బహిర్గతం చేసుకొనుట సంపంగికి మనస్కరించకున్నది.

కానీ తాము ఎవరో తెలియకున్నా తమ కార్యము పక్కన పెట్టి తమకు సాయపడుటకు వచ్చిన ఆ వీరులకు సహాయము చేయగలిగి కూడా చేయకుండుట కృతఘ్నత కిందే పరిణమిస్తుంది. సహాయము చేయుటయా మానుటయా అను మీమాంసలో పడినది సంపంగి. తనకు హాని తలపెట్టు మానవులకు కూడా మేలు చేయు తరువులకు, అటులనే అరణ్యమున నివసించు సమస్త జీవ జాలమునకు అధిదేవత ఆమె, ఇక మేలు చేసిన వీరులను అటుల వారి కర్మమునకు వదిలివేయగలదా? అందులకే వారికి సహాయము చేయుటకే నిశ్చయించుకున్నది.

ఆ యువకుల వైపు తిరిగి సోదరులారా! మీకు కావలసిన ఔషధ మూలికలు ఎచట లభించగలవో నాకు తెలియును. మీరు కొంత తడవు ఇచటనే నా సోదరి అపరాజితకు తోడుగా ఉన్న యెడల నేను వెళ్లి ఆ మూలికలను సాధించుకు రాగలను అని తెలిపినది.

తమ మాతృమూర్తి చికిత్సకు అవసరమగు ఔషధములు లభ్యమగునను పలుకులు విని సంతసముతో సంపంగికి ధన్యవాదములు తెలుపుతూ సోదరీ మీరు పలుకునది వాస్తవమా? ఎంత శ్రమించి అన్వేషించిననూ మాకు ఒక మూలిక కూడా లభించలేదు, మీరు ఇపుడు అన్ని మూలికలు సాధించి తెచ్చెదనని పలుకుతున్నారు అది సాధ్యమా అని ప్రశ్నించాడు విష్ణుచిత్తుడు.

సోదరా! మీరు అంతఃపురంలో, అటులనే నగరములో మాత్రమే పెరిగిన నాగరికులు. మీకు అరణ్యవాసము ప్రథమము, అందులకే మీకు మూలికలు అన్వేషించుట కష్ట తరముగా అనిపించి ఉండవచ్చు. కానీ మేము ఈ కానలలోనే పుట్టి కానలలోనే గూడెములు ఏర్పాటు చేసుకొని బ్రతికే కోయజాతి వాళ్ళము. అందుకే ఏ తీగలు ఔషదములుగా పనిచేస్తాయో ఏ లతలు విషపూరితములై ప్రాణములు హరించి వేస్తాయో మాకు కరతలామలకము. మీరు కేవలం నా సోదరి అపరాజితకు తోడుగా ఇచట ఉండిన చాలు నేను వెళ్ళి మూలికలు సాధించుకొని వచ్చెదను అని తెలిపినది సంపంగి.

అటులైన నా జతగాడు వీరభద్రుడు అపరాజితకు తోడుగా ఇచట ఉంటాడు, నేను కూడా మీతో కలిసి వస్తాను అని పలికిన విష్ణు చిత్తుని వాక్కులకు సంపంగి ఇపుడు ఎటుల ఇతని సమాధాన పరచవలెనా అని కలవరపాటుకు లోనవుతుండగా అపరాజిత అందుకొని అవసరము లేదు వీర కుమారా! నా సోదరికి ఈ అరణ్యములో ఏ తోడు అవసరము లేదు. ఒంటరిగా వెళ్ళి కార్యము సాధించుకురాగలదు. మీరు తోడు వెళ్ళిన యెడల మీ రక్షణ బాధ్యత కూడా ఆమె మీద పడి కార్యములో జాగు కలుగగలదు అని పలికినది అపరాజిత.

మా రక్షణ బాధ్యత మేము వహించుకోగలము అని పలుకుతున్న విష్ణుచిత్తుని వాక్కులకు అడ్డు వచ్చి, మీ వీరత్వము గూర్చి మాకు ఎటువంటి సందేహములు లేవు సోదరా కానీ ఏ తీగను స్పృశించరాదో ఏ తీగను స్పృశించవచ్చో, ఏ ఫలమును ఆరగించవలదో, ఏ ఫలమును స్వీకరించవచ్చో ఇత్యాది వివరములు మీకు తెలియనేరవు. కావున మిమ్ము కాపాడుకుంటూ మూలికలను సాధించుట అంటే భారము రెట్టింపు అగును కావున మీరు ఇచట విశ్రమించండి మా సోదరి రయమున మీ కార్యము నెరవేర్చుకొని రాగలదు అని పలికినది అపరాజిత.

ఇంకనూ మాట్లాడబోవుచున్న విష్ణు చిత్తుని ఆగమన్నట్లుగా హస్తముతో సైగ చేసి మిత్రమా మనకు కావలసినది ఔషధములు, అవి ఎవరు సాధించుకొని వచ్చినను వాటి ప్రభావంలో మార్పు రానేరదు కదా! కావున సోదరి చెప్పినది విని విశ్రమించు అని పలికి సంపంగి వైపు తిరిగి మీరు ఔషధములు సాధించుకొని వచ్చిన యెడల మీకు జన్మంతా రుణపడి ఉండగలవారము అని కృతజ్ఞతా పూర్వక స్వరముతో పలికినాడు వీరభద్రుడు. దరహాసము చేసి మరల లోయవైపుగా పయనించినది సంపంగి.

సంపంగి మరల లోయవైపు పయనించుట గాంచి ఆందోళనతో ఆమెను అడ్డుకొనుటకు పైకి లేస్తున్న అపరాజితను వారించి, సూర్యకిరణములు సోకుతున్నపుడు ఆ వృకాసురిని మాయలు పనిచేయవు అందులకే అదృశ్యమైపోయినాడు. అందులకే మీ సోదరి అంత ధైర్యముగా వెళ్లుచున్నది. సూర్యోదయమునకు పూర్వము ఆమె తిరిగి రాకున్న యెడల మేము వెళ్ళి తీసుకొనివస్తాము అని అభయమిచ్చాడు వీరభద్రుడు.

వీరభద్రుని పలుకులతో మది నెమ్మదించగా తిరిగి వృక్షమును ఆనుకొని ఆసీనురాలైనది అపరాజిత. సోదరీ మీరు విశ్రమించండి మేము కొన్ని ఫలములను సేకరించుకుని వచ్చెదము.

మీరు ఆందోళన చెందవలసిన అవసరమేమియు లేదు మీరు చూసి అపాయము లేదని చెప్పు వరకు ఏ ఫలమును మేము ఆరగించము అటులనే రిక్త హస్తములతో (ఉత్త చేతులతో) స్పృశించము. మీరు మాత్రం కదలక ఇచటనే విశ్రాంతి గైకొనండి అని పలికి తన జతగాడి వైపు చూసి ముందుకు కదిలాడు విష్ణుచిత్తుడు. విష్ణుచిత్తుని అనుసరించి తను కూడా ముందుకు పయనించాడు వీరభద్రుడు.

అపరాజిత నుండి దూరముగా వచ్చిన తదుపరి వీరభద్రుని ఉద్దేశించి పలుకుతూ అంబ కి నామధేయము సహితము మార్చి చెప్పిన నేను వీరికి మాత్రము మన పూర్తి వివరములు ఎందుకు తెలియపరిచితినా అని నీ సందేహము కదా ! వీరిని గాంచిన వెంటనే నా మదిలో సోదర భావము పొడసూపినది అటులనే వారి వేష భాషలు గమనించగా ఈ అరణ్యములలో నివసించు వనపుత్రికలు అని నాకు అవగతమైనది. అరణ్యములలోని తరువులను దేవతలుగా ఎంచి పూజించుట, జంతువులను సైతం తమ కుటుంబ సభ్యులవలె ఎంచి ఆహారము కొరకు తప్ప అనవసరముగా ఎవరికీ హాని తలపెట్టుట ఎరుగని అమాయకులు వీరు. అందులకే వారితో అసత్యమాడుటకు నాకు మనస్కరించలేదు. అందులకే మన ఉనికిని బహిర్గత పరచినాను. ఇందులో నా తప్పిదమేమైన ఉన్నయెడల క్షంతవ్యుడిని అని పలికాడు విష్ణుచిత్తుడు.

నీకు మాత్రమే కాదు నాకు కూడా వారిని చూసినంతనే వారితో ఏదో తెలియని అనుబంధం ఉన్నట్లు మది పులకించినది. అటులనే నీవు ఏది చేసినను మంచి చెడులు తర్కించి చేసెదవని నాకు పూర్తి విశ్వాసము గలదు, కావున ఇందులో క్షమాపణల ప్రస్తావన అనవసరం. కానీ ఇపుడు నీవు ఈ వృక్షమును అధిరోహించి ఫలములు సేకరించనిచో మాత్రము నా ముష్టిఘాతములు ఎదుర్కొనక తప్పదు అని పరిహాసముగా పలుకుచూ ఎదురుగా మిగుల మగ్గిన ఫలములతో సువాసనలు వెదజల్లుతూ కనువిందు చేయుచున్న వృక్షమును విష్ణుచిత్తునకు చూపించినాడు వీరభద్రుడు.

మిత్రుని మాటలకు నవ్వుకొనుచూ— వృక్షమును అధిరోహించి హస్తమునకు ఉత్తరీయమును నిండుగా చుట్టుకొని తదుపరి ఫలములను కోసి కిందకు విసరివేయగా అవి కింద రాలకముందే గాలిలోనే వాటిని తన ఉత్తరీయము సాయముతో పట్టుకొని భద్రపరచసాగాడు వీరభద్రుడు. ఉత్తరీయము నిండుగా ఫలములు సేకరించిన అనంతరం ఇక చాలు అన్నట్లుగా వీరభద్రుడు సైగ చేయడంతో వృక్షము నుండి కిందకు దూకినాడు విష్ణుచిత్తుడు.

ఆ ఫలములను గైకొని అపరాజిత చెంతకు వెడలమని మిత్రుని తో పలికి తను జలమును సేకరించుటకు సెలయేటి చెంతకు వెడలినాడు విష్ణుచిత్తుడు. సెలయేటి ఒడ్డున ఉన్న తామర పత్రములతో దొన్నె తయారు చేసుకొని అందులో జలమును సేకరించుచూడగా సెలయేటి పక్కన పొదలలో అలికిడి వినిపించింది విష్ణుచిత్తునకు. తక్షణమే అప్రమత్తుడై హస్తములోని దొన్నెను వదిలి అటు గాంచిన అతనికి ముద్దులొలుకుతూ కనిపించినదొక శ్వేతవర్ణపు ఆకారం. దాని

అందచందములకు ముగ్ధుడై చెంతకు చేరబిలిచి దానిని ఒక హస్తమున దాల్చి మరొక హస్తముతో దొన్నెలో జలమును సేకరించుకుని మిత్రుని వద్దకు పయనమయ్యాడు విష్ణుచిత్తుడు.

ఇక లోయలోకి పయనమయిన సంపంగి కొంత తడవు పయనించి ఒక వృక్షము చెంత ఆసీనురాలై ధ్యానములోనికి వెళ్ళి ఆ యువకులు తెలిపిన మూలికల నామములు వాటి గుణములు స్మరించుకొనగా ఆమె ఏ నామము అయితే స్మరించుచున్నదో ఆ మూలిక గాలిలో తేలుతూ వచ్చి సంపంగి ముందు ప్రత్యక్షమై తమ ఉనికిని ఆమెకు తెలుపుటకు తమకు ఉన్న ప్రత్యేక గుణములను ప్రదర్శించసాగినవి. ఒక మూలిక కస్తూరీ సువాసనలు వెదజల్లగా మరియొక మూలిక సువర్ణ కాంతులు వెదజల్లుతూ సంపంగి వదనాన్ని తన కాంతులతో ముంచెత్తసాగినది. మరియొక మూలిక వేడిమిని వెలువరించుచుండగా మరియొక మూలిక వచ్చినంతనే పరిసరములను శీతలము గావించినది.

ఇటుల ఆ మూలికల కి ఉన్న ఔషధ గుణముల వలన అచట వాయువు సైతం ఔషధీ గుణమును సంతరించుకొని ముందు రేయి వరకు బ్రహ్మరాక్షసునికి అలవాలమై ఉన్న ఆ ప్రాంతంలోని దుర్గంధమును పారద్రోలుతూ సుమధుర పరిమళమును వెదజల్లసాగినది. అటుల అన్ని మూలికల నామములు స్మరించుకున్న తదుపరి చిట్టచివరిగా సంజీవని వేరును స్మరించుకున్నది సంపంగి.

కానీ ఆమె ప్రయత్నము ఫలించలేదు. ముమ్మారు స్మరించుకున్ననూ సంజీవని వేరు ఆమె చెంతకు చేరలేదు. మహిమాన్వితమైన ఆ మూలిక కడకు తాను వెళ్ళి గౌరవపూర్వకంగా సేకరించవలసినదే తప్ప ఆ వేరు తన దగ్గరకు రాదని గ్రహించి ధ్యానము విరమించుకొని తన చెంతకు చేరిన మూలికలకు కృతజ్ఞతలు సమర్పించి ఒక్కొక్క మూలికను జాగ్రత్తగా తన వల్లెవాటులో భద్రపరచుకొని లేచి నిలబడినది సంపంగి.

అపరాజిత – అష్ట పంచశత్ అంకం

వీరభద్రుని, విష్ణుచిత్తుని వదలి అంగరాజ్య యువరాజును అంతమొందించు కార్యము మీద అచటినుండి వ్యతిరేకదిశలో పయనమయి వెళ్ళిన అంబ చిరు చీకట్లు అలముకొను వరకు వారికొరకు అన్వేషించి తదుపరి తన అశ్వమును ఒక వృక్షము కింద వదలి తాను ఆ వృక్షమును అధిరోహించి, విశాలముగా ఉన్న ఒక శాఖ మీద ఆసీనురాలై తన వద్ద ఉన్న ఫలములు ఆరగించి తదుపరి తన వల్లెవాటుతో ఆ వృక్ష శాఖ కు తనను తాను బంధించుకుని నిద్రకు ఉపక్రమించినది.

పితామహుల పర్యవేక్షణలో అన్ని యుద్ధ విద్యలు అభ్యసించినా అంతఃపురం దాటి ఒంటిగా ఇంత దూరం ప్రయాణించిన అనుభవం లేకుండుటవలన శారీరక అలసటకు లోనయి గాఢ నిద్రలోకి ఒరిగినది అంబ. ఆ నడిరేయిలో అమ్మవారి కరాళ నృత్యము ధాటికి ప్రపంచంలో మూడొంతుల ప్రజలు మెలకువతో ఉండి ఆందోళన చెందినా అలసి సొలసి నిద్రలో జారుకున్న అంబను అవేవీ కదిలించలేకపోయాయి.

అంబ జన్మించిన తరుణంలో అమ్మవారు తనకు ప్రసాదించిన ధవళ వర్ణపు కలువలో అంబ ప్రతి కదలికను గమనించే బలదేవుడు అమ్మవారి ఆగ్రహము శాంతించిన అనంతరం ఆ ప్రాతః సమయ ఘడియలలో అమ్మవారికి ప్రాతః సమయ నివేదనలు చేసి అనంతరం ఆలయప్రాంగణములో ఆసీనుడై కలువలో తన పుత్రిక కొరకు చూడగా వృక్షమునకు తనను తాను బంధించుకుని ఆదమరిచి నిద్రించుచున్న అంబ చిత్రము నయనములకు దర్శనమివ్వగా పట్టుపరుపుల మీద పవళించవలసిన తన చిన్నారి తన పితృవర్యుల మూర్ఖపు పట్టు కారణమున ఇటుల అరణ్యములలో కష్టపడుట గాంచి మనసు చలించి కంట నీరు పెట్టుకున్నాడు బలదేవుడు.

నిష్కల్మషముగా ఆదమరిచి నిద్రించుచున్న పుత్రిక ప్రశాంత వదనాన్ని తనివితీరా చూసుకుంటున్న బలదేవుని దృష్టిపథంలోకి వచ్చినదొక అజగరం. అంబ పవళించిన వృక్ష శాఖకు పై నున్న శాఖ కు చుట్టుకొని కిందకు వాలి తన కోరలను కదిలిస్తూ అంబను కబళించుటకు సిద్ధముగా తన నోటిని అమాంతంగా తెరచినది ఆ మహానాగం. అది గాంచి కెవ్వున ఆక్రందన చేయుచూ పుత్రిక ఆపదలో ఉన్నదని తెలిసి కూడా ఏమీ చేయని అశక్తుడనైతిని ఇంక ఈ జన్మ ఎందులకు తల్లీ అని వగచుచూ జరగబోవు ఘోరమును తన నయనములతో గాంచలేక కుమార్తె కన్నా ముందే తన ప్రాణములు వదలవలెనని ఆలయ కుడ్యమునకు శిరము బాదుకొనసాగాడు బలదేవుడు.

ఎంత తీవ్రముగా తనను గాయపరుచుకోవాలని ప్రయత్నించినా తన శిరము కుడ్యమును స్పృశించిన భావన కలుగకుండుటచే కనులు తెరచి చూచిన బలదేవునకు తాను ఆలయములో కాకుండా ఒక వృక్షము మీద అదియునూ నిద్రించుచున్న అంబ సమీపమున ఉండుట, అటులనే ఆ మహానాగము వశీకరించబడినట్లుగా తెరచిన నోటిని అటులనే ఉంచి కదలిక లేకుండుట గాంచి ఏమి తల్లీ నీ మహిమ అని అపరాజితాదేవిని ధ్యానించుకొని ఆ మహానాగమును ఎదిరించు ఆయుధము కొరకు చూచుచుండగా కుమార్తెను రక్షించుకొనుటకు తనను అచటకు పంపిన దేవి ఆయుధము మాత్రము సమకూర్చక ఉండునా అన్నట్లుగా అతని దక్షిణ హస్తమున ప్రత్యక్షమైనదొక కరవాలము.

పదునారేండ్ల పూర్వము అమృత భూపతిని అంతమొందించు ప్రయత్నములో ఉన్నప్పుడు తన హస్తము నుండి జారిపోయిన కరవాలముగా దానిని గుర్తెరిగి ఎన్ని దినములకు నా ఆయుధము నా చెంతకు చేరుకున్నది అని దాని పదును పరీక్షించు వేళకు ఆ మహానాగము లో కదలిక మొదలగుట గాంచి అప్రమత్తుడైనాడు బలదేవుడు.

నోటికి దగ్గరగా ఉన్న ఆహారం రెట్టింపు అగుట గమనించి మరింత ముదముతో ఇరువురినీ ఒకే పర్యాయము మింగి వేయుటకు వీలుగా తన నోటిని గుహ అంత పెద్దగా తెరచి ముందుకు వచ్చినది ఆ అజగరం. జై అపరాజితాదేవి అని మనమున తలచి తన దక్షిణ హస్తమును అలంకరించిన కరవాలముతో దానిమీద దాడి చేసినాడు బలదేవుడు. పుత్రిక మీద ఉన్న వాత్సల్యము అంతా ఆ వేటులో రంగరించుటవలన ఆ కరవాలము దాటికి ఆ అజగరం కోరలు తెగి కింద పడుటయేగాక దాని దంతములు సహితము గాయపడి రుధిరము, విషము మిళితమైన చిక్కని కాలవర్ణపు ద్రవము దాని నోటి నుండి స్రవించసాగినది.

ఆ ద్రవము ఎక్కడ కుమార్తె మీద పడి కుమార్తె నిద్రకు భంగమవుతుందేమో అను చింతతో కరవాలమును శరవేగముతో తిప్పి ఆ ద్రవమును దూరముగా పడునట్లుగా చేసినాడు బలదేవుడు. ఆ ద్రవము పడిన వృక్షపు భాగము అగ్నికి ఆహుతైనట్లుగా మాడిపోవుట గమనించి అది తనమీద కానీ తన పుత్రిక మీద కానీ పడిఉంటే ఏమై ఉండునో తలచుకొని నింబ పత్రములు ఆరగించినట్లు చేదుగా మారినది బలదేవుని నోరు. గాయపడుట వలన వచ్చిన క్రోధముతో రెట్టించిన వేగముతో తనవైపు దూసుకొస్తున్న ఆ మహాసర్పమును గాంచి కరవాలమును ద్వి హస్తములతో పట్టుకొని కాయములోని శక్తిని అంతటినీ హస్తములలో కేంద్రీకరించి దాని శిరము మీద ఒక్క వేటు వేసినాడు బలదేవుడు.

ఆ వేటుకు దాని శిరము ఖండించబడి పుడమిన పడగా వృక్ష శాఖకు చుట్టుకొని ఉన్న మిగిలిన భాగము నుండి రుధిరము ధారలుగా కిందకు స్రవించుచుండగా దాని వాలము కొంత పర్యాయం కొట్టుకొని తదుపరి అచేతనమై వృక్షము నుండి కిందకు పడిపోయినది. ఆ అజగరం రుధిరము తాకినంతమేర పుడమిపై నున్న పచ్చని గరిక సైతము మాడిపోయి అంతమేర యెడారివలె మారిపోయినది. అంబకు ప్రమాదం తప్పిన మరుక్షణం బలదేవుడు యధావిధిగా

ఆలయములో అంతకు ముందు ఎచట ఆసీనుడై కుడ్యమునకు శిరము బాదుకొనదలిచాడో అదే ప్రదేశములో ప్రత్యక్షమైనాడు.

నా కార్యము కొరకు నిన్ను నీ పరివారమునకు దూరముగా ఉంచితిని గానీ నిన్ను బాధించుట నా మనోగతం కాదని ఆనాడే నీకు విశదపరచితిని బలదేవా!! నీకు ఇచ్చిన వాగ్దానం ప్రకారం నీ కుమార్తె ను ఆపద బారినుండి కాపాడినాను. అటులని ఆమె ధర్మ మార్గమును వదలి అధర్మ పదమున పయనించినా కూడా నేను కాపాడుతానని మాత్రం నీవు భావింపవలదు అని అమ్మవారి విగ్రహము నుండి అదృశ్య స్వరము వినిపించింది బలదేవునకు.

ఇంకనూ అమ్మవారు ఏమైనా ప్రవచిస్తారేమో అని వేచి చూసిన బలదేవునకు మరియొక పదము కూడా వినిపించకపోవుటచే ఇక అమ్మ మాట్లాడదని గ్రహించి అటులనే తల్లీ నీకు మా మీద ఉన్న అపారమైన కరుణకు ధన్యుడిని. నా బిడ్డ ధర్మ పథములోనే పయనించేలా చేయు బాధ్యత కూడా నీదే మాతా! చెంత ఉండి విద్యాబుద్ధులు గరపు అదృష్టము, మంచి చెడ్డలు బోధించు అవకాశము నాకు లేనందున ఆ భారము కూడా నీ మీదనే వేయుచున్నాను తల్లీ అని వినమ్రుడై అమ్మవారికి అంజలి ఘటించి మరల కుమార్తెను గమనిస్తూ ఉండిపోయాడు బలదేవుడు.

సూర్యుని కిరణాలు ఏటవాలుగా వదనమును తాకుచుండగా అసహనంగా కదులుచు ఏయ్ మల్లికా గవాక్షపు పరదాలు సరిగా అమర్చుట కూడా తెలియదా అని పరిచారిక మీద విసుగుకొనుచు పైకి లేవబోయి లేచుట కుదరక కనులు తెరచి వృక్ష శాఖ ను ఆలింగనము చేసుకొని పవళించిన తనను తాను చూసుకొని ఇపుడు తాను అంతఃపురంలో లేను అరణ్యములో ఉన్నానని విషయము గుర్తు తెచ్చుకొని భారముగా నిట్టూర్చి బంధనములు విడిపించుకొని వృక్షము నుండి కిందకు దుమికినది అంబ.

అచట ఖండములుగా పడి ఉన్న అజగరము దేహమును గాంచి తదుపరి వృక్షము పైకి పరికించి చూసి తృటిలో తనకు ఎంత ప్రమాదం తప్పినదో గ్రహించుకొని ఒక్క క్షణము ఒడలి జలదరించగా మరుక్షణం మాములుగా మారి , తనకు సహాయము చేసిన అజ్ఞాత మిత్రునికి కృతజ్ఞతలు తెలుపుకొని అచట నుండి ముందుకు కదలినది అంబ.

తనకు సహాయము చేసినవారెవరో తెలియకున్నను వారికి కృతజ్ఞతలు తెలుపుకున్న పుత్రికను గాంచి మీ పితామహుల పగను మాత్రమే కాకుండా నీ మాతృమూర్తి సుగుణములను కూడా పుణికిపుచ్చుకున్నావు తల్లీ. ఒకపరి నీకు వాస్తవము తెలిసిన యెడల నీలో ఉన్న అపోహలు అన్నీ తొలగిపోతాయి. అపుడు ఎంతమాత్రమూ ఆ అపరాజితాదేవి ఆగ్రహమునకు గురికావు. నీకు అతి త్వరలోనే వాస్తవములు తెలియవలెనని అభిలషిస్తున్నాను అనుకున్నాడు బలదేవుడు.

సంజీవని వేరు కొరకు తనే స్వయముగా ప్రయత్నము చేయవలెనని ధ్యానము నుండి లేచిన సంపంగి ఒక క్షణము ఆగి ఇపుడు తాను సంజీవని వేరు ను అన్వేషిస్తూ వెడలిన యెడల తన సోదరి ఇచట ఒంటరిగా ఉండవలెను, అంతియేగాక తమ లక్ష్యమును సాధించుటలో కూడా

జాగు కలగగలదు. కానీ తమ మాతృమూర్తి ప్రాణములు నిలుపు ఔషధము కొరకు కావలసిన మూలికలు సాధించుకొని తెచ్చెదనని నా రాక కొరకు వేచి చూస్తున్న ఆ యువకులకు అర్ధ కార్యము మాత్రమే నెరవేరినదని తెలుపలేను. ఎటుల ఈ సంకటమును అధిగమించుట అని నేత్రములు మూసుకొని యోచిస్తున్న సంపంగి మనో నేత్రమునకు గోచరించినదొక దృశ్యం.

వెంటనే నేత్రములు తెరచి వడివడిగా ముందుకు నడిచి నడిరేయి ఎచట అయితే అపరాజితకు స్వర్ణ ఖడ్గము దొరికినదో ఆ తావునకు చేరుకున్నది. తన మాతృమూర్తి వినత దాస్యమును బాపుటకు స్వర్గ లోకమునుండి గరుత్మంతుడు అమృత కలశమును తెచ్చు తరుణములో జాలువారిన అమృత బిందువు సంజీవని వృక్షముగా మారినది, దాని వేరు మృతులను సైతం జీవింపచేయగల మహిమను సంతరించుకుంది. అటులనే కొన్ని వందల వత్సరములు అమ్మవారి మహిమాన్విత ఖడ్గమును తనలో దాచుకున్న ఈ భూభాగం సైతం అంతే మహిమను సంతరించుకొని యుండును కదా! ఈ మన్ను వారి మాతృమూర్తి ప్రాణములను కాపాడు ఓషధములో సంజీవని వేరు పాత్ర పోషించగలదు అని తలచి అక్కడి మన్ను ని కొంత తన దక్షిణ హస్తపు పిడికిటి బంధించి ఆ పిడికిటిని తన నుదిటికి తాకించుకొని

ఏవమారాధ్య గౌరీశం దేవం మృత్యుంజయేశ్వరమ్ |
మృతసంజీవనం నామ్నా కవచం ప్రజపేత్సదా !!

అని సంజీవని మంత్రమును శ్రావ్యముగా పఠించగా ఆమె పిడికిటి ఉన్న మన్ను సువర్ణ వర్ణములోనికి మారి తన కిరణములు ప్రసరించసాగినది. ఆ వెలుగులు గాంచి సంతసించిన సంపంగి ఆ సువర్ణ భస్మము ను కూడా ఇంతకు ముందు సేకరించిన మూలికలతో కలిపి వల్లెవాటులో భద్రపరచుకొని తనసోదరి మరియూ ఆ ఇరువులు యువకులు ఉన్నవైపుకు పయనమయినది.

ఫలములను సేకరించుకుని అపరాజిత కడకు చేరుకున్న వీరభద్రుడు తన జతగాడికోసం వేచి చూస్తుండగా జలముతో కూడిన తామర దొన్నెను ఒక హస్తమున అటులనే ముద్దులొలుకు శ్వేతవర్ణపు జీవిని మరొక హస్తమున దాల్చి అరుదెంచుతున్న మిత్రుని గాంచి ఎదురేగి అతని హస్తమున ఉన్న ఆ జీవిని తన హస్తములలోనికి తీసుకున్నాడు.

వీరభద్రుని హస్తములలో ఉన్న ఆ జీవిని గాంచి ఒక్క ఉదుటున పైకి లేచి జాబిలి అంటూ దాని చెంతకు పరుగులు తీసి తనవద్దకు రమ్మని హస్తములు ముందుకు సాచినది అపరాజిత. అపరాజితను చూడగానే ఆమె మీదకు దూకవలసిన ఆ జీవి బెదరినట్లుగా వీరభద్రునివైపు ముడుచుకొసాగినది.

దాని ప్రవర్తనకు వింతగా చూస్తున్న అపరాజితతో ఏమి సోదరీ ఈ ముద్దులొలుకు జీవి నీకు ముందే పరిచయమా అని ప్రశ్నించిన విష్ణుచిత్తునితో అవును సోదరా ఇది నా పెంపుడు

చెవుల పిల్లి. గత కొన్ని వత్సరములనుండి నేనే దీనిని సాకుతున్నాను. గతరాత్రి ఆ రక్కసుని మాయలో చిక్కుకొని ఇది ఎటో పడిపోయినది అని దాని గురించే చింతించుచున్నాను. ఇపుడు మీ హస్తములలో దీనిని గాంచి సంతసముతో చేరబిలచ యత్నిస్తుంటే నన్ను కొత్తదానివలె చూచుచు మీ చెంత చేరుతున్నది అని తెలిపినది అపరాజిత.

ఆ రక్కసుని ధాటికి ఈ చిరు జీవి కూడా బెదరినట్లున్నది లే సోదరీ. మా చెంత ఉన్నా మీ చెంత ఉన్నా తారతమ్యమేమున్నది అని పలికి ఇదుగో ఈ ఫలములు ఆరగించవచ్చునో లేదో తెలిపిన యెడల అందరమూ ఆరగించవచ్చును అని తాను తెచ్చిన ఫలములు అపరాజితముందు ఉంచాడు వీరభద్రుడు. ఒక ఫలమును తీసుకొని నిరభ్యంతరంగా ఆరగించవచ్చును సోదరా అని పలికి ఆ ఫలమును జాబిలి కి పెట్టబోయినది సంపంగి. కానీ ఆమె హస్తము తనవైపు వచ్చుచుండగానే బెదరినట్లుగా వీరభద్రుని హస్తములోనుండి కిందకు దూకి విష్ణుచిత్తుని పాదముల వెనుకకుపోయినది జాబిలి.

దాని ప్రవర్తనకు చిన్నబుచ్చుకున్న అపరాజితను గాంచి, కొంత తడవు వేచి చూసిన దాని బెదరు తగ్గి మునుపటివలెనే నీ దగ్గరకు చేరుకుంటుంది ఇంత మాత్రానికే చింతించవలసిన అవసరమేమి అని పలికి ఒక ఫలమును తీసుకొని తన పాదముల వెనుక దాగిన జాబిలికి తినిపించసాగాడు విష్ణుచిత్తుడు.

జాబిలికి తినిపించిన అనంతరం వారు ముగ్గురు కూడా ఫలములు ఆరగించి సంపంగి కొరకు ఎదురు చూడసాగారు. మధ్యాహ్న మార్తాండుడు తన ప్రచండ తీవ్రతను తగ్గించుకొని పడమటి దిశగా మరలు సమయమునకు లోయలోనుండి బయటకు వస్తూ కనిపించినది సంపంగి.

అపరాజిత – ఏకోన షష్టి అంకం

లోయలోనుండి బయటకు వచ్చుచున్న సంపంగి ని గాంచి ఆనందముతో అపరాజిత, తమకు కావలసిన మూలికలు లభించినవో లేవో అనే సందిగ్ధతలో వీరభద్రుడు, విష్ణుచిత్తుడు ముగ్గురు కలసి సంపంగికి ఎదురేగారు. జాబిలి మాత్రం అచటనే ఉండి వారిని గమనించసాగినది.

సంపంగిని చేరుకోగానే అక్కా అంటూ అపరాజిత ఎదురెళ్ళి ఆలింగనం చేసుకోగా మిత్రద్వయం మాత్రం రెండు అడుగుల దూరం లో నిలిచి ఆమె సమాధానం కొరకు వేచి చూడసాగారు. అపరాజితను పొదివి పట్టుకొని నేను క్షేమముగానే వచ్చితిని కదా చెల్లీ ఇక చింతవలదు అని బుజ్జగించి తన నోటి నుండి వచ్చు వాక్కు కొరకు ఎదురు చూచుచున్న ఆ జతగాళ్లను గాంచి వెళ్లిన కార్యము విజయవంతము అయినదనుటకు సూచనగా చిరునవ్వు నవ్వుతూ తన వల్లెవాటులో భద్రపరచిన మూలికలను తీసి వారికి చూపించినది.

వస్త్రము లోపలి నుండే తమ వెలుగులు విరజిమ్ముతున్న ఆ మూలికలు సంపంగి మూట విప్పగానే మరింత ప్రకాశవంతంగా వెలుగులు విరజిమ్ముతూ తమ సువాసనలు వెదజల్లటం ప్రారంభించాయి. ఆ దృశ్యమును గాంచగనే ఇక తమ తల్లి వ్యాధి నిర్మూలనమై ఆరోగ్యవంతురాలు అయినట్లే అని వారి వదనములలో పున్నమి కాంతులు విరబూశాయి. తన తల్లి రాజమాత అంజనాదేవి స్వహస్తములతో లిఖించి ఇచ్చిన తాళపత్రమును దట్టీలోనుండి తీసి అందులో లిఖించి ఉన్న మూలికల వివరములు వాటి లక్షణములు ఇపుడు సంపంగి తెచ్చిన మూలికలతో సరిగా సరిపోవుట గమనించి పట్టరాని ఆనందముతో ఒకరినొకరు ఆలింగనము చేసుకొని శుభాకాంక్షలు తెలుపుకున్నారు.

వారి సంతోషమునకు ముచ్చట పడుతూనే వీరులారా ఇక తక్షణమే బయలుదేరి మీ రాజ్యమునకు చేరుకోండి. ఇపుడు బయలుదేరితే సూర్యాస్తమయ సమయమునకు ఈ లోయ దారిని అధిగమించి ముందుకు పురోగమించగలరు, అచట ఈ రేయి విశ్రమించి మర్నాడు ప్రాతః సమయమునే తిరిగి ప్రయాణం ఆరంభిస్తే సూర్యాస్తమయ సమయమునకు మీ నగరమునకు చేరుకోగలరు. వెళ్ళి మూలికలు అందించి మీ తల్లిగారి ఋణం కొంతైనా తీర్చుకోండి అని పలికినది సంపంగి.

సంపంగి పలుకులు ఆలకించి సోదరీ ఎంతయో వ్యయప్రయాసలకు ఓర్చిన గానీ నెరవేరని మా కార్యమును అవలీలగా సాధించి పెట్టితివి. ఆజన్మాంతము మేము ఇరువరము మీకు రుణగ్రస్తులమై ఉందుముగాక. ఇందులకు ప్రతిగా మీకు ఎంతోకొంత సాయము చేసిన గానీ మా మనస్సాక్షి అంగీకరించదు. మీరు ఏ కార్యము మీద మీ గూడెమును వదలి అరణ్య మధ్య భాగములోనికి వచ్చి యున్నారో తెలియ చేసిన యెడల మీ కార్యములో మాకు చేతనయిన సాయము చేసి కొంతవరకు అయినా రుణగ్రస్తులము అవుతాము. కావున మా యందు దయవుంచి మీ కార్యము ఏదో తెలియచేయండి అని వినమ్రతతో బదులిచ్చాడు విష్ణుచిత్తుడు.

స్నేహితుని పలుకులు విని ప్రశంసగా చూచి తన అభిప్రాయము కూడా అదే అన్నట్లుగా సంపంగి వైపు దృష్టి సారించాడు వీరభద్రుడు. వారి పలుకులు ఆలకించి వచ్చిన కార్యము నెరవేరగానే మీ దారిన మీరు వెళ్లిపోకుండా మా గురించి ఆలోచించడం చూస్తుంటే మీ మీద మా గౌరవ భావం అధికమగుచున్నది. కానీ, మా కార్యము అతి ప్రయాసతో కూడుకున్నది అటులనే దానిని సాధించుటకు ఎంత సమయము పడుతుందో కూడా మాకు తెలియదు.

కానీ మీ మాతృమూర్తిని రక్షించుకొనుటకు మీకు కేవలము ఇరు మాసముల వ్యవధి మాత్రమే ఉన్నదని మీ మాటలలోనే తెలిసినది. అందులో ఇప్పటికే కొన్ని దినములు గతించిపోయినవి. మాతృమూర్తిని రక్షించుకొను మూలికలు లభ్యమై కూడా సమయమునకు చేరుకోక ఆమె ప్రాణములు ప్రమాదంలో నెట్టుట తెలివిమంతుల లక్షణము కాదు. కావున మీరు మీ దారిన ప్రయాణమై మీ కార్యము నెరవేర్చుకోండి అని ధృఢచిత్తముతో తెలిపినది అపరాజిత.

అపరాజిత వెలిబుచ్చిన అభిప్రాయము నూటికి నూరుపాళ్లు సత్యమే అగుటచే కొంతతడవు మిత్రులిరువురు తమలో తాము ముచ్చటించుకొని ఏకాభిప్రాయమునకు వచ్చినట్లుగా సోదరీమణుల ఎదుటికివచ్చి విష్ణుచిత్తుడు తిరుగు ప్రయాణమై అంగ రాజ్యమునకు చేరుకొని తమ రాజవైద్యునికి ఆ మూలికలు అందజేసి, తమ ఇరువురి తల్లిదండ్రులకు తమ క్షేమ సమాచారములు తెలియచేసి తిరిగి వచ్చునట్లుగా, వీరభద్రుడు మాత్రం సంపంగి అపరాజితలకు తోడుగా ఉండి వారి కార్యములో వారికి తోడ్పాటుగా ఉండునట్లుగా తాము నిశ్చయించుకున్నట్లుగా తెలియచేసాడు వీరభద్రుడు.

అదికాదు రాకుమారా అని వారించబోయినది సంపంగి, వారు తమతోనే ఉన్నయెడల ఏ క్షణములో అయినా తమ ఉనికి బయటపడక తప్పదు. అటుల జరుగుట సంపంగికి ఇష్టము లేదు. అందుకే వీరభద్రుని వారిస్తూ ఈ అరణ్యములో ఏ క్షణములో ఎటు నుండి ఏ ప్రమాదం సంభవిస్తుందో తెలియదు ఇట్టి పరిస్థితులలో నీ జతగాడిని ఒక్కడిని తిరిగి పంపించుట వివేకము అనిపించుకోదు. అటులనే నీ మిత్రుడు మూలికలు అందించి తిరిగి వస్తాడు అని తెలుపుతున్నావు? మనము ఎచట ఉన్నామో నీ మిత్రునకు యెటుల ఎరుకపడగలదు? అతను యెటుల మనలను చేరుకొనగలడు అని నీ అభిప్రాయము? ఇవి అన్నియు అసంభవ కార్యములు కావున మీరు ఇరువురు ఇచటనుండి మీ రాజ్యమునకు వెళ్లిపోవుట అత్యుత్తమం అంటూ అప్పటికే

సూర్యుడు పశ్చిమాద్రికి తరలివెళ్లిపోయి మెల్లమెల్లగా చిరు చీకట్లు ముసురుకొనుట గాంచి చూచితిరా మీ మంతనాలతో సమయమును వృధా గావించితిరి. ఇపుడు ఈ రేయి సమయములో ప్రయాణము ప్రమాదాలకు ఆహ్వానము పలికినట్లే. కావున ఈ రేయి ఇచటనే గడిపి రేపు సూర్యోదయము అయిన తక్షణమే మీ ప్రయాణం ప్రారంభించండి అని మారు మాటకు తావివ్వకుండా ఆ రేయి అచట విశ్రమించుటకు సురక్షితమైన ప్రదేశముకొరకు అన్వేషించుట మొదలిడినది సంపంగి.

ఇక అప్పటికి ఏమి మాట్లాడినను ఉపయోగము లేదని తలచి వారు సైతము విశ్రమించుటకు తావు కొరకు అన్వేషించుచు సెలయేటి సమీపమున గల మైదాన ప్రాంతము విశ్రమించుటకు అనువుగా ఉన్నదని తలచి సోదరీ మూలికల సాధనలో మీరు అలసిపోయి ఉన్నారు కావున మీరు విశ్రమించండి. నేను నా జతగాడు మీకు రక్షణ బాధ్యత వహించగలము. ఈ విషయములో ఇక వాదములు అనవసరం అని వీరభద్రుడు తెలుపగా సరి అన్నట్లుగా శిరమును ఊగించి వారు తెచ్చిన ఫలములలో కొన్ని ఆరగించి అపరాజిత పక్కన విశ్రమించినది సంపంగి. జాబిలి మాత్రం ఆ ఒక్క దినములోనే వారికి ఎంతో మచ్చిక అయినట్లుగా యువకులిరువురి చెంతనే ఉంటూ వారు ఎటు వెళితే అటు తాను కూడా అనుసరించసాగినది.

పక్షుల కిలకిలారావములతో నిద్ర నుండి మేల్కొని చూడగా అప్పటికీ ఆదమరచి నిద్రించుచున్న అపరాజితను గాంచి మురిపెముగా ఆమె నుదిటిన ముద్దాడి ఆ యువకుల కొరకు చూడగా వారు అచట లేకుండుట గమనించి తమ రాజ్యమునకు పయనమై ఉంటారు అనుకొని అపరాజిత నిద్ర నుండి మేల్కొనులోపు ఆరగించుటకు ఫలములు కొనితెచ్చుటకొరకు దాపులనున్న ఫలవృక్షముల చెంతకు వెళ్ళినది సంపంగి. పైట కొంగు నిండేవరకు ఫలములు సేకరించి తిరిగి వచ్చుసరికి అచట జాబిలితో క్రీడించుచూ వినోదించుచున్న వీరభద్రుడు కనిపించుటతో భృకుటి ముడిచి మీరు ఇంకనూ తిరిగి వెళ్లలేదా? అటులైన నీ జతగాడు ఎక్కడ అన్నట్లు ప్రశ్నార్థకంగా కనుబొమలు ఎగురవేసినది సంపంగి.

ఆమె భావన అవగతమైనట్లుగా నా జతగాడు అంగరాజ్యమునకు పయనమయ్యాడు సోదరీ. మేము అన్ని యుద్ధవిద్యలలో ఆరితేరిన రాజపుత్రులము కావున ఈ అరణ్యములో ఎదురగు ప్రమాదములను ఎదుర్కొనగల సామర్థ్యము మాకున్నది, అటులనే నా జతగాడి వీరత్వము మీద నాకు దృఢ విశ్వాసము గలదు. కావున మీరు తన గురించి చింతించవలసిన అవసరము లేదు. మనము ప్రయాణించే సమయములో చిన్న చిన్న గుర్తులు వదలి వెళ్లిన చాలు ఆ జాడల ఆధారముగా నా జతగాడు మనలను చేరుకోగలడు. ఇక మీరు ఈ విషయములో అభ్యంతరములు తెలుపవలదు. ఉపకారమునకు ప్రత్యుపకారము చేయకుండా జీవిత పర్యంతం ఆ మనోభారమును నేను మోయజాలను అని దృఢముగా పలికాడు వీరభద్రుడు.

అప్పటికే నిద్ర నుండి మేల్కొని ఆ సంభాషణను ఆలకిస్తున్న అపరాజిత అటులనే ఉండనివ్వు అక్కా, సోదరుని మనసును బాధించుట ఎందులకు అని పలుకుటతో ఇక మారు

మాట్లాడలేకపోయినది సంపంగి. సరి సరి కానున్నది కాకమానదు, ఇతనివలన ఏదైనా ఇబ్బంది ఎదురగుననుకుంటే ఆ క్షణమే ఇతని జ్ఞాపకములను తుడిచివేస్తే సరిపోతుంది అని మనమున తలచి అంగీకారపూర్వకముగా చిరునవ్వు నవ్వింది సంపంగి. సంపంగి అంగీకరించుటతో సంతోషము ఉట్టిపడుతున్న స్వరముతో ఇక త్వరగా మీరు కాలకృత్యములు తీర్చుకొని ఫలములు ఆరగించినచో మన తదుపరి గమ్యమునకు ప్రయాణం ఆరంభిద్దాం అని హడావిడి చేయసాగాడు వీరభద్రుడు.

ఒక ఘడియ తర్వాత ప్రయాణము ఆరంభించి ఎచ్చటా ఆగకుండా సూర్యోదయ సమయమునకు ఒక గూడెము సమీపములోనికి చేరుకున్నారు జాబిలి సహితముగా మిత్ర త్రయం (సంపంగి, అపరాజిత, వీరభద్రుడు). అరణ్యము అంటే నే జంతువులతో పాటు వివిధ ఆటవిక జాతులకు ఆలవాలం. అందులో కొన్ని తెగలవారు స్నేహశీలురు అయితే మరికొందరు ప్రమాదకారులు. కొన్ని తెగలవారు తమ తోటి తెగలవారినే కాకుండా నాగరికులను సైతం విశ్వసించి అతిథిమర్యాదలు చేస్తే, మరి కొన్ని తెగలవారు నాగరీకులనే కాదు తోటి ఆటవిక జాతులవారిని కూడా విశ్వసించరు. పొరపాటున ఎవరైనా తమ గూడెం సరిహద్దులలోకి వస్తే తమకు హాని చేయుటకే వచ్చినట్లు భావించి వారిని ఇబ్బందులకు గురి చేస్తారు.

అటుల ఒక గూడెము సరిహద్దులను ఈ మిత్రత్రయం సమీపించగానే గూడేనికి కావలిగా ఉండు రక్షక దళం తమ బల్లెములు ఎక్కుపెట్టి ఒక్కసారిగా చుట్టుముట్టేశారు. ఈ ఆకస్మిక పరిణామానికి ఒక్క క్షణం ముప్వురు నిశ్చేష్టులై నిశ్చలముగా నిలబడిపోయారు.

మరి వీరి వలన మన మిత్రులకు ఎటువంటి పరిస్థితులు ఎదురవనున్నాయో కాలమే నిర్ణయించాలి .

అపరాజిత – షష్టి అంకం

అపరాజిత వాళ్ళు చేరుకున్నది ఒక చెంచు గూడెం. స్వతహాగా చెంచులు పెద్ద పెద్ద సమూహాలుగా జీవించేందుకు ఇష్టపడకుండా తమ ప్రత్యేకతను చాటుకోవాలనే అభిలాషను కలిగి ఉంటారు. అందుకే ఒక్కో గూడెం లో కుటీరాలు అన్నీ కలిపి గణించినను శత సంఖ్యను కూడా అధిగమించవు. అటువంటి గూడెములు అక్కడక్కడా విసిరి వేసినట్లుగా ఆ పరిసరములలోనే పది వరకు ఉన్నవి. ఏ గూడెమునకు సంబంధించిన దొర ఆ గూడెమును ఏలుతూ ఉంటారు. వనదేవతలు, ఆటవిక దేవతలతో పాటుగా లక్ష్మి నరసింహ స్వామిని, జంగమదేవరను కూడా పూజిస్తుంటారు. పార్వతీ దేవిని తమ ఆడపడుచుగా భావించి తమ వేటలో ఒక భాగాన్ని ఆమెకు సమర్పించి తరువాతే వారు ఆరగిస్తారు. ఇట్టి చెంచు గూడెములోకి అపరాజితవాళ్ళు అడుగుపెట్టారు.

తమవారి పొడ అంటేనే గిట్టని చెంచులు ఇతరులు తమ గూడెంలోనికి ప్రవేశిస్తే ఒప్పుకుంటారా ? అందులకే అపరాజిత వాళ్ళను బందించి తమ దొర నివసించే కుటీరము వద్దకు తోడ్కొని పోయారు. ఆ గూడెం దొర అయిన సింగడు వారిని గాంచి ఇపుడు విచారించడం కుదరదు తీసుకెళ్లి బందించండి. రేపు ఆకాశ దేవర తూర్పు కొండల్లో ఉదయించిన తర్వాత విచారిద్దాం అని చెప్పి వారిని అచ్చటనుండి పంపించి వేసాడు. అనంతరం అపరాజిత వాళ్లను బంధించిన చెంచులు వాళ్ళను ఒక గృహము లోనికి నెట్టి తలుపు వేసి, మా దొర అనుమతి లేకుండా మా గూడెం లో కి ప్రవేశించినందుకు మీకు తిండి తిప్పలు ఉండవు. దాహం వేస్తే ఆ మూల మట్టి పిడతలో జలం ఉంది అది తాగి రేపు పొద్దుగాల వరకు సద్దు సేయకుండా ఉండండి అని తెలిపి అక్కడ నుండి అమ్మోరి విగ్రహం దగ్గరకు వెళ్లిపోయారు.

గూడెంలో వాళ్ళు అందరూ ఆ రోజు వేటలో సాధించుకొచ్చిన పూలు, ఫలములు, ఇప్పసారా అటులనే మాంసపు కుప్పలను వాళ్ళు పూజించే పార్వతి అమ్మవారి విగ్రహం ముందు రాశిగా పోసి అందులో ఒక వంతు మర్రి ఆకులతో కుట్టిన విస్తళ్లలో పెట్టి, ఇప్పసారాను మర్రి దొన్నెలలో నింపి అమ్మవారి భాగంగా అచ్చటనే వదలి తరువాత ఒక భాగాన్ని సింగడికి సమర్పించి మిగతావి అందరూ సమంగా పంచుకొని ఎవరి కుటీరాలకు వాళ్ళు వెళ్లిపోయారు.

తమను బంధించిన కుటీరమును పరీక్షగా గమనించి వీరి కుటీరములు కూడా మన గూడెం లో ని కుటీరముల వలెనే ఉన్నవి, కానీ మనం ఎవరు అయిన మన గూడెంలో

అడుగుపెడితే అతిథులుగా భావించి సత్కరిస్తాము. వీరు మాత్రం ఇటుల బంధించి వేశారు అని కినుకగా అంటున్న అపరాజితను సమీపించి తమకు ఎదురైన అనుభవములను బట్టే ఎవరి ప్రవర్తన అయినా ఆధార పడి ఉంటుంది. గతం లో వీరి గూడెములోకి అరుదెంచినవారెవరైనా వీరిని ఇక్కట్ల పాలు చేసి యుండవచ్చు, అందుకే వీరి ప్రవర్తన ఇటుల ఉన్నది. మనవలన వీరికి ఏ ఆపద కలుగదని వారికి గురి కుదిరిన మరుక్షణం మనలను స్వతంత్రులను చేయుదురు అని బుజ్జగించినది సంపంగి.

అది అంతయు బాగుగానే యున్నది సోదరీ కానీ ఉదయము నుండి నడచి నడచి క్షుద్బాధ అధికముగా నున్నది. మనవద్ద ఆరగించుటకు ఏమియు మిగిలి లేవు. వీరు మనలను విశ్వసించు వరకు ఈ క్షుద్బాధ భరించవలసినదేనా అని నిస్పృహ వెలిబుచ్చాడు వీరభద్రుడు. సంపంగి బదులిచ్చేలోగా వారందరు ఆశ్చర్యపోవునట్లుగా వారిముందు మర్రి విస్తర్లలో ఉంచిన ఆహార పదార్ధములు అటులనే మర్రి దొన్నెలలో నింపిన ఇప్పసారా ప్రత్యక్షమైనవి.

తను ఏ మంత్రం ప్రయోగం చేయకముందే అటుల ఆహారము ప్రత్యక్షమగుట గాంచి సంపంగి సైతం ఆశ్చర్య చకితురాలు అవగా వీరభద్రుడు మాత్రం ఏ వనదేవతలో మన పలుకులు విని ఆహారము సమకూర్చినట్లున్నారు అని ఆ మర్రి విస్తర్ల వద్దకు వెళ్లి మాంస ఖండములను, అటులనే ఇప్పసారాను ముట్టుకోకుండా ఫలముల వరకు వేరు చేసి రెండు ఫలములను తీసి జాబిలికి తినిపించాడు.

అనంతరం వారు ముచ్వురు కూడా ఆ ఫలములను ఆరగించి శారీరక శ్రమ వలన అలసి యుండుటచే అటులనే కటిక నేల మీద పవళించి నిద్రాదేవి ఒడిలోకి ఒరిగిపోయారు. వారు నిద్రించిన అనంతరం జాబిలి అచ్చటనుండి బయటకు వెళ్ళిపోయి మరల ప్రాతః సమయమున తిరిగి వచ్చి ఏమీ తెలియనట్లుగా వీరభద్రుని చెంత చేరి నిద్రను అభినయించసాగినది.

వెలుగుల దేవర తూర్పున ఉదయించి చెంచు గూడెం మీద కూడా తన వెలుగులను ప్రసరిస్తున్న వేళ, చెంచులు అందరూ తమ దిన చర్యను ప్రారంభించుటకు ముందు ప్రతిదినము వలెనే అమ్మోరి విగ్రహం వద్దకు వచ్చి నుంచొని అచట అమ్మవారి ముందు ఉంచిన ఆహారపదార్థములు ఏమీ లేకుండుట గాంచి హాహాకారములు చేయసాగారు. వారి హాహాకారముల సవ్వడికి సింగడు తన కుటీరము నుండి అక్కడకు చేరుకొని ఏమిరా పొద్దుపొద్దున్నే ఇంత సద్దు చేయుచున్నారు అని కొంత విసుగు మేళవించిన స్వరంతో వారిని ప్రశ్నించాడు. చెంచుల గోలకు ఆదమరచి నిద్రిస్తున్న అపరాజిత త్రయం కూడా నిదురనుండి లేచి ఏమి జరిగినదో అవగతమవక అయోమయముతో ఒకరి నొకరు చూసుకొనసాగారు.

ప్రతి దినము వేటకు బయలు దేరు సమయములో అమ్మవారికి ముందు రోజు సమర్పించిన నైవేద్యము తలాకొంత స్వీకరించి తమ దినచర్యను ఆరంభించుట చెంచుల ఆనవాయితీ. ఆ రోజు కూడా అటులనే అమ్మవారి ప్రసాదం కొరకు వచ్చినవారికి అచట నైవేద్యములు ఉంచిన విస్తర్లు సైతము కనిపించకపోవుటచే ఆశ్చర్యపోయి ఇప్పటివరకు ఎన్నడూ

అటుల జరగకుండుటచే తమ గూడెమునకు ఏదైనా కీడు వాటిల్లబోతుందేమో అను శంక వారి మనమున పొడసూపి అటుల హాహాకారములు చేయసాగారు.

అమ్మవారికి అర్పించిన నైవేద్యం అదృశ్యమగుట గాంచి సింగడు సైతం నివ్వెరపోయి ముందు రాత్రి కావలి బాధ్యత నిర్వర్తించిన చెంచు యువకులను రప్పించి నడిరేయి ఏదయినా మృగము కానీ మనుషులు కానీ అటువైపుగా వచ్చిన ఆనవాళ్లు ఉన్నవా అని ప్రశ్నించగా లేదు దొరా, రెప్ప వేయకుండా కావలి కాసి యున్నాము. మా కన్నుగప్పి పురుగు కూడా గూడెము లోకి ప్రవేశించలేదు అని కూడబలికినారు.

గూడెంలోకి ఎవరూ ప్రవేశించలేదు మరి అమ్మవారి ముందు పెట్టిన నైవేద్యం ఎటుల మాయమైనది? అని సింగడు దీర్ఘంగా ఆలోచిస్తుండగా ఒక చెంచు ముందుకు వచ్చి దొరా నిన్న మాపటేల ముగ్గురిని మన కావలి వాళ్ళు బందించి తెచ్చారు కదా, వాళ్ళ వలన ఏమైనా ఇలా జరిగిందేమో? అని శంక వెలిబుచ్చగా లేదు దొరా వారిని కుటీరములో ఉంచి తలుపులు బంధించి వేసితిమి వారు బయటకు వచ్చు అవకాశమే లేదు అని బదులిచ్చారు అపరాజిత వాళ్ళను కుటీరములో బంధించిన యువకులు.

సరి సరి ముందు వాళ్ళను ఇచటకు పట్టి తీసుకురండి వారి గురించి విచారించిన అనంతరం ఈ సంఘటన గురించి ఆలోచిద్దాం అని ఆజ్ఞ ఇవ్వగానే నిన్న బంధించిన యువకులే వారిని తీసుకొని వచ్చుటకు వారిని బంధించిన కుటీరము వద్దకు వెళ్లి తాము అడవి తీగలతో బందించిన తలుపు బంధించినట్లుగానే ఉండుట గమనించి తృప్తి చెంది తమ దగ్గర ఉన్న పదునైన బాకులతో ఆ తీగలను తెంపి తలుపులు తెరచి లోపలకి వెళ్ళగా అమ్మవారి కి నైవేద్యముగా సమర్పించినవి అక్కడ కనిపించడంతో కళ్ళు పెద్దవి చేసుకొని వారి వంక భయం భయంగా చూస్తూ వచ్చినవారు వచ్చినట్లే తిరిగి దొర దగ్గరకు పరుగులు తీసుకుంటూ వెళ్లి వగరుస్తూ దొరా దొరా అక్కడ అక్కడ అంటూ ఆయాస పడుతుంటే ఏమి జరిగిందిరా ఆ అపరిచితులను తోడ్కొని రమ్మని పంపితే చెప్పిన పని చేయకుండా వచ్చి ఆయాసపడుతున్నారు అని అసహనం వ్యక్తం చేసాడు సింగడు.

అది కాదు దొరా నిన్న వారిని బందించినపుడు మన నియమం ప్రకారం వారికి ఎటువంటి ఆహారం ఇవ్వకుండా కేవలం ఒక మట్టి పిడతలో జలం మాత్రమే ఆ కుటీరములో ఉంచి వచ్చాము మేము. కానీ ఇపుడు వెళ్ళి చూస్తే ఆ కుటీరంలో మనం అమ్మోరు తల్లికి నైవేద్యం పెట్టిన ప్రసాదాలు అన్నీ ఉన్నాయి అని ఆగి ఆగి భయం భయంగా చెప్పాడు ఒక చెంచు. వనపుత్రులు అయిన వారు సహజంగా ఎంత ధైర్యవంతులో, మూఢ నమ్మకముల విషయంలో అంత అజ్ఞానులు, మంత్ర తంత్రములన్న అపరిమిత భయం . ఆ భయం తో నే ఇపుడు వారు ఇటుల పరుగులు తీసుకుంటూ వచ్చారు.

అది విని సింగడు ఏది వెళ్ళి చూద్దాం పదండి అని ముందుకు దారి తీయగా మిగిలిన చెంచులు అందరూ అతనిని అనుసరించారు. ముందు వచ్చినవారు ఎందులకు అటుల

భయభ్రాంతులై పరుగులు తీసినారో అవగతమవక అటులనే నిలిచి చూస్తున్న మిత్ర త్రయము ఉన్న కుటీరమును సమీపించి అచట ఎదురుగా కనిపిస్తున్న అమ్మవారి నైవేద్యపు విస్తర్లను గమనించి వారు మాయావులు అయి ఉంటారని తమ మాయచే అమ్మవారి ప్రసాదమును తమ దగ్గరకు రప్పించుకున్నారు అని తలచి వారి కరచరణములు బంధించి అమ్మోరు తల్లి విగ్రహము వద్దకు తీసుకొని రమ్మని ఆజ్ఞాపించాడు సింగడు.

వారిని సమీపించుటకు ధైర్యము చాలక, అటులనే దొర ఆజ్ఞను ధిక్కరించలేక మీనమేషములు లెక్కించుచున్న వారిని గాంచి ఏమిరా నా ఆజ్ఞనే ధిక్కరించుచున్నారా అని సింగడు హుంకరించుటచే చేయునది ఏమియు లేక ధైర్యము కూడగట్టుకొని అపరాజితను, సంపంగిని అటులనే వీరభద్రుని హస్తములను అడవి తీగలచే బంధించి అమ్మోరి విగ్రహం దగ్గరకు నడిపించసాగారు. తాను కన్నెర్ర జేస్తే వారు తనముందు నిలవలేరని తెలిసినా వారు సైతం తన బిడ్డలే కాబట్టి అమాయకత్వంతో వారు చేస్తున్న తప్పిదమును భరిస్తూ చిరునవ్వుతో ముందుకు నడవసాగింది సంపంగి. అపరాజిత మనములో ఏ భావములు చెలరేగుచున్నవో తెలియకున్నది. ఇక వీరభద్రుడు ఎదుటి వారి బలాబలాలు తెలియకుండా ముందంజ వేయుట మంచిది కాదని తగు తరుణము కొరకు వేచియున్నాడు. ఇటుల ఆ ముప్పురిని బంధించి తీసుకెళ్లి అమ్మోరి విగ్రహం ముందు నిలబెట్టారు ఆ చెంచులు.

అపరాజిత – ఏక షష్టి అంకం

చెంచులు వారు ముప్వురినీ బంధించి తీసుకెళ్తుంటే జాబిలి వారిని అనుసరిస్తూ వారి వెనుకే సాగింది. అలా వారిని అమ్మోరు ముందు నిలబెట్టి అమ్మోరు తల్లి విగ్రహం వైపు చూడగా ఆశ్చర్యముగా అమ్మోరు తల్లి విగ్రహం యొక్క హస్తములు కూడా అడవి తీగె తో బందించి కనపడ్డాయి. అపచారం అపచారం అని చెంపలు వేసుకుంటూ భయాందోళనలతో అమ్మోరు తల్లి విగ్రహాన్ని సమీపించి స్వయంగా తానే ఆ బంధనాలను తొలగించాడు సింగడు.

అక్కడ అమ్మోరు తల్లి బంధనాలు తొలగిన మరుక్షణం ఇక్కడ అపరాజిత హస్తములను బందించి ఉన్న అడవి తీగెలు వాటంతట అవే ఊడి కింద పడ్డాయి. అది గాంచిన కోయలు భయభ్రాంతులై వారిని వదలి నాలుగడుగులు వెనకకు జరిగారు. ఒక చెంచు యువకుడు దొరా దొరా అంటూ పిలవడంతో ఏమిరా మీ నస? అమ్మోరు తల్లి కి బంధనాలు ఎవరు వేసారో ఆ తల్లి ఆగ్రహం ఎలా సల్లబరచాలో అని నేను సతమతమవుతుంటే మద్దెన మీ గోల ఏందిరా అంటూ వెనకకు దిరిగిన సింగడు అపరాజిత బంధనాలు విడిపోవడం గమనించి నా ఆజ్ఞ ను ధిక్కరించే ధైర్యం ఎవరికొచ్చిందిరా ? ఎవరు ఈ కూన బంధనాలు విడదీసింది అని బెబ్బులిలా గాండ్రించాడు. అక్కడ ఉన్న చెంచులు వణికిపోతూ మీ మాట మీరే సాహసం చేసే మొనగాడు ఇంతవరకు పుట్టలేదు దొరా, మమ్మల్ని నమ్మండి వాటంతట అవే ఊడి కింద పడ్డాయి అది చెప్పడానికే మిమ్మల్ని పిలిచాము అని తెలిపారు.

పలుకులు విశ్వసించలేనట్లుగా ఏది మళ్ళీ నా ముందు బంధించాడు అని పలుకగా భయం భయంగా నే ఒకడు ముందుకు వచ్చి కింద పడిన అడవి తీగలను తీసి మరల అపరాజిత హస్తములను బంధించాడు. సంపంగి కి కొంత వరకు విషయం అవగతం అయినా ఏమీ తెలియని వీరభద్రుడు మాత్రం సందిగ్ధావస్థలో జరుగుతున్నది గమనిస్తూ ఉండిపోయాడు.

ఇక్కడ అపరాజిత హస్తములు బంధించిన మరుక్షణం అక్కడ అమ్మోరు తల్లి హస్తములకు మరల బంధనములు ఏర్పడినవి. అది గాంచి చెంచులు మరోసారి హాహాకారములు చేయగా సింగడు సైతము అది గాంచి భయముతో వెన్ను అదురుతుండగా ఏమి ఈ మాయ? ఈ కూన ను బంధిస్తే అమ్మోరు తల్లి కి బంధనాలు ఏర్పడుతున్నాయి అంటే అమ్మోరు తల్లే మమ్మల్ని కరుణించి ఈ కూన రూపంలో ఇక్కడికి వచ్చిందా అని యోచనలో ఉండగా వారందరి మధ్యలోకి దారి చేసుకుంటూ వచ్చి అమ్మోరు తల్లి విగ్రహం ముందు నిలిచాడు ఒక కాషాయ వస్త్రధారి.

వస్తూనే అమ్మోరు తల్లి విగ్రహం చెంతకు వెళ్లి నమస్కరించుకుని అమ్మోరు తల్లి హస్తములకు ఉన్న బంధనములు తొలగించి హరిద్రా కుంకుమలతో అర్చించి పుష్పములతో పూజించసాగాడు. ఆ కాషాయ వస్త్రధారి అమ్మోరు తల్లి మీద హరిద్రా కుంకుమలు చల్లగానే ఇచట ఆకాశము నుండి దేవతలే అర్చిస్తున్నారా అన్నట్లుగా గాలి లో నుండి హరిద్రా కుంకుమలు వచ్చి అపరాజిత మీద పడి ఆమె వదనం అంతా పసుపు కుంకుమ వర్ణములు అలుముకొని వింతగా శోభించసాగినది. అమ్మవారి విగ్రహానికి పాదముల వద్ద పుష్పములు ఉంచగానే అపరాజిత పాదముల వద్ద పుష్పములు ప్రత్యక్షమైనవి అటులనే అమ్మవారి శిరముపై జాజుల మాల అలంకరించగా అపరాజిత సిగలో సైతం జాజుల మాల ప్రత్యక్షమైనది.

ఇవి అన్నీ గాంచి ఆమె సాక్షాత్తు తాము ఆడపడుచుగా భావించి పూజించే పార్వతీ దేవి మారు అవతారమని తమను కరుణించి దీవించుటకే అచటకు వచ్చినదని భావించి ఆమెకు సాగిలపడి మొక్కసాగారు కోయలు. సింగడు కూడా ఆమెకు సాగిలపడుటకు ముందడుగు వేయబోగా ఆ కాషాయ వస్త్రధారి ఏమిరా సింగా ఏమి చేయుచున్నావు అని ప్రశ్నించాడు.

ఆ పరిసరాలలో ఉన్న పది చెంచు గూడెముల ప్రజలు పెద్ద సాములోరుగా పూజించే మహనీయుడు అతను. అతని వయసు ఎంతో కూడా అక్కడివారికి తెలియదు తమ తాత ముత్తాతల కాలం నుండి ఆ పరిసరాల్లోనే తిరుగుతూ వారికి తెలియని విషయాల్లో సలహాలు ఇస్తూ, అనారోగ్యంతో బాధపడే వారికి మూలికలతో వైద్యం చేస్తూ అందరికీ పెద్ద దిక్కుగా ఉండే అతను చెప్పే ఏ మాటను అయినా వేదంలా పాటిస్తారు ఆ పది గూడేల్లో నివసించే చెంచులు.

అలాంటి అతను తనను ప్రశ్నిచగానే ఆ కూన ను చూస్తుంటే ఆ పార్వతమ్మ మారువేషం యేసుకొని ఆ కూన రూపంలో వచ్చినట్లుగా అగుపడతాంది సాములోరూ అందుకే సాగిలపడబోతూన్న అని వినయంగా పలికాడు. మన కళ్ళకు కనపడేది అంతా వాస్తవమని భ్రమ పడరాదురా వెర్రివాడా? ఇది అమ్మవారి మహిమనో లేదంటే మాయావుల ఇంద్రజాలమో తెలియకుండా సాగిలపడితే నీతోపాటు నిన్ను నమ్ముకొని ఉన్న నీ గూడెం లోని ప్రజలను కూడా ప్రమాదంలోకి నెట్టినట్లే గదరా అని ప్రశ్నించాడు పెద్ద సాములోరు. నెత్తి గోక్కుంటూ అయితే ఇపుడు ఏమి సేయాలో కూడా మీరే సెప్పి పుణ్యం కట్టుకోండి సామీ అని ప్రాధేయపడ్డాడు సింగడు.

వీరు మనకు మేలు చేసేవారో లేక మాయావులో పరీక్షించాలి రా అని పలికాడు పెద్ద సాములోరు. సామీ ఒకేల పార్వతమ్మోరే ఈ కూన రూపంలో వచ్చి ఉంటే మనం పరిచ్చించామని ఆ తల్లి కి కోపమొస్తది గందా అని అమాయకంగా ప్రశ్నించాడు సింగడు. పిచ్చి వాడా అమ్మోరు తల్లి తెలియక చేసే తప్పులకు బిడ్డల మీద ఎప్పుడూ ఆగ్రహించదురా! అందుకే పరీక్షించడంలో ఎటువంటి తప్పూ లేదు అని తెలియచేసాడు పెద్ద సాములోరు. అయితే ఆ పరిచ్చ కూడా మీరే ఎట్టండి సాములోరు అని ఆ బాధ్యత ఆయనకే అప్పచెప్పాడు సింగడు.

కొంత సేపు దీర్ఘంగా అలోచించి వీరిని పెద్ద అమ్మోరు తల్లి దగ్గరకు తీసుకెళ్లాలి అని తన అభిప్రాయాన్ని తెలియచేసాడు పెద్ద సాములోరు. ఏంటి పెద్ద అమ్మోరు దగ్గరగా అని అపరాజిత

వాళ్ళ వైపు జాలిగా చూడసాగారు అక్కడ ఉన్న చెంచులు అందరూ. సామీ ఈ కూనలను చూత్తుంటే ముక్కుపచ్చలారని పసిమొగ్గలలాగున్నారు, వీళ్ళను పెద్ద అమ్మోరు దగ్గరకు ఎందుకు? అయినా మన కులపోల్లు తప్ప అక్కడికి యెవరూ యెల్లకూడదని పెద్దల శాసనం ఉందిగా. మీరు అన్నీ తెలిసిన సాములు, మీకు తెలియని విద్య ఏముంది ? మీరే ఈళ్ళు మంచివాళ్ళో చెడ్డవాళ్ళో కనిపెట్టి ఆ శిక్ష ఏదో వేస్తె సరిపోతది గందా అని అడిగాడు సింగడు.

మీ పది గూడేలలో యెవరు కట్టుబాట్లు తప్పినా మీ దొరల వల్ల వాళ్ళను సరైన దారిలో పెట్టడం కుదరనప్పుడు తీసుకెళ్లేది ఆ పెద్ద అమ్మోరు తల్లి దగ్గరకే గదా! మీ జనాల మీద లేని జాలి వీళ్ళమీద ఎందుకు కలుగుతోంది నీకు? వీళ్ళు మంచివాళ్ళో లేదంటే నిజంగానే ఆ కూన మారువేషం లో వచ్చిన పార్వతమ్మో అయితే పెద్ద అమ్మోరు నుండి క్షేమంగా బయటపడతారు. లేక మోసగాళ్లు అయితే ఆ తల్లే తగిన విధంగా శిక్షిస్తుంది. నా ఆలోచన నేను చెప్పాను ఇక ఏమి చేసుకుంటారో మీ ఇష్టం అని తేల్చి చెప్పి మరొకమారు పార్వతీ దేవి విగ్రహానికి దండం పెట్టుకొని ఎంత వేగంగా అక్కడికి వచ్చాడో అంతే వేగంగా పెద్ద పెద్ద అడుగులు వేసుకుంటూ అక్కడనుండి వెళ్ళిపోయాడు పెద్ద సాములోరు.

పెద్ద సాములోరు అలా చెప్పి వెళ్లడంతో ఆయన మాటమీరి కష్టాల పాలవడం ఇష్టం లేక టముకు వేసేవాడిని పిలిచి ఒరేయ్ ఈరిగా తండాలలోకి యెల్లి పెద్దమ్మోరు తల్లి దగ్గరకు తీర్పుకు వస్తున్నామని టముకు వేసిరా పో అని చెప్పి పంపించి వీళ్లకు ఏదయినా తినబెట్టండి, ఇంకొక ఘడియ తర్వాత పెద్దమ్మోరు తల్లి దగ్గరకు యెల్లాలి, ఈ దినం యెవరూ వేటకు యెల్లకండి అని ఆజ్ఞ జారీ చేసి తన కుటీరం లోకి వెళ్ళిపోయాడు సింగడు. వారివైపు జాలిగా చూస్తూ ఒక్కొక్కరుగా కదలి తమ కుటీరాలవైపు వెళ్లిపోయారు మిగిలిన చెంచులు అందరూ. ఎందుకు అందరూ అంత జాలిగా చూస్తున్నారో అసలు ఆ పెద్దమ్మోరు ఎవరో తెలియక సంపంగి వైపు తిరిగి ప్రశ్నార్థకంగా చూసాడు వీరభద్రుడు. నాకు కూడా ఏమీ తెలియదు అన్నట్లుగా పెదవి విరిచింది సంపంగి. అపరాజిత మాత్రం తనకు ఏమీ పట్టనట్లుగా చిరునవ్వులు చిందిస్తూ నుంచుంది.

ఇంతలో శత వత్సరములకు చేరువలోనున్న ఒక పండు ముసలమ్మ ఊత కర్ర సాయంతో నడుస్తూ కొన్ని ఫలాలను వెదురు బుట్టలో పెట్టుకొని వారి దగ్గరకు వచ్చి అక్కడ ఉన్న గద్దె మీద వారిని కూర్చోమని సైగ చేసి తన దగ్గర ఉన్న ఫలాలను వారికి ఆరగించమని ఇచ్చింది. ఆమెను కూడా కూర్చోమని చెప్పి ఇంతకీ పెద్దమ్మోరు అంటే ఎవరు అవ్వా? ఎందుకు ఆ పేరు చెప్పగానే అందరూ భయపడుతున్నారు అని ప్రశ్నించాడు వీరభద్రుడు.

ఆ అవ్వ ఒకసారి నిట్టూర్చి గొంతు సవరించుకొని మా తాత ముత్తాతల కాలంలో మా చెంచుల్లోళ్లు అందరూ ఒకే దగ్గర కలిసి ఉండేవాళ్ళు అంట. వాళ్ళందరూ కలిసి ఒక అమ్మోరు తల్లిని పూజించేవాళ్ళు. ఎవరికీ ఏ లోటు లేకుండా, తప్పు చేసిన వారిని శిక్షిస్తా మా చెంచులందరికీ అండగా ఆ అమ్మోరుతల్లి కాపు కాస్తా ఉండేది అంట. కాలక్రమంలో మంది పెరిగి గొడవలు ఎక్కువ అవడంతో కొన్ని కొన్ని కుటుంబాల వాళ్ళు కలసి ఒక్కొక్క గూడెం కింద ఇలా పది

గూడేలను ఏర్పాటు చేసుకొని ఒక్కో గూడేనికి ఒక్కో దొరను ఎన్నిక సేసుకొని ఎవరి గూడెంలో వాళ్ళు ఒక్కో అమ్మోరు తల్లి విగ్రహాన్ని ప్రతిష్ఠించుకొని పూజలు చేసుకోవడం మొదలు పెట్టారు. కానీ సంవత్సరానికి ఒకసారి మాత్రం అందరూ కలసి వెళ్లి పెద్దమ్మోరు తల్లికి జాతర జరిపిస్తారు.

తన బిడ్డలు అందరూ ఇలా వేరు పడటం నచ్చకనో ఏమో అమ్మోరు తల్లి ఉగ్రరూపం దాల్చింది. ఆమెకు తరతరాలుగా పూజలు సేసే పూజారయ్య అతని అనంతరం పూజలు చేయబోయే వారసుడు తప్ప మరెవరూ ఆ అమ్మోరు తల్లిని తాకనైనా తాకలేకపోయేవాళ్లు. పగటేల వెలుగలదేవర ఆకాశంలో ఉన్నప్పుడు ఎవరైనా అమ్మోరు తల్లి దరిదాపుల్లోకి వెళ్తే అగ్గి దేవుడికి ఆహుతైపోయేవారు, ఇక సందేళ వెళితే నాగుపాము కాటుకు గుర్రై రగతం కక్కుకొని చనిపోయేవారు. అలా అని పూజలు సేయడం మానేస్తే ఆ తల్లికి ఇంకా ఆగ్రహం వస్తుందేమో అని జాతర మాత్రం ఘనం గా జరిపించేవారు కానీ పెద్దమ్మోరు దరిదాపుల్లోకి కూడా వెళ్లకుండా పది అడుగుల దూరంలోనే ఉండి తాము తీసుకెళ్లిన సంబరాలన్నీ పూజారయ్యకు అందించి పూజ పూర్తయ్యాక అందరూ ఆ దినమంతా అక్కడే ఆటపాటలతో గడిపి తిరిగి రావడం ఆనవాయితీగా మార్చుకున్నారు.

ఇక ఈ పది గూడేలలో ఎవరు అయినా కట్టుబాట్లు మీరితే వారికి ముమ్మారు అవకాశాలు ఇస్తారు అప్పటికీ తమ ధోరణి మార్చుకోకపోతే వారిని పెద్దమ్మోరు తల్లి దగ్గరకు తీసుకెళ్లి బలవంతంగా అమ్మోరు విగ్రహం దగ్గరకు తోసేస్తారు. అమ్మోరు తల్లి దయ తలిస్తే వారు బతికి బట్టగడతారు లేదా అక్కడే ప్రాణాలు వదిలేస్తారు. గూడెం మీదకు అక్రమంగా దురాక్రమణకు లేదా దొంగతనానికి వచ్చిన వారికి కూడా ఇదే దండన అమలు చేస్తారు. కానీ నాకు ఊహ తెలిసిన తర్వాత అమ్మోరుతల్లి విగ్రహాన్ని తాకిన వారెవరూ ప్రాణాలతో బ్రతికిలేరు. అమ్మోరు తల్లి దగ్గరకు పరిచ్చించడానికి తీసుకెళ్లడం అంటే బతుకు మీద ఆశ వదిలేసుకోవడమే. ఇపుడు మిమ్మల్ని కూడా అక్కడికే తీసుకెళ్ళబోతున్నారు. ఏ తల్లి కన్నబిడ్డలో అనవసరంగా ఈ గూడెం లోకి వచ్చి ప్రాణాలు వదలబోతున్నారు అని బాధగా చెప్పింది ఆ అవ్వ.

అవ్వ మాటలు ఆలకించగానే రుచించని పదార్థమేదో ఆరగించినట్లుగా నోరంతా వెగటుగా మారగా సంపంగి వైపు తిరిగి ఇది అన్యాయం సోదరీ! మనం వచ్చిన కార్యమేమిటో కూడా తెలుసుకోకుండా ఇటుల శిక్ష విధించుట అన్యాయం. ఈ ఆటవిక న్యాయానికి మనం లోబడనవసరం లేదు. ఇపుడే నా కరవాలానికి పని చెప్తాను అంటూ తన ఒరలోనుండి ఖడ్గాన్ని బయటకు తీయ ప్రయత్నించాడు వీరభద్రుడు. కానీ వారి కరములు అడవి తీగెలతో బంధించి ఉండటంతో అతని ప్రయత్నం నిరర్థకమైనది.

కనుచివరల నుండి చుట్టూ ఉన్న పరిసరములను గమనిస్తూ వ్యర్థప్రయత్నములు మానుము వీరభద్రా! ఇచటనుండి తప్పించుకొనుట అసంభవం, ఆ అమ్మోరుతల్లి దగ్గరకు వెళ్ళిన తదుపరి ఏమి చేయవలెనో యోచించెదము అంతవరకు వృధా ప్రయాసతో నీ శక్తి ని వ్యర్థం చేసుకోవలదు అని పలికినది సంపంగి. తన అభిప్రాయం కూడా అదే అన్నట్లుగా శిరము ఊగించి

కొన్ని ఫలములు తన హస్తములోనికి తీసుకొని సంపంగికి వీరభద్రునికి తినిపించినది అపరాజిత. జాబిలి కొరకు చూడగా అది ఆ అవ్వ ఒడిలోకి చేరి ఫలములు ఆరగించుట గాంచి తాను కూడా రెండు ఫలములు ఆరగించి అక్కడే ఉన్న జలమును త్రాగి విశ్రాంతిగా కూర్చున్నది అపరాజిత.

సింగడు చెప్పిన ఘడియ కాలము ముగియుటచే మరల చెంచులు అందరూ అమ్మోరు తల్లి విగ్రహం దగ్గర సమావేశమయ్యారు. అనంతరం సింగడు కూడా తన కుటీరంలోనుండి బయటకు వచ్చి నడక మొదలు పెట్టగానే అందరూ అతడిని అనుసరించడం మొదలు పెట్టారు.

వీరు నడిచే దారిలో ఉన్న గూడేలలోని ప్రజలు కూడా వీరితో కలిసి అడుగు వేయడం మొదలు పెట్టారు. అలా ఒక ఘడియ సేపు నడిచిన తదుపరి ఒక మైదాన ప్రాంతానికి చేరుకున్నారు అందరూ. అప్పటికే మిగిలిన గూడేల ప్రజలు కూడా అక్కడకు చేరుకోవడంతో కోలాహలంగా ఉంది ఆ ప్రాంతమంతా. వంద అడుగుల వ్యాసార్థంలో వలయంలా ఏర్పడి నిలచిన ఆ చెంచుల మధ్యలో గంభీరంగా దర్శనమిచ్చింది అందరూ చెప్పుకుంటున్న ఆ పెద్దమ్మోరు తల్లి విగ్రహం.

అపరాజిత – ద్విషష్టి అంకం

అక్కడికి సమీపించగానే చిత్రంగా అపరాజిత శరీరం ఆనందోద్రేకంతో కంపించసాగింది. ఆమె దేహం అంతా సువర్ణ కాంతులు వెదజల్లడం మొదలు పెట్టింది. సంపంగి, వీరభద్రుడు పెద్దమ్మోరు విగ్రహం వైపు చూస్తుంటే అపరాజిత మాత్రం ఎపుడెపుడు ఆ అమ్మవారిని సమీపించాలా అని ఆత్రుత పడసాగింది. ఆమెలో ఈ మార్పులను సంపంగి , వీరభద్రుడు గమనించలేదు గానీ వారి వెన్నంటే వస్తున్న జాబిలి మాత్రం గమనించసాగింది. దాని చిన్న చిన్న కళ్ళు ఒక్కసారి అరుణ వర్ణంలోకి మారి మళ్ళీ అంతలోనే మాములుగా మారిపోయాయి. ఆ చిన్న ప్రాణిని ఎవరూ దృష్టిలో పెట్టుకోకపోవడంతో దానిలో కలిగిన మార్పులు కూడా ఎవరి దృష్టికి అందలేదు.

ఇలా చెంచులలో భక్తి తో పాటు భయాన్ని, సంపంగి వీరభద్రుడిలో ఆసక్తి ని అపరాజితలో ఆతృతను ఏకకాలంలో రేకెత్తిస్తూ ఠీవిగా ఉంది అక్కడి పెద్దమ్మోరు విగ్రహం. అప్పటివరకు సంపంగి కానీ వీరభద్రుడు కానీ చూసిన అమ్మోరుతల్లి విగ్రహాలు అన్నీ పూర్తి ఆకారంతో ఉంటే ఈ విగ్రహం మాత్రం అమ్మోరు తల్లి వదనం వరకూ మాత్రమే ఉంది. పదునైదు అడుగుల ఎత్తుతో భారీగా ఉన్న ఆ తల్లి వదనంలో విశాల నయనాలు దుష్టుల గుండెల్లో గుబులు రేకెత్తించేలా చురుకైన చూపులు చూస్తుండగా ఆమె పెదవులు మాత్రం చల్లని చిరునవ్వు చిందిస్తూ మమతను ఒలకబోస్తున్నాయి. శిరమున ధరించిన కిరీటం కూడా రాతితో తొలచినదే అయినా అతి చక్కని పనితనంతో ఈ జగతి లో ని విలువైన రత్నములు అన్నిటినీ ఆ కిరీటంలో పొదిగినట్లుగా మెరిసిపోతోంది. బహుశా జగములనేలు తల్లి శిరమునే అలంకరించిన ఆనందముతో కాబోలు ఆ మెరుపులు.

ఇక సమస్త జగత్తులోని శబ్ద ప్రకంపనలు అమ్మవారికి ఓంకార రూపంలో వినిపిస్తుంటాయి అన్నదానికి ఆనవాలుగా అమ్మవారి కర్ణములకు ఓంకార రూపములో కర్ణాభరణములు చెక్కబడి ఉన్నవి. అమ్మవారి గళ సీమలో పూజారి అలంకరించిన అడవి పుష్పముల మాలతోపాటు ఆ విగ్రహాన్ని చెక్కిన శిల్పకారుడు అత్యంత భక్తితో చెక్కిన దేవలోక పారిజాతముల హారము కూడా అలంకరించబడి ఉంది. ఆ రాతి పుష్పముల నుండే వెదజల్లబడుతున్నదా అని భ్రమింపచేసేలా మధురమైన పరిమళమేదో అక్కడ అంతా

అలుముకొని ఉన్నది. ఇక అమ్మవారిలో అత్యంత ఆకర్షణీయంగా ఉండి చూపరుల దృష్టిని అంతటినీ తనవైపుకు తిప్పుకుంటున్న వస్తువు అమ్మవారి ముక్కెర.

అమ్మవారి విగ్రహంలో ఆమె ఆభరణములు అన్నీ రాతితో చెక్కినవే ఉన్నప్పటికీ ఈ ముక్కెర ఒక్కటి మాత్రమే మంచి నీలాలతో పొదగబడి, ఆ నీలముల మధ్యలో పెద్ద పగడము అమర్చబడి మేలిమి స్వర్ణముతో చేయబడి సూర్య కాంతులు వెదజల్లుతోంది. రాతితో చెక్కబడిన ఆ విగ్రహమునకు ఆ సువర్ణ ముక్కెరను ఎటుల అమర్చగలిగినాడో ఆ శిల్పికే ఎరుక, అలంకరించుకున్న ఆ అమ్మోరుతల్లికే ఎరుక.

అమ్మోరుతల్లి విగ్రహాన్ని చూస్తూ కరములు జోడించి భక్తిగా అంజలి ఘటించి ఈ ఆపద నుండి గట్టెక్కించి, తమకు సహాయం చేసిన ఆ అక్కాచెల్లెళ్ల లక్ష్య సాధనలో తోడ్పడి ఋణం తీర్చుకునే అవకాశం తనకు అందించమని మనస్ఫూర్తిగా అర్ధించాడు వీరభద్రుడు. తదుపరి తన మనసులో మెదులుతున్న సందేహాన్ని ఎవరిని అడిగి తీర్చుకోవాలో అవగతమవక ఒకసారి ప్రయత్నించి చూద్దామని తన పక్కన నిలబడి ఉన్న చెంచు గూడెం దొర సింగడి కొడుకుతో, అన్నా అమ్మవారి విగ్రహం మొత్తం రాతితో చెక్కబడి ఉన్నది కదా మరి ఆ ముక్కెర మాత్రం పుత్తడితో చేసినట్లుగా కనిపిస్తోంది దీనికి ప్రత్యేక కారణమేమైనా ఉందా అని ప్రశ్నించాడు.

ఒకపరి తనను ప్రశ్నించిన వీరభద్రుని నఖశిఖ పర్యంతం తిలకించి ఇది మా కుటుంబానికి మాత్రమే తెలిసిన దేవ రహస్యం. ఎవరితో సెప్పగూడదు కానీ ఎలాగూ నీకు ఈ దినంతో ఈ భువి మీద నూకలు చెల్లిపోయినట్లే గందా అని సెప్తున్నాను ఇటు దగ్గరగా జరుగు అని వీరభద్రుని చెవిలో గుసగుసలాడుతున్నట్లుగా ఆ దేవరహస్యాన్ని వెల్లడించాడు సింగడి పుత్ర రత్నం.

మా ముత్తాత కు ముత్తాత మా గూడేన్ని ఏలుతున్న సమయంలో ఒకరోజు అమ్మోరుతల్లి ఆయన కలలో కనిపించి వెంటనే లేచి తన విగ్రహం దగ్గరకు వెళ్ళమని చెప్పింది అంట. కలలో మాటనే అమ్మోరు తల్లి ఆజ్ఞ అనుకొని ఆయన ఆఘమేఘాల మీద ఇక్కడకి వచ్చి చూస్తే అమ్మోరుతల్లి విగ్రహం ముందు ఈ ముక్కెర మెరుస్తూ కనిపించింది అంట. ఆ ముక్కెరను తీసి తనకు అలంకరించి తిరిగి చూడకుండా వెళ్ళమని ఆ తర్వాత కేవలం తనకు పూజ చేసే పూజారయ్య తప్ప ఎవరూ తనను తాకరాదని అలాగే ఈ రహస్యం మా కుటుంబంలోనే ఉండిపోవాలని అలా చేస్తే మా వంశానికి ఎటువంటి అరిష్టాలు కలగకుండా కాపాడతానని అమ్మోరు తల్లి ఆకాశంలో నుండి పలికింది అంట.

ఇక ఆయన అమ్మోరుతల్లి వాక్కునే వేదంగా భావిస్తూ ఆమె చెప్పినట్లే చేసి వెనక్కి తిరిగి చూడకుండా మా గూడేనికి పరుగున రావడమే గాక అమ్మోరుతల్లిని ఎవరూ తాకకూడదు అని ఈ పది చెంచు గూడేలలో దండోరా కూడా వేయించాడు. మా ముత్తాత మాట వినని కొందరు మూర్ఖంగా ముందుకు వెళ్ళి అమ్మోరుని తాకబోతే అప్పటికప్పుడు మంటలు పుట్టుకొచ్చి మాడి మసి అయిపోయినారు అంట. ఆ ముక్కెర మీద ఆశతో దాన్ని దొంగిలించాలనుకొని రాతిరేళ

విగ్రహం దగ్గరకు వెళ్ళినవాళ్ళు విషప్పురుగు (పాము) కాటుకు గురి అయి చచ్చి పడి ఉండేవాళ్ళు అంట.

ఇక అప్పటినుండి అందరూ తాము విడిపోవడం వల్లే అమ్మోరుతల్లికి ఆగ్రహం వచ్చిందేమో అనుకొని అమ్మోరుతల్లి ఆగ్రహం తగ్గేవరకూ ఆమెను తాకరాదని ప్రతి ఏడు ఆమె ఆగ్రహం సల్లబరచడానికి అందరూ కలసి వేడుకగా జాతర చేస్తూ ఉంటారు. అమ్మోరు తల్లే తనను తాకరాదని షరతు పెట్టిన విషయం తెలిసినా అమ్మోరుతల్లి ఆజ్ఞ ప్రకారం మా కుటుంబంలోని వారెవరు ఈ విషయం బయట పెట్టలేదు.

అందుకే మరణ శిక్ష విధించాలి అనుకున్నవాళ్లను ఇక్కడకు తెచ్చి అమ్మోరు ముందు తీర్పుకు వదిలిపెడతారు. ఒకవేళ అమ్మోరు తల్లి ఆగ్రహం సల్లబడితే ఆమె వాళ్ళను కరుణిస్తుందేమో అని మిగతా అందరి ఆశ, కానీ అది జరగని పని అని వాళ్ళు తప్పకుండా మరణిస్తారు అని మా వంశం వాళ్ళకు మాత్రమే తెలిసిన వాస్తవం. కానీ ఈ అమ్మోరుతల్లి మహిమ మాత్రం అపారం చావు బ్రతుకుల్లో ఉన్నవారికి సైతం అమ్మోరుతల్లికి అభిషేకం చేసిన నీరు తెచ్చి వారి గొంతుకలో పోస్తే ఇట్టే లేచి కూర్చుంటారు అని ఆ ముక్కెర రహస్యాన్ని అలాగే ఆ పెద్దమ్మోరు తల్లి మహిమలను గుసగుసగా వీరభద్రుని కర్ణములలో ఊదాడు సింగడి కొడుకు, ఆ గూడేనికి కాబోయే దొర అయినటువంటి వీరమల్లుడు.

వీరమల్లుడు వెల్లడించిన విషయములు ఆలకించగానే వీరభద్రుని నుదురు అంతా స్వేదంతో నిండిపోయింది. మానవుల ద్వారా లేదా అటవీ మృగముల ద్వారా ఎదురగు ప్రమాదములు అయితే తన శక్తి సామర్ధ్యములతో ఎదుర్కొనగలడు కానీ దైవంతో తలపడి ఎదిరించి గెలుచు శక్తి యుక్తులు తనకు లేవు. మరి ఇపుడు ఎటుల తన ప్రాణములు, అటులనే తన బాధ్యత అనుకున్న ఆ అక్కాచెల్లెళ్ల ప్రాణములు కాపాడుట అను ఆలోచనతో వీరభద్రుని మెదడు స్థంభించిపోయినది.

పూజారయ్య పెద్దమ్మోరు తల్లికి పూజ చేయడం పూర్తి కాగానే ఇక అపరాజితను మిగిలిన ఇరువురినీ కలిపి అమ్మోరు తల్లి విగ్రహం వద్దకు నెట్టబోతుండగా ఆగండి అని పెద్దగా అరిచాడు అమ్మోరు తల్లికి అప్పటివరకు పూజ నిర్వహించిన పూజారయ్య. ఎందుకు అతను అలా అరిచాడో తెలియక ఒకరితో ఒకరు గుసగుసలు పోతున్న చెంచులను నిశ్శబ్దం అన్నట్లుగా ముక్కున వేలేసుకొని పూజారయ్య సైగ చేయడంతో ఒక్కసారిగా అందరూ నిశ్శబ్దంగా మారిపోయారు. తరువులకు ఉన్న పండుటాకు పుడమిన వాలినా వినిపించునంత నిశ్శబ్దం అక్కడ అలముకొంది. ఆ నిశ్శబ్దాన్ని భంగం చేస్తూ ఒక భ్రమరం ఝుంకారం చేస్తూ పూజారి చుట్టూ తిరగసాగింది.

దాని ఝుంకారాన్ని శ్రద్ధగా వింటూ అవలోకనం చేసుకోసాగాడు అతను. కొన్ని క్షణముల తదుపరి ఆ భ్రమరము యొక్క ఝుంకారం ఆగిపోవడంతో పాటు ఆ భ్రమరం కూడా వారందరి దృష్టిపథం నుండి అదృశ్యమైపోయింది. కొండకోనల్లో నివసించే వారందరికీ కొద్దో గొప్పో మృగాల, పక్షుల కదలికల గురించి వాటి అలవాట్ల గురించి అవగాహన ఏర్పడుతుంది.

వాటి కదలికలను బట్టి అవి ఎలా ప్రవర్తిస్తాయో అంచనా వేయగలరు. ఇక ఏళ్లతరబడి అమ్మోరుతల్లి పూజ తప్ప అన్యమెరుగని ఆ పూజారికి ఇంకొంచెం ఎక్కువ ఇంద్రియ జ్ఞానమే అలవడటం వలన వాటి భాషను సైతం అవగతం చేసుకోగల శక్తి అబ్బినది. ఇపుడు అటులనే ఆ భ్రమరము ద్వారా వచ్చిన సందేశమును అవగతం చేసుకొని దానిని ఈ విధంగా చెంచులకు వినిపించసాగాడు.

ఈ కూనలను ఇక్కడనే వదిలేసి మిమ్ములను అందరినీ ఇచ్చటనుండి వెడలిపొమ్మని , తిరిగి రేపటి పొద్దు మరలి రమ్మని పెద్దమ్మోరు తల్లి ఆజ్ఞ. కాబట్టి మీరందరూ వెళ్లిపోండి నేను ఇక్కడే ఈ కూనలతో పాటుగా ఉంటాను అని తెలుపగా, ఎన్నడూ లేనిది ఇదేమి వింత అని అందరికీ ఆశ్చర్యం కలిగినా అమ్మోరుతల్లి ఆజ్ఞను ధిక్కరించే ధైర్యం అక్కడున్న ఎవరికీ లేకపోవడం వలన వారిని అక్కడనే వదిలి చెంచులు అందరూ ఎవరి గూడేనికి వారు తిరుగుముఖం పట్టారు. వారితోపాటుగా వచ్చిన ఒక వ్యక్తి మాత్రం తిరిగి వెళ్లకుండా రహస్యంగా అక్కడే ఒక పొదను చాటు చేసుకొని దాక్కొని అపరాజిత వాళ్ళ కదలికలను గమనించసాగాడు.

చెంచులు అందరూ అచ్చటనుండి తరలి వెళ్ళగానే తమకు తప్పించుకొని వెళ్ళుటకు తగిన తరుణం ఆసన్నమైనదని భావించి ఈ పూజారయ్య ను ఏమార్చి తప్పించుకోవాలని సంపంగికి తెలియచేయబోతుండగా అతని మదిలోని విషయం తనకు తెలిసిపోయినట్లుగా పూజారయ్య చిన్నగా నవ్వుతూ నాయనా నన్ను ఏమార్చగలవు గానీ జగములనేలు ఈ తల్లిని ఏమార్చగలవా? ప్రయత్నించి చూడు నీ ఉత్సాహమును కాదనుట ఎందులకు అని చిరు మందహాసం చేస్తూ అమ్మవారి విగ్రహం ఎదుట పద్మాసనం వేసుకొని ధ్యానంలో నిమగ్నమయ్యాడు.

సంపంగి పూజారి వాక్కులను ఆలకించి ఆ వాక్కులలో ఏదో మర్మమున్నదని తలచి నిశ్శబ్దముగా నిలుచున్నచోటనే ఆ పచ్చిక మీద ఆసీనురాలైనది. ఇక అపరాజిత దృష్టి అంతయు ఆ ముక్కెర మీదనే కేంద్రీకరించబడి ఉన్నది. ఆ ముక్కెర చెంతకు వెళ్ళవలెనని శరీరము అంతా అదరిపడుచున్నను తగిన తరుణమాసన్నమవలేదని తనను తాను నిగ్రహించుకుంటూ సంపంగి పక్కనే ఆసీనురాలైనది. అవకాశము దొరికినను తప్పించుకొనుటకు ప్రయత్నించని వారి చర్యలు అవగతమవక తాను మాత్రం ప్రయత్నము చేయవలెనని నిలబడిన చోటు నుండి రెండడుగులు ముందుకు వేసాడు వీరభద్రుడు.

వెంటనే రెండు అగ్ని శరములు రివ్వున వచ్చి అతని పాదముల ముందు పడి ఖాండవ దహనములో వనమంతటినీ దహించివేసినట్లుగానే అగ్నిదేవుడు ఆ ప్రదేశమును అంతటినీ తన వేయి నాల్కలతో ఆరగించసాగాడు. అదిరిపడి రెండడుగులు వెనుకకు వేయగా ఆ అగ్ని జ్వాలలు చప్పున చల్లారిపోయినవి. మరల వీరభద్రుడు మరొకవైపు అడుగులు వేయగా మరల అదే దృశ్యం పునరావృతమైనది. ఆశ్చర్యముతో అమ్మోరుతల్లి విగ్రహము వైపు చూడగా సూర్య కిరణములు నేరుగా అమ్మోరుతల్లి నేత్రములలో పడి ప్రజ్వరిల్లుతూ అగ్ని శరములై తన

మార్గమునకు అడ్డుపడుతున్నట్లుగా గ్రహించి సూర్యాస్తమయం వరకూ తాను ఎన్నిమార్లు ప్రయత్నించిననూ వ్యర్థమే అని తెలుసుకొని నిరాశగా వచ్చి సంపంగి పక్కనే కూలబడిపోయాడు వీరభద్రుడు.

అపరాజిత – త్రిషష్టి అంకం

తన మాతృమూర్తి ఔషధం కొరకు కావలసిన మూలికలను తీసుకొని అంగ రాజ్యానికి పయనమయిన విష్ణుచిత్తుడు చెంత తన అశ్వము లేకున్నా అమ్మవారి దయవలన అధిక ప్రయాస లేకుండానే మరుదినము అపరాహ్ణ వేళకు అంగరాజ్య సరిహద్దుల్లోకి చేరుకున్నాడు. సరిహద్దుల్లో కావలి కాస్తున్న సైనికుల వద్దకు వెళ్ళి వారి నుండి ఒక అశ్వమును గైకొని దానిమీద వాయువేగంతో అంతఃపురమునకు చేరుకున్నాడు. ముందుగా తన తల్లి వద్దకు వెళ్లకుండా మహారాణి అంజనాదేవి చెంతకు చేరుకున్నాడు.

అపరాజితా అమ్మవారి విగ్రహము ముందు ఆసీనురాలై ధ్యానములో ఉన్న అంజనాదేవి విష్ణుచిత్తుని ఆగమన వార్తను తన చెలికత్తె అమల ద్వారా ఆలకించి విష్ణుచిత్తుడు వచ్చినాడు అంటే వీరభద్రుడు కూడా తప్పక వచ్చి ఉంటాడని తలచి ఇంత త్వరగా కార్యము నేర్చినందులకు అమ్మవారికి కృతజ్ఞతలు తెలుపుకొని రాకుమారులు కొరకు విజయ హారతి సిద్దము చేయమని పరిచారికలు పురమాయించి తాను అతృతతో పూజామందిరమును వీడి విశ్రాంత మందిరంలోకి యేతెంచినది. అచట ఒంటరిగా ఆసీనుడై ఉన్న విష్ణుచిత్తుని గాంచి దగ్గరకు వెళ్ళి ఆలింగనం చేసుకొని త్వరగా వచ్చి ఈ తల్లి ఆరాటాన్ని బాపినారు నాయనా ఇంతకీ వీరభద్రుడు ఎక్కడ? ఎచట దాగుండినాడు అని పలికి నాయనా భద్రా నీ దాగుడుమూతలు చాలించి చెంత చేరరా అని ముదమారా పిలిచినది.

అప్పటికే విష్ణుచిత్తుని ఆగమన వార్త భటుల ద్వారా తెలుసుకొని అమాత్యుడు అనంతవర్మ సహితముగా మహారాజు అమృతభూపతి దర్బారును అర్ధాంతరంగా ముగించి హుటాహుటిన విశ్రాంత మందిరమునకు చేరుకున్నారు. వారు సైతం వీరభద్రుని కొరకు చూచుట గమనించి గద్గద స్వరముతో మాతా వీరభద్రుడు నాతో రాలేదు అని చెప్పలేక చెప్పలేక వాస్తవాన్ని విశదపరిచాడు విష్ణుచిత్తుడు. వెంటనే అనంతవర్మ ముందుకు వచ్చి అది ఏమి కుమారా? జంట కవుల వలె మీరిరువురు ఎల్లప్పుడూ ఎడబాయక ఉందురు కదా? అట్టిది ఇపుడు నీవు వీరభద్రుని వదలి వచ్చితివంటే ఏదో ముఖ్య కారణమే ఉండి ఉండాలి. జాగుసేయక విషయము వివరించుము అని పలికినాడు.

కుమారుడు రాలేదు అనే వార్త ఆలకించగానే అంజనాదేవి మాతృహృదయము తల్లడిల్లగా అచటనే ఆసనములోనికి కూలబడిపోయినది. మహారాజు అమృతభూపతి చప్పున

అంజనాదేవి చెంతకు చేరి ఆమెను పొదివి పట్టుకొని నిదానించుము దేవీ , ఏమి జరిగినదో విష్ణుచిత్తుని నుండి తెలుసుకొందాము. వీరభద్రునికి ఏమైనా ఆపద వాటిల్లితే విష్ణుచిత్తుడు ఇంత నింపాదిగా ఉండడు కదా! కాబట్టి భద్రుడు క్షేమముగానే ఉండిఉంటాడు అని ఉపశమన వాక్యములు పలికి ఏమి జరిగినదో తెలుపమన్నట్లుగా విష్ణుచిత్తుని వైపు దృష్టి సారించాడు మహారాజు అమృతభూపతి.

తాము అంగ రాజ్యమును వదలి అరణ్యములోనికి అడుగు పెట్టిన దగ్గరనుండి సంపంగి సాయముతో మూలికలు సాధించుట ఆ తదుపరి వారి ఋణము తీర్చుకొనుటకు వీరభద్రుడు అచటనే ఉండవలెనని నిశ్చయించుకొని తనను మాత్రం మూలికలు ఇచ్చి తిరిగిరమ్మని పంపించుట వరకు మొత్తం వారికి కనులకు కట్టినట్లుగా వివరించాడు విష్ణుచిత్తుడు. కానీ కోసల దేశపు యువరాణి అంబ మీద వీరభద్రుడు మనసు పడుట గురించి మాత్రం వారికి తెలియపర్చకుండా దాచినాడు.

విష్ణుచిత్తుడు వివరించినది అంతయు ఆలకిస్తూ కోసల దేశపు యువరాణి మారువేషములో తన పుత్రుని మట్టుబెట్టుటకు బయలుదేరినదను విషయము ఆలకించగనే మహారాజు ఆగ్రహోదగ్రుడై ఎన్నిమార్లు పరాజితుడైనను ఆ బలభద్రునికి బుద్ధి మారకున్నది. ఇంకను తన ప్రయత్నములు మానలేదు అన్నమాట. అపుడు తన పుత్రుని ఇటులనే నా మీదకు ఉసిగొల్పినాడు. ఆ దురదృష్ట జాతకుడు కానలలోనే అదృశ్యమైపోయినాడు. తన పుత్రుని అదృశ్యము వెనుక నా హస్తము ఉన్నదని భ్రమసి నా పై విరోధము ఇంకనూ పెంచుకొనుటయే గాక ఇపుడు తన పౌత్రి ని కూడా తన పగ సాధించుటకు ఒక పావువలె వినియోగిస్తున్నాడు. ఇక ఉపేక్షించి లాభాము లేదు, అమాత్యా మన రాకుమారులు ప్రయాణ వార్త వారికి తెలియచేసిన ఆ దేశపు వేగులెవరో కనుగొని వారిని తక్షణమే కఠినముగా శిక్షించండి అని ఆజ్ఞ జారీ చేసాడు.

మహారాణి అంజనాదేవి మాత్రం ఆ విషయము మీద దృష్టి సారించక కోయ యువతులు సహాయము చేసితిరని వార్తను విని కుమారా ఆ యువతుల నామధేయములు ఏమి అని ప్రశ్నించగా మాతా ఇరువురిలో అగ్ర సోదరి నామధేయము సంపంగి కాగా అనుజురాలి నామధేయము ఆపరాజిత. మీకు ఒక విషయము తప్పక తెలియచేయవలెను మాతా, అది ఏమనిన వారిని గాంచగనే మా ఇరువురికీ వారితో ఏదో తెలియని అనుబంధమున్నట్లుగా, వారిపై మాకు మదిలో సోదర భావము చెలరేగినది. వీరభద్రుడు అచటనే ఆగిపోవుటటకు అది కూడా ఒక కారణము. ఇక నేనునూ వారి కార్యము పూర్తి అగువరకు అచటనే ఉండవలెననుకొంటిని. కానీ, మాతృమూర్తి ఋణము కొంతైనా తీర్చుకొను అవకాశము దొరికిన యెడల అలసత్వము వహించరాదని సోదరి అపరాజిత నాకు కర్తవ్యము ఉపదేశించి నేను ఇటుల వచ్చుటకు కారణమైనది అని తెలిపినాడు.

అపరాజిత అను నామధేయము వినగానే ఒక్కసారిగా అంజనాదేవి నేత్రములు తళుక్కున మెరవగా సంభ్రమముతో అమృతభూపతి వైపు దృష్టి సారించగా అదే సమయములో మహారాజు

కూడా అంజనాదేవి వైపు చూడగా వారి చూపులు కలుసుకొని ఇది వాస్తవమేనా అని ఒకరినొకరు ప్రశ్నించుకొని అవును సత్యమే అని నిర్ధారించుకొని తదుపరి దృష్టి మరల్చుకొన్నారు. బిడ్డల జాతక చక్రం రచించునపుడు రాజపురోహితులవారు వెల్లడించిన విషయములను మరొకమరు జ్ఞప్తికి తెచ్చుకొను ప్రయత్నము చేసినది అంజనాదేవి.

తన సోదరికి ఆపద సమయములో అండగా నిలిచి సోదర ధర్మము నెరవేర్చుటయేగాక చిరకాల శత్రుత్వములను సైతం మైత్రిగా మార్చగల మహోర్జాతకుడు అని రాజపురోహితులవారు తెలియ చెప్పిన విషయములు మదిలో మారుమ్రోగుతుండగా వెంటనే అచ్చటనుండి లేచి అపరాజితాదేవి విగ్రహము వద్దకు వెళ్ళి అమ్మవారికి హస్తములు జోడించి తల్లీ నీ లీలలు గుర్తెరుగుట నా వంటి సామాన్యురాలికి సాధ్యము కాని పని. నా కుమార్తె కు సహాయముగా నా కుమారుని పంపుట కొరకే ఈ ఆపదను సృష్టించి వీరభద్రుని అరణ్యమునకు పంపితివని ఇపుడే నాకు అవగతమైనది. నీ లీలలు అవగతము చేసుకోలేక ఇప్పటివరకు బిడ్డ క్షేమము కొరకు తల్లడిల్లితిని. నా కుమార్తె కూడా నా ఒడిని చేరు తరుణము సమీపములోనే ఉన్నదని తెలిసి నా ఆవేదన మొత్తం పటాపంచలు అయినది తల్లీ. ఇకపై సంతోషముతో నా బిడ్డ రాకకొరకు వేచి చేస్తాను. నా ఇరువురు బిడ్డలు నా ఒడి చేరువరకు ఇటుల నీ ధ్యానమందే నిమగ్నురాలై ఉందును తల్లీ అని మరల పద్మాసనంలో ఆసీనురాలై ధ్యానము లోకి వెడలినది.

మహారాణి అటుల హఠాత్తుగా వెడలుట గమనించి, వీరభద్రుడు రాలేదని ఆమె చింతించుచున్నదేమో అని ఏదో పలుకబోయిన అనంతవర్మతో అమాత్యా ముందు రాజవైద్యుని పిలువనంపి ఈ మూలికలు ఆయనకు ఇచ్చి మీ ధర్మపత్ని వ్యాధి నివారణకు అవసరమైన ఔషధమును తయారు చేయమని తెలియచేయండి అని విష్ణుచిత్తునివైపు తిరిగి కుమారా ప్రయాణము చేసి అలసి ఉంటావు వెళ్ళి విశ్రమించు అని పలికినాడు మహారాజు అమృతభూపతి.

లేదు మహారాజా! నేను కేవలం ఈ మూలికలు అందజేయుటయు మాత్రమే వచ్చియున్నాను తక్షణమే తిరుగు ప్రయాణమై నా జతగాడిని కలుసుకొనువరకు నా మది నెమ్మదించదు. మీరు అనుమతించిన యెడల తిరుగు ప్రయాణమయ్యెదను అని తెలిపినాడు. కనీసము నీ మాతృమూర్తిని ఒకపరి దర్శించుకొని వెళ్ళమని మహారాజు పలుకగా లేదు మహారాజా వీరభద్రునితో కలిసి మాత్రమే మా తల్లిగారి దర్శనము చేసుకుంటాను. మేమిరువురమూ మరలి వచ్చుసరికి మా తల్లిగారు సంపూర్ణ ఆరోగ్యవంతురాలై ఉంటుందనే ఆశతో మా తల్లిగారి రక్షణ బాధ్యతను మా తండ్రిగారి మీద, మీ మీద వైచి వెళ్తున్నాను అని దృఢనిశ్చయముతో పలికినాడు విష్ణుచిత్తుడు. అనంతవర్మ సహితము విష్ణుచిత్తుని అభిప్రాయమును సమర్థించగా ఇక చేయునది ఏమియు లేక మేలు జాతి అశ్వములను అటులనే తినుబండారములను సిద్దము చేయించి మరల విష్ణుచిత్తుని సాగనంపాడు మహారాజు అమృతభూపతి.

అర్కభగవానుడు పశ్చిమాద్రికి వెడలుటకు సిద్ధమగుచున్న ఆ సంధ్యాసమయములో తన మిత్రుని కలుసుకొనుటకు ఆఘుమేఘములతో వారిని వదలి వచ్చిన ప్రదేశమునకు బయలుదేరాడు విష్ణుచిత్తుడు.

ఇక కోసలదేశపు అంతఃపురంలో, కుమార్తె మృగయావినోదము కొరకే అరణ్యములోనికి వెళ్ళినదను భ్రమలో నిశ్చింతగా ఉన్నది ప్రసన్నలత. కుమార్తె యోగక్షేమముల కొరకు అనుక్షణం కనులలో ఒత్తులు వేసుకొని నిద్రకు దూరమయి మరీ ఆమె కదలికలను గమనిస్తున్నాడు అరణ్యములోని అపరాజితాదేవి ఆలయంలో ఉన్న బలదేవుడు.

ఇక బలభద్రుడు మాత్రం అసహనంతో తన ఆంతరంగిక మందిరములో పచార్లు చేయసాగాడు. ఒక్క దినములో కార్యము సాధించుకొని వస్తుందని నమ్మి పంపిన అంబ తిరిగిరాకపోవుటయే గాక ఆమె నుండి ఎటువంటి సమాచారం కూడా తెలియకుండుటయే అతని అసహనమునకు కారణము. ఒక లేఖను లిఖించి తన పెంపుడు కపోతము కాలికి కట్టి తన ఆంతరంగిక మందిరం గవాక్షం నుండి పైకి ఎగురవేశాడు బలభద్రుడు. ఆ కపోతము ఆ వర్తమానమును తీసుకొని తిన్నగా అరణ్యమువైపు సాగిపోయినది.

వీరందరి ఆలోచనలకు ముఖ్య కారణమైన అంబ మాత్రం చేపట్టిన కార్యము యెటులైన నెరవేర్చవలెనని పట్టుదలతో వీరభద్రుని కొరకు అన్వేషిస్తూ అరణ్యములో ముందుకు సాగిపోతూనే ఉన్నది.

ఇక పెద్దమ్మోరు తల్లి విగ్రమునకు ఎదురుగా ఆసీనులై ఉన్న ముగ్గురూ ఎవరి యోచనలో వారుండి తగిన తరుణము కొరకు వేచి చూడసాగారు. జాబిలి మాత్రం వారు ముగ్గురూ తన దృష్టిపథం లో ఉండేట్లుగా చూసుకుంటూ అక్కడక్కడే తచ్చాడసాగింది. పొదలలో రహస్యంగా దాగున్న వ్యక్తి మాత్రం అసహనంగా వారి కదలికలను గమనించసాగాడు.

అనూరుడు సారధ్యము వహించుచుండగా సప్తాశ్వ రథా రూఢుడై పశ్చిమాద్రికి పయనిస్తున్నాడు దినకరుడు. దినకరుడు పశ్చిమాద్రిని చేరుకోగానే సంధ్య చీకట్లు ముసురుకొని ఆ పరిసరాలను అంధకారం చేయసాగాయి. పెద్దమ్మోరుతల్లి ముందు పూజారయ్య వెలిగించి ఉంచిన అఖండ దీపము నుండి వెలువడుతున్న చిరు వెలుగులు తప్ప అచట మరేవిధమైన వెలుతురూ లేదు. ఆ నిశీధిలో అఖండ దీపపు వెలుగులు పడి మరింతగా వెలుగులు విరజిమ్మసాగినది అమ్మోరుతల్లి నాసికను అలంకరించిన ఆ నాసికాభరణం.

అపరాజిత – చతుహ్ షష్టి అంకం

చిరు చీకట్లు అలముకొంటున్న సంధ్యా సమయం, దట్టమైన ఆ అరణ్యం లో గాఢాంధకారం అలముకొంది. పెద్దమ్మోరు తల్లి విగ్రహం ముందు వెలిగించిన అఖండ దీపపు చిరువెలుగులు, ఆ దీపపు వెలుగు పడి మెరిసిపోతున్న అమ్మోరుతల్లి ముక్కెర జిలుగులు తప్ప మరే విధమైన కాంతి లేదు. కన్ను పొడుచుకున్నా కానరాని ఆ గాఢాంధకారం లో ఒకరి కదలికలు సైతం మరొకరికి కనిపించకున్నాయి.

సూర్యోదయపు వెలుగులు అమ్మవారి మీద ప్రసరించు సమయంలో తప్పించుకొనుట అసంభవమని నిరూపితమగుటచే తప్పించుకొను యత్నములు ఆపి విశ్రాంతి గైకొనుచున్న వీరభద్రుడు ఈ అంధకారంలో తప్పించుకొనుట సులభమని తలచి సంపంగికి తెలియచేయుటకు ఆమె వైపు తిరిగినాడు. కానీ సంపంగి ఆకారము కూడా నేత్రములకు కనిపించకపోవుటచే సోదరీ అంటూ సంబోధించు ప్రయత్నము చేయబోగా, ఆ ప్రయత్నము నెరవేరకముందే అతని కనుల ముందు అద్భుతమొకటి ఆవిష్కృతమైనది.

అపరాజిత వామ హస్తము నుండి స్వర్ణ ఖడ్గము నెమ్మదిగా బహిర్గతమవుతూ ముందుగా ఖడ్గము యొక్క మొన తదుపరి ఖడ్గ మధ్య భాగము చివరకు నవరత్న ఖచితమైన పిడి సహితముగా స్వర్ణ ఖడ్గం బహిర్గతమై అపరాజిత వామ హస్తమును అలంకరించినది. ఎప్పుడైతే స్వర్ణ ఖడ్గం బహిర్గతమైనదో ఆ మరుక్షణమే అమ్మవారి నాసికను అలంకరించి ఉన్న నాసికాభరణము నుండి ప్రసరిస్తున్న వెలుగులు మరింతగా విస్తరిస్తూ స్వర్ణ ఖడ్గమును సమీపించసాగాయి. తనతోపాటు అమ్మవారిని సతతము అంటిపెట్టుకొని ఉండే తన సహచరి జాడ తెలిసినదను సంతోషముతో స్వర్ణ ఖడ్గము సైతం సూర్యకోటి సమప్రభలతో వెలుగొందసాగినది.

నాసికాభరణం మరియు స్వర్ణ ఖడ్గం ప్రసరిస్తున్న వెలుగులు రెండు సమ్మిళితమై ఒక కాంతి గోళం ఏర్పడినది అక్కడ. చుట్టుపక్కల ఉన్న చెంచు గూడెములు అన్నీ ఆ కాంతిలో మునిగిపోగా చెంచులు ఆ వెలుగును తట్టుకొనలేక భయాందోళనలతో తమ తమ కుటీరములలోనికి వెళ్లి తలుపులు బిగించుకొని అమ్మోరు తల్లిని తలచుకొంటూ కనులు మూసుకొని ఉండిపోయారు.

ఇదంతయు పెద్దమ్మోరు తల్లి మహిమ అయి ఉండొచ్చు అని తాము అచట వదలి వచ్చిన బంధితులను అమ్మోరు తల్లి శిక్షించు సమయములో వచ్చుచున్న వెలుగు అవి అని భ్రమసి తాము ఆ వెలుగులను చూచిన యెడల అమ్మోరు తల్లి ఆగ్రహానికి గురి కావలసి వస్తుంది అనే భయంతో ఆ అమాయకులు ఆ రాత్రి మొత్తం తమ కుటీరములు వదలి బయటకు అరుదెంచలేదు.

గూడెమునకు కావలిగా ఉండు కావలి భటులు సైతం ఆ వెలుగును గాంచి భయముతో మంచెలను వదలి పరుగు పరుగున తమ కుటీరములకు చేరుకున్నారు. కావలి కాయకుంటే దొర ఆగ్రహానికి గురి కావలసి వస్తుందని తెలిసినా అమ్మోరు తల్లి ఆగ్రహాన్ని ఎదుర్కోవడం కన్నా దొరను ప్రసన్నం చేసుకోవడం సులువని వారి భావన.

పొదలలో దాగుండి వారి కదలికలను గమనిస్తున్న ఆగంతకుడు సైతం ఆ కాంతిని తట్టుకొనలేక తన నేత్రములకు హస్తములను అడ్డుపెట్టుకొని అటులనే ఆ కాంతిలో తన ఉనికి బహిర్గతమవరాదని మరింతగా పొదలలోనికి నక్కి మనమున ఏదో అదృశ్య మంత్రం పఠించి ఆ కాంతిని తట్టుకొనగల శక్తిని తన నయనములకు పొంది తదుపరి ఏమి జరగనున్నదో అని ఉత్సుకతతో వేచి చూడసాగాడు.

సింగడు ఆ కూనల దుస్థితికి ఒకింత బాధపడి తాను చేయగలిగినది ఏమీ లేకుండుటచే మిన్నకుండిపోయాడు. వీరమల్లుడు మాత్రం ఆ రహస్యాన్ని వెల్లడించిన క్షణం నుండి ఎవరికీ సెప్పరాదని పెద్దమ్మోరు తల్లి సెప్పిన ఆజ్ఞను ధిక్కరించినాను అమ్మోరు కోపగిస్తదేమో అని భయపడుతూనే ఉన్నాడు. ఇపుడు ఈ వెలుగును గాంచి అభం శుభం తెలియనట్లున్న వారినే అమ్మోరుతల్లి ఇంతలా శిక్షిస్తే ఇక నా పరిస్థితి యేటవుతాదో అని భయంతో గజగజ వణుకుతూ ఈ ఒక్క తప్పును కాయమని అమ్మోరుని వేడుకుంటూ ఉండిపోయాడు. ఇక మిత్ర త్రయానికి పండ్లు తెచ్చి ఇచ్చిన శతాధిక వృద్ధురాలు మాత్రం అమ్మా దయగల తల్లివి, నాలాంటి ముదుసలి ప్రాణాన్ని తీసుకెళ్లకుండా ఆ అభం శుభం ఎరుగని కూనలను నీ ఆగ్రహానికి బలి తీసుకుంటున్నావా అని వగచసాగింది.

కాంతి గోళపు వెలుగులు అంతకంతకు అధికమగుచూ స్వర్ణఖడ్గము నుండి ప్రసరిస్తున్న స్వర్ణ వర్ణపు వెలుగులు అటులనే అమ్మోరుతల్లి నాసికాభరణము నుండి ప్రసరిస్తున్న నీలి పగడ వర్ణపు వెలుగులు సమ్మిళితమవుతూ చిత్ర విచిత్రమైన కాంతి రేఖలు గగన తలము వరకు వ్యాపించసాగినవి. ఇటు వీరభద్రుడు అటు సంపంగి చేష్టలు దక్కినవారై ఆ అద్భుత దృశ్యమునకు ప్రేక్షకపాత్ర వహించితిరి. ఇక అమ్మోరుతల్లి ముందు ధ్యానములో ఉన్న పూజారి సైతం ఆ అద్భుతమును గాంచి చిత్తరువైపోయినాడు..

అపరాజిత వదనము సప్త వర్ణ శోభతో విరాజిల్లుతూ ఆకర్షక రేఖలు వెలువరిస్తుండగా ఆ ఆకర్షక రేఖలు ముందుకు వెడలి అమ్మోరు తల్లి నాసికను అలంకరించి ఉన్న ముక్కెరను తాకగా ఏదో అదృశ్య హస్తం తనను అమ్మోరు తల్లి విగ్రహం నుండి వేరు చేయుచున్నట్లుగా ఆ ముక్కెర అమ్మోరుతల్లి విగ్రహం నుండి విడివడి కాంతి వేగముతో అపరాజితను చేరుకొని ఆమె నాసికను

అలంకరించగా అప్పటివరకు ఆ నాసికాభరణానికి కావలిగా ఉన్న ఆదిశేషుడు సైతం ఆ ముక్కెర వెంట పయనిస్తూ అపరాజితను చేరుకొని తన అంశను పూర్తిగా ప్రదర్శిస్తూ అపరాజితాదేవిగా మారిపోయిన ఆ తల్లికి తన సహస్ర ఫణులతో ఛత్రమై నిలిచాడు.

ఆదిశేషుడు ఛత్రము పట్టగా ధవళ వర్ణ వస్త్రములు ధరించి శిరమున స్వర్ణ కిరీటము, కర్ణములకు మకర కుండలములు నాసికకు నీలములు, పగడము పొదిగిన స్వర్ణ నాసికాభరణము, హస్తములకు మేలి ముత్యములు పొదిగిన కంకణములు , అష్టభుజములలో వామ హస్తములలో స్వర్ణ ఖడ్గము, కమలం , విల్లంబులు , శూలము దక్షిణ హస్తములలో చక్రము , గద, శంఖము, అభయ ముద్రను ధరించి, కటిభాగమున స్వర్ణాభరణము, పాదములకు స్వర్ణ మంజీరములు , కంఠమున మేలి ముత్యములు, మరకతములు కలగలిసిన స్వర్ణ హారములతో పాటు సువాసనలు వెదజల్లు పారిజాతముల మాల ధరించి సర్వాలంకార భూషితయై అపరాజితా దేవి నిజరూప దర్శనము కలిగించగా ఆ దేవి దరిదాపులలోకి వచ్చు ధైర్యము కూడా చాలక జాబిలి దూరముగా పారిపోగా సంపంగి, వీరభద్రుడు, అమ్మోరుతల్లి పూజారి ఆధ్యాత్మిక పారవశ్యంలో ఓలలాడుతుండగా పొదలలో నక్కి ఉన్న ఆగంతకుడు వెన్నులో సన్నగా వణుకు మొదలైనది.

నమో దేవ్యై మహాదేవ్యై శివాయై సతతం నమః !
నమః ప్రకృత్యై భద్రాయై నియతాః ప్రణతాః స్మతామ్ !!

రౌద్రాయై నమో నిత్యాయై గౌర్యై ధాత్ర్యై నమో నమః !
జ్యోత్స్నాయై చేన్దురూపిణ్యై సుఖాయై సతతం నమః !!

అంటూ ఆదిశేషుడు అమ్మవారిని కీర్తిస్తూ మాతా నీ నిజరూప దర్శనము కరువై యుగములు గడిచినట్లున్నది. మరల ఇన్నినాళ్ళకు ఆ భాగ్యము కలిగినది. కానీ ఇంకను తమరి వదనంలో ఏదో వెలితి కానవచ్చుచున్నది అది ఏల తల్లి అని ప్రశ్నించాడు.

సమస్త భూమండలమును నీ సహస్ర ఫణులపై (పడగలపై) మోయు అది శేషుడవు నీకు తెలియని విషయమా కుమారా? సౌగంధికా హారము చెంత చేరనిదే నా అలంకారము అసంపూర్తి అని నీకు తెలియనిదా? దుష్టుడైన సర్పద్రష్టుని సంహార సమయములో నా నుండి విడివడిన సౌగంధికా హారము నా చెంత చేరి అసంపూర్తిగా ఉన్న దుష్ట సంహారము సంపూర్తి గావించిన యెడల గానీ నా వదనంలో సంపూర్ణత్వము కనిపించదని తెలిసి కూడా మరల ప్రశ్నించుట ఎందులకు అని బదులిచ్చినది అపరాజితాదేవి.

ఆ కార్యము నెరవేరు తరుణము కూడా సమీపములోనే ఉన్నదీ కదా మాతా! ఇన్ని దినములు నీ సొత్తుకు రక్షణ భారం వహించి నా కర్తవ్యమును నెరవేర్చితిని. మరి నాకు సెలవిచ్చిన

యెడల ఇచటినుండి నిష్క్రమించెదను అని విన్నవించుకోగా ఆదిశేషుని విన్నపమునకు సమ్మతించినట్లుగా అపరాజితాదేవి మందహాసము సేయగా కనురెప్ప వేసి తెరచునంతలో ఆదిశేషుడు అచ్చటనుండి అదృశ్యమైనాడు.

అనంతరం అమ్మవారు తన నిజరూపమును చాలించి తిరిగి అపరాజితగా మారిపోగా స్వర్ణఖడ్గము తిరిగి ఆమె వామహస్తములోనికి ఇమిడిపోయి ముక్కెర సైతం తన ఆకారమును మార్చుకొని ఏక పగడముతో మినుకు మినుకుమను వెలుగును వెదజల్లు చిన్ని నాసికాభరణముగా మారి అపరాజిత నాసిక వామభాగమును అలంకరించినది.

అనంతరం అప్పటివరకు అచట జరిగిన సంఘటనకు సాక్షీభూతులుగా నిలచిన వారిలో వనదేవత అయిన సంపంగికి తక్క మిగిలిన సమస్త జీవ జంతుజాలముల మస్తిష్కము నుండి ఆ అద్భుతము తుడిచిపెట్టుకుపోయినది. కాంతి గోళము నుండి వెలువడిన వెలుగును గాంచి కుటీరములలోని వెళ్లిపోయిన చెంచుల జ్ఞాపకాలు సైతము తుడిచిపెట్టుకుపోయినవి.

మరల ఆ ప్రదేశమంతా ముందటివలె గాఢాంధకారము అలుముకొని కేవలం అమ్మోరుతల్లి ముందు వెలుగుతున్న అఖండ జ్యోతి మాత్రమే తన వెలుగులు ప్రసరించసాగినది. అంతకుముందు వరకు అమ్మోరుతల్లి నాసికకు అలంకరించబడి వెలుగులు విరజిమ్ముతున్న నాసికాభరణము మాత్రం అచట లేదు. ఆ ఒక్క మార్పు తప్ప జరిగిన సంఘటనకు సంబంధించి మరే విధమైన సాక్ష్యము అచట లేకున్నది .

పూజారి ముందటివలె ధ్యానంలోనే మునిగి ఉన్నాడు. వీరభద్రుడు తప్పించుకొను మార్గాన్వేషణలో సంపంగితో సంభాషించుటకు యత్నించసాగాడు. జాబిలి ఎప్పటివలెనే దూరముగా ఉండి వారిని గమనించసాగినది.

అప్పటివరకు పొదలలోనే నక్కి వారి కదలికలను రెప్పవేయక గాంచుచున్న ఆ ఆగంతకుడు ఒక్కసారిగా తన దృష్టిపదము నుండి అమ్మోరుతల్లి నాసికను అలంకరించి ఉన్న ముక్కెర అదృశ్యమగుట గాంచి ఉలిక్కిపడి ఏమి జరిగినదో తెలుసుకొనుటకు మంత్ర ప్రయోగము చేసి చూసి ఫలితమేమియు లేకుండుటచే ఆ ముప్పురే దీనికి కారణమై ఉందురని తలచి వారిముందుకు వచ్చి నిలచినాడు.

అపరాజిత –పంచ షష్ఠి అంకం

సోదరీ ఇచటినుండి తప్పించుకొనుటకు ఇదియే సరి అయిన తరుణం, సూర్యోదయానికి పూర్వమే ఇచటనుండి తప్పించుకొనవలెను, లేనిచో మరల చెంచులు అందరూ ఇచటకు వచ్చిన ఏమి జరుగునో ఊహింపశక్యము కాదు అంటూ వీరభద్రుడు సంపంగి కి తెలుపగా సంపంగి సైతం అతని అభిప్రాయముతో ఏకీభవిస్తూ అపరాజిత అభిప్రాయము తెలుసుకొనుటకొరకు అపరాజిత వైపు తిరిగినది.

అప్పటికే వారిరువురి సంభాషణ ఆలకిస్తున్న అపరాజిత తన అభిప్రాయము వెల్లడించబోతూ తమ ఎదురుగా ఎవరో నిలచిన భావన కలగడంతో శిరము ఎత్తి చూడగా ఎదురుగా పొడవైన ఆకారము ఒకటి కనిపించగా ఎవరై ఉందురా అని పరికించి చూడబోగా ఆ ఆకారం యొక్క రూపురేఖలు ఆ చీకటిలో పోల్చుకొనుట అసాధ్యమైనది. అమ్మోరు తల్లి పూజారి అనుకొనుటకు అతను ఇప్పటికీ పెద్దమ్మోరు తల్లి విగ్రహం ముందు అదే ధ్యానముద్రలో ఉండుట గాంచి ఈ ఆకారము ఎవరిదై ఉండునా అని యోచనలో పడినది అపరాజిత. ఆసరికే ఎదురుగా ఉన్న ఆకారమును గమనించిన వీరభద్రుడు ఎవరు మీరు ఎందులకు ఇచటికి ఈ సమయములో యేతెంచినారు అని ప్రశ్నించినాడు.

అంత అతను వికట్టహాసము చేయుచూ నేనెవరో మీకు తెలియచేయుటకే మీ ముందుకు యేతెంచినాను అంటూ "ఓం జ్వాలామాలా శోభితే ప్రసన్న , కాంతిమతే ప్రసన్న" అంటూ మంత్రోచ్చారణ చేయగా ఆ మంత్రోచ్చారణ ఫలితముగా ఆ ప్రదేశము అంతా శ్వేత వర్ణపు కాంతి అలముకొనగా ఆ కాంతిలో ఎదురుగా నిలబడిన ఆకారాన్ని గాంచి మీరా అంటూ ఏక కంఠంతో ఆశ్చర్యమును వ్యక్తము చేసారు అపరాజిత త్రయం.

హా నేనే అంటూ శతాబ్దము పైగా నేను వేచి చూస్తున్న తరుణం నా చెంతకు వచ్చేసినది. ఇన్ని నాళ్ళ నా నిరీక్షణకు తగిన ఫలితము అందుకొనుటకు నేనే స్వయముగ మీ ముందుకు విచ్చేసినాను అంటూ పలికినాడు ఆ ఆగంతకుడు. శతాబ్ద కాలంగా మీరు వేచి చూస్తున్న తరుణమా? మాకేమియు అవగతం కాకున్నది. ఈ గూడెములలో నివసించు చెంచులు అందరితో పెద్ద స్వాములోరిగా కొలవబడుతున్న మీరు దేనికొరకో నిరీక్షించుట ఏమిటి? ఇపుడు దానికొరకు ఈ నిశి వేళ మా ముందుకు అరుదెంచుట ఏమిటి అని మరల ప్రశ్నించాడు వీరభద్రుడు.

నా జన్మ నక్షత్రములు తెలిసిన గాని నా కార్యము నెరవేర్చరా ఏమి ? అయిననూ నా కార్యము నెరవేర్చుటకొరకే ఇచటకు విచ్చేసిన మీ అంతిమ ఇచ్ఛ నెరవేర్చుట నా కర్తవ్యము కావున నీ ప్రశ్నలకు సమాధానము తెలిపెదను అంటూ తన తన దక్షిణ హస్తమును నుదిటికి తాటించుకొని " ఓం భూతకాల దర్శిన్యై ప్రసన్న, ప్రియ దర్శిన్యై ప్రసన్న అని మంత్రోచ్చారణ చేసి నుదిటికి తాటించుకున్న దక్షిణ హస్తమును వారి ముందుకు సాచగా పెద్ద స్వాములోరిగా పిలవబడే ఆ అగంతకుని అరచేతిలో నుండి ఒక అదృశ్య శక్తి సుడులు తిరుగుతూ వెలువడి అపరాజిత వాళ్ళను చేరి వాళ్ళు ముచ్చురినీ తనలో ఇముడ్చుకొని మరల పెద్ద స్వాములోరి అరచేతిలోకి వెళ్ళి అదృశ్యమైపోయినది.

మరల అచటి ప్రదేశమంతా నిశ్శబ్దముగా చీకటిగా మారిపోయినది. పెద్ద స్వాములోరు అచ్చటనే తచ్చాడుతున్న జాబిలిని గాంచి గుంభనంగా ఒక చిరునవ్వి నవ్వి అచట ఆసీనుడైనాడు.

ఇక అంగదేశము నుండి సాయంసంధ్య వేళ ప్రయాణము కొనసాగించిన విష్ణుచిత్తుడు తన జతగాడిని చేరుకోవలెనను అతృతతో చీకట్లు ముసురుకున్ననూ తన ప్రయాణము ఆపకుండా శరవేగముతో అరణ్యములోనికి తన అశ్వరాజమును దౌడు తీయుస్తుండగా వీరభద్రుని కొరకు ఎంపిక చేయబడిన మరియొక అశ్వరాజము తన మిత్రుని అనుసరిస్తూ పరుగులు తీయసాగినది.

అశ్వ ద్వయము డస్సిపోయి నోటినుండి నురగలు వెలువరచు వరకు అలుపెరుగక ప్రయాణము సాగించి ఇంకనూ ఆ మూగజీవులను కష్టపెట్టుట ఇచ్ఛగించక తన ప్రయాణమునకు కొంత విరామమిచ్చి ఒక నింబ వృక్షము కింద అశ్వములను వదలి వెంట తెచ్చుకున్న తినుబండారములు కొన్ని ఆరగించుటకు చేతబూని మిత్రుడు ఏమైనా ఆరగించినాడో లేదో అను సందేహము మదిలో పొడసూపగా తినుటకు ఇచ్ఛగించక వాటిని మరల జోలెలో భద్రపరచి కొద్దిగా జలమును మాత్రము స్వీకరించి ఆ నింబ వృక్షమును అధిరోహించి దృఢమైన ఒక శాఖను ఆలింగనము చేసుకొని మిత్రమా నీకు చేరువలోనే ఉన్నాను అని వీరభద్రుని తలచుకుంటూ ప్రయాణ బడలికచే నిద్రాదేవి ఒడిలోకి జారుకున్నాడు విష్ణుచిత్తుడు.

ఇక అంబ రెట్టించిన పట్టుదలతో వీరభద్రుని యెటులైనా సంహరించి తన పితామహుని పగ ను తీర్చి ఆయనకు మనశ్శాంతిని ప్రసాదించవలెనని అలుపెరుగక ఉత్తర దిశలో అరణ్య మధ్యభాగములోనికి చొచ్చుకొనిపోసాగినది. చీకట్లు ముసురుకొను వేళకు ఆమె స్వారీ చేయుచున్న అశ్వము డస్సిపోయి ఇక ముందుకు సాగలేననుచు కూలబడుటచే ఇక ఆ దినమునకు ప్రయాణము ముగించి విశ్రాంతి తీసుకొనుటకు నిశ్చయించుకొని అశ్వము నుండి కిందకు దిగి తన అశ్వమునకు విశ్రాంతిని ప్రసాదించింది.

తాను విశ్రమించుటకు తావును అన్వేషించుచు ముందటి దినము అయిన అనుభవముతో వృక్షముల మీద విశ్రాంతి తీసుకొను యోచనకు స్వస్తి పలికి ఒక సెలయేటి పక్కన గల బండరాళ్ళపై ఆసీనురాలై తన వద్ద గల ఫలములు కొన్ని ఆరగించి ఆ సెలయేటిలోని

జలమును స్వీకరించి తన పక్కనే తచ్చాడుతున్న తన అశ్వమును ముద్దుగా కాళీ అని సంబోధిస్తూ నేను కొంత తడవు విశ్రమించెదను ఏదైనా ఆపద చుట్టుముట్టిన యెడల నన్ను హెచ్చరించుము అని పలుకగా అటులనే అన్నట్లుగా సకిలించినది ఆ కాళాశ్వము. ఇక మరొక యోచన లేక ఆ రాతి నేలపై పవళించి నిద్రాదేవి ఒడిలోకి జారుకున్నది అంబ.

పట్టుపరుపులపై పవ్వళించవలసిన తన పుత్రిక అటుల కారడవిలో కటిక నేలపై పవళించుట గాంచి హృదయము ద్రవించుచుండగా పెద్దలు చేసిన తప్పిదములు పిల్లలు అనుభవించుట తప్పదు గదా ! ఇంకను నా పుత్రికకు ఈ అగచాట్లు ఎన్ని దినములో గదాయని నిట్టూరుస్తూ మానసికముగా అలసిపోవుటచే తానును నిద్రాదేవి ఒడిలోకి చేరుకున్నాడు బలదేవుడు. అంబ కానీ బలదేవుడు కానీ ఊహించని ప్రమాదమొకటి అంబకు చేరువలో ఉండి అంబ కదలికలను గమనించసాగినది.

పెద్ద స్వాములోరి అరచేతిలో ప్రభవించిన అదృశ్య శక్తి యొక్క సుడిగాలిలో చిక్కుకున్న అపరాజిత త్రయం సుడులు తిరుగుతూ కాలచక్రములో వెనుకకు ప్రయాణం చేసి కొన్ని దశాబ్దముల పూర్వమునకు చేరుకున్నది. ఉన్నట్లుండి ఆ సుడిగాలి వేగము తగ్గిపోగా విసరివేయబడినట్లుగా ముప్పురు తలొక దిశలో పడిపోగా నేత్రములు తెరచి ఒకరి చెంతకు మరొకరు చేరి తమ చుట్టూ ఉన్న పరిసరములను గమనించసాగారు వారు.

పసిడి కాంతులతో వెలుగులు వెదజల్లుతూ కుబేరుని అలకాపురిని తలపింపచేయుచున్న ఒక రాజభవనంలో తాము ఉన్నట్లుగా గమనించుకున్న ఆ ముప్పురు, నోరు మెదిపితే ఏమి జరుగునో అన్నట్లుగా నిశ్శబ్దముగా అచట జరుగుతున్నది గమనించసాగారు. కానీ వీరు అచట జరుగుతున్న ప్రతి విషయమును అనుభూతించసాగారు కానీ వీరి ఉనికి మాత్రం అచట ఉన్న ఎవరికీ తెలియనట్లుగా ఆ రాజమందిరములోని భటులు పరిచారికలు వీరి ముందునుండే అటు ఇటు హడావిడిగా తిరుగుచూ ఆ దినమున జరగబోవు తమ యువరాజు పట్టాభిషేకమునకు ఏర్పాట్లు చేయుటలో తలమునకలు అవసాగారు.

అష్టాధిక శత (108) సంఖ్యలో గల పుణ్య నదులనుండి సేకరించిన జలమును స్వర్ణ పాత్రలలో నింపి వాటిలో సుగంధ ద్రవ్యములు అటులనే వివిధ వర్ణముల విరులను వాటిలో మేళవించి పట్టాభిషేకమునకు ముందు పురోహితులు నిర్వర్తించు మంగళ కార్యములకొరకు సిద్దము చేసి ఉంచి యువరాజు ఆగమనమునకు సమయామాసన్నమైనదనుటకు గుర్తుగా పుణ్యవచనములు వల్లించసాగారు విప్రోత్తములు.

వందిమాగధులు వెంట వచ్చుచు వంశ పరాక్రమములు వల్లె వేయుచుండగా మాతాపితరుల సహితముగా పట్టాభిషేకము కొరకు సిద్ధపరచిన మందిర ప్రాంగణములోనికి అడుగుపెట్టాడు విదర్భ దేశ యువరాజు దుర్ముఖుడు. ఆ పట్టాభిషేకమును తిలకించుటకు దేశము యొక్క నలుచెరగుల నుండి విచ్చేసిన ప్రజలతో ఆ ప్రాంగణమంతా నిండిపోగా, విదర్భ

దేశ సామంతులు అటులనే ఇతర దేశముల చక్రవర్తులతో ప్రత్యేక ఆసనములు అన్నీ భర్తీ అయినవి.

ముందుగా యువరాజు దుర్ముఖుడు అధిష్టించవలసిన సింహాసనమును పుణ్య జలములతో పవిత్రము చేసి అటుపైన పుణ్య నదుల నుండి సేకరించిన జలముతో మంత్రోచ్ఛరణల నడుమ దుర్ముఖుడికి మాతాపితరులచే అటులనే విప్రోత్తములచే మంగళ స్నానములు గావించగా ఆ వేడుకను తిలకించుచున్న ప్రతి ఒక్కరు తమ హర్షమును వ్యక్తము చేయుచు పుష్పములనే అక్షింతలుగా యువరాజు మీదకు విసరుచుండగా ఆ ప్రాంగణము మొత్తం సప్త వర్ణముల విరులతో నిండిపోయి సుందర ఉద్యానవనమును తలపించుచున్నది.

అనంతరం మంగళ స్నానము ముగిసినదని విప్రోత్తములు ప్రకటించుటచే దుస్తులు మార్చుకొని వచ్చుటకు అంతఃపురములోనికి వెడలినాడు దుర్ముఖుడు. విదర్భ దేశ మహారాజు, యువరాజు దుర్ముఖునికి తండ్రి అయిన కీర్తివర్మ తన పట్టమహిషి తో సహా యువరాజు కొరకు ఏర్పాటు చేసిన సింహాసనమునకు పక్కగా అమర్చిన ఆసనంలో ఆసీనుడై అచటకు తన కుమారుని పట్టాభిషేక మహోత్సవమును తిలకించుటకు వచ్చిన అందరికీ అభివాదం చేసి తన పాలనలో యెటులైతే ప్రజలందరూ సుఖశాంతులతో ఉన్నారో అటులనే తన పుత్రుని పాలనలో కూడా వారికి ఏవిషయములోనూ కొరత ఉండదని తెలియచేస్తూ సామంత రాజులు ఇప్పటివలెనే ఎటువంటి గొడవలు సేయక కప్పములు చెల్లించవలెనని, మిత్ర రాజ్యాల చక్రవర్తులు తనకు సహాయ సహకారములు అందించినట్లే తన కుమారునికి కూడా సహకారములు అందించవలెనని ప్రసంగించి వారి నుండి అంగీకారమును గైకొని సంతసముతో కుమారుని రాక కొరకు వేచి చూడసాగాడు.

అపరాజిత – షట్ షష్టి అంకం

-విదర్భ దేశ ప్రజానీకం, రాజాధిరాజులు, మహారాజు కీర్తివర్మ ఎదురు చూపులకు ముగింపు పలుకుతూ స్వర్ణమునే సన్నని తీగెలుగా చేసి వస్త్రకారులు అత్యంత నైపుణ్యముతో నేసిన స్వర్ణ వస్త్రములు ధరించి నుదుట కస్తూరి తిలకమును ధరించి భట్రాజులు స్తుతిస్తుండగా అట్టహాసముగా తరలి వచ్చాడు యువరాజు దుర్ముఖుడు.

దుర్ముఖుని రాకతో ఒక్కసారిగా జయహో యువరాజా అంటూ ప్రజానీకం చేస్తున్న జయ జయధ్వానాలతో సభా ప్రాంగణం దద్దరిల్లిపోయింది. సభకు ఇరువైపులా నుంచున్న అప్సరసలను పోలిన అంగనలు దుర్ముఖునిపై పుష్పములు చల్లుతుండగా రాజనర్తకి తన అపురూప నృత్యముతో హొయలొలుకుతూ యువరాజుకు స్వాగతం పలుకుతుండగా స్వయానా మహారాజు కీర్తివర్మ తన ఆసనము నుండి దిగి కుమారుని తోడ్కొని దుర్ముఖుని కొరకై సిద్ధ పరచిన సింహాసనము మీద ఆసీనుడుని గావించినాడు. అనంతరం విప్రోత్తములు నిర్వర్తించవలసిన తదుపరి కార్యక్రమములు కూడా యధావిధిగా ఎట్టి జాగు సేయక వడివడిగా నిర్వర్తించినారు.

తదుపరి తుట్టతుది అంకమునకు తరుణమాసన్నమైనది. అంతవరకు తన శిరమును అలంకరించిన కిరీటమును తీసి మహారాజు కీర్తి వర్మ ఉత్తరాధికారి కాబోతున్న యువరాజు దుర్ముఖునికి అలంకరించి పట్టమహిషితో సహా అతనిని ఆశీర్వదించిన యెడల ఆ కార్యక్రమము సంపూర్తం అయినట్లు. తదుపరి నూతన మహారాజు ప్రజలకు అభివాదం చేసి సామంత రాజులతో మిత్ర రాజ్యాల పాలకులతో ఇప్పటివరకు ఉన్న ఒప్పంద పత్రములను కొనసాగిస్తున్నందుకు గుర్తుగా రాజముద్రికతో ఆ పత్రములపై తన ఆమోదమును తెలుపుతూ అటులనే మరల వారి ఆమోదమును కూడా స్వీకరించి తదుపరి విందు వినోదములతో మునిగి తేలుట తరతరాలుగా వస్తున్న ఆనవాయితీ.

ఆ ఆనవాయితీని కొనసాగిస్తూ కీర్తి వర్మ, తన పట్టమహిషి రాజమాత సువర్ణాదేవి తో సహా కుమారునికి ఇరువైపులా నిలబడి అనంతరం మహారాజు కీర్తివర్మ తన శిరమును అలంకరించి ఉన్న కిరీటమును తీసి భక్తి ప్రపత్తులతో ఒకపరి కనులకు అద్దుకొని తదుపరి ఆ కిరీటమును తన కుమారునికి అలకరించబోవుచుండగా అకస్మాత్తుగా ఆ కిరీటము కీర్తి వర్మ హస్తములలోనుండి పైకి యెగిరి సభా ప్రాంగణము యొక్క ఉపరితలమునకు చేరువలో అలా గాలిలో తేలియాడుతూ నిలబడిపోయినది.

ఆ పరిణామమునకు అందరు ఆశ్చర్య చకితులవగా అటుల ఎందుకు జరిగినదాయని విప్రోత్తములు కూడా నివ్వెరబోయి చూచుచుండగా ఆ సభాప్రాంగణములోనికి అరుదెంచాడు వైనతేయ మహర్షి. విదర్భ దేశ పాలకులకు విద్యాబుద్ధులు గరిపి వారిని సకల విద్యలలో ప్రావీణ్యులను గావించి సింహాసనమును అధిష్టించుటకు అర్హులుగా తీర్చిదిద్దు వైనతేయ మహర్షి రాకతో అక్కడ నెలకొన్న కలవరము కొంత సద్దుమణిగి మహర్షి ఆకస్మిక రాకకు కారణమేమై ఉండునో, ఒకవేళ జరిగిన పరిణామమునకు మహర్షి రాకకు సంబంధమేమైనా ఉండి ఉండవచ్చునా అని అందరూ ఎవరికి వారు ఊహాగానములలో మునిగిపోయారు.

ముందుగా తేరుకున్న కీర్తివర్మ కుమారుని సింహాసనము వద్ద నుండి వడివడిగా ముందుకేగి పరిచారికలను పురమాయించి అర్ఘ్యపాద్యాదులు సమర్పించి ఉచిత ఆసనము అమర్చి మహర్షిని సుఖాసీనులు అగునట్లుగా చేసినాడు. మహర్షి రాకతో అందరూ విభ్రమములో మునగగా ఒక్క దుర్ముఖుడు మాత్రం అసహనంగా కదలసాగాడు.

అనంతరం కీర్తివర్మ వైనతేయ మహర్షిని ఉద్దేశించి గురువర్యా మా కుమారుని పట్టాభిషేక సమయమున మీ రాక మాకు అత్యంత సంతోషమును సమకూర్చినది. ఎన్నడూ గురుకులం వదిలి అడుగు బయటపెట్టని మీరు ఆశ్రమము వదిలి ఇచటకు వచ్చినారంటే దానికి తగిన కారణమేదో ఉండి యుండొచ్చు. అది నా వంటి అజ్ఞానికి తెలుసుకొనుట అసాధ్యము. అటులనే ఇపుడు ఈ పట్టాభిషేక కార్యక్రమమునకు కూడా విఘ్నమేర్పడినది . అది అవగతమవక కొట్టుమిట్టాడుతున్న తరుణములో మా సమస్యను తీర్చుటకై అన్నట్లుగా మీరు అరుదెంచినారు. దయయుంచి ముందు ఈ కార్యక్రమము నిర్విఘ్నముగా జరుగునట్లు చేయండి. తదుపరి మీరు వచ్చిన కార్యము యేదైననూ అది నేను నెరవేర్చెదను అని వినమ్రతతో విన్నవించుకున్నాడు.

తమ కనుల ముందు జరుగుతున్న ఈ తతంగాన్నంతటినీ గమనిస్తూ వీరభద్రుడు అపరాజితతో, సోదరీ ఇది అంతయు నాకు అవగతము కాకున్నది. ఇక్కడ జరుగు సంఘటనలకు ఆ పెద్ద స్వాములోరికి ఏమి సంబంధము? అతడేల మనలను ఇచటికి పంపియున్నాడు అని సందేహము వ్యక్తము చేయగా అపరాజిత పెదవి విప్పి సంభాషించునంతలో సంపంగి కలుగ చేసుకుని అక్కడ వైనతేయ మహర్షి ఏదో తెలియచేయబోతున్నారు మీరు నిశ్శబ్దముగా ఉన్న యెడల ఏమి జరిగినదో ఏమి జరగబోతున్నదో మనకు అవగతమవుతుంది అని నెమ్మదిగా మందలించగా వారిరువురు నిశ్శబ్దము వహించి మహర్షి పలుకులు ఆలకించుటకు సన్నద్ధులైనారు.

కీర్తి వర్మ శిరముపై హస్తమునుంచి మృదువుగా అతని శిరమును నిమిరి ఈ వయసులో నీకు కలిగిన ఈ కష్టమును తట్టుకొని నిలబడగలుగు శక్తిని ఆ పరమేశ్వరుడు నీకు ప్రసాదించుగాక అని ఆశీర్వదించాడు వైనతేయ మహర్షి. నాకు కలిగిన కష్టమా? అన్నట్లుగా ప్రశ్నార్థకంగా చూచుచున్న కీర్తివర్మను గాంచి, కీర్తివర్మా మీ వంశస్తులు ధరించు ఆ కిరీటము మీ

పూర్వీకులకు పరమేశ్వర ప్రసాదముగా లభించినదను విషయము నీకు అవగతమేకదా అని గంభీరంగా ప్రశ్నించాడు వైనతేయ మహర్షి.

అవును మహర్షీ ఆ కిరీటము పరమేశ్వర ప్రసాదితమని దానివల్లనే మా రాజ్యము, మా వంశము సుభిక్షంగా ఉన్నదని కూడా తెలుసు అని పలుకగా ఇపుడు ఒక అనర్హుడికి నీవు దానిని అలంకరించబోవుటచే అది అటుల నీ హస్తము నుండి చేజారినది అని తెలిపినాడు వైనతేయ మహర్షి. వంశపారంపర్యముగా నా తదుపరి వారసుడు అయిన నా కుమారునికే కదా గురువర్యా ఆ కిరీటము అలంకరించ ప్రయత్నించినాను. మా వంశోద్ధారకుడు ఎటుల అనర్హుడు కాగలడు అని మరింత అయోమయముతో ప్రశ్నించాడు కీర్తివర్మ. అప్పటికే జరుగుతున్నది ఏమిటో అవగతమవక అయోమయావస్థలో ఉన్న సభికులందరిలో దుర్ముఖుడు సింహాసనం అధిష్టించుటకు అనర్హుడని మహర్షి ప్రకటించుట ఆలకించి కలవరము మొదలైనది .

నీ కుమారుడు ఆ కిరీటము ధరించుటకు తప్పక అర్హుడే కీర్తివర్మా, కానీ ఇపుడు ఆ స్థానములో ఉన్న ఆ మాయావి మాత్రము దానికి అర్హుడు కాదు అని పలికి తన కమండలంలోని మంత్రజలమును దుర్ముఖుడిపై చల్లి ఇకనైనా నీ మాయతొలగించి నిజరూపము ధరించు అంబికేశా అని పలుకగా అంతవరకు దుర్ముఖుని రూపములో ఉన్న అంబికేశుడు తన నిజరూపములోనికి వచ్చినాడు.

ఏడడుగుల పొడవుతో ధృడమైన మెలికలు తిరిగిన కాలవర్ణపు కాయముతో కటి వరకు మాత్రమే కాలవర్ణపు వస్త్రమును ధరించి పైభాగము అంతయు ఎటువంటి ఆచ్ఛాదన లేక అగ్నిగోళముల వంటి కన్నులు కలిగి కంఠమున శతాధిక మానవ కాపాలములను ఆభరణముగా ధరించి పొడవైన నఖములతో హస్తములో జంబూక ఆకారము గల మంత్రదండమును ధరించి ఉన్న అంబికేశుని రూపమును గాంచి సభికులందరు హాహాకారములు చేయుచు అచ్చటనుండి తప్పించుకొని పోవుటకు పరుగులు తీయసాగారు.

కానీ అంతలోనే అంబికేశుడు తన మంత్రదండమును ఊపి వారిని దిగ్బంధనము గావించినాడు. జరుగుతున్నది కనులు అప్పగించి చూచుట తప్ప కదులుటకు అవకాశము లేక శిలలవలె నిలబడి భయముతో జరగబోవు దారుణమునకు వీక్షించుటకు సిద్ధమైనారు అచటి సభికులు అందరూ. కేవలము వైనతేయ మహర్షి అటులనే అతని చరణములను ఆశ్రయించి ఉన్న కీర్తివర్మ, ఇక మన మిత్రత్రయం తక్క మిగిలినవారందరి గతి అదియే అయినది.

ఏమి జరుగుతున్నది గురువర్యా ఈ భీకరాకారుడు ఎవరు? ఇతను నా కుమారుని స్థానములో ఉన్న యెడల నా కుమారుడు ఏమయినట్లు? నా ముద్దుల పట్టి, విదర్భ రాజ్య ఆశాకిరణం అయిన నా పుత్రుడు దుర్ముఖుడు క్షేమమే కదా అని గద్గద స్వరముతో కీర్తి వర్మ ప్రశ్నించుచుండగా అంబికేశుడు వికటాట్టహాసము చేయుచూ నీ కుమారుడు ఇదుగో నా కంఠమును అలంకరించి ఉన్నాడు చూడుము అంటూ కపాల హారమునకు పతకము వలె

అమర్చబడి యున్న ఒక కపాలమును పట్టుకొని చూపించగా అది గాంచి హా కుమారా అంటూ స్పృహ కోల్పోయినాడు విదర్భ మహారాజు కీర్తివర్మ.

తన కమండలంలోని జలముతో అతనికి స్పృహ తెప్పించి నాయనా కీర్తివర్మా ఈ దుష్టుడి నామము అంబికేశుడు. మృత్యుంజయుడై సమస్త లోకములను ఏలవలెనను దురాశతో క్షుద్రపూజలు చేయుచూ 108 మంది రాజ పుత్రులను బలి ఇచ్చి తన ఆయుస్సును కొన్ని వందల వత్సరములకు పొడిగించుకున్నాడు. కానీ ఎప్పటికీ మృత్యువు దరిచేరక అమరుడై ఉండవలెనన్న పరమేశ్వర వరప్రసాదితమైన ఈ కిరీటమును ధరించి మహాకాళికి సహస్ర కన్యలను బలి ఇవ్వవలెనని తెలుసుకొని నీ కుమారుడు దుర్ముఖుడిని వధించి అతని స్థానములో పట్టాభిషిక్తుడై ఆ కిరీటమును పొందుటకు ఇచటకు వచ్చినాడు.

తాను బలి ఇచ్చిన రాజకుమారులు ఆత్మలను సైతము వారి కపాలములలోనే బంధించి ఆ మాలను తన కంఠములో ధరించినాడు. ఆ కపాల మాలను ఛేదించిన గానీ ఆ రాకుమారులు ఆత్మకు శాంతి కలుగదు. ఎపుడు అయితే ఈ దుష్టుని కన్ను ఈ కిరీటము మీద పడినదో అపుడే నాకు విషయము తెలిసి ఇచటకు అరుదెంచినాను.

అల్పాయుష్కుడు అయిన నీ కుమారుని తిరిగి బ్రతికించు సామర్ధ్యము నాకు లేదు కానీ అతని ఆత్మకు శాంతి కలిగించగలుగు శక్తి నాకు ఉన్నది అని అంబికేశుని వైపు తిరిగి చూడగా అంబికేశుడు తన మంత్రదండముతో గాలిలో తేలియాడుతున్న కిరీటమును ఆకర్షించు యత్నములు చేయబోవుట గమనించి ఆ పరమేశ్వరుని వరప్రసాదమైన ఆ కిరీటమును నీకు ఎప్పటికీ దక్కనివ్వను అంబికేశా అని పలుకుతూ తన కమండలంలోని జలమును దక్షిణ హస్తములోనికి తీసుకొని తన తపః శక్తిని మొత్తం క్రోడీకరించి అంబికేశునిపై చల్లారు మహర్షి వైనతేయులు.

అపరాజిత - సప్త షష్టి అంకం

వైనతేయ మహర్షి కమండలంలోని జలం తనను తాకగనే అంబికేశుడు మత్తగజం ఏదో తన తొండముతో తామరతూడును విసరివైచిన చందంగా గాలిలో అంతెత్తున ఎగిరిపడి ఆ సభా ప్రాంగణమునకు నూరు ధనువుల దూరములో విసరివేయబడినాడు. అంతియేగాక అతని హస్తములో గల మంత్రదండము సైతము నూరు వ్రక్కలు అయిపోయి భస్మీపటలం కాబడినది.

పుడమిని తాకుతూనే దెబ్బతిన్న కోడెత్రాచువలె బుసలు కొడుతూ పైకి లేచిన అంబికేశుడు తన మంత్రదండం కొరకు చూడగా భస్మరాశిలా మారిపోయిన మంత్రదండమును గాంచి హతాశుడైనాడు. ఎపుడు అయితే అంబికేశుని మంత్రదండం నాశనం అయినదో ఆ మరుక్షణమే అతని చే దిగ్బంధించబడిన సభికులందరు మంత్ర విముక్తులై తమ రాకుమారుని వధించి అతని స్థానములోనికి వచ్చుటకు ప్రయత్నించిన ఆ మాయావి పై ఆగ్రహావేశాలతో మూకుమ్మడిగా అతని మీద దండెత్తుటకు ముందుకు కదలినారు.

అంత వైనతేయుడు వారిని వారించుచు అతనిని శిక్షించు బాధ్యత దైవానిది, మీరు శ్రమపడవలసిన అవసరము లేదు అని వారిని శాంత పరచి అంబికేశుని కంఠము లో ఉన్న కపాలమాలను కూడా ఛేదించగా అందులో బంధింపబడి ఉన్న రాజకుమారుల ఆత్మలు అన్ని బంధవిముక్తులై తమ ఆత్మలకు స్వేచ్ఛను ప్రసాదించిన వైనతేయ మహర్షి చుట్టూ ముమ్మారు ప్రదక్షిణ గావించి అనంత విశ్వంలో కలసిపోయాయి.

అనంతరం వైనతేయ మహర్షి అంబికేశుని వైపు తిరిగి, నీ ఆయువు ఇంకను తీరకుండుట వలన నిన్ను ప్రాణములతో ఉంచవలసి వచ్చినది. ఈ కిరీటము ఇంకను భువిపై ఉన్న యెడల నీవు మరొకమారు నీ శక్తులను కూడగట్టుకొని దీనికొరకు ప్రయత్నము చేయక మానవు. అందుకొరకు పరమేశ్వర వరప్రసాదితమైన ఈ కిరీటమును మరల ఆ ఈశ్వరుని పాదపద్మముల వద్దకే చేర్చుతున్నాను అని పలికి తాను నిత్యము జపమునకు వినియోగించు జపమాల నుండి ఒక రుద్రాక్షను వేరు చేసి దానిని నుదిటి తాటించుకొని పరమేశ్వరా నీకెంతో ప్రీతి పాత్రమైన ఏకముఖ రుద్రాక్ష సహితముగా నీ వరప్రసాదితమైన కిరీటమును నీ చెంతకే పంపుచున్నాను. స్వీకరించి మమ్ములను ధన్యులను చేయుము తండ్రీ అని పలికి రుద్రాక్షను కిరీటము వైపు ఊర్ధ్వ దిశగా విసరగా ఆ రుద్రాక్ష కిరీటమును తాకిన మరుక్షణము కనులు మిరుమిట్లు గొల్పునటుల కైలాసము నుండి వెలువడిన ఒక తటిల్లత రుద్రాక్ష సహితముగా కిరీటమును స్వీకరించి

అదృశ్యమైపోయినది.

కుమారుని పట్టాభిషిక్తుని చేసి వానప్రస్థము స్వీకరించవలెనని ఆశతో ఉన్న కీర్తి వర్మ దంపతులకు కుమారుడు మరణించినాడను వార్త అశనిపాతమవగా దానిని తట్టుకొనలేక కంటికి మింటికి ఏకధారగా విలపించుచుండగా వైనతేయ మహర్షి వారిని ఓదార్చుచూ నాయనా జన్మించిన ప్రతి ప్రాణికి మరణము తప్పదు. ఎవరి కర్మలను అనుసరించి వారు భువిపై జన్మించి ఆ కర్మల ఫలితము తీరగనే ఆ లయకారునిలో లయమగుట సృష్టి ధర్మం. దాని గురించి శోకించి కర్తవ్యమును విస్మరించుట తగదు. నీ కుమారుని స్థానములో అర్హుడైన ఒక వీరుని ఎన్నుకొని అతనికి రాజ్య పాలన అప్పగించి తదనంతరం మీరు వానప్రస్థం స్వీకరించండి అని వారికి కర్తవ్యము బోధించి వడివడిగా అంబికేశుడు నిలవబడిన ప్రదేశమునకు చేరుకున్నారు వైనతేయులవారు.

క్రోధముతో బుసలు కొట్టుచున్న అంబికేశుని గాంచి దురాశ ఎప్పటికీ క్షమార్హము కాదు అంబికేశా! ఇంకనూ తరుణము మించిపోలేదు నీకు ఉన్న ఆయువును ధర్మ కార్యముల కొరకు వినియోగించి మోక్ష ప్రాప్తి కై పాటుపడుము, ఏ జీవికి అయినా మోక్షమునకు మించిన పెన్నిధి ఏమున్నది అని హితవు పలికాడు. మహర్షి వైపు హేళనగా చూస్తూ ముక్కు మూసుకొని తపము చేసుకొను సన్యాసులకు మోక్షమే పెన్నిధి కావచ్చు కానీ నా వంటి నిత్య యవ్వనునికి దానికి మించిన అమర సుఖములు మిక్కిలి ఉన్నవి. ఇపుడు నీవు విజయము సాధించితివని విర్రవీగుచున్నావు కానీ భవిష్యత్తులో తప్పక నేను అనుకున్నది సాధిస్తాను. అమరత్వాన్ని, ముల్లోకముల ఆధిపత్యాన్ని సాధించి చూపిస్తాను. అప్పటికి నీకు ఆయువు తీరకుంటే తప్పక నీ యెదుటికి వచ్చి నీచే పాదసేవలు అందుకుంటాను అని దుర్భాషలు ఆడినాడు అంబికేశుడు.

అంబికేశుని వాక్కులు ఆలకించి ఇక అతనిలో మార్పు ఆశించుట సర్పముల నుండి హాలాహలము బదులుగా అమృతమును ఆశించినట్లే అని అవగతమగుటచే వైనతేయులవారు తన దండమును అంబికేశుని వైపు త్రిప్పి మంత్రపఠనము గావించగా ఆ మంత్ర ప్రభావముచే అంబికేశుడు అచ్చటనుండి దిగంతములవైపు విసిరి వేయబడినాడు. మరల సుడులు తిరుగుతూ అదృశ్య శక్తి అచట ప్రత్యక్షమై అంబికేశునితో సమముగా అపరాజిత త్రయముతో సహా ప్రయాణించసాగినది.

భువికి గగనానికి మధ్యలో ఉన్న త్రిశంకు స్వర్గమునకు చేరుకున్న అంబికేశుడు, అచట కొన్ని వత్సరములు ఘోర తపమొనర్చి వైనతేయ మహర్షి వలన తాను కోల్పోయిన శక్తులను అన్నిటిని మరల దక్కించుకున్నాడు. తాను సాధించిన శక్తులతో అమరత్వమునకు, ముల్లోకముల అధిపత్యమునకు మరల ప్రయత్నములు ఆరంభించగా అతని దృష్టి పథములోనికి వచ్చినది పెద్దమ్మోరు తల్లికి అమర్చబడిన ముక్కెర. దానిని సాధించి అమ్మవారి జన్మ నక్షత్రములో జన్మించిన కన్యామణికి ఆ ముక్కెరను అమర్చి మహాకాళికి బలి ఇస్తే తన కార్యము సానుకూలం

అవుతుంది అని తెలుసుకున్నవాడై వాయుగమనముతో పెద్దమ్మోరు తల్లి విగ్రహం ఉన్న ప్రాంతమునకు చేరుకున్నాడు అంబికేశుడు.

యధావిధిగా అంబికేశుడు ఎటు ప్రయాణిస్తే అటు అతనితో సహా అపరాజిత త్రయమును తోడ్కొని ప్రయాణించసాగినది అదృశ్య శక్తి.

అంబికేశుడు పెద్దమ్మోరు తల్లి విగ్రహమును చేరుకున్నది ప్రాతఃకాలం. పూజా విధివిధానములు తెలిసిన వాడగుటచే దగ్గరలో ఉన్న సెలయేటిలో స్నానమాచరించి ప్రత్యక్ష భగవానునికి అర్ఘ్యము అర్పించి తదుపరి అమ్మోరుతల్లి విగ్రహము సమీపమునకు చేరుకున్నాడు అంబికేశుడు. అప్పటికే సూర్య భగవానుడు ఉదయించి అతని కిరణములు అమ్మోరుతల్లి ముక్కెర మీద పడి ఆ ముక్కెర యొక్క ప్రకాశమును ద్విగుణీకృతము చేయసాగినది. అచట సమీపములో ఎవరు లేకుండుట గాంచి దానిని సంగ్రహించుటకు అదియే మంచి తరుణమని భావించి విగ్రహము చెంతకు సమీపించి ఆ ముక్కెర ను తాకుటకు దక్షిణ హస్తమును సాచినాడు అంబికేశుడు.

సూర్యుని కిరణముల ఉష్ణము మొత్తము ఆ నాసికాభరణములోనే కేంద్రీకృతం అయినట్లుగా భరించలేని వేడిమి వెలువడుచు తన కాయమును దహించుచుండగా అమ్మా అని ఆర్తనాదం చేయుచు అచట నుండి దూరముగా పడిపోయాడు అంబికేశుడు.

తన శక్తులతో శీతల పవనములను తన చుట్టూ రక్షగా ఏర్పరచుకొని మరల ప్రయత్నించినను నిరుపయోగమైనది. వెలుగుల తేడు ప్రతాపము ముందు ఏ శీతల పవనములు తనను కాపాడలేకపోయినవి. చీకటికి ప్రతీక అయిన క్షుద్రోపాసకుడిని అయినందున దినకరుడు తనను అడ్డగించుచున్నాడేమో అని భావించి సూర్యాస్తమయము అయిన పిమ్మట మరల ప్రయత్నించవలెనని అప్పటికి తన ప్రయత్నములను ఆపి సూర్యుడు పశ్చిమాద్రికి మరలు వరకు విశ్రాంతి గైకొన్నాడు ఆదికేశుడు.

సూర్య కిరణముల వలన కాయమునకు అయిన గాయములను తన మంత్ర శక్తితో నివారించుకొని ద్విగుణీకృత ఉత్సాహముతో సూర్యోదయము కొరకు వేచి చూడసాగాడు. ప్రభాకరుడు పశ్చిమాద్రికి చేరుకొని చీకట్లు అరణ్యమును కమ్ముకున్న మరు క్షణములో మరల అమ్మోరు తల్లి విగ్రహము చెంతకు చేరుకున్నాడు అంబికేశుడు. నిర్మానుష్యముగా ఉండి నిశ్శబ్దము తాండవించుచున్న ఆ ప్రదేశములో బుస్స్ బుస్స్ అని చిన్న ధ్వని తప్ప మరేవిధమైన అలికిడి లేకున్నది. ఏదో విషపురుగు ఈ చుట్టుపట్ల సంచరించుచున్నట్లున్నది అని ఆ ధ్వనిని అంతగా పట్టించుకొనలేదు అంబికేశుడు.

అమ్మోరు తల్లి విగ్రహము చెంతకు చేరుకొని ముక్కెరను సంగ్రహించ ప్రయత్నము చేయబోగా అమ్మోరు తల్లి నాసిక నుండి ఉచ్ఛ్వాస నిశ్వాసల ధ్వని వినిపించుటచే అదిరిపడి ఒక అడుగు వెనుకకు వేసి తాను భ్రమ పడినాడా లేనిచో విగ్రహము నిజముగనే శ్వాసిస్తున్నదా అని మరల పరీక్షగా చూడగా అమ్మోరు తల్లి నాసిక నుండి బుస్స్ బుస్స్ అంటూ వేడి వాయువులు

వెలువడుట గమనించి ఈ విగ్రహమునకు ప్రాణ ప్రతిష్ట జరిగినదేమో అని తలచి ఏది అయితే ఏమున్నది అమ్మోరుతల్లి కొలిచిన భక్తులను బిడ్డల వలె కాపాడుతుంది కదా! మహాకాళి భక్తుడను అయిన నన్ను ఈ అమ్మోరు తల్లి ఏమీ చేయదు అని తలచి మరల అడుగు ముందుకు వేసి తన దక్షిణ హస్తమును ముందుకు సాచాడు అంబికేశుడు.

మరు క్షణం అమ్మవారి నాసిక నుండి సంధించిన శరముల వలె జంట నాగులు బయటకు వెలువడి అంబికేశుని బంధించి వేసాయి. నాగబంధనాన్నే ఛేదించగల నన్నే బంధించు ధైర్యమా మీకు అంటూ ఆ నాగులను తననుండి విదిలించుకొను ప్రయత్నము చేయుచుండగా అమ్మవారి నాసిక నుండి ఆగకుండా శర పరంపర వలె జంట నాగులు వెలుపలకు వస్తూ అంబికేశుని కర చరణములు కూడా కదల వీలు లేకుండా బంధించి వేసాయి. గరుడ మంత్ర పఠనము గావించి ఆ నాగుల అంతు చూడవలెనని మంత్ర పఠనము చేయబోగా ఈలోగా మరొక కోడెనాగుల జత వచ్చి అంబికేశుని నోరు తెరువకుండా అతని శిరమును మొత్తము చుట్టివేశాయి. ఊపిరి తీయుటకు కూడా ఇబ్బందిగా ఉన్న సమయములో అమ్మవారి విగ్రహము వెనుక నుండి ఇంతెత్తున పడగ విప్పి నిలబడినాడు సహస్ర ఫణులు కలిగిన ఆదిశేషుడు.

ఈ ఆదిశేషుని రక్షణలో ఉన్న అమ్మవారి సొత్తునే కాజేయుటకు ఎంత ధైర్యమురా అధముడా అని హుంకరించి తన పడగతో అంబికేశుని బంధించి దూరంగా విసరి వైచాడు ఆదిశేషుడు. అనంతరం దుష్టుడైన అంబికేశుని ఛాయ పడుట వలన ఆ ప్రాంతము అంతా మైలపడినదని భావించి వరుణుడిని ప్రార్ధించగా వరుణదేవుడు తన వర్షపు ధారలతో అమ్మోరుతల్లి విగ్రహాన్ని అటులనే ఆ ప్రాంతమంతటినీ శుద్ధి గావించినాడు.

ఆ నాటినుండి ఆ ముక్కెరను సంగ్రహించుటకు తన యత్నములు తాను చేయుచూనే ఉన్నాడు అంబికేశుడు. ఆ చుట్టుపక్కల నివసించవలెనంటే ఆ చెంచుల అండదండలు అవసరమని యెరిగి తన మంత్ర ప్రభావంతో వారికి వ్యాధులు వచ్చునట్లుగా చేసి మరల తానే మూలికలతో ఆ వ్యాధులకు చికిత్స చేయుచూ వారికి సలహాలు ఇస్తూ పెద్ద స్వాములోరిగా వారితో కీర్తించబడుతున్నాడు .

ముందటి దినము అపరాజిత వాళ్ళు చెంచు గూడెమును సమీపించిన పిదప వారి ద్వారానే తన కార్యము నెరవేరుతుంది అని ఒక అపరిచిత వ్యక్తి ద్వారా సమాచారం తెలుసుకొని ఆ సమాచారంలో సత్యమెంతో కనుగొనుటకు ఉదయము చెంచు గూడెమునకు చేరుకొనగా, అపరాజిత ను బంధించగా పార్వతీ దేవి విగ్రహము కూడా బంధింపబడుట గాంచి తనకు వచ్చిన సమాచారం వాస్తవమే అని యెటింగి పధకం ప్రకారం వారిని అమ్మోరుతల్లి విగ్రహము చెంత కు చేర్చునట్లుగా వ్యవహరించాడు. యెటులైన వారిద్వారా ఆ ముక్కెరను సంపాదించి అమ్మవారి అనుగ్రహం ఉన్న అపరాజితకు దానిని ధరింప చేసి మహాకాళికి అపరాజితను బలి ఇచ్చి తన చిరకాల వాంఛను నెరవేర్చుకొనవలెనని అంబికేశుని పన్నాగం.

ఇటుల పెద్ద స్వాములోరుగ సంబోధించబడుతున్న అంబికేశుని గత జీవన వృత్తాంతము అంతయు తెలుసుకున్న పిదప మరల ఆ అదృశ్య శక్తి వారు ముచ్చురిని తెచ్చి అచట వదిలివేసి తాను మరల అంబికేశుని హస్తములో విలీనమైపోయినది. ఎన్నో వత్సరములు గడిచిపోయినట్లుగా అపరాజిత వాళ్ళు భావించినా వారు తిరిగి అమ్మోరుతల్లి విగ్రహము ముందు ప్రత్యక్షం అగుసరికి అచ్చట ఏ విధమైన మార్పు లేదు వారు అచట నుండి క్షణకాలం కూడా పక్కకు వెళ్లినట్లుగా లేదు. ఇది అంతయు అంబికేశుని మాయ అని కాలములో తమను వెనకకు పంపించి అతని గతము అంతా తెలియచేసినట్లుగా అవగతం అయినది అపరాజిత, సంపంగి వీరభద్రులకు.

అపరాజిత – అష్ట షష్టి అంకం

భూత కాలము నుండి వర్తమానములోనికి విచ్చేసిన మిత్ర త్రయమును గాంచి నీ అన్ని ప్రశ్నలకు సమాధానము లభించినదా బాలకా? ఇక జాగు సేయక ఆ నాసికాభరణమును అటులనే ఈ కూన ను నా హస్తగతము చేసిన యెడల మీ ఇరువురికీ ప్రాణభిక్ష పెట్టెదను. కాదు కూడదు అని నా అభిప్రాయమునకు వ్యతిరేకముగా పోవుటకు ప్రయత్నించ యత్నిస్తే మీ ముప్పురిలో ఏ ఒక్కరు ప్రాణములతో మనజాలరు అని చిద్విలాసముగా పలికినాడు అంబికేశుడు.

అంబికేశుని పలుకులు ఆలకించి మీ భూతకాలమును గాంచుటచే మీరెంత కౄరులో మాకు అవగతమైనది అటులనే అమ్మవారి నాసికాభరణము కొరకు మీ ప్రయత్నములు ఈనాటివి కావు అని కూడా స్పష్టముగా అవగతమైనది. కానీ ఆ నాసికాభరణము గురించి మాకు ఎటువంటి సమాచారం తెలియదు. కొద్ది ఘడియల ముందు వరకు అమ్మవారిని అలంకరించబడి ఉన్న ఆ ఆభరణము ఇంతలో ఎటుల అదృశ్యమైనదో మేమెఱుంగము.

తన అపురూప ఆభరణము నీ వంటి దుష్టాత్ముని పాలగుట ఇచ్చగించక అమ్మవారే దానిని అదృశ్యము గావించి ఉండవచ్చు. ఒకవేళ భవిష్యత్తులో దాని జాడ మాకు తెలిసినను నీ వంటి దుష్టాత్మునకు దానిని అప్పగించి సమస్త లోకములకు ముప్పు కొనితెచ్చుట మా అభిమతము కాదు. దానికన్నను మా ప్రాణములు అర్పించుట మాకెంతో సంతోష దాయకం అని వీరభద్రుడు పలుకగా తమ అభిమతము సైతము అదియే అన్నట్లుగా నిలువుగా శిరము ఊగించినారు అపరాజిత మరియు సంపంగి లు. జాబిలి మాత్రము జరుగుతున్నది అంతయు నిశితముగా పరిశీలించుచున్నది.

మంచితనంతో మృదువుగా బుజ్జగించ యత్నిస్తే మీకు చిన్నారుల కేళి వలె అగుపించుచున్నది కదా ఇక ఉపేక్షించి లాభము లేదు అని కాషాయ వస్త్రముల మాటున సన్యాసి వేషములో అప్పటివరకు దాచిన తన నిజరూపమును బహిర్గత పరచినాడు అంబికేశుడు. లోయలో తమకు ఎదురైన వృకాసురునికి ఏమాత్రం తీసిపోనట్లుగా భీకరాకారముతో తమ నయనముల ఎదుట ప్రత్యక్షమైన అంబికేశుని నిజరూపమును గాంచి ఒకే ఒక క్షణం కొంత కలవరపడినాడు వీరభద్రుడు. మరు క్షణము మరల యథాస్థితికి చేరుకొని నీవెంత శక్తి సంపన్నుడవు అయినా దైవ శక్తి ముందు నీవెప్పుడు అల్పమే అని వైనతేయ మహర్షి సహేతుకంగా నీకు తెలియచేసినను నీ బుద్ధి మార్చుకొనలేకున్నావు అంబికేశా! ఆ దినము నీ ఆయువు

తీరనందున, అటులనే దైవమే నిన్ను స్వయముగా శిక్షించవలెనను అభిమతముతో వైనతేయ మహర్షులు నిన్ను ఉపేక్షించి వదలివేసినారు.

కానీ నీవు మరల దైవమునకు వ్యతిరేకముగా ఆ దైవ సంపదకు ఆశ పడి నీ మృత్యుదేవతను నీవే స్వయముగా ఆహ్వానించుచున్నావు . ఇది నీకు మంచిది కాదు అని ఆవేశముతో పలుకుతూ అపరాజితకు సంపంగికి రక్షగా వారి ముందు నిలచినాడు వీరభద్రుడు.

వీరభద్రుని పరిహాసముగా చూచుచు ఇంకను నీకు నా శక్తి అవగతమైనట్లు లేదు బాలకా అందుకే నా ముందు కుప్పిగంతులు వేయుచున్నావు అని పలికి తన హస్తము ను కదలించగా దండము ఆకారములో అందరిని భ్రమింపచేస్తున్న మంత్రదండము తన నిజరూపమును దాల్చి జంబూక ఆకారము గల పిడితో ఠీవిగా అంబికేశుని దక్షిణ హస్తములో అమరినది. ఆ మంత్రదండమును ఒకపరి ముద్దాడి దానిని వీరభద్రుని వైపు సాచగా దాని నుండి వెలువడిన శక్తి కిరణాలు వీరభద్రుని అచట నుండి దూరముగా విసిరి వేసినవి. మరల మంత్రదండమును అక్కచెల్లల వైపు తిప్పగాఆ మంత్ర దండము నుండి జంబూకపు హస్తములు వెలువడి అవి తీగెలు వలె సాగుతూ ఆ అక్క చెల్లెల్లు ఇద్దరినీ తన పట్టులో బంధించి వేసి అంబికేశుని చెంతకు లాక్కొని వచ్చి అంబికేశుని ఎదురుగా నిలబెట్టినవి.

కేవలము అడుగు దూరములో తమకు అభిమతముగా ఉన్న ఆ భీకరాకారుని గాంచి కూడా అక్కాచెల్లెళ్లు ఇరువురు తమ వదనములోని చిరునవ్వును చెదరనీయక అనిముషలై అటులనే అంబికేశుని వైపు చూడసాగారు.

ఆ నాసికాభరణము అపరాజిత లో నే నిక్షిప్తమైనదని అటులనే అవసర సమయములో అపరాజిత లో ఉన్న అమ్మవారి అంశ పూర్తిగా జాగరూపియై తమను కాపాడగలదని సంపంగి భయమెరుగక నిలువగా, భూతకాలములో అమ్మవారి నాసికాభరణమునకు కావలిగా ఉన్న సహస్ర ఫణుల ఆదిశేషుడు, ఆ సంపద ను దక్కించుకోవాలని చూస్తున్న ఈ అధమునికి తప్పక బుద్ధి చెప్పగలడనే విశ్వాసముతో అపరాజిత నిలిచి ఉన్నది. ఇక దూరముగా పడిపోయిన వీరభద్రుడు తమకు అంత సహాయము చేసిన ఆ అక్క చెల్లెళ్లకు ఆపద సమయములో అండగా నిలిచి కొంత అయినా ఋణము తీర్చుకోవలెనని మరల తన శక్తి యుక్తులను అన్నిటిని క్రోడీకరించుకొని లేచి అంబికేశునివైపు వేగముగా రాసాగాడు.

తన ఆకారమును గాంచినంతనే భయభ్రాంతులగు సామాన్యులనుః మాత్రమే యెటింగిన అంబికేశుడు, తనకు అభిముఖంగా ఇంత దగ్గరగా ఉండి కూడా జంకు గొంకు లేక నిలిచి ఉన్న సోదరీమణులను గాంచి ఆశ్చర్యమొంది ఏమి మీ ధైర్యమునకు కారణము ? ఓహ్హో నీ మీద అమ్మవారి అండదండలు ఉండుటచే చెంచులు నిన్ను బంధించిన బంధనములు కూడా విడిపోయినవని ఆ అమ్మవారే నీకు రక్షణగా ఉందురని భ్రమసి నా ఎదుట ధైర్యముగా నిలచినట్లున్నావు బాలామణి. కానీ మహాకాళిని ప్రసన్నురాలిని చేసుకున్న ఈ అంబికేశునికి ఆ అమ్మవారు ఎదురు నిలువజాలదు. వాస్తవమును గ్రహించి ఆ నాసికాభరణమును నా

హస్తగతము చేయుము అని హుంకరిస్తూ తన హస్తమును అపరాజిత ఎదురుగా సాచినాడు అంబికేశుడు.

యాచించినవాడు శత్రువు అయినను తమ దగ్గర ఉన్నది దానము చేయుట మా కోయలకు ఉన్న సుగుణము. నీవు ఇంతగా అభ్యర్థిస్తూ నా ముందు నిలచినందున నా దగ్గర ఉన్న ఈ ఆభరణములను దానము చేయుచున్నాను అని చిరునవ్వుతో పలుకుతూ తన కర్ణములకు ఉన్న పూసలతో చేసిన కర్ణాభరణములను తీసి అంబికేశుని హస్తములో ఉంచినది అపరాజిత. అపరాజిత చర్యకు క్రోధముతో బుసలు కొట్టుచు నాతో నే పరాచికములా అని ఆ కర్ణాభరణములను తీసి పుడమి పై విసరినాడు అంబికేశుడు.

సోదరీ నేను ఇచ్చినవి ఈ మాంత్రికునకు సరిపోయినట్లు లేవు నీ ఆభరణములు సైతము తీసి ఇమ్ము అని అపరాజిత సంపంగితో పలుకుచుండగా చాలించుము నీ అధిక ప్రసంగములు బాలికా, పసి కూనలు అని ఉపేక్షిస్తుంటే మీ హద్దులు మీరి ప్రవర్తించుచున్నారు అని మరల మంత్రదండమును వారివైపు చూపించగా వారిని బంధించి ఉన్న జంబూక హస్తములు మరింత గట్టిగా వారిని చుట్టుకొని ఊపిరి ఆడకుండా చేయసాగినవి.

కరచరణములు కదిలించుటకు కాదు కదా ఊపిరి తీసుకొనుటకు కూడా వారిరువురికీ ఇబ్బందిగా మారిన క్షణములో అచటికి చేరుకున్న వీరభద్రుడు తన కరవాలముతో అంబికేశుని హస్తముపై ఒక వేటు వేయగా ఊహించని దాడికి అదిరిపడిన అంబికేశుడు ఒక అడుగు వెనకకు వేసినాడు. ఆ అదరుకు అతని హస్తములోని మంత్రదండము సహితము ఊగిపోగా అపరాజిత సంపంగిలను బంధించిన జంబూక హస్తములు సైతము తమ పట్టును కొంత సడలించినవి.

ఆ కరవాలము తనను గాయపరచకున్నను తన దృష్టిని మరల్చగలిగినందుకు కోపోద్రిక్తుడై ముందు నిన్ను వధించి తదుపరి ఈ బాలికల సంగతి చూసెదను. ఆ నాసికాభరణము మీ ముప్పురిలో ఏ ఒక్కరి దగ్గరో ఉన్నదని నా దృఢ నిశ్చయము. మంచి మాటలతో మీరు విననందున మిమ్మల్ని వధించియే ఆ అమూల్య ఆభరణమును నా సొంతము చేసికొందును అని పలికి తన మంత్రదండమును వీరభద్రుని వైపు సాచి మంత్ర ప్రయోగము చేసినాడు అంబికేశుడు.

వెను వెంటనే పుడమి ఈనిందా అన్నట్లుగా సహస్ర సంఖ్యలో జంబుకములు అచట ప్రత్యక్షమైనవి. తమ వాడి దంతములతో వీరభద్రుని పై దాడికి దిగగా కించిత్తు కూడా జంకక ఉన్న చోటినుండే వలయాకారంలో గిర్రున తిరుగుతూ తన కరవాలముతో దొరికిన దానిని దొరికినట్లుగా వధించసాగాడు వీరభద్రుడు. పరిస్థితి విషమించినచో అపరాజితాదేవి తప్పక ప్రత్యక్షమవగలదను విశ్వాసముతో సంపంగి నిమిత్తమాత్రురాలివలె జరుగుతున్నది తిలకిస్తూ నిలబడిపోగా, వీరభద్రునికి సహాయము చేయగలుగు అవకాశము కొరకు అపరాజిత అన్వేషించసాగినది.

దక్ష యజ్ఞమును ధ్వంసము చేసిన ఆ పరమేశ్వరుని మానసపుత్రుడు వీరభద్రుని వలె చెలరేగిపోతూ తనను చుట్టుముట్టిన ఆ మృగములను సంహరించసాగాడు ఈ వీరభద్రుడు. వీరభద్రుని విన్యాసములను గాంచి బాలకుడని ఇతని శక్తిని తక్కువగా అంచనా వేసినట్లున్నాను. సామాన్యుడైన ఈ బాలకుడినే ఓడించలేకున్న అమ్మవారి అనుగ్రహము కలిగిన ఆ బాలికను ఓడించుట సులభ సాధ్యము కాదు కావున స్వయముగా నేనే రంగప్రవేశము చేయవలె అని నిశ్చయించుకున్నాడు అంబికేశుడు.

అటుల నిశ్చయించుకున్న మరుక్షణము తన మంత్రదండమును ఒక జంబుకము వైపు సారించగా వీరభద్రుడు సంహరించగా మిగిలిన జంబుకములు అన్ని ఆ మంత్ర దండ ప్రభావమునకు లోనైన జంబుకము చెంత చేరి ఒకదాని తరువాత ఒకటిగా దానిలో ఐక్యమైపోసాగాయి. ఒక్కొక్క జంబుకము తనలో చేరుతుండగా తన పరిణామమును పెంచుకొనుచు అది ఇంతింతై వటుడింతై అన్న చందమున గగనమును తాకుతున్నట్లుగా పెరిగిపోయినది.

తదుపరి ఆ భారీ జంబూకము అంబికేశునిలో లీనమైపోగా దేహము మొత్తము నీలి వర్ణములోనికి మారిపోయి మానవ జంబూక లక్షణములు మిళితమైన ఒక కొత్త మృగము వలె జంబుకేశుడుగా అవతరించాడు అంబికేశుడు. కటి పైభాగము వరకు రాక్షస జంబూకము వలె కటి కింద భాగము మాత్రము అంబికేశుని ఆకారములో గల ఆ మృగము అడుగు తీసి అడుగు వేసిన పుడమి అంతా దద్దరిల్లసాగినది.

అపరాజిత – ఏకోన సప్తతిహ్ అంకం

రాక్షస మృగము రూపును సంతరించుకున్న అంబికేశుడు పాదములు ఎత్తి ఎత్తి వేస్తూ సరాసరి రెండు అంగలలో వీరభద్రుని చేరుకున్నాడు. అప్పటికే తన కనుల ముందే జంబుకములు అన్ని కలసి అంబికేశునిలో లీనమగుట గాంచి ఆశ్చర్యచకితుడైన వీరభద్రుడు అంబికేశుని పదఘట్టనలకు తేరుకొని మరల ఖడ్గమును గట్టిగా బిగించి పట్టుకొని ఆ మృగ రూప మాంత్రికునితో పోరుకు సిద్ధమైనాడు.

అపరాజిత అమ్మవారి మనమున ఏమున్నదో తెలియదు కానీ ఆ తల్లి ప్రత్యక్షమగు జాడలు కానరాక సంపంగి తన వంతు ప్రయత్నము తాను చేయబూని తరువులను సాయమునకు పిలువ సమీపములో వృక్షములకు పెనవేసుకొని ఉన్న లతలు అన్నీ కలసి దృఢమైన రజ్జు (తాడు) వలె ఏర్పడి అంబికేశుని చరణములను చుట్టుకొని అతని అడుగు ముందుకు వేయకుండ నిలువరించ యత్నించసాగినవి.

హస్తములు ముందుకు సాచి వీరభద్రుని బంధించుటకు యత్నించిన అంబికేశుడు పాదములకు ఏర్పడిన బంధనముల వలన ముందుకు తూలిపడగా ఆ భారీ ఆకారము తన మీద పడకుండా మెరుపువేగముతో చురుకుగా కదిలి పక్కకు తప్పుకున్నాడు వీరభద్రుడు. వీరభద్రుడు తప్పుకొనుట వలన అధాటున ముందుకు వాలి పుడమిని చుంబించాడు అంబికేశుడు. అంబికేశుడు పుడమిని తాకుటకు క్షణము ముందు సంపంగి మంత్ర ప్రయోగము చేయుట వలన అచట ఉన్న పచ్చని మృదువైన పసిరిక మీద కంటకములతో కూడిన పల్లేరుగాయలు ప్రత్యక్షమైనవి.

నేరుగా అంబికేశుని దేహము వాటిమీద పడుట వలన దేహమెల్ల కంటకములు గుచ్చుకొని రక్తసిక్తమైనది. తనకు ఎదురన్నది ఎరుగక వరగర్వితుడై విర్రవీగు అంబికేశుడు ముక్కుపచ్చలారని ముప్వురు బాలల నుండి ఈవిధముగా ప్రతిఘటన ఎదురగుటచే ఆ పరాభవానికి తట్టుకొనలేక బుసలు కొట్టుచు లేచి నిలబడినాడు.

తదుపరి తన చరణములను బంధించి ఉంచిన లతలను గమనించి ఇస్సీ! దుర్భరమైన తరువులకు సైతం ఈ అంబికేశుని ఎదిరించు ధైర్యము కలుగుటయా? కట కటా ఏమి ఈ వైపరీత్యము అని పలుకుచూ ఒక్కపరి తన పదమును విదిలించగానే ప్రాణమున్న జీవుల వలె

బాధాకరమైన ధ్వనులు చేయుచు ఆ లతలు అంబికేశుని పాదములు వీడి దూరముగా పడిపోయినవి.

తన ప్రయత్నము విఫలమగుటచే ఇక ఆ మాంత్రికుని నిలువరించవలెనన్న తన శక్తులు మొత్తము కేంద్రీకరించక తప్పదని భావించి ఆ ప్రయత్నములో కనులు మూసుకొని ధ్యానములోనికి నిమగ్నమవబోయిన సంపంగిని వారిస్తూ సోదరీ మీరు ప్రయాస పడవలదు, మీ ప్రమేయము లేకనే విజయం లభించగలదు అను అపరాజిత పలుకులు ఆలకించి ఆశ్చర్యముతో ఆమెవైపు చూడగా అపరాజిత మోములో ప్రతిఫలిస్తున్న కాంతులను గమనించి ఆమెలోని అమ్మవారు జాగృతమైనదని గ్రహించి మందహాసము చేయుచు అటులనే సోదరీ అని తన ప్రయత్నమును విరమించుకున్నది సంపంగి.

తన పాదములను చుట్టుకొని ఉన్న లతలను విదిలించుకుని ముందడుగు వేసిన అంబికేశుడు తన హస్తములతో వీరభద్రుని బంధించ యత్నించగా అతని కబంధ హస్తముల నుండి తప్పించుకొను యత్నములో తన ఖడ్గమును అడ్డుగా పెట్టుకున్నాడు వీరభద్రుడు. ఎపుడు అయితే వీరభద్రుడు ఖడ్గమును తనకు రక్షగా పెట్టుకున్నాడో ఆ క్షణమే గగనము నుండి ఒక సౌదామిని (మెరుపు) వెలువడి అది వీరభద్రుని ఖడ్గమును తాకి ఆ ఖడ్గము నుండి అతని మేని లో కి చొచ్చుకొనిపోయినది. ఆ సౌదామిని తనలో లీనమవగానే ఏదో శక్తి తనలోకి చేరుకున్నట్లుగా ఒక్క క్షణం ఒడలి జలదరించింది వీరభద్రునికి .

అదే క్షణములో ఆ ఖడ్గము తనను తాకుటచే తెలియని అదిరిపాటుకు లోనయి ఒక్క అడుగు వెనకకు వేసాడు అంబికేశుడు. మరుక్షణం నన్ను ఎదిరించి నిలబడు శక్తి ఈ అర్భకులకు ఎచటినుండి వచ్చినది అని మదిలో సందేహము జనియించగా కనులు మూసుకొని వారి గురించి తెలుసుకొనుటకు ప్రయత్నించుచు ప్రధమముగా సంపంగి వదనమును ఊహించుకొనగా అతని జ్ఞాన నేత్రమునకు కేవలము హరిత వర్ణము తక్క మరి ఏమియు కనిపించలేదు. సరి సరి ఇది ఏమో దైవ మాయ వలె ఉన్నది దీని గురించి తదుపరి యోచింతుము ముందు మిగిలిన ఇరువురి గురించి కనుగొనవలె అని తలచి అపరాజిత వదనమును ఊహించుకొనగా ఒక రాజప్రాసాదము అందులో ఇరువురు పసి బిడ్డలను ఎత్తుకొని ఉన్న రాజ దంపతులు వారి ముందు ఆసీనుడై జాతక చక్రమును రచించుచున్న ఒక పురోహితుడు ఉన్న దృశ్యము మూసి ఉన్న అతని నయనముల ఎదుట ప్రత్యక్షమైనది.

ఆ ఇరువురు బిడ్డలలో ఆడశిశువు అమ్మవారి అంశలో జన్మించినదని అటులనే ఆమె అనుజుడు అయిన మగశిశువు తన సోదరి కి రక్షణగా నిలుస్తాడని పురోహితులవారు వెల్లడించుట అంబికేశుని శ్రవణములలో ఘంటానాదం వలె వినపడినది. తదుపరి ఏమి జరిగినదో తెలుసుకొనుటకు ఎంత యత్నించిననూ ఏమియు తెలియకపోవుటచే మూసి ఉన్న నయనములను తెరచి వీరభద్రుని గాంచి ఓహో నీ సోదరికి సహాయముగా ఉండుటకొరకే

జన్మించితివా బాలకా! అందులకే ఇంత ప్రయాసపడుచుంటివా అని ప్రశ్నించగా అంబికేశుని వాక్కులలోని అంతరార్థం అవగతమవనట్లుగా ప్రశ్నార్థకముగా చూచినాడు వీరభద్రుడు.

నీ జన్మ రహస్యం నాకు అవగతము అయిన తదుపరి కూడా నా ముందు ఇంకను అభినయించుట పాడి కాదు బాలకా ? అమ్మవారి అంశలో పుట్టిన నీ సోదరికి రక్ష గా నిలుచుటకే నీవు ఇంత ప్రయాస పడుచుంటివి అని నాకు అవగతమైనది. కానీ నా నుండి నీవు కానీ నీ సోదరి కానీ తప్పించుకొనుట కల్ల. నీ సోదరి సహాయముతోనే ఆ దివ్య నాసికాభరణమును సాధించుటయే గాక దానిని ఆమెచే ధరింపచేసి ఆ మహాకాళికి బలి ఇచ్చి నా చిరకాల వాంఛను నెరవేర్చుకొందును. హరిహరాదులు అడ్డుపడినను నేను అనుకున్నది సాధించి తీరుతాను అంటూ ముందుగా వీరభద్రుని సంహరించుటకు కదిలాడు అంబికేశుడు.

అంబికేశుని మాటలతో ఆ ముప్పురికి అపరాజిత వీరభద్రుని సోదరి అని అవగతమైనది. రాజాంతఃపురములో రాణివాసపు సౌఖ్యములతో అలరాడవలసిన తన సోదరి ఇటుల అరణ్యములో కోయ యువతిగా ఎందుకు పెరిగినదో అందులోని మర్మమేమిటో తెలియకున్నను ఆమెను గాంచిన మరుక్షణం తన మదిలో మెదిలిన భావనలకు మూలం ఏమిటో తెలియుటచే మిక్కిలి సంతసించినవాడై ఓయీ దురాత్ముడా మాకు కీడు తలపెట్ట ఎంచిననూ నా సోదరి గురించి నాకు తెలియచేసినందులకు నీ దురాగతములను క్షమిస్తున్నాను. ఇకనైనా సుబుద్ధివై మా మార్గమునకు అడ్డు రాకుండా ఉన్న యెడల నీకు ప్రాణభిక్ష పెట్టగలవాడను అని వచించాడు వీరభద్రుడు.

వనదేవత అయిన సంపంగికి, అపరాజితాదేవి మానవ కన్య రూపములో జన్మిస్తుందని ఆపై కోయగూడెములో పెరుగుతుందని మాత్రమే తెలుసు కానీ ఆమెకు తోడుగా వీరభద్రుడు అను అనుజుడు కూడా జన్మించిన విషయము తెలియదు. ఇపుడు అంబికేశుని వలన విషయము తెలుసుకున్న ఆమె మదిలో వీరభద్రుని యెడల కూడా భాతృ వాత్సల్యము పొంగిపొరలినది. అతనికి కించిత్తు హాని కూడా కలగనీయరాదని నిశ్చయించుకొని మాంత్రికుని కట్టడి చేయుటకు మంత్రోచ్చారణ చేయబోవగా వలదని చెప్పితిని కదా సోదరీ అని మరల అపరాజిత నుండి వెలువడిన పలుకులను ఆలకించి నిస్సహాయురాలివలె నిలబడిపోయినది సంపంగి.

వీరభద్రుని పలుకులు ఆలకించి హ హ హ అని వికటముగ హాసిస్తూ ఈ అంబికేశునికి ప్రాణభిక్ష పెట్టెదవా అంటూ ఒక్కసారిగా ముందుకు వచ్చి వీరభద్రుని తన హస్తములలో బంధించి బొమ్మ వలె గిరగిరా తిప్పి దూరముగా విసరివైచినాడు. అంబికేశుడు వీరభద్రుని గుండ్రముగా తిప్పు సమయములో వీరభద్రుని హస్తములో గట్టిగ బిగించి పట్టుకొని ఉన్న ఖడ్గము వీరభద్రుని నుదుటికి తాకి గాయమై రుధిరం స్రవించి ఆ రుధిరం ఆ ఖడ్గము నుండి బొట్లు బొట్లుగా జాలువారసాగినది.

ఖడ్గము వీరభద్రుని నుదిటి తాకిన క్షణమే పసితనమునే వీరభద్రునిలో విలీనమై కుండలినీ చక్రము రూపములో నిద్రాణమై ఉన్న అపరాజితాదేవి ఆలయ సంరక్షకురాలు అయిన

గ్రామదేవత శక్తి జాగృతమైనది. వీరభద్రుని రుధిరం బొట్టు బొట్టుగా పుడమిని తాకుతూ ఆ రుధిరపు బిందువులు ఏకమై వ్రాఘ్య (పెద్ద పులి) రూపమును దాల్చినవి. గగనము నుండి సౌదామిని రూపమున లభ్యమైన శక్తి కి తోడుగా గ్రామదేవత అనుగ్రహించిన శక్తి కూడా జాగృతమగుటచే వీరభద్రుడు పురుష వేషము దాల్చిన అమ్మవారి ఉగ్రరూపమును తలపిస్తూ భీకరముగా ఘర్జించి వ్రాఘ్యము ను అధిరోహించి స్వారీ చేయుచు రక్కసి మృగము ఆకారము దాల్చిన అంబికేశునివైపు సాగినాడు.

వీరభద్రుని లో వచ్చిన మార్పును గమనించి ఆశ్చర్య చకితుడు అయినను తన శక్తి యుక్తుల మీద గల ప్రగాఢ విశ్వాసముతో నీ ప్రతాపము నా ముందు కాదు అన్నట్లుగా చిద్విలాసుడై నిలబడిన చోటనే కదలకుండ నిలచినాడు అంబికేశుడు. అంబికేశుని సమీపించగానే వ్రాఘ్యము అతని మీదకు లంఘించగా వీరభద్రుడు తన కరవాలముతో దాడి చేసినాడు. వ్రాఘ్యము ధాటికి అంబికేశుడు విరుచుకొని వెనుకకు పడగా అతని మీద పడి తన వాడి పంజాతో రక్కుచూ పదునైన తన దంతములతో అంబికేశుని గాయపరచసాగినది. వీరభద్రుడు సైతము తన కరవాలముతో విజృంభించుచుండగా అంబికేశుడు తన మంత్రదండము సాయముతో అచ్చటనుండి అదృశ్యమైనాడు.

అపరాజిత – సప్తతిహ్ అంకం

అంతవరకు తన పాదముల కింద ఉన్న అంబికేశుడు అకస్మాత్తుగా అదృశ్యమగుటచే ఆ వ్రాఘ్యం కొద్దిగా ముందుకు తూలి మరల నిలదొక్కుకున్నది. ఆ మాయావి ఎటుల అదృశ్యమైనాడో అవగతమవక దిశలు పరికించుచున్న వీరభద్రుని మీదకు వెనుకవైపుగా లంఘించినదొక జంబుకము. ఎదురు చూడని దాడికి వీరభద్రుడు వ్రాఘ్యం నుండి కిందకు పడి పైకి లేచునంతలో ఆ జంబుకము మరల అదృశ్యమైపోయినది. వీరభద్రుడు నిలదొక్కుకొనునంతలో మరియొక వైపు నుండి మరియొక జంబుకము అతని మీద దాడి చేసి అదృశ్యమైపోయినది.

అదృశ్యమైన అంబికేశుడు మరల జంబుకముల గుంపుగా విడిపోయి నలు చెరగుల నుండి వీరభద్రునికి తేరుకొను వ్యవధిని ఇవ్వకుండా దాడి చేయసాగాడు. వ్రాఘ్యం మీదకు సైతం ఊర్ధ్వ దిశలో అటులనే నలువైపుల నుండి గాలిలో అకస్మాత్తుగా ప్రత్యక్షమై దాడి చేయసాగినవి ఆ మాయా జంబుకములు. కొన్ని నిముషములు అసలు జరుగుతున్నది ఏమిటో అవగతమక క్షతగాత్రుడు అయిన వీరభద్రుడు ఒక్క క్షణం నేత్రములు మూసుకొని యుద్ధరంగములో అనుకోని విధముగా శత్రువులు చుట్టుముట్టినపుడు సంయమనముతో స్థితప్రజ్ఞతతో మెలగవలెనను పితృవర్యుల బోధనలు జ్ఞప్తికి తెచ్చుకొని మనసును స్థిమిత పరచుకొని తమ కులదైవం అయిన అపరాజితాదేవిని సహాయము అర్ధించి తనలో ఉన్న శక్తిని అంతటినీ అంబికేశుని సంహారము కొరకే వినియోగించవలెనని స్థిర నిశ్చయముతో నేత్రములు తెరిచినాడు వీరభద్రుడు.

ఎటువంటి ప్రతిఘటన లేక నిశ్చలముగా ఉన్న వీరభద్రుని గాంచి తన దాడికి వెరచి స్థాణువైనాడని తలచిన అంబికేశుడు హ హ హ అంటూ వికటాట్టహాసము చేయుచు ఏమిరా మూర్ఖ బాలకా ఈ అంబికేశునికే ప్రాణ భిక్ష ఒసగుదునని ప్రగల్భములు పలికి ఇంతలోనే తోక ముడిచితివేల అని అపహాస్యము చేయుచు మరల వీరభద్రుని ఎదుట ప్రత్యక్షమైనాడు. సరిగా ఆ సమయమునకు వీరభద్రుడు నేత్రములు తెరుచుటచే అతని నేత్రములు నుండి ఆగ్రహ జ్వాలలు శూలముల రూపములో వెలువడి సరాసరి అంబికేశుని తాకగా ఆ జ్వాలల ధాటికి అంబికేశుని దేహము అగ్నికీలలలో చిక్కుకున్నది.

తనను చుట్టుముట్టిన అగ్నికీలలు ధాటికి తట్టుకొనలేక తన మంత్రదండము సాయముతో పుడమినుండి జలధారలు రప్పించుకొని అగ్ని జ్వాలలనుండి తప్పించుకున్నాడు అంబికేశుడు. కానీ ఆ సరికే అతని దేహము అంతటను బొబ్బలు వచ్చి భరింప శక్యము కానీ బాధ కలుగుటచే ఆ బాధ ఆగ్రహముగా రూపుదాల్చి మరల పూర్వ రూపము దాల్చి తన హస్తముల నుండి శర పరంపర కురిపించసాగాడు. వీరభద్రుని లో ఉన్న గ్రామదేవత శక్తి జాగృతమగుటచే వీరభద్రుని ద్వి హస్తములకు తోడుగా అష్ట హస్తములు మొలుచుకొని వచ్చి ఆ హస్తములు అన్నిటిలో ఆయుధములు ప్రత్యక్షమైనవి.

అంబికేశుడు ప్రయోగించుచున్న శరపరంపర నుండి తన దశ హస్తములలో ఉన్న ఆయుధములు సాయముతో తప్పించుకొనుటయే గాక వాటిని తిరిగి అంబికేశుని వైపే తిప్పికొట్టగా తన ఆయుధములు తనకే తగులుటచే క్షతగాత్రుడై దేహమంతా రుధిర ధారలు స్రవించసాగాయి అంబికేశునకు.

బాలకుడు అనుకున్నవాడు అపర వీరభద్రునిలా విజృంభించుట సహించలేని అంబికేశుడు తన శక్తులు అన్నిటిని ఒకటిగా చేసి వీరభద్రుడిపై ప్రయోగించగా ఆ శక్తి రాక్షస విహంగ రూపు దాల్చి అమిత వేగముతో దూసుకువచ్చి తన బలిష్టమైన కాళ్ళతో వీరభద్రుని బంధించి గగనములోనికి ఎగిరినది. ఆ విహంగము యొక్క రెక్కల చప్పుడుకి అచట ఉన్నవారి కర్ణభేరి బద్దలు అగునేమో అనిపించసాగినది దాని రెక్కలు కదిలించినపుడు ఉత్పన్నమగు వాయువు ధాటికి అచట ఉన్న వృక్షములు మొదళ్లతో సహా పెకలించుకొని పైకి లేచి గాలిలో ఎగరసాగినవి.

ఆ దృశ్యమును వీక్షించుచున్నవారికి తరువులు గాలిలో నాట్యమాడుచున్నట్లుగా కనిపించసాగినది. భారీ విహంగము కాళ్ళ మధ్యలో చిక్కుకున్న వీరభద్రుడు దాని నుండి తప్పించుకొనుటకు తన ఖడ్గముతో దాని కాలు మీద వేటు వేయగా అది తిరిగి వీరభద్రునికే తగిలినది. మరియొకమారు ప్రయత్నించగా ఆ పరి కూడా వీరభద్రునికే గాయమవగా అది మాయా విహంగం అని దాని మీద ప్రయోగించిన ఆయుధం తిరిగి ప్రయోగించినవారికే తగులునని అవగతమవగా గిట్టని ఆహార పదార్ధము భుజించినట్లుగా వెగటుగా అనిపించసాగినది వీరభద్రునకు. ఎటుల ఆ రాక్షస విహంగము బారి నుండి తప్పించుకోవలెనో అని ఆలోచనా మగ్నుడై ఉండగనే ఆ విహంగము వీరభద్రుని తన ముక్కుతో పొడవసాగినది .

దాని పదునైన ముక్కు తో పొడుస్తుండగా ఎక్కడికి అక్కడ అవయవములు తెగి పడుతున్నంతగా బాధ కలుగుతుంటే ఆ దాడినుండి తప్పించుకొనుటకు ఒక హస్తములో ఉన్న శూలమును దాని గొంతు లోకి దించుటకు యత్నించాడు వీరభద్రుడు. ఆ ఘాతము కూడా తిరిగి తనకే తగులుతుంది అని తెలిసినా కనీసము ఆ విహంగము బారినుండి తప్పించుకొని కిందకు పడవచ్చు కదా అని వీరభద్రుని యోచన.

వీరభద్రుడు ఆ శూలమును పైకి లేపిన సమయములోనే అపరాజిత తన దృష్టిని వారి పోరాటమువైపు మరల్చగా, తన రూపు మార్చుకొని ఆమె నాసికను అలంకరించి ఉన్న అమ్మవారి నాసికాభరణము నుండి ఒక కాంతిపుంజము వెలువడి అది ఆ శూలమును తాకినది. అంత ఆ శూలము అగ్ని శిఖలు వెలువరిస్తూ ఒక్కసారిగా ఆ రక్కసి విహంగము గొంతులోకి దిగబడగా నిప్పు కణికలు గొంతు లోనికి దిగబడినట్లుగా ఆ విహంగము ఆక్రందనలు చేయుచూ రెక్కలు విసురుచూ వీరభద్రుని కిందకు జారవిడిచినది.

కిందకు జారిపడుతున్న వీరభద్రుడు పుడమిని తాకకుండా గాలిలో ఉన్న తరువుల మీద వాలుటచే మరిన్ని క్షతముల బారి నుండి తప్పించుకున్నట్లు అయినది. ఆ రక్కసి విహంగము బాధకు తాళలేక కీచుగా అరుచుచూ

రెక్కలు మరింత వేగముగా బాదుకొనుచూ ప్రాణములు విడువగా వెనువెంటనే దాని దేహము సైతము అగ్నికి ఆహుతియై భస్మరాశిగా మారిపోయినది. తన శక్తి మొత్తము వినియోగించి సృష్టించిన ప్రాణి ప్రాణములు వదులుట చూచి మరింత ఆగ్రహముతో రగిలిపోసాగాడు అంబికేశుడు.

అపరాజిత నాసిక ను అలంకరించి ఉన్న ఆభరణము నుండి కాంతిపుంజము వెలువడి వీరభద్రుని హస్తములో ఉన్న శూలమును తాకుట గమనించి ఉండుటచే అదియే అమ్మవారి మహిమాన్విత నాసికాభరణము అని అవగతము చేసుకొని నీకు ఆ ముక్కెరను ధరింపచేసి నిన్ను మహాకాళికి బలి ఇవ్వాలి అనుకున్నాను. నీ అంతట నువ్వే అది ధరించి నా మార్గము సుగమము చేసితివి, ఇపుడు నా తక్షణ కర్తవ్యము నిన్ను మంత్రం సహేతుకంగా ఆ మహాకాళికి బలి ఇచ్చుట అని అపరాజితను పట్టుకొని తన గృహవైపుగా గగనయానము చేయ యత్నించాడు అంబికేశుడు.

రక్కసి మృగము అంతమైన మరుక్షణం గాలిలో నృత్యము చేయుచున్న తరువులు కిందకు వాలసాగినవి. ఈలోగా అంబికేశుని యత్నమును గాంచిన వీరభద్రుడు ఆ తరువుల మీదనుండి వ్యాఘ్యంను అధిరోహించి వ్యాఘ్య సహితముగా గాలిలోకి లంఘించి గాలిలో ఉండగనే తన ఖడ్గముతో అంబికేశుని శిరమును ఖండించివేసాడు. మహాకాళి అనుగ్రహముతో సంపాదించుకున్న ఆయువు ఆ దినముతో ముగియుటచే వీరభద్రుని హస్తములో అటుల అంబికేశుని సంహరణ జరిగినది.

అంబికేశుని కాయము అచటనే పుడమిన వాలి అతని మంత్రదండము సహితము శత వ్రయ్యలు కాగా శిరము మాత్రము గాలిలో ఎగురుతూ వెళ్ళి నైమిశారణ్యములో ధ్యానమగ్నుడై ఉన్న వైనతేయ మహర్షి పాదముల వద్ద పడినది.

అంబికేశుని శిరము తన పాదములను తాకుటచే ధ్యానము నుండి బయటకు వచ్చి జరిగినది గ్రహించి నా చేత నీ చరణ సేవలు చేయించుకొందును అని పలికి ఈనాడు నిర్జీవుడవై నా చరణముల వద్దకు వచ్చితివి కదా అంబికేశా! జన్మించిన ప్రతి జీవికి మరణము తప్పదు,

జీవించే కాలములో మోక్ష సాధనకు ప్రయత్నించవలెను కానీ క్షుద్ర కామనలకు బానిస అయి తోటి ప్రాణులను హింసించు ప్రతిఒక్కరికి ఈ గతియే పట్టును.

అలనాటి నరకాసురుడు అయినా ఇపుడు నీవైనా వరగర్వంతో మిడిసిపడితే చివరకు దైవాగ్రహానికి గురికాక తప్పదు. పాపఫలము పండిననాడు ఏ వరములు మిమ్ము రక్షించజాలవు అని పలుకుతూ తన కమండలంలోని జలమును అంబికేశుని శిరముపై చల్లగా ఎన్ని పాపములు చేసినను చివరకు దైవశక్తి వలన హతుడు అగుట, అటులనే వైనతేయ మహర్షివారి పాదములు తాకుటవలన అంబికేశుని ఆత్మ సద్గతులు పొందినది.

అటుల అంబికేశుని సంహారము జరిగిన మరుక్షణము అతని వలన బంధించబడి ఉన్న సంపంగి కూడా బంధవిముక్తురాలు అయినది. తన పని ముగియుటచే వ్రాఘ్యం సహితము అంతర్ధానమైనది. అటులనే అమ్మవారి అనుగ్రహముతో వీరభద్రునికి మొలిచిన అష్ట హస్తములు కూడా అదృశ్యమైపోయినవి. ఇక కొలది సమయములో సూర్యోదయము అగుటకు సిద్ధముగా ఉండుటచే తాము అచట ఉండుట మంచిది కాదు అని తలచి అచట నుండి ముందుకు సాగుటకు సిద్ధమయ్యారు అపరాజిత త్రయం.

కానీ అమ్మవారి ముక్కెర మాయమగుట అటులనే తాము అదృశ్యమగుటచే చెంచులు భయభ్రాంతులగుదురని తలచి వారిని ముందుకు నడవమని చెప్పి సంపంగి మాత్రము అచటనే నిలిచి అల్లకల్లోలం అయిన ఆ ప్రాంతమంతటిని ముందు వలె మార్చివేసి నేలరాలిన తరువులు అన్నిటికి మరల ప్రాణబిక్షను ఒసగినది. తమకు ప్రాణదానం చేసినందులకు కృతజ్ఞతగా తమ శాఖలు ఊపుతూ అభివాదం చేయుచున్న తరువులను గాంచి చిరునవ్వు చిందించి తదుపరి ధ్యానంలోనే ఉన్న పూజారి వద్దకు చేరుకున్నది సంపంగి.

పూజారి వద్దకు వెడలి తన మాయచే అతని మస్తిష్కములో ఉన్న జ్ఞాపకములు అన్నీ తొలగించి అమ్మోరుతల్లి అనుగ్రహము వలన వారు తప్పించుకొని వెళుతున్నట్లు అటులనే అమ్మోరుతల్లే స్వయముగా ఆ ముక్కెరను మరల యధాస్థానమునకు పంపించివేసినట్లు ఇకపై అమ్మోరుతల్లి విగ్రహమునకు మునుపటివలనే స్వయముగా పూజలు చేసుకోవచ్చు అని పూజారికి స్వప్న దర్శనములో తెలిపినట్లుగా అతనిలో జ్ఞాపకములు కలుగచేసి అమాయకులు అయిన వారికొరకు అమూల్యమైన మూలికలు అటులనే భూగర్భములో ఉన్న కొన్ని వెలకట్టలేని మణులు అచట అమ్మవారి పాదముల వద్ద వదిలి తిరిగి తాను కూడా అపరాజిత వీరభద్రులను అనుసరించి అచట నుండి ముందుకు సాగినది సంపంగి.

అప్పటివరకు జరిగినది అంతయు గాంచిన జాబిలి భయము భయముగా వారిని అనుసరించసాగినది. తూర్పున వెలుగురేఖలు అలుముకొని సమయమునకు చెంచు గూడెమును దాటి చాలా దూరము ముందుకు సాగిపోయారు అపరాజిత త్రయం.

ఇక తన జతగాడిని వెతుక్కుంటూ తిరిగి అరణ్యములోనికి అడుగుపెట్టి రాత్రివేళలో నిద్రకు ఉపక్రమించిన విష్ణుచిత్తుడు వెలుగురేఖలు పరచుకొంటుండగా మేల్కొని అచ్చటనుండి మిత్రుని నుండి వేరుపడిన స్థలము వైపు అమితవేగముతో పయనించసాగాడు.

సెలయేటి పక్కన బండరాళ్ళపై ఆదమరచి నిద్రించిన అంబ మెలకువ వచ్చి చూసుకొనుసరికి తన కరచరణములు అడవి తీగెలతో బంధించబడి ఉండుటయే గాక ఆరుబయట ఉండవలసిన తాను రెల్లుగడ్డితో కప్పి ఉన్న ఒక కుటీరములో ఉండుట గాంచి ఆందోళనతో తన బంధనములను తొలగించుకొనుటకు యత్నించసాగినది. కానీ ఎంత యత్నించినను ఆ బంధనములు విడివడలేదు సరికదా ఆ రాపిడికి అంబ సుకుమార హస్తముల నుండి రుధిరం స్రవించసాగినది. బయట నుండి కాళీ (అంబ అశ్వము) సకిలింపులు వినిపించుట గమనించి నడిరేయి లో తమ మీద మత్తు ఏదో ప్రయోగించి ఇచటకు తెచ్చి ఉందురని గ్రహించి వారెవరై ఉందురా అని యోచనలో మునిగినది అంబ.

అపరాజిత – ఏక సప్తతిహ అంకం

ఒక ఝాము కాలము ఆలోచనలోనే గడిపిన తదుపరి బయట నుండి ఏదో అలికిడి వినిపించి అప్రమత్తురాలై మరల శయనించిన భంగిమలో నిద్రను అభినయించసాగినది అంబ. ఆ కుటీరము ద్వారము తెరుచుకొని ఒక గిరిజన జంట లోపలికి అడుగిడినది. అందులో స్త్రీ తన జతగా వచ్చిన పురుషునితో మన గూడెము లో కి అన్యులు ఎవరు అడుగుపెట్టినా బంధించి మరుదినమే వారిని మన కులదైవానికి బలి ఇవ్వడం ఆనవాయితీ కదా ! ఇపుడేమిటి వింతగా ఈ కూనకు ఆహారం అందించమని పంపినాడు మన దొర అని తన జతగాడిని ప్రశ్నించింది.

దొర చెప్పిన పని చెప్పినట్లు చేయడం తప్ప ఎదురు మాట్లాడితే ఈ భూమి మీద నూకలు సెల్లినట్లే అని నీకు ప్రత్యేకంగా సెప్పాలా? దొర మనసులో ఏటుందో దొరకే తెలియాల! ఈ కూన బాగోగులు సూసుకోమని మనకు అప్పసెప్పాడు కాబట్టి ఈ కూనకు ఏలోటూ రాకుండా చూసుకోవడమే మన ధర్మం అని తెలిపాడు ఆమె జతగాడు. సరి సరి అంటూ ఆ స్త్రీ అంబ దగ్గరకు వచ్చి చిదిమి దీపం పెట్టుకునేలా ఉంది బిడ్డ. రాత బాగలేక మన గూడెం వైపు వచ్చినది. ఇపుడు ఈ పిల్ల పరిస్థితి ఏమిటో అని నిట్టూరుస్తూ ఓ కూనా లే , లేసి కూసింత ఎంగిలి పడు అంటూ అంబ ను కదిలించినది.

వారి మాటల వల్ల ఆ గూడెంలోకి అడుగుపెట్టిన ఎవరికి అయినా మరణమే శరణ్యం అని అవగతమైనా ప్రస్తుతానికి తనకు ఎటువంటి ముప్పు లేదని అవగతమై వారిని మాటలలో పెట్టి మెల్లగా తప్పించుకొను దారులు అన్వేషించవలెనని నిశ్చయించుకొని అపుడే మెలకువ వచ్చినదానివలె మెల్లగా నయనములు తెరుచుచు హస్తమును పైకి లేపబోయి అది సాధ్యము కాకపోవుటచే భీతిల్లిన వదనంతో పరిసరములను నలువైపులా పరికిస్తూ ఏమిది నేను ఇచటకు ఏల వచ్చినాను, నన్ను బంధించినది ఎవరు?   నా అశ్వము ఏమైనది? అని కంగారు పడుతున్నట్లుగా అభినయించినది అంబ.

అపుడు ఆ స్త్రీ కంగారు పడకు కూనా! ఇది భిల్లు గూడెం, మేము భిల్లులము. గత రాత్రి మా గూడెము వైపు వచ్చిన నిన్ను గమనించి మా గూడెము రక్షకులు నిన్ని బంధించి తెచ్చినారు. నీకు ఇక్కడ ఏ సమస్య ఉండదు నీకు నచ్చినట్లు ఉండవచ్చు అని పలుకుతూ అంబను పైకి లేపి కూర్చుండబెట్టి ఆమె హస్తములకు ఉన్న బంధనములు వరకు మాత్రమే తొలగించి ఇదుగో ఈ ఆహారము గైకొని ఆరగించు అని కొన్ని ఫలములతో నిండి ఉన్న ఒక దొన్నెను అంబ హస్తములో

ఉంచినది. నీ అశ్వము కూడా మా ఆధీనంలోనే ఉన్నది కావున నీవు భీతిల్లవలసిన పని లేదు, నీకు ఇచట ఏ ఆపద సంభవించదు అని పలికినది ఆ స్త్రీ.

భిల్లు గూడెము అని తన కర్ణముల పడినంతనే, అరణ్యములోనికి పయనమవుటకు ముందు అందులో నివసించు గిరిజన తెగల గురించి తన పితామహులు సేకరించి ఇచ్చిన సమాచారం మొత్తము మస్తిష్కములో మెదిలినది అంబకు. అత్యంత ప్రమాదకర తెగలు గురించి తెలుపుతూ అటువైపు కూడా అడుగిడరాదు అని తన పితామహులు బలభద్రుడు తెలియచెప్పిన సమాచారంలో ఆ గూడెము నామము కూడా ఉండుట జ్ఞప్తికి వచ్చి కాలకూట విషమును సేవించిన చందంగా తయారైనది అంబ వదనము.

తన ముఖ కవళికల ద్వారా తన మనసులోని సంఘర్షణ వారికి తెలియరాదని తన వదనంలో కేవలము ఆందోళన మాత్రము ప్రతిఫలించుచున్నట్లుగా అభినయిస్తూ నిన్న వేటకు బయలుదేరి మార్గ మధ్యమున ముప్వన్నెల మెకము ఘర్జన విని నా అశ్వము అదిరిపోయి దారి మళ్ళుటచే మీ గూడెము వైపు వచ్చి యున్నాము. నా తలిదండ్రులు నా కొరకు వేచి చూస్తూ ఆతురత పడుతుంటారు కావున నన్ను వెళ్లనివ్వండి అంటూ పైకి లేచుటకు ప్రయత్నించి అప్పటికీ తన చరణములు బంధనములోనే ఉండుటచే తన ప్రయత్నములో కృతకృత్యురాలు అవలేక ముందుకు పడిపోయినది అంబ.

ద్వారము వద్ద నిలచి ఉన్న పురుషుడు వెంటనే ముందుకు వచ్చి అంబను పైకి లేపుటలో తన జతరాలికి సాయము చేస్తూ, చూడు కూన, నిన్ను ఇచటనే ఉంచి నీ బాగోగులు చేసుకొమ్మని మా నాయకుడి ఆదేశం. దానిని మేము మీరలేము. ఈ కుటీరములో నీవు స్వేచ్ఛగా సంచరించవచ్చు, కానీ బయటకు అడుగిడరాదు. మా దొర నుండి తదుపరి ఆజ్ఞ వెలువడు వరకు నీకు ఇచట బంధీగానే ఉండవలెను అని ఇక ఆమెను వదలి రమ్మని తన జతరాలికి సంజ్ఞ చేస్తూ కుటీరము నుండి బయటకు అడుగిడినాడు ఆ పురుషుడు.

మనసులో ఏ ఆలోచనలు పెట్టుకోక హాయిగా ఫలాలు ఆరగించి విశ్రాంతి తీసుకో కూన. సంధ్య వేళకు మరల ఆహారము అటులనే నీవు ధరించుటకు దుస్తులు తీసుకొని వస్తాను అని తెలిపి కుటీరము నుండి వెలుపలికి వెళ్ళిపోయినది ఆ స్త్రీ. వెంటనే కుటీరము ద్వారములు గట్టిగా బంధించిన సవ్వడి వినవచ్చినది అంబకు.

హస్తములకు వేసిన బంధనములు తొలగించుటచే, తన హస్తములు వినియోగించి చరణములను వేసి ఉన్న బంధనములు తొలగించుటకు యత్నించించగా ఆ ప్రయత్నమూ విఫలమైనది. తనను బంధించిన సమయములో తన వద్ద ఉన్న ఆయుధములు అన్నియు వారు సంగ్రహించుటచే తాను ఇపుడు నిరాయుధురాలు అయి ఉన్నది. ఎవరైనా సహాయము చేయని యెడల అచటి నుండి తప్పించుకొనుట అసంభవం అని అవగతమగుటచే, నిరాశావాదం తన దరి చేరనీయకుండుటకు తన ఆలోచనలను వేరొకవైపునకు మళ్లించినది అంబ. తనను బలి ఇవ్వకుండా ఇటుల బంధించి అతిధి మర్యాదలు చేయుటలో వారి ఆంతర్యమేమై ఉండవచ్చు, అది

తెలుసుకొను మార్గమేమి ? వారి ఆంతర్యము అవగతమైన యెడల వారి ఎత్తుకు పై ఎత్తు వేయవచ్చును గదా అని యోచనలో మునిగినది అంబ.

★★★

ఆఘమేఘములతో పయనిస్తూ తన జతగాడి నుండి విడివడిన స్థలమునకు చేరుకున్న విష్ణుచిత్తుడు అచట నుండి మిత్రుడు వదలి వెళ్లిన గురుతులను అన్వేషిస్తూ తన ప్రయాణమును కొనసాగించినాడు. మిత్రుని కలుసుకొనవలెనను అభిలాష మనసును మొత్తము ఆక్రమించగా తన అశ్వమును వాయువేగముతో స్వారీ చేయించసాగినాడు విష్ణుచిత్తుడు.

ఆ మేలు జాతి అశ్వము సైతము తన యజమాని మనసెరిగి తన శక్తులు అన్నీ కూడదీసుకుని మనోవేగముతో ప్రయాణించసాగినది. దాని జతగా వీరభద్రుని కొరకు సిద్ధము చేసిన అశ్వము సైతము వెనుకడుగు వేయక వారిని అనుసరించసాగినది. అటుల రెట్టింపు వేగముతో ప్రయాణిస్తూ దినకరుడు ప్రచండముగా వెలుగులు విరజిమ్ముతున్న అపరాహ్ణ వేళకు చెంచు గూడెమును సమీపించాడు విష్ణుచిత్తుడు.

★★★

అపరాజిత అమ్మవారి ఆలయములో వసించుచున్న బలదేవుడు ప్రాతః సమయమునే నిద్ర మేల్కొని అమ్మవారికి అటులనే ఆ ఆలయ పరిపాలకురాలు అయిన గ్రామదేవతకు నిష్ఠతో పూజలు సల్పి అనంతరం తన కుమార్తె గురించి తెలుసుకొనుటకు అమ్మవారు ప్రసాదించిన ధవళ వర్ణపు కలువ వైపు వీక్షించగా అందులో ఏమియు కానరాకపోవుటచే ఆశ్చర్య చకితుడై అమ్మవారిని సమీపించి జననీ ఏమిది తల్లీ, నా కుమార్తె బాగోగులు చూసుకుంటూ కాలం గడుపుచున్న ఈ నిర్భాగ్యుని మీద నీ దయ నశించినదా? అరణ్యములో అష్టకష్టములు పడుచున్న నా చిన్నారి ఏ స్థితిలో ఉన్నదో తెలియకున్నది.

ఈ దీనుని పై నీకు ఆగ్రహమేల కలిగినది తల్లీ ?ఎందులకు నా కుమార్తె జాడ నాకు తెలియనివ్వకున్నావు అని పరిపరి విధముల విలపించుచుండగా గ్రామదేవత కంఠము కంచువలె మ్రోగుచు అపరాజితాదేవిని ఇన్ని వత్సరములుగా పూజించుచూ కూడా అమ్మ మనసెరుగకున్నావా బలదేవా ? ఒకపరి అమ్మవారు అనుగ్రహిస్తే దానికి తిరుగు ఉండదని నీకు తెలియదా ? నీ కుమార్తె అమ్మవారిని సమీపించుటకు అత్యంత చేరువలో ఉండుటచే నీ దృష్టిపథము నుండి దూరమైనది.

నయనములకు అత్యంత దగ్గరలో ఉన్న గ్రంథమును పఠించుట యెటుల కష్ట తరమో, అత్యంత చేరువలోకి వచ్చినవారిని గుర్తించుట కూడా అటులనే కష్టతరం. అందులకే నీవు నీ

కుమార్తె జాడలను గుర్తించ లేకున్నావు, చింత వీడి అమ్మ మీదనే నీ మనసు కేంద్రీకరించుము. అతి త్వరలోనే నీవు నీ కుమార్తెను కలుసుకొనగలవు అని పలికినది.

గ్రామదేవత విగ్రహము నుండి వినపడిన పలుకులను ఆలకించి మనోవేదన తీరినవాడై కన్నీటితో నిండిన నయనములను తుడుచుకుంటూ అటులనే తల్లీ ఇన్ని వత్సరములు వేచి ఉన్న నేను నా కుమార్తెను కలుసుకొనుటకు ఇంకొన్ని దినములు ఆనందముగా ఎదురు చూడగలను అని పలికి అమ్మవారికి చేతులు జోడించి నా బిడ్డ యోగక్షేమములు నీకే వదిలి వేయుచున్నాను తల్లీ అని అమ్మవారి నామమును ధ్యానిస్తూ ఉండిపోయాడు.

★★★

వెలుగు రేకలు భువిని చేరకముందే చెంచు గూడెంలోని పెద్ద అమ్మోరు తల్లి విగ్రహము వద్ద నుండి పాదచారులై బయలుదేరిన అపరాజిత త్రయం ఆ గూడెము ను వదలి తూర్పు దిక్కుగా తమ ప్రయాణమును కొనసాగించసాగారు. వీరభద్రుడు స్వయముగా అపరాజితకు సహోదరుడు అని తెలియుటచే ఇక దాచవలసిన విషయము ఏమియు లేదని తమ ప్రయాణ వృత్తాంతమును తమ తల్లి ఉన్న దుస్థితిని విశదీకరించినది సంపంగి.

శిలారూపములో ఉన్న తన తల్లి పూర్వ రూపము సంతరించుకోవలెనన్న ఇంకనూ సౌగంధికా హారమును సాధించవలసి ఉన్నదని తెలుపగా తన సహోదరిని ఆదరించినవారు తనకు సైతము మాతాపితరులతో సమానమని వారి ఆపద బాపుట తన ధర్మమని కావున తాను సైతము ఆ కార్యములో పాలుపంచుకొనెదనని పలికినాడు వీరభద్రుడు.

వీరభద్రుడు తన సహోదరుడు అని తెలిసిన తదుపరి మరింత గంభీరంగా మారిపోయినది అపరాజిత. ఆమె మనములో చెలరేగుతున్న భావ పరంపర బహిర్గతము కాకున్నా ఆమె వదనంలో ప్రతిఫలిస్తున్న గాంభీర్యతను గాంచి తాము సైతము మౌనము గా ముందుకు సాగుతున్నారు సంపంగి, వీరభద్రులు. యధావిధిగా జాబిలి వారిని అనుసరించసాగినది.

★★★

అపరాహ్ణ వేళకు చెంచు గూడెమునకు చేరుకున్న విష్ణుచిత్తుని సాదరముగా ఆహ్వానించి తమ దొర ఎదుట హాజరు పరచినారు ఆ గూడెమునకు కావలిగా ఉన్న చెంచులు. ఆ దినము సూర్యోదయము అవ్వగనే ముందటిరోజున పలికిన పూజారి వాక్కును అనుసరించి పది గూడెములకు చెందిన చెంచులు పెద్దమ్మోరు తల్లి విగ్రహము వద్దకు చేరుకొని అచట ఉన్న మూలికలు వెలకట్టలేని మణులను గాంచి దిగ్భ్రమ చెందినారు.

అచటనే ఉన్న పూజారి తనకు స్వప్నములో అమ్మోరు తల్లి దర్శనమిచ్చి తన అమూల్య నాసికాభరణమును తానే స్వయముగా దాని స్థానమునకు చేర్చినట్లుగా అటులనే ఇకపై తనను ప్రతి ఒక్కరు స్వయముగా పూజించుకొనవచ్చునని తెలిపినదని, ఇక ఈ సంపద చెంచులు అందరినీ ఆశీర్వదిస్తూ అమ్మవారు అనుగ్రహించిన సంపద అని తెలియచేసాడు. అంతియేగాక తానే స్వయముగా ఆ సంపదను పది భాగములుగా చేసి పది గూడెముల దొరలకు వారి గూడెము ప్రజల అభివృద్ధి కొరకై పంచి ఇచ్చాడు అమ్మోరుతల్లి పూజారి.

మరి రాతిరి ఇక్కడ వదిలి వెళ్లిన కూనల సంగతి ఏమైనది అని సింగడు ప్రశ్నించగా వారికి అమ్మోరుతల్లి అనుగ్రహము మెండుగా ఉన్నది కావున వారిని ఆశీర్వదించి పంపివేసినది. ఇకపై ముందు వెనుకలు చూడకుండా తప్పొప్పులు నిర్ణయించకుండా ఆకారణముగా ఎవరినీ శిక్షించ పూనుకొనరాదని కూడా అందరికీ అమ్మోరుతల్లి మాటగా తెలియచేసాడు పూజారి. ఇక వారు అచట నుండి ఆ వెలకట్టలేని సంపదతో ఎవరి గూడెములకు వారు చేరుకున్నారు.

ఈ కార్యక్రమము అంతా ముగిసిన తదుపరి ఝాముకు చెంచు గూడెమునకు చేరుకున్నాడు విష్ణు చిత్తుడు. ముందటి దినము అనుకోకుండా వచ్చిన అతిథుల మూలంగానే తమకు అమ్మవారి అనుగ్రహం లభించినదను సంతోషముతో ఉన్న చెంచులు విష్ణుచిత్తుని గాంచి అతని వివరములు తెలుసుకొని అతను ముందటి దినము వచ్చిన ఆగంతకుల జతగాడు అని తెలుసుకొని మరియొక యోచన లేక అతనికి అతిథిమర్యాదలు సేయ పూనుకున్నారు.

అపరాజిత – ద్విసప్తతిహ్ అంకం

చెంచు గూడెంలో తనకు లభిస్తున్న అతిధి మర్యాదలను గాంచి ఆశ్చర్యానందాలకు లోనయ్యాడు విష్ణుచిత్తుడు. తన ముందు ఉంచిన ఫలములు, జావ, మధిర ను గాంచి, మిత్రుని కలవకుండా ఆహారము స్వీకరించుటకు మనస్కరించకున్నను తిరస్కరించిన యెడల వారి మనములు కలతపడునేమో అని భావించి ఒక ఫలమును ఆరగించి తదుపరి కొంత జలమును మాత్రము సేవించి మిగిలినవి పక్కకు పెట్టి, మీ ఆతిధ్యమునకు నా ధన్యవాదములు. మదిరా పానము మాకు నిషిద్ధము కావున దానిని స్వీకరించలేను, అన్యధా భావించకండి అని సున్నితముగా తెలిపినాడు విష్ణుచిత్తుడు.

అనంతరం ఆ గూడెం దొర అయిన సింగడితో , మీకు నా మిత్రుల వివరములు తెలియునని మీ వాక్కుల వలన నాకు అవగతమైనది. వారు ఇపుడు ఎచట ఉన్నారో తెలుపగలరు అని వినమ్రతతో ప్రశ్నించగా సింగడు విష్ణుచిత్తుని వైపు వాత్సల్యముతో చూచి, నిన్న సంధ్య వేళ వరకు ఆ కూనలు ముచ్చురు ఇచటనే ఉన్నారు కూనా! తదుపరి పెద్దమ్మోరు తల్లి దయతో మాకెవరికి కనపడకుండా మాయమైపోతూ అమ్మతల్లి అనుగ్రహాన్ని మాకు ప్రసాదించి వెళ్లారు అని తెలియచేసాడు.

అప్పటివరకు ఆ పరిసరాలలోనే తన జతగాడు ఉండి ఉండవచ్చు అని తలంపుతో ఉన్న విష్ణుచిత్తుడు, దొర పలుకులు ఆలకించి వీరభద్రుడు అచట కూడా లేడని తెలుసుకొని ఇక క్షణము సైతము కాలము వృధా చేయుటకు ఇచ్ఛగించక సింగడికి అంజలి ఘటించి ఇక నాకు సెలవు ఇప్పించండి దొరా, నా మిత్రులను కలుసుకొనుటకు ప్రయాణము కొనసాగించవలెనని తెలిపినాడు. అటులనే కూనా, వారు ఏ వైపు వెళ్ళినది మాకు పూర్తిగా తెలియదు కానీ ఎచటినుండి వారు అదృశ్యమైనారో మాత్రము తెలియును అచటివరకు మాత్రము నీకు మార్గము చూపగలము అంటూ తన కొమరుడు వీరమల్లుని పిలిచి నాయనా వీరమల్లు ఈతని జాగ్రత్తగా తోడ్కొని పెద్దమ్మోరు తల్లి విగ్రహము వద్ద విడిచిరమ్మని వీరమల్లును ఆజ్ఞాపించాడు చెంచు గూడెం దొర సింగడు.

వీరమల్లుడు వెంటరాగా తన అశ్వములను నడిపించుకుంటూ పెద్దమ్మోరు తల్లి విగ్రహం వద్దకు చేరుకున్నాడు విష్ణుచిత్తుడు. అమ్మోరు తల్లి విగ్రహాన్ని గాంచి భక్తి ప్రపత్తులతో నమస్కరించి మాతా నా స్నేహితుని చెంతకు త్వరగా చేర్చు అని వేడుకున్నాడు విష్ణుచిత్తుడు. తదుపరి

వీరమల్లుని వైపు తిరిగి నీ సహాయమునకు కృతజ్ఞతలు మిత్రమా ! ఇచట నుండి నా గమ్యమును నేను కనుగొనగలను మీరు ఇక నిష్క్రమించవచ్చు అని పలుకగా జాగ్రత్తగా ఉండమని హితవు పలికి అచటినుండి వెనుదిరిగి వెళ్ళిపోయాడు వీరమల్లుడు.

వీరమల్లుడు అచటినుండి నిష్క్రమించిన అనంతరం అమ్మోరు తల్లి విగ్రహము నుండి నలు దిశలను పరికించి చూడసాగాడు విష్ణుచిత్తుడు. ముందుగా ఉత్తర దిశవైపు అర్ధ ఘడియ పాటు పయనించిననూ ఎటువంటి ఆనవాలు కానరాలేదు, తిరిగి అమ్మోరుతల్లి విగ్రహం చెంతకు చేరుకొని పశ్చిమ, దక్షిణ దిశలలో కూడా పయనించి చూసినను ఏ విధమైన ఆనవాలు కనిపించలేదు. ఇక మిగిలినది తూర్పు దిశ మాత్రమే! ఆ దిశలో కూడా ఎటువంటి ఆనవాలు కనిపించనున్న ఏమి చేయవలెనా అనే చింతతో తూర్పు దిక్కుగా సాగి కడు జాగ్రత్తతో గమనించగా ఆ దిశలో ఉన్న తరువుల శాఖలకు చిక్కుకొని ఉన్న వస్త్రపు పోగులు విష్ణుచిత్తుని దృష్టిని ఆకర్షించినవి.

ఆ తరువుల నుండి నెమ్మదిగా ఆ వస్త్రపు పోగులను సేకరించి ఏకాగ్రతగా పరీక్షించగా అవి అపరాజిత పరికిణీ నుండి ఆ తరువుల శాఖలకు ఉన్న కంటకములకు తగులుకున్నవి అని అవగతమవగా విష్ణుచిత్తుని మోములో ఆనందము వెల్లి విరిసినది. తన మిత్రుడు, అపరాజిత సంపంగిలతో కలసి ఆ దిశయందే పయనించి ఉంటాడని నిర్ధారించుకొని తాను సైతము అదే దిశలో ప్రయాణం కొనసాగించాడు విష్ణుచిత్తుడు. కొంత తడవు ప్రయాణించిన పిదప తన మిత్రుడు తనకొరకు వదలి వెళ్లిన గుర్తులను గాంచి రెట్టించిన ఉత్సాహముతో అశ్వములను దౌడు తీయించడము ఆరంభించాడు విష్ణుచిత్తుడు.

★★★

కోసల దేశము నుండి బలభద్రుడు పంపిన పెంపుడు కపోతం వర్తమానాన్ని మోసుకుంటూ అంబ కొరకు అన్వేషిస్తూ చిట్ట చివరికి భిల్లు గూడెం లో బంధితురాలై ఉన్న యజమానురాలిని చేరుకుంది. కపోతము యొక్క రెక్కల ధ్వనిని ఆలకించి అది తన పెంపుడు కపోతమని గుర్తెరిగి ఆశగా పైకి లేచుటకు ప్రయత్నించి విఫలురాలై నిస్పృహతో కింద కూలబడినది అంబ. ఆ కపోతము అంబను చేరుకొను మార్గము అన్వేషించుచూ ఆ కుటీరము చుట్టూ గిరికీలు కొట్టసాగినది.

ఆ కుటీరమునకు ఉన్న గవాక్షమును కూడా నార తెరలతో మూసివేయుట వలన కపోతము లోనికి వచ్చు మార్గము లేకపోవుట వలన దాని ప్రయత్నములు అన్ని నిష్ప్రయోజనములైనవి. అయినను పట్టు విడువక యజమానురాలిని చేరు మార్గము కొరకు అచటనే పొంచి ఉండి అవకాశము కొరకు ఎదురు చూడసాగినది ఆ వార్తాహరి.

సంధ్య వేళ అగుటచే అంబ కొరకు ఆహారము, అటులనే ఆమె మార్చుకొనుటకు స్త్రీలు ధరించు వస్త్రములను తీసుకొని కుటీరము వద్దకు వచ్చినారు ఆ గిరిజన జంట. వారు కుటీరము ద్వారము తెరువగనే తనకు మార్గము సుగమము అయినందుకు సంతసిస్తూ రివ్వున దూసుకొని లోపలికి వెళ్లి అంబ ఒడిలో వాలినది విశ్వాస పాత్రురాలైన ఆ చిన్నారి జీవి.

తమను దాటుకుంటూ వెళ్లిన ఆ కపోతమును గాంచి ఒక్క క్షణం అదిరిపడి వెనకడుగు వేసినది ఆ భిల్లు యువతి. ఆమెతో వచ్చిన యువకుడు మాత్రం ఏమాత్రం బెదరక దానిని పట్టి బంధించుటకొరకు అంబ వైపు అడుగు వేసాడు. తన ఒడిలో వాలిన కపోతమును తన హస్తములతో నిమురుచూ దానిని బంధించుటకు వచ్చిన భిల్లు యువకునితో ఇది నా పెంపుడు కపోతం. నేను కానరాక బెంగతో నన్ను వెదుకుతూ వచ్చినది దీనిని ఏమీ చేయవద్దు అని బ్రతిమాలినది.

ఆ భిల్లుడు మాత్రం నిన్ను సంరక్షించుట మాత్రమే మా నాయకుడు మాకు అప్పగించిన బాధ్యత. ఈ కపోతము నీ దగ్గర ఉండవలెనో లేదో మా దొర మాత్రమే నిర్ణయించగలడు. కనుక దానిని నాకు అప్పగించు అంటూ తన హస్తములను ముందుకు సాచగా అతనిని బ్రతిమాలుతున్నట్లుగా అభినయిస్తూ దాని కాలికి కట్టి ఉన్న లేఖను అతని దృష్టిలో పడకుండా తన ఒడిలోకి జారవిడుచుకొని ఆ కపోతము యొక్క కంఠమును తన రెండు వేళ్ళతో నిమిరి ఒక్కసారిగా ఆ చిన్నారి జీవిని గాలిలోకి ఎగురవేసింది అంబ.

యజమానురాలి యొక్క సంజ్ఞలను గమనించినదై రివ్వున ఎగురుతూ ద్వారము గుండా బయటకు వెడలిపోయినది ఆ కపోతం. అరెరే అంటూ దానిని పట్టుకొనుటకొరకు బయటకు పరుగు తీసి ఎగురుతున్న కపోతము పైకి వింటిని సారించి శరము వదిలినాడు ఆ భిల్లు యువకుడు. అతను సంధించిన శరము ఒక రెక్కను తెగగొట్టినా కర్తవ్యబద్ధురాలై ఆగకుండా ముందుకు సాగిపోయినది ఆ కపోతం.

అపరాజిత – త్రి సప్తతిహ్ అంకం

తన జతగాడు వదలి వెళ్ళిన గురుతులను అనుసరిస్తూ ప్రయాణిస్తున్న విష్ణుచిత్తుడు సంధ్య వేళకు అరణ్యములోనికి చాలా దూరము చొచ్చుకొని పోయాడు. చిరు చీకట్లు ముసురుకోవడం గమనించి ఇక ఆ రోజుకు ప్రయాణాన్ని విరమించుట మంచిది అని తలచి తన ప్రాణ మిత్రుని చేరుకొనుటకు ఇంకనూ ఎంత సమయము వేచిఉండవలెనో కదా అని నిట్టూర్చి ఆ దినము విశ్రమించుటకు తగిన ప్రాంతము కొరకై అశ్వము మీద నుండే పరిసరములను గమనించసాగాడు.

అంతలో వీరభద్రునికై సిద్ద పరచి తెచ్చిన అశ్వము గట్టిగ సకిలించుట గమనించి దానివైపు దృష్టి సారించగా అది మిక్కిలి సంతోషముతో ముందరి కాళ్ళను పైకి లేపి గట్టిగ సకిలించి ముందుకు దూకినది. మానవులకన్నా జంతుజాలం యొక్క గ్రహణ శక్తి అధికముగా ఉంటుందని విష్ణుచిత్తునకు తెలియుట వలన దాని ఆనందమునకు కారణమేమై యుండునా అని యోచనలో పడినాడు.

అంతఃపురంలో ఉన్నప్పుడు తన శిక్షణలో భాగముగా వీరభద్రుడు ఆ అశ్వరాజమును విరివిగా వినియోగించెడివాడు, అటులనే స్వారీ చేయు సమయములో తాను అధిరోహించిన అశ్వముతో స్నేహితునివలె సంభాషించెడివాడు, అందువలన వీరభద్రుడు అశ్వ శాలకి అల్లంత దూరములో ఉండగనే అతనికి మచ్చిక అయిన అశ్వములు అన్ని ఇటులనే తమ సంతోషమును వ్యక్తము చేసెడివి. ఆ ఉదంతము జ్ఞప్తికి తెచ్చుకున్న విష్ణుచిత్తుడు ఇపుడు ఈ అశ్వము యొక్క స్పందన అటులనే ఉండుట గమనించి తన మిత్రుడు సమీపములోనే ఉండి ఉండవచ్చు అనే తలంపుతో రెట్టించిన ఉత్సాహముతో ఆ అశ్వము ముందుకు దూకిన వైపు తన అశ్వమును కూడా అదిలించినాడు.

సంధ్య చీకట్లు ముసురుకొనుట గమనించి ఇక ఈ రోజుకు విశ్రమించుట మంచిది అని భావించిన సంపంగి, మిగిలిన ఇరువురివైపు తిరిగి ఇచటనే విశ్రమించెదము అని తెలుపుతున్నంతలో అశ్వముల యొక్క గిట్టల చప్పుడు ఆలకించినదై తన మాటలు తనలోనే ఆపుచేసి వారిరువురినీ తన ద్వి హస్తములతో పట్టుకొని దాపులనున్న ఒక పొద వెనుకకు చేరుకున్నది. అంతలోనే పెద్దగా అశ్వము యొక్క సకిలింపు, అంతకంతకు దగ్గరవుతున్న అశ్వ పద ఘటనలు ఆలకించి వచ్చువారు ఆపద తలపెట్టువారో లేదా మంచి చేయువారో తెలియదు.

కావున, వారి కంటపడి కష్టములపాలు అగుటకంటే ఇటుల మరుగున ఉండి వారిని గమనించుట మంచిది అని తన అభిప్రాయమును వెల్లడించినది సంపంగి.

ఆమె అభిప్రాయము సరియైనదే అన్నట్లుగా ఏకీభవిస్తూ మౌనముగా ఉండిపోయారు అపరాజిత, వీరభద్రులు. వారినే అనుసరిస్తున్న జాబిలి కూడా వారికి కొద్ది దూరములో మరొక పొదలో దాగినది. ఇంతలో ఒక అశ్వము వీరు దాగిన పొదల వద్దకు వచ్చి అచటనే తచ్చాడసాగినది. అప్పటికే పరిసరాలను ఆవహించిన చీకటి చిక్కబడుటచే అశ్వము యొక్క ఆకారము లీలగా మాత్రమే కనిపించసాగినది అపరాజిత త్రయమునకు. అంతలోనే మరియొక అశ్వము కూడా అక్కడకు చేరుకోగా దాని మీద ఉన్న విష్ణుచిత్తుడు ఒక్క ఉదుటున కిందకు దూకి మిత్రమా ఎచట ఉన్నావు ? ఇంకొక్క క్షణము సైతము నీ ఎడబాటును నేను సహింపజాలను? నీవు ఈ పరిసరములలోనే ఉన్నావని నా మందికి తోచుచున్నది. తక్షణమే నీ దర్శనము కల్పించి నా ఆతురతను తొలగించు అని పలుకగా విష్ణుచిత్తుని స్వరమును ఆలకించిన వీరభద్రుడు వింటిని విడిచిన శరములా పొదలలోనుండి బయటకు వచ్చి విష్ణుచిత్తుని ముందు నిలచినాడు.

కొలది దినముల ఎడబాటే అయినా ప్రియమిత్రుని గాంచి ఎన్నో యుగములు అయినట్లుగా అనుభూతి చెందిన విష్ణుచిత్తుడు ఎదుట నిలచిన వీరభద్రుని గాంచి ఆలింగనము చేసుకొని నోట మాట రాక ఆనందభాష్పములు విడుచుచూ మౌనముగా ఉండిపోయాడు. ఆ మిత్రుల మధ్య ఉన్న స్నేహ గాఢతను అవగతం చేసుకున్న అపరాజిత, సంపంగిలు సైతము సడి చేయక నిశ్శబ్దముగా వారినే గమనిస్తూ ఉండిపోయారు. కొంత తడవుకు తన బెంగ తీరినట్లు అయి ఆలింగనము నుండి విడివడి అంతఃపుర విశేషములు చెప్పుటకు ఉపక్రమించాడు విష్ణుచిత్తుడు.

తనను గాంచిన వెంటనే అంజనాదేవి మోములో కనిపించిన సంతోషం, తనతోపాటు వీరభద్రుడు రాలేదని తెలిసి కలవరపడటం, విషయము మొత్తము విశద పరచిన అనంతరం నిబ్బరముతో తనను ఆశీర్వదించి తమకు కావలసిన ఆహార పదార్ధములు ఏర్పాటు చేసి తనకు వీడుకోలు తెలుపడం, అటులనే తన తండ్రి అయిన అనంతవర్మ, ఇంకా మహారాజు అమృత భూపతి యొక్క స్పందనను కూడా వివరముగా తెలియచేసాడు విష్ణుచిత్తుడు. తాను తీసుకెళ్లిన మూలికలను మాత్రమే అందించి వచ్చాడని, తల్లి దర్శనము సైతము చేసుకోలేదని, ఇరువురుగా బయలుదేరిన తాము మరల ఇరువురము కలిసే తన తల్లి దర్శనము చేసుకుంటామని తండ్రితో విష్ణుచిత్తుడు చెప్పి వచ్చిన విషయము విని తన మిత్రునికి తనపై ఉన్న ప్రేమకు యెటుల కృతజ్ఞతలు వెలువరించాలో కూడా తెలియక మౌనంగా మిత్రుని చూస్తూ ఉండిపోయాడు వీరభద్రుడు.

అంతలో ఏదో జ్ఞప్తికి వచ్చినట్లుగా మిత్రమా ముందు నీవు నాతో రానందుకు అమితమైన బాధను వ్యక్తీకరించిన రాజమాత అంజనాదేవి తదుపరి నీవు సంపంగి మరియు అపరాజితతో కలసి ఉన్నావని, వారికి సహాయము చేయుటకొరకే నీవు నాతో కలసి రాలేదని తెలిసి విచిత్రమైన

భావోద్వేగమునకు గురియైనది. పసితనం నుండి నన్ను సైతము నీతో సమానముగా సాకిన అమ్మలో అంత ఉద్వేగమును నేను ఎన్నడూ చూసి ఉండలేదు దానికి కారణమేమిటో ఇప్పటికీ నాకు అవగతమవలేదు అని పలుకగా అంతవరకు మౌనముగా ఉన్న సంపంగి ముందుకు వస్తూ నీ సందేహాన్ని నేను నివృత్తి చేసెదను అంటూ అపరాజిత మరియు వీరభద్రుడు స్వయముగా అంజనాదేవి గర్భములో జన్మించిన సోదర సోదరీమణులు అను వాస్తవమును విష్ణుచిత్తునకు ఎఱుకపరచినది.

అది ఆలకించిన వెంటనే మిక్కిలి సంతసముతో ఇది అంతయు వాస్తవమా ? అటులైన ఇన్ని దినములు మనకేల తెలియలేదు అన్నట్లుగా మిత్రుని వైపు చూడగా, విష్ణుచిత్తుని మదిలోని సందేహములు యెరిగినవాడైన వీరభద్రుడు విష్ణుచిత్తుడు తమను వదలి అంగరాజ్యమునకు పయనమైన క్షణము నుండి ఇప్పటివరకు తాము ఎదుర్కొన్న సంఘటనలు అన్ని క్లుప్తంగా తెలియచేసాడు.

నా సోదరి అయిన అపరాజిత నేను ఏ కారణము వలన వేరు వేరుగా పెంచబడినామో మాకు కూడా తెలియదు. ఆ దైవ ఆజ్ఞ లేకుండా ఏమియు జరగదు కావున సమయము వచ్చువరకు మన సందేహములు అటులనే మనసులో ఉంచుకొనుట ఉత్తమము. ఇపుడు మన తక్షణ కర్తవ్యము మనకు సైతము మాతృ సమానురాలు అయిన ఆ మాతృమూర్తి యొక్క శిలారూపమును తొలగించుటకు కృషి చేయడం. దాని మీదనే మన దృష్టి అంతా కేంద్రీకరించాలి అని తెలియచేసాడు వీరభద్రుడు.

ఇంతలో అపరాజిత ముందు విశ్రమించుటకు సరిఅయిన తావు కొరకు అన్వేషించుట మంచిది లేనియెడల ఇబ్బందుల పాలగుదము అని గంభీరంగా వెలిబుచ్చుట వల్ల తమ మాటలు ఆపివేసి చుట్టూ ఉన్న పరిసరములను తీక్షణముగా గమనించుట మొదలిడినారు అందరు. అప్పటికే చీకట్లు దట్టముగా ముసురుకొనుటచే వారి ప్రయత్నము అంత సులభముగా సాగలేదు. కొంత శ్రమించిన తదుపరి ఒక సెలయేటిని దానిని ఆనుకొని ఉన్న ఒక రాతి ప్రదేశమును గాంచి ఈ రాత్రి గడుపుటకు అదియే అనువైన ప్రదేశమని తలచి విష్ణుచిత్తుడు తోడ్కొని వచ్చిన అశ్వములను ఆహారము స్వీకరించుటకొరకు స్వేచ్ఛగా వదలివేసి తామందరు బండరాళ్ళపై ఆసీనులయ్యారు ఆ నలుగురు.

అంతఃపురము నుండి విష్ణుచిత్తుడు కొనితెచ్చిన తినుబండారములను మధ్యలో పెట్టగా తనకొరకు తల్లి ప్రత్యేకముగా తయారుచేయించి పంపిన ఆ పదార్ధములలో ఆమె ప్రేమను అనుభూతిస్తూ ఆరగించసాగాడు వీరభద్రుడు. అప్పటివరకు వారికి దూరదూరంగా మసలుతున్న జాబిలి విష్ణుచిత్తుని వద్దకు వచ్చి అతని అంకసీమను అలంకరించింది .

అది గాంచి వీరభద్రుడు ఓహో మాకు దూరము గా మసలుచూ మా మిత్రుడు రాగానే అతని వద్దకు చేరితివి? నీకు మాకన్నను మా మిత్రుడు అంటేనే అమిత ప్రేమ వలె ఉన్నదే అని

పరిహసిస్తూ జాబిలిని పట్టుకొనుటకు తన హస్తమును ముందుకు సాచగా అది బెదిరిపోతూ విష్ణుచిత్తుని మీద నుండి కిందకు దూకి అతని వెనుకకు చేరినది.

ఆ చిరు ప్రాణితో నీకేల మిత్రమా! మనలో ఎవరి వద్ద ఉంటే ఏమి అంటూ విష్ణుచిత్తుడు కొన్ని ఫలములు తీసి జాబిలి ముందు పెట్టగా అది ఆవురావురంటూ ఆరగించసాగినది. ఫలహారములు ఆరగించిన అనంతరం అపరాజిత ను సంపంగిని విశ్రమించమని తెలిపి మిత్రులిరువురు మెలకువగా ఉండి కబుర్లు చెప్పుకోసాగారు.

ఇంతలో విష్ణుచిత్తుడు తోడ్కొని వచ్చిన అశ్వములు వింతగా శబ్దములు చేయుట ఆలకించి ఏమి జరిగినదో తెలుసుకొనుటకు ముందడుగు వేయబోయిన మిత్ర ద్వయం నిలుచున్నచోటనే అమాంతం వెనుకకు విరుచుకుపడిపోయి స్పృహ కోల్పోయారు. అప్పటికే నిద్రాదేవి ఒడిలో విశ్రమించుచున్న అక్కాచెల్లెళ్లు ఇరువురు కూడా నిద్రలోనే స్పృహ కోల్పోయారు.

★★★

ముద్దులు మూటగట్టు బంగారు తల్లి, తన ఆరోప్రాణం అయిన పౌత్రి అంబ నుండి సమాచారమేమియు లేకపోవుటచే నిద్రకు దూరమై హంసతూలికా తల్పంపై అస్థిమితముగా కదలసాగాడు కోసల దేశ మహారాజు బలభద్రుడు. ఇంతలో గవాక్షం ఆవలినుండి చిన్న అలికిడి తన కర్ణములకు చేరగానే తటాలున తల్పం దిగి గవాక్షం వద్దకు చేరుకొని గవాక్షపు తెరలను తొలగించగా అచట తన పౌత్రి కొరకు రాయబారము మోసుకెళ్లిన పెంపుడు కపోతము బలభద్రుని నయనములకు కనిపించినది. రక్తసిక్తమైన పంకముతో అతికష్టము మీద అచటివరకు చేరుకున్న ఆ చిన్ని ప్రాణి గవాక్షం గుండా అంతఃపురములోనికి చేరుకొని అప్పటివరకు రెక్కల బిగువున భరించిన బాధకు ఇక ఓపలేక నిస్సత్తువుగా నేలవాలినది.

వెంటనే ఆ చిన్నారి ప్రాణిని తన హస్తములలోకి తీసుకొని పరీక్షగా చూడగా ఒకవైపు పంకము తెగి రక్తశిక్తము అగుట గాంచి ఆ చిన్నారి కపోతము ఏక పంకము తో ఎంత శ్రమకు ఓర్చి అచటివరకు చేరుకున్నదో గ్రహించినవాడై ప్రేమగా దాని వెన్ను నిమిరి తన తల్పం పక్కన ఉన్న ఘంటికను మ్రోగించగా ఇరువురు భటులు వేగిరమే వచ్చి బలభద్రుడి ఎదుట నిలిచి ఆజ్ఞ మహారాజా అని పలుకగా ధన్వంతరిని తక్షణమే తీసుకురండి అని గంభీరంగా పలికాడు బలభద్రుడు.

భటులు వెళ్లిన అనంతరం మరొకమారు ఆ కపోతమును పరీక్షగా గాంచి దాని కాలికి కట్టిన లేఖ లేకపోవుట గమనించి, ఇది తప్పక నా పౌత్రిని చేరి నా లేఖను చేరవేసినది. కానీ ఇది క్షతగాత్ర అగుట గమనిస్తే నా చిన్నారి ఏదో ఆపదలో చిక్కుకున్నట్లు అవగతమగుచున్నది . ఇది తప్పక ఆ అమృతభూపతి పన్నాగమే అయి ఉంటుంది. ఇక ఉపేక్షించరాదు. నా పుత్రుని పోగొట్టుకున్నట్లుగా నా పౌత్రిని పోగొట్టుకోలేను, ఇపుడే అంగరాజ్యం మీద దండెత్తి ఆ అమృతభూపతిని సంహరించి మరీ నా అంబ ను కాపాడుకుంటాను అనుకొని మరొకమారు ఘంటికను మోగించి సైన్యాధిపతిని తోడ్కొనిరమ్మని భటులను పురమాయించాడు బలభద్రుడు.

అపరాజిత – చతుహ్ సప్తతిహ్ అంకం

కపోతమును పరీక్షించుటకు ధన్వంతరి, సైనికుల వర్తమానము అందుకొని సైన్యాధికారి ఒకే పర్యాయము బలభద్రుని ఆంతరంగిక మందిరమును అనుకొని ఉన్న రహస్య సమాలోచనా మందిరమునకు చేరుకున్నారు. అప్పటికే అచట అసహనంగా అటు ఇటు నడచుచున్న బలభద్రుడు వారిని గాంచి తన ఆసనమునందు ఆసీనుడై వారిని సైతము ఆసీనులు కమ్మని అనుజ్ఞ నొసగినాడు.

ప్రణామములు మహారాజా ! ఈ అపరాత్రివేళ మీరు జాగరూకులై ఉండుట అటులనే మమ్ము పిలువనంపుట గాంచిన కఠిన పరిస్థితి ఏదో దాపురించినట్లు నాకు అవగతమగుచున్నది అది ఏమిటో సెలవివ్వండి ప్రభూ అని వినయముగా పలికినాడు కోసల దేశ సర్వ సైన్యాధ్యక్షుడు ఫాలాక్షుడు. ఇక ధన్వంతరి సైతం ప్రభూ అస్వస్థులైనది ఎవరో ఎఱుక పరచిన యెడల వైద్యము మొదలుపెట్టగలవాడను అని అంజలి ఘటించి విన్నవించుకున్నాడు.

ఒకపరి దీర్ఘంగా నిట్టూర్చి తన ఆసనము పక్కనే ఉన్న మరొక ఆసనము మీద పరుండబెట్టిన చిన్నారి కపోతమును తన హస్తములలోకి తీసుకొని ఇదుగో ఈ చిన్ని ప్రాణిని రక్షించుటకై మిమ్ము ఇపుడు రప్పించినది అని ధన్వంతరితో పలికినాడు బలభద్రుడు. మహారాజుల ప్రేమకు పాత్రులైన జీవులకు సైతం రాజకుటుంబీకులకు ఇచ్చినంత గౌరవమే ఇవ్వవలెనను లోకజ్ఞానం తెలిసిన ధన్వంతరి ఆ చిన్ని జీవిని అత్యంత అపురూపంగా మహారాజుల వారి హస్తములోనుండి తీసుకొని రుధిరముతో తడిసి ఉన్న దాని శరీరమును గాంచి అయ్యయ్యో ఇంత చిన్నారి పక్షిని ఇంతలా గాయపరచినది ఎవరు అంటూనే తన ఔషదముల మందసమును తెరచి వైద్యము మొదలు పెట్టినాడు.

ధన్వంతరి పలుకులకు దంతములు పటపటలాడిస్తూ ఇంకెవరు ఆ అమృతభూపతి. అలనాడు నా పుత్రుడిని అపహరించి నాకు పుత్రశోకమును మిగిల్చినాడు. ఈనాడు నా పౌత్రిని బంధించుటయేగాక తనకొరకు వర్తమానమును తీసుకెళ్లిన ఈ కపోతమును కూడా గాయపరచినాడు. ఇక ఉపేక్షించిన ప్రతి క్షణం నా గారాలపట్టికి ప్రమాదం అంటూ ఫాలాక్షుడి వైపు తిరిగి ఫాలాక్షా నీ సోదరుని మృతికి బదులు తీర్చుకొను సమయామాసన్నమైనది. అలనాడు నా పుత్రునికి తోడుగా వెళ్లిన నీ సోదరుడు భుజంగుడిని సంహరించిన ఆ అంగదేశపు మహారాజు

అమృతభూపతిని వధించి నీ సోదరుని ఋణము తీర్చుకో అంటూ ఫాలాక్షుని ఆజ్ఞాపించాడు బలభద్రుడు.

బలభద్రుని వాక్కులకు రుధిరం ఉప్పొంగి నేత్రము అరుణ వర్ణమును పులుముకొనగా అవశ్యము మహారాజా! ఆజ్ఞ ఇవ్వండి, తక్షణమే మన సేనలను సన్నధం చేసి అంగదేశము మీద మెరుపు దాడి చేసి వారు దిగ్భ్రమ నుండి తేరుకొనులోగా ఆ అమృతభూపతిని పట్టి బందించి మీ చరణముల మీద పడవేసెదను అని వీరావేశముతో పలికినాడు ఫాలాక్షుడు.

ఫాలాక్షుడి పలుకులను ఆలకించిన బలభద్రుడు సూర్యోదయానికి పూర్వమే సైన్యం అంతటినీ సన్నద్ధం చేసి మూడు దళాలుగా విభజించండి. ఒక దళానికి నేను అధ్యక్షత వహించెదను, మరియొక దళమునకు నీవు ఇంకొక దళమునకు అమాత్యుడిని అధ్యక్షత వహించమని తెలుపండి అని ఆజ్ఞలు జారీ చేసాడు బలభద్రుడు.

జవసత్వాలు ఉడిగిపోయిన ఆ అమృతభూపతిని ఓడించుటకు మీరే స్వయముగా కదనరంగమునకు యేతెంచవలసిన ఆవశ్యకత లేదు ప్రభూ! కేవలము నేను ఒక్కడినే నా దళముతో వెళ్లి విజయమును సిద్ధించుకొని వచ్చెదను అని ప్రగల్భాలు పలికాడు ఫాలాక్షుడు.

ఫాలాక్షుడి వాక్కులను ఆలకించి నిశ్శబ్దముగా లేచి ఫాలాక్షుడి వైపు నడచి అకస్మాత్తుగా ఫాలాక్షుడిని తన బాహువులలో బందించివేసాడు బలభద్రుడు. ఉక్కు పిడికిట బందించబడిన విహంగము వలె శ్వాస తీసుకొనుటకు సైతము వీలుకాక ఉక్కిరిబిక్కిరి అవసాగాడు ఫాలాక్షుడు. తన బలమంతటినీ ఉపయోగించినను బలభద్రుని బాహువుల పట్టు నుండి తప్పించుకొనుటకు సాధ్యము కాలేదు ఫాలాక్షుడికి. మరి కొన్ని క్షణములు అటులనే ఉన్న శ్వాస అందక ఫాలాక్షుడు మరణించునేమో అనిపించునపుడు తన పట్టును సడలించాడు బలభద్రుడు.

ఒక్కసారిగా పెనుగాలికి ఊగిసలాడే పుష్పలత వలె అటూ ఇటూ ఊగుతూ నిస్సత్తువగా పుడమిపై వాలిపోయాడు ఫాలాక్షుడు. ఇవి అన్నియు నాకు పరిచితమైన విషయములే అన్నట్లుగా ధన్వంతరి ఏమాత్రం అదరక బెదరక కపోతముకు వైద్యము చేయుటలో మునిగిపోయాడు.

కొంత సమయానికి తేరుకున్న ఫాలాక్షుడిని గాంచి మందహాసము చేస్తూ నేనునూ వయోవృద్ధుడనే గదా ఫాలాక్ష! మరి నీ పరాక్రమముతో నన్నేల ఓడించలేకపోయితివి? మృగరాజుకు వార్ధక్యం మీద పడినంత మాత్రాన నీవంటి చిట్టెలుకలు మీదకు ఎక్కి సవారీ చేస్తే సహించదు కదా! అటులనే అమృతభూపతి కూడా అమిత పరాక్రమశాలి, పైపెచ్చు దైవబలం తోడుగా ఉన్నవాడు. అందులకే ఇంతకాలంగా మేము అతనిని పరాజితుని గావించలేకపోయాము. కానీ ఈ పర్యాయము తప్పు వారివైపు ఉన్నది, కనుక మనలను విజయలక్ష్మి వరించుట తథ్యము. అలాగని ఏ విషయమును కూడా తేలికగా తీసుకొనరాదు.

ఆ అమృతభూపతికి గానీ అతని అమాత్యుడు అనంతవర్మ కి కానీ యోచించుకొను వ్యవధి ఇవ్వకుండా ముప్పేట దాడితో కలవర పెట్టాలి. వారు దిగ్భ్రమ నుండి తేరుకొనులోగా ఆ అంగరాజ్యం నా హస్తగతం అవ్వాలి అటులనే నా గారాలపట్టి అంబ నా చెంతకు చేరాలి.

దానికొరకు సరిఅయిన మంత్రాంగము సిద్దము చేసి సేనలను సమాయత్తము గావించు. రేపు సూర్యోదయమునకు ముందే మన ప్రయాణము ఆరంభించాలి. ఇక వెళ్లి సన్నద్ధములు ప్రారంభించు అని పలికి ధన్వంతరి వైపు తిరిగి ఈ చిన్నారి జీవికి ఎటువంటి బాధ కలుగకుండా చూసుకొనవలసిన బాధ్యత నీది అని తెలిపి తన అంతరంగ మందిరములోనికి వెడలినాడు బలభద్రుడు.

బలభద్రుడు అంతరంగ మందిరములోనికి వెడలిన మరుక్షణం తన హస్తములలో ఉన్న కపోతమును జాగ్రత్తగా ఆసనంలో ఉంచి తన మందసము నుండి కొన్ని గుళికలు తీసి ఫాలాక్షునికి అందించాడు ధన్వంతరి. వీటిని గో క్షీరములో రంగరించి సేవించిన యెడల నిస్సత్తువ నుండి త్వరితముగా తేరుకొని మహారాజులవారు ఆదేశించిన కార్యములు నెరవేర్చగలవు అని పలుకగా ధన్వంతరికి కృతజ్ఞతలు తెలిపి అచ్చటనుండి నిష్క్రమించాడు ఫాలాక్షుడు.

తదుపరి అచట ఉన్న పరిచారికలను పిలచి వారికి ఆ కపోతమునకు పూయవలసిన లేహ్యములను అటులనే దానితో సేవింపచేయవలసిన గుళికలను వాటిని ఉపయోగించవలసిన విధానమును తెలియచేసి తాను సైతం అచ్చటనుండి నిష్క్రమించాడు ధన్వంతరి.

***

తూర్పు దిక్కున వెలుగు రేకలు పూర్తిగా విచ్చుకొనకముందే వృక్షముల మీద నిదురిస్తున్న పక్షులు మేల్కొని తమ కిలకిలారావములతో వనమును మేల్కొలుప పూనుకున్నవి. ఆ కిలకిలారావములే సుప్రభాతముగా భావించినట్లు భిల్లులు ఒక్కొక్కరుగా నిదుర మేల్కొని దైనందిన కార్యక్రమములు మొదలుపెట్టసాగారు.

పక్షుల కిలకిలారావములకు, భిల్లుల సంచారము వలన కలుగుతున్న అలికిడి తోడు కాగా కలత నిదురలో ఉన్న అంబ మేల్కొని నెమ్మదిగా నేత్రములు తెరచి పైకి చూసి, నేను ఎగురవేసిన కపోతం మా పితామహుల చెంతకు చేరినదో లేదో? అది ఆయన చెంతకు చేరి నేను ఉన్న తావును తెలియచేసిన కానీ నాకు ఇక్కడ నుండి విముక్తి లభించదు అని నిట్టూర్చి పక్కకు తిరిగి చూసిన అంబ నేత్రములు ఆశ్చర్యముతో విప్పారినవి.

అపరాజిత – పంచ సప్తతిహ్ అంకం

పక్షుల కిలకిలారావములతో, భిల్లుల సంచారము వలన వచ్చిన అలికిడితో నిదుర నుండి మేల్కొనిన అంబ తన నేత్రములకు కనపడిన దృశ్యమును గాంచి ఆశ్చర్యముతో నయనములు పెద్దవి కాగా, తాను గాంచిన దృశ్యము వాస్తవమా లేక తన భ్రమయా అని సందిగ్ధముతో నేత్రములను హస్తముతో రుద్దుకొని చూడగా మరల అదే దృశ్యము కనిపించుటతో అది వాస్తవమే అని నిర్ధారణకు వచ్చి మది ఆనందముతో పులకరించినది అంబకు.

అంబ సంతోషమునకు కారణము ఆమెకు ఎదురుగా వీరభద్ర భూపతి శయన భంగిమలో కనిపించుటయే. ముందటి రేయి సెలయేటి సమీపములో సంచరిస్తున్న జతగాళ్ళు ఇద్దరినీ అటులనే ఇరువురు అక్కచెల్లెళ్ళను మూలికల ధూపముతో స్పృహతప్పించి వారిని బంధించి తెచ్చి అంబ ఉన్న కుటీరములోనే ఉంచారు భిల్లులు. నడిరేయి దాటిన తదుపరి వారిని బంధించి తెచ్చుటచే అంబకు వారి ఆగమనము తెలియలేదు.

ఆనాడు అరణ్యములో వీరభద్రుని తొలిసారి గాంచిన క్షణములోనే అంబ మదిలో అతని పట్ల తెలియని అనురాగమేదో పొడసూపినది. కానీ తన సహజ అభిజాత్యము వలన కోసల దేశపు యువరాణి అయిన తను ఒక అనామకుడి ఆకర్షణలో పడుటయా అని ఆదిలోనే ఆ భావనను తుంచివేసినది అంబ. కానీ ఇపుడు ఈ విపత్కాలములో వీరభద్రుని గాంచగనే మరల ఆమెలో అతనిపట్ల అనురాగము మొలకెత్తినది.

వీరభద్రుని చెంతనే ఉన్న మిగిలిన ముప్వురు ఆమె నయనములకు కానరాలేదు, ఆమె దృష్టి అంతయు అతని మీదనే కేంద్రీకరించబడి ఉన్నది. కార్యోన్ముఖురాలై వచ్చి ఆ కార్యము,సాధించకముందే బంధితురాలై తప్పించుకొను జాడ తెలియక నిస్సహాయ స్థితిలో ఉన్న ఆమెకు ఇపుడు వీరభద్రుడు కనిపించుటచే మదిలో సంతసము మొదలైనది.

ఎపుడెపుడు వీరభద్రుడు మగతను వీడి కనులు తెరుచునోయని ఆతృతగా ఎదురు చూడసాగినది అంబ. ఆమె ఆతృతకు ఫలితము లభించకముందే బయటనుండి ఎవరో వచ్చుచున్న సవ్వడి వినిపించగా, నిశ్శబ్దముగా తిరిగి తన స్థానములో పవళించి నిద్రను అభినయించసాగినది అంబ.

కుటీరము యొక్క ద్వారము కు ఉన్న బంధనములు తొలగించి లోపలికి అడుగుపెట్టిన భిల్లుల జంట లోపల బంధించబడి ఉన్న కొత్తవారిని గాంచి అచ్చెరువొందగా అందులోని

యువతి ఈ ఆగంతకులు ఎవరు నిన్న సందె యేల లేరు కదా అని ప్రశ్నించగా దానికి బదులుగా ఆ యువకుడు రాత్రి మన కావలి సైనికులు బంధించి తెచ్చి ఉంటారు. మన బాధ్యత ఇందులో ఉన్నవాళ్లకు ఆహార పానీయ సదుపాయాలు చూడటం మాత్రమే దానికి మించి ఉత్సుకత ప్రదర్శిస్తే దొర యొక్క దండనకు గురికావాల్సి వస్తుంది అని హెచ్చరించాడు.

తన జతగాడి పలుకులకు అటులనే అన్నట్లుగా శిరము ఊగిస్తూ మరి విషయమెరుగక ఆ కూన ఒక్కర్తి కొరకే ఆహారము తెచ్చినాము, వీరందరికి అది సరిపోదు కదా! నీవు ఇచటనే వీరికి కావలిగా ఉండు నేను వెళ్ళి వారందరికీ ఆరగించుటకు ఫలములు తీసుకొని వచ్చెదను అని ఆ భిల్లు యువతి అచటినుండి నిష్క్రమించినది.

ఆ యువతి మరికొన్ని ఫలములు తోడ్కొని వచ్చులోగా బంధితులై ఉన్న సంపంగి, అపరాజితలు తమను ఆవరించి ఉన్న మత్తు వీడిపోగా అటూ ఇటూ కదలసాగారు. మరికొన్ని క్షణములకు వీరభద్రుడు, విష్ణుచిత్తుడు సైతము మగతను వీడి లేచి కూర్చుండి తాము ఎచట ఉన్నది అవగతమవక లేచి నిలుచుండుటకు ప్రయత్నించి కరచరణములు బంధించి -ఉండుటచే విఫలులై పక్కకు చూడగా అప్పటికే లేచి కూర్చొని తమవలెనే దిగ్భ్రాంతికి లోనై ఉన్న సంపంగి, అపరాజితలు అటులనే వారికి కొలది దూరములో మూలగా శయనించి ఉన్న అంబ దర్శనమిచ్చారు.

అంబను గాంచినంతనే వీరభద్రుడు పరిసరములను సైతము మరచి ఆమె వైపే పారవశ్యముతో గాంచుచుండుట గమనించిన విష్ణుచిత్తుడు తన బాహువులతో జతగాడిని కుదపగా అపుడు ఈ లోకంలోకి వచ్చిన వీరభద్రుడు తన మైమరపుకు సిగ్గుపడుతూ శిరము దించుకొనెను. అంత విష్ణుచిత్తుడు మిత్రమా నీ ప్రియసఖి ఇచటకు ఎటుల వచ్చినదని తరువాత విచారించెదము గాక, ముందు మన పరిస్థితి గురించి యోచించవలెను అని పలుకగా అవును సుమా అని పలికి తమను అచటకు ఎవరు తెచ్చి ఉంటారు ఎందులకు తమను బందించి ఉంటారు? వారి తదుపరి చర్య ఏమై ఉండునో అని మనసు పరిపరి విధముల యోచిస్తుండగా పరిసరములను గమనిస్తున్న వీరభద్రునికి వారివైపే కనురెప్ప సైతము వేయక గమనించుచున్న బిల్లుల జంట కానవచ్చారు.

అంతవరకు నిదురను అభినయించుచున్న అంబ మిత్రులిరువురి సంభాషణ ఆలకించి తనను వీరభద్రునికి ప్రియసఖి అని విష్ణుచిత్తుడు సంబోధించుట శ్రవణముల చేరగనే చెంపలు సిగ్గుతో కెంపు వర్ణమును అలముకున్నవి. ఓహో ఈ చిన్నవాడు సైతం నన్ను చూడగనే వలపు వలలో చిక్కినాడా అనుకొని మరల అంతలోనే నా అతిలోక సౌందర్యమును గాంచిన దేవతలు సైతము మంత్రముగ్దులు కావలసినదే, ఈ జానపదుడు ఎంత అని అభిజాత్యముతో కనులు ఎగురవేస్తూ ఇక వారు సంభాషణ ముగించడముతో తన అభినయమును కట్టిపెట్టి అపుడే మెలకువ వచ్చినదానివలె ఒడలి విరుచుకొనుచు లేచి కూర్చున్నది అంబ.

ఆసరికి సంపంగి, అపరాజితలు సైతము అతి ప్రయాస మీద లేచి ఆసీనులైనారు. తమకు ఎదురుగా ఉండి తమ కదలికలను గమనించుచున్న భిల్లుల జంటను గాంచిన వీరభద్రుడు ఆ జంటలోని యువకుడితో సోదరా మీరు ఎవరు ఎందులకు మమ్ము ఇచట బంధించినారు ? మా నుండి ఏమి ఆశిస్తున్నారు? మేము కేవలము ఈ అరణ్యములో దారితప్పి తిరగడుచున్న బాటసారులము. మమ్ము బంధించిన మాత్రమున మీకు ఒనగూరు లాభమేమియు ఉండదు గాన దయయుంచి మమ్ము బంధవిముక్తులను గావించిన మా గమ్యములకు ప్రయాణము సాగించువారలము అని మృదువుగా పలికినాడు.

వీరభద్రుని మృదువచనాలకు ఆ యువకుడు ఎంతయో సంతసించినాడు. నాగరికుడు అయినప్పటికీ తనను సోదర సమానుడుగా యెంచినందులకు ఆ వనపుత్రుడికి అప్పటికప్పుడు వారిని బంధవిముక్తులను గావించవలెనన్నంత సంతసము కలిగినది.

కానీ అతనినే గమనిస్తున్న అతని జతరాలు దొర ఆజ్ఞ మీరితే ఏమి జరుగుతుందో మరచితివా అని హెచ్చరించుటచే తమ దొర, అటులనే అతను విధించు శిక్షలు జ్ఞప్తికి వచ్చి అడుగు వెనుకకు వేసిన ఆ యువకుడు అయ్యా, ఈ కుటీరములో బంధితులు అయినవారికి ఆహారసదుపాయములు సమకూర్చుటయే మా బాధ్యత. తదుపరి మా దొర ఆజ్ఞ. మీ ప్రశ్నలకు సమాధానము కావలెనన్న మా దొర ను కలవవలసినదే. కానీ దొర ఆజ్ఞ లేనిదే మిమ్ములను ఆయన ముందుకు తీసుకెళ్ళలేము. మమ్మల్ని మన్నించి ఈ ఫలాలు ఆరగించండి అని తెలిపినాడు. అనంతరం తాము తెచ్చిన ఫలములు, జల పాత్రలు అచట ఉంచి, కుటీర ద్వారములు మరల బయటనుండి బందించి వెళ్లిపోయారు ఆ జంట.

వారు అచ్చటనుండి నిష్క్రమించిన అనంతరం అంబ వైపు తిరిగిన వీరభద్రుడు మీరెలా ఇచట బంధించబడినారు అని ప్రశ్నించగా పరుషంగా బదులివ్వ ప్రయత్నించినా మనసైనవాడిని గాంచిన ముదముతో ఆమె గళమును దాటి వచ్చు వరకు అవి కోమలంగా మారిపోయినవి. విశ్రమించుచున్న తరుణములో మూలికాధూపముతో స్పృహ కోల్పోయేలా చేసి ఇటుల బంధితురాలిని గావించారు. ఈ బంధనములు వదిలించుకొనుటకు ఎంత ప్రయత్నించిననూ కృతకృత్యురాలను కాలేకపోయాను అని తెలిపినది అంబ.

అచ్చటనుండి తప్పించుకొనుటకు ప్రయత్నములు చేయవలెననుకున్న వీరభద్రుడు విష్ణుచిత్తుని సంజ్ఞతో ఆ ప్రయత్నములు విరమించుకొని బంధించబడి ఉన్న హస్తములతోనే అతి ప్రయత్నము మీద ఒక ఫలమును అందుకొనగా దానిని ఆరగించుట మాత్రము అతనికి సాధ్యము కాలేదు. అతని స్థితికి కలవరపడిన అంబ, తనకు హస్తములు స్వేచ్ఛగా వినియోగించుటకు వీలు ఉండుట వలన అతనికి ఫలములు తినిపించుటకు ముందుకు కదులునంతలో విష్ణుచిత్తుడు తన హస్తములతో వీరభద్రునికి తినిపించుట మొదలిడినాడు. అది గాంచిన అంబ మౌనముగా తన స్థానములో తాను ఆసీనురాలై ఫలములు ఆరగించుట మొదలిడినది .

అపరాజిత, సంపంగిల మదిలో ఏమి చెలరేగుతున్నాడో బాహ్యమునకు తెలియకున్నది. మౌనముగా ఒకరికొకరు ఫలములు తినిపించుకొనుటలో మునిగిపోయినారు. జాబిలి జాడ తెలియకున్నది.

★★★

వెలుగుల ఱేడు తూర్పున ఉదయించక ముందే సన్నద్ధములు పూర్తి చేసిన ఫాలాక్షుడు, బలభద్రునికి తెలుపుటకు అంతఃపురమునకు చేరుకొనగా అప్పటికే సిద్ధముగా ఉన్న బలభద్రుడు, ఫాలాక్షుని అనుసరించి అంతఃపురమును వీడినాడు. యుద్ధమునకు వెడలుటకు పూర్వము కలదైవము యొక్క ఆశీస్సుల కొరకు ఆలయమునకు వేంచేయగా రాజపురోహితులవారు ప్రత్యేక పూజలు గావించి విజయోస్తు దిగ్విజయోస్తు అని బలభద్రునికి శుభాశీస్సులు అందచేశారు.

కోసల దేశపు సేన రణరంగమునకు బయలుదేరుతున్నది అని సమాచారం తెలుసుకున్న ప్రసన్నలత రయమున మందిరము కడకు వచ్చి మామగారూ మీరు నాకు నా పితృవర్యులతో సమానం. మీ యెడల నాకు అకుంఠిత గౌరవభావములు ఉన్నవి. కానీ మీ ఈ అకాల యుద్ధ సన్నాహముల వెనుక కారణమేమిటో నాకు అవగతము కానున్నది. ఒకవైపు మృగయావినోదము కొరకు వెళ్ళిన నా ముద్దుల పట్టి అంబ ఇంకను తిరిగి అంతఃపురమునకు చేరుకొనలేదు. మరొకవైపు మీరు అకాల యుద్ధ సన్నాహములు చేపట్టినారు. నా మది అలజడి చెందుతున్నది. దయ యుంచి ఈ సన్నాహములు ఇంతటితో ఆపివేసి నా కుమార్తెను వెదికించి అంతఃపురమునకు చేర్చు ప్రయత్నములు చేయమని నా మనవి అని విన్నవించుకున్నది ప్రసన్నలత.

నా పౌత్రి నా పౌరుష పరాక్రమాలకు వారసురాలు. ఆమెకు ఎట్టి ఆపద కలుగబోదు, క్షేమముగా నీ ఒడిని చేరగలదు. వ్యర్థ చింతనలు మాని సుఖముగా అంతఃపురంలో విశ్రాంతి తీసుకొమ్మని ప్రసన్నలతకు సమాధానమొసగి అంగ దేశము మీదకు దండయాత్రకు బయలుదేరినాడు బలభద్రుడు.

కదన రంగానికి కదులుదామా మరి ......

అపరాజిత – షట్ సప్తతిహ్ అంకం

అటుల కోసల రాజ్యము నుండి కదలిన బలభద్రుని సేన తమ ఇరు రాజ్యముల మధ్య నున్న అరణ్యమును చేరుకున్న తదుపరి బలభద్రుడు తన సేనను ఆగమని ఆజ్ఞాపించాడు. ఫాలాక్షుడు బలభద్రుని సమీపించి ఏమైనది మహాప్రభూ ఎందులకు ఆగమని అనుజ్ఞ ఇచ్చితిరి? కొంత తడవు విశ్రమించవలెననుకున్నారా అని ప్రశ్నించినాడు. ఫాలాక్షుడు వినమ్రతతోనే ప్రశ్నించినా అది బలభద్రునికి మరొక విధముగా అవగతమై ఏమనుకొనుచుంటివి ఫాలాక్షా? ముదిమి మీదపడి వయోభారముచే విశ్రాంతి కోరుచుంటిని అని నీ అభిప్రాయమా అని అరుణిమను పులుముకున్న నేత్రములను మరింత పెద్దవిగా చేస్తూ ఆగ్రహమును వెలిబుచ్చాడు బలభద్రుడు.

బలభద్రుని అకారణ అగ్రహమునకు వెరచి బలభద్రుని ముందు మోకరిల్లి తన ద్విహస్తములను జోడించి మిమ్ము వార్ధక్యము ఏ రీతిలోనూ బాధించనేరదు అని నాకు గత రేయి అవగతమైనది ప్రభూ! నా పలుకులలోని భావమును మీరు అపార్ధము చేసుకున్నారు అని విన్నవించుకున్నాడు ఫాలాక్షుడు. అనగా నీవు వచించు వాక్కులను అవగతము చేసుకొను తెలివి నాకు లేదనా నీ అభిప్రాయము అని మరొకమారు ఆగ్రహము వ్యక్తం చేసినాడు మహారాజు బలభద్రుడు.

మహారాజుకు ఏ మాటకు ఎందులకు ఆగ్రహము కలుగుతున్నదో తెలియక ఫాలాక్షడు కలవరపడుతూ కాదు ప్రభూ కాదు, నా ఉద్దేశ్యము మిమ్ము అవమానించుట లేదా అవహేళన చేయుట ఎంత మాత్రమూ కాదు. కేవలము ఇచట ఆగమని ఎందులకు ఆజ్ఞాపించితిరా అను కుతూహలముతో ప్రశ్నించితిని తప్ప మరేమీ కాదు అని విన్నవించుకున్నాడు ఫాలాక్షుడు .

మనం దాడి చేస్తున్న విషయం ఒక్క ఘడియ ముందు అమృత భూపతికి తెలిసినా మనల్ని ఎదుర్కోడానికి సంసిద్ధుడైపోతాడు. అంత గొప్ప పరిపాలనా దక్షత అతని సొంతం, ఇక అతని మంత్రి అనంతవర్మ అర్ధ ఘడియ

వ్యవధిలో సైతం మంత్రంగాన్ని రచించి ప్రత్యర్ధులను ఇక్కట్లు పాలు చేయగల దిట్ట. అందులకే ఆ వ్యవధి వారికి మనము ఇవ్వరాదు. అటులు వారికి తెలియకుండా ఉండవలెనన్న జన సంచారము ఉన్న సమయములో మనము ప్రయాణించరాదు. కారు చీకట్లు పుడమిని

అలముకొనువరకు ఈ అరణ్యములోనే కాలక్షేపము చేసి, నడిరేయి నగరము సద్దుమణుగు వేళలో చాపకింద నీరువలె ఆ అంగరాజ్యాన్ని చుట్టుముట్టాలి.

మన కదలికలను గమనించిన ఏ నరమానవుడు కూడా ప్రాణములతో ఉండరాదు. రేపు ప్రాతః సమయమున అమృతభూపతి ఆదిత్యుని తొలి కిరణములకు బదులుగా అతని కంఠమునకు గురిపెట్టిన నా కరవాలమును దర్శించాలి అని ఫాలక్షునికి తన మనోగతాన్ని యెఱుక పరిచాడు బలభద్రుడు. అవశ్యము మహారాజా కానీ అంటూ నసుగుతున్న ఫాలాక్షుని గమనించి మరల ఏమైనది అని హుంకరించాడు బలభద్రుడు.

బలభద్రుని హుంకారానికి వెరచి గజగజలాడుతూ అది కాదు ప్రభూ, ప్రాతః సమయమున రాజ్యమునుండి బయలుదేరిన మనము అపరాహ్ణ వేళకు ఈ అరణ్యమునకు చేరుకోగలిగితిమి. అనగా అంగరాజ్యమునకు చేరు దారిలో అర్ధభాగామును కూడా అధిగమించలేదు. అటువంటిది ఒక్క రేయిలో ఈ మార్గము అంతటినీ అధిగమించి రేపటి ప్రాతః కాలమునకు అంగ రాజ్యమును చేరుకొనుట సంభవమా అదియును ఇంత మందీ మార్బలముతో సాగుతూ అమృత భూపతికి తెలియకుండా అంగ రాజ్యములోనికి అడుగిడుట సాధ్యమా అను సందేహము నా మదిని తొలచుచున్నది అని భయపడుతూనే స్థిరముగా తన సందేహములను బలభద్రుని ఎదుట వ్యక్తపరిచాడు ఫాలాక్షుడు.

నీ సందేహములకు సమాధానము లభించు తరుణము త్వరలోనే ఉన్నది. అంతవరకు వేచి చూడు. అపరిమిత కుతూహలమును ప్రదర్శించి మా అగ్రహమునకు గురికాకుండా సేనలను విశ్రాంతి తీసుకోనమని నా ఆజ్ఞ గా తెలియచేయి. అటులనే అశ్వములకు, మత్త గజములకు కూడా తగిన విశ్రాంతి ఇవ్వండి అని ఫాలక్షునకు ఆజ్ఞలు జారీ చేసి అంగరక్షకులను సైతము తన వెంట రారాదని వారించి ఒంటరిగా అచటి నుండి ఎవరినో అన్వేషిస్తూ బయలుదేరినాడు బలభద్రుడు.

మహారాజుల వారి కదలికలు, వారి కార్యములు మదిలో ఎడతెగని శంకలను కలిగిస్తున్నా చేయునది ఏమీ లేక అతని ఆజ్ఞలను అమలుచేయుట మొదలు పెట్టాడు ఫాలాక్షుడు.

★★★

అపరాహ్ణ వేళకు మరొకమారు బందీలు అందరికి ఆహారమును తోడ్కొని వచ్చిన భిల్లుల జంట వారు ఫలములు స్వీకరించు వరకు వేచి యుండి తదుపరి మా దొర మిమ్ములను రచ్చబండ దగ్గరకు తోడ్కొని రమ్మన్నారు అని తెలిపాడు భిల్లు యువకుడు. అతని పలుకులు వారిలో ఒక విధమైన ఉత్సాహాన్ని కలుగచేసాయి. దొరను కలిస్తే వారిని బంధించిన కారణం తెలుస్తుంది అని అటులనే స్వేచ్ఛా వాయువులు శ్వాసించు అవకాశము దొరుకుతుంది అని వారి భావన.

వారి కర చరణములు బంధించబడి ఉండుటచే వారికి లేచి నిలుచొనుటకు ఆ భిల్లు జంట సహాయము చేసితిరి. అంబకు కరముల యొక్క బంధనములు తొలగించియున్నవి గాన దొరవద్దకు తోడ్కొని వెళ్ళు సమయములో అది దొర దృష్టికి వచ్చిన దండన తప్పదని ఎంచి మరల

ఆమె హస్తములను సైతము అడవి తీగలతో ధృడముగా బంధించినాడు భిల్లు యువకుడు. అంబ వెలువరిస్తున్న రోషాగ్నిని ఏ మాత్రము గణనలోకి తీసుకొనక తన కార్యము పూర్తి గావించి ఇక మమ్ములను అనుసరించండి అని వారందరితో తెలిపి ముందుకు అడుగేసాడు ఆ భిల్లుడు, తన జతగాడిని అనుసరించింది భిల్లు యువతి.

కర చరణములు బంధించబడి ఉండుటవలన నెమ్మదిగా అడుగులో అడుగు వేసుకుంటూ వారిని అనుసరించారు బంధితులైన కన్యకా త్రయం మరియు మిత్ర ద్వయం. అప్పటివరకు వారిని బంధించి ఉంచిన కుటీరము వెలుపలే పొంచి పొంచి చూస్తున్న జాబిలి వారిని గాంచి సంతోషము వ్యక్తము చేసే ధ్వనులు వెలువరిస్తూ వారిని అనుసరించసాగినది.

రచ్చబండ వైపు సాగుతున్న వీరిని గమనిస్తూ భిల్లు గూడెంలో ఉన్న మిగిలిన గిరిజనులు అందరు, దొర కొలువు తీరుతున్నట్లున్నాడు అని గుసగుసలాడుకుంటూ చేస్తున్న కార్యములు మధ్యలోనే ఆపి వారు సైతం రచ్చబండ వైపు కదలసాగారు.

అటుల కొంత తడవు నడచిన పిమ్మట గూడెం మధ్య భాగానికి చేరుకున్నారు అందరు. అక్కడ కొలువై ఉన్న ఒక పెద్ద నింబ వృక్షం యొక్క మొదలులో ఆ వృక్షం యొక్క కాండం తొలుస్తూ చెక్కిన అమ్మవారి రూపం అల్లంత దూరం నుండే అందరి దృష్టిని ఆకర్షించసాగినది. అమ్మవారి స్వరూపం అంతటినీ పసుపుతో మెత్తి నుదురు భాగంలో కుంకుమతో పెద్ద బొట్టు పెట్టి అమ్మవారి నేత్రముల స్థానములో స్వర్ణ నేత్రములు అలంకరించి కంఠమున అరుదుగా లభించు నాగలింగ పుష్పముల మాలలతో అలకరించినారు ఆ వనపుత్రులు.

తరువునే అమ్మవారిగా మలచి ప్రకృతే తమకు దైవం అని చెప్పకనే చెప్పినట్లుగా ఉన్న ఆ విగ్రహాన్ని చూస్తూనే సంపంగి మది ఉప్పొంగిపోయినది. మిగిలిన నలువురు బంధించబడిన హస్తములను ముకుళించి భక్తి ప్రపత్తులతో అమ్మవారికి నమస్కరించుకున్నారు.

ఆ అమ్మవారి విగ్రహమును గాంచినంతనే అపరాజితలో మార్పులు చోటుచేసుకొనసాగినవి. నేత్రములు పెద్దవిగా మారి వాటినుండి కాంతి కిరణములు ప్రసరించసాగినవి. అంతవరకు ఆమెలో ఐక్యమైపోయి అజ్ఞాతములో ఉన్న అమ్మవారి ముక్కెర, అటులనే ఆమె హస్తములో ఉన్న స్వర్ణ ఖడ్గం అజ్ఞాతము వీడి బహిర్గతమై వెలుగులు విరజిమ్మసాగినవి. వాటి వెలుగుల ముందు అంబరమున ఉన్న దినకరుని కిరణములు వెలువరుచు కాంతి వెలవెలపోగా ఆదిత్యుడు సిగ్గుపడి మేఘమాలికల చాటున దాగుండినాడు.

సంపంగికి అపరాజిత గురించి సర్వము ముందునుండే విదితమగుటవలన ఆమె, అటులనే సంపంగి వలన అపరాజిత గురించి తెలుసుకొని ఉండుటవలన వీరభద్రుడు మాత్రం ఆ దృశ్యమును గాంచి కూడా ఎట్టి ఆశ్చర్యమునకు లోనవకుండా ఆ అపురూప దృశ్యమును తమ నయనములలో నింపుకొనసాగారు.

కానీ ఇది ఏమీ తెలియని విష్ణుచిత్తుడు, అతనితోపాటు అంబ సంభ్రమాశ్చర్యములకు లోనై తాము గాంచుతున్నది స్వప్నమా లేక వాస్తవమా అను భ్రమలో మునిగిపోయారు. వారి

పరిస్థితి అలా ఉండగా అచట గుమికూడిన భిల్లులు ఆ దృశ్యమును గాంచి అపరాజితను అమ్మవారి స్వరూపంగా ఎంచి ఆమె ఎదుట సాష్టాంగపడిపోయారు.

ఇవేవీ తెలియని స్థితిలో ఉన్న అపరాజిత తన దృష్టిని కేవలం ఆ నింబ వృక్షంలో కొలువై ఉన్న అమ్మవారి విగ్రహం మీదనే నిలిపి నెమ్మదిగా ఆ విగ్రహము చెంతకు చేరి తన హస్తమును అమ్మవారి కంఠభాగమందు ఉంచగా ఆమె హస్త స్పర్శకు పులకించినట్లుగా ఆ విగ్రహములో కదలిక ఏర్పడి అమ్మవారి గళసీమపై సన్నని చీలిక వలే ఏర్పడి ఆ చీలికనుండి ఒక సన్నని మెరుపు వెలుపలికి కనిపించసాగినది.

ఆ మెరుపు అంతకంతకు పెరిగిపోతూ అంతవరకు అపరాజిత వద్దనున్న నాసికాభరణము మరియు స్వర్ణ ఖడ్గము నుండి వెలువడిన కాంతికి సహస్ర పర్యాయములు అధికమైన కాంతి ఆ చీలిక నుండి వెలువడసాగినది. ఆ కాంతికి తట్టుకొనలేక అచట ఉన్న వారందరూ నేత్రములు మూసుకొన్ననూ మూసిన కనురెప్పలపై సైతము ఆ కాంతి తన ప్రభావమును చూపించసాగినది.

కేవలము సంపంగి మాత్రమే ఆ కాంతికి తట్టుకొని జరుగుతున్న సంఘటనకు సాక్షీభూతురాలైనది. క్రమముగా ఆ కాంతి స్వర్ణ పుష్పముల రూపమును సంతరించుకొని అపరాజిత చుట్టూ పరిభ్రమిస్తూ, ఒక పుష్పమునకు మరియొక పుష్పము జతపడుతూ, అటుల ఒక పుషమునకు మరియొక పుష్పము జత కూడగనే తన కాంతిని రెట్టింపు,చేసుకొనుచూ దివ్య సుగంధములు వెదజల్లుతూ సహస్ర సంఖ్యలో గల పుష్పములతో గూడిన సౌగంధికా మాల ఆవిర్భవించి అపరాజిత హస్తములో చేరినది.

సౌగంధికా హారం అపరాజిత హస్తములోకి చేరిన మరుక్షణం నింబ వృక్షము కాండమున నెలవై ఉన్న అమ్మవారి విగ్రహం మునుపటివలె ఎటువంటి చీలిక లేకుండా సాధారణంగా మారిపోయినది.

ఎవరు తల్లి నీవు? మా తాతముత్తాతల కాలము నుండి మా అమ్మవారి రక్షణలో ఉన్న ఆ దివ్య హారం నీ చెంతకు చేరింది అంటే మా పూర్వికులు చెప్పినట్లు నీవు సాక్షాత్తు ఆ అమ్మవారి అంశ అయి ఉంటావు అని పలుకులు వినిపించి తన దృష్టిని ఆ మాటలు వినిపించినవైపు మరల్చినది అపరాజిత .

అపరాజిత – సప్త సప్తతిహ్ అంకం

ఏడడుగుల ఆజానుబాహుడు ఒకడు ఆ నింబ వృక్షము వెనుకనుండి ఈవలకు వస్తూ కనిపించాడు అపరాజితకు. సౌగంధికా హారం నుండి ప్రసరిస్తున్న వెలుగులు సన్నగిల్లగనే నేత్రములు తెరిచిన భిల్లులు ఆ ఆజానుభాహుని రాకని గమనించగనే లేచి నిలబడి తమ శిరములు కిందకు వాల్చి గౌరవ పూర్వకముగా హస్తములు దగ్గరకు కట్టుకొని అతని ఆనతి కొరకు వేచి చూడసాగారు.

వారు అతని యెడల చూపిస్తున్న గౌరవాభిమానములను గాంచి అతనే ఆ గూడేనికి దొర అయిఉండవచ్చు అని అవగతమైనది అపరాజిత బృందానికి. అపరాజిత ఎదురుగా వచ్చి కరములు జోడించి అభివాదము చేసి మమ్ములను కరుణించుటకు వచ్చిన మము గన్న తల్లికి దండాలు, ఆ హారము నీ చెంతకు చేరగనే నీవు అమ్మోరుతల్లివి అని నాకు అవగతమైనది తల్లీ. నీ సొత్తు మా గూడెమునకు చేరిన క్షణము నుండి దానిని పరిరక్షిస్తూ నీ దర్శన భాగ్యం కొరకు తరతరాలుగా వేచిచూసారు మా పూర్వీకులు. వారికందరికీ దక్కని అదృష్టం నాకు దక్కించి నన్ను ధన్యుణ్ణి చేసావు తల్లి. నీ దర్శన భాగ్యముతో నా జన్మ చరితార్థము అయినది అని ఆమె కరచరణములకు ఉన్న బంధనములు తొలగించి ఆమె ముందు మోకరిల్లాడు భిల్లు గూడెం దొర.

ఏడు అడుగులకు ఒక అంగుళము పైనే ఎత్తుతో, ఎత్తుకు తగ్గ లావుతో నల్లని భారీ కాయమును కలిగి కటి భాగమున అచ్చాదన కొరకు వ్రాఘ్య చర్మమును ధరించి, రుద్రాక్షలు, అడవి పూసలతో చేసిన దండలను గళమున ఆభరణములుగా అలంకరించుకొని ఉన్నాడు భిల్లుల దొర. అతని ఒడలి అంతా, వేటాడు సమయములో క్రూరమృగములు చేసిన గాయముల వలన ఏర్పడిన గుర్తులతో నిండి ఉంది. నాసిక పక్క నుండి దక్షిణ నేత్రము కింది వరకు ఉన్న లోతైన గాయము ఒకటి అతని వదనముకు క్రూరత్వాన్ని జోడిస్తున్నది.

ఒక్క పలుకులో అతనిని వర్ణించవలెనన్న ఎంతటి ధీశాలి అయినను అతనిని అకస్మాత్తుగా పరికించిన యెడల భీతి చెందగలడు, అటువంటి భీకరాకారుడు అపరాజిత ముందు మోకరిల్లుట గాంచి గూడెం జనాలు అందరు ఆశ్చర్యము నొంది దొరయే మోకరిల్లినాడు అంటే ఈమె అమ్మవారి అంశ మాత్రమే కాదు సాక్షాత్తు అమ్మోరుతల్లి అవతారమే అని తలచి

మరియొకమారు మూకుమ్మడిగా అపరాజిత ముందు సాష్టాంగపడిపోయారు.

అది అంతయు గాంచిన అపరాజిత, భిల్లుల దొరను ఉద్దేశ్యించి ప్రతిఫలాపేక్ష లేకుండా నా సొత్తుని ఇన్నినాళ్ళు క్షేమముగా కాచినందులకు మీ గూడెం ప్రజలందరికి నా ఆశీస్సులు ఎల్లవేళలా ఉంటాయి. ఆచంద్రతారార్కము మీ జాతి నా సేవలో పునీతులు అగుదురుగాక అని తన మృదు మంజుల స్వరముతో పలుకగా అమ్మవారి పలుకులను ఆలకించి వారందరు పారవశ్యము నొందిరి.

అపరాజిత పలుకులలో మార్దవాన్ని గ్రహించి ఆ పలుకులు అపరాజితనుండి వెలువడినవి కాదు అని ఆమెలో కొలువై ఉన్న అపరాజితాదేవి సంభాషిస్తున్నదని అవగతమైనది సంపంగికి మరియూ వీరభద్రునకు. అప్పటివరకు కోసల దేశపు యువరాణిని అన్న అభిజాత్యముతో నున్న అంబ కూడా అమ్మవారి కోమల స్వరమును ఆలకించి తనలో ఉన్న అహంకారము పటాపంచలు అయిపోగా కరములు జోడించి అపరాజితవైపు భక్తి పారవశ్యముతో తిలకించసాగినది.

ఎన్నో జన్మల పుణ్య ఫలము జతకూడిన గానీ దొరకని అపరాజితాదేవి దర్శన భాగ్యము, అటులనే ఆమె పలుకులను ఆలకించు శ్రవణ భాగ్యము కలుగుటచే విష్ణుచిత్తుడు మాటరాని మూగయై అపరాజితనే వీక్షించసాగాడు. తనకు కావలసిన కార్యము నెరవేరినదన్నట్లుగా నేత్రములలో ఆనందపు రేకలు వెల్లువెత్తుతుండగా జాబిలి ఒక్కసారిగా అచట నుండి అదృశ్యమైపోయినది.

అమ్మోరు తల్లి మనల్ని పునీతము చేయుటకు వచ్చినది అమ్మోరిని పూజించి సంతుష్టి పరచాలని గూడెం పూజారి చెప్పడంతో అందరు అటు ఇటు పరుగులు పెడుతూ పూజా ద్రవ్యములను సమకూర్చగా నింబ వృక్షమునకు పక్కగా తాము పూజించు అమ్మోరుతల్లి విగ్రహమునకు పక్కనే ఒక ఉచితాసనమును సమకూర్చి అపరాజితను అచట ఆసీనురాలిని గావించి పూజా ద్రవ్యములతో ఆమెను అభిషేకించుట మొదలిడినారు భిల్లులు అందరు.

సెలయేటి నుండి తెచ్చిన స్వచ్ఛ జలముతో ముందుగా అపరాజితను శిరము నుండి పాదముల వరకు తడుచునట్లుగా అభిషేకించి తదుపరి జుంటి తేనెతో ఆపైన నారికేళ సలిలముతో అభిషేకించి తదుపరి అమ్మవారికి ప్రీతిపాత్రమైన హరిద్రా కుంకుమలతో, సువాసనలు వెదజల్లు పుష్పములతో అర్చించ మొదలిడిరి. కానీ వారందరు అచ్చెరువొందునట్లు వారు చల్లిన పసుపు కుంకుమలు కానీ వారు అభిషేకించిన ద్రవ్యములు కానీ మచ్చుకైనా అచట కానరాకుండా అదృశ్యమవసాగినవి. ఈ వింత గాంచి అది కూడా అమ్మవారి మహిమ అయివుండొచ్చని భావించి సంతసించసాగారు.

ఇచట అపరాజితకు అభిషేకము సలుపుచుండగా అచట అరణ్యములో అజ్ఞాతముగా నున్న ఆలయములో అపరాజితాదేవి ప్రతిమకు కూడా అభిషేకము జరగసాగినది. ఇచట ఏమి

చేయుచున్నను అవి అచట అమ్మవారికి అందసాగినవి. కుమార్తె జాడకానరాని క్షణము నుండి అమ్మవారి పాదములు విడువక విగ్రహము చెంతనే ఉంటున్న బలదేవుడు ఈ వింతను గాంచి అమ్మవారి కృపకు పాత్రులైన భక్తశిఖామణులెవరో అభిషేకము సలుపుచున్నట్లుగా ఉన్నది. వారి పూజలకు అమ్మవారు సంతుష్టి చెంది ప్రత్యక్షముగా తనే వాటిని అందుకొనసాగినది. వారెంత ధన్యులయి ఉందురో అనుకొనుచు అమ్మవారి విగ్రహమునకు జరుగుచున్న అభిషేకమును కన్నులారా గాంచసాగాడు.

తమకు చేతనయిన రీతిలో అమ్మవారికి అభిషేకము పూర్తి గావించి భిల్లులు అందరు హారతి ఇచ్చిన పిదప అపరాజిత సొమ్మసిల్లి పడిపోయినది. అది గాంచిన సంపంగి అమ్మవారు మరల అంతర్లీనమైనారు అని గ్రహించి తన సపర్యలతో అపరాజితకు తెలివి తెప్పించినది. అంత గూడెము ప్రజలను ఉద్దేశించి మాట్లాడుతూ మేము మా మాతృమూర్తి అనారోగ్యము తొలగించు నిమిత్తము కార్యార్థులమై ఈ అరణ్యమునకు వచ్చితిమి. దానికొరకు అవసరమైన దివ్యహారము మాకు ఇచట లభించినది. దాని సహాయముతో మేము చేయవలసిన కార్యములు ఇంకను మిగిలివున్నవి. కావున మీరు సెలవిచ్చిన యెడల మేము నిష్క్రమించెదము అని పలికినది సంపంగి.

ఆ అమ్మోరు తల్లి సంపదను ఆమె తీసుకెళ్లడానికి అడ్డగించు వారెవరు? నిరభ్యంతరంగా తీసుకెళ్లండి. మీ రాకతో మాకు అమ్మోరుతల్లి దర్శన భాగ్యం ఆమె ఆశీస్సులు లభించాయి. సంతోషంగా వెళ్లి మీ కర్తవ్యం నిర్వర్తించుకోండి అని పలికాడు భిల్లుల దొర. తన అనుచరులను ఆజ్ఞాపించి అంబకు తక్క మిగిలిన ముచ్వరికి వేసిన బంధనములను తొలగింపచేసినాడు. వీరభద్రుడు ఆశ్చర్యముతో ఇది ఏమి మమ్ములను బంధవిముక్తులను గావించి ఆమెను మాత్రము అటులనే ఉంచినారు అని ప్రశ్నించగా మీరు ముచ్వురూ ఆ తల్లితో వచ్చినారు గనుక మిమ్ములను వదిలివేయుచున్నాము. మీవి కాని విషయములలో తలదూర్చకుండా వెళ్లిపోవుట ఉత్తమం అని గంభీరంగా సెలవిచ్చాడు భిల్లుల దొర.

తనను వదలి వారు మాత్రమే వెళ్లిపోవుదురేమో అను సంశయముతో అంబ వదనము చిన్నబోయినది. అది గమనించిన సంపంగి, దొర సమీపమునకు వెళ్లి ఆమెను ఎందుకు బంధించారో తెలియచెప్పగలరా అని అభ్యర్థనగా అడుగగా మా గూడెం పరిసరాల్లోకి అనుమతి లేకుండా ఎవరు ప్రవేశించినా వారిని అమ్మోరుతల్లికి బలి ఇవ్వడం మా ఆనవాయితీ. ఈ కూన అనుమతిలేకుండా మా పరిసరాల్లోకి రావడం వలన మా కావలి వాళ్ళు బంధించి తెచ్చారు. బలికి సిద్ధము చేయించు తరుణములో నా పుత్రుడు ఈమెపై మనసు పడినాడు. అందులకే ఈమెను బలి ఇవ్వకుండా బంధించి ఉంచినాము. రాబోవు పౌర్ణమి రాత్రి నా కుమారునికి ఈ కూనను ఇచ్చి మనువు చేయించెదను అని తెలియచేసాడు భిల్లుల దొర.

భిల్లుల దొర నోటి వెంట వెలువడిన పలుకులు తమ కర్ణములను చేరగనే కాలకూట గరళమును సేవించిన చందంగా తయారయినవి అంబ మరియు వీరభద్రుల వదనములు. మిత్రుని భంగపాటుకు సహించలేని విష్ణుచిత్తుడు ముందుకు వచ్చి దొరా మీ కట్టుబాట్లు మీ

ఆచారములు చూడ ముచ్చటగా నున్నవి. అదియును గాక అమ్మోరుతల్లి అనుగ్రహమును పొందిన గిరిపుత్రులు మీరు, మీ ఆకృతిని గాంచినంతనే మీ అసమాన ధైర్య సాహసములు మాకు అవగతమైనవి. ఇన్ని తెలిసిన మీకు ఒక కన్యామణి అభీష్టము తెలుసుకొనకుండా ఆమె వివాహము నిశ్చయించరాదని తెలియనిదా ? ఆమె యెడల కొంత కరుణ చూపగలరు అని వినయముగా విన్నవించుకున్నాడు.

సహజముగా తన పలుకులకు ఎవరు ఎదురు పలికినా వారి అంతు చూసే స్వభావము కల ఆ దొర విష్ణుచిత్తుని పొగడ్తలకు కొంత మెత్తబడి కోపగించుకోకుండా మృదువైన స్వరముతో విష్ణుచిత్తునికి బదులిచ్చాడు. చూడు కూనా మీ నాగరికుల పద్ధతులకు మా ఆచారములకు వ్యత్యాసము కలదు. సంపద అయినా, కన్నె పిల్ల అయినా బలవంతుడి సొత్తు. ఆ కూన ను మీ కూడా తీసుకెళ్లవలెనన్న మీలో ఎవరైనా నా కుమారుని ద్వంద యుద్ధములో ఓడించి ఆమెను తీసుకెళ్లవచ్చు. అటుల కాకుండా నా కుమారుని ముందు మీరు ఓడిపోయిన యెడల ఆ కూన తో పాటు ఓడిన వారు కూడా ఇచటనే ఉండి నా కుమారునికి బానిసగా బ్రతకవలెను అని మృదువుగానే అయినా ఖచ్చితముగా తెలియచెప్పాడు భిల్లుల దొర.

అతని మాటలలో తన కుమారుని పరాక్రమముపై అమిత నమ్మకము ధ్వనించినది. అతని పలుకులను ఆలకించి తన మిత్రుని వైపు గాంచిన విష్ణుచిత్తుడు, వీరభద్రుని కనులలో కనిపించిన అంగీకారమును గాంచి నా మిత్రుడు నీ కుమారునితో తలపడుటకు సిద్ధముగా ఉన్నాడు అని పలుకగా శంభుకా అంటూ గొంతెత్తి తన కుమారుని పిలిచాడు భిల్లుల దొర.

★★★

అనుచరులను వదలి ఒంటిగా ముందుకు కదిలిన బలభద్రుడు రెండు ఘడియలు అలుపెరుగక పయనించి ఒక గుహ వద్దకు చేరుకున్నాడు. అతను అచటకు అరుదెంచిన మరుక్షణం రా బలభద్రా రా నీ కొరకే వేచి యున్నాను అని మాటలు వినిపించినవి. గార్ధభము ఓండ్రించినట్లుగా కర్ణకఠోరముగా ఉన్న ఆ స్వరముని విని సంతషముతో హస్తములు జోడించి పూజ్యులకు ప్రణామములు. మీ ఘనతను గురించి ఆలకించుటయే తప్ప ఇప్పటివరకు దర్శన భాగ్యము ఎరుగని వాడను, ఇపుడు మీ సహాయము అర్థించి మీ చెంతకు వచ్చి నిలచినాను. ఒకపరి దర్శనమిచ్చి నా కోరిక మన్నించమని మనవి అని వినయపూర్వకముగా విన్నవించుకున్నాడు బలభద్రుడు.

బలభద్రుని వేడుకోలుకు సంతసించినట్లుగా ఆ గుహ ద్వారము పక్కకు తొలగి అందులోనుండి ఎవరో బయటకు వచ్చుచున్నట్లుగా ధ్వని వినిపించినది. ఆతృతగా వేచి చూస్తున్న బలభద్రుని నయనములకు ఒక భారీ చతుష్పాదము గోచరించినది. ఒకవేళ తను కలవవలసిన గురువుగారు దానిని అనుసరించి వచ్చుచున్నారేమోయని గుహలోపలికి దృష్టి సారించిన బలభద్రుని గాంచిన ఆ చతుష్పాదము, గార్ధభాసురుడు అని నా నామము తెలిసిన నీకు

నా ఆకారమును పోల్చుకొనుట తెలియలేదా బలభద్రా అని మరల తన కఠోర స్వరముతో పలుకగా తడబడిన బలభద్రుడు గురుదేవులు మన్నించాలి అంటూ ఆ గార్దభాసురుని పాదములకు నమస్కరించాడు.

వసుదేవునికే తప్పలేదు గార్దభాసురుని చరణములను మొక్కుట అని నిన్ను నీవు వసుదేవునితో పోల్చుకొనుచున్నావా బలభద్రా అని మరోమారు ఓండ్ర పెట్టాడు గార్దభాసురుడు. తన మనమున భావములు అతనికి తేలికగా తెలిసిపోవుట గమనించి ఈ అల్పుడను క్షమించి ఆ అమృతభూపతిని ఓడించు ఉపాయము సెలవివ్వండి గురుదేవా అని వినయముగా అర్థించాడు బలభద్రుడు.

దుష్టుల సహవాసము చేసితినన్న నెపముతో యక్షుడనైన నన్ను శపించి నా అందమైన రూపమును ఇటుల గార్దభముగా మార్చివేసినది ఆ అపరాజితాదేవి. ఆమెను గెలువవలెనన్న నా శక్తి యుక్తులు సరిపోవు కానీ ఆమె ఆశీస్సులు ఉన్న ఆమె భక్తులను అయినా ఇక్కట్ల పాలు చేసి ఆమె మీద నా ఆధిపత్యము నిలుపుకొనవలెనని నా కాంక్ష. అందులకే నీకు నా గురించి తెలియచేసి నిన్ను ఇచటకు వచ్చునట్లు చేసితిని. నా మంత్ర విద్యలతో ఎవరి కంట పడకుండా నిన్ను నీ సేనతో సహా అంగరాజ్యమునకు చేర్చెదను. కానీ అచటకు చేరిన తదుపరి మాత్రం మీ శక్తి సామర్ధ్యములతోనే మీరు ఆ అమృతభూపతిని ఓడించవలెను, ఆ రాజ్యము లోపల నా మంత్ర శక్తులు పని చేయవు అని తెలిపాడు గార్దభాసురుడు.

ఆ మాత్రము సహాయము చాలు గురుదేవా! ఊహించని దాడికి ఆ అమృత భూపతి చకితుడవుతాడు, అతను నిస్సహాయుడై నిలుచు కొద్ది క్షణముల వ్యవధి చాలు అతనిని బంధించి నా పాదాక్రాంతుడను చేసుకొనుటకు. నా చిరకాల పగను నెరవేర్చుకొని మీ పగను కూడా తీర్చెదను అని తెలిపాడు బలభద్రుడు.

అటులైన సరే అని కనులు మూసుకొని ఏదో జపించగా గార్దభాసురుని ముందు ఒక మృత్తికా భరిణ ప్రత్యక్షమయినది. బలభద్రా, ఆ భరిణను గైకొని పొమ్ము. జగతిని నిశి కమ్ముకొను వేళ అందులోని మంత్రపూరిత భస్మమును నీ సేన మీద వెదజల్లుము. అటుపై మీ కదలికలను ఆ పరమేశ్వరుడు సైతము కనిపెట్టలేడు. కానీ ఒక్క విషయము జ్ఞప్తికి ఉంచుకో అంగ రాజ్యములోనికి ప్రవేశించిన మరుక్షణం నా మంత్రబలం సన్నగిల్లిపోతుంది. మీ రక్షణ మీరే చూసుకొనవలయును అని హెచ్చరించాడు గార్దభాసురుడు.

అవశ్యము గురువర్యా అని మరొకమారు గార్దభాసురునికి మొక్కి సంతసముతో వెనుదిరిగాడు బలభద్రుడు. అర్ధరాత్రి వేళ మాయోపాయముతో అంగరాజ్యమును వశము చేసుకొని అమృతభూపతిని పాదాక్రాంతుని చేసుకొనవలెనను కుయుక్తితో తన సేనను చేరుకొనుటకు రెట్టించిన వేగముతో ముందుకు సాగాడు బలభద్రుడు.

అపరాజిత – అష్ట సప్తతిహ్ అంకం

గార్ధభాసురుని అనుగ్రహముతో మాయా భస్మమును పొందిన బలభద్రుడు దానిని గైకొని వేగముగా తన సేనలు విడిది చేసి ఉన్న ప్రాంతానికి చేరుకున్నాడు. అప్పటికి చిరుచీకట్లు కమ్ముకొనుచున్నవి. మహారాజు ఇంకా రాలేదని ఫాలాక్షుడు అటునిటు పచార్లు చేయుచున్నాడు, మిగిలిన సేన అవాంఛితముగా లభించిన విశ్రాంతిని అనుభవిస్తూ తోటివారితో ముచ్చట్లాడుకొనుచున్నారు. వారి ప్రశాంతతను అంతటిని ఒక్క పెడబొబ్బ తో చెదరగొట్టినాడు బలభద్రుడు. తీసుకున్న విశ్రాంతి చాలు ఇక లేచి పయనమవ్వమని సింహ ఘర్జన వంటి కంఠస్వరముతో పలికిన బలభద్రుని పలుకులకు సేన మొత్తం లేచి నిలబడగా ఆ దాపులనే వృక్షమ్ముల కింద శయనించిన అశ్వబలం, గజబలం సైతం బిరబిరా లేచి సైన్యము చెంతకు చేరుకున్నవి.

ఫాలాక్షుడు ధైర్యమును కూడగట్టుకొని ప్రభూ మీరు ఏమియు భుజించలేదు అటులనే రవ్వంతసేపైనా విశ్రమించలేదు అని నసుగుతూ తెలుపగా ఆ అమృతభూపతిని జయించు వరకు నాకు ఆకలిదప్పులు ఉండవు ఫాలాక్షా, ఇక అధికప్రసంగము ఆపి అంగ రాజ్యము వైపు ప్రయాణము ఆరంభించండి అంటూ తన దక్షిణ హస్తములో ఉన్న మృత్తికా భరిణను తెరచి అందులో ఉన్న భస్మమును తన సేన మొత్తము నిలిచి ఉన్నవైపు వెదజల్లగా అల్లనల్లన వీయుచున్న శీతల పవనములు ఆ భస్మమును పరిసరములు అంతటను వ్యాప్తి చేయుటలో సాయము చేసినవి.

ఆ భస్మము తమ మేనును తాకగనే యేవో శక్తి తరంగములు తమలో చేరినట్లు అవగా అశ్వములు ముందరి కాళ్ళు పైకి ఎత్తి గట్టిగ సకిలించి ఉద్రేకపూరితముగా ముందుకు కదలగా సైనికులు వాటిని అధిరోహించి జయజయ ధ్వానాలు చేయుట మొదలిడగా, గజములు మదించిన వానివలె ఘీంకరించుచుండగా మావటివాళ్ళు అంకుశములతో వాటిని అదుపులో పెట్టుటకు బదులుగా వారు సైతం ఉన్మత్తులై గజములను మరింతగా ఉద్రేకపరచసాగిరి.

ఈ సవ్వడిని గాంచి ఫాలక్షుడు ఈ కలకలానికి అరణ్యం అంతా తమ గురించి తెలిసిపోవునేమో అని సందేహముతో చుట్టూ పరికించగా ఫాలాక్షుడు అచ్చెరువొందునట్లుగా తాము నిలచిన వృక్షము పైన ఉన్న పక్షులు సైతం ఎటువంటి జంకు లేక తమ విశ్రాంతి భంగిమలో నే ఉన్నవి. అసలు ఎటువంటి అలజడి అచట లేనట్లుగా ఉన్న వాటిని గాంచిన ఫాలక్షునకు అప్పటికి తమ మహారాజు పధకము అవగతమైనది.

తమ కదలికలు వేరేవరికి తెలియకుండా ఎవరో తాంత్రికుల సహాయము అర్థించి వచ్చి ఉందురు అనుకొని అంతటితో తన సందేహములన్నియు పటాపంచలు అగుటచే తన సోదరుని మరణమునకు బదులు తీర్చుకొనవలేననే ఆశయముతో తన అశ్వమును అధిరోహించి సేనకు ముందు ఉండి అంగరాజ్యము వైపు తన అశ్వమును పరుగులు పెట్టించుట మొదలిడినాడు ఫాలాక్షుడు. బలభద్రుడు సైతం చిరకాల ప్రత్యర్థిపై విజయం సాధించు అవకాశం తన చెంతకు చేరినదని రెట్టించిన ఉత్సాహంతో తన అశ్వమును పరుగులు తీయించసాగాడు. గార్ధభాసురుడు ఇచ్చిన మాయా భస్మం యొక్క మహిమతో సాధారణ వేగము కన్న ఐదింతలు ఎక్కువ వడితో పయనిస్తూ గమ్యస్థానము వైపు పరుగులు పెట్టసాగారు అందరు.

కారుమేఘముల వలే కమ్ముకొస్తున్న శత్రువుల దాడి గురించి ఏ మాత్రం తెలియని అంగరాజ్య సైనికులు యధావిధిగా కొందరిని మాత్రం నగర రక్షణ భాద్యత లో ఉంచి మిగిలినవారందరూ విశ్రాంతి గైకొనుటకు నిజగృహములకేగిరి. అమృతభూపతి సైతం కొంత తడవు అమాత్యుడు అనంతవర్మతో తమ కుమారుల గురించి ముచ్చటించి అంతఃపురమునకు చేరుకున్నాడు.

★★★

తండ్రి పిలుపును ఆలకించి అప్పటివరకు భిల్లుల మద్యలో ఉన్న శంభుకుడు ముందుకు యేతెంచి తన తండ్రి సరసన నిలచినాడు. తండ్రిని మించిన భారీ ఆకారము గల శంభుకుడిని గాంచి అంబ ఒక్కసారిగా నిస్తేజితురాలు అయినది. వీరభద్రుని శౌర్యపరాక్రమములు ఆమెకు ఎరుక లేదు కానీ ఎంతటి పరాక్రమవంతుడు అయినా శంభుకుడిని ఎదురించి నిలవలేడు అని అభిప్రాయపడి నిరాశతో కూలబడినది. పగ, ప్రతీకారములే ఊపిరిగా అహంకారమే అలంకారముగా బలభద్రుని పెంపకంలో పెరిగి ఎంతటివారలు అయినా తన పరాక్రమము ముందు తన సౌందర్యము ముందు అల్పులే అను అభిజత్యమును కలిగిన అంబ కూడా పరిస్థితులకు తలొగ్గి భీరువులా విలవిలలాడసాగినది.

ఇంతకూ ఆమెను అంత నైరాశ్యములో పడవేసిన శంభుకుని ఆకారమెటుల ఉన్నదంటే ఏడడుగులు మించిన ఎత్తుతో , కొండలను సైతము పిండి చేయగల కండలను కలిగి కరి చర్మమును అచ్ఛాదనగా, హరిణములంc యొక్క కొమ్ములను శిరముపై అలంకారంగా ధరించి కంఠమున చారల మెకము (పెద్ద పులి) యొక్క నఖమును పతకముగా గుచ్చిన హారమును అలంకరించుకొని హస్తములకు, పాదములకు గజరాజుల దంతములతో చేసిన కడియములను వేసుకొని ఎర కొరకు మాటు వేసిన మృగము వలె ఆకలి గొన్న చూపులతో అంబ వైపు అటులనే వీరభద్రుని వైపు దృక్కులు సారించసాగాడు శంభుకుడు.

విష్ణుచిత్తుడు మాత్రము ఎటువంటి తడబాటు లేక తన జతగాడి వీరత్వము మీద నమ్మికతో చిరునవ్వులు చిందిస్తూ జరగబోవు వేడుకను చూచుటకు సిద్ధముగా నిలబడినాడు.

వీరభద్రుడు తన తల్లిదండ్రులకు మనసులోనే నమస్కరించుకుని, తదుపరి తనకు విజయము చేకూర్చమని జగన్మాత అయిన అపరాజితాదేవిని స్మరించుకొని ద్వంద్వ యుద్ధమునకు సిద్ధమన్నట్లుగా భిల్లుల దొరవైపు చూసినాడు.

దొర కనుసైగ అనుసరించి అచ్చట ఉన్న భిల్లులు అందరు ఉన్న చోటు నుండి వెనుకకు జరిగి వృత్తాకారంలో నిలబడగా శంభుకుడు మరియు వీరభద్రుడు తలపడుటకు సరిపోవు స్థలము ఏర్పడినది. దొర ఆజ్ఞతో దొర మరియు అపరాజిత, సంపంగిలు ఆసీనులగుటకు ఆసనములు ఏర్పాటు చేసినారు భిల్లు యువకులు. అంబ మరియు విష్ణుచిత్తుడు ఒక పక్కగా నిలిచి జరగబోవు వేడుకకు సాక్షీభూతులుగా నిలచినారు. వారిరువురిలో అంబ అస్థిమితముగా అశాంతితో ఉండగా విష్ణుచిత్తుడు మాత్రం ప్రశాంత మనస్కుడై ఉన్నాడు.

ఈ ద్వంద్వ యుద్ధములో వీరభద్రుడు అపజయము పొందిన యెడల తాను ఆ రాక్షసాకారుని వివాహమాడక తప్పదు అను విషయము తలుపుకు వచ్చినంతనే అంబకు దుఃఖము తన్నుకువచ్చుచున్నది. తన వద్ద నుండి వెడలిన కపోతము తన పితామహుని చేరినదో లేదో తెలియకున్నది. ఒకవేళ వార్త అంది తన పితామహులు ఇచటకు అరుదెంచు లోపే పౌర్ణమి గడియలు ముంచుకు వచ్చిన యెడల తనకు ముప్పు తప్పదు.

ఒకపరి వివాహము జరిగిపోయిన యెడల తదుపరి తన పితామహులు వచ్చినను చేయునది ఏమియు ఉండదు. మనఃపూర్వకముగా జరిగినా బలవంతముగా జరిగినా వివాహము వివాహమే. ఆ బంధమును అపహాస్యము చేయుట తగదు. ఒకవేళ పరిస్థితి విషమించి ఆ శంభుకుని వరించవలసిన పరిస్థితులు తలయెత్తితే ప్రాణత్యాగము అయినా చేసికొందును కానీ అతనిని కళ్యాణమాడను అని బలముగా నిశ్చయించుకున్నది అంబ. అటుల నిశ్చయించుకున్న తదుపరి ఆమెకు కొంత స్వాంతన చిక్కినట్లయినది.

పౌర్ణమికి మరొక మూడు దినముల వ్యవధి మాత్రమే ఉండుటచే మింటిలో జాబిలి వెలుగులు వెదజల్లుట మొదలిడినాడు. భిల్లు జాతి యువతులు వెలిగించిన దీపములు, భిల్లు యువకులు చేత ధరించిన కాగడా వెలుగులకు తోడు రేరేడు వెలుగులు కూడా తోడు అవడంతో ఆ ప్రాంతం అంతా పగటిని తలపింపసాగినది. ముందుగా శంభుకుడు అరణ్యము అంతా దద్దరిల్లునట్లు సింహనాదం చేసి వీరభద్రుని మీదకు ఉరికినాడు. వీరభద్రుడు సైతం అచట చేరిన జనులందరి గుండె జల్లుమనునట్లు ఘర్జించి ముందుకు లంఘించినాడు.

అలసిపోయి విశ్రమించుటకు వృక్షములను ఆశ్రయించుకున్న పక్షులన్నీ వారి ఘర్జనలకు భీతిల్లి ఏదో ఆపద చుట్టుముట్టుతున్నదని తలచి రెక్కలు తపతప కొట్టుకొనుచు అచ్చటనుండి ఎగిరిపోయినవి. దాపుల విశ్రమించుచున్న జంతుజాలం సైతం వేళ కాని వేళ మృగరాజు వేటకు బయలుదేరినదని తలంచి చెల్లాచెదురుగా పరుగులు తీయుచు అచటినుండి దూరముగా పారిపోయినవి. ముందుకు లంఘించిన వీరభద్రుడు, శంభుకుడు ఒకరి హస్తములు ఒకరు గట్టిగా పట్టుకొని ఒకరి మీద ఒకరు కలబడసాగిరి. అపుడపుడే యవ్వన ప్రాంగణములోనికి

అడుగిడిన వీరభద్రుడు శంభుకుని ముందు చిన్న బాలకుని వలె కనిపించసాగాడు చూచువారలకు. మన చిన్న దొర ఈ రోజు ఈ అర్భకునికి దేహశుద్ధి చేయడం ఖాయం అని భిల్లులు అందరు వీరభద్రుని వైపు జాలిగా చూడసాగారు.

తన వామ హస్తముతో వీరభద్రుని రెండు హస్తములను పట్టి కొద్దిగా కిందకు ఒంగి దక్షిణ హస్తముతో వీరభద్రుని పాదమును లాగి కింద పడునట్లు చేసినాడు శంభుకుడు. అనంతరం వీరభద్రుడు పైకి లేచు అవకాశము ఇవ్వకుండా తన రెండు హస్తములతో ఒక వస్త్రముల మూటను యెత్తిలేపినట్లుగా పైకి లేపి కిందకు విసరివైచినాడు. శంభుకుడు విసిరిన విసురుకు వీరభద్రుడు బలముగా పుడమిని గుద్దుకొని నాసికా రంధ్రముల నుండి రుధిరం స్రవించసాగినది.

మది మెచ్చిన చెలికాని దుస్థితి గాంచి అంబ మెల్లగా వెక్కసాగినది. విష్ణుచిత్తుడు మాత్రం వీరులకు ఇవి అన్ని సహజమే అన్నట్లుగా నిశ్శబ్దముగా తిలకించసాగాడు. మెల్లగా పైకి లేచి ఒకసారి నాసికను హస్తములతో రుద్దుకొని శంభుకునివైపు దృష్టి సారించాడు వీరభద్రుడు. తన ధాటికి వీరభద్రుడు ఇక పైకి లేవలేడు అని అతిశయముతో రొమ్ములు విరుచుకొనుచూ తమ గూడెం వారు చేయుచున్న జయజయ ధ్వానములు ఆలకించసాగాడు శంభుకుడు.

తన వైపు జాలి చూపులు సారిస్తున్న వారందరి ఉల్లములు జల్లుమనునట్లుగా భీకర ఘర్జన చేయుచూ గాలిలోకి యెగిరి శంభుకుడి మీదకు లంఘించాడు వీరభద్రుడు. వీరభద్రుని నుండి మరల ప్రతిఘటన ఊహించని శంభుకుడు ఆ ఘర్జనకు వీరభద్రుని వైపు తిరగగా శంభుకుడి గుండెల మీద వచ్చి వాలినాడు వీరభద్రుడు. ఎడద మీద సమ్మెట పోటు వలె వచ్చిపడిన వీరభద్రుని ధాటికి మొదలు విరిగిన వృక్షము వలె వెనుకకు విరుచుకు పడినాడు శంభుకుడు. శంభుకుని దేహము పుడమిని తాకగా అతని గుండెలపై పాదము మోపి నిలచినాడు వీరభద్రుడు.

తమ చిన్న దొర కిందపడటం గాంచి సాయము చేయుటకు ముందుకు కదలబోయిన భిల్లులను ఆగమన్నట్లుగా దొర సైగ చేయుటచే మరల వెనకడుగు వేసి తమ తమ నెలవులలో నిలచినారు. ఊహించని దెబ్బకు విరుచుకుపడిన శంభుకుడు కొన్ని క్షణములకు తెప్పరిల్లి అప్పటికీ తన గుండెలపైనే నిలచియున్న వీరభద్రుని తన హస్తముతో వెనుకకు నెట్టివేసి పైకి లేచినాడు. అటుల ఒక పర్యాయము శంభుకునిది పై చేయిగా మరొక పర్యాయము వీరభద్రుని అధిపత్యముగా కాన్పించుచు విజయలక్ష్మి ఇరువురిమధ్య దోబూచులాడసాగినది.

మరొక పర్యాయము వీరభద్రునిపై పైచేయి సాధించిన శంభుకుడు వీరభద్రుని కింద పడవైచి ఒక హస్తముతో పెడరెక్కలు వెనుకకు విరచి పట్టుకొని అతని వీపుపై తన మోకాలు మడచి కూర్చొని మరియొక హస్తముతో వీరభద్రుని పాదములు పట్టుకొని వెనుకకు ఒంచసాగాడు. శంభుకుడు తన బలమును ఎంతగా ప్రయోగించినాడు అంటే వీరభద్రుని ఎముకలు పటపటమని విరుగుచున్నట్లుగా సవ్వడి చేయుచు అతని దేహమంతా ఒక గోళాకారపు ముద్ద వలె మారిపోసాగినది.

ఇంకను కొన్ని క్షణములు అటులనే ఉన్న యెడల వీరభద్రుని ఎముకలు పూర్తిగా విరిగిపోగలవు. అట్టి స్థితిలో వీరభద్రుడు వాయు స్తంభన విద్యతో తన ఊపిరిని కొంత తడవు బిగపట్టి తనలో ఉన్న శక్తిని అంతటిని ఆ ఊపిరిలో కేంద్రీకరించి ఒక్కసారిగా బలముగా నిశ్వసించాడు. ఆ నిశ్వాసము ఎంత బలముగా ఉన్నదంటే దాని నుండి వెలువడిన వాయువు ధాటికి అచట ఉన్న దుమ్ము అంతా పైకిలేచి సుడులు తిరగసాగినది. అచట ఉన్నవారందరూ ఆ సుడిగాలి ధాటికి కనులు మూసుకొనసాగారు. ఆ సుడిగాలితో లేచిన దుమ్ము కనులలో పడగా కనులు నులుముకొనుచు శంభుకుడు వీరభద్రునిపై తన పట్టు సడలించాడు.

శంభుకుని పట్టు సడలడంతో గట్టిగా ఊపిరి పీల్చుకొని పైకి లేచి నిలబడినాడు వీరభద్రుడు. కనులు కనపడని స్థితిలో ఉన్న శంభుకునిపై దాడి చేయు అవకాశము ఉన్నప్పటికీ అది అధర్మమని తలచి అతను తేరుకొనువరకు వేచి నిలచినాడు. శంభుకుని నయనములలో పడిన ధూళి ప్రభావము తగ్గిన వెంటనే మరల వీరభద్రునిపై దాడికి యత్నించగా అంతవరకు తన ఆసనంపై ఆసీనుడై ఉన్న దొర లేచి వచ్చి తన కుమారుని హస్తమును పట్టుకొని వారించినాడు.

తండ్రి తనను ఎందుకు వారించినాడో తెలియక ప్రశ్నార్థకంగా చూచుచున్న శంభుకునితో నిన్ను మట్టుపెట్టు అవకాశము వచ్చిననూ వినియోగించుకొనక ధర్మ పదమునకే కట్టుబడినాడు ఆ కూన. దానిని మనము గౌరవించవలెను. లేనిచో మనలను కాచే అమ్మోరు తల్లికి కూడా ఆగ్రహము కలుగగలదు అని కుమారునితో పలికి వీరభద్రునివైపు తిరిగి హస్తములు జోడించి ముక్కుపచ్చలారని ప్రాయములోనే మాకు నీతి పాఠాలు బోధించిన నీ నైతికతకు నేను లొంగిపోయాను. ఇంత మంచి పుత్రుని కన్న నీ తల్లిదండ్రులు ధన్యులు.

శారీరక బలం కొన్నిమార్లు మనకు విజయాన్ని అందించవచ్చు కానీ ధర్మాన్ని తప్పక ఆచరిస్తే అది ఎప్పటికీ రక్షిస్తుంది అని రుజువు చేసావు కూన. మీ కోరిక ప్రకారమే ఆ ఆడబిడ్డను మీతో తీసుకువెళ్ళొచ్చు అని తెలిపాడు భిల్లు గూడెం దొర. అంతవరకు మౌనముగా ఉన్న సంపంగి ముందుకు వచ్చి స్త్రీ అంటే ప్రకృతితో సమానం. వనదేవతను ఆరాధించు వనపుత్రులైన మీరు స్త్రీని గౌరవించాలి కానీ ఆమె అభీష్టానికి వ్యతిరేకముగా బలమున్నవాడి సొత్తు వలె భావించరాదు. ఇకపైన అయినా మగువల అభీష్టమునెఱిగి మనువులు చేయండి. కలకంఠి కంట కన్నీరొలికిన ఎవరికి శ్రేయస్కరము కాదు అని హితవు పలికినది.

తానే వనదేవత అని ఆమె చెప్పకున్నను ఆమె కంఠస్వరములోని గాంభీర్యతకు ఆమె వదనములోని కాంతికి ఆమె తప్పక గొప్ప వ్యక్తి అయిఉంటుంది అని తలచిన భిల్లు దొర, మీ వాక్కులు శిరోధార్యములుగా భావించెదము తల్లి. ఇక మీరు మీ కార్యము మీద బయలుదేరవచ్చు అని తన సైనికులకు సైగ చేయగా వారు ముందుకు పరుగిడి అంబకు ఉన్న బంధనములు తొలగించి వారికి వీడ్కోలు పలికి దొర సహితముగా అచటినుండి తమ నివాసములకేగినారు భిల్లులు అందరు.

తనవైపే కృతజ్ఞత పూర్వకముగా ప్రేమమయమైన చూపులు సారించుచున్న అంబను గాంచి రాకుమారీ మేము నిర్వర్తించవలసిన కార్యములు ఇంకను ఉన్నవి. కావున మీరు మీ స్వస్థలమునకు పయనమవ్వొచ్చు అని తెలిపి ముందుకు కదిలినాడు వీరభద్రుడు. శంభుకునితో పోరు వలన పూర్తిగా నిస్తేజితుడై అడుగు తీసి అడుగు వేయుటకు కష్టపడుతున్న వీరభద్రుని గాంచి తన భుజమును ఆసరాగా ఇచ్చి ముందుకు నడిపించసాగినది అపరాజిత. వారిని అనుసరించింది సంపంగి.

వీరభద్రుని ఉద్దేశించి ఏదో పలకబోయిన అంబకు ఎదురుగా నిలిచి ఏమిటి రాకుమారి, ఒకపరి నా మిత్రుని అరణ్యములో సర్పము బారి నుండి రక్షించిన దానికి ఇపుడు నా మిత్రుడు నిన్ను రక్షించటానికి చెల్లు అనుకొనుచున్నావా ? నీకు మేమెవరమో తెలియక సహాయము చేసినావు. కానీ నా మిత్రుడు నీవు మమ్ములను సంహరించుటకు వచ్చిన శత్రువు అని తెలిసి కూడా తన ప్రాణములకు తెగించి నిన్ను కాపాడుటకు యుద్ధము చేసినాడు అని పలికి తన పలుకులు అర్థము కానట్లు చూచుచున్న అంబతో నీవు ఎవరి ప్రాణములు తీయుటకు ఈ అరణ్యములో అడుగు పెట్టితివో ఆ అంగ రాజ్యపు యువరాజు, మహారాజు అమృత భూపతి గారాల బిడ్డ వీరభద్రుడే ఇపుడు నిన్ను రక్షించిన నా మిత్రుడు వీర.

ఒకరికి మేలు చేయుట తప్ప కీడు చేయుట ఎరుగని వారి స్వభావమును ఇప్పటికి అయినను అర్థము చేసుకొనెదవో లేదా మీ పితామహులవలె అపార్థము చేసుకొని మరల పగ సాధించుటకు యత్నించెదవో నీ ఇచ్ఛ. కానీ ఒక విషయము మాత్రము బాగుగా జ్ఞప్తి ఉంచుకోండి కోసల దేశపు రాకుమారీ, నా మిత్రునికి కీడు చేయవలెనంటే ముందుగా నన్ను దాటుకొని వెళ్ళాలి. ఈ విష్ణుచిత్తుని ప్రాణవాయువులు ఈ అనంత విశ్వములో లీనము అయిన అనంతరమే నా జతగాడి చెంతకు మృత్యువు చేరగలదు. ఇక బుద్ధి తెచ్చుకొని నీ రాజ్యమును తిరిగి వెళ్లుదువో లేనిచో మా ప్రాణములు హరించుటకు మరల ప్రయత్నించెదవో నీ ఇచ్ఛ అని పలికి వడివడిగా ముందుకు కదిలి వెళ్తున్న విష్ణుచిత్తుడిని చూస్తూ చిత్తరువులా నిలబడిపోయినది అంబ.

అపరాజిత – ఏకోన శీతిహ్ అంకం

గత కొన్ని వత్సరములుగా కదలిక లేక తంతునాభులకు (సాలీడు), జతుకాలకు (గబ్బిలము) ఆలవాలంగా మారిపోయిన అక్షితవల్లి గుహలో అకస్మాత్తుగా కదలికలు మొదలయినవి. భిల్లు గూడెము లో అదృశ్యము అయిన జాబిలి గుహ ద్వారము వద్ద ప్రత్యక్షం అయి రివ్వున లోనికి దూసుకువచ్చింది. ఆ చిన్నిజీవి యొక్క పద ఘట్టనలకే ఆ గుహలో ప్రకంపనలు మొదలు అయి జతుకాలు కుడ్యములపై పట్టు తప్పి కింద పడిపోయి ఏదో ఆపత్తు సంభవిస్తున్నట్లు రివ్వున గుహ విడచి బయటకు ఎగిరిపోసాగినవి. జతుకాల రెక్కల కదలికలతో తంతునాభుల గూడులు చెల్లాచెదురై ఎవరో పనికట్టుకొని శుభ్రపరచినట్లుగా గుహ దానంతట అదే పరిశుభ్రమయినది.

అంతవరకు పూజాపునస్కారములు లేనట్లు పాడుబడిపోయి కనిపిస్తున్న అమ్మవారి విగ్రహము ముందు హోమగుండం దానంతట అదే జ్వలించినది. సుషుప్తి లోకి వెళ్ళిపోయిన మండూకాసురుడు, వృశ్చికాసురుడు ఒడలు విరుచుకొని లేచి అమ్మవారి విగ్రహము ముందుకు చేరుకున్నారు. పరాభవాగ్ని దహించివేస్తుండగా అజ్ఞాతములోనికి వెళ్లిన ధూమఖేతు సైతం తనకు ఏదో ఆజ్ఞ వినిపించినట్లుగా ఉన్నపాటున సుడులు తిరుగుతూ వచ్చి గుహలో ప్రత్యక్షమైనాడు. మరగుజ్జు సేవిక అమ్మవారి విగ్రహమునకు అభిషేకించుటకు భస్మరాశులు నిండిన పళ్ళెరములను సమకూర్చసాగినది.

ఎన్నో వత్సరముల తదుపరి ఎదురుపడిన మండూకాసురుడు, వృశ్చికాసురుడు ఆప్యాయముగా ఒకరినొకరు ఆలింగనము చేసుకొని తదుపరి ధూమఖేతును కూడా ప్రేమ పూర్వకముగా పలకరించి తమ ఆలింగనములో బంధించగా స్నేహ పరిష్వంగం లోని మాధుర్యమును ఆస్వాదిస్తూ ఇంతకీ నన్ను అజ్ఞాతములోనుండి రప్పించుటకు కారణమేమి మిత్రులారా అని ప్రశ్నించినాడు ధూమఖేతు.

తమకు సైతం కారణము తెలియదన్నట్లుగా ప్రశ్నార్థకంగా ఒకరివైపు మరొకరు చూసుకొనసాగినారు మండూక, వృశ్చికాసురులు. వీరందరి ప్రశ్నలకు సమాధానమన్నట్లుగా తెరలు తెరలుగా వినిపించసాగినది ఒక వికటాట్టహాసం. ఆ వికటాట్టహాసము ధ్వనిస్తున్న వైపు దృక్కులు సారించగా ముద్దులొలికే శ్వేతా శశాంకము రూపములో ఉన్న జాబిలి నుండి ఆ వికటాట్టహాసము వచ్చుచుండుట గాంచి ఇంత చిన్నారి జీవి ఎటువంటి బెదరు లేకుండా గుహలోకి అడుగుపెట్టుటయే గాక వికటాట్టహాసము చేయుటయా ఇది అసంభవం. ఏదో శక్తి ఈ

చిన్నారి జీవి రూపు దాల్చి ఇటుల వచ్చినట్లుంది అని వారు భావించుచున్నంతలోనే జాబిలి చిన్ని నయనములు రుధిర వర్ణము దాల్చి అంతకంతకు తమ ఆకారమును పెంచుకొంటూ ఒక దశలో నయనములు తప్ప మిగిలిని దేహభాగము కనిపించనంతగా మారిపోయినవి.

అసురులు అయిన వారే ఈ పరిణామమునకు అచ్చెరువొందుచుండగా అప్పటివరకు జంటగా ఉన్న నయనములు ఒకదానిలో ఒకటి ఐక్యం అయి ఒకటిగా రూపుదిద్దుకొని నిలువెత్తు నరుని పరిణామములోనికి మారి ఆ గుహ కుడ్యము మీదకు చేరి దర్పణము ఆకృతి దాల్చినది. అప్పటికి కానీ వారికి అది తమ మిత్రురాలు, తమ ఏలిక అక్షితవల్లికి ప్రియసఖి అయిన మాయాదర్పణము అని అవగతము కాలేదు. అవగతము అయిన తక్షణము సంభ్రమాశ్చర్యములతో ఈ గుహ వీడి ఎన్నడూ బయటకు అడుగు పెట్టని నీవు రూపు మార్చుకొని మరీ బయటకు వెళ్లి వచ్చితివా అని ముక్త కంఠముతో ప్రశ్నించినారు.

మీరందరు విఫలురై ఒకరు అజ్ఞాతములోనికి మరి ఇరువురు సుషుప్తిలోనికి జారుకున్న తరుణములో ఏలికకు సాయపడుటకు ఉన్నది నేను మాత్రమే కదా! అందులకే నేను రూపు మార్చుకొని మరీ కాగల కార్యము నెరవేర్చుకొని శుభవార్త తో తిరిగి వచ్చితిని. ఇపుడు మనమందరము సంఘటితముగా ఏలికకు సాయపడవలెను అందులకే మిమ్ము రప్పించితిని అని పలికినది మాయా దర్పణం. మాయాదర్పణము యొక్క వాక్కులు పూర్తి అవ్వకముందే అప్పటివరకు తన ఉనికిని బహిర్పర్చకుండా ధ్యానముద్రలో ఉండి, వనదేవత అయిన సంపంగి వలన కోల్పోయిన తన శక్తులను తిరిగి పొందుటయేగాక మునుపటికన్నా ఎక్కువ శక్తి యుక్తులు సమకూర్చుకున్న అక్షితవల్లి వారి ముందు ప్రత్యక్షమైనది.

మాయాదర్పణము వైపు ప్రేమ నిండిన దృక్కులు వెలువరుస్తూ అపరాజితాదేవి నుండి విడివడిన ఆభరణములు, దివ్య ఖడ్గం అన్నింటిని ఒకచోటకు చేర్చుటలో నీవు చేసిన కృషి అపూర్వం, అసామాన్యం. నీ ఉనికి ఏ విధముగానూ వారికి తెలియకుండా వారిలో ఒకరిగా మసలి వారి చర్యలు అనుక్షణం నాకు తెలియచేసిన నీ యుక్తి అద్వితీయం. ఒకపరి ఈ ప్రపంచం నా పాదాక్రాంతం కానివ్వు, తదుపరి నీ సేవలకు తగిన ప్రతిఫలము నీకు ప్రసాదించెదను అని పలికి తదుపరి తన మరగుజ్జు సేవిక వైపు చూసి కానిమ్ము వారు ఆ ఆభరణములు సహితముగా అజ్ఞాతముగనున్న అపరాజితాదేవి ఆలయమును చేరుకోనులోగా మనము మహాకాళిని ప్రసన్నం చేసుకొని అచటకు చేరుకొనవలెను. పూజా సన్నాహములు త్వరితముగా గావించు అని తెలుపగా, అంతా సిద్ధము ఏలికా తమరు అనుష్ఠానము ప్రారంభించవచ్చు అని తెలిపినది ఆ సేవిక.

అనంతరం అసురులు ముప్పురు వెన్నంటి ఉండగా మిగిలిన అనుచరగణమును కూడా అచట చేర్చి మహాకాళికి పూజలు సల్పి, అపరాజితాదేవిని వశపరుచుకొని తద్వారా తన గురువు సర్పద్రష్టని అంత్య కోరికను తీర్చుటకు ముందుకు కదిలినది అక్షితవల్లి.

★★★

విష్ణుచిత్తుని మాటలతో చిత్తరువులా మారి, ముందుకు వెళుతున్న వారినే గమనిస్తున్న అంబ కొంత తడవుకు తేరుకొని వడివడిగా ముందుకు సాగి వీరభద్రుని బృందాన్ని చేరుకున్నది. వడివడిగా అడుగులు వేయుటవలన శ్వాస తీసుకొను వేగము రెట్టింపు కాగా దానిని క్రమపరచుకొనుటకు కొంత ఇబ్బంది పడుతూనే, అడుగులు వేయుట ఆపిన యెడల మరల వారికన్నా వెనకపడుదునేమో అని ఆత్రుత పడుతున్న అంబను చిత్రముగా తిలకించి ఏమి అయినది రాకుమారీ మిమ్ములను మీ స్వస్థలమునకు చేరుకొమ్మని తెలిపితిని కదా! మీకు మార్గ మధ్యములో మరల ఆపదలు ఎదురగునేమో అని భీతి ఉన్న యెడల నా జతగాడు మీకు తోడుగా వచ్చి మిమ్ము మీ గమ్యమునకు చేర్చగలడు అని పలికి అంబ ఉత్తరువిచ్చునంతలోనే విష్ణుచిత్తునివైపు తిరిగి మిత్రమా రాకుమారిని తన స్వస్థలమునకు చేర్చి రమ్ము అని విష్ణుచిత్తుని ఆజ్ఞాపించాడు వీరభద్రుడు.

నిన్ను ఈ స్థితిలో వదలి నేను ఈమె వెంట వెళ్ళుటయా అని యోచిస్తున్న విష్ణుచిత్తుడు బదులు పలుకకముందే అంబ అందుకొని, లేదు నేను మీతోనే ఉండవలెనని నిశ్చయించుకున్నాను. నా కనుల ముందు జరిగినదానిని బట్టి మీరు చేయుచున్నది దైవ కార్యము అని ఆ దైవానుగ్రహము మీమీద మెండుగా ఉన్నదని నాకు అవగతమైనది. నా పూర్వ జన్మ పుణ్య ఫలము వలన మీ అందరిని కలుసుకొని భాగ్యము నాకు దొరికినది, దానిని ఇంత త్వరగా దూరము చేసుకొనలేను. నేను సైతము మీతోనే ఉండి మీ కార్యములో నాకు చేతనయిన సాయం చేయగలను, దయ ఉంచి నన్ను వెళ్లిపొమ్మని చెప్పవలదు అని అభ్యర్ధనపూర్వక స్వరములో విన్నవించుకున్నది అంబ.

ఆమెను తొలి విడత గాంచినపుడు ఆమెలో చూపులలో ఉన్న పొగరు, ఆమె వదనంలో గోచరించిన అహంకారం, ఆమె పలుకులలో ఉన్న అభిజాత్యము ఇపుడు మచ్చుకైనా కానరాకపోవుట గమనించి వీరభద్రుడు ఆశ్చర్యపోగా, విష్ణుచిత్తుడు మాత్రం అంబ తమను తుదముట్టించుటకు మరియొక పన్నాగమేమైనా పన్నుచున్నదేమో అని శంకించసాగాడు. ఆమె యెడల తొలిచూపులోనే జనించిన ప్రేమాభిమానముల వలన ఆమె సామీప్య భాగ్యమును కాదనలేక అటులనే అన్నట్లుగా తన సమ్మతిని తన చూపులతోనే తెలియచేసినాడు వీరభద్రుడు. తన మిత్రుడు అనుమతించుటచే ఇక చేయునదిలేక తన జాగ్రత్తలో తాను ఉండవలెననుకున్నాడు విష్ణుచిత్తుడు.

అపరాజితాదేవి యొక్క స్వర్ణ ఖడ్గము, సౌగంధికా హారము, నాసికాభరణము ను ఆపరాజిత సాధించిన వెంటనే అటు జాబిలి అదృశ్యమైపోగా అమృతానందులవారి ఆత్మ వారిని చేరుకొని అదృశ్యరూపములో వారితోనే ఉన్నది. వీరభద్రుని శక్తియుక్తులు అతని పరాక్రమము దర్శించవలెననే భిల్లుగూడెం యువరాజుతో తలపడు సమయములో మౌనముగా ఉండిపోయింది అమృతానందులవారి ఆత్మ. తన పరాక్రమముతోనే కాక తన సత్ప్రవర్తనతో

సైతం భిల్లుల దొర అభిమానమును చూరగొన్న వీరభద్రుని వ్యక్తిత్వమునకు మిగుల సంతసించినది అమృతానందులవారి ఆత్మ.

ఇపుడు అంబ కూడా వారిని చేరగనే ఆయన ఆత్మ ఋషి వేషమును దాల్చి వారి ముందుకు వచ్చి నిలిచి ఇటుల మీరు కాలినడకన పయనించిన యెడల శుభ ఘడియలు మించిపోవును. సమయము మించిపోక ముందే అమ్మవారికి ఆమె ఆభరణములు అలంకరించి అభిషేకించి ఆలయములో ప్రతిష్టించవలెను. కావున మిమ్ము అచటకు నేను చేర్చెదను అని తెలిపి తన కమండలంలోని జలమును వారిపై చల్లి తన దక్షిణ హస్తమును అంబరము వైపు సాచి మంత్రోచ్చాటన చేయగానే గగనము నుండి మేఘమాలికలు కిందకు జారి వారిని తమపై ఆసీనులను గావించుకుని తిరిగి గగనతలంలో పయనించసాగినవి.

అర్ధ ఘడియ పాటు పయనించి ఒక ప్రదేశములో వారిని దించి మరల పైకి వెళ్ళిపోయినవి మేఘమాలికలు. వారు ఆ ప్రదేశములో పుడమిని తాకిన అనంతరం అప్పటివరకు మహా వృక్షములతో కీకారణ్యము వలె భాసించుచున్న ఆ ప్రాంతములో ఒక్కసారిగా మార్పులు చోటుచేసుకొనసాగినవి. అప్పటివరకు అచట ఉన్న మహా వృక్షములు తమ రూపు మార్చుకొని దివ్య ఆత్మలుగా మారి గాలిలోకి ఎగురుతుండగా ఆ వృక్షముల మాటున అజ్ఞాతముగా ఉన్న ఆలయము వారి కనులకు ఎదురుగా ప్రత్యక్షమైనది. ఆ ఆత్మలు అన్ని ఆలయము చుట్టూ గాలిలోనే ముమ్మారు ప్రదక్షిణ ఒనరించి తదుపరి అంగుళము పరిమాణము గల జ్యోతుల వలె మారి వీరభద్రునిలో ఐక్యమయినవి. ఆ ఆత్మలు వీరభద్రునిలో ఐక్యం కాగానే ఒక్కసారిగా శత మత్తగజముల బలము తనలో చేరినట్లుగా అనిపించుటయే గాక శుంభుకునితో జరిగిన ద్వంద్వ యుద్ధములో తగిలిన క్షతములు సైతము మానిపోయినవి.

అచ్చెరువొంది చూచుచున్న వారితో అవి అన్నియు అలనాడు అక్షితవల్లి చేసిన ద్రోహమునకు, సర్పద్రష్టుని కుట్రకు సాక్షీభూతులైన నా శిష్యుల ఆత్మలు. ఆ దుర్ఘటన జరిగిన అనంతరం అందరూ ఎవరి రాజ్యములకు వారు వెళ్లి వారి వారి కర్తవ్యములను నిర్వర్తించి ఆయువు తీరిన అనంతరం మరణమొందిననూ, తమలో ఒకరివలనే అమ్మవారు ఇటుల అజ్ఞాతముగా ఉండిపోయినదను చింతతో వారి ఆత్మలు అన్నియు ఇచటనే పరిభ్రమించుచు ఈ ఆలయమునకు రక్షగా నిలచినవి. అమ్మవారి విగ్రహ ప్రతిష్ఠ జరిగిన అనంతరము మాత్రమే వారి ఆత్మలకు సద్గతులు ప్రాప్తించగలవు. అందులకే తమ వంతు సహాయము చేయుటకు వారి ఆత్మలు అన్ని వీరభద్రుని దేహములో చేరి అతనికి తమ శక్తులను అందచేసినవి అని తెలిపినది ఋషి రూపంలో ఉన్న అమృతానందులవారి ఆత్మ.

అంత తమ సంశయములు అన్ని విడచి ఆలయ ద్వారము నుండి లోనికి అడుగు పెట్టినారు అపరాజిత బృందం. వారు లోనికి అడుగిడగానే ఆలయమునకు రక్షగా వ్యవహరిస్తున్న గ్రామదేవత వదనము అత్యంత కాంతివంతముగా ప్రకాశించనారంభించినది. జేగంటలు మంగళ ధ్వనులను వెలువరించసాగినవి. ఈ అలికిడికి అమ్మవారి ముందు ధ్యాన ముద్రలో ఉన్న

బలదేవునికి ధ్యాన భంగమవగా కనులు తెరచి తన ఎదుట నిలిచి ఉన్న అపరిచితులను అచ్చెరువొంది చూచుచుండగా అతని దృష్టి అంబ మీద నిలిచినది. పుత్రిక జాడ తెలియక దిగులుతో ఉన్న బలదేవునకు ఒక్కసారిగా కుమార్తె యెట్టయెదుట ప్రత్యక్షమగుటచే సంతోషము పట్టలేక పద్మాసనం నుండి ఒక్క ఉదుటున పైకి లేచి అంబను చేరి అంబా నా ముద్దు పట్టి అని ఆప్యాయముగా పలుకరించినాడు.

మాతృమూర్తి గర్భములో ఉండగనే తండ్రికి దూరం అయిన అంబకు చిత్రపటంలో తప్ప బలదేవుని గాంచు అదృష్టము కలుగలేదు. చిత్రపటంలో యవ్వనంలో ఉన్న తండ్రి ముఖ కవళికలకు, మధ్య వయస్కుడై జడలు కట్టిన శిరోజములతో ఉన్న బలదేవునకు పోలికలు తెలియకుండుటచే అతను తన తండ్రి అని అంబ పోల్చుకొనలేకపోయినది. ఎవరో అపరిచితుడు తనను తన నామధేయముతో పిలిచుటయేగాక అతని స్వరములో తన యెడల ప్రతిఫలిస్తున్న ప్రేమాభిమానములు అంబకు వింత గొలిపినవి. ఎవరు నీవు నా నామధేయము నీకెటుల తెలిసినది అని ప్రశ్నించినది అంబ.

నా ఒడిలో ఆడిపాడుతూ పెరుగవలసిన నా పుత్రికకు యుక్తవయసులో ఎదురై నేనే నీ తండ్రిని అని తెలుపుకోవలసిన దుస్థితి నా పూర్వ జన్మ కర్మ ఫలము కాక మరేమి అని వగచసాగాడు బలదేవుడు. కష్టములు అన్ని తొలగిపోయి పుత్రిక ఎదురుగా నడచి వచ్చువేళ ఆనందభాష్పములు కాక దుఃఖాశ్రువులు వెదజల్లుతుంటివేమిరా కుమారా అని గ్రామదేవత బలదేవుని ఉద్దేశించి పలికిన పలుకులు ఆలకించి అంటే ఈ అపరిచితుడు తన పితృవర్యులా అయిన అమృతభూపతి తన తండ్రిని పట్టి బంధించి వధించినాడను వార్త అసత్యమా! ఇన్నినాళ్ళు ఇది నమ్మి నేను వారిమీద పగ పెంచుకొని వీరభద్రభూపతిని సంహరించ యత్నించితినా అని పశ్చాత్తాపముతో దుఃఖించసాగినది అంబ.

తమను సంహరించుటకు వచ్చితినని తెలిసి కూడా నన్ను కాపాడినాడు వీరభద్రుడు, మా పితామహులు వేసిన నిందలు సత్యదూరములు అని తెలిసి కూడా మా మీద కక్ష కట్టక శాంతి వహించారు అమృతభూపతుల వారు. అట్టివారికి చెరుపు చేయదలచిన మా పాపములకు నిష్కృతి లేదు కదా అని వగచుచున్న అంబను గాంచి పశ్చాత్తాపమును మించిన ప్రాయశ్చిత్తము లేదులే కూన. నీ అపోహలు తొలగినట్లే నీ పితామహుని అపోహలు తొలగు కాలము కూడా సమీపమునే ఉన్నది. వగచుట మాని నీ తండ్రి సందిట చేరి ఆనందము చేకూర్చుము అని గ్రామదేవత పలుకులతో దుఃఖము ఉపశమించగా తండ్రి చెంత చేరి తండ్రీ అని ముదమారా పిలిచినది అంబ.

ఆ తండ్రి కుమార్తెల ప్రేమానురాగములను గాంచి ముచ్చటనొందుతున్న మిగిలినవారిని గాంచి శుభఘడియలు తొలగిపోకముందే అమ్మవారి విగ్రహ ప్రతిష్ట జరుగవలెను అని తొందరపెడుతూ కర్తవ్యోపదేశము గావించినాడు ఋషివర్యులు.

వెనువెంటనే అందరూ బలదేవుని సహాయముతో స్నానాదికములు గావించుకుని శుచియై అపరాజితాదేవి విగ్రహము ముందు హస్తములు ముకుళించుకొని నిలచినారు. అంజనాదేవి, అమృతభూపతుల వంశాంకురం, అంగ వంశపు శాపమును రూపుమాపుటకు జన్మించినట్టి అపరాజిత , అపరాజితాదేవి విగ్రహము ముందు మోకరిల్లగా ఆమెలో నిక్షిప్తమైయున్న సౌగంధికా హారం, ముక్కెర అటులనే స్వర్ణ ఖడ్గం బహిర్గతమై ఆమె దక్షిణ హస్తములోనికి చేరగా తన స్వహస్తములతో వాటిని అపరాజితాదేవి విగ్రహమునకు అలంకరించినది అపరాజిత. ఆభరణములను అలంకరించగనే ఋషి రూపు దాల్చిన అమృతానందులవారి ఆత్మ, ప్రాణప్రతిష్ఠ మంత్రోచ్చారణ సల్పుతుండగా జరగబోవు వేడుకను చూచుటకు గగనము నుండి యక్ష, కిన్నెర, కింపురుష , గాంధర్వ సహితముగా దేవతలెల్లరు ఉత్సుకతతో పరికించసాగిరి.

అపరాజిత - అశీతిహ్ అంకం

అమృతానందులవారి ఆత్మ మంత్రోచ్చారణ పూర్తి చేయగనే అమ్మవారి విగ్రహం సంపూర్ణ శక్తులను సంతరించుకొని తేజోమయంగా విరాజిల్లసాగినది. ఆ దివ్య దృశ్యమును వర్ణించుటకు సహస్ర నాల్కలు గల ఆదిశేషుని ప్రతిభ సైతం చాలకున్నది. వాక్కుకు అధిపతి అయిన వాణీ దేవి కూడా అపరాజితాదేవి తేజస్సును వర్ణించుటకు ఏ వాక్కులు సరిపోలవని తలచి మౌనంగా తిలకించసాగినది. తదుపరి అమృతానందులవారి ఆత్మ సూచించిన విధంగా అమ్మవారికి శాస్త్రోక్తంగా అభిషేకములు నిర్వర్తించసాగినది అపరాజిత.

అరణ్యములో చుట్టుపట్ల ఉన్న జంతుజాలం సైతం అమ్మవారిని పూజించుటకు తమ శక్తి కొలది ఫల పుష్పములు మోసుకొని వచ్చినవి. గజరాజులు నారికేళములను, వానరములు రంభా ఫలములను (అరటి పండ్లు), రాచిలుకలు దోరమగ్గిన జామపండ్లను తీసుకురాగా సర్పములు మొగలిరేకులను, మధుమక్షికములు తేనెను, పావురములు నాగమల్లి పుష్పములను తెచ్చి అమ్మవారి ముందు భక్తి ప్రపత్తులతో ఉంచసాగినవి.

గోమాతలు నిండుగా ఉన్న పొదుగులతో అచటికి విచ్చేసి క్షీరధారాలతో అమ్మవారిని అభిషేకించసాగినవి. లేగదూడలు సైతం తమ మాతృమూర్తులను వెన్నంటి వచ్చి అంబా అంబా అను తమ పిలుపులతో అమ్మవారికి స్వరార్చన చేయసాగినవి. మయూరములు సొబగుగా నాట్యము చేయుచుండగా కోయిలలు తమ కుహు కుహూ స్వరములతో భక్తి గానములాలపించసాగినవి.

వేయేల అచట అణువణువూ భక్తి భావనలో మునిగిపోయి ఈ జగమంతా అమ్మవారి నివాసమే అను భావనను ప్రోదిచేయసాగినది. ముక్కోటి దేవతలు మేఘమాలికల మీద నిలచి దృష్టి మరల్చక ఆ అపురూప దృశ్యమును తిలకించసాగిరి. అభిషేకానంతరము దేవతలందరి నోటా స్వస్తి వచనములు పలుకుతుండగా అమ్మవారి విగ్రహమును అచ్చటనుండి కదల్చి గర్భాలయములో ప్రతిష్టించ పూనుకున్నది అపరాజిత.

విగ్రహమును కదల్చు ఉదేశ్యముతో ఆమె హస్తములు సాచగానే పసిబిడ్డ మాతృమూర్తి అక్కున చేరినట్లుగా ఆ విగ్రహము పుడమినుండి పైకి లేచి అపరాజిత హస్తములలో చేరినది. అప్పుడే జన్మించిన పసికందు కన్నా అపురూపముగా అమ్మవారి విగ్రహమును సందిట చేర్చుకొని గర్భాలయము వైపు అడుగులు వేయసాగినది అపరాజిత. పైనుండి అనిమిషులు పుష్ప వర్షము

కురిపిస్తుండగా ఆ సుతిమెత్తని పూరెక్కల తివాచీ మీద అడుగులు వేయుచు ఆలయ ముఖమంటపములోనికి అడుగు పెట్టినది అపరాజిత.

మరియొక పది అడుగులు వేసిన యెడల గర్భాలయమునకు చేరుకొంటుంది అనగా ఆ ప్రాంతమంతా అలజడి చెలరేగుట మొదలైనది. అప్పటివరకు ఆధ్యాత్మిక శోభతో అలరారిన ఆ ప్రాంతం నిశీధి శక్తుల పదఘట్టనల ప్రకంపనలతో గంభీరంగా మారిపోయినది.

ఘోరతపస్సుతో అద్వితీయ శక్తులు సాధించుకున్న అక్షితవల్లి వాటిని సాధించు క్రమంలో తన మేను యొక్క గౌర వర్ణాన్ని కోల్పోయి కాళరాత్రి వలె కారునలుపును సంతరించుకుంది. ఏడుమల్లెలెత్తు సౌకుమార్యాన్ని పోగొట్టుకొని లోహ కాఠిన్యాన్ని సంతరించుకుంది ఆమె దేహం. అరిషడ్వర్గములకు నిలయమైనట్లు ఉండే ఆమె నయనములు మరింత క్రౌర్యాన్ని అలుముకొని చూపరులను చలనం కోల్పోయి స్థంభించునట్లు చేయసాగినవి.

అక్షితవల్లిని అనుసరించి వచ్చిన ఆమె అనుచర గణం ఆలయ ప్రాంగణమంతటినీ తమ అదుపాజ్ఞలలోకి తీసుకొను ప్రయత్నములు ఆరంభించినారు.

ధూమఖేతు, వృశ్చికాసురుడు మరియు మండూకాసురుడు కలసి గ్రామదేవత విగ్రహమును చుట్టుముట్టి తమ ముప్పురి శక్తులను ఏకం చేసి ఆలయపాలకురాలైన గ్రామదేవత శక్తిని నిర్వీర్యం చేసి స్తంభింప చేసినారు. కొన్ని ఘడియలకన్నా ఎక్కువ సమయం ఆమెను అటుల బందించియుంచుటకు తమ శక్తియుక్తులు సరిపోవని తెలిసినా ఆ కొలది సమయములోనే తమ ఏలిక అక్షితవల్లి, అపరాజితాదేవిని వశం చేసుకొనగలదని తద్వారా ఈ జగమంతా తమ ఆధీనంలోకి వచ్చునని విశ్వాసముతో వారు తమ శక్తికి మించిన కార్యమును చేయుటకు పూనుకున్నారు.

మిగిలిన అనుచర గణం సంపంగి, వీరభద్రుడు, విష్ణుచిత్తుడు, అంబ మరియు బలదేవుడులను చుట్టుముట్టి వారిని స్తంభింప చేయ యత్నించగా సంపంగి మరియు వీరభద్రుడు తక్క మిగిలిన వారెల్లరు ఆ మాయకు లోబడి శిలలవలె నిలుచుండిపోయినారు. అక్షితవల్లి నేరుగా అపరాజితను చేరుకొని ఆమె హస్తములలో ఉన్న అపరాజితాదేవి విగ్రహమును చేజిక్కించుకొన యత్నించినది.

ఒకపరి విగ్రహము అక్షితవల్లి హస్తములలోనికి చేరినచో ఆమె అమ్మవారిని ప్రసన్నము చేసుకొనుట ఆమెకు కరతలామలకమే. అదేగానీ జరిగితే ఈ జగత్తు అంతా అసుర శక్తుల అధీనమైపోతుంది. తన గురువు గారు భగవత్పాదుల వారు చేసిన త్యాగమునకు, ఇన్నినాళ్ళు తామందరూ ఆత్మల రూపములో ఆ ఆలయమును దుష్టుల కంట పడకుండా కాపాడుటకు పడిన శ్రమకు ఫలితము లేకుండా పోతుంది అని అమృతానందుల వారి ఆత్మ కల్లోలపడసాగినది.

అక్షితవల్లి మరియొక క్షణములో విగ్రహమును స్పర్శించబోతుంది అనునంతలో అమ్మవారి విగ్రహం సూక్ష్మ రూపంలోనికి మారి అపరాజిత దేహములోనికి ఐక్యం అయిపోయినది. ఇంతకు పూర్వము అమ్మవారి ఆభరణములు అపరాజితలో లీనమైనపుడే ఆమె

ప్రకాశమును చూచుటకు తన సహస్ర నయనములు సరిపోని ఇంద్రునకు ప్రస్తుత కాంతికి సహస్ర నేత్రములు ఒక విఘడియ పాటు మూసుకొనిపోయినవి. అనిమిషులకే తట్టుకొన సాధ్యము కానీ ఆ వెలుగును మానవమాత్రులు అయిన మిగిలినవారు కూడా తట్టుకొనలేక కొలది సమయము అంధులుగా మారిపోయినారు.

తనకు మారుగా లోకమునకు వెలుగులు పంచు కార్యము ఇంద్రుడు వేరొకరికి అప్పగించినాడా అను సందేహముతో సూర్యుడు నిజగృహమును వీడి భూగ్రహమువైపు పరికించి చూచి అది అపరాజితాదేవి మహిమ అని తెలుసుకొని తన స్థానము పదిలం అని సంతృప్తి చెంది అప్పటికే అచట చేరిఉన్న సహచర దేవగణము చెంతకు చేరి జరగబోవు దృశ్యమును వీక్షించుటకు ఉత్సుకతతో వేచి చూడసాగాడు.

అపరాజితాదేవి అంశలో జన్మించిన చిన్నారి అపరాజిత ఇపుడు ఏకంగా ఆ అమ్మవారు స్వయంగా కొలువైవున్న విగ్రహం తనలో ఐక్యమైపోవుటచే తానే సాక్షాత్తు అపరాజితాదేవిగా మారిపోయినది.

అసుర శక్తులను దునుమాడుటకు అవతరించిన ఆ మహాకాళి కాటుక వర్ణపు దేహచ్ఛాయతో , పాదముల వరకు జీరాడుతున్న కారు మేఘముల వంటి కురులను కలిగి గళమున కాపాలముల మాల ధరించి ఉన్నది. రుధిర వర్ణము గల వస్త్రములను ధరించి ఎదురించ తలచినవారు తన క్రోధాగ్నిలోనే భస్మమై పోవలెనన్నట్లు నేత్రములు నుండి నిప్పు కణములు రాలుస్తూ తన కోపాగ్నిని వెలిబుచ్చుటకు అది సరిచాలదన్నట్లుగా త్రినేత్రమును విప్పార్చినది. దక్షిణ హస్తమున స్వర్ణ ఖడ్గమును, వామ హస్తమున అగ్నితో ప్రజ్వరిల్లుతున్న స్వర్ణపాత్రను ధరించిన అమ్మవారి ఆగ్రహ స్వరూపమును గాంచి అచట ఉన్నవారెల్లరు భయభ్రాంతులైనారు. మింటిన ఉన్న దేవతలు సైతం ఆ ఆగ్రహ జ్వాలలకు తాళలేక హాహాకారములు చేయసాగిరి. తరువులు సైతం తమ పత్రములు చేయు సవ్వడికి అమ్మవారి క్రోధాగ్ని జ్వాలలు పెచ్చరిల్లునేమో అని సంశయించినట్లు నిశ్చలముగా నిలిచి ఉన్నవి.

అపరాజిత అనుచరగణమును శిలాసదృశులుగా మార్చిన అక్షితవల్లి శిష్యులు సైతం అమ్మవారి ఆగ్రహరూపమునకు వెరచి చకితులై నిలిచి తమ ఏలిక వైపు దృష్టి సారించగా ఘోరతపస్సుతో కఠినమైన అనుష్టానములతో తాను సాధించుకున్న శక్తుల పట్ల అమిత విశ్వాసము గల అక్షితవల్లి మాత్రము ఎటువంటి వెరపు లేకుండా అమ్మవారికి ఎదురు నిలిచి ఆమెను తన వశము చేసుకొనుటకు మార్గాన్వేషణ చేయసాగినది.

అమ్మవారి కన్నా తన శక్తులే అధికమని లోకానికి చాటిచెప్పుటకు అన్నట్లుగా తన దేహ పరిణామమును అమాంతముగా పెంచి వేసినది అక్షితవల్లి. ఒక్కసారిగా మేఘములను చొచ్చుకొంటూ పెరిగిపోతున్న అక్షితవల్లిని గాంచి దేవతలు హాహాకారములు చేయనారంభించారు. ఆమె శిరస్సు మేఘములలోకి చొచ్చుకొని పోవఁగ ఎదుట బొమ్మల వలే గోచరిస్తున్న దేవతలను గాంచి వికటాట్టహాసము చేయగా భూనభోంతరాములు దద్దరిల్లునటుల

వెలువడినది ఆ ధ్వని. అక్షితవల్లి నవ్వుతుండగా ఆమె నోటినుండి వెలువడుతున్న శక్తి తరంగములకు మేఘమాలికలపై నిలుచుండిన దేవతలు చెల్లాచెదురుగా అల్లంత దూరమున పడిపోయిరి. ధ్యానములో మునిగివున్న త్రిమూర్తులు సైతం ఈ అలజడికి ధ్యాన భంగం అవగా తమ మనోనేత్రముతో జరుగుతున్నది గాంచి ఒకపరి మందహాసము చేసి మరల ధ్యాన నిమగ్నులైనారు.

అక్షితవల్లి అహంకారమునకు స్వస్తి పలుకుటకు అపరాజితాదేవి సైతం తన దేహమును అక్షితవల్లికి ధాటిగా పెంచుటచే కారుమబ్బులు కమ్మినట్లుగా లోకమెల్లా చీకట్లు అలముకున్నవి. అమ్మవారి నయనముల నుండి వెలువడు క్రోధాగ్ని జ్వాలలు తప్ప మరియొక కాంతి అచట కనిపించుటలేదు. ఆ నిశీధిలో అసుర శక్తులు మరింతగా విజృంభించి ఆలయ ప్రాంగణమును నాశనము చేయ పూనుకున్నవి.

ముందుగా తేరుకున్న వీరభద్రుడు తన ఖడ్గమును జులిపించి గ్రామదేవతను చుట్టుముట్టి ఉన్న అసుర శక్తుల మీదకు విరుచుకుపడినాడు. సంపంగి సైతము తన శక్తులనెల్ల వినియోగించి విష్ణుచిత్తుడను అంబను ఆవరించుకొని ఉన్న మాయను తొలగించి వారిని పోరుకు సిద్దము చేసినది.

ఆత్మ బలముతో, దైవ కృపతో వెలిగిపోతున్న వీరభద్రుడు తమ యెదుటికి చేరగనే ధూమఖేతు పొగవలె మారిపోయి వీరభద్రుని చుట్టుముట్టి ఉక్కిరిబిక్కిరి చేయగా వృశ్చికాసురుడు తన వాలము /కొండీ నుండి విషమును విరజిమ్మినాఁడు, ఇక మండూకాసురుడు తన జిహ్వను ముందుకు సాచుతూ వీరభద్రుని మింగివేయ ప్రయత్నించసాగాడు.

కటిక చీకటి అలుముకున్న ఆ ప్రదేశములో ధూమఖేతు వెలువరించిన పొగ వలన పరిస్థితి మరింత విషమించగా నయనములు మూసుకొని తన శక్తులను అన్ని క్రోడీకరించుకొని తనలోని జ్ఞానమునే దివ్వెగా చేసుకొని ఆ జ్ఞాన జ్యోతి సాయముతో ఆ అసురులను ఎదుర్కొన మొదలిడినాడు వీరభద్రుడు. క్షణం లో దశమ భాగం పాటు తన కదలికలు మందగించినా విజయం ఆ అసురలవైపే నిలుస్తుందని సత్యము తెలిసినవాడగుటచే విరామమెరుగక తన ఖడ్గమును ప్రయోగిస్తూ వలయాకారంలో గిరగిరా తిరుగుతూ తనను చుట్టుముట్టిన ధూమమును చెల్లాచెదురు చేయసాగాడు వీరభద్రుడు.

అమృతానందులవారి శిష్యుల ఆత్మబలం కూడా వీరభద్రునిలో కొలువై ఉన్నందున అందరి శక్తి అతని ఖడ్గ చాలనములో కలసి ఆ ధాటికి తట్టుకొనుట సాధ్యము గాక ధూమఖేతుడు, అతనితోపాటు వృశ్చికాసురుడు, మండూకాసురుడు కూడా దేహమెల్ల రక్తశిక్తము కాగా అసహాయులై మట్టికరచినారు.. వృశ్చికాసురుడు వెలువరించిన విషము ఖడ్గచాలన వేగమునకు దూరముగా ఉన్న వృక్షముల మీద పడగా అవి నామరూపములు లేకుండా భస్మము వలే మారిపోయినవి. అసురులు ముువ్వురు క్షతగాత్రులై, దేహమెల్ల రుధిరమోడుచుండగా గతమున కోయగూడెములో పరాజితులైనపుడు ప్రాణములు అయినా దక్కినవి ఇపుడు ఆ ఆశ

కూడా లేదనుకొనుచు చివరి ఆశ గా తమ ఏలిక వైపు చూడగా అమ్మవారిని ఎదిరించి వశము చేసుకొనుట తప్ప తనకు మరొక ధ్యేయము లేనట్లు వీరి వైపు దృష్టి కూడా సారించలేదు అక్షితవల్లి.

మృత్యు కుహరములో అడుగుపెట్టినను, దైవ శక్తిని తెలుసుకొనక తమ ఏలిక విజయం సాధించిన అనంతరం తమను రక్షిస్తుంది అనే భ్రమలోనే అసువులు బాసారు అసురులు ముప్వురు. ఎప్పుడైతే తమ సహచరులు మరణించుట గాంచినదో ఆ మరుక్షణం గుహను వీడి మరల జాబిలి వేషములో ఆలయ ప్రాంగణములో ప్రత్యక్షమైనది మాయాదర్పణం.

ఎప్పుడైతే ధూమఖేతు మరియు అతని మిత్రులు అసువులు బాసినారో ఆ మరుక్షణమే గ్రామదేవత చుట్టూ వారు వేసిన బంధనము వీగిపోగా ఆ తల్లి ఆకలిగొన్న బెబ్బులివలే అసురుల మీద విరుచుకుపడి తన చేజిక్కినవారిని చిక్కినట్లే నమిలి మింగేయసాగినది. సంపంగి సహాయముతో అసుర మాయ నుండి తప్పించుకున్న అంబ, విష్ణుచిత్తుడు సైతం తమను చుట్టుముట్టిన అసురులను దునుమాడ యత్నించసాగారు. అంబ ముందుగా తన పిత్రువర్యులు అయిన బలదేవుడిని సురక్షిత ప్రదేశములో అనగా అమ్మవారిని ప్రతిష్టించవలసిన గర్భాలయ ద్వారము వద్ద నిలిపి తదుపరి శత్రు సంహారమునకు తన వంతు కృషి చేసాయసాగినది. కానీ వారు సంహరిస్తున్న కొలది అసుర గణం పుట్టుకువస్తూనే ఉన్నది.

కిమ్ కర్తవ్యం అన్నట్లు సంపంగి వైపు బేలగా చూసిన అంబతో, అక్షితవల్లి అంతం అయిన తర్వాతే ఆమెను ఆశ్రయించుకున్న ఈ చిరు శక్తులు అంతం కాగలవు. ఇవి స్వతంత్రులు కాదు, అక్షితవల్లి పై ఆధారపడి ఉన్న వీటి మరణము కూడా ఆమె మరణము పైనే ఆధారపడి ఉన్నది. కావున అంతవరకు మనము వీటిని ఎదిరించుట తప్ప సంహరించజాలము. అమ్మవారు కొలువై ఉండవలసిన ఈ అపురూప ఆలయము ఈ క్షుద్రుల ధాటికి చెక్కు చెదరకుండా చూసుకొనుటయే మన కర్తవ్యం. మిగిలినది అక్షితవల్లి సంహారమునకై జన్మించిన ఆ అంగ వంశీయుల పని అంటూ వీరభద్రుని వైపు చూపించింది సంపంగి.

పరమశివుని మానసపుత్రుడు వీరభద్రుడే మరల అవతరించినాడా అన్నట్లుగా అసురుల పీచమణచుచున్న వీరభద్రుని గాంచి స్ఫూర్తినొంది మనసులోని సంశయములన్ని వదిలి పోరాటముపైనే దృష్టి నిలిపినది అంబ. విష్ణుచిత్తుడు సైతం తన పరాక్రమమును ప్రదర్శించుచుండగా అతని ఎదుట ప్రత్యక్షమైనది జాబిలి.

దానిని గాంచి ఒక్క క్షణం తన పోరాటమును ఆపి తన ఎదురుగా మూషిక, ముంగిసల రూపములో ఉన్న క్షుద్ర శక్తులను కనుసన్నలలో గమనించుకుంటూ అవి ఎక్కడ జాబిలి మీద దాడి చేయునో అన్నట్లుగా దానిని రక్షించుటకు తన హస్తములోనికి తీసుకొని అరెరే ఇంత తడవు ఎచట దాగి ఉన్నావు? ఈ క్షుద్ర ప్రాణులు నీకు హాని తలపెట్టగలవు అని పలుకుతుండగా జాబిలి విష్ణుచిత్తుని ఆవహించుటకు ప్రయత్నించినది. కానీ, అంజనాదేవి అతని హస్తమునకు కట్టిన రక్ష రేకు వలన దాని ప్రయత్నము ఫలించక ఆ రక్షరేకు నుండి ప్రసరించిన శక్తి ధాటికి విష్ణుచిత్తుని హస్తములలోనుండి కిందకు పడిపోయినది.

జరిగినది తెలియని విష్ణుచిత్తుడు ప్రమాదవశాత్తు జాబిలి కింద పడిపోయినది అనుకొని దానిని మరల హస్తములోనికి తీసుకొన యత్నించగా అది ముందుకు కదలి అంబను చేరుకున్నది. ముద్దులొలుకు చిన్నారి శశాంకమును గాంచిన అంబ అరెరే అంటూ దానిని తన హస్తములలోనికి తీసుకున్న మరుక్షణం అది అంబను ఆవహించినది. మరుక్షణం అంబ కనులు ఎర్రగా మారిపోవుటయే గాక అంతవరకు ఎదిరిస్తున్న అసుర గణమును వీడి విష్ణుచిత్తునిపై దాడిచేయ మొదలిడినది.

జాబిలి కొరకు అన్వేషిస్తున్న విష్ణుచిత్తుడు తలవని తలంపుగా తనమీద దాడికి దిగిన అంబను గాంచి ఓహో మారినట్లుగా మమ్ము భ్రమలో ఉంచి అవకాశము దొరకగనే మమ్ము మట్టుబెట్టవలెననియా నీ యోచన? నీ కుటిల బుద్ధి ఎరుగక మేమందరము నీవు వెలువరించిన పశ్చాత్తాపమును వాస్తవమని భ్రమసితిమి. ఆ బలభద్రుని కుటిలత్వమునకు నీవు నిజమైన వారసురాలివని ఎరగకుంటిమి అంటూ అంబ ను ఎదుర్కొనుటకు కరవాలమును దూసినాడు విష్ణుచిత్తుడు.

తమలో తాము కలహించుకొనుచున్న వారిని గాంచి వారించ ప్రయత్నించిన సంపంగి వాక్కులు కూడా ఆలకించక పోరు సాగించసాగారు ఆ ఇరువురు. ఏమి జరిగినదో తెలుకొనుటకు యత్నించుచుండగా ఒక మహిషము సంపంగి వైపు దూసుకురాగా దానిని ఎదుర్కొను క్రమములో తాత్కాలికముగా వారి సంగతి మరచినది సంపంగి.

అపరాజితా దేవి తన వామహస్తములోని అగ్ని పాత్రను అక్షితవల్లివైపు విసరగా తన శూలముతో దానిని గాలిలోనే తిప్పి కొట్టినది అక్షితవల్లి. శతాధిక వత్సరముల నుండి పగ, ప్రతీకారములే ధ్యేయముగ విశ్వాధిపత్యమే లక్ష్యముగా జీవిస్తున్న అక్షితవల్లి తాను ఎదుర్కొంటున్నది దైవ శక్తిని అని, అటులనే తన లక్ష్యము నెరవేర్చుకొనవలెనన్న ఆ దేవినే ప్రసన్నము చేసుకొనవలెనను సంగతి మరచి అపరాజితాదేవినే ఓడించి విశ్వమునే పాదాక్రాంతము చేసుకొనవలెనను నిశ్చయమునకు వచ్చినది.

సర్పద్రష్టుడు దుష్టుడు అయినప్పటికీ తన భక్తితో అమ్మవారిని వశం చేసుకొని తన కార్యము నెరవేర్చుకొనవలెననుకున్నాడు కానీ అమ్మవారిని అధిగమించుటకు యత్నించలేదు. కానీ పుట్టుకతోనే అహంభావంతో పుట్టి ఆ అహంకారము వలనే ఇన్ని ఘోరములకు కారణమైన అక్షితవల్లి ఇప్పటికి కూడా తన ధోరణి మార్చుకొనలేకపోయినది. అకుంఠిత దీక్షతో ఇన్ని శక్తులు సాధించుకున్నా తనలోని అరిషడ్వర్గములను జయించలేకపోయినది.

అదే అహముతో నా శక్తుల ముందు నువ్వెంత అన్నట్లుగా పొగరుతో అపరాజితాదేవి వైపు చూచుచు తన నఖములను అమ్మవారివైపు సాచగా అందులోనుండి జతుకములు, ఉలూకములు (గుడ్లగూబలు) సహస్ర సంఖ్యలో వెలువడి అపరాజితాదేవి వైపు సాగినవి . కానీ అమ్మవారి స్వర్ణ ఖడ్గము నుండి ప్రసరించు వెలుగుల ధాటికి ఆమడదూరంలోనే తనువులు చాలించి నేలరాలినవి. అమ్మవారు రెట్టించిన క్రోధముతో అడుగు ముందుకు వేయగా పుడమి కంపించసాగినది.

అమ్మవారి క్రోధమును ఇసుమంతయినా లెక్కచేయక శతాధిక వత్సరముల నుండి నన్ను జయించలేని నువ్వు ఇపుడు నన్ను అంతము చేయుటకు యత్నించుట కడు వినోద భరితముగా నున్నది అంటూ పొగరుగా పలికినది అక్షితవల్లి.

★★★

అటువైపు అంగదేశమును ఆక్రమించుకొని అమృతభూపతిని సంహరించుటకు గార్ధభాసురుని సాయముతో వడివడిగా ముందుకు సాగుతున్నాడు బలభద్రుడు. ఇది ఎరుగని అంగదేశపు ప్రజానీకం అమాయకముగా నిద్రాసుఖమును అనుభవిస్తున్నారు. అంజనాదేవి మాత్రం మనసులో ఇది అని తెలియని అలజడి చెలరేగుతుండగా కారణమెరుగని తన అలజడిని తెలిపి మహారాజులవారిని చింతాక్రాంతులను చేయుట ఎందులకు అని తనను తాను సమాధానపరచుకొనుచు శయ్యపై ఒరిగినది. నిద్రాదేవత ఎంతకీ కరుణించకపోవుటచే కనులు మూసుకొనియే అపరాజితాదేవిని స్మరించుకొనసాగినది.

అమృతభూపతికి చుట్టూ ఉన్న పరిసరములు ఏదో సందేశమిచ్చుచున్నట్లు తోచుచుండగా అది ఏమిటో ఎంతకీ అవగతమవక అంతఃపుర గవాక్షం కడ ఆసీనుడై బాహ్య పరిసరములు పరికించసాగాడు. పౌర్ణమికి మరి కొలది దినములు వ్యవధి మాత్రమే ఉండుటచే సోముని వెలుగులతో విరాజిల్లుతున్న గగనమున అకస్మాత్తుగా కారుమేఘములు కమ్ముకున్నట్లుగా అంధకారం అలముకొనుట, అంతఃపురంలో వెలిగించి ఉంచిన దివ్వెల వెలుగు సైతం ఆ అంధకారమును పారద్రోలలేకపోవుట గమనించి ఇది దేనికి సంకేతమై ఉండునో కదా అని యోచనలో పడిపోయినాడు.

నడిరేయి దాటి రెండు ఝాములు అగు సమయమునకు బలభద్రుడు తన సేనల సహితముగా అంగరాజ్యమును చేరుకున్నాడు. అంతవరకు బలభద్రుని ఉనికిని బహిర్పరచకుండా కవచము వలే కాచిన గార్ధభాసురుని మాయ అంగరాజ్య పొలిమేరలను చేరుకొనగనే తొలగిపోయినది. అకస్మాత్తుగా తమ కనుల ఎదుట ప్రత్యక్షమైన కోసల దేశ ప్రభువును అతని మహాసేనను గమనించి ఆశ్చర్య చకితులైన పొలిమేర రక్షకులు తమ ఆశ్చర్యమునుండి తేరుకొనకముందే వారి కుత్తుకలను తెగకోశారు ఫాలాక్షుని ఆధ్వర్యములోని సైనికులు.

సైనికుల ఆర్తనాదములు ఆలకించి ఏదో విపత్తు ముంచుకొస్తున్నదని తలచి కొందరు వేగులు ప్రమాద ఘంటికను మోగించుటకు పరుగులు తీయగా మిగిలినవారు ఏమి జరిగినదో తెలుసుకొనుటకు ముందుకు వచ్చినారు. ఎదురు వచ్చినవారిని ఎదురు వచ్చినట్లు ప్రాణములు హరించుచూ ముందుకు సాగుతున్నారు బలభద్రుని సైనికులు. ఊహించని దాడికి సన్నద్ధులు అగుటకు సమయము చిక్కకుండుటచే అసువులు బాయుచున్నారు అంగ దేశపు పౌరులు.

సైనికులు మోగించిన ప్రమాద ఘంటికను ఆలకించి అమృతభూపతి ఒక్క ఉదుటున లేచి ఖడ్గము చేతబూని వెలుపలికి వెళ్లుచుండగా అంజనాదేవి శయ్య పైనుండి లేచి ఈ సమయములో ప్రమాద ఘంటిక మ్రోగుట ఆశర్యముగా నున్నది మేము కూడా మిమ్ము అనుసరించెదము అని తెలిపినది. ఇంతలో ఒక వేగు వాడు పరుగున అంతఃపుర ద్వారము వద్దకు చేరుకొని ప్రభూ ప్రభూ ఆ కోసల దేశపు మహారాజు తన సైన్యముతో దండెత్తి వచ్చినాడు అని పలుకగా నివ్వెరపోయిన అమృతభూపతి, కోసల ప్రభువు తమ రాజ్యములోనికి చేరువరకు తనకు వార్త తెలియకపోవుట ఎటుల జరిగినది? అంగదేశపు వార్తాహరులు కడు సమర్థులు కదా అనుకుంటూనే యోచించుటకు తగిన తరుణము కాదని తలచి అంతఃపురమునకు కావలిగా ఉన్న సైనికులను పోరుకు సిద్దము కమ్మని తెలిపి దేవీ అంతఃపుర బాధ్యత మీ మీద పెడుతున్నాను. ఎట్టి పరిస్థితుల్లోనూ మన కులదైవం వద్దకు శత్రువు అడుగుపెట్టరాదు. ఆ బాధ్యత మీది అని తెలిపి వడివడిగా అంతఃపురం వదలి ముందుకు సాగాడు మహారాజు అమృతభూపతి .

అప్పటికే విషయము తెలుసుకొని అంతఃపురము వద్దకు చేరుకున్న అమాత్యుడు అనంతవర్మ సైతము మహారాజును అనుసరించగా వారిరువురు అంతఃపురమును దాటి కోట ద్వారమును చేరుకొనులోగా కోటను ముట్టడించేసాడు బలభద్రుడు. కనులు పొడుచుకున్న కానరాని విధంగా గాఢాంధకారము అలముకొన్న ఆ సమయములో శత్రువును ఎదుర్కొనుట సులభ సాధ్యము కాదని తెలిసినా అమ్మవారిపై భారము వేసి ఉన్న కొద్దిమందితో పోరుకు సిద్ధమైనాడు అమృతభూపతి . ఇక అంజనాదేవి అంతఃపురములోని పసిపిల్లలను, వారి తల్లులను వృద్ధ మహిళలను రహస్య మార్గము ద్వారా సురక్షిత ప్రాంతములకు తరలించుట మొదలిడినది. సుశిక్షితులైన ఆమె పరిచారికలు అంజనాదేవికి సహాయపడసాగారు.

ఒక్కసారి కోట ద్వారమును ఛేదించుకొని లోపలికి అడుగుపెడితే విజయము తమదే అని బలభద్రుడు, శత్రువును ఎట్టి పరిస్థితుల్లో కోటలోపలికి చేరనీయరాదని అమృతభూపతి ఎవరికి వారు వ్యూహ రచనలో మునిగిపోయారు.

అపరాజిత -ఏకా శీతిహ్ అంకం

అక్షితవల్లి వాక్కులను ఆలకించిన అపరాజితాదేవి ఇక ఉపేక్షించరాదని ఒక్క అంగలో అక్షితవల్లి మీదకు లంఘించినది. ఆ అదరుకు పుడమి నెర్రెలు విచ్చి అచట ఉన్న క్షుద్రశక్తులు ఆ నెర్రెలలో పడిపోతూ హాహాకారములు చేయసాగినవి. గర్భగుడిలోని జేగంటలు కర్ణభేరులు పగిలిపోవునట్లుగా ధ్వనించసాగినవి. అక్షితవల్లి సైతము ఆ అదరుకు తట్టుకొనలేక వెనుకకు పడబోతూ అతి ప్రయాసమీద ఆఖరి క్షణములో నిలదొక్కుకొని ఏదో మంత్రము జపించగా పర్వత సమానముగా గల ఒక మహిషము ఆమె ముందు ఆవిర్భవించగా దాని మీద అధివసించి ఇప్పుడేమి చేయగలవు అని పరిహాసముగా అపరాజితాదేవి వైపు చూడగా అమ్మవారు స్పందించక పూర్వమే రెండు

పర్వతముల సమముగా గల పరిణామముతో అమ్మవారి సింహవాహనము అమ్మవారి ఎదుట ప్రత్యక్షమవగా జగజ్జనని సింహవాహనమును అధిష్టించినది.

మహిషము గిట్టలతో పుడమిని తన్నుతూ ముందుకు దూకగా భీకరముగా గర్జిస్తూ మహిషముపైకి లంఘించినది సింహరాజం. సింహము మహిషము మీదకు లంఘించగనే అక్షితవల్లి మహిషము పై నుండి గాలిలోకి ఎగిరి అమ్మవారి కి వెనుకవైపుగా పుడమిని తాకి మరుక్షణం రెట్టించినవేగముతో పైకి లేచి తన శూలములతో అమ్మవారిని వెనుకవైపుగా పొడిచినది. ముల్లోకములను కాచు తల్లికి తన వెనుక జరుగుతున్నది తెలియనిదా అన్నట్లుగా అమ్మవారు ఒడుపుగా ఆ వేటును తప్పించుకొని అంతే వేగముతో అక్షితవల్లివైపు తిరిగి వామహస్తముతో కిందకు నెట్టివేసి కిందపడిన అక్షితవల్లి దేహముపై తన పాదమును మోపినది.

విష్ణుచిత్తునితో పోరాటం సల్పుతున్న అంబ ఒక్కసారి తన నేత్రములు మూసి తెరువగా అందులోనుండి వెలువడిన శక్తి తరంగములు విష్ణుచిత్తుని నయనములలోకి దూసుకొనిపోగా అగ్నిరవ్వలు నేత్రములలో పడిన చందముగా మంటలు రేగగా ఆ బాధను తాళలేక ఖడ్గమును వదలి హస్తములతో నేత్రములను నులుముకోసాగాడు విష్ణుచిత్తుడు. అదే అదనుగా భావించి అతని హృదయములో తన కరవాలమును గుచ్చినది అంబ.

అమ్మా అంటూ విష్ణుచిత్తుని నుండి వెలువడిన ఆర్తనాదమునకు, అంగదేశములో అన్నిదినములు అచేతనంగా శయ్యను అంటిపెట్టుకొని ఉన్న అతని మాతృమూర్తి దేహములో కదలిక కనిపించసాగినది. (అచేతనావస్థలో సైతం బిడ్డల క్షేమము కొరకు తల్లడిల్లునది

మాతృహృదయమే కదా). విష్ణుచిత్తుడు తెచ్చి ఇచ్చిన మూలికలతో ఔషదములు తయారు చేసి వినియోగిస్తున్నను అంతగా గుణము తెలియకపోవుటచే, ఆమెనే అంటిపెట్టుకొని ఉన్న ధన్వంతరి ఆమెలో కదలిక కనిపించగనే తదుపరి ఔషదమును ఆమెచే సేవింపచేయుటకు పూనుకున్నాడు.

శత్రుమూక దండయాత్ర నుండి రాజ్యమును రక్షించుకొను పనిలో తలమునకలై ఉన్న అంజనాదేవి హృదయములో ఒక్క క్షణము కదలిక ఆగినట్లు అనిపించి తన బిడ్డలకు ఏమైనా ఆపద సంభవించలేదు కదా అను సంశయము పొడసూపి మరింత చింతాక్రాంతురాలైనది.

మిత్రుని ఆర్తనాదం ఆలకించిన వీరభద్రుడు వెనుతిరిగి చూచునంతలో హృదయములో కరవాలము దిగి బాధపడుతున్న తన జతగాడు, పక్కనే ఉన్న అంబను గాంచి హుటాహుటిన అచటకు చేరుకున్నాడు. సంపంగి సైతము రయమున వారి వద్దకు చేరినది. ఏమి జరిగినదో తెలియని వీరభద్రుడు అచట ఉన్న క్షుద్ర మూక విష్ణుచిత్తుని గాయపరిస్తే అంబ అతనికి సపర్యలు చేయుచున్నది అని భావించినాడు. సంపంగికి కొంతవరకు విషయము తెలిసినను ఆ పరిస్థితిలో వీరభద్రునికి వాస్తవము ఎరుకపరచిన కోపోద్రిక్తుడై ఏమి చేయునో అని తలచి మౌనము వహించినది.

అపరాజితాదేవి పాదము తన మీద మోపగనే ఒడలి అంతా భగ భగ మండుతున్నట్లై భయంకరమైన బాధకు లోనైనది అక్షితవల్లి శరీరం. దైవ శక్తి ని ఓపలేనట్లుగా ఆమెలో దాగి ఉన్న అసుర/క్షుద్ర శక్తులు ఒకటొకటిగా ఆమె దేహమునుండి బయటకు వెడలిపోసాగినవి. సర్పద్రష్టుడు ఆమెకు అనుగ్రహించిన శక్తులతోపాటు ఎన్నో వత్సరముల కఠిన శ్రమతో ఆమె సాధించుకున్న శక్తులు సైతము ఆమెను వదలి వెళ్ళిపోసాగినవి.

కాల సర్పముల ఆకారములో సర్పబంధన శక్తి, వృశ్చికముల రూపములో విష జ్వలన శక్తి, ఉలూకముల రూపములో వశీకరణ శక్తి, స్యేనముల (గ్రద్దలు) రూపములో వార్ధక్య నిరోధక శక్తి ఇటుల ఒక్కొక్క రూపములో ఒక్కొక్క శక్తి ఆమె దేహమును వదలి వెళ్లసాగినవి. వాటిని సాధించుటకు ఆమె పడిన శ్రమకన్నా, ఇపుడు అవి ఆమె దేహమును చీల్చుకొని బయటకు వెడలునపుడు పదింతలు వేదన అనుభవించసాగినది అక్షితవల్లి.

ఇటుల ఒక్కొక్క శక్తి తనను వీడుతున్నను అమ్మవారి మహిమను గుర్తించక నా వంశములో జన్మించిన కన్య మాత్రమే నన్ను అంతమొందిస్తుంది అని శాపమిచ్చిన నీవు ఇటుల వాక్ భంగము చేయుట పాడి కాదు, నీవు ఆమె దేహమును ఆక్రమించుకొని నన్ను వధించిన యెడల నీ శాపము పనిచేసినట్లు కాదు, నీవు సత్యముగల తల్లివే అయితే ఆ దేహమును విడచి వెళ్లి నా వారసురాలిచే నన్ను అంతమొందించు అని పలికినది అక్షితవల్లి.

అక్షితవల్లి మరల మాయోపాయమేదో పన్నుతున్నదని గ్రహించిన గ్రామదేవత అమ్మవారిని హెచ్చరించేలోగా అమ్మవారు అపరాజిత దేహమునుండి మరల విగ్రహ రూపములో బయటకు యేతెంచగా అప్పటివరకు భీకర ఆకారములో ఉన్న అపరాజిత మరల సాధారణ గిరిపుత్రిక వలే మారిపోయి అమ్మవారి విగ్రహము ఆమె హస్తములలో ఉన్నది. అంతవరకు

అమ్మవారి కాళికా అవతారము వలన తన వెలుగులు ప్రసరించలేకున్న సోముడు, తిరిగి వెన్నెలలు వెదజల్ల మొదలిడుటచే మరల గగనంలో కొంత ప్రకాశము ఏర్పడుటయేగాక చెల్లాచెదురు అయిన దేవతలు అందరు మరల ఒకచోటికి చేరినారు.

ఎపుడు అయితే అపరాజితాదేవి, అపరాజిత శరీరము నుండి బయటకు వెడలినదో మరుక్షణమే అక్షితవల్లి తన మీద ఉన్న అపరాజిత పాదమును పట్టి వెనుకకు నెట్టి పైకి లేచి నిలబడి తనను వీడి వెళ్లిన శక్తులను మరల ఆవాహన చేసుకొనసాగినది. మరల ఆమె దేహములోనికి ఆ శక్తులు అన్ని చేరితే ఏమి జరుగుతుందో తెలిసిన గ్రామదేవత అపరాజితను త్వరపడమని హెచ్చరించసాగినది.

ఆ హెచ్చరికలను ఆలకించిన అపరాజిత అమ్మవారి విగ్రహము చేతిలో ఉన్న స్వర్ణ ఖడ్గమును హస్తమున ధరించి ఒక్క వేటుతో అక్షితవల్లిని తెగనరుకగా నాభి భాగము నుండి ఆమె శరీరము రెండుగా తెగిపడినది. ఇంత సులభముగా అక్షితవల్లి అంతమైనదా అని అపరాజిత అచ్చెరువొందునంతలో మరల ఆమె శరీర భాగములు కలుసుకొని పైకి లేచి వికటాట్టహాసము చేయుచూ నన్ను అంతమొందించుట ఆ అపరాజితాదేవికే సాధ్యము కాలేదు. చిన్నారి పిచ్చుకవు నీకు సాధ్యమవునని భ్రమించకు అంటూ అపరాజితను ఎత్తి అల్లంత దూరమునకు విసరి వైచినది.

స్నేహితుని దుర్గతికి వగచుచు అతనిని కాపాడుకొను మార్గము కొరకు అన్వేషించుచున్న వీరభద్రుని సమీపములో కింద పడిపోయినది అపరాజిత. రక్తశిక్తమైన కాయముతో ఉన్న తన సోదరిని గాంచి మరల ఉగ్రరూపము దాల్చి తన ఖడ్గముతో అక్షితవల్లి పైకి దండెత్తినాడు వీరభద్రుడు. కానీ అక్షితవల్లి వామహస్తమును విదిలించగా పోయి అపరాజిత పక్కన పడిపోయినాడు వీరభద్రుడు. మీ బాల్య చాపల్యము కట్టిపెట్టి నాకు దాసోహమనిన మిమ్ము ప్రాణములతో వదిలిపెట్టెదను. కాదు కూడదు అనిన యెడల నా హస్తములతో నా వంశీకులను తుదముట్టించిన పాపభారము కూడా నేను మోయవలసి వచ్చును అని వయ్యారముగ పలికి మరల శక్తుల అవాహనలో మునిగిపోయినది అక్షితవల్లి.

అక్షితవల్లి వాక్కులకు అగ్రహావేశములు పెల్లుబుకుచుండగా అపరాజితాదేవి విగ్రహమువైపు చూస్తూ ఎందుకు తల్లి దుష్టసంహారము మధ్యలో ఆపి ఇటుల వేడుక చూచుచున్నావు? ఇంకెన్నినాళ్ళు ఈ ధరణీమాత ఆ పాపుల భారము మోయవలెను అని వీరభద్రుడు వాపోతుండగా అతనిని చేరుకున్న అమృతానందులవారి ఆత్మ నాయనా ఈ దుష్టసంహారము మీ సోదరి హస్తములో జరగవలెనని దైవ సంకల్పం అందులకే అమ్మవారు దుష్ట సంహారము చేయక ఆగిపోయినది. నీ సోదరికి తోడుగా నీవు జన్మించుట వెనుక ఒక రహస్యము దాగి ఉన్నది, అటులనే మీకు సహాయము చేయుటకే ఆ వనదేవత సైతము మానవ జన్మ ఎత్తి మీకు తోడుగా నిలిచినది అంటూ వీరభద్రుని కర్ణములలో ఏదో ఉపదేశించగా రెట్టించిన ఉత్సాహముతో పైకి లేచి అపరాజితను వెళ్లి అక్షితవల్లిని వధించమని తెలిపినాడు వీరభద్రుడు.

సంశయముగనే ముందడుగు వేసిన అపరాజిత మరల స్వర్ణ ఖడ్గముతో అక్షితవల్లిపై వేటు వేయగా మరల నాభి నుండి ఆమె శరీరము రెండు వ్రయ్యలుగా మారినది. అపరాజిత కనుల ముందే మరల ఆ రెండు భాగములు ఏకమగుటకు దగ్గరకు వచ్చుచుండగా అమ్మవారి గళమును అలంకరించి ఉన్న సౌగంధికాహారమును తన ఖడ్గమునకు చుట్టి ఆ ఖడ్గముతో అక్షితవల్లి పాదభాగమును తాకించగా అగ్నిజ్వాలలు జనించి ఆ జ్వాలలో అక్షితవల్లి శరీరభాగము దహించుకుపోసాగినది.

అన్యాయము అంటూ అక్షితవల్లి గగ్గోలు పెడుతుండగా మరల వీరభద్రుడు తన ఖడ్గమును అపరాజితకు అందించగా కర్తవ్యము భోదపడినట్లు వీరభద్రుని ఖడ్గమును స్వర్ణ ఖడ్గమునకు జతచేసి అక్షితవల్లి కంఠము పై వేటు వేసినది అపరాజిత. కంఠము కిందభాగము నుండి అగ్నిలో దహించుకుపోయి భస్మరాశి మాత్రము మిగిలినది. అనంతరం సంపంగి అమ్మవారి నాసికను అలంకరించిన ముక్కెరను తెచ్చి స్వర్ణ ఖడ్గమునకు తాకించగా మరల ద్వి ఖడ్గములతో అక్షితవల్లి శిరస్సును తాకినది అపరాజిత. పెటిల్లున పిడుగు పడిన శబ్దముతో ఆమె కపాలం వేయి వ్రయ్యలు కాగా అగ్నిదేవుడు ఆమె ఆత్మను సైతం తనలోనే జీర్ణించుకున్నాడు.

అక్షితవల్లి ప్రాణములు అనంతవిశ్వములో కలిసిన అనంతరం ఆమె మీద ఆధారపడి ఉన్న క్షుద్ర శక్తులు అన్ని అగ్నికి ఆహుతైపోయి ఆలయ ప్రాంగణం అగ్నిపునీతమైనది. లోకకంటకురాలు మరణించినదను సంతోషము ఒక వైపు తన జతగాడు ప్రాణాపాయ స్థితిలో ఉన్నాడను దుఃఖము మరియొకవైపు ముప్పిరిగొనగా అమృతానందులవారి ఆత్మ వైపు సహాయము చేయమని చూడగా ఇంకను ఒక దుష్ట శక్తి ప్రాణములతో ఉన్నది అది కూడా అంతమైనపుడే నీ మిత్రుడు ఆపదనుండి బయటపడగలడు అని సెలవిచ్చారు అమృతానందులవారు. ఎవరా దుష్టశక్తి అని ప్రశ్నించిన వీరభద్రునికి అంబ ను చూపించగా దిగ్భ్రమకు లోనయ్యాడు వీరభద్రుడు.

ఆ దుష్టశక్తిని సంహరిస్తేనే నీ జతగాడు బ్రతుకగలడు అని మరల సెలవిచ్చింది అమృతానందులవారి ఆత్మ. ఒకవైపు ప్రాణానికి ప్రాణమైన జతగాడు మరియొకవైపు ప్రాణంగా ప్రేమించిన ప్రియురాలు ఏమిటీ పరీక్ష అని వీరభద్రుడు సంశయములో పడగా వీరా నన్నే అనుమానిస్తున్నావా ? నేను మారి పశ్చాత్తాపముతో నీ వద్దకు వస్తే మీరు నన్ను ఇలా అవమానిస్తారా అంటూ కన్నీరు పెట్టుకొనసాగినది.

అపుడే అసుర మాయ నుండి బయటపడిన బలదేవుడు అచటకు చేరుకొని ఏమిటిది మహర్షీ ఇన్ని వత్సరముల తదుపరి కలుసుకున్న నా చిన్నారిని వధించమని సెలవిచ్చుచున్నారా ఇది మీకు పాడి కాదు? నా కుమార్తె సత్ప్రవర్తనతో మెలగుతానని అమ్మవారి ముందు మాట ఇచ్చినది కదా అది విశ్వసించకుండా ఏమి మీరు చేయుచున్న పని అని గద్గద స్వరముతో ప్రశ్నించసాగాడు.

ఈలోగా అంబ నన్ను నమ్ము వీరా నేను మంచిదానను అని పలుకుతూ వీరభద్రుని ఆలింగనము చేసుకొని వెనుకవైపునుండి తన నఖములతో వీరభద్రుని వీపుపై గుచ్చగా ఆ నఖములలో గల విష ప్రభావంతో వీరభద్రుడు నోటినుండి రుధిరము స్రవించుచుండగా కిందకు వాలాడు. అది గాంచిన అపరాజిత అమృతానందులవారి ఆత్మ సెలవిచ్చినదే వాస్తవమని తలచి తన హస్తములో గల స్వర్ణ ఖడ్గముతో అంబ ఉదరంలో పొడిచినది .

ఆ దివ్య ఖడ్గము ధాటికి తట్టుకొనలేక అంబను ఆవహించి ఉన్న జాబిలి ఆమె దేహమును వీడి బయటకు వచ్చి, దైవశక్తి తాకిడికి తట్టుకొనలేక రక్తము కక్కుకొనుచు అసువులు బాసినది. జాబిలిలో చలనము ఆగిన మరుక్షణం ఆ స్థానములో చిన్నాభిన్నమైన దర్పణపు ప్రయ్యలు ప్రత్యక్షమైనవి. వాటిని చూపించి ఇన్నినాళ్ళు మీ చుట్టూ తిరిగినది అక్షితవల్లి యొక్క ముఖ్య అనుచరురాలు అయిన మాయాదర్పణం. తన ఏలికకు సాయంగా మిమ్మల్ని బలితీసుకోవాలని అంబ శరీరమును ఆవహించి విష్ణుచిత్తుని గాయపరచుటయేగాక నిన్ను సైతం బలితీసుకొనగోరినది అని పలికింది అమృతానందులవారి ఆత్మ.

ఇపుడు వీరిని కాపాడుకొను మార్గము లేదా అని ఆందోళనగా పలికిన బలదేవునితో ఆ తల్లి కృప ఉన్నంతవరకు వీరికి ఏమీ కాదు అని పలికి అపరాజితవైపు చూడగా ఆయన సంజ్ఞలకు అర్థం తెలుసుకొని సౌగంధికా హారమును వారికి గాయములు అయిన ప్రదేశములో తాకించగా గాయములు మాయమై మరల మాములుగా మారిపోయినారు.

అంతట వేకువ ఘడియలు కూడా సమీపించుటచే అమ్మవారి విగ్రహ ప్రతిష్టకు సమయామాసన్నమైనది. దుష్టసంహారముతో మలినమైన మీ శరీరములను స్నానముతో శుద్ధి చేసుకొని వచ్చిన యెడల విగ్రహ ప్రతిష్ట నిర్వర్తించవచ్చు అని అమృతానందులవారి ఆత్మ పలుకగా వడివడిగా మరల అందరు స్నానమాచరించి మహర్షులవారి ఆధ్వర్యములో అమ్మవారి విగ్రహమును గర్భగుడిలో ప్రతిష్టించి, సౌగంధికా హారమును, నాసికాభరణమును అలంకరించి అమ్మవారి దక్షిణ హస్తములో స్వర్ణ ఖడ్గమును ఉంచగా తన చల్లని చూపులను వారిపై ప్రసరించినది ఆ జగజ్జనని.

ఒక ఘడియ ముందు మహాకాళి అవతారంలో అగ్నిగోళము వలె ఆగ్రహ జ్వాలలు వెలువరించిన ఆ తల్లి ఇపుడు మలయమారుతము వలె చల్లని వెన్నెల దరహాసము వెలువరుస్తూ ఆశ్రితజన హృదయాలలో శాంతి నింపసాగినది. గగనము నుండి అంతయు గమనించుచున్న దేవతలు పూలవర్షము కురిపించి తమ హర్షమును తెలుపసాగినారు. దేవర్షి నారదులవారు మరొకమారు దుష్టులపై అమ్మవారు మోగించిన విజయభేరిని ముల్లోకములలో చాటిచెప్పుటకు నారాయణ నారాయణ అనుకుంటూ పయనమయ్యారు.

అమ్మవారి విగ్రహ ప్రతిష్ట జరగడంతో శతాధిక వత్సరములుగా మోక్షమునకు దూరమై ఆలయమునకు రక్షకులుగా ఉన్న అమృతానందులవారి శిష్యుల ఆత్మలు అన్ని వీరభద్రుని దేహము నుండి చిరుదివ్వెల రూపములో వెలుపలికి వచ్చి అపరాజితాదేవి విగ్రహముయొక్క

చరణములలో ఐక్యమైపోయాయి. అపరాజిత నుండి దివ్య కాంతి ఒకటి వెలువడి అపరాజితాదేవి విగ్రహములో, వీరభద్రుని నుదుటి నుండి ఒక దివ్య శక్తి వెలువడి గ్రామదేవత విగ్రహములో ఐక్యమైపోయాయి.

జరిగినది ఏమిటో అవగతమవక అచ్చెరువొందిన అపరాజితా వీరభద్రులను గాంచి దుష్ట శిక్షణ పూర్తి అయిన ఈ తరుణములో ఇక మీకు దైవిక శక్తుల అవసరము లేదు కావున జన్మతః మీకు లభించిన శక్తులను తిరిగి తీసుకొని మీ భావి జీవితమునకు ఎటువంటి ఇబ్బందులు ఎదురవకుండా చేసినది ఆ జగన్మాత అంటూ విశదపరచినది ఆకాశవాణి.

అమృతానందులవారు సైతం మోక్ష పదమునకు చేరుకొనుటకు తరుణమాసన్నమైనదని తలచి అపరాజితను వీరభద్రుని చెంతకు పిలచి ఈ భూలోకమున నేను నిర్వర్తించవలసిన కార్యములు ముగిసినవి ఇక నేనునూ ఆ అమ్మ చరణముల వద్ద ఆత్మార్పణ చేసుకొనవలెను.

కానీ దానికన్నా ముందు మీ ఇరువురను మీ తల్లిదండ్రుల వద్దకు చేర్చవలసిన బాధ్యత నాపై ఉన్నది కావున మీ అందరిని ఇపుడే అంగదేశమునకు చేర్చు ఏర్పాట్లు గావించి నేను నిశ్చింతగా మోక్షపదమునకు సాగిపోయెదను అని పలికింది అమృతానందులవారి ఆత్మ. స్వామీ మరి నా తల్లి నీలి పరిస్థితి అని బెంగగా పలికిన అపరాజితతో, నీ తల్లికి కలిగిన విపత్తు కేవలం దైవకార్యము కొరకు నిన్ను ప్రేరేపించుటకు జరిగిన ఒక పరిణామము మాత్రమే తల్లి. నీవు మరల కోయగూడెమునకు చేరుకొనులోగా నీ తల్లి నీకొఱకై ఎదురు చూస్తూ కనిపిస్తుంది. ఆ జగన్మాత నీ నుండి తన అంశను మాత్రమే ఉపసంహరించుకున్నారు, ఆ తల్లి ఆశీస్సులు మాత్రం ఎప్పటివలెనే మీ మీద నిలిచి ఉంటాయి అని పలుకగా అప్పటికి అపరాజిత మది నెమ్మదించినది.

తన శక్తితో ఒక గరుడ పక్షిని ఆమంత్రించి వారిని అంగదేశములో విడచి వచ్చునట్లు ఆజ్ఞాపించి తదుపరి తాను ధరించిన ఋషి వేషమును విడచి అమ్మవారి హృదయస్థానములో ఐక్యమైనది అమృతానందులవారి ఆత్మజ్యోతి. మరుక్షణమే అమ్మవారి విగ్రహము మరింత తేజోమయముగా వెలుగులు విరజిమ్ముతూ వారికి శుభశకునములు కలుగచేసినది.

అన్ని వత్సరములు అమ్మవారి సేవలో నిమగ్నుడైన బలదేవుడు అమ్మను విడచి వెళ్లలేక వెళ్లలేక వెళుతూ తల్లీ నా రాజ్యమునకు చేరుకున్న అనంతరం కుమార్తెకు వివాహ పట్టాభిషేకములు ఒనరించి ధర్మపత్నీ సమేతముగా వానప్రస్థాశ్రమము స్వీకరించుటకు నీ సన్నిధికే వచ్చి చేరెదను అని వీడ్కోలు తీసుకొని కుమార్తె సహితముగా అపరాజిత తదితరులతో కలసి గరుడ పక్షిని అధిరోహించాడు బలదేవుడు.

★★★

కోటను నలువైపులా చుట్టుముట్టిన సేనను లోనికి రానీయకుండా అర్ధ ఘడియకన్నా ఎక్కువ సమయము నిలువరించలేకపోయారు అమృతభూపతి వద్ద అందుబాటులో ఉన్న

సైన్యము. కోట ద్వారము బద్దలు కొట్టగనే రెట్టించిన ఉత్సాహముతో ముందుకు దూకాడు బలభద్రుడు. వృద్ధ కిశోరం వలె అలుపెరుగక యుద్ధము చేయుచున్న అమృతభూపతి ముందు నిలిచి తొడచరిచి కయ్యమునకు కాలుదువ్వాడు బలభద్రుడు. కోరి కయ్యమునకు కాలు దువ్విన శత్రువుకు హితోక్తులు సహించవని రణమే శరణ్యమని తలచి ద్వంద్వ యుద్ధమునకు సిద్ధమయ్యాడు అమృతభూపతి.

తమ మహారాజు అమృతభూపతి, బలభద్రునితో తలపడుతుండగా మిగిలిన శత్రు సైన్యము ఆయన దరిదాపులకు రాకుండా వలయము వలె ఆయన చుట్టూ తిరుగుతూ రక్షకుడి బాధ్యత స్వీకరించాడు అమాత్యుడు అనంతవర్మ. ఇది గమనించిన ఫాలాక్షుడు అనంతవర్మను దొంగదెబ్బ తీయుటకు యత్నించగా బలభద్రునితో తలపడుతూనే కనుసన్నలనుండి అది గమనించిన అమృతభూపతి తన దట్టీలో ఉన్న చురికెను తీసి గురిచూసి విసరగా అది ఫాలాక్షుని భుజములో దిగబడి ఆ బాధతో ఖడ్గమును విడచి కిందకు కూలబడినాడు ఫాలాక్షుడు.

అది గాంచిన అనంతవర్మ నీవును నీ అగ్రజునివలె దొంగదెబ్బ తీయుటకు పూనుకొంటివా ? రణమున జయాపజయములు దైవాధీనములు కానీ అధర్మ యుద్ధమున గెలచి సుఖముగా నున్న క్షత్రియుడొక్కడూ ఈ ధరణిపై లేడు. అది నీకు, మీ మహారాజుకు ఎప్పటికి తెలిసి వస్తుందో అని ఈసడించుకున్నాడు అనంతవర్మ. ఈ సందర్భముగా అమృతభూపతి దృష్టి తననుండి కొంత పక్కకు మరలడంతో దానిని అవకాశంగా తీసుకున్న బలభద్రుడు అమృతభూపతి పాదమునకు తన పాదమును అడ్డుపెట్టి కింద పడవైచి పెడరెక్కలు వెనుకకు విరచి అమృతభూపతి వెన్నుపై తన పాదమునుంచినాడు.

మహారాజు స్థితిని గాంచి అనంతవర్మ విలవిలలాడుతుండగా బలభద్రుడు బిగ్గరగా నవ్వుతూ ఇన్నినాళ్ళకు నీ అసలైన స్థానమునకు చేరుకున్నావు. అంగ దేశపు మహారాజు స్థానం మా పాదముల దగ్గర హ హ హ అని హసిస్తుండగా అమృతభూపతి తన శక్తినంతటినీ కూడగట్టుకొని ఒక్కసారిగా పైకి లేచుటకు ప్రయత్నించగా అమృతభూపతి వెన్నుపై ఉన్న బలభద్రుని పాదము కదలి బలభద్రుడు ముందుకు పడిపోగా అమృతభూపతి పైకి లేచి శరవేగముతో తన ఖడ్గమును అందుకొని బలభద్రుని కంఠము వద్ద ఉంచినాడు.

తమ సైన్యాధిపతి క్షతగాత్రుడగుట, మహారాజు శత్రువుల చేతికి చిక్కుట గాంచి కోసల దేశ సైనికుల గుండె ధైర్యం దిగజారిపోయి పోరు నిలిపివేసి నిస్సత్తువగా నిలచినారు. అమృతభూపతి హస్తములోని కరవాలమును తన హస్తములోనికి తీసుకొని అనంతవర్మ బలభద్రునికి గురిపెట్టి ఉంచగా అమృతభూపతి బలభద్రుని పైకి లేపినాడు. చూచితిరా బలభద్ర మహారాజా మా ప్రభువుల మంచితనము. శత్రువు పరాజితుడు అయినా పరిహసించుట మా ప్రభువుకు చేతకాదు. ఇప్పటికి అయినా సన్మార్గము వైపు మరలితే అందరికీ మంచిది అని పలుకగా చేవచచ్చినవాడివలె శత్రువు చేతిలో క్షమాభిక్ష పొందుటకంటె మరణించుట సుఖప్రదం అంటూ అనంతవర్మ హస్తములోని కరవాలమును తీసుకొని తన కంఠముపై వేటువేసుకొనబోవు

చివరి క్షణములో ఆగండి పితామహా అంటూ అంబ కంఠస్వరం వినిపించుటచే తన ప్రయత్నమును విరమించుకొని కంఠస్వరం వినవచ్చినవైపు తిలకించినాడు బలభద్రుడు.

★★★

ఉపసంహారం : చతుర్ మాసముల అనంతరం కోసల దేశంలో ప్రతి ఇల్లు పచ్చని తోరణాలతో కళకళలాడుతోంది. రాజ్యములోని ప్రతి దేవాలయం ప్రత్యేక పూజలతో అలరారుతోంది. తమ రాకుమారి అంబ వివాహ మహోత్సవమే రాజ్యంలోని ఆ సందడికి కారణం.

ఆనాడు అంబ పలుకులు విని ఆత్మహత్యనుండి విరమించుకున్న బలభద్రుడు అంబ వెంట ఉన్న బలదేవుని గాంచి అచ్చెరువొంది వారిద్వారా జరిగిన విషయము తెలుసుకొని ఆకారణముగా ఇన్నినాళ్ళు అమృతభూపతి యెడల శత్రుత్వము పూనినందులకు పశ్చాత్తాపమునొంది తనను క్షమించమని అమృతభూపతిని వేడుకొనగా మంచి మనసుతో జరిగినవన్నీ మరచి బలభద్రుని అక్కున చేర్చుకున్నాడు అమృతభూపతి.

ఆ శుభ సమయములోనే అంబ ను వీరభద్రునికి ఇచ్చి వివాహము జరిపించవలెనను కోరికను బలదేవుడు వెలిబుచ్చగా అమృతభూపతి కూడా సమ్మతించి తన కుమారుని అభీష్టముకై అడుగగా సిగ్గుతో తలదించుకున్న వీరభద్రుడు తల్లిదండ్రుల అభీష్టమే తన అభీష్టమని కానీ కళ్యాణము చేసుకొనుటకు కొంత గడువు కావలెనని అభ్యర్ధించినాడు.

అన్నీ సమకూరినపుడు ఆలస్యమెందులకు అని ప్రశ్నించిన అనంతవర్మతో అమ్మ ఆరోగ్యము పూర్తిగా నయము కావలెను, అటులనే తన సోదరికి మంచి వరుడు తన జతగాడికి సరైన వధువు దొరికిన తదుపరి ముచ్చురి కళ్యాణము ఒకే వేదికపై జరగవలెనను తన అభిలాషను వెలిబుచ్చినాడు.

చిన్నవాడు అయినా పరిణితితో యోచించిన వీరభద్రుని మంచితనమును ముగ్దులైన పెద్దలెల్లరు తమ ఆమోదముద్ర వేసినారు. పొత్తిళ్లలో దూరమైన తమ చిన్నారి కుమార్తె యుక్తవయసులో తమను చేరుకొనుటచే భావోద్వేగముతో మాటలు కరవైన అమృతభూపతి కనుల నిండా నీరుతో కుమార్తెను కన్నుల్లో నింపుకొనుచుండగా అంజనాదేవి కుమార్తెను ఆలింగనము చేసుకొని అన్నినాళ్ళ దుఃఖమును ఒక్కసారిగా బయటపెట్టి బిగ్గరగా రోదించినది. అపరాజిత వారి ప్రేమకు పరవశమొందినను వారిని తన తల్లిదండ్రులుగా అంగీకరించలేకున్నది.

వారి దుఃఖోద్వేగము తీరువరకు ఆగి తాను మరల కోయగూడెముకు వెళ్ళుటకు సెలవిప్పించమని అడిగినది. ఇన్నినాళ్ళ ఎడబాటు ఇపుడు తీరినదను సంతసము మిగులనీయక అపరాజిత వెలిబుచ్చిన కోరికను ఆలకించి హతాశులైనారు రాజదంపతులు. సంపంగి వారికి నచ్చుచెప్పుచూ ఇన్నినాళ్ళు దూరముగా పెరుగుట వలన ఒక్కసారిగా వారిని తల్లిదండ్రులుగా

స్వీకరించుట అపరాజితకు కష్ట సాధ్యమని, ఇంతకుముందు మీకు అపరాజితను కలుసుకొను అవకాశము లేదు కానీ ఇపుడు ఇచ్చగించినపుడెల్ల మీరు అపరాజితను కలుసుకొను సౌలభ్యము ఉన్నది కదా అని పలుకగా మదికి కష్టముగా తోచినా తమ బిడ్డ మనసు కష్ట పెట్టలేక కనీసము మురిపెము తీరా మూడునాళ్ళయినా ఉండి వెళ్ళమని కోరగా వారిని మరింత కష్టపెట్టుక ఇష్టములేక అంగీకరించినది అపరాజిత.

బలభద్రులవారు కుటుంబ సమేతముగా తమ రాజ్యమునకు చేరుకొనగా ఇన్ని వత్సరముల తరువాత భర్తను గాంచిన ప్రసన్నలంత ఆనందము పట్టలేక కన్నీరు కారుస్తూ భర్తను అల్లుకుపోయినది.

నాలుగవ దినమున రాజదంపతులు స్వయముగా అపరాజితను సంపంగిని తోడ్కొని కోయగూడెమునకు చేరుకొనగా ఆసరికే అపరాజితాదేవి దయవలన శిలారూపము నుండి సాధారణ రూపమునకు మారిన నీలి పరుగున వచ్చి కుమార్తెలిరువురిని అక్కున చేర్చుకున్నది. మల్లన్న దొర బిడ్డలను కనులకు నిండుగా చూసుకొనసాగాడు.

సంపంగి తల్లిదండ్రులకు నమస్కరించి నేను జన్మించిన కార్యము నెరవేరినది ఇక నాకు సెలవిప్పించండి అని పలుకుతూ ఒక్కసారిగా అంతర్ధానమైపోయినది. కళ్లెదుట ఉన్న కుమార్తె ఒక్కసారిగా అంతర్ధానమగుటచే తట్టుకొనలేక బావురుమన్న ఆ తల్లిదండ్రులకు "నాయనలారా చింతించకండి మీ పూర్వజన్మ పుణ్యము వలన వనదేవత మీ కుమార్తెగా, అపరాజితాదేవి అంశంలో జన్మించిన అపరాజిత దత్తపుత్రికగా మీ చెంతచేరి మీ పాలనలో పెరిగి యుక్తవయస్కులైనారు. ఇపుడు తన అవసరము ముగిసినందున వనదేవత అంతర్ధానమైనది. వనదేవతకే తల్లిదండ్రులైనందులకు సంతసించవలెను కానీ విచారించనేల ? మీకు గర్భశోకం కలుగరాదనే అపరాజిత కన్న తల్లిదండ్రులను వదలి తిరిగి మీ చెంతకే చేరినది. ఆమె సామీప్యములో మీ బాధను మరచిపోగలరు " అని ఆకాశవాణి వినిపించినది.

అది ఆలకించిన గూడేములోని కోయలు వనదేవతే తమ మధ్య సంపంగి రూపములో తిరుగాడినది అని తలచుకొని తమ పుణ్యమునకు మురిసిపోయినారు . అపరాజిత తమను వదిలి వారివద్దకు ఎందులకు వచ్చినదో అవగతమైన రాజదంపతులు తమ కుమార్తె ఔన్నత్యమునకు ముదమునొందినారు. కుమారునికి కళ్యాణమొనరించి రాజ్య బాధ్యతలు అప్పగించి తాము సైతము ఆ కోయగూడెము లోనే వానప్రస్థాశ్రమము స్వీకరించేవలెనని నిశ్చయించుకొని తిరిగి రాజ్యమునకు చేరుకున్నారు రాజదంపతులు.

ఇక ప్రస్తుతానికి వస్తే వీరభద్రుని కోరిక మేరకు అపరాజితకు, విష్ణుచిత్తునికి తగిన సంబంధములు కుదురువరకు వేచి యుండి ఒక శుభ ముహూర్తములో ముగ్వురి కళ్యాణమునకు ఏర్పాట్లు గావించారు పెద్దలు. అటు అంగదేశములోనూ , ఇటు కోసల దేశములోనూ కాకుండా అమ్మవారి ఆలయములో వివాహ ఏర్పాట్లు గావించడముతో ఇరు రాజ్యముల ప్రజలకు అమ్మవారి దర్శన భాగ్యము కూడా లభించినది.

పచ్చని పందిరిలో వేదమంత్రముల సాక్షిగా ఒక్కటైన మూడు జంటలను జనులెల్ల శుభమస్తు అని దీవించగా అపరాజితాదేవి తన చల్లని చూపులను వారిపై ప్రసరించి తన దీవెనలు అందచేసింది. అనుకున్న మాటప్రకారం వివాహము అయిన తదుపరి రెండు మాసములకు వీరభద్రుని పట్టాభిషిక్తుని గావించి వానప్రస్థాశ్రమము స్వీకరించి కోయగూడెమునకు చేరుకున్నారు అమృతభూపతి దంపతులు. అటు బలదేవుడు సైతము తన రాజ్యమును కూడా అల్లునికే కట్టబెట్టి తండ్రిని వారికి పెద్దదిక్కుగా ఉంచి ధర్మపత్నీ సమేతముగా అమ్మవారి సేవలో పునీతమగుటకు ఆలయమునకు చేరుకున్నాడు.

వీరభద్రుడు తన జతగాడు విష్ణుచిత్తుని సాయముతో అనంతవర్మ దంపతుల అండతో ఇరురాజ్యముల ప్రజలను కన్నబిడ్డలవలె పాలించసాగాడు. అపరాజిత సైతము తండ్రి వారసత్వంగా గూడెం బాధ్యతలను స్వీకరించి కోయలకు ఎటువంటి కష్టము రాకుండా కాచుకొనుచుండగా ఆమెకు పుట్టిన బిడ్డల ఆలనాపాలనా చూసుకుంటూ రాజదంపతులు మల్లన్నదొర దంపతులు సుఖముగా కాలము గడపసాగారు.

స్వస్తి

మీ

శ్రీఝా

www.ingramcontent.com/pod-product-compliance
Lightning Source LLC
LaVergne TN
LVHW032332220825
819400LV00041B/1336
* 9 7 8 8 1 9 6 3 8 3 5 8 9 *